‘‘स्कॉटच्या साहसांची एकामागून एक अशी मालिकाच लागलेली होती. आमच्यापैकी बहुतेकांच्या वाट्याला अधूनमधून एखादी साहसी घटना येते. साहसांची अशी मालिका आपण अनुभवत नाही. आपल्यापैकी बहुतेक जण साहसाच्या बाबतीत हात राखून वागत असतात. स्कॉट तसा नव्हता.’’

– स्टेसी ॲलिसन,

बीयॉन्ड द लिमिट्स’ची लेखिका

‘‘हे सारं किती मनोवेधक आहे, नाही का? आम्ही काय काय केलं आणि आता आम्ही कुठे पोहोचलो आहोत, हे पाहता सारंसारं किती परिपूर्णतेचं होतं! अर्थात; दरम्यानच्या काळात, कमी लोक मरण पावले असते, तर बरं झालं असतं!’’

– वेस्ली क्राउस,

‘माउन्टन मॅडनेस’ सहसंस्थापक

‘‘तुम्ही एकतर संथपणे मार्ग काढत असता, नाहीतर धडपडत असता. त्यामुळे तुम्ही संथपणे मार्ग काढणंच श्रेयस्कर!’’

– स्कॉट फिशर

'खिळून ठेवणारं... पर्वताची ओढच ज्याच्या कृतींचा मूलस्रोत होती, अशा एका उत्कृष्ट गिर्यारोहकाचं हुबेहूब व्यक्तिचित्र.'

– एड व्हिश्चूर्स,
'नो शॉर्टकट्स टू द टॉप'चा लेखक

'१९९६च्या एव्हरेस्टवरील त्या घातक दिवसाकडे नेणाऱ्या अनुभवाचं आणि स्कॉट फिशरचं मनोवेधक चित्रण.'

– फिल पॉवर्स,
'अमेरिकन अल्पाइन क्लब'चा कार्यकारी संचालक

'लक्षणीय...! मर्यादांच्या भिंती मागं ढकलणं किती महत्त्वाचं आहे, याची उत्साहवर्धक आणि ऊर्जापूर्ण आठवण करून देणारं पुस्तक. ज्या माणसाच्या साहसाच्या तृष्णेचा त्याला भेटलेल्या प्रत्येकाला संसर्ग झाल्यावाचून राहत नसे, अशा माणसाला वाहिलेली आदरांजली.'

– वॉली बर्ग,
'बर्ग ॲडव्हेंचर्स इंटरनॅशनल'

आपल्या स्नेहीजनांना पुस्तके भेट द्या

Mountain Madness या इंग्रजी पुस्तकाचा मराठी अनुवाद

साद उत्तुंगाची

एव्हरेस्ट या सर्वोच्च हिमशिखराच्या ध्यासाचा दुर्दम्य प्रवास

रॉबर्ट बक्र्बी

अनुवाद

सुनीति काणे

मेहता पब्लिशिंग हाऊस

please contact us at **Mehta Publishing House Pvt. Ltd.**, Pune 411030.
✆ +91 020-24476924 / 24460313 / Mob. No. 9545000513
Email : production@mehtapublishinghouse.com
Website : www.mehtapublishinghouse.com

* या पुस्तकातील लेखकाची मते, घटना, वर्णने ही त्या लेखकाची असून त्याच्याशी प्रकाशक सहमत असतीलच असे नाही.

Translated into Marathi Language by Suneeti Kane

साद उत्तुंगाची / अनुवादित सत्यकथा

अनुवाद : सुनीति काणे

Email : author@mehtapublishinghouse.com

मराठी अनुवादाचे व प्रकाशनाचे हक्क : मेहता पब्लिशिंग हाऊस प्रा.लि., पुणे.

संस्थापक : सुनील अनिल मेहता

प्रकाशक : मेहता पब्लिशिंग हाऊस प्रा. लि.,
१९४१, सदाशिव पेठ, माडीवाले कॉलनी, पुणे ४११०३०.

मुद्रक : ट्रिनिटी अॅकॅडमी फॉर कॉर्पोरेट ट्रेनिंग लिमिटेड

मुखपृष्ठ : फाल्गुन ग्राफिक्स

प्रकाशनकाल : सप्टेंबर, २०१४ / पुनर्मुद्रण : ऑगस्ट, २०२६

किंमत : ₹ ६५०

P Book ISBN 9788184985610

माझ्या साऱ्या बांधवांसाठी - 'ब्रूस'साठी

प्रास्ताविक

नेपाळमधली स्वच्छ, थंड सकाळ. एव्हरेस्ट शिखरानं रेखित केलेलं क्षितिज मला स्कॉट फिशर दाखवतो आहे. त्याच्या असामान्य आयुष्यातली शेवटली काही पावलं तो त्या मार्गानं उचलणार आहे. आम्ही दोघे १८,००० फूट उंचीवरच्या 'काला पठार' शिखरावर उभे आहोत. अमेरिकेतील कोणत्याही पर्वताहून 'काला पठार' अधिक उत्तुंग आहे. परंतु हिमालय पर्वताच्या मध्यभागी असलेलं हे शिखर मात्र केवळ एका खडकाळ उंचवट्यासमानच भासतंय; कारण ते पृथ्वीवरल्या प्युमोरी, नुप्ट्से, ल्होट्से, आमा डबलाम अशा अत्यंत अद्‌भुत शिखरांनी वेढलं गेलेलं आहे. गिर्यारोहकांना मार्गदर्शन करणाऱ्या पुस्तिकेत 'काला पठार'चा उल्लेख आटोक्यातलं आणि खूप चढाच्या खडतर गिर्यारोहणाची कुवत असलेल्या कुणालाही ते चढून जाता येईल असं शिखर अशा शब्दांत केला आहे. 'काला पठार' चढून जाता आलं, एवढ्या पराक्रमावरच मी स्वत: संतुष्ट आहे. स्कॉट फिशर इथवर अगदी विनासायास चढून आला. आजूबाजूला चोहीकडे मंत्रमुग्ध करणारं सृष्टिसौंदर्य असूनही स्कॉटचे डोळे मात्र नेहमीप्रमाणे एव्हरेस्ट शिखरावरच खिळलेले आहेत.

माझी समजूत होती की, हिमालयातील सारीच शिखरं इतकी उत्तुंग असल्यामुळे त्यांचा एकमेकांशी समतोल साधला जाईल आणि त्यांची उंची तेवढीशी अंगावर येणार नाही; पण माझी समजूत चुकीची ठरली. एव्हरेस्टजवळची शिखरं इतक्या अफाट उंचीची आहेत की, ती जणू सारा भूस्तरच उचलून आकाशात उंच नेत आहेत, असा भास व्हावा! ही शिखरं इतकी उत्तुंग आहेत की, ती पाहून 'उत्तुंग' ह्या शब्दाची व्याख्याच बदलून जाते.

येथील शिखरांच्या उत्तुंगतेला ज्याप्रमाणे तोड नाही त्याप्रमाणे इथल्या वातावरणाइतकी शुद्धता कोठेही नाही. कुठेही धुकं नाही, धूर नाही. हवासुद्धा इतकी विरळ की, दगड आणि बर्फाच्या सुळक्यांना कसलाच अटकाव नाही! सुळक्यांच्या कडादेखील धारदार, स्वच्छ आणि नेटक्या. काळा फत्तर आणि चकाकता बर्फ

याखेरीज ह्या भूप्रदेशात अन्य रंग दृष्टीला पडत नाही. निळ्याशार, तेजोमय आकाशावर एखादा कृष्ण-धवल फोटो चिकटवलेला असावा – तसा हा आसमंत वाटतो. हा भूप्रदेश कोणतीही तडजोड स्वीकारणार नाही, असा निष्ठुर! हा भूभाग त्याच्या वैशिष्ट्यांमुळे इतरांपेक्षा वेगळा आणि थेट अंगावर येणारा. मी आणि स्कॉट आता जेथे बसलो आहोत, तेथून आणखी दोन मैल उंचीचा एव्हरेस्टचा सुळका आजूबाजूच्या उत्तुंग शिखरांना झाकून टाकतो आहे. एव्हरेस्टवर नजर लावली की, आपण सूर्यावरच नजर लावलीय, असं वाटतंय.

या वातावरणात स्कॉट अगदी निश्चिंत मन:स्थितीत वावरतोय. त्याच्याबरोबर मी इथवर आलोय म्हणून तो प्रसन्न आहे, हे मला जाणवतंय. मी त्याला अनेक वर्षं जवळून ओळखतोय. आम्ही दोघेही शहराच्या गजबजाटापेक्षा निसर्गाच्या निर्मनुष्य सान्निध्यात जास्त समाधानी असतो, हे मला ठाऊक आहे; परंतु उत्तुंग शिखरं काबीज करण्यासाठी स्कॉट जो धोका पत्करायला उत्सुक असतो, तशी माझी मानसिकता नाही. पुन्हा एकदा एव्हरेस्ट सर करण्यासाठी तो आलाय आणि ते साहस किती धोक्याचं आहे, हे मी जवळून पाहतोय. आजूबाजूची शिखरं मला जेवढी गूढ वाटताहेत तेवढीच स्कॉटची अनाकलनीय साहसप्रियता मला गूढ वाटतेय. माझ्या मर्यादा मी जाणून आहे आणि स्कॉटच्या मर्यादा तो सतत पुढेच ढकलताना दिसतो! मी स्कॉटला अधूनमधून आठवण करून देत असतो की, ऐंशीव्या वर्षापर्यंत मला पियानो वाजवता यावा अशी माझी इच्छा आहे आणि त्यासाठी मला माझी बोटं शाबूत ठेवणं भाग आहे. जगातील सर्वोच्च शिखरावर उभं राहता यावं यासाठी हिमबाधेनं माझं एखादं बोट गमावणं मला परवडण्याजोगं नाही! स्कॉट माझ्या ह्या मताचा आदर करत असला तरी त्याच्या डोक्यात माझ्याप्रमाणे बीथोवन, चॉपिन किंवा ब्राह्मच्या सुरावटींऐवजी दुसऱ्याच साहसाची साद घुमतेय, हे मला पक्कं ठाऊक आहे.

आम्ही दोघे आमच्या पाठुंगळीच्या बोचक्यांतून बकरीच्या दुधाचे पनीर, पराठे आणि चॉकलेट बाहेर काढतो. खाली अनेक योजनं, खुंबू हिमप्रतापाच्या पायथ्याशी अनेक लाल, पिवळे, निळे ठिपके दिसताहेत. हे एव्हरेस्ट बेस कँपचे तंबू. वसंत ऋतूत जगातल्या सर्वोच्च शिखरावर निघालेल्या गिर्यारोहकांच्या मोहिमेची तेथे तयारी चाललेली आहे. आमचं जेवण चालू असताना स्कॉटने तो ज्या मार्गाने जाणार, त्या रस्त्याकडे निर्देश करतो. हिमनदीतील उंचवटे आणि भेगांमधून वाट काढत, वेस्टर्न सीडब्ल्यू–एम नावानं ओळखल्या जाणाऱ्या हिमाच्या प्रचंड खोऱ्यातून तो ल्होट्सेहून साऊथ कोल ह्या २६,००० फुटांवरच्या खिंडीपर्यंत जाणार आहे. ही खिंड ल्होट्से आणि एव्हरेस्ट यांच्या मधोमध आहे. ह्या खिंडीतून तो एव्हरेस्टच्या आग्नेयेच्या बाजूने शिखराकडे कूच करेल. एडमंड हिलरी आणि तेन्झिंग नॉर्गे यांनी

१९५३मध्ये ह्याच मार्गानं एव्हरेस्ट सर केलं होतं. त्यानंतर दहा वर्षांनी अमेरिकन गिर्यारोहकांनी ह्याच मार्गानं एव्हरेस्टची मोहीम यशस्वी केली होती.

जो मार्ग स्कॉट मला दाखवतोय, त्या मार्गानं जाताना पुढे काय घडणार आहे याची त्याला आता तिळमात्र कल्पना नाहीय. स्कॉटची 'माउन्टन मॅडनेस' नावाची साहसी पर्यटकांसाठीची प्रवासी कंपनी, त्याच्या पर्यटकांना ह्याच मार्गानं एव्हरेस्टवर नेण्याचा प्रयत्न करणार आहे. ह्या मोहिमेच्या वेळेस तो अवचितपणे प्रसिद्धीच्या झोतात येऊन विवादाच्या वादळात सापडणार आहे, याची त्याला आता अजिबात कल्पनासुद्धा नाही. स्कॉटच्या पर्यटन कंपनीद्वारा आलेले सारे जण सुखरूपपणे परततील; पण १९९६ची एव्हरेस्ट दुर्घटना ह्या नावानं प्रसिद्ध झालेल्या या दुर्घटनेत स्वत: स्कॉट आणि इतर मोहिमांमधले सात पर्यटक मार्गदर्शक, भूतलावरच्या सर्वांत सुंदर पण निष्ठुर अशा जागी, वादळी वाऱ्यात आणि भीषण थंडीत आयुष्याला मुकणार आहेत....

त्या वसंत ऋतूत एव्हरेस्ट शिखरावर घडलेल्या घटनांना प्रसिद्धी मिळाली आणि अति उंच दुर्गम शिखरं सर करू पाहणाऱ्या गिर्यारोहकांच्या साहसाकडे साऱ्या जगाचं लक्ष वेधलं गेलं. ही दुर्घटना देशोदेशींच्या राष्ट्रीय बातम्यांमध्ये झळकली; 'न्यूजवीक' आणि 'टाइम'च्या मुखपृष्ठांवर प्रसिद्ध झाली आणि अमेरिकेतील 'नोव्हा', 'नाइटटाइम' ह्या टीव्ही कार्यक्रमांमध्ये तिला प्रसिद्धी मिळाली. ह्या घटनेवर पुस्तकं प्रसिद्ध झाली. जॉन क्रॅकाउर याचं 'इन टू द थिन एअर' आणि अँटोनी बोक्रिव्ह याचं 'द क्लाइंब' ही पुस्तकं गाजली. ह्या दोन्ही लेखकांनी दुर्घटनेचा 'आँखो देखा हाल' आपापल्या पुस्तकांमध्ये कथन केला होता. ही कथा संक्षिप्त रूपात टीव्हीच्या पडद्यावर मांडली गेली, तर आयमॅक्सनं निसर्गरम्य दृश्यं प्रेक्षकांपर्यंत पोचवण्यासाठी तिला भव्य रूप दिलं. खुर्चीवर बसल्या जागी गिर्यारोहणाचा आनंद लुटणाऱ्या लक्षावधी प्रेक्षकांनी हे चित्रपट अधाशी नजरेनं अक्षरश: पिऊन घेतले. चित्रपटातला शब्दन्‌शब्द, प्रत्येक पाऊल आणि त्या विरळ वातावरणातील प्रत्येक श्वासोच्छ्वास त्यांनी कल्पनेनं स्वत: अनुभवला.

स्कॉटला हिमालयातल्या निर्मम हवेनं जसं झोडून काढलं होतं, तसंच ह्या प्रसिद्धीच्या झोतानं त्याच्या प्रतिमेला झोडून काढलं. जवळजवळ सारी प्रसिद्धी स्कॉटच्या शेवटच्या एव्हरेस्ट मोहिमेवर आणि त्याच्या आयुष्यातल्या शेवटच्या चाळीस दिवसांवर केंद्रित झालेली होती. छापील बातमीनं किंवा चित्रपटानं त्याला एव्हरेस्टवर असं काही चढवलं होतं; जणू काही कोणत्याही पूर्वानुभवाखेरीज तो २९,००० फूट उंचीवर पोचलेला होता! जनतेसमोर स्कॉटचं अर्कचित्र रेखाटताना, बातमी रंगतदार करण्यासाठी स्कॉटची बलस्थानं आणि उणिवा हेरून अधिक भडक रूपात पेश केल्या गेल्या. स्कॉटवर इतरांनी लिहिलेल्या लेखांना उठाव देण्यासाठी

अतिरंजित शब्दचित्रं रंगवली गेली. हे शेवटचे चाळीस दिवस स्कॉटनं जो साहसी प्रवास केला, त्यामागे चाळीस वर्षांच्या तपस्येचा जो पाया होता; त्याबद्दल कुठेच, काहीही उल्लेख केला गेला नाही. स्कॉट फिशर ही व्यक्ती प्रत्यक्षात कशी होती आणि त्या जागी, त्या वेळेस तो कोणत्या प्रेरणेनं पोचला होता, याचा पुसटता उल्लेखही कोठेही केला गेला नाही.

स्कॉटच्या मृत्यूनंतर हिमालयातील त्या दुर्घटनेबद्दल विचार करणंसुद्धा आमच्यापैकी काही जणांसाठी फार वेदनादायी होतं, तर काही जण त्या दुर्घटनेबद्दल विचारच करत राहिले. अनेक दशकं आल्प्समधली शिखरं काबीज केल्यावर आणि अनेक संकटांमधून सुखरूप बाहेर पडल्यावर तो अशा संकटाला बळी पडला, यावर अनेकांचा विश्वासच बसेना. आजवर इच्छाशक्तीच्या बळावर अनेक संकटांतून बचावलेल्या स्कॉटला या वेळेस संकटांशी झुंजताना अपयश आलेलं पाहून अनेक जण सुन्न झाले. आपल्या लहानग्या मुलांना पोरकं करून गेल्याबद्दल काही लोक रागावले, तर त्याच्याबद्दल इतकी अपुरी माहिती दिल्याबद्दल इतर अनेक जण प्रसारमाध्यमांवर खवळले. स्कॉटला ओळखणाऱ्या सर्वांना त्याच्याशिवाय आयुष्य रितं वाटू लागलं. स्कॉटनं आपल्या अंगभूत उत्साहानं, चेतनेनं आणि सकारात्मकतेनं ज्यांची-ज्यांची आयुष्यं उजळून टाकली होती; त्या सर्वांना त्याची उणीव प्रकर्षानं जाणवू लागली.

जे लोक स्कॉटला जवळून ओळखत होते, त्यांना त्याच्या एव्हरेस्टवरील मृत्यूखेरीज त्याचं पूर्ण आयुष्यच नव्यानं उमगत गेलं. गावातील पबमध्ये बिअर पिताना किंवा गिर्यारोहणाच्या वेळेस कँपमधील शेकोटीभोवती बसून गप्पा मारताना त्याचे मित्र आणि सहगिर्यारोहक एकमेकांपाशी आठवणींची उजळणी आनंदानं करू लागले. स्कॉट जेव्हा त्यांचं नेतृत्व करत असे, तेव्हा त्यांना नवी साहसं कशी आटोक्यातली वाटत असत आणि मुक्तता कशी अनुभवता येत असे याची आठवण आली की, त्यांना स्कॉटची उणीव आणखीच तीव्रतेनं जाणवू लागत असे. त्याच्या नेतृत्वाखाली अशक्य गोष्टी कशा शक्य होत असत, हे आठवून ते व्यथित होत.

मीसुद्धा याच अनुभवातून गेलो आहे. विशेषत: आता जिन्याखाली ढकललेल्या ट्रंकेतून मी जेव्हा जुन्या वह्या काढतो आणि नेपाळ किंवा माऊंट एल्ब्रुस किंवा किलिमांजारोच्या साहसी मोहिमांचे अहवाल वाचतो, तेव्हा मला स्कॉटची उणीव नव्यानं जाणवू लागते. ह्या वह्यांमध्ये त्या वेळी चुकून राहून गेलेले काही रुपये किंवा रूबल्स किंवा टांझनियातले शिलिंग मला सापडतात. कधीकधी एखादा फोटो सापडतो, तर कधी एअरोफ्लोट किंवा नेपाळ एअरवेजचं फाटकं तिकीट! स्कॉटमुळे अनुभवलेल्या साहसाचा मी पेन्सिलीनं खरडलेला वृत्तान्तसुद्धा ह्या गोष्टींसोबत

नजरेला पडतो. एक वही वाचून संपवली की, मी दुसरी वही उचलतो.

माझ्या सध्याच्या प्रवासात मला कधीमधी स्कॉटच्या बरोबर असताना ओळख झालेले लोक भेटतात, तर कधीकधी मी स्कॉटच्या नातेवाइकांचा फोन नंबर फिरवतो. हे लोक एके काळी माझे जवळचे स्नेही होते, पण आता काळ आणि भौगोलिक अंतर यांमुळे ते दुरावले आहेत. आम्ही स्कॉटबद्दल बोलू लागलो की, एकामागून एक अशा अनेक आठवणींचा ओघ सुरू होतो.

क्रेग सीशोल्स हा स्कॉटचा मित्र आणि गिर्यारोहणाचा प्रशिक्षक सहकारी. त्यानं मला अगदी अलीकडेच, त्याला स्कॉटच्या मृत्यूनंतर पडलेल्या स्वप्नाबद्दल सांगितलं. क्रेगला पडलेल्या स्वप्नात तो प्युजेटच्या सामुद्रधुनीतून जाणाऱ्या बोटीच्या बाकड्यावर बसलेला आहे. स्कॉटच्या मृत्यूनंतरच्या शोकसभेसाठी जाताना तो ज्या बोटीतून गेला होता, तशीच ही स्वप्नातली बोट दिसतेय. स्वप्नात क्रेगला बोटीच्या केबिनचा दरवाजा उघडून स्कॉट बाहेर येताना दिसतो. स्कॉट डेकवर येऊन क्रेगजवळ बसतो. काही मिनिटं स्तब्धतेत प्रवास केल्यावर बोट लाटांवर तरंगत जलदपणे अंतर कापत असताना स्कॉट अचानक म्हणतो, ''झक्कास होतं की नाही सारं?''

क्रेग स्वप्नातच स्कॉटला प्रश्न करतो, ''काय झक्कास होतं? स्मृतिसभा?'' स्कॉट त्याला उत्तर देतो, ''नाही यार, आयुष्य! साहस! सारे थरारक अनुभव! होते की नाही झक्कास?''

क्रेगकडे पाहून स्कॉट स्मित करतो, त्याच्या खांद्यावर हात ठेवतो आणि उठून उभा राहतो. तो केबिनच्या दरवाज्याकडे चालत जात असताना पुन्हा क्रेगकडे वळून म्हणतो, ''एकदम झकास होतं!'' आणि नाहीसा होतो.

क्रेगचं हे स्वप्न त्याच्या तोंडून ऐकल्यावर आणि आमच्या जुन्या मोहिमांचे अहवाल चाळल्यावर माझ्या मनात आणखी एका मोठ्या मोहिमेची ऊर्मी दाटून आली. परंतु ह्या मोहिमेसाठी बॅकपॅक आणि प्रवासी बुटांऐवजी मला कोऱ्या वह्या, चांगलं पेन यांची गरज पडणार होती. जंगलातील दुर्गम मुक्काम गाठण्याऐवजी मला भूतकाळात फेरफटका मारून स्कॉट फिशरला नव्यानं पाहायचं होतं. त्याला जवळून ओळखणाऱ्या साऱ्यांना मला पुन्हा एकवार भेटायचं होतं. एकत्र केलेल्या सफरींचे अहवाल नीटपणे वाचून काढायचे होते. जुने फोटो लक्षपूर्वक पाहायचे होते. स्कॉटच्या आयुष्याचा खोलवर शोध घेऊन मला त्याच्या प्रेरणास्रोताचा उगम शोधायचा होता. त्यानं असंख्य लोकांना कसं प्रेरित केलं, ते नव्यानं बघायचं होतं. आकाशासमीप असलेल्या दुर्गम जागी एकाकी अवस्थेत मृत्यू पावण्यापूर्वीच्या स्कॉटच्या आयुष्यात मला डोकावून पाहायचं होतं.

परंतु, सर्वांत प्रबळ इच्छा आहे ती स्कॉटबरोबर जगलेलं माझं आयुष्य,

अनुभवलेलं साहस पुन्हा नव्यानं चाखण्याची! स्कॉटबरोबर ‘काला पठार’च्या सुळक्यावर बसून उन्हात न्हाताना, आजूबाजूचं रमणीय दृश्य डोळ्यांत साठवून घेताना, त्याच्या सहवासाचा आनंद लुटत पनीर, पराठा आणि चॉकलेट यांचा शेवटला घास त्याच्या समवेत चाखतमाखत खाताना अनुभवलेला आनंद मला नव्यानं आठवायचाय. त्याच्यासोबत हा आनंद घेत असताना मला अचानक जाणवलं होतं की, दुपार ढळतेय. मग मी एक लहानसा दगड आठवणीदाखल उचलून माझ्या धोपटीत टाकला होता – जणू तो दगड उचलून मी काला पठारची उंची काही सेंटिमीटरनं कमी केली होती! स्कॉट हसतहसत मला म्हणाला होता, ‘‘जर प्रत्येक गिर्यारोहकानं आठवणीदाखल एक-एक दगड उचलला, तर हिमालयच अदृश्य होईल! मग गिर्यारोहण कुठे करायचं?’’ स्कॉट आठवणीदाखल कुठलेच दगड जमा करत नसे. हिमालयाची उंची शाबूत राहावी म्हणून त्याने हा निर्णय घेतला असावा. त्याला त्या शिखरावरील जो दगड खिशात टाकायचा होता, तो माझ्या दगडापेक्षा फार उंचावर होता.

काला पठारचा उतार उतरून खुंबू हिमनदीजवळची वाट गाठायला आम्हाला एक तास लागला होता. खोऱ्यात काही मैलांवर माझा तंबू ठोकलेला होता. स्कॉट उलट्या दिशेनं जाणार होता. त्याला रात्रीच्या जेवणापर्यंत एव्हरेस्ट बेस कँपवर पोचायचं होतं. तेथे त्याचे काही मित्र त्यांच्या स्वत:च्या साहसी पर्यटन कंपनीतले गिर्यारोहक घेऊन आलेले होते. त्यांच्यासमवेत स्कॉटला रात्रीचं जेवण घ्यायचं होतं. हसून निरोप घेत तो त्याच्या वाटेनं जाऊ लागला. माझ्यापासून दूर जात तो एव्हरेस्टच्या दिशेनं वेगानं चालू लागला.

मी त्याचा निरोप घेतला आणि माझा बॅकपॅक सावरत परत निघालो. डोंगराच्या कुशीत झालेली आमची ती शेवटची भेट, आम्ही एकत्र केलेला हा शेवटचा प्रवास. यानंतर तो एव्हरेस्टच्या आख्यायिकेत अमर होणार होता! आम्ही दोघं ज्या वाटेनं आलो होतो, तिथे आता काळोख पसरू लागला. थंडगार बोचरे वारे वाहू लागले. खुंबूच्या दिशेनं पावलं टाकताना माझ्या पावलांखाली गोठलेलं बर्फ कडकड वाजू लागलं. पहाटे ह्याच मार्गानं येताना बर्फात आम्हा दोघांच्या बुटांचे उमटलेले ठसे माझ्या दृष्टीला पडले. स्कॉटच्या पावलांचे ठसे अजूनही स्पष्ट दिसत होते; पण भुरभुरणारं हिम ते ठसे झाकून टाकू पाहत होतं. त्या ठशांवरून त्यानं केलेला प्रदीर्घ प्रवास कळत होता आणि त्याला नव्यानं शोधताना मला तेवढंच अंतर काटावं लागणार होतं!

अनुवादिकेचं मनोगत

मेहता पब्लिशिंग हाऊसचे श्री. सुनील मेहता, यांनी रत्नपारखी नजरेनं टिपलेलं 'माउन्टन मॅडनेस' हे पुस्तक माझ्याकडे वाचनासाठी आलं. ह्या आगळ्या-वेगळ्या, थरारक अनुभवांनी भरलेल्या पुस्तकानं मला अक्षरश: भारून टाकलं. गेले दोन महिने त्या पुस्तकाचा अनुवाद करत असताना, मी भावनांच्या कल्लोळात बुडून गेले होते. जिवावर उदार होऊन गिर्यारोहणाचा आनंद लुटणाऱ्या, पर्वतांचं पिसं लागलेल्या ह्या साहसप्रिय कलंदराच्या जीवनाचं जवळून दर्शन घडवणारं हे हृदयस्पर्शी जीवनचरित्र मला एका वेगळ्याच अनोळखी जगात घेऊन गेलं.

एव्हरेस्टमाथ्यावरून उतरत असताना १९९६च्या वसंत ऋतूत, एव्हरेस्टवर मोहीम नेणारा स्कॉट फिशर मृत्युमुखी पडला. त्याच्या गिर्यारोहण कंपनीद्वारा एव्हरेस्ट मोहिमेवर गेलेले इतर सर्व लोक वाचले; परंतु ज्या पर्वताचा त्याला निदिध्यास लागलेला असे, त्याच पर्वताच्या कुशीत स्कॉट झोपी गेला. ह्या घटनेचे पडसाद जगभर उमटले. अनेकांना स्कॉट फिशर हा साहस, महत्त्वाकांक्षा आणि जबरदस्त सहनशक्ती यांचं मूर्तिमंत प्रतीकच वाटू लागला. परंतु, स्कॉटच्या आयुष्याचं स्पष्ट आणि प्रांजळ दर्शन घडवून त्याची परिपूर्ण व्यक्तिरेखा आपल्यापुढे उभी करण्याची मोठीच कामगिरी स्कॉटचा जिवलग मित्र रॉबर्ट बर्क्बी यानं पार पाडली आहे. ह्या जीवनचरित्राच्या रूपानं त्यानं स्कॉटला आदरांजलीच वाहिली आहे.

हे जीवनचरित्र स्कॉटच्या बालपणापासून १९९६च्या एव्हरेस्टवरील दुर्घटनेपर्यंतच्या त्याच्या आयुष्याचं दर्शन घडवतं. हा जीवनालेख वाचताना आपण स्कॉटबरोबर जगभरातील विविध उत्तुंग, दुर्गम शिखरांवर फेरफटका करून येतो; तेव्हा अंगावर काटा आणणारे अनुभव आपणसुद्धा समरसून जगत असतो.

'जो जे वांच्छील तो ते लाहो' असं ज्ञानदेव म्हणून गेले होते. आपल्या वांच्छिताची प्राप्ती करण्यासाठी कसोशीनं प्रयत्न करत, थरारक साहसं अनुभवत, अखेरीस एव्हरेस्टमाथ्याजवळ अखेरचा श्वास घेणारा स्कॉट आपल्या हृदयाच्या एका कोपऱ्यात कायमचं ठाण मांडतो!

वाचकांना अनुभवांच्या एका वेगळ्याच उंचीवर, एका वेगळ्याच जगात घेऊन जाणारं हे आगळंवेगळं पुस्तक आपल्या मराठी वाचकांपुढे आणणारे श्री. सुनीलभाई मेहता यांना मन:पूर्वक धन्यवाद!

– सुनीति काणे

अनुक्रमणिका

एक
ऑलिम्पस

खरं सांगायचं तर, एखाद्या व्यक्तीला पूर्णपणे जाणून घ्यायचं असेल, तर त्याच्याबरोबर दूरच्या भटकंतीसाठी जा!

– स्टीफन ग्रॅहॅम, द जंटल आर्ट ऑफ ट्रॅंपिंग, १९२७

स्कॉट फिशरला ओळखणाऱ्या प्रत्येकाजवळ त्याच्याबद्दलच्या कथांचा साठा आहे. ज्या दिवशी ऑलिम्पसचं शिखर चढून जाण्यासाठी त्यानं माझं मन वळवलं, त्या संध्याकाळपासून माझ्या मनात त्याच्याबद्दलच्या स्पष्ट आठवणी उमटलेल्या आहेत. त्या वेळेस तो पंचविशीचा असेल. ज्या जलद गतीनं वर्षामागून वर्ष उलटत होती, त्यामुळे तो धास्तावून गेला होता. सारी उंच शिखरं पादाक्रांत करून गिर्यारोहक म्हणून नाव कमावण्यासाठी आपल्या हातातला काळ निसटून जातो आहे, याबद्दल ही भीती होती. त्या वेळेस मी नाव घेण्याजोगं एकही शिखर गाठलेलं नव्हतं आणि एव्हरेस्टवर स्कॉटला चढून जायला अजून बारा वर्षांचा कालावधी लागणार होता.

''त्याची जिद्द जबरदस्त दिसतेय,'' माझी मैत्रीण कॅरल माझ्या कानात कुजबुजली.

प्रखर जिद्दी? १९८२च्या उन्हाळ्यात, सीॲटलच्या घराच्या दरवाजातून आत येणारा स्कॉट एखाद्या थरारक चित्रपटाचा नायक शोभला असता! स्कॉटची उंची सहा फुटांच्या वर होती. त्याचे खांदे भरपूर रुंद होते, कंबर सडपातळ होती आणि त्याच्या छातीचे व दंडाचे स्नायू त्याच्या शर्टमधून उठून दिसत होते. त्याच्या चौकोनी जबड्यातला स्नायू टारलेला दिसत होता. सोनेरी केसांच्या झुबक्याखालचे त्याचे डोळे निळसर तेजानं चकाकत होते. त्याचं हास्य मनमोकळं असलं तरी किंचितसं लाजरं होतं आणि त्याच्या देहयष्टीपेक्षा त्याच्या सळसळत्या उत्साहानंच खोली भरून गेल्यासारखी वाटत होती. त्यानं कॅरलला स्नेहानं जवळ घेतलं आणि माझा हात हातात घेऊन प्रेमानं हस्तांदोलन केलं. त्याच्या चेहऱ्यावर स्मित

फुललेलं होतं. स्कॉटची पत्नी जेनी आणि माझी मैत्रीण कॅरल या दोघी जणी नॉर्थवेस्टर्न युनिव्हर्सिटीत शिकत असताना सहा वर्षांपूर्वी त्यांचा स्नेह जुळला होता. योगायोगानं आम्ही चौघं जण साधारण एकाच वेळेस सीॲटलला आलो होतो. त्यानंतर लगेचच आम्ही रात्रीच्या जेवणासाठी एकत्र जमलो होतो. प्युजेटच्या सामुद्रधुनीमधल्या चिंबोऱ्या आणि व्हाइट वाइन यांचा आस्वाद घेता-घेता परिचय वाढवण्याच्या हेतूनं आम्ही चौघं एकत्र जमलो होतो. आम्ही विकत आणलेली व्हाइट वाइन 'स्वस्त' एवढ्याच गुणवत्तेवर खरेदी केली होती. पॅसिफिक महासागरावरच्या अमेरिकेच्या वायव्य किनाऱ्यावर आम्ही नव्यानंच आलो असल्यामुळे इथल्या खास खाद्यपदार्थांसाठी योग्य अशी उपकरणं अजून आम्ही जमवलेली नव्हती. त्यामुळे आम्ही चिंबोऱ्यांचं टणक आवरण पकड, हातोडे या आयुधांनी फोडत होतो आणि आतलं मृदू मांस वितळलेल्या लोण्यात तळत होतो. स्कॉटसारखेच सोनेरी रंगाचे केस असलेली त्याची पत्नी जेनी एक सुंदर युवती होती. आमचं जेवण चाललेलं असतानाच जेनीनं आम्हाला तिच्या नव्या नोकरीबद्दल माहिती दिली. ती अलास्का एअरलाइन्समध्ये फ्लाइट इंजिनीअर म्हणून काम करत होती. अलास्का एअरलाइन्सची जेट विमानं, सीॲटलच्या सी-टॅक विमानतळावरून उड्डाण करत असत. विमानोड्डाणाच्या वेळेस, कॉकपिटमध्ये ती तृतीय दर्जाची वैमानिक म्हणून उपस्थित राहत होती. को-पायलट आणि त्यानंतर कॅप्टन हे पद गाठण्याचा तिचा निर्धार होता. तिच्या ह्या नोकरीसाठीच स्कॉट आणि जेनी यांनी सीॲटलला स्थलांतर केलेलं होतं आणि सीॲटलच्या आजूबाजूला उत्तुंग पर्वतराजी असल्यामुळे स्कॉटला हा बदल स्वागतार्हच वाटला होता.

स्कॉटनं आमचे पेले वाइननं पुन्हा भरले आणि त्याच्या गिर्यारोहणाच्या साहसकथांचा खजिना उघडायला सुरुवात केली. गेल्या काही महिन्यांत त्यानं वायोमिंग राज्यात गिर्यारोहणातील नेतृत्वाचं प्रशिक्षण दिलं होतं, दक्षिण अमेरिकेतलं सर्वोच्च शिखर सर केलं होतं आणि उत्तर अमेरिकेतलं अलास्कातील सर्वोच्च शिखर म्हणून प्रसिद्ध असलेल्या माउंट मॅककिनलेवरील मोहिमेचं नेतृत्व केलं होतं. सोव्हिएत युनियनमधील एका गिर्यारोहणाच्या मोहिमेचं तो सध्या आयोजन करत होता आणि बेरिंग समुद्रातील एका व्यापारी मच्छीमार बोटीवर काही आठवडे काम करण्याचं त्याला आमंत्रण मिळालेलं होतं. साहसी मुशाफिरीसाठीची कंपनी स्थापन करण्याचा त्याचा मनसुबा होता. आणखी काही चिंबोऱ्या उचलत तो म्हणाला, ''आम्ही इच्छुकांना गिर्यारोहणासाठी जगभरात कुठेही घेऊन जाऊ. आमच्या कंपनीचं नाव असेल 'माउन्टन मॅडनेस' (पर्वतराजीचं पिसं – अर्थात वेडं)''

मी स्वत: फारसं गिर्यारोहण केलेलं नव्हतं. मी केलेली साहसं भूपृष्ठाला समांतर अशा पातळीवरचीच होती. पाठीवर बॅकपॅक घेऊन मी सायकलनं खूप

भटकंती केलेली होती. चिंबोऱ्यांच्या टरफलांचा ढीग वाढत गेला तशी आम्ही वाइनची आणखी एक बाटली उघडली. मी माझ्या साहसी भ्रमंतीबद्दल सांगायला सुरुवात केली. न्यू मेक्सिको राज्यातील उत्तरेकडल्या पर्वतांवर पायवाट बांधणाऱ्या कामगारांचं नेतृत्व करण्यात मी अनेक उन्हाळे कारणी लावलेले होते. अलीकडेच मी 'मेन' राज्यपासून 'जॉर्जिया' राज्यापर्यंत जाणाऱ्या अॅपलेशियन पर्वतातील पाऊलवाटेनं एकट्यानं २००० मैलांचा प्रवास केला होता. न्यू मेक्सिकोतील पर्वतांवर पाऊलवाटा बांधायच्या प्रकल्पाबद्दल स्कॉटनं उत्सुकता दर्शवली असली, तरी त्याला खरा रस माझ्या अॅपलेशियन मार्गावरील भटकंतीमध्ये होता. ह्या प्रवासाला किती काळ लागला आणि सतत पाच महिने चालत राहण्यासाठी कोणती शिस्त पाळावी लागली, याबद्दल तो प्रश्न विचारत होता. परंतु माझ्या ह्या भ्रमंतीबद्दल बोलताना मला पदोपदी जाणीव होत होती की, हा सारा प्रवास मी सावधगिरीनं केलेला होता. त्याउलट, गिर्यारोहणाच्या साहसात स्कॉट स्वत:ला आत्मविश्वासानं बेधडकपणे झोकून देत आलेला होता.

प्युजेटची सामुद्रधुनी ओलांडल्यावर येणाऱ्या ऑलिम्पिक नॅशनल पार्कमध्ये असलेले सर्वोच्च शिखर माउंट ऑलिम्पस आम्ही चौघांनी सर करावं, अशी इच्छा संध्याकाळ सरतासरता स्कॉटनं व्यक्त केली. ''फक्त दोन दिवस लागतील! आरामात होईल.'' स्कॉट म्हणाला. जेनी आणि कॅरल या दोघींनी स्कॉटला त्यांच्या नोकरीची आठवण करून दिली. मी मिसुरी राज्यातली शिक्षकाची नोकरी सोडून अॅपलेशियनमधली भटकंती केली होती आणि आता व्यवसाय म्हणून लेखनाकडे वळण्यासाठी मी सीअॅटलला आलो होतो. त्यामुळे गिर्यारोहक बनण्याची जिद्द असलेल्या स्कॉटप्रमाणेच मीसुद्धा सध्या रिकामटेकडाच होतो.

मी पर्वतांवरली पायवाट तुडवलेली असली तरी शिखर चढून जायचा मला अजिबात अनुभव नव्हता, हे मी स्कॉटला स्पष्ट केलं. शिखरापर्यंत पायवाट असलेले पर्वत चढून जायला मला चिंता वाटत नसे; परंतु बर्फ फोडायच्या कुऱ्हाडी आणि दोर यांच्या साह्यानं पर्वत चढायची मला भीती वाटत होती. केवळ हात हलवून स्कॉटनं माझ्या चिंता उडवून लावल्या. ''फिकीर करू नकोस, सहज जमेल तुला!'' स्कॉट म्हणाला आणि कसा कोण जाणे, त्याच्या शब्दांवर माझा विश्वास बसला!

काही दिवसांनी एका प्रसन्न सकाळी आम्ही दोघं ह्या मोहिमेवर निघालो. फर आणि सीडरच्या फांद्यांमधून प्रवेश करणारी तिरपी सूर्येकिरणं स्कॉटच्या डॉज डार्ट गाडीच्या काचेवर झेपावत होती. आम्ही ऑलिम्पिक द्वीपकल्पावर अरुंद रस्त्यानं चाललो होतो. स्कॉटच्या डॉज डार्ट कारचा वेगदर्शक ऐंशीच्या वर आकडे दाखवत होता. गाडीच्या इंजिनाच्या घरघराटाच्या आणि जोनी मिचेलच्या टेपच्या आवाजावर कडी करून ओरडत स्कॉटनं मला सांगितलं, ''ऐंशी हा 'डार्ट'चा आकडा आहे,

तो प्रत्यक्षात तेवढा नाही. याहून वरचा आकडा दिसला, तरच ही गाडी पुरेशा वेगानं जातेय, असं धरायचं.''

स्कॉट एका हातानं गाण्याबरोबर स्टिअरिंग व्हीलवर ठेका धरत होता. जणू काही अधिक वेग घेण्यासाठी तो गाडीचे आर्जव करीत होता. मी त्याला मागच्या थर्मासातून गरमागरम कॉफीचा पुरवठा करीत होतो. त्याच्या हाताच्या भक्कम पंजात कॉफीचा कप लुप्त झालेला होता.

स्कॉट मला म्हणाला, ''इतर दोन डार्टचे तुकडे एकत्र जोडून मी ही डार्ट गाडी बनवलेली आहे. मी अलास्कात गिर्यारोहकांचा मार्गदर्शक म्हणून काम करत होतो आणि व्यापारी मच्छीमार बोटींवरही काम करत होतो. त्या वेळेस माझ्यापाशी एक डार्ट गाडी होती.'' माझ्याकडे हसून पाहत तो पुढे म्हणाला, ''दुसरी गाडी कुठे गेली, देव जाणे! पण ही डार्ट गाडी तेल बनवते.''

माझ्या ऐकण्यात चूक झालीय, असं वाटून मी त्याला विचारलं, ''डार्ट काय करते?''

''दर वेळेस मी ऑइल मोजलं की, आधीपेक्षा ते जास्त दिसतं,'' स्कॉट म्हणाला.

''खरंच?''

मान हलवत स्कॉट म्हणाला, ''कसं, ते मला समजत नाही; पण माझी त्याबद्दल काही तक्रार वगैरे नाही!''

आम्ही पहाटेपूर्वीच निघून प्युजेटची सामुद्रधुनी ओलांडून एका अरण्यात प्रवेश केला होता. पॅसिफिक महासागराजवळचं हे अरण्य इतकं घनदाट झालेलं होतं की, आम्ही हिरव्या बोगद्यातून प्रवास करतोय, असा भास होऊ लागला. अखेरीस आम्ही 'हो रेन फॉरेस्ट'च्या पाऊलवाटेच्या पायथ्याजवळच्या अगदी आतील अशा पार्किंग लॉटमध्ये पोहोचलो. डार्ट गाडीच्या डिकीतून तंबू, स्टोव्ह, स्लीपिंग बॅग, तंबूत मुक्काम करण्यासाठीची इतर सामग्री आम्ही बाहेर काढली. त्यानंतर आम्ही बुटांना जोडायच्या खिळ्यांच्या लोखंडी पट्ट्या, बर्फ फोडायच्या कुऱ्हाडी, कमरबंद आणि दोर घेतला. आमचे चामड्याचे बूट चढवून खांद्यावरले बंद सारखे करून पाठीवरील भार पृष्ठभागावर पेलण्याजोगा केला आणि चिखलाची पाऊलवाट तुडवायला प्रारंभ केला. पाऊलवाटेच्या दुतर्फा फर्नचे मोठाले वृक्ष आणि तोडलेल्या वृक्षांचे उंच बुंधे उभे होते. सुरुवातीचे काही मैल फारसा चढ नव्हता. त्यामुळे चालताना आम्हाला गप्पा मारणं सहजपणे शक्य होत होतं.

स्कॉटनं मला त्याच्या न्यू जर्सी राज्यातल्या बालपणाबद्दल सांगितलं. तो फुटबॉल खेळत असे. पौगंडावस्थेतील बारीकसारीक चुकासुद्धा त्याच्या हातून घडल्या होत्या. आयुष्यात पुढे काय करायचं, याबद्दल त्याच्या मनात काही

ठाम कल्पना नव्हत्या आणि नेमकी कोणती दिशा निवडावी, याबद्दल त्याच्या मनात संदेह होता. मग एके दिवशी त्यानं वायोमिंग राज्यातील गिर्यारोहणाच्या एका प्रकल्पावरचा कार्यक्रम टीव्हीवर बघितला. तो पाहताक्षणी त्याचा निर्णय पक्का झाला. काय करायचं, याबद्दल त्याच्या मनात आता संदेह उरला नव्हता. तेव्हापासून तो गिर्यारोहणाचे धडे देत आला आहे आणि त्यानं अनेक शिखरं पादक्रांत केलेली आहेत.

त्याच्या ह्या मुक्त, भटक्या आयुष्याची तो त्याच्या नोकरी करणाऱ्या पत्नीच्या नेमस्त आयुष्याशी कशी काय सांगड घालू शकतो, असा सवाल मी त्याला विचारला. मी स्वत: याच प्रश्नावर तोडगा शोधण्याच्या प्रयत्नात होतो. काही आठवडे किंवा महिने रानातील पायवाटा तुडवत अदृश्य होण्याची मला उर्मी येत असताना दुसरीकडे कॉर्पोरेट विश्वातील नोकरीत गुरफटलेल्या अन् स्थिर कौटुंबिक आयुष्य जगू इच्छिणाऱ्या मैत्रिणीशी नातं विणण्याचा मी प्रयत्न करीत होतो.

स्कॉट म्हणाला, ''मी गिर्यारोहक आहे आणि आयुष्यभर गिर्यारोहकच राहणार आहे, ही वस्तुस्थिती जेनीनं स्वीकारली आहे. विवाहापूर्वीच आम्ही यावर चर्चा करून मगच निर्णय घेतला आहे.''

आम्ही विसाव्यासाठी क्षणभर थांबलो. मी पुढे झुकून खांद्यावरच्या ओझ्याचा भार हलवायचा प्रयत्न केला. स्कॉटनं मला मूठभर बेदाणे आणि बदाम दिले. मी त्याला प्रश्न केला की, त्याला गिर्यारोहणाची एवढी ओढ कशामुळे वाटते? तो उत्तरला, ''साऱ्या गोष्टी योग्य प्रकारे केल्या जाताहेत, ही भावना मला सुखाची वाटते. ही भावना शिखर सर करण्याएवढीच आकर्षक वाटते.'' समोर प्रेक्षक नसतील आणि निव्वळ खुले आकाश असेल, तरीही पर्वत हे नेटक्या हालचालींचा सराव करण्यासाठीचं व्यासपीठ वाटतं, असं स्कॉट मला म्हणाला. त्याचं हे भाष्य पाठ केल्यासारखंच वाटलं मला! अनेकदा हेच उत्तर देऊन-देऊन ते त्याला तोंडपाठ झालं असावं, असं मी ताडलं.

''मला गिर्यारोहण करताना पाहणारे काही जण मला म्हणतात की, मी ते करू शकतो; कारण मी बलवान आहे. पण ही गोष्ट अंशत: खरी आहे. अशा लोकांना ठाऊक नसतं की, बळ टिकवून धरण्यासाठी केवढा प्रयत्न करावा लागतो. आणि गिर्यारोहणासाठी चाणक्षपणासुद्धा अंगी असायला हवा. देहाला झेपणार नाहीत अशी आव्हानं न स्वीकारण्याचं मनाला वळण असायला हवं!'' स्कॉट मला म्हणाला.

आम्ही पुन्हा चढ चढायला प्रारंभ केला. मी स्कॉटला विचारलं, ''तुझ्या हातून अशी चूक कधी घडलीय? न पेलणारं आव्हान तू कधी स्वीकारलं आहेस?''

त्यानं थोडा वेळ विचार केला. जणू काही ह्या प्रश्नाचं त्याला आकलनच झालं नव्हतं! ह्या प्रश्नाचं उत्तर देण्याऐवजी तो मला वेगळीच हकिगत सांगू लागला.

वायोमिंगमधील पर्वतावरल्या बर्फाच्या दरीत पडल्याची कहाणी. ओल्या, थंडगार बर्फाच्या भिंतीवर आदळून तो बर्फाच्या कडक थरावर कोसळला आणि त्याच्या खांद्याचा सांधा निखळला होता. ''कुठेही भेगा, खिंडार नसलेली ती एक सुरक्षित हिमनदी आहे, असं मला कोणी तरी सांगितल्यामुळे मी दोराशिवाय चढण्याचा निव्वळ मूर्खपणा करीत होतो.'' स्कॉट म्हणाला. तो बर्फाच्या भगदाडातून आत घसरला होता. त्या भगदाडाच्या काठापर्यंत रांगत-रांगत त्याचे सोबती येऊन पोहोचले आणि आत डोकावून पाहू लागले. तो जिवंत राहिला आहे की नाही, याबद्दल ते साशंक होते. ''खोल भगदाडातून मला उंचावर त्यांच्या आकृत्या दिसल्या. मी जोरात ओरडून त्यांना आवाज दिला – ओ यूऽहू! मी खाली इथं आहे!'' त्यांनी १२० फूट लांबीचा दोर आत सोडला. स्कॉटनं त्या दोराचं टोक कमरेभोवती बांधलं आणि त्यांनी त्याला वर खेचून काढलं. सूर्यप्रकाशात बाहेर काढल्यानंतर त्याच्या सोबत्यांनी त्याच्या जखमा बांधल्या आणि त्याचा निखळलेला खांद्याचा सांधा जागेवर बसवायचा प्रयत्न केला. पण त्याचे स्नायू इतके भरभक्कम होते की, त्यांना खांद्याचं हाड उखळीच्या सांध्यात नीटपणे बसवताच येईना. तीन दिवस पायी आणि मग घोड्यावरून, त्यानंतर शंभर मैल ओबडधोबड रस्त्यांवरून कार चालवल्यानंतर त्यांना एक क्लिनिक सापडलं आणि तिथल्या डॉक्टरनं उपचार करून स्कॉटचा खांदा ठीकठाक करून दिला.

त्यानंतर अनेकदा आपण असेच पडलो, असे स्कॉट मला म्हणाला. काही काळ लोक त्याला 'गिर्यारोहकांपैकी धडपडणारा भिडू' म्हणून ओळखू लागले होते. पण अशा चुका आता आपल्या हातून होत नाहीत, असं त्यानं मला सांगितलं. स्कॉट म्हणाला, ''मी आत्ता सव्वीस वर्षांचा आहे. एव्हरेस्ट चढून जाऊ शकणारे निष्णात गिर्यारोहक तिशी-चाळिशीच्या दरम्यान असतात. मलाही या वयात तसंच निष्णात बनायचंय.''

मी प्रथमच गिर्यारोहण करत होतो आणि माझा मार्गदर्शक गुरू एव्हरेस्ट चढून जायची केवळ जिद्दच बाळगून नव्हता, तर 'धडपडणारा गिर्यारोहक' या 'ओळखीतून' अलीकडेच तो बाहेर पडला होता. मी तिशी-चाळिशी गाठेन की नाही याची मला चिंता नव्हती; मात्र मी सीॲटलला जेमतेम पोहोचू शकेन, अशी मी आशा करीत होतो!

दिवस मावळेपर्यंत 'हो' खोऱ्याच्या चढावर सोळा मैलांचं अंतर आम्ही पार केलेलं होतं. जंगल खूप मागे राहिलं होतं आणि एका हिमनदीपलीकडे ऑलिम्पसचं शिखर उभं होतं. पर्वतावरचं हिम चमकदार गुलाबी रंगाचं दिसत होतं आणि दुपार कलल्यावर ते लाल भडक रंगात न्हाऊन निघालं. अंधार पडू लागल्यावर चांगलाच गारठा जाणूव लागला. बरोबर आणलेला तंबू आम्ही मातीत ठोकून उभा केला,

कॅम्प्ससाठी वापरला जाणारा स्टोव्ह पेटवून रश्शासाठी कांदे, बटाटे आणि गाजरं उकळत टाकली. स्टोव्हवर ठेवलेलं भांडं सारखं करायला मी कापडी पट्टी हातात घेतली, तोवर स्कॉटनं त्याच्या हातांनी ते पातेलं सारखं करूनसुद्धा टाकलेलं होतं. त्याला चटका बसलेला दिसला नाही. आम्ही रात्रीचं जेवण आटोपून भांडी धुऊन सारं आवरून टाकलं. आम्ही झोपण्यासाठी स्लीपिंग बॅगमध्ये शिरल्यावर स्कॉटनं त्याच्या कॉन्टॅक्ट लेन्सेस काढून जाड भिंगांचा चश्मा चढवला. मग आम्ही मॅग्नेटिक चेसबोर्ड बाहेर काढून थोडा वेळ बुद्धिबळाचा डाव टाकला. आम्ही दोघंही एकमेकांना शोभेसे नवशिके होतो.

दुसऱ्या दिवशीची सकाळ स्वच्छ आणि थंडगार होती. खालचा पार्किंग लॉट आणि त्यापलीकडली गजबज मागे टाकून आम्ही किती दूरवर पोहोचलो आहोत, ते उजेडात लख्ख दिसत होतं. ह्या भागात वर्षात सरासरी दोनशे इंच पाऊस पडतो. त्यामुळे 'हो' जंगलातली झाडं खूप उंच वाढतातच, पण ऑलिम्पसचं शिखर नेहमीच बर्फानं आच्छादित आणि हिमनद्यांनी वेढलेलं राहतं. सकाळच्या उजेडात ह्या हिमनद्या स्वच्छपणे नजरेला पडत होत्या. हा पर्वत उंच, ओबडधोबड आणि चढायला दुर्गम होता. मी एकटा किंवा कॅरलबरोबर बॅकपॅक घेऊन भ्रमंती करत असतो, तर मी ह्या टप्प्यावरूनच माघारी फिरलो असतो आणि इतकं चढून आल्याबद्दलच समाधान मानून शांत राहिलो असतो. पण स्कॉटच्या दृष्टीनं मात्र आतापर्यंतचा प्रवास ही खऱ्या थरारक अनुभवासाठी न टाळता येणारी पायपीटच होती. पायवाट संपून खडा पर्वतउतार दिसू लागल्यावर स्कॉटचा उत्साह सळसळू लागला.

आम्ही स्कॉटसाठी कॉफी आणि माझ्यासाठी गोड, दुधाळ चहा बनवला. पॅनमध्ये शिजवलेले ओट्स दोघांनी पॅनमधूनच उचलून फस्त केले. हिमनदीच्या काठावरून बर्फ आणून मी ते पॅन स्वच्छ केलं. एका दिवसापुरतं अन्न आणि जास्तीचे कपडे आमच्या बॅकपॅकमध्ये भरून बाकीच्या गोष्टी आम्ही आमच्या तंबूत ठेवून दिल्या. स्कॉटनं माझ्या कमरेभोवती डोंगर चढताना दोर बांधण्यासाठी लागणारा कमरबंद गुंडाळला. कमरेच्या पट्ट्याची बक्कलमधून दुहेरी गुंडाळी केली आणि खिळे असलेल्या लोखंडी पट्ट्या बुटांच्या तळावर कशा बांधून बसवायच्या, ते दाखवलं. आदल्या दिवशी त्याच्या ठायी दिसणारी बेफिकिरी आता लुप्त झालेली दिसत होती आणि त्याची जागा गांभीर्यानं घेतली होती. दोराच्या टोकाला आठच्या आकड्यासारखी गाठ कशी मारायची, हे त्यानं मला शिकवलं. कमरबंदावर ॲल्युमिनियमचा आकडा कसा घट्ट बसवायचा आणि तो दोराच्या टोकाच्या आठ आकड्यासारख्या गाठीत कसा अडकवायचा, हेसुद्धा त्यानं मला दाखवलं. दोराचं दुसरं टोक त्यानं स्वत:च्या कमरबंदाला जोडलं. आता मी दोरानं

स्कॉटच्या कमरबंदाला जोडला गेलो होतो. त्यानं माझ्या हातात बर्फ फोडायची कुऱ्हाड ठेवली, आम्हा दोघांच्या कमरबंदांना जोडलेला दोर ताठ राहील, एवढंच अंतर त्याच्या मागे राहण्याबद्दल सूचना केली आणि हिमनदीपल्याड जायला आमची दुक्कल तयार झाली.

मी बर्फावरून स्कॉटपाठोपाठ जात होतो. तो बर्फातल्या खाचा टाळून पुढे जात होता. अरुंद फटींवरून उडी टाकून तो पलीकडे जात होता. माझ्या बुटांच्या तळाला बांधलेल्या खिळ्यांच्या पट्ट्यांमुळे मला बर्फात खिळे रुतवून न घसरता चालता येत होतं. पण जर स्कॉट एखाद्या खिंडारातून बर्फाखाली पडला असता, तर काय करायचं, ते मात्र मला अजिबात उमजलं नसतं. दोरानं माझ्याशी जोडल्यामुळे त्याला फार मोठं संरक्षण मिळणार नव्हतं. हिमनदीवरून चालताना काय करायचं याचं माझं ज्ञान, मी भगदाडातून बर्फाखाली गेलो तर 'ओ यूऽहू!' अशी आरोळी ठोकायची आणि कोणीतरी मला बाहेर ओढून काढण्याची वाट बघायची, इतपतच होतं. मला वाटतं, स्कॉटनंसुद्धा असाच विचार केला असावा. हिमनदीवरून तो स्वत: सुरक्षितपणे पुढे जाऊ शकेल, असा त्याला आत्मविश्वास होताच; पण मीच धडपडलो तर दोराच्या साह्यानं तो मला तरी खेचून काढू शकेल, असा विश्वासही होता. आणखी एका अरुंद भगदाडावरून उडी मारून पलीकडे जाताना स्कॉटच्या या आत्मविश्वासाची मला गंमत वाटली. हिमनदीवरून जाताना बेसावधपणे धोके पत्करणं शहाणपणाचं नसतं, हे त्याचं आदल्या दिवसाचं वक्तव्य आठवून त्याच्या आत्ताच्या बेदरकार साहसाला फाजील आत्मविश्वास म्हणावं की काय, असा मला प्रश्न पडला.

हिमनदी ओलांडून पलीकडे गेल्यानंतर आम्ही कमरबंदाला बांधलेले दोर सोडून टाकले. दोराची गुंडाळी करून स्कॉटनं ती स्वत:च्या बॅकपॅकमध्ये टाकली आणि बर्फानं भरलेलं मैदान तुडवत चढ चढायला प्रारंभ केला. बुटांचा पुढला भाग बर्फात खुपसून आम्ही पुढं पावलं टाकत होतो. आरामात कसं चालायचं त्याचं प्रात्याक्षिक दाखवताना वर चढण्यापूर्वी गुडघे घट्ट आवळून घेत क्षणभर थांबून आणि मग चढावर पाऊल टाकण्याचे प्रात्यक्षिक दाखवत तो मला म्हणाला, ''असं केलं की, आपला भार स्नायूंवर न पडता हाडांवर पडतो आणि न थकता आपण अनेक तास चढ चढू शकतो.'' अशा प्रकारे दोन तास चढण चढून गेल्यानंतर आम्ही पर्वतावरल्या वशिंडाच्या आकाराच्या उंचवट्यावर येऊन पोहोचलो. ह्या उंचवट्याचं नाव होतं 'स्नो डोम.' यापुढला चढ चढून गेल्यावर आम्ही माउंट ऑलिम्पसच्या शेवटल्या सुळक्यापाशी पोहोचलो. हा शंभर फूट उंचीचा फत्तराचा सुळका हिमातून वर निघालेला दिसत होता.

आमच्या डोक्यावरील सुळक्याचं स्कॉटनं बारकाईनं निरीक्षण केलं. त्याच्या

चेहऱ्यावर उमटलेला आनंद, भीतीमुळे माझ्या चेहऱ्यावर उमटलेल्या काळजीच्या नेमका विरुद्ध होता. त्या सुळक्यावरची प्रत्येक जागा मला धोक्याची वाटत होती, तर स्कॉटला मात्र त्या प्रत्येक ठिकाणी संधी दिसत होती. ''माझ्या मनाची तयारी होत नाहीये...'' मी त्याला म्हटलं आणि मी मागे वाट बघत बसण्याची तयारी दाखवत असताना स्कॉट इतका झपाट्यानं वर चढू लागला होता की, तो जणू अंतराळात तरंगतच वर झेपावतो आहे, असं मला वाटू लागलं. त्याच्या हातांचा आणि पायांचा दगडाला जेमतेम स्पर्श होत होता. परिणामांचा अथवा खाली कोसळण्याच्या भीतीचा स्पर्शसुद्धा न होता तो आकाशाकडे झेपावत होता. पुढल्या क्षणीच तो शिखरमाथ्यावर अदृश्य झाला. ''ब्रूस!'' आणि त्यापाठोपाठ ''दोर!'' हे त्याचे दोन शब्द माझ्या कानी पडले. 'ब्रूस' शब्दाचा मला बोध झाला नाही, परंतु 'दोर' ह्या शब्दापाठोपाठ स्कॉटनं वरून खाली फेकलेला दोर सळसळत माझ्या पायांपर्यंत पोहोचलेला होता. ''हा दोर तुझ्या कमरबंदात अडकव आणि गाठ पक्की बसलीय याची खात्री करून घे! मग तुला हव्या त्या गतीनं वर चढ.'' स्कॉटनं मला सांगितलं.

मी आवंढा गिळला. असलं अगोचर धाडस स्वीकारण्याची खरोखरच गरज नव्हती. असला धोका पत्करायचा माझा स्वभाव नव्हता. पण दोराचा मात्र आसरा होता. तेवढं संरक्षण मिळणार होतं. वरून स्कॉट मला उत्तेजन देत होता. ''तुला ते शक्य आहे. सुरुवात कर आणि बघताबघता तू इथं पोहोचशील!''

मी तो दोर माझ्या कमरबंदात घट्ट बांधला आणि तो दगडी सुळका चढायला सुरुवात केली. आधी काही फूट, त्यानंतर आणखी काही फूट – इथवर तर ठीक होतं. स्कॉटनं दोर ढिला सोडला नसला तरी माझ्या गतीनं वर चढता येण्याइतपत तो ढिला सोडला होता. दगडांमध्ये हात-पाय रुतवता येण्याजोग्या खोबणी मला एका बाजूला अधिक चांगल्या वाटल्या. त्यामुळे मी त्या दिशेनं वर चढू लागलो. या धडपडीत माझ्या लक्षातच आलं नाही की, जो सुळका आम्ही चढून आलो होतो त्यापासून मी दूर-दूर सरकत वर चढू लागलो होतो. मी खाली नजर टाकल्यावर मला आमच्या पायगतीची कपार न दिसता भीषण, खोल दरीच दिसली! माझे पाय लटपटू लागले. स्कॉट मला उत्तेजन देत वर चढून यायला सांगत होता. आश्वासक स्वरात तो म्हणत होता, ''मी दोराचं टोक घट्ट धरलंय. घाबरू नकोस. खोबणीत हातपाय रुतवून त्यावर तुझं वजन टाकण्यापूर्वी त्या भक्कम आहेत याची खात्री करून घे आणि श्वास घ्यायला विसरू नकोस!''

मी वर चढत गेलो. कुठून ही अवदसा आठवली, असं मला वाटत होतं! ''सुळक्यापासून मागे भार टाक. पायांवर वजन पेल. श्वास घेतो आहेस ना?''

खाली अजिबात नजर न टाकता मी खोबणींमध्ये हात-पाय रुतवत वर जात

राहिलो. अखेरीस पकडण्याजोगी खोबणच आढळेना. ''तू जवळजवळ शिखरावर पोहोचलेलाच आहेस!'' स्कॉट म्हणाला. कष्टानं जोर लावून मी शिखरमाथा गाठला आणि त्यानंतर एका प्रदीर्घ श्वास घेतला. माझा शर्ट घामानं थबथबला होता आणि माझी छाती धडधडत होती; पण माझ्या पोटातली भीती मात्र नाहीशी झाली होती.

स्कॉटचा चेहऱ्यावर मोठ्ठं हसू फुललं होतं. ''मज्जा आली की नाही?'' त्यानं मला विचारलं.

ती शेवटच्या टप्प्यातील चढण कल्पनातीत भीतिदायक होती. आणि मी जे करू इच्छित होतो, त्यापेक्षा किती तरी पट तीव्र. पण ते मी करू शकलो, हे पाहून काहीतरी साध्य केल्याचा आनंद तर झाला होताच; पण माझ्यातील आत्मविश्वासही फुलारला होता. एक दृष्टीनं, एक सुळका चढून जाण्यासाठी दोन दिवसांएवढे अफाट परिश्रम करणं, हा निव्वळ मूर्खपणा ठरला असता. मी घसरलो असतो आणि दोरामुळे माझा कपाळमोक्ष होणं टळलं असतं, तरी मला जबरदस्त दुखापत झाली असती. दोरानं मला वाचवलं नसतं, तर माझ्या जिवावरच बेतलं असतं. असला धोका पत्करणं हा एक प्रकारे मूर्खपणाच होता. पण स्कॉटचं म्हणणं बरोबर होतं. ते करताना खूपच मौज वाटली होती. नुसतीच मौज नव्हती ती; मी स्वखुशीनंच धोका पत्करला होता, त्याच्याशी दोन हात करून जिंकलो होतो! धोक्याशी पंगा घेऊन सुखरूपपणे बाहेर पडल्याच्या आनंदात स्वर्गीय सुख होतं. नवचेतना देणारा अनुभव होता तो!

आम्ही दोघं बराच काळ एकमेकांजवळ बसलो. बसल्या जागी ऑलिम्पिस द्वीपकल्पावरचे विविध पर्वत आमच्या नजरेला पडत होते. रेनियर, बेकर, मलेशिअर, माउंट अॅडाम्स ही सारी हिमाच्छादित ज्वालामुखींची शिखरं कॅस्केड पर्वतरांगेवरच्या घनदाट अरण्यांवर जणू अलिप्तपणे तरंगत होती. आमच्यापासून दूर, दूरवर कुठे तरी कॅरल आणि जेनी आपापल्या नोकरीत उपजीविकेसाठी पैसे मिळवण्याच्या धडपडीत होत्या. आमच्या वयाचे अनेक जण या दोघींप्रमाणेच रोजी-रोटी कमावण्याच्या धडपडीत व्यग्र होते. पण या क्षणी मी आणि स्कॉट मात्र ह्या दैनंदिन गलबल्यापासून अनेक योजने दूर होतो.

अशाच तऱ्हेचा आल्हाददायक अनुभव अॅपलेशियन पर्वतावरची पाऊलवाट तुडवताना मला गवसला होता. माझ्या त्या वेळच्या प्रदीर्घ भटकंतीच्या वेळेस मी जाणून होतो की, ती पाऊलवाट एक दिवस संपणार आहे आणि पुढे काय करणार याचा शोध मला घ्यावा लागणार होता. आतासुद्धा स्कॉट आणि मी खाली उतरून सीअॅटलला पोहोचणार होतो आणि रोजी-रोटीचा विचार करावाच लागणार होता. पण ती झाली उद्याची बात! या क्षणी आम्ही अनिर्वचनीय आनंद उपभोगत होतो आणि इतर क्षुद्र विचारांपासून खूप दूर होतो. हा क्षण शक्य तेवढा लांबवावा,

अशीच आमची इच्छा होती.

आम्ही जवळच्या बाटलीतलं पाणी पीत सूर्याची ऊब अनुभवू लागलो. तो सुळका चढताना माझी जी तिरपीट उडली होती, त्यासंदर्भात स्कॉटनं शब्दही उच्चारला नाही आणि त्याबद्दल मला आश्चर्य व कृतज्ञता वाटत होती. मी त्याच्या समवेत इथं आलो याचा त्याला खराखुरा आनंद झालेला दिसत होता आणि वरपर्यंत मी कसा पोहोचलो याच्याशी त्याला फारसं घेणं नव्हतं.

मला खाली उतरवताना स्कॉटनं दोराचं एक टोक हाती धरलं होतं आणि दर वेळेस तो दोरात थोडी-थोडी ढील देत मला खाली उतरू देत होता. हाता-पायांनी सुरक्षित खोबणींचा आधार शोधत खाली उतरताना मला भरपूर वेळ लागत होता. त्या सुळक्याच्या पायथ्याजवळच्या जमिनीवर मी अखेरीस पोहोचलो आणि ओरडून त्याला मी जमिनीवर पोहोचल्याची वर्दी दिली. दोराच्या संरक्षणाशिवायच स्कॉट तो सुळका इतक्या झपाट्याने उतरून खाली आला की, मी माझा कमरबंद सोडण्यापूर्वी तो माझ्यापाशी येऊन उभा राहिला होता.

दोर पुन्हा एकदा गुंडाळून बॅकपॅकमध्ये टाकून आम्ही आमच्या तंबूच्या दिशेनं कूच केलं. स्कॉट पुढे चालत मला मार्गदर्शन करत होता. उतारावरल्या बर्फावरून हंसगतीनं कसं खाली उतरायचं, याचं त्यानं मला प्रात्यक्षिक करून दाखवलं. ''तुमच्या अंगठ्याच्या रेषेत तुमचं नाक आणायचं, पुढे तोल द्यायचा म्हणजे टाच घसरणार नाही आणि पुढे जात राहायचं!''

चार गिर्यारोहकांचा चमू आमच्या दिशेनं येत होता. त्यांच्याशी चार शब्द बोलण्यासाठी आम्ही क्षणभर थांबलो. ''तुम्ही अवघड मार्गानं शिखर चढून गेलात का?'' त्यांच्यापैकी एकानं आम्हाला विचारलं.

चढ अवघड होता की नाही, हा विचार स्कॉटच्या डोक्यातही आलेला नव्हता. तो म्हणाला, ''असेलसुद्धा कदाचित!''

''शिखराकडील मार्गात काही अवघड टप्पे आहेत?'' एकाने प्रश्न केला

''आम्हाला काही तसं जाणवलं नाही!'' स्कॉट म्हणाला. हे उत्तर ऐकल्यावर एक मिनिटभर सन्नाटा पसरला.

''सर्वांत अवघड टप्पाच नाहीये, की तुम्ही अत्यंत निष्णात गिर्यारोहक आहात?''

माझ्याकडे पाहून मिस्किलपणे हसत स्कॉटनं उत्तर दिलं, ''हो, आम्ही तेवढे निष्णात आहोत!''

या प्रश्नोत्तरानंतर आम्ही आमच्या वाटेनं जाऊ लागलो. स्कॉटच्या सूचनेप्रमाणे पावलांच्या रेषेत नाक ठेवत हंसगतीनं आम्ही बर्फाचा उतार उतरू लागलो.

अंधार पडता-पडता आम्ही आमचा तंबू गाठला. पटकन जेवण बनवून जेवलो

आणि झोपी गेलो. आज बुद्धिबळाचा डाव टाकण्याइतकं त्राण आमच्या अंगी उरलेलं नव्हतं. तंबू हलवण्यापूर्वी दुसऱ्या दिवशी सकाळी आम्ही नाश्त्याबरोबर भरपूर कॉफी प्यायलो आणि त्यानंतर गाशा गुंडाळला.

''खाली उतरताना मी सरावासाठी जलद चालणार आहे. मी पार्किंग लॉटमध्ये तुझी वाट पाहत थांबेन.'' खांद्यांवर बॅकपॅक लटकावताना स्कॉट मला म्हणाला. तो लांब-लांब ढांगा टाकत परतीला लागला.

तो माझी वाट पाहत थांबणार? माझ्या मनात स्पर्धात्मक संताप फुलला. मला गिर्यारोहणाचा अनुभव नसेल आणि ऑलिम्पसचं शिखर चढताना मला सारी इच्छाशक्ती एकवटावी लागली असेल, पण जलद चालण्यात मी तसूभरही उणा नव्हतो! नुकताच मी मेन राज्यापासून जॉर्जिया राज्यापर्यंत दोन हजार मैलांचा प्रवास एकट्यानं, पायी-पायी केला नव्हता का? मीसुद्धा उंचापुरा नव्हतो का? आणि लांब-लांब ढांगा टाकू शकतील असे पाय का मला मिळाले नव्हते? म्हणे, माझी वाट पाहत थांबेल! तू भले माझ्या आधी हिमालयावर चढू शकशील; पण केवळ सोळा मैल अंतरावर असलेल्या पार्किंग लॉटमध्ये माझ्या आधी पोहोचून माझी वाट बघणारा अजून मला भेटायचाय!

मी पाठीवर बॅकपॅक चढवण्यापूर्वीच स्कॉट दिसेनासा झाला होता, तरीही मी त्याला गाठून त्याच्या जोडीनं भरभर चालू लागलो. कारपाशी पोहोचेपर्यंत आम्ही जोडीनं भराभर चालत गेलो. विश्रांतीसाठी किंवा घोटभर पाणी पिण्यासाठीदेखील न थांबता सगळे अंतर सारख्याच गतीनं जात राहिलो आणि हा विषय कटाक्षानं टाळून इतर गोष्टींबद्दलच काहीबाही बोललो.

आम्ही एकाच वेळेस पार्किंग लॉटमध्ये पोहोचून आमचं सामान गाडीच्या डिकीत टाकलं, तरीही हा विषय आम्ही टाळला. परतीच्या प्रवासात जॉनी मिचेलच्या गाण्यावर आम्ही ठेका धरत, हसत आणि आरडाओरडा करत धमाल करत होतो. वाटेतल्या अरुंद रस्त्यावर एक मोटरसायकल आम्हाला ओलांडून पुढे गेली. जीन्स आणि फ्लॅनेलचे शर्ट घातलेल्या दोन तरुण मुली त्या मोटरसायकलवर बसलेल्या होत्या. आम्हाला ओलांडून वेगानं पुढे जाताना त्या दोघींनी स्कॉटकडे निरखून बघितलं. काही मिनिटांनी त्या दोघी रस्त्याच्या कडेला मोटरसायकल थांबवून उभ्या राहिलेल्या दिसल्या. क्षणभरानं त्या पुन्हा आम्हाला ओलांडून पुढे गेल्या. या वेळेस पाठीमागे बसलेल्या मुलीनं तिच्या शर्टची बटणं काढून टाकून तिच्या यौवनाचं प्रदर्शन केलं आणि मग हात उंचावून निरोप घेतला!

स्कॉट म्हणाला, ''दोस्ता, पाहिलंस का? त्यांना तू आवडलेला दिसतोस, ब्रूस!''

त्यांना आवडलेली व्यक्ती मी नसणार, ही माझी शंका मी त्याला बोलून

दाखवली आणि पुढे म्हटले, ''माझे नाव ब्रूस नाही.'' आपलं लक्ष गाण्याकडे वळवत स्कॉट मला म्हणाला, ''अच्छा, मला वाटतंय की, तू ब्रूस आहेस.'' मी ब्रूस असो अथवा नसो; ऑलिम्पसचं शिखर चढताना आणि जंगलातून झपाझपा चालत पार्किंग लॉट गाठत असताना आम्हा दोघांना आपापल्या बलस्थानांची जाणीव आणि एकमेकांमधील कमकुवत बाजूंची ओळख होऊन परस्परांमध्ये एक भावबंध निर्माण झाला होता. एकमेकांकडून काय अपेक्षा ठेवता येतील, हे आम्हा दोघांनाही समजलं होतं आणि माझ्या बाबतीत तर आजूबाजूचं जग अचानक विस्तारून आकर्षक बनलं होतं. ह्या साऱ्यात पौरुषाची मस्ती नक्कीच होती. आम्ही एडक्यांप्रमाणे शिंगं रोखून झुंज घेतली होती, असंही म्हणणं वावगं ठरलं नसतं. ते काहीही असो – आमच्या दोघांमध्ये नवं नातं नक्कीच रुजलं होतं आणि त्यामुळे पुढल्या वेळेस त्यानं शिखरावर उभा राहून माझ्याकडे दोर फेकला असता, तर मी तो न कचरता माझ्या कमरेभोवती गुंडाळून नव्याचा शोध घेत त्याच्या मागोमाग नक्कीच गेलो असतो.

पण स्कॉटनं सरळसपाट न्यू जर्सी सोडून उत्तुंग पर्वतांकडे कूच का केली होती, हे मात्र मला आता जाणून घ्यायचं होतं. त्यासाठी त्याच्या तरुणपणीचे व्हिडीओ बघावे लागणार होते. त्यांपैकी एका व्हिडीओ प्रोग्रामनं स्कॉटची गिर्यारोहणाशी ओळख करून देऊन त्याच्या आयुष्याची दिशा बदलून टाकली होती, असं स्कॉटच्या अनेक मित्रांनी मला वेळोवेळी सांगितलं होतं.

दोन
अस्तित्वासाठी तीस दिवस

नियम हे केवळ मूर्खांसाठी असतात!

– पॉल पेट्झोल्ट
'नॅशनल आउटडोअर लीडरशिप स्कूल'चा संस्थापक

तो १९६९मधील डिसेंबर महिना होता. माहितीपट बनवणाऱ्या मायकेल वॅडली या महत्त्वाकांक्षी माणसाने 'लाइफ' मासिकात पॉल पेट्झोल्ट नावाच्या उतारवयातील गिर्यारोहकाबद्दलची कहाणी वाचली. पेट्झोल्टनं वायोमिंग राज्यातल्या पर्वतराजींवरील अरण्यात गिर्यारोहणातले नेतृत्वगुण शिकवणारा अभ्यासक्रम चालू केला होता, आणि या अभ्यासक्रमानं देशभरातील तरुणांना आकृष्ट केलं होतं. अतिशय लक्षवेधी व्यक्तिमत्त्व असलेला पेट्झोल्ट खरं म्हणजे 'टाइम'च्या मुखपृष्ठकथेचा मानकरी ठरू शकला असता; पण अनेक हत्या ज्याच्या नावावर जमा आहेत, असा विशिष्ट संप्रदायाचा नेता आपल्या अशाच काही दुष्कृत्यांमुळे हा मान पटकावून गेला!

त्या लेखात पेट्झोल्टचा उल्लेख 'ओसाड अरण्यांचा आधुनिक गुरू' अशा शब्दांमध्ये केलेला होता. साध्या चाकूनं काळविटासारख्या प्राण्याची शिकार करणारा, ताणलेल्या दोरावर तोल संभाळत चालू शकणारा आणि कलकत्त्यातील रस्त्यांवर उसळलेल्या पाश्चिमात्यांच्या विरोधातील दंगलीच्या वेळेस भपकेदार शिखाचा वेश धारण करून निसटू शकेल असा तो बहाद्दर होता, असं त्या लेखात त्याचं वर्णन केलेलं होतं. तो वॉटरपोलो आणि फुटबॉल खेळत असे. त्यानं अल्फाल्फाची लागवड केलेली होती. ओझीवाहू हमाल, पाककुशल बल्लवाचार्य, फर गोळा करणारा, डोंगरउतारांवरल्या आणि वळणावळणांच्या अडथळ्यांच्या स्की स्पर्धांमध्ये विजेता ठरलेला, प्रवासी व्याख्याता, गोल्फ खेळाडू, जुन्या गाड्यांचा विक्रेता आणि कुरणांचा भपकेबाज मालक अशी त्याची ओळख 'लाइफ'ने करून दिली होती.

पॉलचं बालपण आयडॅहो राज्यातील एका शेतावर व्यतीत झालेलं होतं.

पौगंडावस्थेत असतानाच अमेरिका पाहण्यासाठीच्या साहसी मुशाफिरीसाठी तो घराबाहेर पडला. त्यानं बारीकसारीक नोकऱ्या केल्या, 'हिच हाइक' (इतरांच्या गाड्यांना हात दाखवून थांबवून, त्यातून केलेला प्रवास) केलं, ओझी वाहण्याचं काम केलं, गिर्यारोहण केलं, पोकर खेळात विजय मिळवून पैसा कमावला. ''मी कशापासूनही पळालो नव्हतो, पण कशाच्यातरी शोधात मात्र नक्कीच निघालो होतो,'' असं त्याचं वाक्य 'लाइफ' मासिकानं उद्धृत केलं होतं. तो साहसाच्या शोधार्थ निघालेला होता. दुर्गम पर्वतावरल्या जंगलातल्या साहसाची त्याला खरीखुरी ओढ लागलेली होती!

हे सारं वाचून वॅडलीनं खूणगाठ बांधली. माहितीपटासाठी ही असामी रंगतदार होती. पुढल्या उन्हाळ्यात वॅडलीनं आपले कॅमेरे घेतले आणि वायोमिंग राज्यात महिनाभर मुक्काम ठोकून पॉल पेट्झोल्टवर माहितीपट बनवला. पॉल त्या वेळेस पाच तरुणांना त्याच्या नॅशनल आउटडोअर लीडरशिप स्कूलमध्ये प्रशिक्षण देत होता. ह्या माहितीपटाचं नाव वॅडलीनं ठेवलं, 'थर्टी डेज टू सर्व्हायव्हल' (तीस दिवस तग धरून राहणं). 'आल्कोआ ॲल्युमिनियम' महामंडळाने प्रायोजित केलेल्या या 'आल्कोआ प्रेझेन्ट्स' साप्ताहिक कार्यक्रमांतर्गत १० जानेवारी १९७० रोजी हा माहितीपट टीव्हीवर दाखवण्यात आला. त्या वेळेस चौदा वर्षांच्या असलेल्या स्कॉट फिशरनं हा माहितीपट बघितला.

पुढे स्कॉटच्या आयुष्यानं जे वळण घेतलं, ते पाहता; स्कॉटचं तोपर्यंतचं आयुष्य अगदी सर्वसाधारण असंच होतं. लक्षावधी मध्यमवर्गीय 'अमेरिकन टीन एजर्स'सारखंच त्याचंही आयुष्य होतं. एकीकडे या मुलांचे पालक आपलं आयुष्य घडवण्यासाठी धडपड करीत होते; तर दुसरीकडे केनेडी, जॉन्सन आणि निक्सन यांचा वादळी कालखंड आणि आयसेनहॉवरच्या पुराणमतवादी कालखंडातून बाहेर पडून अमेरिका प्रगतीच्या वाटेवर जाऊ बघत होता.

जीन आणि शर्ली फिशर हे स्कॉटचे आई-वडील मिशिगन राज्यातील मस्केगॉन येथे लहानाचे मोठे झालेले होते. जीनचे आजोबा जर्मनीहून अमेरिकेत आलेले होते, तर त्याची आजी हॉलंडमधून अमेरिकेत आलेली होती. शर्लीच्या आई-वडिलांनी हंगेरीतून अमेरिकेत स्थलांतर केलेलं होतं. ह्या दोघांच्याही कुटुंबांत उच्च शिक्षणाची परंपरा नव्हती. ''हायस्कूलनंतर कॉलेजात जायची माझी अजिबात इच्छा नव्हती,'' असं जीननं अलीकडेच मला सांगितलं. ''देशभरात पाइप-ऑर्गन्सचं वितरण करणाऱ्या एका कंपनीचे ट्रक्स चालवण्याची नोकरी मी पत्करली. त्यानंतर शाळेची जुन्या पद्धतीची डेस्क बनवणाऱ्या 'अमेरिकन सीटिंग' नावाच्या कंपनीत अधिक पगाराची नोकरी घेतली. इलेक्ट्रिकल स्क्रू-ड्रायव्हर वापरून, खिळे ठोकून डेस्कच्या वरच्या फळ्या जोडण्याचं काम मी करीत होतो.'' सात स्क्रू ठोकले की, डेस्कची

वरची फळी घट्ट जोडली जात असे. कामातल्या यांत्रिकी तोचतोपणानं कंटाळून या तरुणाने आपल्या शिक्षणाबाबत फेरविचार करण्याचं ठरवलं. महिन्याभरात ही नोकरी सोडून जीन मिशिगन युनिव्हर्सिटीत दाखल झाला. त्यानं भाषा आणि विज्ञान हे विषय निवडले. आणखी वर्षभरानं शर्लीचं हायस्कूलचं शिक्षण पूर्ण झाल्यावर हे दोघं विवाहबद्ध झाले.

जीनला पदवी मिळेपर्यंत त्यांच्या प्रथम कन्येचा – ऱ्होंडाचा जन्म झाला. त्यानंतर आणखी दोन मुलांचा जन्म झाला. स्कॉटचा जन्म १९५५मध्ये झाला. त्यानंतर अनेक वर्षांनी लिसाचा जन्म झाला. जीननं एका इन्शुरन्स कंपनीत आपलं चांगलं बस्तान बसवलं. त्यानंतर तो 'किंबर्ली क्लार्क' ह्या कंपनीत नोकरी करू लागला. त्यानंतर 'सॅन्डोझ' ह्या स्विस औषध कंपनीत त्यानं तीस वर्षं नोकरी केली. ह्या कंपनीत त्याला रस वाटेल अशी विविध प्रकारची कामं मिळत गेली आणि उपनगरातील सुखवस्तू आयुष्य तो त्याच्या कुटुंबीयांना देऊ शकला.

जीन आणि शर्ली मौज म्हणून मुलांना घेऊन कॅम्पिंगसाठी जात असत. भटकणं सर्व जण सर्रास करत असत. त्यांनी विस्कॉन्सिन राज्यातसुद्धा कॅम्पिंगच्या सफरी केल्या. दोन-तीन वेळा ते सुप्रसिद्ध 'मार्थाज व्हिनियार्ड' येथेसुद्धा गेले. बऱ्याचदा ते कॅम्पग्राउंडवर तंबू ठोकून राहत. एवढेच नव्हे, तर न्यूयॉर्क राज्यातील कॅटस्किल पर्वतांमधल्या दुर्गम जागीसुद्धा त्यांनी तंबूत वास्तव्य केलेलं होतं.

हायस्कूलला जायच्या वयाचा स्कॉट झाला, तेव्हा जीनला नोकरीसाठी न्यू जर्सी राज्यातील 'बास्किंग रिज' ह्या गावी जावं लागलं. सॅन्डोझ कंपनीचं मुख्य ऑफिस इथून जवळच मॉरिसटाउन ह्या गावात होतं आणि ते न्यूयॉर्कहून रोज जा-ये करण्याजोगं होतं. फिशर कुटुंबीयांच्या दुमजली घरात स्कॉटच्या मित्रांचा अड्डा जमू लागला. शाळा सुटली की, स्कॉट आणि त्याचे मित्र स्कॉटच्या स्वयंपाकघरात शिरत. कपाटात मॅकरोनी आणि चीजचा भरपूर साठा शर्ली ठेवत असे. तो वापरून मुलं पातेलंभर मॅकरोनी बनवत आणि पोटभर फराळ झाला की, तळघरातल्या खोलीत टीव्ही बघत, गप्पा मारत किंवा इतर खेळ खेळत. कधीकधी ती रस्ता ओलांडून पलीकडच्या सार्वजनिक उद्यानात फुटबॉल किंवा टेनिस खेळत. स्कॉटचे हे मित्र त्याच्या मोठ्या बहिणीला – ऱ्होंडाला मात्र वचकून असत. ती त्यांच्यापेक्षा मोठी असल्यामुळे तिला त्यांच्यात अजिबात रस वाटत नसे. स्कॉटची धाकटी बहीण लिसा कधीकधी त्यांच्यात लुडबूड करत, त्यांच्या खेळांमध्ये सामील होत असे.

स्कॉटला शाळा आवडत होती. त्याला नाटकात भाग घ्यायला आवडत असे. त्यानं रिज हायस्कूलमध्ये असताना 'क्रुसिबल' ह्या नाटकात एका कर्मठ धर्मनिष्ठाची भूमिका वठवली होती. तो हायस्कूलच्या पहिल्या वर्षी फुटबॉल टीममधला

'क्वार्टरबॅक' होता, टेनिस खेळत होता आणि स्थानिक हॉकी लीगमध्येसुद्धा खेळला होता. ह्या टीमचं नाव होतं 'एक्स्प्रेस' आणि त्यांच्या शर्टवरील लोगोमध्ये वाफेच्या इंजिनाचं चित्र होतं. ह्या लीगच्या खेळाडूंना बर्फाच्या पटांगणावर आइस-हॉकीच्या सरावासाठी उशिरापर्यंत जाण्याची परवानगी दिली गेली होती. स्कॉटचे वडील त्यांच्या मुलाला आणि मुलाच्या मित्रांना रात्रीच्या सरावासाठी आपल्या गाडीतून पोहोचवत व परत आणत असत.

हा सारा आयुष्यक्रम अगदी सर्वसाधारण अमेरिकन पठडीतलाच असला तरी स्कॉटला कशाची तरी उणीव भासत होती. स्कॉटला ज्या प्रकारच्या साहसाची ओढ वाटत होती, त्याच्या अंगी जी अफाट ऊर्जा सळसळत होती; ती ह्या सर्वसाधारण आयुष्यावर संतुष्ट राहणं शक्य नव्हती. स्कॉटचं एका देखण्या आणि तगड्या युवकात परिवर्तन होत होतं आणि तो नव्या आव्हानांच्या शोधात होता. शाळा, कुटुंबीयांबरोबरच्या कॅम्पिंगच्या सफरी आणि मित्रांसोबत घालवलेला वेळ यांमुळे त्याच्या ठायीची साहसाची तृष्णा अजिबात शमत नव्हती. नेहमीच्या खेळांचीसुद्धा त्याला ओढ वाटेनाशी झाली. खेळाचे नियम आणि सीमित परीघ हे त्याच्यातील ऊर्जेला अत्यंत बंधनकारक वाटू लागले. याहून काहीतरी अधिक थरारक हवं होतं!

स्कॉटच्या अन् त्याच्या बहिणींच्या सुदैवानं, त्यांच्या आई-वडिलांच्यात एकवाक्यता होती आणि ते दोघे आपल्या मुलांना उत्तेजन देणारे होते. परंतु त्यांच्या ठरावीक साच्याच्या सुखी सांसारिक आयुष्याचा स्कॉटच्या मनावर खोलवर ठसा उमटलेला असला, तरी त्याला वडिलांच्या पावलावर पाऊल टाकून त्याच धर्तीचं आयुष्य जगायची अजिबात ओढ वाटत नव्हती. त्याचे वडील जीन एकदा म्हणाले, ''कॉर्पोरेट जगात सतत पुढे जाण्याचा प्रयत्न करणारा आणि घर व कुटुंबाची काळजी घेणारा मी कॉर्पोरेट जगातील एक माणूस होतो. मला वाटतं, स्कॉटनं आणि त्याच्या वयाच्या इतर तरुणांनी, त्या प्रकारच्या आयुष्यासाठी आवश्यक अशी शिस्त व बंधनं यांविरुद्ध बंड पुकारलं होतं. वाढत्या वयाच्या मुलांच्या बाबतीत असं अनेकदा घडतं. त्यांच्या आई-वडिलांसारखंच आयुष्य जगणं त्यांना मंजूर नसतं आणि ते वेगळ्या वाटेनं जायचा प्रयत्न करतात.''

१९६०चं दशक संपता-संपता, बाहेरच्या जगातही अशा खळबळजनक घटना घडत होत्या की, त्या घटनांविरुद्धसुद्धा ती तरुणाई दंड थोपटून उभी राहावी! व्हिएतनाम युद्ध पेटलं होतं. दररोज संध्याकाळच्या टीव्हीवरच्या बातम्या त्या युद्धाच्या भीषण कथा अमेरिकेतील घराघरांमध्ये पोहोचवत होत्या. युद्धाच्या जोडीलाच वंशद्वेषामुळे माजलेला असंतोष आणि राजनैतिक उलथापालथीच्या बातम्या सर्वांना अस्वस्थ करत होत्या. ह्या बातम्यांनंतर त्या खळबळींशी सर्वस्वी विसंगत असे 'अमेरिका सोप ऑपेरा' टीव्हीवर दाखवले जात असत. वास्तव आणि

कल्पनाविश्वातली भ्रामक संपन्नता यांचं परस्परांशी अणुमात्र साधर्म्य दिसत नसे. त्यामुळे आपल्या मध्यमवर्गीय सुखवस्तू आयुष्याच्या उबदार कोषाबाहेरचं जग आहे तरी कसं, हे बघायची इच्छा तरुणाईला झाली नसती, तरच आश्चर्य!

अशा मानसिक अवस्थेत असलेला स्कॉट जानेवारीच्या त्या संध्याकाळी वडिलांबरोबर टीव्हीपुढे बसला. वेगवेगळे चॅनल्स बदलून पाहत असताना त्यांना अवचितपणे 'थर्टी डेज टू सर्व्हायव्हल' हा माहितीपट दिसला. वायोमिंग राज्याच्या वायव्येला असलेल्या विंडरिव्हर पर्वतांवरलं, हिमाच्छादित पर्वताचं वादळी दृश्य कार्यक्रमाच्या प्रारंभीच दिसलं. बर्फ आणि वादळाला तोंड देत उभे दुर्गम पर्वत, हे स्कॉटच्या न्यू जर्सीतील उबदार घरापेक्षा एका सर्वस्वी वेगळंच जग होतं. ह्या दुर्गम पर्वतांच्या पार्श्वभूमीवर, पाठीवर बॅकपॅक घेतलेली तरुण मुलं माहितीपटात दिसू लागली.

''अमेरिकेतील मनुष्यवस्तीपासून पाच दिवसांच्या अंतरावर, अमेरिकेतील अत्यंत दुर्गम अशा ठिकाणी ही मुलं प्रवास करत आहेत,'' मुलांच्या प्रवासावर कॅमेरा रोखलेला असताना माहितीपटाचा निवेदक माहिती सांगू लागला. ''त्यांच्यापाशी अन्न नाही. त्यांना मदत करू शकेल, असं कुणीही जवळपास नाही. पॉल पेट्झोल्टनं त्यांना या अवघड परिस्थितीत नेऊन सोडलेलं आहे.'' निवेदकानं पुढे माहिती देत म्हटलं, ''पेट्झोल्ट हा अमेरिकन गिर्यारोहणात एक आख्यायिका बनलेला गिर्यारोहक आहे. साहसाची चव घेणं हे वाढत्या वयाचं अविभाज्य अंग असायला हवं, असं त्याचं ठाम मत आहे. त्यानंच ह्या मुलांना दुर्गम पर्वतावर तंबू ठोकून राहायला, नकाशा व होकायंत्र वापरायला, शेकोटीवर जेवण शिजवायला आणि नेतृत्वगुण आत्मसात करायला शिकवलं आहे. त्यानंच ह्या मुलांपुढे अशा दुर्गम जागी तीस दिवस मदतीविना राहायचं आव्हान ठेवलं आणि आता त्यानं त्यांना जवळ कोणताही शिधा न देता, पायी-पायी सत्तर मैलांचं अंतर काटून नियोजित स्थळी पोहोचायला सांगितलेलं आहे. त्या नियोजित स्थळी तो त्यांची वाट पाहत थांबलेला असेल, असं त्यानं ह्या मुलांना वचन दिलंय.''

क्षणभरानं स्वत: पेट्झोल्ट त्या कॅमेऱ्यासमोर अवतरला. हा माहितीपट बनवला, तेव्हा बासष्ट वय असलेला हा ऊर्जेनं सळसळणारा तगडा गृहस्थ दिसत होता. विन्डरिव्हर पर्वताच्या दुर्गम जागी तो अगदी सहजतेनं वावरताना दिसत होता. सहा फुटांहून अधिक उंची व २४० पौंडांहून जास्त वजनाचा पेट्झोल्ट लोकरी आखूड विजार, गुडघ्यांपर्यंत येणारे राखाडी मोजे आणि लाल-काळ्या चौकड्यांचा लोकरी शर्ट अशा वेषात होता. डोक्यावर घट्ट बसणारी लोकरीची वाटोळी टोपी त्यानं घातलेली होती. त्याच्या जाड भुवयांचे केस वाऱ्यानं उडून त्या लोकरी टोपीमध्ये लुप्त झालेले दिसत होते. त्याचे केस पांढरे झालेले होते आणि चेहरा

लालबुंद होता. वादळवारा सोसल्याच्या खुणा त्या चेहऱ्यावर स्पष्टपणे जाणवत होत्या. त्याच्या गहिऱ्या आवाजात तो पश्चिमेकडच्या गिर्यारोहकांच्या ढंगानं बोलू लागला की, त्याच्या शब्दांतून त्याचे ठाम विचार जाणवत असत. अनेक प्रकारच्या साहसांतून तावून-सुलाखून बाहेर पडलेल्या माणसाचा आपल्या कृतींवर आणि मतांवर जसा ठाम विश्वास उघडपणे जाणवतो, तसाच पेट्झोल्टच्या बोलण्यातून जाणवत होता.

पर्वतांकडे नजर टाकता-टाकता, पेट्झोल्ट टीव्हीवरील आपल्या प्रेक्षकांना सांगू लागला, ''इथल्या परिस्थितीचं न्यूयॉर्क शहराशी तिळमात्र साधर्म्य नाही. इथे येणं म्हणजे अॅटलांटिक किंवा मायामी शहरात आरामदायी सुटी घालवणं नव्हे! ह्या जगतात वेगळी मूल्यं महत्त्वाची ठरतात; वेगळ्या गोष्टी महत्त्वाच्या असतात.'' तो पुढे म्हणाला की, पाठीवर बॅकपॅक घेऊन दुर्गम पर्वतावरील ओसाड ठिकाणी केवळ आपल्या सुज्ञपणावर आणि हुशारीवर टिकाव धरत असतानाच ह्या कोणत्या वेगळ्या गोष्टी महत्त्वाच्या आहेत, याचा बोध होऊ शकेल.

पेट्झोल्टनं आयोजित केलेल्या ह्या नॅशनल आउटडोअर लीडरशिप स्कूल प्रशिक्षणात, विद्यार्थ्यांनी कॅम्पिंगचं सारं सामान पाठीवर वाहून नेऊन पर्वतांवर तीस दिवस तग धरून दाखवायचा असतो. त्यांना दर दहा दिवसांनी नवा शिधा पोहोचवला जातो. दुर्गम पर्वतावरील मुक्रर केलेल्या दूर-दूरच्या जागी घोड्यांच्या पाठीवर लादून त्यांना अन्नाचा पुरवठा केला जातो. दुर्गम पर्वत पालथे घालत असतानाच ही मुलं दुर्गम जागेच्या ओसाड अरण्यात कसा टिकाव धरायचा, याचं प्रशिक्षण घेतात. माहितीपटाचा निवेदक सांगत होता, ''ही कौशल्यं नीटपणे शिकून घेण्यासाठी ही मुलं पूर्णत: उत्सुक असतात. किंबहुना, ही कौशल्यं शिकणं त्यांच्या दृष्टीनं अनिवार्यच असतं. कारण तीस दिवसांनंतर, जवळच्या कुरणापासून पाच दिवसांच्या अंतरावर, त्यांना अन्नाशिवाय एकटं सोडून दिलं जातं. वाट शोधून कुरणापर्यंत पोहोचताना, त्यांना स्वत:च्या हिमतीवर तग धरून राहायचं असतं.''

निवेदकाच्या ह्या वक्तव्यानंतर स्वत: पेट्झोल्ट भाष्य करतो, ''तुम्ही त्यांच्यासाठी काहीही करत नाही; त्यांनी सारं काही स्वत:च पार पाडायचं असतं.''

पर्वतांवरील ओसाड जागी स्वबळावर कसं निभावून न्यायचं, याचा पेट्झोल्टला अनुभव होता. १९२४मध्ये सोळा वर्षांचा असताना तो आणि त्याचा मित्र सर्वांत आधी ग्रॅन्ड टीटॉन हे दुर्गम शिखर चढून गेले होते. वायोमिंग आणि आयडॅहो राज्याच्या सीमेरेषेवरला हा पर्वत म्हणजे कुरणात उभा असलेला पण आकाशाला भिडलेला ग्रॅनाइटचा एक सुळकाच आहे. ह्या टीटॉन पर्वतरांगेच्या पायथ्याशी असलेल्या जॅक्सन होल येथे या दोन मुलांनी वीस वर्षांपूर्वी ग्रॅन्ड टीटॉनचं शिखर चढून जाण्यात यशस्वी झालेल्या बिली ओवेनची भेट घेतली. हे शिखर चढणारा

तो पहिलाच यशस्वी गिर्यारोहक होता. बिली ओवेननं ह्या दोन मुलांना त्यानं स्वत: कोणत्या मार्गानं शिखर गाठलं, हे सांगितलं आणि ही दोन साहसी मुलं त्या मार्गानं निघाली. ह्या मुलांनी त्यांच्यासोबत थोडं हवाबंद अन्न आणि दोन रजया घेतलेल्या होत्या. त्यांनी डेनिम जीन्स, गुराख्यांसारख्या काऊबॉय हॅट्स आणि सुती शर्ट घातलेले होते.

पेट्झोल्ट म्हणाला, ''आम्ही साऱ्या घोडचुका करून बसलो होतो. थंडीनं गोठून जाणं म्हणजे काय याचा अर्थ तेव्हा ठाऊक असता, तर आम्ही भीतीनंच थिजून गेलो असतो!'' जिवावर बेतू पाहील असा अनुभव घेणारी ही मुलं कोणत्यातरी चमत्कारानं पर्वतावर एक रात्र जिवंत राहून दुसऱ्या दिवशी सकाळी शिखर चढू शकली. जॅक्सन होल येथे परत आल्यावर त्यांचं प्रचंड स्वागत आणि कौतुक झालं. ग्रॅन्ड टीटॉन चढून जाण्यास इच्छुक पण अननुभवी गिर्यारोहकांचं नेतृत्व करून पेट्झोल्टनं यानंतर थोडा पैसा कमावला. तो मार्गदर्शन करत असताना सुरुवातीला काढलेल्या एका फोटोत दोर आणि बर्फ फोडायची कुऱ्हाड घेऊन पेट्झोल्ट उभा असल्याचं दिसतं. या वेळेस मात्र त्यांनी पहिल्या साहससफरीप्रमाणे काऊबॉय बूट आणि सुती शर्टऐवजी गिर्यारोहकांना आवश्यक असे लोकरी कपडे व चामड्याचे जाड बूट घातले होते.

पेट्झोल्टनं १९२० ते १९३०च्या दशकात ग्रॅन्ड टीटॉन चढून जाऊ इच्छिणाऱ्या गिर्यारोहकांना मार्गदर्शन केलं. ह्या दरम्यान त्यानं दुर्गम जागी टिकाव धरण्याचं प्रशिक्षण द्यायलासुद्धा सुरुवात केली. गिर्यारोहकांना शिकवून शहाणं करणं, हा एकमेव हेतू त्यामागे नक्कीच नव्हता; तर त्यांना एकट्यानं तग धरायची कौशल्यं शिकवली की, पेट्झोल्टला सफरीदरम्यान त्यांची सारी चाकरी करावी लागत नसे. पेट्झोल्ट १९३४मध्ये आल्प्स पर्वत चढून गेला आणि 'मॅटरहॉर्न' शिखर एका दिवसात चढून उतरायचा त्यानं विक्रम केला. ह्या साहसानंतर अमेरिकेतील नावाजलेल्या गिर्यारोहकांचं लक्ष त्याच्याकडे वेधलं आणि १९३८मध्ये त्याला पाकिस्तानातील 'के २' हे तोवर कुणीही सर न केलेलं शिखर चढून जाणाऱ्या मोहिमेत सामील व्हायचं आमंत्रण मिळालं. स्वत: आत्मसात केलेल्या कौशल्यांच्या आणि चिकाटीच्या बळावर पेट्झोल्टनं ह्या दुर्गम पर्वतावर २६,००० फुटांपर्यंत पोहोचण्याचा विक्रम केला. शिखरापासून तो केवळ २६०० फूटच दूर होता. पाकिस्तानातील के २ हे जगातील द्वितीय क्रमांकाच्या उंचीचं शिखर आहे.

ह्या सफरीनंतर 'मोहिमेसाठी आवश्यक कौशल्यं' ही संकल्पना पेट्झोल्टनं विकसित केली. दुर्गम पर्वतांवरल्या मोहिमेत सामील होण्यासाठी किंवा अशा मोहिमेचं नेतृत्व करण्यासाठी कोणती कौशल्यं आणि कोणते नेतृत्वगुण अत्यंत आवश्यक आहेत, या गोष्टीचं त्याला के २च्या अनुभवामुळे चांगलं आकलन झालेलं

होतं. दुसऱ्या महायुद्धाच्या वेळेस लष्कराच्या १० नंबरच्या माउन्टन डिव्हिजनला कोलोराडो राज्यात हिवाळ्यात टिकाव धरण्यासाठीची कौशल्यं शिकवण्याचं काम पेट्झोल्टला मिळालं होतं. त्यावेळी त्यानं आपलं हे कौशल्य घासून-पुसून अधिक लखलखीत केलं. पण दुसरं महायुद्ध संपल्यावर पेट्झोल्टला जाणीव झाली की, गिर्यारोहकांचं नेतृत्व करून उपजीविकेसाठी पुरेसा पैसा मिळवणं शक्य नाही. त्यानं शेती करून बघितली, त्यात तो फारसा यशस्वी झाला नाही. मग नाइलाजानं त्यानं वापरलेल्या मोटरींची विक्री करून दहा वर्षं उपजीविका केली. १९६२मध्ये पेट्झोल्टच्या कानावर बातमी आली की, १९४०पासून त्याच्या परिचयाची असलेली व्यक्ती 'आउटवर्ड बाउन्ड' नावाच्या गिर्यारोहण प्रशिक्षण केंद्राची शाखा कोलोराडो राज्यात उघडणार आहे. या केंद्राचा प्रमुख प्रशिक्षक म्हणून पुढच्याच वर्षी तो केंद्रात रुजू झाला.

युद्धातील कठीण परिस्थितीत टिकाव धरण्याचं प्रशिक्षण देऊन चिकाटी असलेल्या लायक तरुणांना तयार करण्यासाठी इंग्लंडमध्ये दुसऱ्या महायुद्धाच्या वेळेस आउटवर्ड बाउन्डची स्थापना केली गेली होती. अत्यंत दुर्गम जागी या तरुणांना पाठवून त्यांच्या क्षमतेची कसोटी बघणारी आव्हानं त्यांच्यासमोर ठेवायची, अशी आउटवर्ड बाउन्डची कार्यपद्धती होती. पेट्झोल्टला हा अभ्यासक्रम उपयुक्त वाटत असला तरी त्याला त्यात एक गंभीर त्रुटीसुद्धा जाणवत होती. संघर्षात्मक परिस्थिती कशी टाळायची, याची कौशल्यं शिकवण्यावर या शिक्षणात फारसा भर नव्हता. त्याला अत्यंत प्रिय असलेल्या वायोमिंग राज्यात आउटवर्ड बाउन्डनं शाखा उघडावी, ही पेट्झोल्टची सूचनासुद्धा उडवून लावली गेली होती. अखेर १९६५मध्ये पेट्झोलटनं आउटवर्ड बाउन्डला रामराम ठोकला आणि वायोमिंग राज्यातील लॅन्डर येथे त्याच्या मते तरुणांच्या खऱ्या गरजा भागवणारं प्रशिक्षण देणारं केंद्र सुरू केलं. ह्या केंद्राचं नामकरण त्यानं 'नॅशनल आऊटडोअर लीडरशिप स्कूल' (एनओएलएस) असं केलं. तेथील प्रशिक्षणात तो सक्रिय सहभाग घेऊ लागला.

'थर्टी डेज टू सर्व्हायव्हल' ह्या माहितीपटात, पहिल्या दिवशी पेट्झोल्ट विद्यार्थ्यांना उंच कड्यावरून दोराच्या साह्यानं खाली उतरून कसं यायचं, हे शिकवत असल्याचं दिसत होतं. सुरुवातीलाच तो त्यांना तीन प्राथमिक महत्त्वाच्या गाठी मारायला शिकवत होता. ''के २ किंवा एव्हरेस्ट चढून जाण्यासाठी तुम्हाला एवढ्याच माहितीची गरज आहे. इतकं सोपं आहे ते!'' तो मुलांना म्हणाला, ''ही कौशल्यं शिकलात की, तुम्ही जगातला सर्वांत उंच पर्वतसुद्धा चढून जाऊ शकाल.'' पेट्झोल्ट त्या तरुणांना सांगत होता.

ह्या माहितीपटात पेट्झोल्ट कडा उतरून यायचं प्रात्यक्षिक करून दाखवत होता. खाली उतरण्यासाठीचा दोर कमरबंदाच्या आकड्याला अडकवून त्याला

ढील देऊन पेट्झोल्ट उभ्या कड्यावरून मागे ओठंगत, त्याच्या बुटांचे तळ कड्यावर सपाट अवस्थेत टेकवून झरझर खाली उतरून येत होता. एवढं वजन असूनही त्याची हालचाल डौलदार आणि गती जलद होती. जणू त्याने सगळे आयुष्य डोंगरावरच काढलं असावं!

कड्याच्या पायथ्याशी पोहोचल्यावर तो वरून खाली उतरणाऱ्या त्याच्या विद्यार्थ्यांना मार्गदर्शन करू लागला. अनेक दशकांपूर्वी त्यानं स्वत: निर्माण केलेले शाब्दिक इशारे विद्यार्थ्यांनी वापरावेत, ह्याबद्दल तो आग्रही होता. 'टेन्शन!', 'क्लायंबिंग,' 'ऑफ रॅपेल' (ताठ धरा, चढा, दोर सोडा) अशांपैकी खुणांचे ते शब्द होते. नवशिके विद्यार्थी ठरावीक चुका करत होते. ते दोर फारच घट्ट धरत होते किंवा कडा उतरून येताना पुरेसे मागे झुकत नव्हते किंवा गुडघ्यात वाकत होते. पेट्झोल्ट त्यांना उत्तेजनेबरोबरच आग्रही सूचनाही देत होता. 'कड्यापासून दूर वाका', 'गुडघे ताठ ठेवा' अशा सूचना तो गरजेप्रमाणे देत होता. विद्यार्थी दोराच्या साह्यानं कडा उतरून खाली आला की, पेट्झोल्ट त्याला शाबासकी देत म्हणत होता, ''पहिला प्रयत्न छानच झाला! उत्तम!''

कॅमेऱ्यापुढे तोंड वळवून पेट्झोल्ट टीव्हीवरील प्रेक्षकांना ह्या माहितीपटात सांगू लागला, ''ह्या प्रशिक्षणामागचं माझं तत्त्व आहे की, उपदेश करणं टाळायचं. भाषणबाजीपासून मुक्ती हे सुट्टीचं वैशिष्ट्य आहे. लोकांना काय करा किंवा करू नका याबद्दल प्रवचनं सततच झोडली जात असतात. त्यांचे आई-वडील, शिक्षक, धर्मगुरू रोज त्यांना उपदेशच करत असतात. स्वस्थपणे बसून, तणावमुक्त होत आजपर्यंत आयुष्यभर काय ऐकलं, त्यावर विचार करून स्वत:ची एखादी नवी कल्पना शोधून काढण्यासाठी मुलांना इथे संधी मिळते. या प्रक्रियेतून ह्या तरुणांना आत्मशोधाची संधी मिळावी, अशी माझी इच्छा असते. त्यांना इतर लोकांना नैसर्गिक स्थितीत वावरताना पाहून मानवी जगण्याचा आणखी एक पैलू पाहायला मिळेल. मनुष्यस्वभावाचं अधिक चांगलं आकलन होईल, असं मला वाटतं.''

पेट्झोल्ट प्रेक्षकांना पुढे सांगू लागला, ''पर्वतराजीवर तरुणाईला हवं ते साहस गवसतं. ह्या साहसाची धुंदी एलएसडी किंवा गांजाच्या धुंदीहूनही अधिक असते.'' मात्र गिर्यारोहणात साहसाला वाव असला तरी त्यात धोकासुद्धा असतो, असं पेट्झोल्ट पुढे म्हणाला. ''मला गिर्यारोहण स्वत:चं स्वत:च शिकावं लागलं. सोळा वर्षांचा असताना, ग्रॅन्ड टीटॉन चढून जाऊन मी गिर्यारोहणाचा श्री गणेशा केला. मी जिवंत परत आलो, हे माझं परमभाग्यच म्हटलं पाहिजे. पण मी मोलाचा धडा शिकून आलो आणि पर्वतशिखरांबद्दल माझ्या मनात नवा आदर निर्माण झाला. जी मुलं स्वत: एकटीच हा अनुभव घेतात, त्यांच्याबद्दल मला सहानुभूती वाटते. ती कोणत्या संकटांमधून जाणार आहेत, हे मी जाणतो.''

तरुण मुलांना चार आठवडे विविध प्रकारचं प्रशिक्षण देऊन, त्यांच्याबरोबर तंबूमध्ये वास्तव्य करून आणि त्यांची चांगली ओळख करून घेऊन पेट्झोल्ट त्यांना एकट्याच्या मुशाफिरीवर धाडत असे. त्यांच्या बॅकपॅकमध्ये कॅम्पिंगचं सामान असलं, तरी त्यांना कोणतंही अन्न बरोबर दिलं जात नसे. पाच दिवसांचा प्रवास करून नियोजित स्थळी पोहोचताना त्यांना वाटेतच भक्ष्य शोधून गुजराण करायची असे. ओढ्यातून ट्राउट मासा कसा पकडायचा आणि जंगलातल्या कोणत्या वनस्पती खाण्यायोग्य आहेत याचं पेट्झोल्टनं त्यांना प्रशिक्षण दिलेलं असलं, तरी त्यांतील बहुतेक मुलांना हे पाच दिवस खडतरच जात असणार. उपासमार होत असताना अवघड प्रवास करणं आणि सोबत्यांशी जुळवून घेणं, ही काही सोपी गोष्ट नसणार. मायकेल वॅडलीनं त्याच्या माहितीपटात ज्या तरुणांचा मागोवा घेत प्रवास केला, ते दिवसागणिक जास्तच चिडचिडे होत गेले. त्यांच्या बॅकपॅकमधून सारेच खाद्यपदार्थ काढून टाकण्यात आलेले नाहीत, असा जेव्हा त्यांना शोध लागला, तेव्हा ते अन्न फस्त करून भूक शमवावी की, वाटेत जे सापडेल त्यावरच निर्वाह करून आपलं वचन निभवावं, असा त्यांना संभ्रम पडला. यावर खूप चर्चा केल्यावर एका मुलानं बॅकपॅकमधलं अन्न खाल्लं; पण इतरांनी तसं केलं नाही.

पर्वत उतरून ही मुलं खाली आली, तेव्हा नियोजित स्थळी पेट्झोल्ट त्यांच्या स्वागताला हजर होता. त्यानं मनमोकळेपणानं हास्यविनोद करत ह्या मुलांना कवेत घेत त्यांना न्याहारीसाठी नेलं. भरपूर अन्नपदार्थ समोर होते. त्यानं त्यांना सॅन्डविच बनवून घ्यायला सांगितलं. तो म्हणाला, ''संस्कृती आणि सुसंस्कृतपणा यांचा अर्थ आता तुम्हाला उमगेल. संस्कृती म्हणजे काय? तर, तुमचा स्वतःच्या मनावर किती ताबा आहे आणि तुमच्या बांधवांबद्दल तुम्ही किती आस्था दाखवता.'' ह्या वेळेस पार्श्वभूमीवर बॅगपाइप वाजवणारा एक माणूस फिरताना चित्रित केलेला होता.

माहितीपटाच्या अंतिम भागात पेट्झोल्ट पुन्हा एकदा कॅमेऱ्याकडे वळला आणि म्हणाला, ''तरुणाई साहसाच्या शोधात असते. ते साहस प्राप्त करायचा हा छान मार्ग आहे. त्यांनी आपापली बलस्थानं आणि उणिवा जाणून घेतल्या की, त्यांना कसलीही भीती बाळगायचं कारण उरणार नाही.''

आपल्या घरातल्या दिवाणखान्यातील गुबगुबीत खुर्चीवर, छातीपाशी मुडपलेल्या पायांवर हातांचा विळखा घालून हा माहितीपट पाहत असलेला स्कॉट मंत्रमुग्ध होऊन खुर्चीला खिळून राहिलेला होता. पेट्झोल्टचे समारोपाचे शब्द त्याला नवचैतन्य देणारं अमृतच वाटत होतं. स्कॉटच्या वडिलांनी मला अलीकडेच सांगितलं, ''मी आणि स्कॉट टीव्ही बघत होतो. योगायोगानंच तो माहितीपट आमच्या नजरेला पडला. आम्ही तो माहितीपट पूर्ण बघितला. स्कॉट त्यानंतर म्हणाला, ''काय अफलातून कल्पना आहे! मला तिथे जायला खरोखरच फार

आवडेल!'' मी त्याला म्हणालो, ''अवश्य जा. तू पैसे शिल्लक टाक आणि मीसुद्धा तुला मदत करेन.''''

प्रत्यक्षात तसंच घडलं. ह्या प्रशिक्षणाची फी ४५० डॉलर्स होती. स्कॉटनं त्यातली अर्धी रक्कम उभी केली, तर उरलेले पैसे द्यायचं त्याच्या वडिलांनी आश्वासन दिलं. दुसऱ्याच दिवशी स्कॉटनं तेथे जाण्याचा मार्ग नकाशावर शोधून काढला.

जूनच्या सुरुवातीला स्कॉटनं हायस्कूलचं पहिलं वर्ष पूर्ण केलं आणि तो साहसाच्या शोधार्थ पश्चिमेला निघाला. त्यानं एकट्यानं केलेला तो पहिलाच प्रवास होता. पण तो एकटा नव्हता; हा माहितीपट पाहून साहसाच्या शोधार्थ अमेरिकेच्या कोनाकोपऱ्यातून बस, आगगाडी किंवा विमान पकडून निघालेली ७५० मुले त्याला भेटत गेली. वायोमिंग राज्यातील विन्डरिव्हर पर्वतराजीपाशी ती मुलं पोहोचल्यावर त्यांचं पूर्ण आयुष्यच बदलून जाणार होतं!

मायकेल वॅडलीचं आयुष्यसुद्धा बदललं. 'थर्टी डेज टू सर्व्हायव्हल' हा माहितीपट बनवल्यानंतर काही आठवड्यांनी तो न्यूयॉर्क राज्याच्या उत्तर भागात पोहोचला. तेथील एका संगीत महोत्सवाची माहिती देणारा माहितीपट त्यानं बनवला. हाच संगीत महोत्सव त्यानंतर 'वुडस्टॉक म्युझिक फेस्टिव्हल' ह्या नावानं लौकिकास आला. त्यानं सर्वस्वी दोन भिन्न सांस्कृतिक प्रथा माहितीपटाद्वारे चित्रबद्ध केल्या आणि एनओएलएस व वुडस्टॉक ह्या दोन्हीही गोष्टी अमेरिकन संस्कृतीचा मेरुमणी ठरल्या.

तीन
'ब्रूस' शोभतीलसे अनेक जण

ब्रूस क्र. १ : ब्रूस, शुभ प्रभात!
ब्रूस क्र. ४ : ब्रूस!
ब्रूस क्र. २ : कसा आहेस, ब्रूस?
ब्रूस क्र. ४ : ब्रूस!
ब्रूस क्र. ३ : हॅलो ब्रूस.
ब्रूस क्र. ४ : ब्रूस, तुला दिवस चांगला जावो!
ब्रूस क्र. १ : तुझं नाव ब्रूस नाही का?
मायकेल : नाही, माझं नाव मायकेल आहे.
ब्रूस क्र. २ : यामुळे थोडा गोंधळ होणार आहे.
ब्रूस क्र. ३ : गोंधळ टाळण्यासाठी आम्ही तुला ब्रूस अशी हाक मारली, तर चालेल का?

- 'द ब्रूस स्केच'
मॉन्टी पायथनच्या 'फ्लाइंग सर्कस'मधून

स्कॉटला १९७०च्या उन्हाळ्यात लॅन्डर ह्या गावातले धुळीचे रस्ते तुडवत असताना साक्षात्कार झाला की, त्याच्यासारखेच हजारो नवयुवक तेथे आकृष्ट होऊन आलेले आहेत. पॉल पेट्झोल्टच्या नॅशनल आउटडोअर लीडरशिप स्कूलची माहिती मिळताक्षणी हे नवयुवक स्वातंत्र्य आणि साहस यांची चव चाखण्यासाठी शेकडोंच्या संख्येनं लॅन्डर गावात येऊन पोहोचले होते. काही जण बसनं, काही जण विमानानं, तर काही आपली कार चालवत येऊन थडकले होते. काही जण वाळवंटी टापूतून 'हिच हाइक' करत ह्या एकाट गावी येऊन पोहोचले होते. काही जण लांब केस आणि विटक्या जीन्स घालून आलेले होते. काही जण टी-शर्ट व आखूड पॅन्ट्समध्ये दिसत होते. हातात डफल बॅगा (छावणीची सामग्री ठेवण्यासाठीच्या जाडजूड पिशव्या) किंवा सूटकेसेस किंवा पाठीवर बॅकपॅक घेतलेली ही तरुण मुलं लॅन्डरमध्ये अवतरली होती. त्यांच्या कानात साठच्या दशकातल्या संगीताचे

स्वर घुमत होते आणि देशाला हलवून सोडणारे आणि परस्परविरोधी संस्कृतीमुळे कमालीचे प्रभावित झालेले जग ते समोर बघत होते. अनेक जण बेदरकारपणे साहसाला कवटाळू पाहत होते. ते सगळे असं काही शोधत होते, ज्याची ठोस वा निश्चित व्याख्या त्यांना करता येत नव्हती; पण वायोमिंगला जाणं म्हणजे ते शोधत असलेलं काहीतरी मिळवण्यासारखं असेल, तर ते वायोमिंगला यायला तयार होते. पुकी गाइप ह्यापूर्वी अनेक वर्षं इथं प्रशिक्षण देत होती. ती मला म्हणाली, ''अनेक प्रकारची मुलं आली होती. एका दृष्टीनं समाजानं वाळीत टाकल्यासारखंच आयुष्य आम्ही जगत होतो. पण त्या आयुष्याला वेगळाच थरार होता.'' पुकी गाइप एनओएलएसच्या सुरुवातीच्या काळापासून इथं होती.

एनओएलएसचं हे सहावं उन्हाळी सत्र होतं. ही संस्थासुद्धा आक्रमक आणि तरीही अडनिडी वाढ झालेल्या पौगंडावस्थेतील टप्प्यातून पार होत होती. हा अभ्यासक्रम यशस्वी व्हावा, ह्या दृष्टीनं पेट्झोल्ट आणि त्याचे साहाय्यक वेगवेगळे प्रयोग करून पाहत होते आणि एखादा प्रयोग यशस्वी झाला की, त्याचा अभ्यासक्रमात अंतर्भाव करून घेत होते किंवा रद्द करीत होते. हा अभ्यासक्रम प्रत्येक इच्छुकाला परवडण्याजोग्या किमतीत उपलब्ध व्हावा, ही पेट्झोल्टची इच्छा होती.

जुनी आठवण सांगताना पुकी म्हणाली, ''पॉलनं 'परवडेल तेव्हा पैसे द्या' अशी सूट दिलेली होती. पन्नास डॉलर्स भरलेत की उरलेले जमेल तसे आणि जमेल तेव्हा देण्याची सवलत होती. त्यामुळे ह्या अभ्यासक्रमासाठी येऊन पोहोचलेली सारी मुलं खरोखर साहसप्रेमी होती; पण्हा सारख्याच आर्थिक स्तरातून आलेली नव्हती. हा कार्यक्रम फार लोकप्रिय होता म्हणून किंवा आई-वडिलांनी आग्रह धरला म्हणून काही ही मुलं इथं आलेली नव्हती. ती इथं येऊन धडकली होती, कारण त्यांनी स्वत:हून ह्या अभ्यासक्रमाचा शोध लावलेला होता!''

स्कॉटला एनओएलएसच्या मुख्यालयात त्याच्या तुकडीचा प्रमुख आणि इतर प्रशिक्षक भेटले. तीन प्रकारच्या वेगळ्या अभ्यासक्रमांतून त्याला एकाची निवड करायची होती. गिर्यारोहणाच्या अभ्यासक्रमात पर्वत चढून जाणं आणि दोराच्या साह्यानं चढ-उतार करणं ह्या गोष्टी शिकवल्या जात होत्या. जंगलप्रवास ह्या अभ्यासक्रमात जंगलातून मार्ग शोधून प्रवास करताना बॅकपॅकमधील वस्तूंच्या आधारे गुजारा करणं, मासे पकडायला शिकणं अशा गोष्टी शिकवल्या जात असत. स्कॉटचं नाव साहसवेड असलेल्यांच्या अभ्यासक्रमात घातलं गेलेलं होतं. हा अभ्यासक्रम तेरा ते सोळा वयोगटातील मुलांसाठी आखण्यात आलेला होता. त्यांच्याहून मोठ्या वयाची मुलं गिर्यारोहण आणि जंगलप्रवास ह्या अभ्यासक्रमांतर्गत काय करत आहेत, याची झलक त्यांना ह्या कार्यक्रमात दाखवली जात असे.

ह्या गटाचा नेता म्हणून काम करणारा कर्मचारी दोन प्रशिक्षकांच्या साह्याने दुर्गम जागी आवश्यक अशी कौशल्यं शिकवत होता. गटाचा नेता कमीत कमी सोळा वर्षांचा असे, तर प्रशिक्षक त्याहून लहान वयाचे असू शकत. ह्या प्रशिक्षणासाठी विना-मोबदला मदत करण्यासाठी आलेली मुलंसुद्धा सोळाहून कमी वयाची असत.

तरुण मुलांमधील नेतृत्व क्षमतांवर पेट्झोल्टचा खूप विश्वास होता आणि त्यांना हाताळता येतील अशा जबाबदाऱ्या त्यांच्यावर टाकणं, हाच त्यांना या दृष्टीने प्रशिक्षित करण्याचा चांगला मार्ग आहे, असं त्याला वाटत होतं. मुलांवर जबाबदारी टाकण्यावाचून त्याच्यापुढे अन्य पर्यायसुद्धा खुला नव्हता; कारण 'थर्टी डेज टू सर्व्हायव्हल' हा माहितीपट पाहून या स्कूलच्या अभ्यासक्रमात नाव नोंदवण्यासाठी देशभरातून झालेली गर्दी शाळेच्या क्षमतेपेक्षा अधिक असल्याने होतकरू मुलांवर पेट्झोल्ट आणि त्याचे कर्मचारी जबाबदारी सोपवायला तयार होते.

स्कॉटच्या गटाच्या मुलांनी स्वत:चे 'जेट्स' हे नामकरण केलं. लॅन्डर गावाच्या बाजारपेठेपासून काही फर्लांगांच्या अंतरावर स्कूलची लंबरयार्ड ही इमारत होती. इथे स्कॉटच्या गटातील मुलांना थेल्मा यंगनं योग्य ते कपडे दिले. थेल्मा यंग ह्या स्त्रीवर स्कूलच्या सामानाची जबाबदारी सोपवण्यात आलेली होती. अभ्यासक्रमात नाव नोंदवलेल्या मुलांसाठीचे तंबू आणि कपडे थेल्मानं स्वत: शिवून तयार केलेले होते. पेट्झोल्टनं लष्कराचं जादा सामान विकणाऱ्या दुकानांमधून घाऊक दरात लोकरी विजारी, स्वेटर्स आणि बूट विकत आणले होते. थेल्मा एका स्वेटरची पाठ आणि पोट कापून काढून ती दुसऱ्या स्वेटरला टाचून जाड असा मुलांच्या गुडघ्यापर्यंत येणारा दुहेरी स्वेटर बनवत असे. स्वेटरच्या शिल्लक राहिलेल्या बाह्या वापरून ती पायमोजे आणि गळ्यासाठीचे मफलर बनवत असे. खराब हवामानात घालण्यासाठी वॉटरप्रूफ कोट कशा डिझाइनचे शिवायचे, हे पेट्झोल्टनं थेल्माला दाखवलेलं होतं. अभ्यासक्रमासाठी दाखल होणाऱ्या मुलांना टिकाऊ लोकरी कपडे बरोबर आणण्याची सूचना दिलेली असली, तरी गरज पडली तर एखाद्या मुलाला थेल्मा सारे गरम कपडे देत असे. एखाद्या मुलाला दिलेली लोकरीची पॅन्ट त्याच्या मापाहून लांब असली तर थेल्मा ती आखूड करून देत असे. मुलांनी घरून आणलेल्या पॅन्टला अधिक उबदार बनवण्यासाठी थेल्मा जुन्या ब्लँकेटचे तुकडे पॅन्टच्या पृष्ठभागावर शिवून देत असे. ह्या साऱ्या पोशाखाच्या जोडीला रुंद किनारीची ढगळ टोपी दिली जात असे.

लंबरयार्ड इमारतीच्या दुसऱ्या भागातून स्कॉटच्या 'जेट्स' गटाला तांदूळ, पास्ता, ओटमील, कोको पावडर आणि अशा अन्य खाद्यपदार्थांचा शिधा

प्लॅस्टिकच्या पिशव्यांमधून देण्यात आला. त्यांनी प्लॅस्टिकच्या पिशव्या साध्या सैलसर गाठी मारून बंद केल्या. ह्या गाठी फार घट्ट मारल्या तर उघडताना त्रास होतो म्हणून सैलसर गाठी मारा, अशी सूचना त्यांना देण्यात आली होती. ह्या शिध्याच्या जोडीला भरपूर चीज आणि जेवण शिजवायला टिनची मोठी डबडी अशी सारी सामग्री घेऊन ते मालवाहू ट्रकच्या मागे चढून उभे राहिले. विन्डरिव्हर पर्वतरांगेच्या पायथ्यापर्यंतचा प्रवास करताना भोवताली दिसणारे सृष्टिसौंदर्य ते डोळ्यांत साठवून घेत होते.

पृष्ठभागाला ठिगळ लावून जाड बनवलेल्या विजारी, दुहेरी स्वेटर्स, ढगळ टोप्या आणि वजनदार बॅकपॅक ह्या वेशातली मुलं म्हणजे निःसंशय एनओएलएसचे मोहिमेवर निघालेले विद्यार्थी! त्यातही स्कॉटचा 'जेट्स' गट जलद गतीनं घनदाट जंगलातील दुर्गम मार्गानं वाटचाल करता आल्याबद्दल अभिमानानं फुलून गेला होता. आपल्या कल्पनेपेक्षा अधिक वेगानं अधिक अंतर आपण काटतो आहोत, याचा त्यांना सार्थ अभिमान वाटत होता. त्यांनी होकायंत्र आणि नकाशा वापरण्याचा सराव केला. पर्वत चढून जाणं आणि दोराच्या साह्यानं उतरणं याची प्राथमिक माहिती करून घेऊन त्यांनी अनेक शिखरांवर चढाई केली. ओढ्यातून ट्राउट मासे पकडले आणि ते शेकोटीवर भाजून खाल्ले. ह्या साऱ्यामध्ये त्यांनी कल्पनेपलीकडला थरार अनुभवला.

ह्या साऱ्याच गोष्टींची मौज वाटत असली, तरी स्कॉटला गिर्यारोहणाची विशेष ओढ वाटत होती. उभ्या चढणीचा दगडी कडा चढून जाताना स्कॉटला सारी शक्ती आणि चपळाई पणाला लावावी लागत होती. फत्तराचा सुळका चढून जाताना प्रत्येक क्षणाला जागरूक राहत हात-पाय रुतवता येण्याजोग्या खोबणींचा शोध घ्यावा लागत असल्याने मानसिक क्षमताही पणाला लागत होती आणि निव्वळ इच्छाशक्तीच्या बळावर आपण अडथळ्यांवर मात करू शकतोय, ही जाणीव आश्वासक वाटत होती. पर्वतारोहणामुळे तो अशा एका सीमाविरहित जगात प्रवेश करीत असे, जेथे सगळे काही शक्य होते आणि गुरुत्वाकर्षणाच्या नियमाखेरीज कोणताही नियम तेथे लागू होत नव्हता. गिर्यारोहणात शारीरिक आणि बौद्धिक बळ कसाला लागत होतं. पण अधिक सराव केला, अधिक बळ मिळवलं आणि अंगी धाडस असलं; तर ह्या जगात कर्तृत्वाला काहीही मर्यादा नाही, असं त्याला वाटत होतं.

पर्वतांवरल्या प्रत्येक गटाच्या मुक्कामादरम्यान पॉल पेट्झोल्ट घोड्यावरून येऊन त्या-त्या गटासमवेत काही दिवस वास्तव्य करत असे. त्यांना दुर्गम जागी आवश्यक अशी कौशल्यं तो शिकवत असेच; पण मुलं योग्य ते निर्णय घेत जातील, असा त्याला वाटत असलेला विश्वास तो मुलांपुढे व्यक्त करीत असे.

'नियम हे मूर्खांसाठी असतात,' हे त्याचं आवडतं वाक्य अनेक वेळा ऐकल्यामुळे ते मुलांचं जणू ब्रीदवाक्य बनत असे. ''नियमांची मूर्खांनाच गरज पडते, कारण त्यांच्या ठायी निर्णयक्षमता नसते. दुर्गम अरण्यात एकट्यानं राहताना मुलांनी शहाणपणानं वागावं म्हणजे ती संकटात सापडणारच नाहीत,'' असं तो म्हणत असे. आणीबाणीचे प्रसंग उभे राहाणारच नाहीत, असं होणार नाही; पण अशा वेळेस शांत राहण्याचे धडे घेत, जमेल तेवढी माहिती गोळा करून योग्य तो निर्णय साऱ्या कौशल्यानिशी घ्यावा, असं पेट्झोल्ट ह्या मुलांना सांगत असे.

''जेव्हा पर्वतांविषयी जाणत गेलो, तेव्हाच निर्णयक्षमता म्हणजे काय, तेही शिकत गेलो.'' पुकी गाइप जुनी आठवण सांगताना मला म्हणाली, ''पर्वतावर अशा परिस्थितीत असं करा आणि तशा परिस्थितीत तसं करा असे धडे आम्हाला कुणी कधी दिले नाहीत. त्याऐवजी, काय करणं टाळल्यास आपण संकटात पडणार नाही, हे खूप शिकलो. तसे धडे आम्हाला दिले गेले.''

नियमांपेक्षा मुलांच्या निर्णयक्षमतेवर विश्वास ठेवून मुलांबरोबरचे आपले कार्यक्रम राबवण्याची पेट्झोल्टची इच्छा हे भिंतीबाहेर शिक्षणाचे तत्त्व, आजच्या जगात काहीसे शंकेखोरपणेच स्वीकारले जाईल. कायद्याच्या कचाट्यात आपण कशाकशामुळे सापडू शकू, याबद्दल १९६०-७०च्या दशकात आताएवढी फिकीर करावी लागत नसे. ज्या द्रष्टेपणानं पेट्झोल्ट एनओएलएसचा अभ्यासक्रम बेतत होता, तशा प्रकारच्या प्रशिक्षणाला आजच्या व्यवहारी जगातले प्रशिक्षक नक्कीच नकार देतील. एनओएलएसच्या अभ्यासक्रमातील शेवटल्या पाच दिवसांत, पेट्झोल्ट मुलांना दुर्गम पर्वतांवर अन्नाच्या शिध्याशिवाय एकट्यानं तग धरण्यासाठी सोडून देत असे; तेव्हा त्यात काही लांडीलबाडी नसे! कर्मचारी लपूनछपून ह्या मुलांपाठोपाठ जात नसत. वाटेत त्यांची वास्तपुस्त करणारं कोणी नसे. संरक्षणासाठी कोणतीही आखीव योजना अस्तित्वात नसे. ह्या मुलांना आयुष्यात प्रथमच आपापल्या जबाबदारीवर निर्णय घ्यायची वेळ येत असे. स्वतःच्या निर्णयक्षमतेवर ह्या मुलांचा विश्वास बसावा, ह्या पेट्झोल्टच्या तीव्र इच्छेसाठी ह्या मुलांना स्वावलंबानाचे असे धडे देण्याशिवाय दुसरा पर्याय नव्हता.

''एनओएलएसमधली ही मुक्त स्वतंत्रता स्कॉटच्या स्वभावाला भावेल अशीच होती. त्याच्या आत्म्याला असलेली मुक्ततेची आस नियमांच्या चौकटींमधील वातावरणात कधीच शमली नसती. तुमच्यावर विश्वास टाकून तुम्हाला सुज्ञ निर्णय घेण्याचं स्वातंत्र्य पेट्झोल्ट देत असे. स्कॉटला ही पद्धत अत्यंत आवडेल अशीच होती,'' पुकी मला म्हणाली.

त्याचा अभ्यासक्रम पूर्ण झाल्यानंतर उरलेल्या उन्हाळी सुटीत स्कॉटला विनावेतन साहाय्यक म्हणून राहण्याचं आमंत्रण मिळालं. अमर्याद उत्साह असलेला,

प्रशिक्षक दाखवतील ते सारं आनंदानं आत्मसात करणारा, हसरा व तगडा असा स्कॉट सर्वांच्या मनात भरला होता. दुसरी तेवढीच महत्त्वाची गोष्ट म्हणजे, आणखी नव्या विद्यार्थ्यांच्या झुंडी लॅन्डरमध्ये लोटत होत्या आणि पेट्झोल्टला मदतीची खूपच गरज होती. आपल्या बॅकपॅकमध्ये नव्यानं शिधा भरून घेऊन, वायोमिंग राज्यातील पर्वतावरल्या पाऊलवाटा तुडवायला स्कॉट उत्सुक होताच. दुर्गम जागी आवश्यक अशा कौशल्यांचा आणखी सराव करण्याची संधी त्यायोगे त्याला लाभलेली होती. जंगलात मार्गक्रमण करणं आणि उंच पर्वत चढून जाणं त्याला प्रिय वाटत होतंच. न्यू जर्सी वगळता अन्य प्रदेश त्याच्यासाठी आव्हानात्मक होता. शिवाय हे काम करताना त्याला एनओएलएसच्या इतर विद्यार्थ्यांबरोबर, गटाच्या नेत्यांबरोबर आणि प्रशिक्षकांबरोबर काळ व्यतीत करता येत होता. ह्या सर्वांच्या सहवासाचीसुद्धा त्याला अनिवार ओढ वाटू लागली होती.

पुकी म्हणाली, ''ह्या वयाची मुलं समानधर्मीयांच्या शोधात असतात. एनओएलएसमध्ये स्कॉटला समान प्रवृत्तीचे मित्र भेटले.'' लष्कराच्या जादा सामानातून उचलून आणलेले, ठिगळं लावून जाड केलेले कपडे घालून कड्याकपारींमध्ये भटकणारी ही मुलं साहसाची चव चाखता-चाखता एकमेकांशी संवाद साधत मैत्रीचा पाया रचत होती. हा स्नेह त्यांच्या येत्या अनेक वर्षांचा आधारस्तंभ बनणार होता. ही मुलं एकमेकांना उत्तेजन देऊन एकमेकांची कुवत सिद्ध करून दाखवत होती. आपल्या कुवतीचं मोजमाप करण्यासाठीचे निकष त्यांनी प्रस्थापित केलेले होते.

उन्हाळा संपून घरी परत गेलेला स्कॉट पूर्णत: बदलून गेलेला होता. विन्डरिव्हर पर्वतावर त्याने घालवलेल्या काळात त्याच्यात आमूलाग्र परिवर्तन घडून आलं होतं; ज्यामुळे त्याची जगाकडे पाहण्याची दृष्टी अधिक विस्तृत झाली होती आणि आपलं पुढलं आयुष्य कसं जगायचं, ह्याबद्दल त्याच्या मनात आता संदेह उरला नव्हता. त्याला गिर्यारोहक बनायचं होतं. चढा कडा चढून जाताना त्याला होणाऱ्या आनंदाची बरोबरी करेल, असं त्याच्या आजवरच्या आयुष्यात त्याला इतर काहीही गवसलेलं नव्हतं. त्याचं गिर्यारोहकामध्ये रूपांतर होऊ लागलं होतं आणि आपल्याला नव्यानं गवसलेला आनंदाचा ठेवा आपल्या शाळासोबत्यांबरोबर वाटून घेण्यासाठी तो उत्सुक होता.

जेफ लाँग ह्या स्कॉटच्या शाळेतल्या मित्रानं मला अलीकडेच सांगितलं, ''स्कॉट शाळेत खूपच लोकप्रिय होता. तो सर्वांशी मैत्रीनं वागत असे आणि त्याचा स्वभाव प्रेमळ होता. मुलींमध्येसुद्धा तो लोकप्रिय होता. तो हायस्कूलच्या पहिल्या वर्षी फुटबॉलमधील क्वार्टर बॅक होता. पण एनओएलएसमधील प्रशिक्षणानंतर त्यानं सारं लक्ष गिर्यारोहक बनण्याकडे केंद्रित केलं. ती त्याची स्वत:ची ओळख

ठरली. तो स्वत:ला गिर्यारोहक म्हणून घडवू लागला.''

जेफ लाँगनं आणि स्कॉटनं माउन्ट एव्हरेस्टवरची पुस्तकं अथपासून इतिपर्यंत वाचून काढली. माउन्ट एव्हरेस्टच्या भव्य फोटोंवरून ते एव्हरेस्ट चढाईसाठीचा मार्ग ठरवू लागले आणि एक दिवस एव्हरेस्ट मोहिमेवर जाण्याची स्वप्नं बघू लागले. त्यांनी ठरवलं, कॉलेजला न जाता आपण गिर्यारोहक बनून गिर्यारोहणासाठी जगभर प्रवास करायचा.

स्कॉटचा न्यू जर्सीतील आणखी एक मित्र होता - ग्रेग मर्टिन. तो जेफ लाँगबरोबर बास्किंग रिजमधील फुटबॉल संघामध्ये होता. ग्रेग जुनी आठवण सांगताना म्हणतो, ''मी हायस्कूलच्या दुसऱ्या वर्षात असताना माझं वजन केवळ एकशेदोन पौंड होतं. स्कॉट एनओएलएसचं प्रशिक्षण घेऊन परत आल्यावर त्यानं मला तंदुरुस्त केलं. दररोज सकाळी आणि संध्याकाळी स्कॉट मला जोर आणि १०० बैठका अध्येमध्ये अजिबात विश्रांती न घेता काढायला लावत असे. मी कुठेही असलो, तरी हा व्यायाम तो चुकवू देत नसे.'' हे सारं केवळ शरीर मजबूत करण्यासाठी स्कॉट करायला लावत नव्हता; आयुष्यात आपण जे निर्णय घेतो, ते जबाबदारीनं पार पाडायची मानसिकता आणणं, हादेखील त्यामागचा एक हेतू होता. ग्रेग म्हणतो, ''मी स्कॉटपेक्षा थोडा जास्त हूड होतो; पण त्यानं माझ्या आयुष्याला चांगल्या मार्गाकडे वळवलं.''

ह्या चांगल्या मार्गाच्या मुळाशी होतं 'गिर्यारोहण'. जेफ, ग्रेग आणि त्यांचा मित्र बीव्हर हे तिघे स्कॉटबरोबर न्यूयॉर्क राज्यातील न्यू पाल्ट्झजवळ असलेल्या श्वानगंक्स येथे आठवड्याच्या अखेरीस गिर्यारोहणासाठी जाऊ लागले. हडसन नदीच्या खोऱ्यातले शेकडो फूट उंचीचे, गाळानं तयार झालेले सुळके चढून गेलं की, आजूबाजूची गर्द झाडी आणि खेडी यांचं मनोहारी दृश्य नजरेला पडत असे. गिर्यारोहक १९३०च्या दशकापासून प्रस्तरारोहणाच्या सरावासाठी श्वानगंक्स येथे जात असत. परंतु ही मुलं तेथे जाऊ लागली, तेव्हा गिर्यारोहण फारसं लोकप्रिय झालेलं नसल्यामुळे तेथे क्वचितच गर्दी असे.

ही मुलं पहाटेलाच बास्किंग रिजमधून बाहेर पडत. रेस्टॉरन्टमध्ये काम करत असताना ग्रेगनं पाकशास्त्राचे धडे घेतलेले होते. तो सर्वांसाठी भरपूर सॅन्डविच बनवून आणत असे. वर वितळतं चीज असलेलं ट्यूनाफिश घातलेलं सॅन्डविच स्कॉटला फार आवडे. ग्रेगला नेण्यासाठी स्कॉट गाडी घेऊन आला की, ग्रेग ओव्हनमधील एक गरमागरम सॅन्डविच स्कॉटला देत असे.

कधीकधी स्कॉट आणि सोबत एखाद दोघेच श्वानगंक्सवर जात; पण अन्यथा आठवड्याच्या अखेरीचे दिवस एकत्र काढण्यास अनेक मित्र उत्सुक असल्याने बहुतेक वेळा गाडी खच्चून भरलेली असे. जुनी आठवण सांगताना जेफ लाँग

म्हणाला, ''ह्या पर्वताच्या मागच्या बाजूची एक छान जागा आम्ही कॅम्पिंगसाठी शोधून काढली होती. शनिवारचा पूर्ण दिवस आम्ही पर्वताचा सुळका चढण्यात खर्च करून ह्या आवडत्या जागी रात्रीसाठी तंबूत राहत असू. रविवारी सकाळी शिखर गाठल्यावर खाली उतरून रात्री परत निघत असू.''

सुरुवातीला ते जमिनीजवळच्या खडकांवर प्रस्तरारोहणाचा सराव करीत. दोर, कमरबंदाला दातेरी धातूचं कडं आणि खांद्याभोवतीचा नायलॉनचा रक्षक दोर यांच्या मदतीनं ही मुलं उंचावर चढून जाऊ लागली. स्कॉट कड्याच्या टोकापर्यंत चालत जाऊन एखाद्या झाडाला किंवा खडकातल्या भोकातून दोर काढून तो खडकाला घट्ट बांधून त्याचं दुसरं टोक खाली उभ्या असलेल्या मित्रांकडे फेकत असे. एकामागोमाग एक, त्याचे सारे मित्र त्यांच्या कमरबंदाच्या खोगिरात तो दोर वेटोळून अडकवत असत. त्यानंतर स्कॉट त्यांना वर खेचून घेत असे. कुणाचा पाय घसरला, तरी कमरेभोवतीच्या दोरामुळे तो मुलगा पायथ्यापर्यंत गडगडत न जाता फक्त काही फूटच घसरेल, हे ठाऊक असल्यामुळे सारे निश्चिंत असत.

''एका मार्गानं कडा चढला की, आम्ही कड्याच्या पायथ्याशी असलेल्या कॅरेज रोडपर्यंत उतरून जात असू आणि दुसऱ्या मार्गानं पुन्हा कड्यावर चढायला सुरुवात करत असू. तेवढी शक्ती अंगी असली, तर एका दिवसात अशा वेगवेगळ्या मार्गांनी काही वेळा कडा चढून जाणं शक्य होत असे.'' रुंद हसत जेफ म्हणाला.

आणखी एक उन्हाळा एनओएलएसमध्ये काम केल्यावर वायोमिंगहून शिशिरात परतलेला स्कॉट त्याच्या मित्रांना गिर्यारोहणाची आधुनिक तंत्रं शिकवत असे. खडकांवर अधिक चांगली पकड घेणारे घट्ट पण पातळ बूट स्कॉटनेच त्यांना माहिती करून दिले. तोपर्यंत ते सगळे मित्र गिर्यारोहणाचे कडक बूट वापरत होते. चढता-चढता मागील गटाचं नेतृत्व कसं करायचं, हे स्कॉट शिकून आला; तेव्हा त्यानं ते कौशल्य त्याच्या मित्रांनासुद्धा शिकवलं. ह्या पद्धतीत नेतृत्व करणारा स्वत: काही अंतर वर चढून गेला की, वाटेतील मजबूत खडकावर आयुधं रुतवून इतरांना वर यायला मदत करतो; वर जाऊन दोरानं त्यांना खेचून घेत नाही. ही पद्धत त्यानं मित्रांनाही शिकवली.

जेफ मला म्हणाला, ''कॅम्पिंग, वेगवेगळ्या प्रकारच्या दोरांना मारायच्या गाठी आणि वेगवेगळ्या वीस प्रकारे टार्पोलिनचा वापर करून तंबू कसा उभारायचा, ह्या साऱ्या गोष्टी मला स्कॉटनं शिकवल्या. ह्या गोष्टी आम्हाला शिकवण्यासाठी तो भरपूर वेळ काढत असे. श्वानगंक्सला गेलो की, आम्ही चीजबर्गर खात असू; कारण एनओएलएस प्रशिक्षणाच्या वेळेस स्कॉटचं तेच जेवण असे. स्कॉटला गरम पेयं फारच प्रिय होती, म्हणून आम्हीसुद्धा भरपूर कोको पीत असू. शिखर चढून गेलो की, आम्ही चीज ग्रॅनोला आणि पायवाटेनं जाताना चघळण्याजोग्या गोष्टी

खात असू. स्कॉट आम्हाला त्याचे एनओएलएसचे अनुभव सांगून आम्ही लवकरच एनओएलएसच्या प्रशिक्षणासाठी वायोमिंगला जावं म्हणून आम्हाला प्रेरित करत असे.'' रविवारी तंबू हलवताना ती जागा वापरण्यापूर्वी जशी होती त्याहूनही अधिक स्वच्छ स्थितीत सोडावी, असा त्याचा आग्रह असे. एनओएलएसचा गट नेता विन्डरिव्हरमधील कॅम्पवर जसं वागेल, तसंच स्कॉटचं इथलं वागणं असे.

ह्या मुलांना कधीकधी हेन्री बार्बर आणि जॉन स्टॅनार्ड हे सुप्रसिद्ध गिर्यारोहक श्वानगंकसवर दिसत. जेफ म्हणाला, ''बार्बर हा त्या वेळेस जगातला सर्वोत्कृष्ट गिर्यारोहक मानला जात होता. न्यू हॅम्पशायर, न्यूयॉर्क आणि योसेमिटी ह्या साऱ्या ठिकाणी त्याचा नावलौकिक पसरलेला होता.'' कॅन्हास-पेंटर घालतात तशी पांढरी हॅट ही बार्बरची खास ओळख होती आणि सरळसोट उभ्या-उंच कड्यावर तो अत्यंत डौलदारपणे चढून जात असे. ''तो किती सफाईनं चढून जातो, हे पाहिलं की, आपल्याला आणखी किती शिकायला हवं, याची आम्हाला जाणीव होत असे.''

स्कॉट सोळा वर्षांचा झाला, तेव्हा त्यानं बारीकसारीक कामं करून शिल्लक टाकलेले पैसे खर्चून एक जुना, लाल रंगाचा लहान ट्रक विकत घेतला. त्याच्या पाठीमागच्या बाजूला अवजारांची पेटीसुद्धा होती. मित्रांच्या मदतीनं त्यानं ट्रकच्या मागच्या उघड्या बाजूवर प्लायवूडचं छत घालून त्या ट्रकचं तात्पुरत्या कॅम्परमध्ये रूपांतर केलं होतं. त्यात त्याची स्लीपिंगबॅग पसरून बाजूला कॅम्पिंगचं इतर सामान ठेवण्याइतपत जागा राहत असे. स्कॉटच्या वडिलांना - जीन फिशर यांना - इंजिनाच्या दुरुस्तीचा भरपूर अनुभव होता, पण स्कॉट मात्र त्यात अनभिज्ञ होता. त्यांनी मनापासून स्कॉटच्या ट्रकच्या इंजिनाची डागडुजी करून दिली. स्कॉटनं आपल्या गाडीला 'ट्रक' हेच नाव दिलं. आठवड्याच्या अखेरीस श्वानगंक्सवर जाताना आणि उन्हाळ्यात एनओएलएस प्रशिक्षणासाठी वायोमिंगला जाताना तो या ट्रकचाच वापर करू लागला.

स्कॉट त्याच्या न्यू जर्सीतील मित्रांशी अतिशय एकनिष्ठ होता. त्यानं जेफचं आणि इतर अनेक मित्रांचं एनओएलएसचं प्रशिक्षण घेण्याबाबत मन वळवलं. स्कॉटच्या ज्या मित्रांना गिर्यारोहणाची फारशी आवड नव्हती, त्यांच्याशीसुद्धा स्कॉटची तेवढीच जवळीक होती. तो वर्षभरातून जेव्हा-जेव्हा त्यांच्या घराच्या आसपास असे, तेव्हा त्यांना भेटत असे. जगभरातील पर्वतशिखरांवर गिर्यारोहण करताना स्कॉटनं त्यांना पाठवलेली पिक्चर पोस्टकार्ड्स त्यांना-त्यांच्या मेलबॉक्समध्ये नेहमीच सापडत असत. स्कॉटनं मृत्यूपूर्वीची शेवटची चढाई सुरू करण्यापूर्वी, एव्हरेस्ट बेसकॅम्पमधून या सर्वांना पाठवलेली पिक्चरपोस्टकार्ड्स त्याच्या मृत्यूनंतर त्यांच्या हाती पडली आणि ते सुन्न झाले.

परंतु जगभरातील दुर्गम शिखरांवर दोराच्या साह्यानं गिर्यारोहण करणारे साथीदार मात्र स्कॉटला वायोमिंगच्या पर्वतांवरच सापडले. ते वेगवेगळ्या मार्गांनी एनओएलएसच्या प्रशिक्षणासाठी वायोमिंगला येऊन पोहोचले होते. उदाहरणार्थ, रॅन्डी सर्फनं वयाच्या बाराव्या वर्षीच वॉशिंग्टन डी.सी.ला रामराम ठोकून आयडॅहो राज्यातील पर्वतांवर आयुष्य कंठायचा निर्णय घेतला होता. जंगलात जे मिळेल, त्यावर उपजीविका करायचा त्याचा निर्धार होता. एके दिवशी सकाळी सहा वाजताच त्यानं आपलं घर सोडलं. तो घरात नाही, हे संध्याकाळपर्यंत कुटुंबीयांच्या लक्षात येणार नाही, असा त्याचा होरा होता. बसचं तिकीट विकत घेण्याएवढे पैसे त्याच्यापाशी होते. ग्रेहाउन्ड बस पश्चिम दिशेला जाऊ लागल्यावर त्यानं आई-वडिलांना आपला बेत कळवण्यासाठी पत्र लिहायला सुरुवात केली. त्यांना भीती वाटू नये म्हणून त्यानं बरोबर आणलेल्या सामानाची यादी देऊन त्यांना दिलासा देऊ पाहिला. ह्या सामानात प्राण्यांची शिकार करण्यासाठी बंदूक आणि त्यांना सापळ्यात अडकवण्यासाठी जाळी या गोष्टींचा समावेश होता. आयडॅहोतील जंगलात असे प्राणी पकडून आपण शेकोटीवर भाजून पोट भरू शकू, असं त्याला वाटत होतं.

रॅन्डीनं मला सांगितलं, ''बसमध्ये बसून मी हे पत्र लिहित होतो, तेव्हा माझ्या पाठीमागे बसलेली स्त्री माझ्या खांद्यावरून डोकावून हे पत्र वाचत होती. तिनं पोलिसांना बोलावलं.'' पुढल्या बस स्टॉपवर पोलिसांना त्याला पकडलं आणि त्याच्या आई-वडिलांकडे पोहोचवलं. पण ही गोष्ट इथेच संपली नाही. ही चुरचुरीत बातमी अनेक वर्तमानपत्रांमध्ये छापून आली. एका वाचकानं ह्या बातमीचं कात्रण पॉल पेट्झोल्टकडे वायोमिंगमध्ये पाठवून दिलं. प्रशिक्षण स्कूल सुरू केलेल्या पेट्झोल्टला ह्या बातमीत स्वारस्य असेल, असं ह्या वाचकाला वाटलं.

रॅन्डी म्हणाला, ''पॉलनं मला १९६६च्या एप्रिल महिन्यात पत्र लिहिलं, 'आम्ही अशा प्रकारचं प्रशिक्षण द्यायला सुरुवात केली आहे. तुझं वय अजून लहान असलं तरी तू अवश्य ये!' हे पत्र वाचून मी तेथे पोहोचलो; तेथील वेगवेगळ्या अभ्यासक्रमांत मी एकापाठोपाठ एक सामील झालो. मी तेथे तीन महिने राहिलो आणि अफाट मौज लुटली.''

दर आठवड्याला कुठे ना कुठे चढाई करायला जाणारा स्कॉट व त्याच्या उत्साही मित्रांना इन्ग्रिड हॅमन ही 'बास्किंग रिज'ची मुलगी ओळखत होती. स्कॉटनं तिला एनओएलएसबद्दलची माहिती उत्साहाने दिली आणि वायोमिंगमध्ये प्रशिक्षणासाठी जायला सांगितलं. स्कॉट तेव्हा सोळा वर्षांचा होता आणि त्या उन्हाळ्यात तो तिथं पूर्णपणे प्रशिक्षित असा प्रशिक्षक म्हणून काम करणार होता. ''तू एक महिनाभर पर्वतावर मुक्काम ठोकणार आहेस आणि तुला ते फार

आवडेल! तुला ते खूपच आवडेल,'' इन्ग्रिडला स्कॉट म्हणाला.

मनात थोडी धाकधूक असली तरी इन्ग्रिडनं त्या प्रशिक्षणासाठी नाव नोंदवलं. विन्डरिव्हर येथील पर्वतांवर पस्तीस दिवस बॅकपॅक घेऊन भ्रमंती करताना तिला व तिच्या गटाला इतर कुणीही दिसलं नाही. एका दुपारी ती तंबू ठोकत असताना तिच्या प्रशिक्षकानं तिला सांगितलं की, स्कॉट फिशर जवळपासच तंबू ठोकून त्याच्या गटासमवेत मुक्काम करतो आहे. स्कॉटला भेटायला इन्ग्रिड तिथवर चढून गेली. ती म्हणाली, ''तो एनओएलएसच्या इतर प्रशिक्षकांबरोबर तेथे तंबू ठोकून राहत होता आणि प्रचंड आनंदात होता! त्यांनी मासे पकडले होते आणि शेकोटीवर भाजलेल्या माशांचं रुचकर जेवण त्यांनी बनवलं होतं. ते सर्व जण प्रचंड आनंदात होते आणि स्वत:च्या त्या आयुष्यावर ते सारे बेहद्द खूश होते. त्याची हीच खरी जागा होती, हेच त्याचं खरं आयुष्य होतं!''

एनओएलएसच्या इतर विद्यार्थ्यांप्रमाणे इन्ग्रिडलासुद्धा स्वत:मध्ये घडलेल्या परिवर्तनाची जाणीव झाली. सुरुवातीला तिला प्रश्न पडत असे, 'मी इथे काय करतेय?' अभ्यासक्रम संपत आला तोवर, 'इथून कधीच कुठे जाऊ नये', असं तिला वाटू लागलं. कोर्स संपला तेव्हा तिची एकमेव इच्छा होती की, गरम शॉवर खाली स्वच्छ अंघोळ करून ताजं अन्न खावं आणि त्यानंतर पुन्हा पर्वतांवर परत जावं!

स्टीव्ह गोरिल हा स्कॉटचा आणखी एक मित्र 'थर्टी डेज टू सर्व्हायव्हल' हा माहितीपट पाहून एनओएलएसच्या प्रशिक्षणासाठी आला होता. बीटल्ससारखा हेअरकट आणि बेलबॉटम जीन्स अशा वेशात तो लॅन्डरमध्ये येऊन पोहोचला आणि एनओएलएसच्या पहिल्याच अभ्यासक्रमात पटकन रुळून गेला. तेथे आत्मसात केलेली कौशल्यं गिर्यारोहकांचं नेतृत्व करण्याच्या व्यवसायासाठी पायाभूत ठरतील, हे त्याच्या लक्षात आलं. ह्या प्रशिक्षणात, शेवटच्या पाच दिवसांत, अन्नाशिवाय चढाई करीत जावं लागतं, हे त्याला टीव्हीवरील माहितीपट पाहून कळले होते; पण हे माहीत असूनही त्यांच्या प्रशिक्षकानं त्यांच्याजवळचं सारं अन्न जप्त केलेलं पाहून तो चपापला. प्रशिक्षकानं त्यांच्याजवळच्या नकाशावर त्यांनी गाठायचा अंतिम मुक्काम 'X' ह्या खुणेनं दाखवला आणि विद्यार्थ्यांना चार-चारच्या गटांत पाठवून दिलं.

स्टीव्ह जुनी आठवण सांगताना म्हणाला, ''आम्ही सारेच जण नेता बनू पाहत होतो. आमच्यापाशी मासे पकडायचा एक गळ असला तरी आम्हाला एकही मासा पकडता आला नाही. नकाशावरचा जो भाग नीटपणे दिसत नव्हता, त्याच भागात आम्ही पोहोचलो आणि रस्ता चुकलो.''

ह्या शेवटच्या सफरीदरम्यान भुकेपोटी त्यांनी टूथपेस्ट खाल्ली. जवळचा

मसाल्यांचा साठा चाटून-पुसून फस्त केला. ज्या रात्री त्यांनी तंबू ठोकला नाही, त्या रात्रीच नेमका हिमवर्षाव झाला. या मुक्कामातील सर्वांत वाईट अवस्था मोहीम संपण्याच्या आदल्या दिवशी होती. ते एका कॅम्पपाशी आले होते. स्टीव्ह मला म्हणाला, ''मी त्यांचा कचऱ्याचा डबा धांडोळला आणि मला त्यात पॅनकेक सिरपची एक बाटली सापडली. त्या बाटलीच्या तळाला पॅनकेफ सिरपचा पाव इंचाचा थर होता. ते सिरप चाटण्यासाठी मी ती बाटली फोडली आणि आम्ही चौघांनी ते सिरप वाटून घेतलं.''

ही मुलं अखेरीस जेव्हा मुक्कामाला पोहोचली, तेव्हा त्यांच्यासारखीच इतर मुलं सर्व दिशांनी त्याच जागी पोहोचत होती. स्टीव्ह म्हणाला, ''टीव्हीवरील माहितीपटात मुक्कामाच्या जागी त्यांनी विविध प्रकारचं जेवण ठेवलेलं दाखवलं होतं; प्रत्यक्षात मात्र आमच्यासाठी त्यांनी फक्त चारशे चॉकलेट डोनट्स आणि दुधाचे अनेक जग्ज ह्या दोनच गोष्टी ठेवलेल्या होत्या. आम्ही अधाशासारखे खाल्ल्यावर त्यांनी आम्हाला जनावरांच्या ट्रक्समध्ये उभं करून लॅन्डरला नेलं. वाटेतल्या खडबडीत रस्त्यांवर हे ट्रक्स वर-खाली उसळ्या घेत होते. अनेक दिवसांच्या उपासानंतर अजीर्ण होईल एवढं खाल्ल्यावर प्रक्षेपणास्त्रांनी रॉकेट्स सोडावीत तशा ओकाऱ्यांच्या चिळकांड्या सुटू लागल्या.''

लॅन्डरला पोहोचेपर्यंत ही मुलं पुन्हा स्थिरस्थावर झाली होती. पण महिनाभर अंघोळ न केलेल्या आणि ओकाऱ्यांनी भरलेल्या या मुलांची अवस्था भयंकर होती. स्टीव्ह म्हणाला, ''गावातले लोक आमच्याकडे पाहून पेट्झोल्टबद्दल म्हणत होते, 'हा माणूस ह्या मुलांचं काय करतोय?'''

प्रशिक्षण संपल्यावर गोरिल आणि त्याच्या गटातल्या इतर मुलांनी लॅन्डर गावातील फ्रीमॉन्ट हॉटेलच्या तळघरात पार्टी ठेवली. तेथे एक जण पियानो वाजवत होता. मुलांनी दंगामस्ती करत एकमेकांवर केक्सची फेकाफेक केली. स्कॉटच्या एनओएलएस प्रशिक्षणाची अशी सांगता झाल्याच्या दुसऱ्याच दिवशी तो पुन्हा एकदा एनओएलएस प्रशिक्षणासाठी सज्ज झाला.

मायकेल ॲलिसन यानं १९७३मध्ये एनओएलएसच्या प्रशिक्षणासाठी नाव नोंदवलं. खूप रेंगाळलेल्या एका दुखण्यात वडिलांचे निधन झाल्यावर टेनेसी विद्यापीठातून पदवी मिळवून मायकेल आपल्या आईला सोबत म्हणून घरी परत गेला. आईची सेवा वर्षभर केल्यानंतर त्याच्या जिवाला साहसाची अनिवार ओढ वाटू लागली. 'आउटवर्ड बाउन्ड'च्या जाहिरातीकडे त्याचं लक्ष वळलं होतं. पण त्यानं एनओएलएसची जाहिरात पाहिल्यावर तो वायोमिंगला गेला.

त्यानं मला सांगितलं, ''मला अशाच बदलाची गरज होती. एनओएलएस मला अतिशय आवडलं. तिथे जाण्यापूर्वी मी मनातून दु:खिकष्टी होतो. तिथं

मला जे स्वातंत्र्य आणि मैत्री लाभली, त्यामुळे मी स्वर्गातच आहे, असं मला वाटू लागलं!'' त्यानं वायोमिंगलाच स्थलांतर केलं आणि तो वर्षभर तेथेच शिकवू लागला. वसंत ऋतूत गिर्यारोहण, उन्हाळ्यातले प्रशिक्षणाचे दोन वर्ग, शरद ऋतूतला वर्ग आणि हिवाळ्यातले एक-दोन वर्ग ह्या प्रशिक्षण वर्गांमधल्या रिकाम्या काळात तो सुतारकाम करत असे किंवा भटकंतीला बाहेर पडत असे.

''मला एनओएलएसमध्ये प्रशिक्षण द्यायला आवडत होतेच, पण त्याहूनही अधिक ओढ वाटत असे तेथील मित्रांची. त्यांच्या समवेत राहणं हा एक आगळावेगळाच आनंद होता. मनमोकळेपणा, बंधनमुक्त आयुष्य, जगभर भ्रमंती करायची संधी आणि समानधर्मीयांचा सहवास या साऱ्याची एक आगळीच नशा होती!'' मायकेल मला म्हणाला.

कोलोराडो राज्यातील फोर्ट कॉलिन्स येथे वेस्ली क्राउस लहानाचा मोठा झाला. त्यानं लहानपणी तेथे बॉयस्काउट म्हणून कॅम्पिंग केलं होतं. अमेरिकेच्या नैर्ऋत्य भागातील वाळवंटी टापूत एनओएलएसनं अगदी प्रारंभी जे प्रशिक्षण दिलं होतं, तेथे अधिक साहस अनुभवता येईल ह्या विचारानं तो तिथं दाखल झाला. महिनाभराच्या प्रशिक्षणानंतर त्याच्या प्रशिक्षकांनी त्याला गिर्यारोहणासाठी टीटॉन पर्वतावरील नियोजित स्थळी हजर राहायला सांगितलं. परंतु त्या प्रशिक्षकांना पर्वतावर अडकलेल्या कुणालातरी सोडवून आणण्यासाठी जावं लागलं. लॅन्डरला वेस पोहोचला आणि एनओएलएसमध्ये काही काम मिळतंय का, याचा शोध घेऊ लागला. पॉल पेट्झोल्ट एक ओंडक्यांचं कुटीर (लॉग केबिन) बनवून घेत होता. त्यासाठी झाडं तोडून ओंडके बनवण्याच्या कामासाठी आयडॅहो राज्यातील ड्रिग्ज येथील जंगलात वेस गेला. तो झाडं तोडून ओंडके सॉ-मिलमध्ये पोहोचवायला मदत करू लागला.

वेस मला म्हणाला, ''त्या वेळेस माझे केस चांगलेच लांब होते. गावातले एक-दोघे जण आमच्या कॅम्पवर आले आणि त्यांनी मला स्पष्टपणे सांगितलं की, त्यांना त्यांच्या पर्वतांवर कुणीही हिप्पी चालणार नाहीत!'' आपला मुद्दा अधिक स्पष्टपणे गळी उतरवण्यासाठी त्यातल्या एकानं वेसला मुष्टियुद्धासाठी आव्हान दिलं.

वेस म्हणाला, ''हा माणूस टीटॉन पर्वतातला विख्यात मुष्टियोद्धा होता, पण मी त्याचा अगदी सहजपणे पाडाव केला. ही गोष्ट इथेच थांबली असती; पण ही बातमी गावापर्यंत पोहोचली. इथल्या जंगलात एक तगडा हिप्पी मुष्टियोद्धा राहतोय, हे सर्वांच्या कानी पडलं आणि मग मला अशा अनेक सामन्यांमध्ये भाग घ्यावा लागला!''

लॅन्डरमधील एनओएलएस येथे स्कॉट फिशर हा मुष्टियोद्धा म्हणून प्रसिद्ध

होता. नव्यानं आलेल्या सर्वांशी तो मैत्रीपूर्ण खेळून नेहमीच जिंकत असे. तिथे वेसबद्दल बातमी पोहोचल्यावर लोक स्कॉट आणि वेसच्या सामान्याची वाट पाहू लागले.

''आमची पहिल्यांदा भेट झाली, तेव्हा स्कॉट हायस्कूल संपवून तिथं काही वर्षं राहत होता. दोन बैलांनी शिंगं उगारून लढत द्यावी आणि आपापलं कुरण राखण्याचा प्रयत्न करावा, तशापैकीच आमचा सामना होता! आम्ही दोघेही एकमेकांबद्दल खूप काही ऐकून होतो. आम्हाला इतक्या वेळा चुरशीचे सामने खेळावे लागले की, आम्ही अखेरीस जायबंदी होण्याच्या पंथाला लागलो!'' परंतु ते दोघे केवळ प्रतिस्पर्धी न राहता चांगले मित्र बनले. अशा चुरशीच्या कुस्त्या, जोर-बैठकांची आव्हानं आणि पर्वतावरील पाऊलवाटांवर बरोबरीनं केलेल्या मुशाफिरीदरम्यान ह्या दोघांमध्ये मैत्रीची घट्ट वीण विणली गेली. ते प्रतिस्पर्धी न राहता जिवलग मित्र बनले.

लॅन्डरमध्ये वेस फार वर्षं राहिला नाही. वॉशिंग्टन राज्यातील कॅस्केड पर्वतरांगेवर सुरू होणाऱ्या एनओएलएसच्या वायव्येकडील प्रशिक्षण केंद्राच्या स्थापनेत हातभार लावण्याची संधी त्याने घेतली. प्रशिक्षक म्हणून वेस तिथे कार्यरत झाला. वायव्येकडल्या बर्फाच्छादित ज्वालामुखी पर्वतांवर वेसनं प्रशिक्षण द्यायला सुरुवात केलेली असली, तरी स्कॉटप्रमाणेच तोसुद्धा मित्रांसमवेत गिर्यारोहण करायला नेहमीच अधीर असे. त्याच्याजवळ एक हिरव्या रंगाचा शेव्हरोले पिकअप ट्रक होता. त्याच्या मुक्कामाची व्यवस्था असणारा कॅम्पिंग ट्रेलर खेचून न्यायला तो ह्या ट्रकचा उपयोग करत असे. त्यात असलेल्या ओव्हनमध्ये तो ब्रेड भाजत असे आणि गॅस-स्टोव्हवर स्वयंपाक करत असे. ''एनओएलएसमधले पट्टीचे गिर्यारोहक जेव्हा प्रशिक्षणाच्या कामात नसत, तेव्हा गिर्यारोहणाच्या साहसी मोहिमांना बाहेर पडले की, ज्या परिसरात आम्ही स्कीइंग किंवा गिर्यारोहण करीत असू, त्या परिसरात ट्रेलरच्या आसपास तंबू ठोकत. त्यांच्यासाठी जणू ते एनओएलएसचं फिरतं मुख्यालय होतं!'' वेस सांगत होता, ''खाणं, मुक्काम किंवा मोहिमेला तयार होण्यासाठी या ट्रेलरचा वापर आम्ही करीत होतो.''

एनओएलएसमधील प्रशिक्षकांसाठी जवळचा आणखी एक अड्डा म्हणजे लॅन्डर गावाबाहेर सिंक्स कॅनियनजवळच्या एका पर्वतउताराजवळील धबधब्याजवळचा एक कॅम्प. पर्वतावरील पाऊलवाटेवरून ही जागा इतरांना दिसत नसल्याने शहरांपासून दूर खासगीत अड्डा ठोकण्याच्या दृष्टीनं ती उत्तम होती. तेथे हे मित्र अनेकदा एकत्र तळ ठोकत.

विनोदी नाटकं करणाऱ्या एका ब्रिटिश नाटक कंपनीनं मॉन्टी पायथॉननं लिहिलेल्या विनोदी प्रहसनातील सर्व पात्रांचं एकच नाव होतं - ब्रूस. स्कॉट आणि

त्याच्या मित्रांनी ह्या नाटकातील उताऱ्यांची नक्कल करता-करता एकमेकांना 'ब्रूस' अशी हाक मारायला सुरुवात केली. लवकरच तो त्यांचा परवलीचा शब्द बनला. सिंक्स कॅनियन येथील कॅम्पजवळ पाऊलवाटेनं जाताना ते 'ब्रूस' अशी एकमेकांना साद घालत असत. पर्वतांवरील जंगलांमध्ये एनओएलएसचं प्रशिक्षण देत असताना खालच्या दरीतून किंवा पर्वतमाथ्यावरून 'ब्रूस' अशी आरोळी ते ठोकत असत; प्रत्युत्तरादाखल 'ब्रूस' अशी आरोळी येतेय का, याचाही कानोसा घेत असत. ही आरोळी ऐकू येण्याच्या टप्प्यात कुणीही असलं तरी ते नक्कीच 'बूरऽस' असा प्रतिजवाब देत असत. इतर अनेक खुळांप्रमाणे हे खूळही कदाचित त्या उन्हाळ्यानंतर मावळलं असतं. परंतु लॅन्डरमधील प्रशिक्षकांच्या सभेच्या वेळेस 'ब्रूस'चे उल्लेख एनओएलएसच्या व्यवस्थापकांना वैतागवाणे वाटू लागले. त्यांनी अशा हाकांना बंदी घालण्याचा प्रयत्न केला, पण वयस्कांचा विरोध पाहून तरुणाई आणखीच चेकाळली! मज्जाव केल्यामुळे त्यांना हे नाव अधिकच प्रिय बनलं आणि ते टिकून राहिलं. अनेक दशकांनी, एनओएलएसच्या स्नेहसंमेलनाच्या वेळेस भरगच्च भरलेल्या हॉलमध्ये कुणीतरी 'बूरऽस' अशी आरोळी ठोकली की, अनेक डोकी अपेक्षेनं वळून पाहू लागत.

गिर्यारोहणातली कौशल्यं आणि गिर्यारोहणासाठीचे खास बूट यांच्या जोडीला स्कॉटनं 'ब्रूस' हा शब्दसुद्धा न्यू जर्सीतील मित्रांमध्ये लोकप्रिय केला. ह्याच नावानं हे मित्र एकमेकांना हाक मारू लागले. 'ब्रूस' हे केवळ एक टोपणनाव नव्हतं; या क्षणाचे साहस आणि साहसाच्या भविष्यातील शक्यता यांसाठी सिद्ध असणाऱ्यांना शोधून त्यांना मान्यता व प्रोत्साहन देण्याची ती रीत होती. 'ब्रूस' हे नाव मिळवण्याची क्षमता असलेले सवंगडी भेटले की, संकटावर मात करणारे हे लोक बघून स्कॉटला परमानंद होत असे! या 'ब्रूस'मधून समान आवडीची अशी काही तरुण मंडळी स्कॉटला भेटली, जे त्याचे पुढे आयुष्यभरासाठीचे निष्ठावान मित्र आणि गिर्यारोहणातले साथी झाले. त्यांनी नवी आव्हानं एकत्र पेलली, दुर्गम शिखरं सर केली, अनेकदा जबर अपयश भोगलं आणि क्वचित प्रसंगी तंटेबखेडेसुद्धा केले. भिन्नलिंगी 'ब्रूस'नी जोड्या जमवल्या, दोरानं पर्वताकडे चढता-उतरताना त्यांतील अनेकांना योग्य जोडीदारांचा साक्षात्कार झाला. आयुष्यातील मैत्र शोधण्याच्या टप्प्यावर, ह्या 'ब्रूस'नी निर्माण केलेली दुनिया हे पर्वतराजींवरील साहसी अतिरेकाचं आणि साफल्याचं मूर्त रूप होतं. पॉल पेट्झोल्टनं ह्या युवकांना आपलं क्षितिज विस्तारायचं आवाहन केलं होतं. ह्या साहसी मुलांनी ते पेललं होतं. त्यानं त्यांच्यावर अधिकाअधिक जबाबदारी सोपवून त्यांची कुवत वाढवली होती. ही मुलं इतकी तयार झाली की, त्यांनी आपले निकष नव्यानं उंचावले आणि ती पर्वतराजींवरील आयुष्यात समरस होऊन गेली.

तरतरीत, कार्यक्षम आणि अंत:प्रेरणा असलेले अनेक 'ब्रूस' शिक्षणावर आपली ऊर्जा केंद्रित करून डॉक्टर, वकील, शिक्षक, शास्त्रज्ञ आणि उद्योजक बनले. पण एनओएलएसमध्ये स्कॉटला त्याच्या गिर्यारोहणाच्या कौशल्याबद्दल आणि कुवतीबद्दल पसंतीची पावती अन् उत्तेजन लाभलं. त्यामुळे त्यानं हायस्कूल संपल्यावर कॉलेजात जाणं गरजेचं मानलं नाही. त्यानं गिर्यारोहक बनण्याचा दृढनिश्चय यापूर्वीच केलेला होता आणि त्यासाठी आवश्यक असलेलं उच्च शिक्षण - हे शब्दश: 'उच्च' शिक्षण, अधिकाधिक उंचीवर पोहोचवणारं शिक्षण - असणार होतं! हे शिक्षण देणारी प्रशाला असणार होती, जगभरातील पर्वतशिखरं!!

चार
दोरखंडाच्या वेढ्यापासून दूर

माझी खात्री आहे, तू ते करणारच!

- स्कॉट फिशर, वय वर्षं १९

इलिनॉय राज्यातील लेक ब्लफ येथील एका आरामदायी घरातील दिवाणखान्यात बसून दोन तरुण मुली एक माहितीपत्रक वाचत होत्या. १९७४च्या उन्हाळ्यात एनओएलएस घेणार असलेल्या उन्हाळी सत्राबद्दल त्यात दिलेली माहिती वाचताना काय करावं, असा प्रश्न ह्या तरुणींपुढे पडला होता. आल्टा प्राइस ही तरुणी नॉर्थ-वेस्टर्न युनिव्हर्सिटीतलं वैद्यकीय प्रशिक्षणाचं दुसरं वर्षं पूर्ण करत होती. तिची धाकटी बहीण जीनी ही नॉर्थवेस्टर्नला पहिल्या वर्षाची विद्यार्थिनी होती. वडील डॉक्टर असल्यामुळे तिच्या निर्णयावर त्यांचा प्रभाव पडल्याने तिचीसुद्धा वैद्यकीय शिक्षण घ्यायची इच्छा होती. आल्टाला येत्या उन्हाळ्यात अभ्यासातून सोडवणूक हवी होती. त्या दृष्टीनं एनओएलएसबद्दल दिलेली माहिती आकर्षक वाटेल अशीच होती. तिनं एनओएलएसचं माहितीपत्रक जीनीला दाखवलं आणि दोघींनी तिथे गेलो तर किती मजा येईल, असं सुचवलं.

ह्या दोघी बहिणींनी यापूर्वीसुद्धा अशी साहसं एकत्रितपणे केली होती. अनेक वर्षांपूर्वी आल्टाला विमान चालवायला शिकण्याची इच्छा झाल्याने तिनं स्थानिक विमानतळावरील फ्लाइंग-क्लबमधून उड्डाणाचे धडे घ्यायला सुरुवात केली होती. तिनं जीनीलासुद्धा विमानोड्डाण शिकायला उत्तेजन दिलं. जीनी त्या वेळेस फक्त पंधरा वर्षांची होती आणि पिवी व जिम नावाच्या प्रशिक्षकांना भेटून तिलासुद्धा शिकवण्याची विनंती करायला तिला संकोच वाटत होता. आल्टानं यातून मार्ग काढला. तिनं जीनीच्या प्रशिक्षणाची वेळ ठरवून घेतली आणि जीनीला सांगितलं की, ती गैरहजर राहणार असेल तर तिनं फोन करून प्रशिक्षकांना तसं सांगावं. हा फोन करण्याऐवजी प्रशिक्षणासाठी जाणं, हा जीनीला अधिक सोपा पर्याय वाटला.

हलक्या वजनाच्या, लहानशा विमानाच्या कॉकपिटमध्ये बसून अंतराळात

झेपावणं जीनीला अतिशय आवडू लागलं. ती आत्मविश्वासानं विमान चालवत असे. असंख्य बटणं आणि तबकड्या, विमानोड्डाण करण्यापूर्वी खातरजमा करायच्या गोष्टींची प्रचंड जंत्री पाहून ती अजिबात डगमगत नसे. ह्या सर्व गोष्टी आणि प्रशिक्षकांचं स्नेहाचं वर्तन यामुळे ती नवनव्या गोष्टी चटाचट आत्मसात करत गेली. इंजीन चालू करून थ्रॉटल[१] शक्य तेवढं पुढे ढकलल्यावर विमान धावपट्टीवर जो प्रचंड वेग घेत असे आणि वेगवेगळी बटणं दाबल्यावर अंतराळात झेप घेत असे, हे पाहून ती विस्मयचकित होत असे. जमिनीवर उतरेपर्यंत हे विमान पूर्णपणे ताब्यात असल्याचा थरारक अनुभव तिला अत्यंत प्रिय वाटत असे. जमिनीचा लहान-लहान होत जाणारा ठिपका आणि साद घालणारं खुलं आकाश तिला भुरळ पाडत असे.

हायस्कूलमधून बाहेर पडण्यापूर्वीच जीनीला तिचा वैमानिकाचा परवाना मिळाला. तिने नियमितपणे उड्डाण करून नोंदवहीत उड्डाणाच्या तासांची संख्या वाढवतच नेली. इतर प्राइस कुटुंबीयांनासुद्धा विमान चालवण्याची ओढ वाटू लागली. तिच्या बहिणी आल्टा आणि वेदा यांनासुद्धा वैमानिक-परवाने मिळाले. त्यानंतर काही दिवसांतच तिच्या आई-वडिलांनीसुद्धा जेव्हा वैमानिक-परवाने मिळवले, तेव्हा त्यांचे प्रशिक्षक त्यांना 'हाय-प्राइसेस' (उंचावरले प्राइस कुटुंबीय) म्हणून संबोधू लागले.

जीनी आणि आल्टानं त्यांच्या आई-वडिलांजवळ महिनाभरासाठी एनओएलएसचं प्रशिक्षण घेण्याची इच्छा प्रदर्शित केली. त्यांचे वडील डॉक्टर प्राइस यांनी त्यांची फी आणि जाण्या-येण्याचा खर्च यांसाठी पैसे द्यायचं कबूल केलं. परत आल्यावर मग घराला रंग लावून देण्याचं काम करायचं मुलींनी वडिलांना वचन दिलं. त्यांनी लॅन्डरमधील एनओएलएसला अर्ज पाठवून त्यांच्या जंगलातील प्रशिक्षणासाठी दाखल होण्याची इच्छा व्यक्त केली. पण ह्या कोर्ससाठी पुरेशा जागा शिल्लक नव्हत्या. त्यामुळे फक्त आल्टाला जंगलातील प्रशिक्षणासाठी प्रवेश मिळाला, तर जीनीला गिर्यारोहणाच्या प्रशिक्षणासाठी पाठवण्यात आलं.

लॅन्डरमध्ये येऊन पोहोचल्यावर जीनी तिच्या गटातील इतर चौघांना भेटली आणि हे सारे जण एनओएलएसच्या लम्बरयार्ड कार्यालयात कपडे, शिधा आणि इतर सामान गोळा करण्यासाठी पोहोचले. डोंगरातील पाऊलवाटेपर्यंत जाण्यासाठी ते एका उघड्या ट्रकमध्ये बसले आणि विन्डरिव्हर पर्वतावर गिर्यारोहण करू लागले. जिम हॅमिल्टन हा अत्यंत अनुभवी कर्मचारी जीनीच्या गिर्यारोहण गटाचा नेता होता, तर प्रशिक्षक होता स्कॉट फिशर. एनओएलएससाठी काम करण्याची ही त्याची पाचवी उन्हाळी सुट्टी होती.

---

१ इंजिनातले पेट्रोल नियंत्रक

एनओएलएसच्या प्रारंभीच्या काळात, प्रशिक्षकाच्या वैयक्तिक आवडीनुसार त्या कोर्सची रूपरेषा ठरत असे. जर प्रशिक्षकाला ओढ्यात गळ टाकून मासे पकडायला आवडत असलं, तर विद्यार्थी तासन्तास गळ टाकून बसत. जर प्रशिक्षकाला पाठीवर बॅकपॅक घेऊन पर्वतावर दूरदूरची भटकंती करायला आवडत असलं, तर विद्यार्थी तसं करत. जिमला ह्या दोन्ही गोष्टी आवडत होत्या; परंतु स्कॉटला मासे पकडण्यापेक्षा गिर्यारोहण अधिक प्रिय होतं. त्यामुळे जीनी आणि तिच्या गटातली इतर मुलं दोराच्या साह्यानं गिर्यारोहण शिकून नवनवी शिखरं चढून जाऊ लागली.

रात्र पडली की, हा गट तंबू ठोकून जेवण बनवत असे. कधीकधी ते शेकोटीभोवती गप्पा मारत बसत. आपण नुकताच हायस्कूलचा अभ्यासक्रम संपवल्याचं स्कॉटनं जीनीला आणि गटातील इतरांना सांगितलं. सोनेरी, वाटोळ्या फ्रेमचा चश्मा घातलेला स्कॉट त्या चश्म्यात जॉन डेन्व्हर ह्या गायकासारखा दिसतो, असं गटातील विद्यार्थी म्हणत होते. उन्हाळ्यात आपण एनओएलएसमध्ये प्रशिक्षक म्हणून काम करू व हिवाळ्यात कदाचित कोलोराडोमधील कॉलेजात दाखल होऊ, असा आपला बेत तो इतरांना सांगत होता. न्यू जर्सीच्या हायस्कूलमधील एका मुलीशी आपली अजूनही खास जवळीक आहे, हे स्कॉटनं खुलेपणाने सांगितल्यावर जीनीनं मनाशी खूणगाठ बांधली की, त्या दोघांमधल्या प्राथमिक आकर्षणातून पुढे फारसं काही निष्पन्न होणार नाही.

जीनीनं मला अलीकडेच सांगितलं, ''या मुद्द्यावर आमचं एकमत झाल्यामुळे आमच्यात खास असं नातं निर्माण होणं शक्य नव्हतं. असं असूनही मी त्याला विचारलं की, प्रशिक्षक आणि विद्यार्थ्यांमधील जवळीकीबद्दल एनओएलएसचं काय धोरण आहे? त्यानं उत्तर दिलं की, त्यांचा याला सक्त विरोध आहे.''

असं असूनही जीनी आणि स्कॉट यांना परस्परांबद्दल आकर्षण वाटतच होतं. स्कॉट हा एक देखणा गिर्यारोहक होता. हायस्कूल संपवून स्वच्छंदपणे स्वतःच्या शैलीत गिर्यारोहण करणारा स्वयंपूर्ण तरुण. याउलट जीनी एक हसरी, अत्यंत चैतन्यमय आणि नियमबद्ध आयुष्य जगणारी मुलगी. ती डॉक्टर बनू इच्छित होती आणि तिनं वैमानिक-परवाना मिळवला होता. स्कॉटचं स्मित लाजरंबुजरं होतं आणि मनातलं बोलताना तो अडखळत असे. त्याउलट ती मनमोकळी आणि चतुर होती. त्यांची एकमेकांना साहजिकच भुरळ पडली आणि तिचं एनओएलएसचं प्रशिक्षण पुरं झाल्यानंतर जेव्हा स्कॉटनं तिला त्याच्यासमवेत वायोमिंगमध्ये काही दिवस राहण्याचं आमंत्रण दिलं, तेव्हा तिनं त्याला मान्यता दिली.

लॅन्डरमध्ये स्कॉट त्याचा ट्रक चालवत असे, तेव्हा जीनी त्याच्याजवळ बसलेली असे. एनओएलएसला भेट देणाऱ्या स्विस गिर्यारोहकांबरोबर स्कॉट जेव्हा

सिंक्स कॅनियन चढून गेला, तेव्हा जीनीसुद्धा त्याच्याबरोबर तेथे गेली. सुटीच्या दिवशी स्कॉट जिम हॅमिल्टनबरोबर विन्डरिव्हर पर्वतावर गिर्यारोहणासाठी गेला. 'सिर्क ऑफ टॉवर्स' नावाच्या ग्रॅनाइट व बर्फाने झळाळणाऱ्या रमणीय परिसरातील 'वॉर बॉनेट' नावाचं शिखर तो चढून गेला. तेव्हा आपलं बॅकपॅक घेतलेली जीनीही त्याच्याबरोबर होती. स्कॉटनं पर्वतशिखरावरील नोंदवहीत आपलं नाव केवळ 'स्कॉट' असंच लिहिलं. तो जीनीला म्हणाला की, एक दिवस असा उजाडेल की, त्याच्या पहिल्या नावाखेरीज अन्य काही त्या नावापुढे लिहिण्याची गरजच उरणार नाही. जग त्याला केवळ त्याच नावानं ओळखू लागेल.

स्कॉटनं जीनीला त्याचं पर्वतांबद्दलचं वेड आणि गिर्यारोहणाच्या साहसाबद्दलचा निर्धार यांची पूर्ण कल्पना दिली. त्यानं हेही स्पष्ट केलं की, तो जरी कॉलेजला जाण्याबद्दल बोलला असला, तरी ते त्याच्या स्वप्नांच्या आड आल्यास तो कॉलेजला जाणार नव्हता. सर्वोत्कृष्ट गिर्यारोहक बनून अधिकाधिक अवघड शिखरं चढत राहणं - इतकी की, परतीची वाटच उरू नये, हे त्याचं जीवनध्येय होतं.

शाळेतून बाहेर पडल्यावर पहिलं वर्ष जसं असतं तसंच आयुष्य असतं, असं वाटणाऱ्या तरुण मुलांचे आयुष्याबद्दलचे जे बेत असतात, तसेच काहीसं हे ध्येय होतं. जीनीच्या बाबतीत कॉलेजची पहिली डिग्री मिळवून डॉक्टर बनणं, इंटर्नशिप पूर्ण करणं आणि त्यानंतर रेसिडन्सी करणं, हे ध्येय ठरल्यासारखंच होतं.

स्कॉटला मात्र दिसू लागलं होतं की, पूर्णवेळ गिर्यारोहण करायचं असेल, तर पैसे कमावण्याचा मार्ग शोधणं भाग आहे. तरीसुद्धा आपण आपलं ध्येय पूर्ण करून सर्वोत्कृष्ट गिर्यारोहक बनू, याबद्दल त्याला अजिबात संदेह वाटत नव्हता. उन्हाळ्यात तो एनओएलएसमध्ये प्रशिक्षण देत असल्यामुळे पैशांची चिंता नव्हती. सप्टेंबर उजाडून एनओएलएसमधील गर्दी कमी झाल्यावरच खरा प्रश्न उभा राहिला. येत्या वसंत ऋतूपर्यंत एनओएलएसमधून फारशी आमदनी होणार नाही, हे स्पष्ट झाल्यावरच त्याला निर्णय घेणं भाग पडलं.

जीनी आणि आल्टा यांनी परत गेल्यावर वडिलांना कबूल केलं होतं त्याप्रमाणे घर रंगवून दिलं. त्यासाठी एनओएलएसमधील कमरेला दोर गुंडाळून पर्वत चढण्याचं प्रशिक्षण उपयुक्त ठरलं आणि त्यांनी घराचा तिसरा मजलासुद्धा सहजपणे रंगवला.

उन्हाळा संपल्यावर स्कॉट लिफ्ट घेत-घेत न्यू जर्सीला मोफत परत आला, तो आईच्या वाढदिवसाला आणि बहीण ऱ्होंडाच्या लग्नाला हजर राहून त्यांना आश्चर्याचा धक्का देण्यासाठीच! त्यानं त्याच्या हायस्कूलच्या मित्रांबरोबर वेळ घालवला आणि त्यांच्यापैकी जे कॉलेजात जाणार होते, त्यांना निरोप दिला. त्याच्या आई-वडिलांनी त्याला पुढील बेत सांगण्याचा तगादाच लावला, तेव्हा त्याला कॉलेजात जायची इच्छा नाही, असं त्यानं सांगितलं.

''त्यानं कॉलेजात जावं म्हणून आम्ही त्याचं मन वळवायचा प्रयत्न केला. पण त्याला त्यात रसच नव्हता.'' स्कॉटचे वडील जीन आठवणी सांगताना म्हणाले. स्कॉट एखाद-दुसऱ्या अभ्यासक्रमाला नाव नोंदवेल अशा आशेने, स्कॉटचे वडील त्याच्याबरोबर त्यांच्या घराजवळच्या कम्युनिटी कॉलेजमध्ये गेले. स्कॉटच्या आधी येऊन पोहोचलेल्या मुलांची तिथे मोठी रांग लागलेली होती. स्कॉट काही मिनिटं थांबला आणि मग त्याच्या वडिलांकडे वळून म्हणाला, ''हे फारच झालं! मी ह्या रांगेत अजिबात उभा राहणार नाही!'' असं म्हणून तो दाराबाहेर पडला आणि बाहेर उघड्यावर येऊन त्यानं एक मोकळा श्वास घेतला.

जीन यांनी मला सांगितलं, ''स्कॉटच्या कॉलेजशिक्षणाची ही समाप्ती होती!''

त्या नोंदणी इमारतीच्या बाहेरची खुली हवा म्हणजे जणू स्कॉटसाठी खुलं निमंत्रण होतं. रस्त्यावर उभे राहून अंगठा जमिनीच्या दिशेने फिरवत गाडीवाल्यांकडून लिफ्ट मागत, गाडीत जागा देणाऱ्या अनोळखी लोकांशी गप्पागोष्टी करत तो अमेरिकेच्या वैविध्याचं सौंदर्य पाहत शेवटी ब्रिटिश कोलंबिया ह्या कॅनडातील पॅसिफिक समुद्रावरच्या पश्चिमेकडल्या राज्यात पोहोचला. तिथे त्याची हायस्कूलमधली मैत्रीण नातेवाइकांना भेटायला आलेली होती. तिथे तो काही आठवडे राहिला. त्यानं व्हॅन्कुव्हर बेटांमध्ये छोटी होडी चालवत मासे पकडले. त्यानंतर तो पुन्हा मिळेल त्या गाडीत लिफ्ट घेत करत लॅन्डरला पोहोचला. तिथल्या पर्वतांचं आकर्षण आणि तिथे हिवाळ्यात राहत असलेल्या मित्रांच्या सहवासाची ओढ त्याला वायोमिंग राज्यात घेऊन गेली. तिथे गेल्यावर गिर्यारोहणासाठी काहीतरी मार्ग सापडेल, असं स्कॉटला वाटत होतं आणि कोणत्याही परिस्थितीत, सपाट न्यू जर्सीपेक्षा पर्वतमय वायोमिंगमध्ये राहणं अधिक श्रेयस्करच असणार होतं.

जीनीसुद्धा बेचैन होती. नॉर्थवेस्टर्न युनिव्हर्सिटीत दुसऱ्या वर्षाचा अभ्यासक्रम पुरा करताना तिला जाणीव होऊ लागली होती की, डॉक्टर बनण्यासाठी तिच्यात आवश्यक तेवढी कुवत नाही आणि तिचा त्यातील रस कमी होऊ लागला होता. देशभर भ्रमंती करणारा स्कॉट तिला पत्रं पाठवत होता. रात्री फोनचे दर कमी असताना तो तिला वाटेतील टेलिफोन बूथमधून फोन करत असे. तो त्याच्या प्रवासाबद्दल, त्याच्या वाचनात आलेल्या पुस्तकांबद्दल आणि भावी योजनांबद्दल सांगत असे. ''एका वृद्ध माणसानं मला राइड दिली. तो कफल्लक होता, म्हणून मी त्याला मदत केली. त्यानं मला एक काऊबॉय हॅट दिलीय. पण ती घालून मी काही जॉन डेन्व्हरसारखा दिसत नाही.''

त्यानं जीनीला बौद्ध धर्मात वर्णन केलेल्या ध्यानाबद्दलचं आणि आत्मपरीक्षणाबद्दलचं एक पुस्तक पाठवलं. उन्हाळ्यात त्याच्याबरोबर सिंक्स कॅनियन चढून जाणारे स्विस गिर्यारोहक अजूनही वायोमिंगमध्ये आहेत आणि

तो त्यांच्याबरोबर विन्डरिव्हर पर्वतांवर गिर्यारोहण करतोय, असंही त्यानं जीनीला कळवलं. ''ते फक्त जर्मन बोलू शकतात आणि मला जर्मन समजत नाही. त्यामुळे ते बोलत असले की, मी फक्त हसून 'हो'-'हो' म्हणतो.'' असं स्कॉटनं जीनीला सांगितलं.

गिर्यारोहणासाठीचा वेळ कमी न करता पैसा कसा मिळवायचा, याचा त्याला नेहमीच पेच पडलेला असे. आपलं हे वैफल्य कधीकधी तो जीनीजवळ उघड करत असे. पर्वत चढताना खाली गडगडत येण्याचीसुद्धा शक्यता असते, याची त्याला नव्यानं जाणीव होऊ लागली होती. काही वर्षांपूर्वी तो असा गडगडत खाली आलेला असताना त्याच्या पार्श्वभागाचं हाड मोडलं होतं आणि त्यावर शस्त्रक्रिया करावी लागली होती. त्या जखमेचा व्रण आता आतून भळभळू लागला होता. त्यावर उपचार करण्यासाठी आणखी शस्त्रक्रियेची गरज भासेल, असं लॅन्डरमधील डॉक्टरनं स्कॉटला सांगितलं होतं.

स्कॉटनं याबद्दल जीनीला कळवताना लिहिलं होतं, 'हे ऐकून मी म्हणालो, फिशर, याला उत्तर म्हणून गिर्यारोहण करायलाच हवंस!' जीनीला हे लिहिताना तो स्वत:चा असा उल्लेख करीत होता जसा एखाद्या तिसऱ्याच माणसाविषयी तो लिहितोय आणि त्याच्या आयुष्यात काय होतंय याकडे दुरून बघतोय! 'मी योसेमिटीला निघालोय. माझ्याबरोबर जिम आहे. आम्ही खूपच मजा करू, अशी माझी खात्री आहे.'

त्याला गिर्यारोहणाची इतकी अतीव ओढ वाटत होती की, अर्थार्जन किंवा दुखणं यांचा विचार बाजूला करून त्यानं गिर्यारोहणासाठी कूच केलं!

अनेक आठवड्यांनंतर योसेमिटीतल्या सूर्यप्रकाशानं न्हाऊन निघालेल्या खोऱ्यात तो सिकोयाच्या झाडाखाली बसून वाइन पीत होता आणि चीज खाता-खाता ह्या दोघा गिर्यारोहकांशी गप्पा मारायला थांबणाऱ्या प्रवाशांबरोबर बातचीत करत होता. तो आणि जिम ग्रॅनाइटच्या उंच, उभ्या कड्याच्या पायथ्याशी बसलेले असताना त्यानं जीनीला एक पोस्टकार्ड लिहिलं. प्रस्तरारोहण करणाऱ्यांची काशी समजल्या जाणाऱ्या या सुळक्याला प्रथमच भेट देताना मनात आलेले विचार लिहिताना त्याने म्हटलं, 'योसेमिटी हा माझ्या अपेक्षेप्रमाणेच भन्नाट आहे...' आणि मग त्या प्रचंड ग्रॅनाइटच्या सुळक्यांवरील चढाईचे तांत्रिक पैलू त्याने जिनीच्या पत्रात बारकाईने लिहिले. साधारण १२० फूट लांबीच्या दोर म्हणजे एक 'पिच' समजले जाते. आणि पिचच्या आकड्यावर असे कडे चढण्यातलं कौशल्य ठरवतात; पाच पिचहून जास्त उंचीचा कडा चढणं अगदी नवशिक्यांना जमत नाही आणि ५.६ पिच उंचीचा कडा चढणं हे बऱ्यापैकी आव्हानात्मक असतं. त्याहून अधिक उंचीचे कडे हे तरुण गिर्यारोहकांच्या दृष्टीनं चांगलं आव्हान गणलं जातं, अशी माहिती

देताना त्यानं पुढं लिहिलं होतं, 'योसेमिटी माझ्या अपेक्षेएवढीच रम्य आहे. आम्ही ५.६ आणि ५.७ पिच उंचीचं गिर्यारोहण केलं.'

स्कॉट पुन्हा लॅन्डरला परतला, तेव्हा चरितार्थ चालवण्यासाठी काय करायचं याबद्दल त्याला नव्यानं काहीही सुचलेलं नव्हतं. 'अजून माझी जखम ठणकतेय, पण तूर्त मी त्याच्याकडे लक्ष देणार नाहीय.' त्यानं जीनीला लिहिलं होतं. थँक्सगिव्हिंगसाठी तो न्यू जर्सीला गेला आणि त्याच्या वडिलांच्या नेहमीच्या डॉक्टरांकडून त्याने तपासणी करून घेतली. ताबडतोब शस्त्रक्रिया करणं आवश्यक नाही, असं त्यांनी सांगितलं. स्कॉटनं जीनीला कळवलं, 'हे ऐकून बरं वाटलं. त्या दुखापतीच्या बऱ्यासाठी मी विशेष व्यायाम करतोय. त्यामुळे मी तसा बरा आहे.'

परंतु आर्थिकदृष्ट्या मात्र त्याची परिस्थिती बिकट होती. उन्हाळ्यात त्यानं शिल्लक टाकलेले पैसे हेमंतातील त्याच्या हिवाळी भटकंतीत खर्च होऊन गेले होते. आर्थिक भविष्य अंधकारमय होतं. ''इथे येण्यापूर्वीच्या भ्रमंतीत सारी शिल्लक संपून गेली. त्यामुळे माझ्या भविष्याबाबतच्या योजना अनिश्चितच आहेत. कदाचित व्हेनेझुएलाजवळच्या बोटीवर मला काम मिळू शकेल, कदाचित मिळणारही नाही. मला पुन्हा पश्चिमेकडे जावंसं वाटतंय. सोमवारी मला बोटीवरील कामाबद्दल निश्चित काय ते कळेल. मी एनओएलएसमध्येसुद्धा काम मिळवायचा प्रयत्न करणार आहे. पण कशातच यश आलं नाही, तर मला इथेच काम करणं भाग पडणार आहे आणि ते मला अजिबात नकोय.' स्कॉटनं जीनीला लिहिलं होतं.

स्विस गिर्यारोहकांनी स्कॉटला आल्प्समधील गिर्यारोहणासाठी आमंत्रण दिलं होतं. त्याला थोडे पैसे वाचवता आले, तर पुढल्या वर्षी ते त्याला शक्य होईल, असं त्याला वाटत होतं. पण सध्या त्याला उपजीविकेसाठी पैसा मिळवणं भाग होतं. त्याचा मित्र ग्रेग मार्टिन ज्या रेस्टॉरन्टमध्ये स्वयंपाकाची जबाबदारी संभाळत होता, तिथं स्कॉटनं नोकरी धरली. त्यानं जीनीला लिहिलं, 'बोटीवरील नोकरी मिळण्याची अजूनही शक्यता आहे. भूकंपमापनाची सोय असलेली ही बोट पेट्रोलियमचा शोध घेते. ती एका महिन्यासाठी बंदरात असणार आहे, तोवर मी इथली नोकरी करणार आहे. हे एक आलिशान रेस्टॉरन्ट आहे आणि इथं मी व ग्रेग धमाल करत असतो.'

स्कॉटचा तो सुप्रसिद्ध ट्रक आता इतक्या वाईट अवस्थेत होता की, त्याला पुन्हा परवाना मिळणं अशक्य असल्यानं त्यानं तो आई-वडिलांच्या घराच्या पोहोर्चमध्ये नुसता उभा करून ठेवलेला होता. एकांतात दडी मारून बसण्यासाठी स्कॉट त्याचा उपयोग करत असे. स्कॉटनं जीनीला लिहिलं, 'मी नुसता बसून आहे. सारं काही शुभ घडणार आहे, असं बुद्ध सांगतात. पण मला त्या तत्त्वज्ञानात खूपच त्रुटी दिसतायत.'

रिकाम्या खिशांनी मोडक्या ट्रकमध्ये सपाट जमिनीवर बसलेला स्कॉट त्याच्या

इच्छित स्थळापासून शेकडो मैल दूर होता. त्याला गिर्यारोहण करण्याची तीव्र इच्छा होती; नव्हे, ती त्याची गरज होती. पण शिखराकडे जाणारा रस्ता स्वच्छपणे दिसत नव्हता. जरी हिवाळी सत्रात एनओएलएसमध्ये शिकवता यावं यासाठी त्याचे प्रयत्न चालू होते आणि व्हेनेझुएलातील बोटीवर नोकरी मिळेल ही आशा त्यानं अजूनही सोडली नव्हती, तरी त्यांच्याकडून अजून काहीही उत्तर नाही याचा अर्थ परिस्थिती फारशी आशादायक नव्हती. त्याच्या मोडकळीला आलेल्या ट्रकप्रमाणेच त्याचा भविष्यकाळ ठप्प झालाय, असं त्याला वाटत होतं.

न्यू जर्सीत स्कॉट नाताळपर्यंत कसाबसा टिकला. त्यानंतर तो गाड्यांना लिफ्ट मागत पुन्हा लॅन्डरला पोहोचला. वाटेतल्या टेलिफोन बूथमधून तो जीनीला फोन करत होता. जीनीजवळसुद्धा त्याला सांगण्यासारख्या भरपूर बातम्या होत्या. ती हिवाळी सत्रानंतर कॉलेज सोडणार होती. भविष्यकाळात ती पदवी अभ्यासक्रम पूर्ण करणार असली, तरी सध्या कोणता विषय निवडावा, याबद्दल तिच्या मनात संदेह असताना वडिलांना एखाद्या अभ्यासक्रमाची फी भरायला सांगण्याची तिची इच्छा नव्हती. परंतु एक गोष्ट मात्र तिनं निश्चितपणे ठरवली होती; तिला डॉक्टर बनायचं नव्हतं!

स्कॉटनं तिला उत्तरादाखल लिहिलं, 'माझ्या डोक्यात इतके अगणित विचार थैमान घालताहेत.... पण मी स्वत:ला प्रश्न विचारतो तो हाच की, मी काय करावं? माणसानं स्वत:पुढे कोणतं तरी उद्दिष्ट ठेवायलाच हवं, मग ते नजीकच्या काळातलं असो किंवा दूरच्या भविष्यकाळातलं असो. तूसुद्धा उद्दिष्टाबाबत विचार करावास, असं मला वाटतं. मी तुझ्यावर टीका करत नाहीय; मी तुला फक्त उद्दिष्टाबाबत विचार करायला सांगतोय. अर्थातच माझ्या तोंडी हे शब्द शोभत नाहीयेत ना?'

वायोमिंगमध्ये पोहोचल्यावर स्कॉटला सुटल्यासारखं वाटलं. तो पुन्हा रस्त्यावर उभा राहून अंगठा दाखवत कॅस्परच्या परिसरातील पेट्रोलच्या खाणीपर्यंत गेला. परंतु तिथे पोहोचल्यानंतर त्याला कळलं की, त्यानं जे ऐकलं होतं त्याप्रमाणे तेथील पेट्रोलियम कंपनी प्रत्यक्षात मात्र नोकरभरती करीत नव्हती. जवळचे सारे पैसे संपल्यामुळे स्कॉटनं जेफ्री सिटीजवळील युरेनियमच्या खाणीत नोकरी धरली. लॅन्डरपासून ही जागा तासाच्या अंतरावर होती. नाइलाजास्तव त्याला ही नोकरी पत्करावी लागली होती. उन्हाळ्याच्या महिन्यांमध्ये त्यानं किंवा त्याच्या मित्रांनी अशी नोकरी कधीच स्वीकारली नसती! सारे प्रयत्न निष्फळ ठरल्यावर तुम्ही युरेनियमच्या खाणीत कधीही काम करू शकता, अशा अर्थाचा एक क्रूर विनोद आहे. स्कॉटच्या बाबतीत तसेच घडत होते. स्कॉट त्या खाणीतील धातुयुक्त माती वाहून नेणाऱ्या गाड्यांचा मोटरमन म्हणून काम करत होता. 'मी हे काम कशासाठी करतोय? आणि माझ्या आयुष्यातील उद्दिष्टांचे काय?' असे त्याला प्रश्न

पडत असत. ह्या प्रश्नांची उत्तरं तो स्वत:च देत असे. 'हे काम करून मी खूप पैसे मिळवीन आणि त्यायोगे मला खूप गिर्यारोहण करता येईल. थोड्या दिवसांचाच तर प्रश्न आहे.... मी रेटून नेईन!'

आणि खरोखर तो टिकून राहिला; काही काळासाठी. उत्तुंग पर्वतशिखरांची व त्यावरील मोकळ्या वाऱ्याची आस लागलेला तो, भूस्तराखालच्या खाणीत जेवढा काळ टिकून राहील तेवढाच काळ टिकला! चढाई करण्याच्या त्याच्या नैसर्गिक प्रवृत्तीच्या नेमक्या विरुद्ध असलेल्या, जमिनीखाली गाडून घेण्याच्या या कामात त्याचा जीव घुसमटत होता. त्यानं त्या खाणीत कसेबसे पाच आठवडे रेटले आणि त्यानंतर तेथून पळ काढला. या वेळेस तो त्याचा मित्र रॅन्डी सर्फ याच्याबरोबर, झायन नॅशनल पार्कमध्ये पोहोचला.

खाणींच्या काळ्याकुट्ट विवराच्या तुलनेत स्कॉटला झायन पार्क स्वर्गासारखा भासला. वाळवंटातील वसंत ऋतूच्या उबदार सूर्यकिरणांत न्हाऊन निघालेला झायन पार्क मनोहारी वाटत होता. ह्या पार्कमध्ये वालुकामय दगडाचे असंख्य सुळके आणि भिंतीसारखे कडे पायथ्यापासून आकाशात हजारो फूट उंच झेपावलेले होते. ह्या कड्यांवरील खाचांमध्ये पाय रुतवून वर चढण्याचे मार्ग १९७०च्या दशकात गिर्यारोहकांना नुकतेच सापडू लागले होते. स्कॉट आणि रॅन्डीनं सुरुवातीलाच मोठं आव्हान पेललं. झायन पार्कमधील जेकब नावाचा उंच झुळका चढायचं त्यांनी ठरवलं. स्कॉटनं ह्या साहसाचं वर्णन करताना म्हटलं, ''तेथे फक्त तुम्ही आणि तुमच्या पुढ्यात ही प्रचंड उंचीची उभी भिंत असते. एकदा चढायला सुरुवात केली की, ती पूर्ण भिंत चढून जाण्याखेरीज तुमच्यापुढे दुसरा पर्याय नसतो. फक्त माथा गाठणं, हाच एक पर्याय शिल्लक असतो!''

तो उभा कडा चढून जाण्यासाठी हे दोघं तीन दिवस धडपडत होते. दगडांतल्या भेगांमध्ये बोटं रुतवून ते आधार घेत होते आणि खाचांमध्ये पाय रुतवून जोर करत होते. बारीकसा आधार सापडला तरी ते त्यांच्या लवचीक, पातळ बुटांच्या साह्यानं त्याचा उपयोग करून घेत होते. जवळचे हूक फटींमध्ये घट्ट रोवून ते त्यात दोर अडकवून आधार घेत होते. एकाचा पाय घसरला, तर दोरांच्या आधारे दुसरा त्याला वर खेचून घेत होता. बोटांवर चुनखडीचा लेप चढवल्यामुळे त्यांना वालुकामय दगड पकडणं शक्य होत होतं. हात रक्तबंबाळ झाले की, खरचटलेल्या बोटांभोवती ते पांढऱ्या पट्ट्या गुंडाळून चढणं चालूच ठेवत.

एकाग्र चित्त करून प्रत्येक हालचाल अत्यंत लक्षपूर्वक करीत, वर निघालेल्या प्रत्येक पावलाकडे अवधान देत, पुढे सरकत असताना उन्हात तासन्तास भाजून निघत होते. खाली दूरवर झायन पार्कचं मनोहारी दृश्य दिसत होतं. रात्रीच्या वेळेस एखाद्या कपारीवर जागा शोधून ते उघड्या आकाशाखाली आपल्या स्लीपिंग बॅगा

पसरत असत. स्वच्छ, वाळवंटी आकाशातले तारे आभाळात चमचमत असत. जुनी आठवण सांगताना रॅन्डी मला म्हणाला, ''आम्हाला योगयोगानंच नवा रस्ता सापडला. सुरुवात तर आम्ही रूढ मार्गानंच केली होती, पण त्यानंतर आम्ही वेगळाच रस्ता धरला आणि तो चांगलाच अवघड निघाला. वाटेत आमच्याजवळचं सारं पाणी संपून गेलं आणि आम्ही तहानेनं व्याकूळ झालो.'' झायन पार्कमधील गिर्यारोहणाबद्दलच्या मार्गदर्शिकेत 'आफ्टरनून स्ट्रोल' ह्या मार्गानं एप्रिल १९७५मध्ये सर्वांत आधी रॅन्डी सर्फ आणि स्कॉट फिशर चढून गेले, अशी नोंद आहे. हे ५.९ 'पिच' एवढं अवघड असल्याची नोंद आहे. स्कॉटच्या नावावरची ही पहिली नोंद आहे.

झायन पार्कमधून हे दोघे योसेमिटीत आणखी गिर्यारोहणासाठी गेले. त्यानंतर ते पुन्हा युटा राज्यात परत आले आणि तराफ्याद्वारे वेगात खाली उतरणाऱ्या विद्यार्थ्यांना मदत करण्याची नोकरी करू लागले. स्कॉटनं जीनीला पत्रात लिहिलं, 'मी नदीतून तराफ्यावर तरंगत गेलो आणि मोठ्या खिंडींच्या भिंती चढायला ह्या विद्यार्थ्यांना शिकवलं. त्यासाठी मला दोनशे डॉलर्स मिळाले. खूप मजा आली. आता पुरेसे तास सराव करून आम्ही नावाड्याचा परवाना मिळवणार आहोत.'

हे छानच झालं. रॅन्डी आणि स्कॉट जेव्हा वायोमिंगला परत येत होते, तेव्हा स्कॉटच्या खिशात नावाड्याचा परवाना आणि करकरीत डॉलर्स खुळखुळत होते. त्या परवान्यावरच्या त्याच्या फोटोत त्याचा रंग उन्हानं भरपूर रापलेला अन् त्याच्या मानेचे व खांद्याचे स्नायू मात्र पीळदार दिसत होते. त्याच्या चेहऱ्यावर आत्मविश्वासपूर्ण हास्य झळकत होतं. आनंदात उपजीविका करायची गुरुकिल्ली सापडलेल्या माणसाचं ते हास्य होतं. निदान काही आठवड्यांसाठी तरी ते स्कॉटला साध्य झालेलं होतं.

एनओएलएसचं उन्हाळी सत्र सुरू होऊन पुन्हा नोकरी मिळेपर्यंतच्या काळात लॅन्डरमधील नोबल बारमध्ये स्कॉट काम करू लागला. स्कॉट एका जागी काही महिने असल्याचा फायदा घेऊन त्याचे वडील जीन फिशर त्याला भेटायला लॅन्डर येथे आले. स्कॉटनं त्यांना विन्डरिव्हर पर्वतांवर बॅकपॅक घेऊन त्याच्या आवडत्या साहसी भ्रमंतीला नेलं. पाठीवर बॅकपॅक घेऊन लांब-लांब ढांगा टाकत ते स्कॉटच्या बरोबरीनं चालू शकत होते. आपल्या मुलाबरोबर शांतपणे थोडा काळ गप्पागोष्टी करता आल्यावर त्यांनी त्याच्या गेल्या काही महिन्यांच्या आयुष्याबद्दल आणि भविष्याबाबतच्या योजनांबद्दल चौकशी केली. सतत नव्या साहसांच्या शोधार्थ नवी दुर्गम शिखरं चढून जायची जी अतीव ओढ वाटत होती, त्याबद्दल सांगायचा स्कॉटनं प्रयत्न केला.

''तुला हेच करण्यात आनंद मिळत असेल, तर फारच छान!'' जीन यांनी मला

त्यांच्या संभाषणाबद्दल सांगितलं. त्यांच्या स्वत:च्या आयुष्याची घडी याहून पूर्णपणे वेगळी होती. त्यांना कुटुंबीयांबरोबर प्रवास करायला आणि कॅम्पिंगला जायला आवडत असलं, तरी आपल्या करिअरबद्दलचा त्यांचा दृष्टिकोन अधिक पारंपरिक होता आणि ते कुटुंबाचं पालनपोषण समर्थपणे करत होते. त्यांनी आयुष्यभर नोकरी करून अर्थार्जन केलं होतं आणि नोकरीसुद्धा सकाळी आठ ते सायंकाळी पाच या कालावधीचीच असे.

अखेरीस एनओएलएसच्या उन्हाळी सत्राचा हंगाम सुरू झाला. स्कॉटला आवडीच्या कामात पैसे मिळवायची संधी उपलब्ध झाली. तीस दिवसांच्या लागोपाठच्या सत्रांसाठीच्या शिध्याची यादी बनवायला स्कॉटनं सुरुवात केली. उन्हाळी सत्र संपत आल्यावर त्याला भेटायला यायचं जीनीनं कबूल केलं. आगगाडीचा दोन दिवसांचा प्रवास संपवून जीनी लॅन्डरमध्ये पोहोचली आणि त्यानंतर तिला कळलं की, त्यांनी स्कॉटचं कामाचं वेळापत्रक बदलल्यामुळे तो अजूनही पर्वतांवरच होता. त्याचं एनओएलएसचं सत्र सुरू होण्यापूर्वी त्याची न्यू जर्सीतली मैत्रीण त्याला भेटून गेलेली होती, असंसुद्धा जीनीच्या कानी आलं.

'काहीही असो,' असं म्हणत, स्कॉट इतर चार एनओएलएस प्रशिक्षकांबरोबर ज्या तळघरातील फ्लॅटमध्ये राहत होता, तिथं जीनीनं आपलं बस्तान झकास बसवलं. तेथील ढिगांवारी मळकट कपडे स्वच्छ करायची ऊर्मी तिनं दाबून टाकली. तिनं आदल्या उन्हाळ्यात स्कॉटकडे पाठवलेले दोन फोटो तिला भिंतीवर दिसले. बाणानं नेमबाजी करण्यासाठीच्या फलकाजवळच हे दोन फोटो लावलेले होते. त्यांच्या आजूबाजूला नेम चुकून लागलेल्या बाणांची भोकं दिसत होती. छतावरसुद्धा नेम चुकलेल्या बाणांमुळे भोकं पडलेली दिसत होती.

दरम्यान, ग्रेग मार्टिन आणि स्कॉटच्या न्यू जर्सीतील हायस्कूलमधले इतर अनेक मित्र न्यू जर्सीतून कारनं येऊन पोहोचले आणि त्यांनीसुद्धा स्कॉटच्या फ्लॅटमध्ये तळ ठोकला. जीनी त्यांची नावं गेलं वर्षभर ऐकून होती. पण तेसुद्धा लॅन्डरला येणार आहेत याची तिला अजिबात कल्पना नव्हती. स्कॉटनं ह्या मित्रांना आपल्याबद्दल काय सांगितलंय, हेसुद्धा जीनीला ठाऊक नव्हतं. ह्या मित्रांनी जीनीला विचारलं, ''तर मग, तू इथं काय करते आहेस?''

त्या सर्वांप्रमाणेच तीसुद्धा स्कॉटचीच वाट पाहत होती. ग्रेगला उत्तम स्वयंपाक करता येत असे. त्यानं सर्वांसाठी ताजी बिस्किटं आणि पास्ता बनवायला सुरुवात केली. जीनी ह्या मित्रांबरोबर डार्ट खेळू लागली. अगदी छतावर बाण कसे मारायचे, हेही ते शिकले. सत्र संपवून स्कॉट परत आला, तेव्हा सर्व जण येऊन पोहोचलेले पाहून तो हर्षभरित झाला. स्कॉट येऊन पोहोचल्यावर ह्या कंपूत नवं चैतन्य निर्माण झालं. सारे जण खाऊन-पिऊन ताजेतवाने झाले आणि रेकॉर्ड प्लेअरवर आवडती

गाणी वाजवू लागले. मग स्कॉटला अर्थातच गिर्यारोहणाची सुरसुरी आली. ''सर्वांनी ग्रॅन्ड टीटॉन शिखर चढून जायलाच हवं! तुम्ही वायोमिंगमध्ये आला आहात आणि टीटॉन चढायचा नाही, असं चालणारच नाही!'' स्कॉट म्हणाला.

हा सारा कंपू टीटॉन चढण्यासाठी निघाला. दोन दिवसांत ते शिखर चढता येईल, असं त्यांना वाटत होतं. स्कॉटच्या न्यू जर्सीतील मित्रांनी त्याच्यासमवेत श्वानगंक्सवर गिर्यारोहण केलेलं होतंच आणि जीनीनं एनओएलएसमध्येच गिर्यारोहणाचं प्रशिक्षण घेतलेलं होतं; त्यामुळे या सर्वांनाच दोराच्या साह्यानं उभे कडे चढून जाणं जमत होतं. आधीच्या उन्हाळ्यातल्या अनुभवामुळे जीनीला ठाऊक झालं होतं की, खूप उंचावर गेलं की, तिला मळमळण्याचा आणि डोकेदुखीचा त्रास होत असे. तिला असा त्रास होऊ लागलाय असं जाणवलं की, स्कॉट तिच्याजवळ राहून तिला उत्तेजन देत असे. पर्वतमाथ्यावर पोहोचल्यावर स्कॉटनं फक्त त्याच्या पहिल्या नावानंच, 'स्कॉट' एवढीच सही केली. गिर्यारोहण यशस्वीरीत्या पार पाडून गावात परत आल्यावर या सर्वांनी 'I got high on the grand' असं वाक्य छापलेले टी-शर्ट्स खरेदी केले आणि यशाचा आनंद साजरा केला.

उन्हाळ्याची सुट्टी संपत आली होती. जीनीनं पुन्हा पूर्वेला प्रयाण केलं आणि तिनं युनिव्हर्सिटी ऑफ विस्कॉन्सिन, मॅडिसन इथं नाव दाखल केलं. आपल्याला पुढे काय शिकायचं आहे, याबद्दलचा तिच्या मनातला संदेह आता दूर होऊ लागला होता. तिची बहीण आल्टानं तिला अनेक व्यावसायिक स्त्री-वैमानिकांवरील लेखांची कात्रणं दिली होती. 'तूसुद्धा हे करू शकशील', असं आल्टानं जीनीला म्हटलं होतं. विमान-उड्डाणाकडे व्यवसाय ह्या दृष्टीनं जीनीनं आजवर पाहिलेलं नव्हतं. विचार करू लागल्यावर तिला हा पर्याय आकर्षक वाटला. तिनं 'हवामानशास्त्र' ह्या विषयात पदवी मिळवायचं ठरवलं. ह्या विषयावरील पदवीच्या जोडीला तिच्यापाशी असलेला लहान विमानं चालवण्याचा परवाना आणि अनुभव यांमुळे तिला व्यावसायिक वैमानिक म्हणून नोकरी मिळू शकेल, असं तिला वाटत होतं.

स्कॉट प्रशिक्षक असताना तिनं घेतलेला तीस दिवसांचा एनओएलएसचा कोर्स आणि त्या व आताच्या उन्हाळ्यात तिनं स्कॉटबरोबर घालवलेले आठ-आठ दिवस एवढाच त्या दोघांचा सहवास घडला होता, याची जीनीला जाणीव होती. पण ह्याखेरीज ते एकमेकांशी फोनवर सतत बोलत होते आणि त्यांच्यात पत्रांची देवाणघेवाण सतत होत होती. त्याचं महत्त्वसुद्धा थोडकं नव्हतं.

स्कॉटचे मित्र न्यू जर्सीला परत गेल्यानंतर स्कॉट जिनीला म्हणाला, ''ग्रेगनं तुझं खूपच कौतुक केलं.'' फिशर कुटुंबात जीनीबद्दल खूपच कुतूहल निर्माण झालं. स्कॉटच्या आईनं ग्रेगला विचारलं होतं की, जीनी ही मुलगी कशी आहे? त्यावर त्यानं उत्तर दिलं होतं की, त्याला आजवर भेटलेल्या मुलींमध्ये ती सर्वांत चांगली

मुलगी आहे.

स्कॉटनं जीनीला सांगितलं, ''तुझ्याबद्दल आता सर्वांना कळलेलं आहे.'' जीनीला स्कॉट म्हणाला की, त्याला आधीच न्यू जर्सीतली एक मैत्रीण आहे, ही गोष्ट जर जीनीनं स्वीकारली, तर त्या मैत्रिणीनंसुद्धा त्याची जीनीबरोबरची मैत्री स्वीकारायला हवी. अर्थात, याबाबत त्या मैत्रिणीचे मत घेण्याच्या फंदात तो पडला होता, असं दिसत नव्हतं.

तूर्तास ह्या दोघींपैकी एकीची निवड करण्याचं काम त्यानं पुढे ढकललं होतं. हायस्कूलमधून बाहेर पडल्यावरचं त्याचं पहिलं वर्ष संपत आलेलं होतं आणि दुसऱ्या वर्षाची सुरुवात होत असताना तो आल्प्स पर्वतावर गिर्यारोहण करण्यासाठी युरोपला जायला निघाला होता. गिर्यारोहक बनायच्या त्याच्या आकांक्षेच्या दृष्टीनं त्याचे योग्य ते प्रयत्न चालू असले, तरी त्यासाठी पैसा कसा उभा करायचा, हे मात्र त्याला अजूनही उमगलेलं नव्हतं. युरोपच्या ट्रिपसाठी पुरेसे पैसे त्यानं कसेबसे उभे केलेले असले, तरी त्यातले थोडेसे डॉलर्स खर्चून त्यानं जीनीला पर्वतांचे फोटो असलेलं एक सुंदर पुस्तक स्वित्झर्लन्डला निघण्यापूर्वी पाठवून दिलं होतं.

त्यानं जीनीला पाठवलेल्या पत्रात लिहिलं होतं, 'हे पुस्तक तुझ्या अपार्टमेंटमधल्या टेबलावर शोभून दिसेल. मी आयगर, मॅटरहॉर्न आणि माउन्ट ब्लँक ही शिखरं चढून जायच्या विचारात आहे. बघू कसं काय जमतं ते! ह्या साऱ्या शिखरांवरून एक-एक दगड मी आठवण म्हणून तुझ्यासाठी आणणार आहे. वचन देतो, मी कोणती शिखरं चढतोय, हे तुला ह्या पुस्तकातल्या फोटोंवरून कळेल आणि मी मॅडिसनला येईन, तेव्हा मी त्या फोटोकडे पाहत म्हणेन - हो, मी हे केलं आणि तेसुद्धा केलं!'

त्यानं असं वचन तर दिलेलं होतं!

पाच
इंद्रधनूचा मागोवा

एनओएलएसच्या एक-दोन कोर्सेसनंतर गाड्यांत लिफ्ट मागत आशिया खंडात जाणाऱ्या ह्या न्यू जर्सीतील कुटुंबाकडून आलेल्या कहाण्या प्रभावी आहेत. एव्हरेस्ट चढाईबद्दलच्या पुढील कहाण्यांपेक्षा मला ह्या भन्नाट कहाण्या अधिक रोचक वाटताहेत.

- ब्रेन्ट बिशप
एव्हरेस्टवरील गिर्यारोहक आणि गिर्यारोहणातला साथीदार

गिर्यारोहण करत असताना रात्रीसाठी मुक्काम ठोकला आणि कॅम्प-स्टोव्हवर भाज्यांचे सूप खदखद उकळू लागलं की, स्कॉट कधीकधी त्यानं गाड्यांमधून लिफ्ट मागत, तसेच ट्रेन आणि बसनं प्रवास करीत युरोप व आशियाच्या केलेल्या सफरीबद्दल सांगत असे. स्कॉटनं त्या सफरीत हिमालयाची बर्फाच्छादित शिखरं प्रथमच डोळाभरून न्याहाळली होती.

तो म्हणत असे, ''त्यातलं एकही शिखर मी माथ्यापर्यंत चढून गेलो नाही, पण आम्ही निकराचा प्रयत्न मात्र केला.'' एवढं सांगून तो बॉब सेगरचं गाणं गाऊ लागत असे, ''मी काठमांडूला जाणार! मी ते नक्की करणार! के, के, के, के फॉर काठमांडू!...''

ह्या सफरीच्या वेळी तो एकोणीस वर्षांचा होता आणि त्याने रस्त्यावर तब्बल पाच महिने मुक्काम केला होता. वायोमिंगमधील युरेनियमच्या खाणीत काम करत असताना त्यानं 'रेन्बो' नावाच्या मुलाबरोबर ह्या सफरीचं स्वप्नं पाहिलं होतं. ही दोन मुलं नेपाळपर्यंत पोहोचल्याचं मला ठाऊक होतं, पण त्यापलीकडे स्कॉटच्या त्या प्रवासात काय घडलं, हे एक गूढच होतं. ते माहीत करून घेण्यासाठी मला 'रेन्बो'चा शोध लावणं आवश्यक होतं.

स्कॉटचे एनओएलएसच्या दिवसांपासूनचे मित्र मला म्हणाले की, रेन्बोचं खरं नाव होतं ब्रूस कार्टराइट आणि तो एनओएलएसचं मुख्यालय असलेल्या वायोमिंग

राज्यातल्या लॅन्डर ह्या गावात राहत होता. मी सीॲटलहून फोन केला, तेव्हा 'रेन्बो'ची पत्नी बार्बरा फोनवर आली. लॅन्डरपासून तीस मैलांवरच्या रिव्हरटन येथील एका हॉस्पिटलमध्ये ब्रूस तेव्हा नर्स म्हणून रात्रपाळीवर होता. फोनवर मी स्वत:ची ओळख करून दिली आणि तरुणपणच्या स्कॉट फिशरबरोबरच्या आठवणींची माझ्याजवळ उजळणी करण्याइतका वेळ ब्रूसला काढता येईल, अशी आशा व्यक्त केली.

बार्बरा मला म्हणाली, ''तुमची ही विनंती ऐकून मला किती आनंद झालाय म्हणून सांगू! ब्रूस ती कहाणी दर वर्षी सांगतो. गेल्या वर्षी मुलांबरोबर आम्ही अमेरिकाभर कारनं फिरलो आणि त्या पूर्ण सफरीत ब्रूस त्याबद्दलच मुलांना सतत सांगत होता!''

मी नंतर पुन्हा एकदा फोन केला आणि प्रत्यक्ष ब्रूसशीच बोललो. त्याची अशी समजूत झालेली होती की, ह्या आठवणी मला फोनवरच ऐकायच्या आहेत. मी म्हणालो, ''नाही, नाही! मी बिअरचा सहा बाटल्यांचा पॅक घेऊन तुझ्या दाराशी येईन. मग आपण बोलायला सुरुवात करू. बिअर संपली की, मी आणखी बिअर घेऊन येईन आणि आपण आणखी गप्पा मारू!'' हे ऐकून ब्रूसला हलकं वाटलं. आम्ही उभयतांनी सोईची वेळ नक्की केली आणि दोन आठवड्यांनी मी कारनं वायोमिंगला गेलो.

जेव्हा गावाची नेटकी आखणी करण्याजोगी भरपूर मोकळी जागा होती, तेव्हा लॅन्डर गावाची स्थापना झाल्यामुळे तिथले रस्ते चांगले ऐसपैस व रुंद आहेत. गावातल्या मुख्य रस्त्यावर 'लॅन्डर मिल्स'चा धान्य वाहून नेणारा प्रचंड एलिव्हेटर आहे. त्याच्या एका बाजूला 'प्युरीना चाऊ'ची लाल-पांढऱ्या चौकटींची जाहिरात रंगवलेली आहे. मुख्य रस्त्यावर दुकानं, चांगली रेस्टॉरन्ट्स, छोटी डिपार्टमेन्टल स्टोअर्स आणि मद्याची दुकानं आहेत. मुख्य रस्त्यापासून जवळच एनओएलएसच्या मुख्यालयाची तीनमजली इमारत आहे. ती पाहिली की, एनओएलएसच्या सध्याच्या यशाची कल्पना येते. रस्त्यावरचे लोक गिर्यारोहणासाठी योग्य अशा पेहेरावात, पश्चिम अमेरिकेत लोकप्रिय असलेल्या हॅट्स घालून फिरत होते. हेच कपडे जंगलातल्या भ्रमंतीसाठीसुद्धा उपयुक्त ठरतील असे होते. पहिल्या दृष्टिक्षेपात या दोन्ही प्रकारच्या माणसांचे प्रतिनिधित्व हे गाव करीत आहे, असे वाटले.

स्कॉटच्या एनओएलएसच्या प्रारंभीच्या दिवसांपासून एनओएलएसचं कोठार असलेल्या लंबरयार्डच्या पटांगणात मी माझी गाडी पार्क केली. गेल्या काही वर्षांत त्या इमारतीचं स्वरूप सुधारलं असावं, असं मला वाटलं. त्यात कपड्यांनी आणि नकाशांनी भरलेल्या खोल्या होत्या. सफरीसाठीच्या वस्तू प्लॅस्टिकच्या बादल्यांमधून काढून ठेवण्यासाठी आणि बॅकपॅकमध्ये शिधा भरता येण्याजोगी

मोठाली टेबलं ठेवलेली मोकळी जागा होती. वाटेतल्या पॅसेजमध्ये एनओएलएसच्या प्रारंभीपासूनच्या प्रशिक्षकांचे फोटो लावलेले दिसत होते. ह्या फोटोंमध्ये आनंदी, निरोगी मुलं एकापाठोपाठच्या ओळींमध्ये उभी होती आणि त्यांच्या उन्हाळ्याच्या प्रशिक्षणाच्या वर्षाची पाटी पुढे ठेवून हे फोटो काढण्यात आलेले होते. एका फोटोत मला स्कॉट दिसला आणि मी चपापलो.

लॅन्डरमध्ये येऊन पोहोचल्याचं ब्रूस कार्टराइटला मी फोननं कळवलं आणि गावाच्या टोकाशी असलेल्या त्याच्या घरी त्यानं रात्रीच्या जेवणासाठी मला आमंत्रण दिलं. त्या संध्याकाळी त्यानं दार उघडलं तेव्हा मला पन्नाशीचा उंच, उत्साही माणूस समोर दिसला. त्याच्या पिंगट केसांमध्ये अजूनही करडी छटा डोकावलेली नसल्यामुळे तो अधिक तरुण वाटत होता. शिकारीवर गेलेले असताना ब्रूस आणि त्याचा मुलगा जॉर्ज यांनी हरणाची आणि काळविटाची शिकार केली होती. त्या रुचकर मांसाचा भोजनात समावेश होता. जॉर्ज हा एक सुस्वभावी टीन-एजर होता. त्याची बहीण मारी ही त्याच्याहून दोन वर्षांनी मोठी होती आणि ती त्याच्याहून खूपच धीरगंभीर दिसत होती. दांडगोबा भाऊ आणि आपण एकाच घरात राहत आहोत, ह्या वास्तवाचा तिनं स्थितप्रज्ञपणे स्वीकार केलेला दिसत होता. आम्ही भोजनापूर्वी देवाचे आभार मानून भोजनाला प्रारंभ केला. बार्बराच्या लांब पल्ल्याच्या धावण्याबद्दल आणि मुलांच्या स्कीइंगबद्दल मी वास्तपुस्त केली. मी बिअरऐवजी जेवताना घेण्यायोग्य अशी वाइन आणलेली होती. जेवणानंतर टेबल साफ केल्यावर मी ब्रूसचा आणि माझा ग्लास पुन्हा भरून घेतला.

''माझं बालपण डेट्रॉइटमध्ये गेलं. मला पहिल्यापासूनच साहसाबद्दल तीव्र ओढ वाटत होती आणि मी माझं सारं आयुष्य डेट्रॉइटमध्ये कंठणार नाहीय, ह्याबद्दल माझी पक्की खात्री झालेली होती.'' ब्रूसनं सांगायला सुरुवात केली. काही महिने त्यानं प्रवास केला तर त्याला त्याचा फायदा होईल, असं त्याच्या सावत्र वडिलांनासुद्धा वाटत असल्यानं त्यांनी ब्रूसच्या परदेशप्रवासासाठी पैसे उभे केले. ब्रूस म्हणाला, ''मी तेव्हा फक्त सतरा वर्षांचा होतो आणि बॅकपॅक घेऊन उन्हाळ्यात युरोपमध्ये एकट्यानं फिरत होतो.'' एका ठिकाणाहून दुसऱ्या ठिकाणी कसं जायचं, अनोळखी लोकांशी कसं बोलायचं आणि रस्त्यांवरील परिस्थितीबाबत कसा अंदाज बांधायचा, हे त्याला समजल्यामुळे त्याचा प्रवास निर्विघ्नपणे चाललेला होता.

पुढल्या उन्हाळ्यात तो पुन्हा युरोपला गेला. या वेळेस त्याला जर्मनीतील एका व्हेनीर (उंची लाकडाच्या पातळ फळ्या) बनवणाऱ्या फॅक्टरीत नोकरी मिळालेली होती. वाटेत त्याला छोट्या बसमधून युरोप प्रवासाला निघालेल्या मुली भेटल्या. त्या युरोपमधून टर्की आणि इराणमार्गे पाकिस्तानात जाणार होत्या. व्हेनीरच्या

फॅक्टरीत काम करण्यापेक्षा ह्या मुलींबरोबर प्रवासाला जाणं त्याला अधिक मौजेचं वाटलं आणि तो त्यांच्याबरोबर पाकिस्तानातील अरबी समुद्रावरच्या किनाऱ्यापर्यंत गेला. त्याला पुढे भारतात जाण्याची इच्छा होती, पण त्याच्याजवळचे पैसे संपून गेले; शिवाय पोटाच्या विकाराचा त्रास होऊ लागल्यामुळे तो विमानानं कराचीहून थेट घरीच परतला.

डेट्रॉइटला परत गेल्यावर पुढे काय करावं, याबद्दल त्याच्या मनात संदेहच होता. त्याच सुमाराला त्यानं रॉकी पर्वतावरील गिर्यारोहकावरचा 'जेरेमी जॉन्सन' हा चित्रपट बघितला. तो पाहिल्यानंतर त्यानं स्वीडनला जायचा बेत रद्द केला आणि तो गाड्यांकडे लिफ्ट मागत पश्चिमेकडे निघाला. अनेकांच्या गाड्यांमधून राइड घेत अखेरीस यलोस्टोन नॅशनल पार्कपर्यंत पोहोचला. तेथे त्याला ग्रॅन्ड टीटॉन नॅशनल पार्कला जाणारा एक बॅकपॅकर भेटला. त्याच्याबरोबर ग्रॅन्ड टीटॉनच्या पायथ्याशी असलेल्या सुळक्यांच्या अर्धवर्तुळाच्या मधोमध असलेल्या लेक सॉलिट्यूडला ब्रूस पोहोचला. लेक सॉलिट्यूडच्या त्या आठवणीनं ब्रूसचे डोळे आतासुद्धा लकाकू लागले. तो मला म्हणाला, ''ह्याच्याहून अधिक सुंदर दुसरं काही असूच शकत नाही, असं मला तेव्हा वाटलं. मी माझं पूर्ण आयुष्य इथेच घालवावं, असा मला मोह झाला.''

ब्रूसच्या कुटुंबीयांपैकी कुणाच्यातरी स्नेह्यानं ग्रॅन्ड टीटॉनजवळच्या एका आलिशान कुरणाच्या मालकासाठी ब्रूसजवळ एक ओळखपत्र दिलेलं होतं. त्या ओळखपत्राच्या जोरावर तिथे नोकरी मिळू शकेल, असं ब्रूसला वाटत होतं. नोकरीची ब्रूसला आत्यंतिक गरज होती. त्यामुळे ब्रूसनं गावातल्या न्हाव्याकडून त्याचे लांब केस कापून घेतले. त्या वेळेस तो फ्रेंच पद्धतीची 'गोटी दाढी' ठेवत असे. खरंतर तीसुद्धा कुरणावरच्या नोकरीसाठी उतरवायला हवी होती, पण ब्रूसला तसं करवेना.

ब्रूसला अर्थातच ती नोकरी मिळाली नाही. तो पुनश्च रस्त्यावर उभा राहून लिफ्ट मागण्यासाठी अंगठा दाखवू लागला. यलोस्टोनला परत जाऊन तिथे नोकरी शोधावी, असा विचार त्याच्या मनात आलेला होता. त्या रस्त्यानं एका जांभळ्या रंगाच्या फोल्क्सवॅगन बसमधून हिप्पी लोकांचा जथा चालला होता. ते लोक लॅन्डरजवळच्या फ्रीक माउन्टनच्या पायथ्याशी असलेल्या 'साउथ पास' इथे 'रेन्बो फेस्टिव्हल'साठी निघाले होते. त्यांनी ब्रूसला त्यांच्याबरोबर यायचं आमंत्रण दिलं.

ही बस टॉगवोटी नावाच्या खिंडीतून खाली उतरून लॅन्डर गावाच्या दिशेनं जाऊ लागली. वाटेत त्यात आणखी भटके चढले आणि शेवटी जास्त वजन झाल्यामुळे ती बस बंद पडली. हिप्पींनी एक गाडी थांबवली आणि त्या गाडीला दोरानं बस बांधून लॅन्डर गावापर्यंत जायची सोय केली. बाकी मंडळी त्या बसमध्येच बसून राहिली, पण ब्रूस खाली उभा राहिला. काही मिनिटांतच पॉल पेट्झोल्टनं

आपली गाडी थांबवली आणि ब्रूसला आत घेतलं. ते दोघे लॅन्डरला पोहोचेपर्यंत पॉलनं ब्रूसला एनओएलएस प्रशिक्षणासाठी नाव नोंदवायला तर उत्सुक केलं होतंच; शिवाय त्याला नोकरीही देऊ केली होती. प्रशिक्षण व नोकरी यांसाठी रुजू होण्यापूर्वी रेन्बो फेस्टिव्हलला जाऊन यायची परवानगी त्यानं ब्रूसला दिली. ह्या परवानगीबद्दलची माहिती एनओएलएसच्या मुख्यालयात पसरली आणि ब्रूसला 'रेन्बो' हे सप्तरंगी टोपणनाव मिळालं!

एनओएलएसमधील प्रशिक्षण पूर्ण केल्यानंतर न्यूयॉर्क राज्यातील वुडस्टॉक म्युझिक फेस्टिव्हलला ब्रूस उपस्थित राहिला. त्यानंतर तो वायोमिंग राज्यात परत आला आणि त्यानं हिवाळ्यासाठी एक नोकरी शोधली. पुढच्या उन्हाळ्यात त्यानं एनओएलएसच्या प्रशिक्षकांसाठीच्या अभ्यासक्रमासाठी आपलं नाव नोंदवलं. एका रात्री लॅन्डरमधील नोबल बारमध्ये त्याची स्कॉटशी ओळख झाली. स्कॉट तेव्हा नुकताच हायस्कूलचं शिक्षण पूर्ण करून एनओएलएसमध्ये प्रशिक्षताक म्हणून रुजू झाला होता आणि उन्हाळ्यातलं एनओएलएसमधलं काम संपल्यावर इथं कुठंतरी काम मिळून इथंच राहता येईल, अशी आशा धरून होता. पण तसं इतर कोणतंही काम न मिळाल्यामुळे फेब्रुवारी महिन्यात त्यानं अखेरीस युरेनियमच्या खाणीत नोकरी करायला सुरुवात केली. ब्रूस मला म्हणाला, ''त्या जमान्यात तुम्ही साउथपासला गेलात की, तुम्हाला यूएस स्टील कंपनीत किंवा युरोनियमच्या खाणीत हमखास नोकरी मिळत असे. मी खाणीच्या तळातून वर जाणाऱ्या लिफ्टमध्ये धातुयुक्त माती चढवण्याचं काम करत होतो, तर स्कॉट खाणीतल्या ट्रेनवर मोटरमनचं काम करत होता.''

काम संपल्यावर ब्रूस आणि स्कॉट बिअर पीत गप्पा मारत असत. अशा गप्पांच्या वेळेस ब्रूसनं स्कॉटला युरोप आणि मध्य-पूर्वेत मुलींबरोबर केलेल्या त्याच्या भटकंतीबद्दल सांगितलं. ह्या दोघांनी ठरवलं की, येत्या उन्हाळ्यात एनओएलएसमधली नोकरी संपल्यानंतर ब्रूसनं घेतलेल्या मार्गानंच दोघांनी पाकिस्तानात जायचं आणि तिथून पुढे भारतमार्गे काठमांडू गाठून हिमालयात गिर्यारोहण करायचं.

उन्हाळा आला. ब्रूसनं आणि स्कॉटनं एनओएलएसमध्ये प्रशिक्षक म्हणून आणखी एक हंगाम काम केलं. उन्हाळ्यात ह्या दोघांची फार वेळा भेट झाली नाही. सप्टेंबरमध्ये एनओएलएसमधलं काम संपल्यावर ब्रूसला स्कॉटची चिठ्ठी मिळाली. त्यानं ब्रूसला स्वित्झर्लन्डमध्ये अन्डरमॅट येथे येऊन भेटायला सांगितलं होतं. कार्ल केंफ नावाच्या एका स्विस गाइडनं त्या उन्हाळ्यात एनओएलएसमध्ये प्रशिक्षकाचं काम केलेलं होतं. आल्प्स पर्वतावर पारंपरिक युरोपियन पद्धतीनं उबदार झोपड्यात मुक्काम करत गाइडचं काम न करता, तो उन्हाळा त्यानं विन्डरिव्हर पर्वतावर

थरारक साहस करण्यात घालवला होता. ह्या कार्लबरोबर स्कॉट स्वित्झर्लन्डला पोहोचला होता.

सांगितल्याप्रमाणे ब्रूस अन्डरमॅटला पोहोचला. तिथे एका रस्त्यालगतच्या कॅफेमध्ये त्याला स्कॉट भेटला. रेन्बोला पाहून आनंदानं 'ब्रूऽऽस' अशी आरोळी ठोकत तो उडी मारून उठून उभा राहिला आणि त्यानं ब्रूसला स्नेहपूर्वक घट्ट मिठी मारली. स्कॉटनं गावाबाहेरच्या पर्वतात तंबू ठोकला होता आणि तो पर्वतारोहण करत होता. ब्रूसनंसुद्धा त्याच्याबरोबर एक-दोन दिवस आजूबाजूची स्विस खेडी आणि शिखरं पालथी घालावीत, अशी स्कॉटची इच्छा होती. त्यानंतर मात्र त्याला हिमालय गाठण्यासाठी युरोप-आशिया पार करायचा होता.

हे दोघं अन्डरमॅट गावाबाहेर रस्त्याच्या कडेला उभे राहून अंगठा दाखवत लिफ्ट शोधू लागले. मोटारी न थांबता त्यांच्या बाजूनं वेगानं पुढे जात राहिल्या. स्कॉट आणि ब्रूसच्या लवकरच लक्षात आलं की दोन तगड्या, उंचपुऱ्या, लांब केसांच्या अन् पाठीवर बॅकपॅक व बर्फ फोडायच्या कुऱ्हाडी घेऊन, काऊबॉय हॅट घातलेल्या जवानांना लहानशा युरोपियन कारनं जाणारा कुणीही माणूस लिफ्ट द्यायला धजावणार नाही. दोघांनी एकेकट्यानं लिफ्ट मागणं, हा एकमेव पर्याय होता. ब्रूसनं स्कॉटला ग्रीसच्या किनाऱ्यावरच्या केवाला ह्या गावातल्या चौकात भेटायला सांगितलं. या आधीच्या उन्हाळ्यात ब्रूस ह्या गावी गेलेला होता. दोघे जण वेगवेगळे प्रवास करत तेथे पोहोचतील आणि आधी पोहोचलेला दुसऱ्याची वाट पाहत थांबेल, असं त्यांनी ठरवलं. खूप वेळ वाट पाहूनही दुसरा पोहोचला नाही तर पहिल्यानं इस्तंबूलला जावं आणि तिथे वाट पाहावी, असंही त्यांनी ठरवलं. हे ते बोलत असतानाच एक कार थांबली आणि ''ग्रीसमध्ये भेटू'' म्हणत रेन्बो त्यात बसला.

ब्रूस म्हणाला, ''मला तो प्रवास फारच खडतर वाटला. युगोस्लाव्हियात बेलग्रेडला जाणाऱ्या हायवेवर कुठल्यातरी जागी एका इटालियन ट्रकड्रायव्हरनं मला खाली उतरवलं आणि तो सबंध दिवस वाट पाहूनसुद्धा मला कोणत्या गाडीत लिफ्ट मिळाली नाही. मला आत घेण्यासाठी बससुद्धा थांबेनात. मी एका ट्रकशॉपमध्ये अन्नाच्या शोधार्थ गेलो. तशीच वेळ आली, तर रस्त्यापलीकडच्या कोबीच्या शेतात रात्र घालवायचा मी निर्णय घेतला.'' त्याच वेळेस दोन इंग्लिश माणसं त्यांची जुनीपुराणी मॉरिस-बेन्टली गाडी घेऊन ट्रकशॉपच्या पार्किंग लॉटमध्ये थांबली. ब्रूसनं त्यांच्याकडे लिफ्ट मागितली, पण त्यांनी नकार दिला. गाडीत आधीच खूप वजनदार सामान आहे, असं त्यांनी ब्रूसला सांगितलं. ब्रूसनं खूपच गयावया केल्यावर त्यांनी त्याला लिफ्ट तर दिलीच, पण कारसुद्धा चालवू दिली.

ब्रूसनं ती बेन्टली गाडी बेलग्रेडमधून कोसॉव्होच्या बाजूनं पुढे नेली आणि

मॅसिडोनियात प्रवेश केला. तेथील सृष्टिसौंदर्य पाहून त्याला लॅन्डरजवळच्या भूप्रदेशाची आठवण झाली. पुरेशा वेगानं अंतर कापून आपण वेळेवर केवाला गावात पोहोचू, अशी त्याला आशा वाटत असतानाच गाडीची स्प्रिंग तुटली आणि गाडीचं वजन मागच्या आसावर आलं.

ब्रूस म्हणाला, ''ते दोघे जण बेन्टली गाडी तेथेच सोडून द्यायला निघाले होते. मी त्यांना म्हणालो, 'गाडी अजून चालत्या स्थितीत आहे.' मी त्यांच्या मदतीनं ॲक्सल (आस) आणि गाडीच्या मधोमध थोडे दगड भरले आणि आम्ही ती गाडी स्कॉप्जे गावातल्या गॅरेजपर्यंत नेऊ शकलो. तेथून मी बसनं पुढला प्रवास केला.''

ब्रूसनं केवालामध्ये स्कॉटची तीन दिवस वाट पाहिली. ''एका घाणेरड्या मोटेलमध्ये डास मारत मी तीन दिवस काढले. शेवटी एका ग्रीक अधिकाऱ्यानं मला त्याच्या गाडीत लिफ्ट देऊन तुर्कस्तानच्या हद्दीपर्यंत नेऊन सोडलं. तेथून मी इस्तंबूलपर्यंत जाणारी ट्रेन घेतली.'' ब्रूस मला म्हणाला.

इस्तंबूलमध्ये एका पुडिंगच्या दुकानात स्कॉट आणि ब्रूसची भेट झाली. पुडिंग शॉप हा जगभर प्रवास करणाऱ्यांचा आवडता अड्डा असतो. तेथे ते आधीच्या योजनेनुसार एकमेकांना भेटतात, इतर प्रवाशांकडून ताज्या बातम्या मिळवतात आणि पुढे कुठे व कसा प्रवास करायचा, याबद्दल योजना आखतात. आपल्या साथीदाराला पाहून स्कॉटनं आनंदानं 'ब्रूऽऽस' अशी आरोळी ठोकली. हा 'ब्रूस' आधी काही दिवस केवाला येथे पोहोचला होता आणि खऱ्या ब्रूसची वाट पाहून इस्तंबूलला आला.

स्कॉटनं मग आपल्या प्रवासाबद्दल त्याला माहिती दिली. ब्रूसनं राइड घेतल्यावर स्कॉटला एका सुखवस्तू अमेरिकन जोडप्यानं गाडीत घेतलं. त्यांनी त्याला त्यांच्याबरोबर ऑड्रियाटिक किनाऱ्यानं जाणाऱ्या क्रूझशिपवर यायचं आमंत्रण दिलं. स्कॉट त्यांच्याबरोबर क्रूझशिपवर गेला. ह्या जोडप्याचं एक घर मेक्सिकोमध्ये आणि एक घर इटलीत होतं.

स्कॉटला ब्रूस म्हणाला, ''मी युगोस्लाव्हियातून धडपडत प्रवास करत असताना कोबीच्या शेतात रात्र घालवायचा विचार करत होतो आणि तू शिपवर आरामात होतास?''

स्कॉट मिश्किलपणे म्हणाला, ''अर्थात! 'आणखी कोळंबी खायचीय?' असं त्या जोडप्यानं विचारलं की मी म्हणायचो, 'हो!' ते म्हणाले की, 'स्कॉट, आमच्या मुलीशी ओळख करून घ्यायचीय?' मी म्हणायचो, 'अवश्य!' असा माझा प्रवास झाला.'' स्कॉट कुठेही पोहोचला तरी त्याच्या लाजऱ्या, लाघवी स्मितानं लोकांना जिंकून घेत असे आणि त्याच्या उसळत्या चैतन्याची इतरांनासुद्धा लागण होत असे! पहिल्याच परदेशप्रवासात स्कॉटला ह्याची सुखद जाणीव झाली होती.

''पुडिंग शॉपमधील बुलेटिन बोर्डवर ड्रायव्हर्सनी नोटिसा टाचून, आशियाखंडात आतपर्यंत जाऊ इच्छिणाऱ्या आणि खर्च वाटून घेण्याची तयारी असणाऱ्या प्रवाशांचा शोध घेण्याचा प्रयत्न केला होता. टेबलांपाशी नॅपसॅक्स आणि नकाशे घेऊन, जाणाऱ्या-येणाऱ्यांपैकी काही जण, मुक्कामाला थांबलेले दिसत होते. हशीशचा मागोवा घेणारी खूप मंडळी दिसत होती,'' ब्रूस मला म्हणाला.

ह्या दोन मुलांनी वेगवेगळ्या पर्यायांचा विचार केला आणि शेवटी इस्तंबूलहून पूर्वेकडे बसनं जायचा निर्णय घेतला. ब्रूस उठून उभा राहिला आणि आळस देत नकाशा आणायला उठला. दरम्यान, वाइनचे ग्लास मी पुन्हा भरावेत, असं त्यानं सांगितलं. प्रवासातल्या विविध गावांच्या नावांचा डोक्यात गोंधळ होऊ लागल्यामुळे, वाइन पिऊन तरतरी आणायची आणि नकाशावर ह्या जागा बघायची आम्हाला गरज वाटत होती.

ब्रूस बास्केटबॉलच्या आकाराचा पृथ्वीगोलाचा नकाशा घेऊन आला. ''आम्ही तुर्की लोकांबरोबर बसनं प्रवास केला.'' हशीशच्या शोधासाठी इस्तंबूलला अनेक लोक आलेले होते. पुडिंग शॉपच्या बुलेटिनबोर्डवर आशियात जाताना खर्च वाटून घेणाऱ्या सहप्रवाशांच्या शोधात असलेल्या ड्रायव्हर्सनी नोटिसा टाचलेल्या दिसत होत्या. ''पण आम्ही बसनं जायचा निर्णय घेतला,'' ब्रूसनं मला सांगितलं.

ब्रूसनं आणि स्कॉटनं इराण व अफगाणिस्तानात घेतलेला मार्ग मला त्या पृथ्वीगोलावर दाखवला. त्यांनी हा प्रवास तीस वर्षांपूर्वी नाही, तर केवळ तीस दिवसांपूर्वी केला असावा, अशा सहजतेनं ब्रूस मला वेगवेगळ्या शहरांची नावं सांगत होता. जुन्या सफरीच्या आठवणी सांगत तो त्या पृथ्वीगोलावर मार्ग दाखवत होता.

''तुर्की लोकांबरोबर प्रवास केल्यानंतर आम्ही अफगाण लोकांबरोबर प्रवास केला.'' ब्रूस मला म्हणाला. प्रवासात हे दोघे ज्या-ज्या जागी मुक्कामासाठी रात्री राहत असत, तेथे ते मोटेलच्या पटांगणात तंबू ठोकत असत आणि बॅकपॅकमधील स्टोव्हवर स्वयंपाक करत असत. हा ऑप्टिमस 111-B स्टोव्ह कोणत्याही इंधनावर चालत असे. एनओएलएसच्या प्रशिक्षणामुळे प्रवासात ते तंदुरुस्त राहू शकत होते आणि वाढत्या आत्मविश्वासामुळे खूपच मजा करत होते.

ब्रूस मला म्हणाला, ''स्कॉटबरोबर प्रवास करताना माझ्या लक्षात आलं की, त्याला अजिबात भीती म्हणून वाटत नाही. मी स्वत:सुद्धा धीट होतो, पण स्कॉट समवेत असला की मला आणखीन धैर्य येत असे.'' हे दोघे त्यांना आवडलेल्या कोणत्याही व्यक्तीशी बोलू लागत. स्थानिक लोकांशी बोलतानासुद्धा ते निर्धास्तपणे बातचीत करत.

काबूलमधल्या मोटेलमध्ये त्यांची एका माणसाशी ओळख झाली. हा माणूस

अफगाण पर्यटन मंत्रालयाचा कर्मचारी होता. त्यानं ह्या दोघांना बुझकाशी स्पर्धा बघायला येण्याचं आमंत्रण दिलं. बुझकाशी म्हणजे काय याची अजिबात कल्पना नसतानासुद्धा हे दोघे नावीन्याच्या ओढीनं ती स्पर्धा बघायला निघाले.

पर्यटन खात्याच्या ह्या कर्मचाऱ्यानं ह्या दोघा मुलांना स्टेडियमच्या तिकीट खिडकीपाशी नेलं. तेथील कर्मचारी म्हणाला की, स्कॉट आणि ब्रूसला पाश्चिमात्यांसाठीच्या वेगळ्या प्रवेशद्वारातूनच स्टेडियममध्ये जावं लागेल; पाच डॉलर भरून त्यांना सावलीतील स्टॅन्डमध्ये बसता येईल. पण ह्या मुलांना अफगाण लोकांबरोबर बसूनच ही स्पर्धा बघायची होती. तो माणूस म्हणाला, ''ठीक आहे. मी आत जा असं म्हटलं की, आत शिरा. वाटेत अजिबात थांबू नका.'' त्यानं तिकीटं विकणाऱ्याच्या हातात पैसे ठेवले आणि हे दोघे गर्दीच्या लोंढ्याबरोबर स्टेडियममध्ये लोटले गेले.

ब्रूस म्हणाला, ''तिथे हजारो अफगाणांबरोबर आम्ही दोघे सोनेरी केसांचे अमेरिकन्स बसलो होतो. आजूबाजूला बसलेल्यांपैकी ज्यांना मोडकंतोडकं इंग्लिश येत होतं, ते आम्हाला स्पर्धेची माहिती देत होते.'' बुझकाशी हा अफगाणी राष्ट्रीय खेळ आहे. घोड्यावरून दोन गटांचे लोक बकऱ्याचा मृतदेह ताब्यात घेऊन आपल्या विभागात नेण्याचा प्रयत्न करतात. अत्यंत जलद गतीनं होणारी ही स्पर्धा पाहून ब्रूसला आपल्या देशाची आठवण झाली. तो म्हणाला, ''अफगाण लोक वायोमिंगमधल्या लोकांसारखेच उत्साही होते. ते सौजन्यशीलही होते.''

अफगाणिस्तानात असताना ब्रूसनं आणि स्कॉटनं खच्चून भरलेल्या टॅक्सीतून बामियानलासुद्धा धावती भेट दिली. इथे भरपूर गुहा असलेल्या उभ्या कपारींतून प्रचंड बुद्धमूर्ती कोरून काढलेल्या होत्या. ह्या मूर्तींचं वर्णन मला यापूर्वी ऐकल्यासारखं वाटतंय, असं मी ब्रूसला म्हटलं; तेव्हा ब्रूसनं 'नॅशनल जिऑग्राफिक मॅगेझिन'चा एक अंक बाहेर काढला आणि त्यातले बुद्धमूर्तीचे फोटो दाखवले. बुद्धमूर्तीच्या डोक्याच्या वरच्या भागात असलेल्या गुहांमध्ये ब्रूस आणि स्कॉट चढून गेलेले होते. त्या गुहासुद्धा ब्रूसनं मला त्या फोटोत दाखवल्या. मग मला आठवलं की, काही वर्षांपूर्वी अफगाणिस्तानावर तालिबानी सत्ता असताना तालिबान्यांनी ह्या बुद्धमूर्ती म्हणजे इस्लाम धर्माचा उपमर्द आहे, असं म्हणून त्या दारूगोळा वापरून नष्ट करून टाकल्या होत्या.

बामियानच्या रस्त्यांवरून चालताना ब्रूस आणि स्कॉटला काही मुलं दिसली. ती या दोघांकडे पाहून काहीतरी मोठमोठ्याने बोलत होती. मग त्यांतील एका मुलानं या दोघांच्या दिशेनं एक दगड भिरकावला. ती मुलं मजेनं असं करत आहेत, असं वाटून या दोघांनी तो परत त्यांच्या दिशेला फेकला. परंतु ती मुलं पैसे उकळण्यासाठीच त्यांना त्रास देत होती. स्कॉटला ब्रूस म्हणाला, ''आपण दगड

फेकण्यात त्यांच्याहून उणे असलो तरी वेगानं पळ काढण्यात आपला हात ती मुलं धरू शकणार नाहीत.'' हे दोघे वेगानं पळत सुटले आणि बचावले. ''स्कॉट कसा होता, तुम्हाला ठाऊक आहे? आम्ही सतत व्यायाम करीत असू - पळणं, जोर- बैठका काढणं वगैरे. त्याला चढण्यायोग्य सतत काहीतरी दिसत असे आणि सगळ्या आशियात आम्ही हातांची कुस्ती खेळत असू. एखाद्या पुलावरून चालत जात असताना स्कॉटला कोपरं टेकवण्याजोगी योग्य जागा दिसली, की तो लगेचच विचारत असे, हातांची कुस्ती खेळू या?''

हिमालयातील गिर्यारोहणाची अनेक पुस्तकं वाचल्यामुळे स्कॉटला ठाऊक होतं की, तिथे गिर्यारोहण करण्यासाठी उत्तम असा शरद ऋतू थोड्याच आठवड्यांत संपून हिवाळी हिमवादळांना प्रारंभ होणार आहे. एकदा हिवाळा सुरू झाला की, हिमालयात फार उंचावर चढून जाणं अशक्य होणार आहे. त्यांनी मग काबूलहून पाकिस्तानातील लाहोर शहरापर्यंत जाणारी बस पकडली. ते ड्रायव्हरजवळच्या सीटवर बसले आणि बस खैबरखिंडीतून हिंदुकुश पर्वत ओलांडून जात असताना बाहेरचं दृश्य डोळाभरून पाहू लागले.

लाहोरमध्ये स्वस्तात राहण्याजोगी जागा कुठेही न मिळाल्याने ते एका पोहोर्चमधील चौथऱ्यावर झोपले. संरक्षणासाठी त्यांनी बर्फ फोडायच्या कुऱ्हाडी आपल्या छातीवर घट्ट धरल्या होत्या. दुसऱ्या दिवशीचा प्रवास नीटपणे पार पडावा, अशी ते आशा करत होते. दुसऱ्या दिवशी सकाळी ते टॅक्सीस्टॅन्डवर पोहोचले. गावाबाहेर नेऊन सोडेल अशी एक टॅक्सी निवडून त्यांनी टॅक्सीच्या टपावर सामान टाकलं. गच्च भरलेल्या टॅक्सीत ते शिरणार, तेवढ्यातच एक माणूस त्यांच्याजवळ आला आणि त्यानं स्वत:ची ओळख करून दिली. ''मी विल्यम हॅरिसन. तुम्हाला कुठे जायचंय?'' ब्रूसनं त्याला सांगितलं, ''आम्हाला दिल्लीला जायचं आहे.''

त्यानं म्हटलं, ''मी तुम्हाला तिथे नेऊ शकेन.'' तो म्हणाला की, तो दिल्लीतील ब्रिटिश वकिलातीसाठी ट्रक चालवत होता आणि त्यानं त्या ट्रकमधून या दोघांना नेण्याची तयारी दाखवली. ट्रकच्या मागच्या बाजूला ठेवलेल्या लाकडी क्रेट्समध्ये सामान टाकून ते दोघंही पुढे बसू शकले असते. हातचं गिऱ्हाईक निसटतं आहे, हे पाहून टॅक्सी ड्रायव्हर्स खवळले आणि विल्यमला शिव्यांची लाखोली वाहू लागले. तो दचकला आणि स्कॉट अन् ब्रूसची माफी मागत त्यांना नेण्याबाबतची असमर्थता दर्शवू लागला.

स्कॉट त्याला म्हणाला, ''विल्यम हॅरिसन, तुम्ही फक्त मिनिटभरच थांबा. आम्ही तुमच्याबरोबरच येतो!'' त्या दोघांनी टॅक्सीच्या टपावरचं आपलं सामान उचललं आणि ड्रायव्हर्सच्या आरडाओरडीकडे लक्ष न देता ते विल्यमच्या ट्रकमध्ये बसले. थेट दिल्लीपर्यंत जाणारा ट्रक त्यांना हातचा घालवायचा नव्हता.

ब्रूस मला म्हणाला, ''आमचा तो प्रवास फारच मजेत पार पडला.'' संध्याकाळपर्यंत ते दिल्लीच्या अर्ध्या वाटेवर पोहोचले होते. विल्यमने रात्रीसाठी एका मोटेलमध्ये मुक्काम केला. त्यानं ह्या मुलांना ट्रकच्या पाठीमागच्या लाकडी क्रेटमध्ये झोपायची परवानगी दिली. मुलं सुरक्षित राहावीत म्हणून त्यानं बाहेरून कुलूप घातलं. सकाळी त्यानं ते कुलूप उघडून त्यांना बाहेर काढलं.

विल्यमनं ह्या दोन मुलांना एका कॅम्पग्राउन्डवर उतरवलं. हे कॅम्पग्राउन्ड नवी दिल्ली आणि जुनी दिल्ली यांच्या मधोमध होतं. तिथे राहणं अगदी स्वस्त होतं आणि कॅम्पग्राउन्डच्या सभोवती भिंतींचं संरक्षणसुद्धा होतं. ''सांस्कृतिक गोष्टींसाठी आणि मौजेमजेसाठी आम्ही जुन्या दिल्लीत जात होतो, तर कामाच्या गोष्टींसाठी नव्या दिल्लीतील कॅनॉट प्लेसला जावं लागे. आमच्याजवळचं अन्नधान्य तंबूत ठेवत असू, म्हणजे सर्वत्र पळणाऱ्या उंदर-मांजरांपासून ते सुरक्षित राहत असे.'' त्यांनी काही इराणी गालिचे विकत घेतले आणि अमेरिकेत आपापल्या घरी पाठवून दिले. ते विकून नफा होईल, अशीच त्यांची अपेक्षा होती. पण प्रत्यक्षात हे गालिचे अमेरिकेत कधीच पोहोचले नाहीत. त्यांच्या कॅम्पग्राउन्डजवळच्या एका दुकानात गरम दूध मिळत असे. ''साखर घातलेलं आणि वर मलईचा जाड थर असलेलं ते गरमागरम दूध रात्री पिणे, ही जणू आमच्यासाठी मेजवानीच होती.''

जीनीला लिहिलेल्या पोस्टकार्डमध्ये स्कॉटनं कळवलं, 'दिल्ली ही अप्रतिम सुंदर जागा आहे. ह्या गावात इतका इतिहास घडलेला आहे की, नजर टाकाल तिथं मशिदी, मिनार, राजवाडे किंवा अन्य प्रेक्षणीय स्थळं दिसतात.'

दिल्लीहून ६०० मैलांवरील पाटण्याला ही दोघं ट्रेननं गेली. त्यांच्या आगगाडीच्या डब्यातलं टॉयलेट म्हणजे रुळांवर उघडणाऱ्या भोकावरती एक सीट होतं. त्या भोकातून खाली दिसणाऱ्या रुळांच्या पट्ट्या पाहता-पाहता स्कॉट जरा जास्तच खाली वाकला आणि त्याच्या शर्टाच्या खिशातला त्याचा चश्मा त्या भोकातून खाली पडला. त्याच्यापाशी जास्तीचा एक चश्मा होता, पण त्याचा चांगला चश्मा मात्र पडून गेला.

ब्रूस म्हणाला, ''स्कॉट तसा धांदरटच होता. इराणमधून बसनं प्रवास करत असताना मला त्याचा पासपोर्ट त्याच्या सीटखाली पडलेला दिसला. मी त्याला म्हटलं, स्कॉट, मी हा माझ्यापाशीच संभाळून ठेवतो.''

मग ब्रूस मान हलवत हसून म्हणाला, ''शहरांमध्ये स्कॉट नेहमीच रस्ते चुकत असे. तो एक यशस्वी मार्गदर्शक बनल्यानंतर मी त्याच्याबरोबर प्रवास करायला हवा होता. परिपक्वता आलेला स्कॉट बघायला मजा वाटली असती. पण त्या वेळेस मात्र तो आरामात फिरत मौजमस्ती करत असे आणि रस्त्यांकडे अजिबात लक्ष देत नसे.''

ती स्कॉटची उत्तर अमेरिकेबाहेरची पहिलीच परदेश सफर होती. नीट प्रवास करायला शिकण्यासाठी गाठीला थोडा अनुभव असावा लागतो. स्कॉट तेव्हा तो अनुभव गोळा करत होता. ब्रूस म्हणाला, ''त्या वेळेस कधीकधी मीच स्कॉटचं नेतृत्व करत असे. मी त्यापूर्वी परदेशप्रवास केलेला होता आणि माझ्या गाठीला आधीचा अनुभव होता. त्यामुळे मी त्याला अनुभवाच्या चार गोष्टी सांगू शकत असे. कधीकधी स्कॉट अगदी बुद्दूपणानंच वागत असे.''

पाटण्यात पोहोचल्यावर ब्रूस आणि स्कॉट यांच्या लक्षात आलं की, तिथून काठमांडू फक्त २५० मैलांवरच असलं तरी, गंगेच्या अनेक उपनद्या ओलांडत ट्रेन, बोट व बसनं प्रवास करण्यात खूपच वेळ वाया जाईल. त्यांना सृष्टिसौंदर्य बघत तसा प्रवास करायला आवडला असता, पण हाताशी पुरेसा वेळ नसल्यामुळे त्यांनी काठमांडूला जाणारं विमान घेतलं.

गेलं दशकभर पाश्चिमात्य तरुणांची काठमांडूला रीघ लागलेली होती. त्यांतले अनेक जण, ब्रूस आणि स्कॉट यांच्याप्रमाणे गाड्यांमधून लिफ्ट घेत आणि ट्रेन व बसनं प्रवास करत काठमांडूला पोहोचत असत. त्यांतले काही जण आध्यात्मिक प्रगतीसाठी स्वेच्छेनं तिथे येत, तर इतर काही जण त्यांच्या नजरेत अध:पतित होत असलेल्या पाश्चिमात्य संस्कृतीला पर्याय म्हणून तिथे येत. अनेक जण सहजपणे स्वस्तात मिळणाऱ्या अमली पदार्थांच्या मोहानं तेथे येत, तर काही मंडळी निरुद्देश भ्रमंती करत तिथे पोहोचत. तिथे बॅकपॅक घेऊन खूप जण येत असले, तरी त्यांच्यापैकी फारच थोडे बर्फ फोडायच्या कुऱ्हाडी घेऊन गिर्यारोहणासाठी येत असत.

स्कॉट आणि ब्रूस यांनीसुद्धा काही निश्चित योजना केलेल्या नव्हत्या. समुद्रसपाटीपासून २०,००० फुटांपेक्षा जास्त उंचीची शिखरं चढायचा त्यांचा ढोबळ मनसुबा होता. कारण या उंचीचं उत्तर अमेरिकेत एकही शिखर नव्हतं. माउन्ट एव्हरेस्टचं चित्र असलेलं पिक्चर पोस्टकार्ड जीनीला पाठवताना स्कॉटनं लिहिलं होतं, 'तुझं काय मत आहे? मी माउन्ट एव्हरेस्ट चढायचा प्रयत्न करावा? कदाचित या फेरीत मी तो करणार नाही. येता महिना गिर्यारोहणात घालवायचा बेत आहे. फारच मजा येतेय. मी अत्यंत प्रफुल्ल मन:स्थितीत आहे. गिर्यारोहणाच्या बेतामुळे? हो, तसं असू शकेल. तुझ्यासाठी आठवण म्हणून एक दगड आणेन.'

गिर्यारोहणाचं सामान विकणाऱ्या दुकानांमध्ये त्यांनी हिमालयाचे नकाशे शोधण्याचा प्रयत्न केला. पण तेव्हा जे नकाशे उपलब्ध होते; त्यांत रस्ते, खेडी यांखेरीज पर्वतांची केवळ ढोबळ रूपरेषा दाखवलेली होती. अशाच ढोबळ रूपरेषेतलं एक शिखर होतं लँगटँग लारुंग. त्या पर्वताकडे जाणारी पाऊलवाट काठमांडूपासून

एका दिवसाच्या बसप्रवासाच्या अंतरावर होती. स्कॉट ब्रूसला म्हणाला, ''उंची आहे तेवीस हजार सातशे फूट. ही उंची आपल्यासारख्या मुलांना चढणं शक्य होईल.'' एक छोटीशीच समस्या अशी होती की, आजवर कुणीही लँगटँग लारुंग हे शिखर चढून गेलेलं नव्हतं!

त्यांनी बुटांना खालून बांधायचे खिळ्यांचे क्रँपॉन्स भाड्यानं आणले आणि काठमांडूमधील थामेल विभागातील इतर दुकानांमधून ह्या मोहिमेसाठीचं इतर सामान आणलं. ह्या मोहिमेला सहा-सात दिवस लागतील, असा त्यांचा अंदाज होता. त्यांनी रस्त्यावरील ठेल्यावरून तांदूळ विकत घेतला. भरपूर चीज विकत घेतलं. म्हशींच्या मांसापासून बनवलेले सॉसजेस विकत घेतले. ब्रूस जुनी आठवण सांगताना म्हणाला, ''आम्ही भरपूर शिधा बरोबर घेतला होता. लँगटँगवर गिर्यारोहण सुरू करेपर्यंत वाटेत आम्ही खेड्यांमध्येच जेवणार होतो, म्हणजे हा शिधा पर्वतावर पुरला असता.''

स्कॉटनं अन् ब्रूसनं गावाबाहेर जाणारी बस घेतली आणि आठ तासांनी ते धुंचे नावाच्या खेड्यापाशी उतरले. त्यांनी पाठीवर बॅकपॅक लटकावल्या. रोडडेन्ड्रन ह्या सदाहरित फुलझाडांनी आणि देवदार वृक्षांनी भरलेल्या जंगलामधून बारा मैलांचा पायी प्रवास केला. ह्या बारा मैलांच्या प्रवासात ते जवळजवळ मैलभर उंचावर पोहोचले आणि आजूबाजूच्या भूप्रदेशाचे आकारमान पाहून स्तिमित झाले. डोंगराच्या कुशीत वसलेल्या एका खेड्यात ते विश्रांतीसाठी थांबले. तेथून ४००० फूट खाली एक नदी वाहताना दिसत होती आणि दरीपलीकडे ४००० फुटांवर शेजारचं खेडं दिसत होतं. तिथे आरवणारा कोंबड्याचा आवाज त्यांना ऐकू येत असला तरी ह्या खेड्यातले लोक कधीही त्या खेड्यात जाऊन तिथल्या लोकांना भेटलेले नव्हते. हे सारं विस्मयजनकच होतं!

त्यांच्या नकाशावरील अस्पष्ट रेषांनुसार ते लँगटँग नदीवरील दुर्गम पर्वतावर चढत राहिले. घोराटाबेला ह्या खेड्यात पोहोचल्यावर त्यांना लँगटँग लारुंग या शिखराचं पहिल्यांदा दर्शन झालं. ब्रूस म्हणाला, ''आम्ही पायवाटेनं वर चढत असताना अचानक एक वळण आलं अन् समोर हे प्रचंड शिखर माथ्यावर बर्फाचा मुकुट लेवून उभं होतं!''

स्कॉट म्हणाला, ''आऽहा! ब्रूस, मला वाटतंय, हेच लँगटँग असलं पाहिजे!''

इतका प्रचंड उंच पर्वत अधिक योजनाबद्ध मोहिमेशिवाय चढणं अशक्य होतं. स्वतःच्या संरक्षणासाठी आवश्यक असे दोर, नांगर व इतर आयुधं त्यांनी आणलेली नव्हती. हिमनद्या ओलांडण्यासाठी आणि बर्फावर चढण्यासाठी ह्या गोष्टी अत्यंत आवश्यक होत्या. त्यांच्यापाशी पुरेसे गरम कपडेसुद्धा नव्हते. सर्वांत महत्त्वाची गोष्ट म्हणजे, नेपाळ देशाच्या पर्यटन मंत्रालयातून लँगटँगच्या उंचीचं

शिखर चढण्यासाठीचा परवाना मिळवावा लागत असे, तो ह्या दोघांपाशी नव्हता. नोव्हेंबर महिना उजाडला होता आणि हिवाळा अगदी उंबरठ्यावर येऊन पोहोचलेला होता. कोणत्याही क्षणी वादळ होऊ शकलं असतं. वर जाण्याचा विचार करणं, हासुद्धा वेडेपणा ठरला असता!

पण इतक्या दूरवर येऊन तसंच परत जाणंसुद्धा त्यांना मनापासून पटत नव्हतं. साऱ्या जगाला प्रदक्षिणा घालून ते वायोमिंगमधील युरेनियमच्या खाणीतून नेपाळच्या पाऊलवाटेनं लँगटँगच्या पायथ्यापर्यंत पोहोचलेले होते. ते शिखर उंच होतंच; पण अखेरीस ते केवळ एक शिखरच होतं. यापूर्वी ते शिखरं चढून गेले होतेच ना? ते गिर्यारोहक होते ना? ते एनओएलएसचे प्रशिक्षक होते ना? मग आणखी विचार कसला? त्यांनी विचार केला की, इतके जवळ आलोय तर लँगटँगवर चढाईला तर सुरुवात करावी! पुढे काय ते लँगटँगवर सोपवावं! त्यांनी लँगटँग पर्वताकडे बारकाईनं पाहून कोणत्या मार्गानं चढायचं, याचा अंदाज बांधला.

ब्रूस मला म्हणाला, ''लँगटँगच्या पर्वतमाथ्यापासून खाली येणारा लांबलचक उंचवटा होता. समोर दिसणाऱ्या बर्फातल्या खाचेतून अनेक हजार फूट चढून जायचं आणि मग तो उंचवटा गाठून त्यावरून आरामात पर्वतमाथा गाठायचा, असं आम्ही ठरवलं. या उंचवट्याच्या सुरुवातीला एक अर्धवर्तुळाकार सपाट जागा होती. ते होते खोऱ्याचे वरचे टोक. तिथवर पोहोचल्यावर वर जायचा मार्ग कदाचित सापडेल, असं आम्हाला वाटलं.''

स्कॉट आणि ब्रूस यांनी घोराटाबेला गावात एक-दोन दिवस विश्रांती घेतली. नेपाळी जेवणावर ताव मारला. मग ते लँगटँगची चढण चढू लागले. ''आम्ही अजून बर्फापर्यंत पोहोचलो नव्हतो, परंतु याकच्या टापूत वरपर्यंत पोहोचलो होतो.'' ब्रूस म्हणाला. याकना घेऊन त्यांचे मालक कमी उंचीच्या जागी पोहोचले होते. उंचावरच्या कुरणांमध्ये उन्हाळ्यात याकना नेलेलं होतं, तिथून हिवाळा सुरू होण्यापूर्वी कमी उंचीवरील सुरक्षित जागी त्यांना नेण्यात आलं होतं. उन्हाळ्यात याकचे राखणदार ज्या दगडी झोपड्यांमध्ये राहत असत, त्यांतील एका झोपडीत ब्रूसनं आणि स्कॉटनं आश्रय घेतला. सरपणासाठी त्यांनी झोपडीतलं थोडंसं लाकूड वापरलं आणि त्याबद्दल थोडेसे पैसे तिथे ठेवून दिले. हे लाकूड आणि याक यांच्या शेणाच्या गोवऱ्या वापरून शेकोटी पेटवली.

प्रवासभर हे दोघे बाटलीतलं पाणी पीत असत किंवा बरोबर आणलेल्या आयोडिनच्या गोळ्या टाकून किंवा उकळून शुद्ध केलेलं पाणी पीत असत. आता ते खेड्यांपासून खूपच उंचावर पोहोचलेले असल्यामुळे त्यांनी वायोमिंगमधील पद्धतीप्रमाणे थेट झऱ्याचं पाणी प्यायला सुरुवात केली. त्यामुळे स्कॉटला लगेचच जुलाब सुरू झाले. त्याला इतक्या वेळा शौचाला जावं लागलं की, ब्रूसनं त्याला

'पळपुट्या स्कॉट' असं नाव ठेवलं. स्कॉटची प्रकृती सुधारेपर्यंत हे दोघे याकच्या राखणदारांच्या दगडी झोपडीपर्यंतच राहिले. पण स्कॉटची प्रकृती सुधारते न सुधारते तोच ब्रूसलासुद्धा तोच त्रास सुरू झाला. मग ब्रूस घोराटाबेला येथे गेला आणि तेथे ॲन्टिबायोटिक्स मिळताहेत का, याचा शोध घेऊ लागला.

घोराटाबेला येथे औषधांच्या शोधार्थ ब्रूस गेलेला असताना स्कॉटनं पुढे चढून जायचं ठरवलं. एक रात्र बाहेर मुक्काम करता येईल इतकं अन्न आणि इतर सामान घेऊन तो निघाला आणि अंधार पडेपर्यंत चढत राहिला. रात्री त्यानं बर्फातच आपला तंबू रोवला. दुसऱ्या दिवशी सकाळी तो पुरेशा उंचीवर चढून गेला आणि उंचवट्याच्या सुरुवातीच्या अर्धवर्तुळाकार सपाट जागेपर्यंत पोहोचला. तेथून पर्वतमाथ्यापर्यंत हजारो फूट उंच बर्फातील चढण होती आणि ती चढून जाण्याजोगा रस्तासुद्धा दिसत होता. त्या रस्त्यानं बर्फातून हजारो फूट वर चढून गेल्यावर शिखर गाठता आलं असतं. परंतु स्कॉट पूर्णपणे जाणून होता की, गिर्यारोहकांच्या समूहात नसताना, सोबत गिर्यारोहणाची साधनं आणि जवळ पुरेसा वेळ नसताना याहून पुढचा पल्ला गाठणं अशक्य कोटीतली गोष्ट आहे. त्यानं वरचा, अनेक हजार फुटांचा पर्वतउतार पुन्हा एकदा डोळे भरून पाहिला आणि तो माघारी फिरून खाली उतरू लागला.

दगडी झोपडीत ब्रूस त्याच्या स्वागताला हजर होता. त्याला घोराटाबेला येथे काही प्रवासी भेटले होते आणि त्यांनी ब्रूसला त्यांच्याजवळची औषधं दिली होती. आता ब्रूसची प्रकृती पूर्ववत झालेली होती. स्कॉटनं लँगटँग चढतानाचे आपले अनुभव ब्रूसला सांगितल्यावर त्या उत्साहाची ब्रूसलासुद्धा लागण झाली.

ब्रूसनं मला सांगितलं, ''दुसऱ्या दिवशी मीसुद्धा लँगटँगवर जमलं तेवढं चढून गेलो. मला वाटतंय की, स्कॉट रात्री तंबू ठोकून राहिला होता, तिथवर मी चढून गेलो होतो. इथे हवा खूपच विरळ होती. मला विसावा घेऊन एक डुलकी काढावीशी वाटत होती.'' तसं न करता ब्रूस परत फिरला आणि याक राखणदारांच्या दगडी झोपडीत परत आला. डिसेंबर महिना उजाडला होता आणि हवा थंड झालेली होती. जवळ जेवढा वेळ, पैसा आणि कौशल्य होतं; त्यांचा पुरेपूर वापर करून ह्या मुलांनी शक्य तेवढा पल्ला गाठलेला होता याची त्यांना जाणीव होती. आता घरी परत जायची वेळ आलेली होती.

स्कॉटनं जीनीला पाठवलेल्या पत्रात लिहिलं होतं, 'नेपाळ फारच सुंदर होतं. इथल्या पर्वतांचं मी वर्णनसुद्धा करू शकत नाही, इतके ते प्रचंड उंच आहेत. एका दिवसाच्या प्रयत्नात ५००० ते ६००० फूट उंच चढून जाणं सहजगत्या जमत होतं. हीच खरी जागा आहे! इथले पर्वत सर्व जगभरातल्या पर्वतांहून अधिक उंच आणि भव्य आहेत.' स्कॉटनं हे पत्र काठमांडू सोडण्यापूर्वी लिहिलं होतं.

दिल्लीला परत गेल्यावर स्कॉटनं त्यांची विमानाची तिकीटं बाहेर काढली. परतीच्या तारखेला अजून महिनाभर अवकाश होता. स्कॉटला त्याबद्दल आनंदच वाटला. ब्रूस मला म्हणाला, ''प्रत्येक दिवस म्हणजे एक नवं साहस असे. स्कॉटसमवेत असताना तुम्ही सकाळी उठून काहीतरी नवा अनुभव घेणार, यात काहीही शंका नसे.''

एका संध्याकाळी जुन्या दिल्लीत भटकत असताना दोघेही एका मंडपापुढनं जात होते. मंडपाच्या प्रवेशद्वाराशी असलेल्या माणसानं त्यांना पाहून विचारलं, ''आत यायचंय? भोजन करायचंय?'' स्कॉट आणि ब्रूस त्या माणसाजवळ गेले आणि आत काय चाललंय याची त्यांनी चौकशी केली. ''आत विवाह-समारंभ सुरू आहे. तुम्हाला तो बघायचाय?'' तो माणूस म्हणाला.

स्कॉटनं त्याला उत्तर दिलं, ''अवश्य! आम्हाला दुसरं काही काम नाहीय.'' हे दोघे वाकून मंडपात शिरले. तिथे हिंदू विवाह-समारंभाची मेजवानी सुरू होती. ते टेबलापुढे मांडलेल्या खुर्च्यांवर बसले आणि हसून, आनंदानं इतर आमंत्रितांशी गप्पागोष्टी करू लागले. मग त्यांनी भारतीय भोजनावर ताव मारला.

ब्रूसनं मला सांगितलं, ''मला आणि स्कॉटला खूपच मौज वाटली. आम्ही तिथे बसलेलो असताना इतर काही पाश्चिमात्यसुद्धा त्या मंडपात डोकावून पाहत होते आणि त्या माणसानं त्यांनादेखील आत यायचं आमंत्रण दिलं; पण त्यांनी नकार दिला. त्या माणसाच्या हेतूबद्दल त्यांना शंका वाटली असावी. मला आणि स्कॉटला तशी फिकीर कधीही वाटत नसे. आम्ही खुल्या दिलानं नव्या अनुभवांना सामोरे जात असू.''

ह्या दोघांनी ब्रिटिश वकिलातीत जाऊन विल्यम हॅरिसनचीसुद्धा भेट घेतली. त्यानं ह्या दोघांना नाताळाच्या मेजवानीसाठी त्याच्या घरी येऊन त्याच्या पत्नीला आणि आठ मुलांना भेटायचं आमंत्रण दिलं. ब्रूस ती आठवण सांगताना म्हणाला, ''तोसुद्धा एक वेगळाच सांस्कृतिक अनुभव होता. विल्यमनं कोंबडी शिजवली होती. त्या पदार्थाला सुशोभित करण्यासाठी त्यानं उकडलेल्या बटाट्यांचा वापर केला होता. मी माझी काऊबॉय हॅट घालून 'घोस्ट रायडर्स इन द स्काय', हे ख्रिसमस-कॅरल म्हटलं. नाताळ मोठ्या आनंदात पार पडला.''

ती संध्याकाळ ब्रूस आणि मीसुद्धा खूपच आनंदात घालवली. मी वाइनचा शेवटचा घोट घेत असताना ब्रूसनं मला नेपाळ सफरीनंतरच्या त्यांच्या वायोमिंगमधल्या आयुष्याबद्दल सांगितलं. स्कॉट परत येऊन एनओएलएसमध्ये प्रशिक्षक म्हणून काम करू लागला. स्कीइंग करत असताना ब्रूसच्या मनगटाचं हाड मोडलं आणि त्याला पर्वतारोहण करणं अवघड वाटू लागलं. त्यामुळे एनओएलएसमध्ये प्रशिक्षक बनण्याऐवजी त्यानं एका सरकारी सर्वेक्षण समितीत नोकरी पत्करली. त्यानंतर

इतरही नोकऱ्या करत तो लॅन्डरमध्ये स्थिरावला आणि पत्नी व मुलांबरोबर आनंदानं आयुष्य व्यतीत करू लागला.

ब्रूसनं त्याचे अनुभव मला मनमोकळेपणानं सांगितल्याबद्दल मी त्याचे मन:पूर्वक आभार मानले. तो मला दरवाज्यापर्यंत सोडायला आला. रात्रीच्या आकाशाकडे पाहत तो मला म्हणाला, ''कधीकधी मला स्कॉटची फार फार आठवण येते. तो कंटाळल्याबद्दल कधीही तक्रार करत नसे. नव्व्याण्णव टक्के लोक ऐंशी वर्षं जगूनही जेवढं आयुष्य उपभोगू शकत नाहीत, त्यापेक्षा त्यानं त्याच्या चाळीस वर्षांच्या आयुष्यात ते अधिक उपभोगलं.''

आम्ही निरोप घेताना हस्तांदोलन केलं आणि मला जाणीव झाली की, ब्रूसनं स्कॉट फिशरपेक्षा वेगळं आयुष्य निवडलं असलं, तरी त्यानंसुद्धा त्याच्या आयुष्यात तेवढंच श्रीमंत करणारे क्षण अनुभवले होते.

सहा
गिर्यारोहणातील धडपडी वल्ली!

स्कॉट अजरामर झाला, कारण जिवावर बेतू पाहणाऱ्या बारा अपघातांपैकी एकाही अपघातात मृत्युमुखी न पडता तो एव्हरेस्टवर मरण पावला.

- रॅन्डी सर्फ

एनओएलएसमधील प्रशिक्षक व स्कॉटचा गिर्यारोहणातला सोबती.

सेबॅस्टिअन जंगरनं त्याचं 'परफेक्ट स्टॉर्म' हे सुप्रसिद्ध पुस्तक प्रकाशित केलं. तत्पूर्वी, अनेक वर्षांपूर्वी तरुणपणी तो एनओएलएसमध्ये प्रशिक्षण घेण्यासाठी आलेला होता. स्कॉट फिशर त्याचा प्रशिक्षक होता. स्कॉटच्या मृत्यूनंतर जंगरनं 'आऊटसाइड मॅगेझिन'साठी एक लेख लिहिला. त्यात जंगरनं स्कॉटबद्दल लिहिलं होतं, 'आम्ही एखाद्या सुळक्याच्या पायथ्याशी तंबू ठोकून राहत असलो आणि मी सुळक्याकडे मान उंचावून बघितलं की, स्कॉट मला खूप उंचावर दोराशिवाय फटींमध्ये बोटं रुतवून चढताना दिसत असे. तो एकाग्रतेनं, हळूहळू, सर्व शक्तिनिशी चढत असे. त्याला तसं चढताना पाहून मला त्या सुळक्याचीच दया येऊ लागत असे. जणू काही तो कधीच पडणं शक्य नाही, अशा आत्मविश्वासानं स्कॉट चढत असे.'

गिर्यारोहक अनेकदा पडतात आणि प्रारंभीच्या काळात स्कॉटसुद्धा अनेकदा पडला. गिर्यारोहकांपैकी सर्वांत धडपडणारी वल्ली म्हणून तो प्रसिद्ध झाला. कुणालाही तुमचं नाव माहीत नसण्यापेक्षा, कोणत्याही कारणानं तुम्हाला प्रसिद्धी मिळणं अधिक श्रेयस्कर ही गोष्ट जरी खरी असली, तरी उत्कृष्ट गिर्यारोहक बनायची महत्त्वाकांक्षा पूर्ण करण्यासाठी तरी स्कॉटनं गुरुत्वाकर्षणाच्या नियमांकडे दुर्लक्ष करून चालण्याजोगं नव्हतं.

स्कॉटच्या वाट्याला पहिला गंभीर अपघात आला, तेव्हा तो एनओएलएसच्या एका कोर्समध्ये उपप्रशिक्षक म्हणून काम करत होता. त्याचं वय तेव्हा फक्त पंधरा वर्षांचं होतं. तो एका अनुभवी प्रशिक्षकाच्या हाताखालचा मदतनीस म्हणून काम

करत होता. कड्यावरून दोराच्या साह्यानं खाली उतरण्याचं प्रशिक्षण देताना स्कॉट ते प्रात्यक्षिक करून दाखवत होता. इतर विद्यार्थी लक्षपूर्वक पाहत असताना, त्या अनुभवी प्रशिक्षकानं कड्याच्या टोकावरल्या एका फटीत 'नट' नावाचं गिर्यारोहणाचं अवजार रुतवलं. त्यानंतर नायलॉनच्या दोराचं वेटोळं आणि कॅराबाइनर[२]च्या साह्यानं त्यानं ह्या नटला खाली उतरण्यासाठीचा दोर बांधला. अशा प्रकारे कड्याच्या फटीत पाचर टाकून दोर घट्ट बांधल्यानंतर त्यानं तो दोर स्कॉटच्या हातात दिला आणि त्याला दोराच्या साह्यानं कडा उतरून खाली कसं जायचं, याचं प्रात्याक्षिक करून दाखवायला सांगितलं. स्कॉटनं दोराचं खालचं टोक त्याच्या कमरबंदात अडकवलं आणि तो कडा उतरण्याचं प्रात्यक्षिक करू लागला.

गिर्यारोहकांसाठीचा सर्वांत महत्त्वाचा नियम असा आहे की, कड्याच्या खाचेत पाचर घट्ट बसली आहे की नाही याची स्वत: खातरजमा केल्याशिवाय दोरावरून खाली कधीही उतरायचं नाही. स्कॉटनं नेमकं तेच केलेलं नव्हतं. दोरावरल्या त्याच्या वजनामुळे फटीतला 'नट' हलला, ढिला झाला आणि फटीतून बाहेर निघाला. त्यामुळे वरचा आधार सुटून स्कॉट दरीत खाली फेकला गेला. हवेतून कोलांटउड्या मारत असताना, त्याचा चेहरा दगडावर आदळून रक्तबंबाळ झाला. त्याचं नशीब बलवत्तर म्हणून तो एका हिमाच्या पुंजक्यावर जाऊन आदळला. हिमावर आदळल्यामुळे हिमानं पुरेसा आघात झेलला आणि स्कॉट वाचला. तो बेशुद्ध झाला होता आणि त्याचं जांघेचं हाड मोडलं होतं. स्कॉटची बहीण लिसा त्याच कोर्समध्ये शिकत होती. ती धावत जाऊन त्याच्यापाशी थांबली आणि हेलिकॉप्टरनं त्याला रुग्णालयात न्यायची सोय होईपर्यंत त्याच्याजवळ बसली. ती जुनी आठवण सांगताना म्हणाली, ''तो इतका रक्तबंबाळ आणि जखमी झालेला होता की, त्याच्याकडे बघूनच जीव घाबरत होता!''

त्याचे आई-वडील ही बातमी ऐकून लॅन्डरला आले आणि तो शुद्धीवर आला तेव्हा ते त्याच्याजवळ उपस्थित होते. त्यांना पाहून तो म्हणाला, ''कसला आपटलोय म्हणून सांगू!'' हालचाल करता येऊ लागल्यावर तो न्यू जर्सीत परत गेला आणि आई-वडिलांच्या घरी विश्रांती घेऊ लागला.

पुढील काही वर्षांत आई-वडिलांच्या घरी विश्रांती घ्यावी लागण्याचे अनेक प्रसंग त्याच्या वाट्याला आले. विन्डरिव्हर पर्वतावरील एनओएलएसच्या कोर्सच्या

---

२ कॅराबाइनर ही लांबट आकाराची धातूची कडी असते. त्याच्या एका टोकाला स्प्रिंगनं उघडणारी झडप असते. गिर्यारोहण करताना, पर्वतावरच्या दगडात ठोकून बसवलेल्या 'पिटॉन' नावाच्या खिळ्याच्या कडीत कॅराबाइनरच्या साह्यानं गिर्यारोहणासाठीचा दोर अडकवतात.

वेळेस तो डिनवुडी या हिमनदीतील शंभर फुटांपेक्षा अधिक खोलीच्या एका विवरात कोसळला होता आणि त्याच्या खांद्याचं हाड निखळलं होतं. कोलोराडो राज्यात पर्वतारोहण करताना पुन्हा एकदा त्याचं खांद्याचं हाड निखळलं. झायन, सिंक्स कॅनियन आणि श्वानगंक्सवर तो अनेकदा पडला; परंतु कमरेला बांधलेल्या दोरामुळे बचावला. तरी ह्या अपघातांमध्ये त्याला जखमा झाल्या, खरचटलं आणि मुरगळलं. योसेमिटी नॅशनल पार्कमध्ये ग्रॅनाइटच्या सुळक्यावरून तो तीस फूट गडगडला आणि झाडावर आदळून जमिनीवर बेशुद्ध होऊन पडला. बचावपथकानं त्याला जखमी अवस्थेत सुरक्षित स्थळी पोहोचवलं.

परंतु ह्या सर्व दुर्घटना फिक्या वाटाव्यात अशी दुर्घटना 'ब्रायडल फॉल' नावाच्या गोठलेल्या धबधब्यावरून तो फेकला गेला, तेव्हा त्याच्या नशिबी आली. यातून तो वाचला, हे एक आश्चर्यच होतं.

रेन्बोबरोबर केलेली नेपाळची सफर संपवून वायोमिंगमध्ये स्कॉट परत आला आणि एनओएलएसच्या हिवाळी सत्रात शिकवू लागला. आता १९७७ सालचं हिवाळी सत्र संपत आलं, तेव्हा स्कॉटनं आणि इतर अनेक प्रशिक्षकांनी शिल्लक पडलेले आपले पैसे एकत्र केले आणि युटा राज्यातील प्रोव्हो कॅनियन येथे बर्फावर चढण्याच्या प्रशिक्षणाचा वर्ग घेण्याची विनंती जेफ लो या गिर्यारोहकाला केली. जेफ लो हा उत्कृष्ट गिर्यारोहक तर होताच; पण त्याखेरीज त्या वेळेस नव्यानं लोकप्रिय होत असलेल्या बर्फावरच्या आरोहणातही तो तेवढाच निष्णात होता. बर्फावरचं आरोहण करताना बुटांवर क्रँपॉन्स बांधून आणि बर्फासाठीची कुऱ्हाड प्रत्येक हातात धरून, गोठलेल्या धबधब्यावर किंवा गोठलेल्या इतर पृष्ठभागांवर आरोहण करायचं असे. असं करताना, आरोहक बर्फात धातूची ट्यूब बसवून, कॅराबाइनरच्या साह्यानं त्या ट्यूबला दोर बांधू शकत असे. अशा तऱ्हेनं दोर पक्का बसवला की, तो दोर संभाळणारा मदतनीस या गिर्यारोहकाचा पाय घसरला तर त्याला वाचवू शकत असे.

बर्फावर आरोहण करण्यासाठीची नव्या प्रकारची आयुधं बनवणाऱ्या कंपनीत जेफ लो याचा सहभाग होता. त्यानं 'लो हमिंगबर्ड' नावाचं आयुध तयार केलं होतं. बर्फाचा उभा सुळका चढून जाताना, आरोहक यापूर्वीच्या बर्फाच्या ज्या कुऱ्हाडी वापरत असत, त्या कुऱ्हाडींहून हमिंगबर्ड हे लहान आकाराचं आयुध होतं. त्याला अणकुचीदार दात्याऐवजी धारदार, पोकळ अशी धातूची नळी जोडलेली असे. ह्या नळीचा व्यास चवलीच्या आकाराचा असे. बर्फात रोवली की, ही नळी पारंपरिक बर्फाच्या कुऱ्हाडींपेक्षा जास्त रुतून बसते, असं अनेक आरोहकांचं मत होतं.

एनओएलएसमधील प्रशिक्षकांना जेफ लोकडून बर्फावर चढण्याचं शिक्षण

तर घ्यायचं होतंच; पण त्याखेरीज त्यांना हमिंगबर्ड वापरून बघायची होती. प्रोव्हो कॅनियन येथे हे प्रशिक्षण घेताना, सर्व जण एकत्र जमून खूप मौजमस्ती करू शकले असते. हासुद्धा आकर्षणाचा एक मुख्य भाग होता. वेस क्राउस यानं त्याचा ट्रेलर 'ब्रायडल व्हेल' धबधब्याच्या पायथ्याजवळ पार्क केला. हे या कंपूचं अनौपचारिक मुख्यालय बनलं. लवकरच स्कॉट, मायकेल ॲलिसन, रॅन्डी सर्फ आणि इतर गिर्यारोहक तिथे येऊन पोहोचले. साहसाच्या अपेक्षेनं सारे जण उत्तेजित झालेले होते.

ह्या खिंडीच्या माथ्यापासून पायथ्यापर्यंत शेकडो फूट अंतर आहे. उन्हाळ्यात ब्रायडल व्हेल हा धबधबा खिंडीच्या भिंतींवरून शेकडो फूट खाली झेपावत असतो. हिवाळ्यात हाच धबधबा गोठून जातो. त्याचा बर्फाचा एक उभा सुळका बनतो. हा सुळका उन्हात चमचमतो तेव्हा त्यात बर्फाचे खांब, बर्फाचे मोठाले खडे आणि गोठलेले पडदे असे विविध आकार दिसतात.

वेस मला म्हणाला, ''आश्चर्याची गोष्ट म्हणजे, त्या वेळेस हा गोठलेला धबधबा चढून कुणीही वरपर्यंत गेलेलं नव्हतं. त्याची उंची खूपच होती. सात पिच किंवा ८४० फूट. तो बर्फाचा प्रचंड उंच सुळका समजला जात असे.''

जेफ लो यानं बर्फावर आरोहण करण्याचं प्रशिक्षण दिलं, त्याच्या दुसऱ्याच दिवशी स्कॉट, रॅन्डी सर्फ आणि वेस हे तिघे जण ब्रायडल व्हेल धबधबा चढून जाण्यासाठी बाहेर पडले. हा बर्फाचा सुळका इतका प्रचंड उंच होता की, तो त्यांना टप्प्याटप्प्यानं चढणं भाग होतं. प्रत्येक टप्पा शंभर फुटांचा असणार होता. आरोहण करताना हे तिघे जण आळीपाळीनं नेतृत्व करणार होते. नेतृत्व करणाऱ्यावर सर्वांत जास्त जोखीम असणार होती आणि त्याच्या वाट्याला सर्वांत जास्त थरारक साहससुद्धा येणार होतं; कारण कोणत्या मार्गानं वर चढायचं याचा निर्णय नेतृत्व करणाराच घेणार होता. वर चढताना तोच बर्फात खिळे ठोकून त्यांना दोर बांधणार होता. त्याच्या पाठोपाठ वर चढणारा दुसऱ्या क्रमांकाचा आरोहक नेतृत्व करणाऱ्याचा दोर सांभाळणार होता आणि तो पडला, तर दोर घट्ट धरून त्याला वाचवणार होता. नेता पूर्ण दोराएवढं अंतर वर चढून गेला की, तो उभं राहता येईल अशी जागा शोधणार होता, स्वत:ला खडकाला किंवा बर्फाला घट्ट बांधून घेणार होता आणि द्वितीय क्रमांकाच्या आरोहकाला वर खेचून घेणार होता. तृतीय क्रमांकाचा आरोहक वर चढताना बर्फात ठोकलेले खिळे काढून घेऊन वर चढणार होता.

पहिला टप्पा चढताना रॅन्डीनं नेतृत्व केलं. शंभर फूट अंतर चढून तो एका सपाट अशा खडकाच्या कंगोऱ्यावर पोहोचला. तिथे त्यानं कॅराबायनरच्या मदतीनं बर्फात ठोकलेल्या खिळ्याला त्याचा कमरबंद बांधला आणि वेस वर चढत असताना

त्याला दोरानं वर खेचून घेतलं. खडकाचा हा कंगोरा जेमतेम दोन माणसं उभी राहू शकतील इतपतच रुंद होता. तिसरा माणूस तिथे मावणं शक्यच नव्हतं. म्हणून वेसनं कमरबंद खिळ्याला बांधलेल्या अवस्थेत रॅन्डीला तिथेच उभं केलं आणि रॅन्डीच्या कमरेला दोराचं खालचं टोक बांधलेलं ठेवून, दुसरं टोक स्वत:च्या कमरेला बांधून घेऊन तो पुढला टप्पा चढू लागला. कल्पना अशी होती की, वेस शंभर फूट उंच चढून गेला की, तो स्वत:चा कमरबंद खिळ्याला बांधून घेऊन दोराचं त्याच्या बाजूचं टोक खाली सोडेल. हे टोक स्कॉटकडे फेकून रॅन्डी स्कॉटला तळापासून वर खेचून घेईल आणि पहिल्या टप्प्यापर्यंत आणेल. दोघे जण पहिल्या टप्प्यापर्यंत आले की, वेस एकेकाला दुसऱ्या टप्प्यापर्यंत दोरानं खेचून घेईल. अशा तऱ्हेने वेगवेगळे लोक प्रत्येक टप्प्यावर नेतृत्व करत पुढले पाच टप्पे चढून जातील आणि धबधब्याचा माथा गाठतील.

वेस जुनी आठवण सांगत म्हणाला, ''हा गोठलेला धबधबा जवळजवळ काटकोनातच उभा होता. दोराच्या आधारानं चढणं, हाच सुज्ञपणाचा निर्णय होता.''

वेस पहिला टप्पा चढून जाईपर्यंत धबधब्याच्या तळाशी उभा असलेला स्कॉट अधीर झाला. तो दोराच्या संरक्षणाशिवायच चढू लागला. वेसनं त्याला तसं चढताना पाहिलं. हे फार शहाणपणाचं नव्हतं, तरी त्यात तितकासा धोका नाही, असं त्याला वाटलं.

हातात नेहमीची बर्फाची कुऱ्हाड घेऊन स्कॉट भरभर वर चढू लागला. बर्फावर दोन पाय आणि एक हात किंवा दोन हात आणि एक पाय अशा तीन गोष्टी रुतवून तो मोकळा हात किंवा पाय वर खेचून भरभर चढत होता. मोकळा पाय वर चढवला की, तो बुटाला जोडलेले क्रँपॉन्स त्यांच्या पुढल्या टोकदार खिळ्यांनी बर्फात घुसवून आधार घेत असे किंवा दोन हातांपैकी एक हात वर उंचावून हातातली बर्फाची कुऱ्हाड बर्फात रुतवून आधार घेत असे. स्पायडरमॅनसारखी हालचाल करत तो गोठलेला सुळका वर चढून जात होता. हातातली कुऱ्हाड आणि बुटांवर बांधलेले टोकदार क्रँपॉन्स बर्फात घुसवून, आधार घेत तो वर चढून जात होता. दहा-फूट, वीस-फूट, पन्नास-फूट, शंभर फूट आणि शंभर... फुटांवरील दगडी कंगोऱ्यावर स्कॉट पोहोचल्यावर तिथे आधीच उभ्या असलेल्या वेस आणि रॅन्डीला दाटी होऊ लागली.

ह्या आरोहणानंतर काही दिवसांनी स्कॉटनं जेनीला जे पत्र लिहिलं, त्यात त्यानं कळवलं होतं, 'वेस दुसऱ्या टप्प्याचं नेतृत्व करू लागला. रॅन्डीनं वर चढायला अजून सुरुवातही केलेली नव्हती आणि मी पुन्हा दोराशिवाय एकट्यानंच वर चढायला प्रारंभ केला.' स्कॉट त्या कंगोऱ्यावर उभा होता, तेव्हाच कमरेला दोर न बांधता स्कॉटनं आणखी चढावं की नाही, याविषयी स्कॉट व रॅन्डीनं चर्चा केली होती. त्या

दोघांचंही एकमत झालेलं होतं की, चढताना पडणं अजिबात चालण्याजोगं नव्हतं; कारण पडल्यावर कपाळमोक्ष टाळणं अशक्य होईल!

असं असूनही, स्कॉटनं दोराचं संरक्षण न घेता हातातली कुऱ्हाड बर्फात रोवली. कुऱ्हाडीचा दांडा हातातल्या हातात गोल फिरलेला आणि वरचं पातं मोडलेलं पाहून स्कॉट हतबुद्ध झाला. दोन्ही हातात एक-एक चांगली कुऱ्हाड नसताना आणि दोराचं संरक्षण नसताना, स्कॉट दहा मजली इमारतीच्या उंचीच्या जागी बर्फाच्या सुळक्यावर अडकून पडला होता. त्याला वर-खाली किंवा बाजूला हालचाल करणं अशक्य झालेलं होतं. तो फक्त एका जागी थांबून मदतीची वाट पाहू शकत होता.

वेसनं दोराचं संरक्षण देऊन रॅन्डीला वर खेचून घ्यायला सुरुवात केल्यावर रॅन्डी स्कॉटजवळ पोहोचला आणि त्यानं स्कॉटला त्यांच्याजवळची जास्तीची असलेली लो हमिंगबर्ड दिली. अपघातानंतर विचार करत असताना स्कॉटनं कबूल केलं की, हातात अनोळखी आयुध असताना त्यानं फक्त कंगोऱ्यापर्यंत जाऊन तेथे वाट पाहायला हवी होती. रॅन्डी दुसरा टप्पा चढून गेल्यावर स्कॉटनं कमरेला दोर बांधून त्याची पाळी आल्यानंतर दुसरा टप्पा चढून जायला हवा होता. तसं न करता कमरेला दोराचं संरक्षण न घेता वेसच्या दिशेनं स्कॉट चढत राहिला.

स्कॉट हमिंगबर्डच्या साह्यानं फारसं कधी चढलेला नव्हता. हमिंगबर्ड हे उत्तम आयुध असलं तरी सरावाशिवाय वापरायला अवघड होतं. स्कॉटनं हमिंगबर्डची नळी बर्फात रोवली आणि त्यावर आपला भार टाकला. ती नळी बर्फातून निसटून बाहेर आली आणि त्याचा आधार घेणारा स्कॉट फेकला गेला.

वेस मला म्हणाला, ''बघता-बघता तो पडला आणि दृष्टिआड झाला!''

त्याच्यापुढून स्कॉट खाली कोसळत होता, तेव्हा रॅन्डीनं त्याला पकडायचा प्रयत्न केला, परंतु स्कॉट हाती लागला नाही. स्कॉट बर्फावरून घसरत खाली-खाली जात राहिला आणि दृष्टिआड झाला. रॅन्डी म्हणाला, ''मी ताबडतोब खाली उतरू शकत नव्हतो. वेस शंभर फूट उंचावर, दुसऱ्या टप्प्यावर उभा होता. आम्हाला दोन टप्पे दोराच्या साह्यानं उतरून खाली येणं भाग होतं आणि त्यासाठी वेळ लागला.''

''आम्ही बर्फाच्या सुळक्याच्या पायथ्याशी आलो तरी स्कॉट कुठेच दिसेना! आम्ही इकडेतिकडे शोधत राहिलो. तेव्हा स्कॉट आणखी खूप खाली, दगडांवर पडलेला दिसला. धबधब्याच्या तळाशी हिमाचा खोलगट खळगा तयार झालेला होता. कड्याच्या उतारावरून स्कॉट घसरत खाली आला, ह्या खळग्यात आदळला आणि उसळी घेऊन धबधब्याच्या खाली पोहोचला. आमचा डोळ्यांवर विश्वासच बसेना!'' वेसनं मला सांगितलं.

रॅन्डी म्हणाला, ''स्कॉट खूपच उंचावरून फेकला गेला होता आणि मला

वाटलं की, तो बहुधा जिवंत नसावा! जेव्हा गिर्यारोहक असे खूप उंचावरून खाली कोसळतात, तेव्हा ते जमिनीवर उताणे किंवा पालथे अशा सपाट अवस्थेत आदळले, तर ते वाचत नाहीत. जर ते तिरके आपटले, तर आघाताची तीव्रता कमी असते आणि ते वाचण्याचा संभव असतो. स्कॉट त्या गोठलेल्या धबधब्याच्या पायथ्यापर्यंत खूपच वेगानं गडगडत आला होता, पण हिमाच्या खळग्यामुळे त्याचा वेग मंदावला आणि त्यानंतर चेंडूसारखी उसळी घेऊन तो दगडांमध्ये फेकला गेला.''

स्कॉट शुद्धीवर होता. त्याला भरपूर खरचटलेलं होतं आणि त्याच्या छातीत दुखत असलं, तरी त्याला गंभीर स्वरूपाची दुखापत झालेली नव्हती. रॅन्डी आणि वेस यांच्या मदतीनं तो लंगडत-लंगडत रस्त्यापर्यंत आला आणि त्यांनी स्कॉटला प्रोव्होतील हॉस्पिटलमध्ये तातडीच्या उपचारांच्या खोलीमध्ये नेलं. बुटांमध्ये बर्फ शिरू नये, म्हणून स्कॉटनं घोट्यांवर जाड कापडाचं आवरण चढवलेलं होतं. एका पायावरच्या ह्या कापडी आवरणाला भोक पडलं आहे, हे तिथे गेल्यावर वेस आणि रॅन्डीच्या लक्षात आलं.

वेस मला म्हणाला, ''आम्हाला प्रश्न पडला - हे भोक कशामुळे पडलेलं असावं?'' त्या दोघांनी ते आवरण दूर केल्यावर त्यांच्या लक्षात आलं की, स्कॉटच्या बुटाच्या एका बाजूलासुद्धा भोक पडलं आहे. त्यांनी लेस सोडून बूट काढला, तर आतील मोज्यालासुद्धा भोक पडलेलं दिसलं. त्यांनी तो मोजा उतरवला, तेव्हा त्यांच्या लक्षात आलं की, हे भोक घोट्याच्या मागच्या बाजूनं आरपार पुढच्या बाजूपर्यंत पडलेलं आहे.

वेसनं मग सांगितलं, ''जेव्हा स्कॉट खाली कोसळत होता, तेव्हा त्यानं हातांची जोरानं हालचाल करून, हातातली आयुधं बर्फात रोवून आपली घसरण थांबवायचा निकराचा प्रयत्न केलेला होता. त्या हालचालींच्या वेळेस त्यानं हातातल्या हमिंगबर्डची नळी चुकून त्याच्या बुटात घुसवली होती. ती त्याच्या घोट्याचं हाड आणि घोट्याचा स्नायुरज्जू यांच्यामधून आरपार पुढे गेली. हे सारं तो हवेतून कोसळत असताना घडलं आणि त्याला त्याची जाणीवही झाली नाही!''

हवेतून कोसळताना स्कॉटनं नकळत आपल्याच मांसाचा तुकडा बाहेर काढला होता. रॅन्डी म्हणाला, ''त्या हमिंगबर्डच्या नळीतून स्कॉटचं जे मांस बाहेर आलं, ते एखाद्या सॉसेजसारखं दिसत होतं! ती नळी फक्त मांसातून आरपार गेली होती. इतर कशालाही धक्का बसलेला नव्हता, हा एक चमत्कारच म्हणायला हवा!''

स्कॉटच्या अपघाताची बातमी आजूबाजूला ताबडतोब पसरली आणि दुसऱ्याच दिवशी जवळपासच्या बर्फावरच्या साऱ्या गिर्यारोहकांची ब्रायडल व्हेल धबधब्यापाशी रीघ लागली. तो गोठलेला धबधबा सर्वांत आधी चढून जाण्यासाठी त्यांच्यात चुरशीची स्पर्धा झाली. ''दोघा-दोघांच्या दोराच्या मदतीनं चढून जाणाऱ्या

तीन तुकड्या तिथे पोहोचल्या आणि आम्ही सारे जणच सहजगत्या वर चढून गेलो. खूप मजा आली!'' वेसनं मला सांगितलं.

जेव्हा त्याच्या अपघाताबद्दलची त्याच्या कुटुंबीयांची प्रतिक्रिया स्कॉटच्या कानी पडली, तेव्हा मात्र त्याला खूप वाईट वाटलं. जीनीला लिहिलेल्या पत्रात स्कॉटनं कळवलं, 'माझे आई-वडील आणि माझी बहीण ऱ्होंडा यांना वाटतंय की, मी जिवावर उदार होऊन असले धोके पत्करतोय. मी असं आयुष्य का म्हणून जगतोय, असा त्यांचा सवाल आहे. मी स्वतः असले विचार कधीच मनात आणत नाही. मला त्यांनी असा प्रश्न विचारेपर्यंत मी त्याबाबत विचारसुद्धा केला नव्हता. ऱ्होंडानं मला सांगितलं की, युटामधील डॉक्टरांनी घरी फोन केला, तेव्हा सारे जण हादरले आणि रडू लागले. हे ऐकून मी खूपच दुःखिकष्टी झालो, कारण मला झालेल्या अपघातामुळे माझे जिवलग-आप्त इतके दुःखी होतील, असं माझ्या डोक्यातही आलं नव्हतं. मी मृत्यू पावलो, तर त्यांना किती दुःख होईल याची मी कल्पनासुद्धा करू शकत नाही. माझ्या वर्तनामुळे माझ्या प्रेमाच्या माणसांना दुःख होईल, हा विचार मला व्यथित करतोय. मी स्वतः मृत्यूला अजिबात भीत नाही, पण मला माझ्या प्रेमाच्या माणसांच्या भावनांची खूपच कदर वाटते आणि त्यांना आपण दुःख पोहोचवू नये, असंही मनापासून वाटतं.'

काही आठवडे लॅन्डरमध्ये विश्रांती घेतल्यानंतर वालुकामय सुळके आणि वसंत ऋतूतली उबदार हवा यांच्या शोधार्थ झायन नॅशनल पार्कमध्ये स्कॉट पोहोचला. ते उभे कडे चढून जाण्याची ऊर्मी त्याला स्वस्थ बसू देईना! ब्रायडल व्हेल धबधब्यावरील अपघातानंतर महिन्याभरातच त्यानं पत्रात लिहिलं, 'इथली हवा अप्रतिम आहे. दिवसा शर्टचीसुद्धा गरज पडत नाही. मी इथे आलो, तेव्हा अत्यंत वैतागलेल्या मनःस्थितीत होतो. एक-दोन चांगल्यापैकी चढ चढले आणि मग मात्र माझा घोटा कामातून गेला!' एक आठवडाभर तो कड्यांपासून दूर राहिला. त्या कालावधीत घोटा बरा होईल, असं त्याला वाटत होतं. पण त्यानंतर मात्र तो अट्टहासानं चढला. तो दोरांच्या मदतीनं चढत असताना चाळीस फूट कोसळला आणि त्याचा घोटा पुन्हा एकदा दुखावला. त्यानं जीनीला म्हटलं, 'मी अनुभवानं शहाणपण शिकतोय, असं म्हणायला मला आवडलं असतं; पण तसं मी म्हणू शकत नाही, हे उघड आहे!'

नाइलाजानं तो कॅम्पमध्ये पडून सुळके चढून जाणाऱ्या इतरांच्या हालचाली, कामगिरी बघत राहिला. हे सुळके चढणाऱ्यांपैकी दोघी जणी होत्या - स्टेसी ऑलिसन आणि तिची मैत्रीण एव्हलिन लीस. स्टेसी ही ओरेगॉन राज्यात राहणारी तरुण मुलगी होती. ती सुळके चढून जाण्यासाठी झायनला आली होती. स्टेसीनं मला सांगितलं, ''त्या वेळेपर्यंत मला गिर्यारोहणाचा फारसा अनुभव नव्हता. मी

फारशा गिर्यारोहकांना भेटलेही नव्हते. स्कॉटनं घोट्यात बर्फाची कुऱ्हाड घुसवून इजा करून घेतलेली होती. त्याला चढता येत नव्हतंच, पण इतर काहीही करता येत नव्हतं. तो म्हणाला, 'काही हरकत नाही. मी तुम्हा मुलींना कसं चढायचं, ते शिकवतो.' त्यानं आम्हाला कड्याच्या पायथ्याशी नेलं आणि काय करायचं, ते दाखवलं.''

ह्या मुलींनी सुळक्यावर चढण्याचा पहिला प्रयत्न केला, तेव्हा स्कॉटनं त्यांना वेगवेगळ्या सूचना केल्या. हात कुठे टेकवायचे आणि शरीराचा तोल मागे टाकून भार पायांवर येईल, याची खात्री कशी करून घ्यायची, ह्याबद्दल स्कॉटनं त्यांना मार्गदर्शन केलं. नवशिके असूनही हालचालींत लय आणि वेग यावा, यासाठी सुसूत्र हालचाली कशा करता येतील, याबद्दल त्यानं सूचना दिल्या आणि उत्तेजन देऊन तसं त्यांच्याकडून करून घेतलं.

स्टेसी मला म्हणाली, ''स्कॉटनं आपलं ज्ञान आणि वेळ हातचं काहीही न राखता खर्च केला. आम्हाला चढता यावं आणि त्यातली मौज लुटता यावी यासाठी त्यानं मनापासून मदत केली. जणू काही ज्या जगात तो वावरत होता, त्या जगात आम्हीसुद्धा रुळावं आणि मौज लुटावी, अशी त्याची प्रांजळ इच्छा होती, आणि यासाठीच तो हे सारं करत होता!''

स्कॉटबाबत इतरांचासुद्धा असाच अनुभव होता. लेन पॅग्लिआरोबरोबर स्कॉटनं एनओएलएसच्या अनेक सत्रांमध्ये शिकवलेलं होतं. लेन मला म्हणाला, ''स्कॉटनं प्रशिक्षण देण्याची आपली धाटणी खूपच विकसित करून घेतलेली होती. सुरुवातीला तो सर्वांना दगडावर अनवाणी पावलांनी नेतृत्व करणाऱ्याच्या मागोमाग चढायला शिकवत असे. स्कॉटच्या दृष्टीनं दोर, गाठी, इतर आयुधं महत्त्वाची नव्हती; त्याला केवळ आरोहण महत्त्वाचं वाटत होतं आणि ते तो अत्यंत उत्कृष्ट रीतीनं शिकवू शकत होता.''

स्कॉट स्वत: धोका पत्करायला जरी तयार असे; तरी तो ज्यांची जबाबदारी स्वीकारत असे, त्यांच्याबाबतीत तो खूप कडकपणे वागत असे. विशेषत: ते धोक्याच्या हालचाली करताहेत असं वाटलं, तर तो कठोरपणे कानउघाडणी करत असे. स्टेसी म्हणाली, ''आणखी एक-दोन वर्षांनी स्कॉट एक-दोन पिच उंचीचा नवा रस्ता चढून गेला. स्कॉट त्या मार्गानं चढून गेलेला पाहून मी आणि एव्हलिनसुद्धा त्याच्या पाठोपाठ चढू लागलो. स्कॉट स्वत: खूप धोका पत्करायला तयार असे, अशी त्याची ख्याती होती. ह्या मार्गानं चढताना तीस फुटांचा सलग गुळगुळीत असा एक भाग होता, तिथे अजिबात कोणतंही संरक्षण मिळण्याजोगं नव्हतं. चढून जायला तो भाग खूपच अवघड होता. असं असूनही एव्हलिन आणि मी तो भाग सहजगत्या चढून गेलो अन् माथ्यावर पोहोचलो.'' ह्या दोघी जर पडल्या

असत्या, तर त्यांना नक्कीच गंभीर दुखापत झाली असती.

स्कॉट पुन्हा भेटला, तेव्हा ह्या दोघींनी अभिमानानं त्याला सांगितलं की, ती अवघड चढण त्या चढून जाऊ शकल्या. स्कॉटनं त्यांना विचारलं की, तो अवघड भाग चढून जाताना त्यांचं नेतृत्व कोणी केलं होतं? स्टेसी त्याला म्हणाली की, तिनं नेतृत्व करताना कोणतीही आयुधं किंवा दोर यांचा वापर केलेला नव्हता.

स्टेसी म्हणाली, ''तो प्रचंड संतापला! मी नेतृत्व करताना आयुधं आणि दोर वापरून पुरेशी काळजी घेतली नव्हती, हे ऐकून तो विलक्षण चिडला. त्याने माझी भरपूर खरडपट्टी काढली. मी जवळजवळ रडकुंडीलाच आले होते! मी असा धोका पत्करून जखमी होऊ शकले असते, ह्या कल्पनेनंच तो बिथरला आणि खूप कठोरपणे त्यानं माझी कानउघाडणी केली!''

पुन्हा कधीही असं करू नकोस, असा इशारा त्यानं दिला. स्टेसी पुढं म्हणाली, ''त्यानं स्वत: तेच केलेलं असूनही मी तो धोका पत्करलेला पाहून तो चिडला. धोका पत्करणं त्याच्यासाठी ठीक होतं, पण मी तसं केलेलं त्याला चाललं नाही; कारण त्यानं आम्हाला गिर्यारोहणाचे प्रारंभीचे धडे दिलेले होते आणि आम्ही सुरक्षित राहणं, ही त्याला स्वत:ची जबाबदारी वाटत होती.''

इतरांच्या सुरक्षिततेबद्दल स्कॉटला इतकी काळजी वाटत असली, तरी नवी आव्हानं पेलताना तो स्वत:चा जीव धोक्यात घालत असे. रॅन्डी एटन म्हणाला, ''झायन नॅशनल पार्कमध्ये स्कॉट ज्या वसंत ऋतूत पहिल्यांदा आला, त्या वेळेस तो खूपच निर्भयपणे चढत होता. ब्रायडल व्हेल धबधब्यावरून कोसळून स्कॉट जखमी झाला, त्यानंतर लगेचच मी त्याला भेटलो होतो. त्यानं पायाचे स्नायू घट्ट आवळून धरले की, त्याच्या घोट्याच्या आतलं मांस आत-बाहेर सरकताना दिसत असे.'' असं असूनही स्कॉटनं गिर्यारोहण केलं. रॅन्डी एटन हा झायनमधला गिर्यारोहक खालून दोर संभाळत असताना स्कॉट अवघड कपारीतून चढण्याचं नेतृत्व करत होता. स्कॉट वीस फूट घसरत खाली आला आणि स्कॉटनं दोर खेचल्यावर खाली, जमिनीवर उभा असलेला रॅन्डी हवेत वर उचलला गेला. दोराच्या दोन टोकांना लटकत असलेले स्कॉट आणि रॅन्डी एकमेकांच्या तोंडाकडे पाहतच राहिले.

स्कॉट फक्त म्हणाला, ''नाइस कॅच!''

रॅन्डीनं मला सांगितलं, ''स्कॉट फिशरबरोबर गिर्यारोहण करणं म्हणजे काय, याची ती सलामीची झलकच होती! मी स्वत:लाच प्रश्न केला, ही वल्ली आहे तरी कोण? आणि याच्याबरोबर गिर्यारोहण करण्यात शहाणपणा आहे की नाही?''

वेस क्राउस, रॅन्डी सर्फ आणि मायकेल ॲलिसन हेसुद्धा झायन नॅशनल पार्कमध्ये येऊन पोहोचले. त्यांनी एकमेकांसमवेत महिनाभर गिर्यारोहण केलं. दर वसंत ऋतूत एनओएलएसचं हिवाळी सत्र संपलं की, वायव्येच्या वाळवंटात

स्थलांतर करण्याचा नवा पायंडा त्यांनी पाडला. कधीकधी ते शरद ऋतूतसुद्धा पुन्हा महिनाभरासाठी तिथे परत येत. झायन पार्कच्या प्रवेशद्वारापाशी असलेल्या रॉकव्हिल गावात ते एक घर भाड्यानं घेत असत.

रॅन्डी एटननं मला सांगितलं, ''आम्ही सकाळी उठून धावण्याचा सराव करत एका टेनिस कोर्टपर्यंत पोहोचत असू. टेनिसचा एक सेट खेळून आम्ही पुन्हा धावत घरी परतत असू आणि त्यानंतर नाश्ता घेत असू. नाश्ता आटोपला की, मग आम्ही गिर्यारोहणासाठी बाहेर पडत असू.'' गिर्यारोहण करताना पडणं आणि हवेत कोलांट्या घेत गडगडणं, ही अटळ गोष्ट होती, असं सांगत रॅन्डी पुढे म्हणाला, ''त्या जमान्यात स्कॉटनं हवेत कोलांट्या घेत जेवढा वेळ हवेत काढला असेल, तेवढा वेळ एखाद्या वैमानिकानेसुद्धा हवेत काढला नसेल!''

रॅन्डी सर्फनं मला सांगितलं, ''स्कॉट चांगलाच तगडा होता आणि तो धोका पत्करायला एका पायावर तयार असे. झायन पार्कमध्ये फिशर-व्रॅक नावाची चढण आहे. त्यात उंच उभी, लांबच लांब, ५.१० पिच (६१२ फूट) उंच एवढी अवघड अशी एक भेग आहे. आमच्यापाशी त्या भेगेत रुततील अशी कोणतीही आधुनिक अवजारं नव्हती. ८० फूट तसंच चढून गेल्यावर उभं राहून खिळा रुतवण्याएवढी आणि त्याला दोर बांधण्याइतपत जागा सापडते.'' थोडक्यात सांगायचे म्हणजे, ह्या चढणीवर चढताना नेतृत्व करणाऱ्याला कोणत्याही संरक्षणाशिवाय एकट्यानं ८० फुटांची ती अवघड चढण चढून जाणं भाग असतं. त्या उभ्या भिंतीतल्या फटी शोधून, त्यात हातापायांची बोटं रुतवूनच त्या माणसाला पहिले ८० फूट चढण्याखेरीज गत्यंतर नसतं. ८० फुटांवर जाऊन उभं राहण्याजोगी जागा गाठली की, मग नेतृत्व करणारा माणूस खिळ्याला दोर बांधून स्वतःला सुरक्षित करू शकत असे आणि त्यानंतर खाली दोर फेकून इतरांना एक-एक करून वर खेचून घेऊ शकत असे. पण नेतृत्व करणारा सुरुवातीला त्या अवघड चढणीवर घसरला, तर तो थेट तळापर्यंत पडून आपटेल, ही गोष्ट अटळ होती!

रॅन्डी सर्फ म्हणाला, ''मी ह्या भागाचं नेतृत्व करायला तयार नव्हतो. वेस आणि मायकेल ॲलिसनही तयार नव्हता. नेतृत्व करणाऱ्याच्या पाठोपाठ जायला आम्ही सारे राजी होतो, पण नेतृत्व करायला कचरत होतो. ते आम्हाला जमण्याजोगं नव्हतं, असं अजिबात नव्हतं. पण नेतृत्व करणाऱ्याला ८० फूट उभा सुळका दोराच्या संरक्षणाशिवायच चढावा लागणार होता. तो धोका पत्करायला फक्त स्कॉट तयार झाला आणि तो सरसर चढत ८० फुटांवर पोहोचला.''

स्कॉट साहसाची परिसीमा गाठत असे आणि इतर कुणीही स्वीकारायला तयार होणार नाही असे धोके स्वीकारत असे. पण त्याचं निधडं साहस पाहून इतरांनाही स्फूर्ती मिळत असे. तो जेव्हा सर्वांत अवघड भाग कोणत्याही संरक्षणाशिवाय चढून

जात असे, तेव्हा इतरांना अशक्य कोटीतली वाटणारी गोष्ट तो स्वत: उदाहरण घालून देऊन शक्य कोटीत आणून सोडत असे.

असं असलं तरी गुरुत्वाकर्षणाचे नियम डावलून चालत नसतं. पृथ्वीचं गुरुत्वाकर्षण सहनशील असलं तरी ते सर्वत्र अस्तित्व दाखवत असतं. जिवावर उदार होऊन स्कॉट गुरुत्वाकर्षणाचे नियम धाब्यावर बसवत असला तरी त्या नियमांचाच अखेरीस जय होणार, हे त्रिकालाबाधित सत्य होतं! कोणत्याही संरक्षणाशिवाय उंच सुळका चढणं असो किंवा कक्षेबाहेरचा आधार शोधण्यासाठी पुढे झेपावणं असो किंवा परिणामांची तमा न बाळगता गोठलेल्या बर्फाच्या सुळक्यावर चढून जाणं असो; कधी ना कधी हे साहस त्या वाळवंटाच्या तापलेल्या जमिनीवर किंवा गोठलेल्या दगडावर आपटायला लावेल आणि त्यातून बचावून बाहेर पडणं शक्य होणार नाही, ही वस्तुस्थिती दुर्लक्षून चाललं नसतं.

परंतु साहसापोटी कपाळमोक्ष ओढवून घेण्यापूर्वी स्कॉटची डॉन पीटर्सनशी नशिबानं भेट झाली. डॉन पीटर्सन दीर्घकाळपर्यंत एनओएलएसचा प्रशिक्षक होता. आणि आउटवर्ड बाउन्डमध्येसुद्धा त्यानं प्रदीर्घ काळ शिकवलं होतं. एनओएलएसमधील प्रशिक्षकांना गिर्यारोहणाचं विशेष कौशल्य शिकवण्याचं काम डॉन पीटर्सनवर सोपवण्यात आलेलं होतं. स्कॉटला आणि त्याच्या तरुण सहकाऱ्यांना डॉन हा ज्येष्ठ मुत्सद्दी वाटत असे.

जुनी आठवण सांगताना रॅन्डी एटन म्हणाला, ''डॉन ही अत्यंत हुशार आणि हरहुन्नरी अशी एक वल्ली होती! चेहऱ्यावर वाकडा बसणारा चश्मा घातलेला डॉन चांगलाच तोंडाळ होता. त्याच्यापाशी तत्त्वज्ञानाची डॉक्टरेट असेल, असं आम्हाला वाटत होतं. प्रत्यक्षात त्याच्याकडे अभियांत्रिकीची पदवी होती किंवा बहुधा कोणत्याच विषयाची पदवी नसावी; पण त्याच्याभोवती गूढतेचं एक वलय असल्यामुळे त्याचा खरा स्वभाव समजणं मात्र शक्य होत नव्हतं. एका बाबतीत मात्र सर्वांची पक्की खात्री होती की, त्यानं दहा वर्षांपूर्वी, त्या जमान्यातील दिग्गज गिर्यारोहकांसमवेत योसेमिटीतील शिखरं सर केलेली होती. गिर्यारोहणाची आख्यायिका बनलेला रॉयल रॉबिन या गिर्यारोहकाबरोबर सर्वांत आधी आठ दिवस गिर्यारोहण करून 'टिस-सा-अॅक' नावाच्या शिखरावर जाण्याचा मार्ग शोधून काढलेला होता.''

स्कॉटला आणि त्याच्या मित्रांना अशीही खात्रीलायक बातमी कळलेली होती की, डॉन पीटर्सन हा अत्यंत स्पर्धात्मक अॅथलिट होता आणि सायकल शर्यतीपासून पर्वतारोहणापर्यंत प्रत्येक बाबतीत जिंकण्याची जिद्द बाळगून होता. स्वत: शारीरिकदृष्ट्या तंदुरुस्त राहावं, या दृष्टीनं त्यानं अत्यंत कठोर परिश्रमांचा आणि शिस्तीचा दिनक्रम आखून घेतलेला होता. तो शरीरयष्टी कमावण्यासाठी

इतका व्यायाम करत असे की, व्यायामानंतर त्याला उलटी तरी होत असे किंवा शॉवरखाली स्नान करताना घेरी तरी येत असे. या सर्वांवर कडी म्हणजे, एनओएलएस प्रशिक्षकांनी आजवर बघितलेल्या कोणत्याही गिर्यारोहकापेक्षा अत्यंत डौलदार गिर्यारोहण करणारा गिर्यारोहक म्हणून त्यानं नाव कमावलं होतं.

रॅन्डी सर्फ मला म्हणाला, ''डॉन कोणाचाही मूर्खपणा खपवून घेत नसे. तुम्ही कोणतीतरी चुकीची किंवा अयोग्य गोष्ट करताहात असं त्याला वाटलं, तर तो कोणतीही भीडभाड न ठेवता, स्पष्ट शब्दांमध्ये कानउघाडणी करत असे. तुमची गिर्यारोहणाची पद्धत अयोग्य आहे, असं त्याला वाटलं; तर तो ते परखडपणे खडसावून सांगत असे.''

स्कॉट फिशरला पीटर्सनकडून भरपूर ऐकावं लागलं. डॉनचं म्हणणं असे की, गिर्यारोहण करताना तुमचं आपल्या हालचालींवर संपूर्ण नियंत्रण असणं गरजेचं आहे. रॅन्डी एटन म्हणाला, ''शांतपणे गिर्यारोहण करायला हवं, हे सांगणारा तो पहिलाच गिर्यारोहक होता. जेव्हा तुम्ही तुमचा पाय आधारासाठी कोणत्यातरी जागी ठेवता, तेव्हा तुम्ही तो तेथे नीटपणे ठेवला पाहिजे आणि तो घट्ट रोवला गेला आहे याची खात्री होईपर्यंत तो इकडेतिकडे अजिबात हलवता कामा नये, असं त्याचं म्हणणं होतं. तो स्वत: ती शिस्त पाळत असे.''

स्कॉट अवाजवी धोका पत्करून ज्या तऱ्हेनं गिर्यारोहण करत असे, ती पद्धत पीटर्सनला अजिबात पटत नसे आणि आवाक्यापलीकडल्या गोष्टींचा आधार घेण्यासाठी झेप घेण्याची स्कॉटची सवय तर त्याला घिसाडघाईची वाटत असे. त्यात त्याला कोणतंही सौंदर्य दिसत नसे. फटकळपणानं टीका करून डॉन जवळजवळ सर्वांचा रोष ओढवून घेत असला, तरी त्यानं दिलेलं प्रशिक्षणाचं सत्र पूर्ण झालं तोवर स्कॉट आणि डॉनला परस्परांबद्दल पुरेसा आदर वाटू लागलेला होता. त्यामुळे उन्हाळा संपता-संपता त्यांनी जोडीनं आल्प्स पर्वतात गिर्यारोहण करायचं ठरवलं. स्कॉट शारीरिक दृष्ट्या पूर्णपणे तंदुरुस्त होता; पण डॉननं त्याला त्याहूनही तंदुरुस्त बनण्याचं आव्हान दिलं आणि युरोपला जाण्यापूर्वीचे काही आठवडे स्कॉट इतकी मेहनत करू लागला व इतकं प्रचंड अंतर रोज धावून जाऊ लागला की, व्यायामाच्या अखेरीस त्यालासुद्धा डॉनप्रमाणेच मळमळू लागलं.

दरम्यान, फ्रेंच आल्प्समधील गिर्यारोहणाचं मध्यवर्ती केंद्र शामोनिक्स येथे हे दोघे पोहोचले, तोवर हवामान खराब झाल्यामुळे एवढी सगळी मेहनत वाया जाते की काय, अशी परिस्थिती निर्माण झाली. तिथे तीन आठवडे राहिल्यानंतर अखेरीस हवा निवळली आणि ह्या दोघांनी ग्रॅन्डेस जोरॅसेसच्या उत्तर चढावर आणि माउन्ट ब्लॅंकवर यशस्वीपणे आरोहण केले.

स्कॉटनं जीनीला लिहिलेल्या पत्रात म्हटलं, 'माझं गिर्यारोहण खरोखरच खूप

सुधारतं आहे, असं मला वाटतंय. डॉनबरोबर गिर्यारोहण करणं, हा एक चमत्कारिक अनुभवच असतो; कारण त्याला वाटतं की, तो अतिशय उच्च प्रतीचा आहे! ही गोष्ट जरी खरी असली तरी त्याच्या हाताखालची शिकाऊ उमेदवारी संपली की, मी तयार होईन.' ते दोघे युरोपहून परत आले, तोपर्यंत स्कॉटनं डॉनची शांतपणे, डौलदारपणे आणि सर्व शक्तिनिशी आरोहण करण्याची पद्धत मात्र मनोमन स्वीकारली होती. 'पूर्णपणे नियंत्रण ठेवणं' हा स्कॉटचा गिर्यारोहणाचा नवा मूलमंत्र बनला होता. ह्या मूलमंत्रामुळे तो प्रगतीचा पुढला टप्पा गाठू शकेल, अशी आशा त्याला वाटू लागलेली होती.

परंतु त्याच्या प्रगतीसाठी कारणीभूत ठरणारी गोष्ट 'संपूर्ण नियंत्रण' ही नव्हती. प्रत्येक अपघातातून बाहेर पडताना तो ज्या सकारात्मक जोमाने मुसंडी मारीत असे, ती त्याची शक्ती होती. ती त्याला परिपक्वता मिळवून देत होती. तो हिमनदीच्या विवरातून १०० फूट आत कोसळला नव्हता? दोरानं उतरायचं प्रात्याक्षिक करताना तो १५० फूट खाली कोसळलाच ना? झायन, योसेमिटी आणि सिंक्स कॅनियनमध्ये अनेकदा गिर्यारोहण करताना त्यानं रुतवलेल्या अवजारांनी त्याला सुरक्षित ठेवलं नव्हतं? आणि स्कॉट फिशरखेरीज गोठलेल्या धबधब्यावरून शेकडो फूट घसरून फक्त घोट्याच्या दुखापती खेरीज काही न होता अन्य कोण बचावून निघाला असता?

पडल्यावर किंवा पडून आपटल्यावर खूपच इजा झाली होती आणि इतक्यांदा पडण्याची स्कॉटची अजिबात इच्छा नव्हती. तो पुन्हा एकदा गडगडल्याची बातमी मित्रांच्या कानी पडली की, त्याला लाज वाटत असे आणि ही बातमी त्याच्या जिवलग-आप्तांच्या कानी गेली - आणि ती तशी जातच असे - की, ते चिंता करत. पण आणखी-आणखी दुर्गम पर्वतांवर अधिकाधिक साहस करण्यातला धोका पत्करायला काय हरकत होती? साहस फसलं, तर फारशी किंमत आजवर तरी चुकवावी लागलेली नव्हतीच! मग लक्ष्मणरेषा कुणी आणि कशी ठरवायची? कोणती लक्ष्मणरेषा ओलांडली तर ते जिवावर बेतणार होतं? स्कॉटची दिवसेंदिवस पक्की खात्री होऊ लागली की, त्यानं एकाग्र चित्त करून पूर्ण नियंत्रण ठेवून गोष्टी केल्या, तर त्याच्या पुढे कोणतीही लक्ष्मणरेषा उभी राहणं शक्य नव्हतं!

सात
अलास्काने दाखवला इंगा!

स्कॉटची विशेषता म्हणजे जगण्याची त्याच्या ठायीची आश्चर्यकारक अंत:प्रेरणा! तो नेहमीच जिवावरच्या संकटांमध्ये सापडत असल्याने ती अंत:प्रेरणा आवश्यकच होती. जेव्हा-जेव्हा त्याला मृत्यूशी झुंज द्यावी लागली - आणि तशी वेळ त्याच्यावर अनेकदा आली - तेव्हा-तेव्हा तो झुंज देऊन बचावला!

- मायकेल ॲलिसन
स्कॉटचा गिर्यारोहणातला साक्षीदार
आणि 'माउन्टन मॅडनेस'चा सहसंस्थापक

अलास्का राज्यातील टालकीटना गावातल्या चिखलमय रस्त्यांवर हिमाचा वर्षाव होत होता. त्याच वेळेस 'स्क्रॅबल' ह्या शब्दांच्या खेळावर पैसा कमावणारे ठक गावात शिरले. टालकीटना हे खेडं देनाली नॅशनल पार्कजवळच्या विमानतळाच्या धावपट्टीला खेटून उभं होतं. माउन्ट मॅककिनलेवर आणि जवळपासच्या इतर शिखरांवर चढाई करण्यासाठी बोटीनं आलेले लोक ह्या खेड्यातूनच इतरत्र पांगत असत. स्कॉट फिशर, जीनी प्राइस आणि 'माउन्टन मॅडनेस'च्या इतर कंपूसमवेत विमानातून हिमनद्यांपर्यंत जाण्यासाठी मी इथे दोन दिवस हवा निवळण्याची वाट पाहत थांबलेलो होतो. ह्या प्रतीक्षेत आम्ही 'फेअरव्ह्यू इन' ह्या दिव्यांनी झगमगणाऱ्या आणि वेळ घालवण्यास अन्य साधन नसल्याने आमच्यासारख्या कंटाळलेल्या बेचैन गिर्यारोहकांमुळे गजबजलेल्या बारमध्ये अनेक तास रिकामपणात वाया घालवले होते. वादळ आल्यामुळे पर्वतावरील तंबूत अडकून पडणं, ही एक वेगळी गोष्ट; तर गावात अडकून पडणं, ही त्याहून जास्त कंटाळवाणी अवस्था असते. आणखी एक दिवस हवा अशीच राहणार आहे, असं विमानतळावरून परतलेल्या जीनीने सांगितलं. तेव्हा ही बातमी ऐकून आम्ही निराशेचे चीत्कार काढले आणि वेळ घालवण्यासाठी आणखी बिअर मागवली. हवा निवळेपर्यंत गिर्यारोहकांच्या पथकांनी भाड्यानं घेतलेली छोटी विमानं इथून निघणं शक्यच नव्हतं.

मी अलास्कात प्रथमच आलो होतो. वर्षापूर्वीच माझी स्कॉटशी ओळख झाली होती. आम्ही माउन्ट ऑलिम्पसवर चढाई केली होतीच. त्यानंतर मी स्कॉटबरोबर माउन्ट रेनियरसुद्धा चढून गेलो होतो आणि दर आठवड्याला काही तास मी माउन्टन मॅडनेस ह्या कंपनीनं आयोजित केलेल्या सफरींची माहिती आणि ग्राहकांची यादी टाइप करण्यासाठी खर्च करीत होतो. त्यापैकी एक माहितीपत्रक होतं, १९८२मध्ये आयोजित केलेल्या सफरींपैकी एक सफरीची - माउन्ट मॅककिनलेच्या पायथ्यालगतच्या रूथ ॲम्फिथिएटरमध्ये नऊ दिवसांच्या मुक्कामाची माहिती देणारं. त्यासाठी स्कॉटनं मला समवेत आणलं होतं. तो म्हणाला होता, ''आपण खूपच मजा करू! फिशरमन मरे, जीनी, मायकेल ॲलिसनसुद्धा बरोबर येणार आहेत. आपण तेथे स्कीइंग करू, गिर्यारोहण करू आणि मौजमस्ती करू. अलास्का ही काय चीज आहे याची तुला झलक दिसेल! तुला आलंच पाहिजे! सरतेशेवटी ते अलास्का आहे!''

अलास्का ह्या अमेरिकेच्या एकोणपन्नासाव्या राज्याची सारी माहिती मी 'द कॉल ऑफ द विन्ड', 'द क्रिमेशन ऑफ सॅम मॅक्गी', 'द शूटिंग ऑफ डॅन मॅक्ग्रॉ' ह्या कादंबऱ्या वाचून मिळवली होती. म्हणूनच की काय, फेअरव्ह्यू इनचा दरवाजा उघडून थेट जॅक लंडनच्या कादंबऱ्यांमधून आणि रॉबर्ट सर्व्हिस याच्या कवितांमधून अवतीर्ण झाल्यासारखी दिसणारी स्त्री-पुरुषाची एक जोडी आत आलेली पाहून मला अजिबात आश्चर्य वाटलं नाही. कळकट अवतारातील त्या दोघांनी बिअर मागवली. त्या दोघांनी जुनाट कोट घातलेले होते आणि ठिगळं लावलेल्या लोकरी पॅन्ट घातलेल्या होत्या. हातानं विणलेल्या टोप्या त्यांनी डोळ्यांपर्यंत खाली ओढून घेतल्या होत्या. त्यातील माणसानं खेळाचा एक पट काखोटीत धरलेला होता. त्यानं त्याची गुंता झालेली दाढी कुरवाळली आणि खोलीभर नजर फिरवत विचारलं, ''स्क्रॅबलचा डाव टाकायला कोणी तयार आहे का?''

मला पुढे ढकलत स्कॉट म्हणाला, ''ब्रूस, तुला स्क्रॅबल खेळता येतं की!'' त्यानं माझ्या शब्दसंग्रहाबद्दल जाहीर प्रशंसा केली. मी त्याची माहितीपत्रकं टाइप करून देत होतो, त्या अर्थी मी स्क्रॅबलसुद्धा उत्तम प्रकारे खेळू शकेन, असा त्याचा समज झालेला दिसत होता. पण फेअरव्ह्यू इनमध्ये नाही तरी बिअर पिण्यापलीकडे दुसरी काही करमणूक नव्हतीच, म्हणून मी खोलीच्या मध्यभागी असलेल्या लाकडी टेबलापाशी ह्या नवागत जोडीबरोबर स्क्रॅबल खेळायला बसलो. त्या माणसानं स्क्रॅबलचा पट उघडून पसरला. त्या स्त्रीनं स्क्रॅबलची मुळाक्षरं मखमली पिशवीतून बाहेर काढली आणि आम्ही खेळ सुरू केला.

मी बॅगेतून सात मुळाक्षरं बाहेर काढून माझ्यासमोरच्या लाकडी फळीवर मांडून ठेवली. सुरुवातीच्या काही डावांमध्ये अक्षरं रचून शब्द बनवण्याची उत्तम संधी मला

लाभली. माझी प्रगती उत्तम होत होती. बघे लोक कुतूहलानं वाकून पाहू लागले. मला खूप गुण मिळवून देणारा शब्द बनवण्यासाठी उत्तम रिकाम्या जागा सापडल्या. स्कॉट उत्तेजन देत ओरडला, ''चला, ह्या लोकांना हरवू या!'' आणखी गिर्यारोहक खेळ पाहण्यासाठी आले आणि कोंडाळं करून सभोवार उभे राहिले.

तो माणूस त्याच्या खुर्चीत मागे रेलून बसला आणि पटाचं निरीक्षण करत आपली दाढी कुरवाळू लागला. स्कॉटकडे वळू पाहत त्यानं विचारलं, ''खेळात आणखी रंगत आणू या? तुमच्या मित्राच्या बाजूनं पैज लावणार?''

स्कॉटनं पाकिटातून दोन डॉलर्स बाहेर काढून म्हटलं, ''नक्कीच! मी सहज जिंकेन!''

त्या दाढीवाल्यानं मान डोलावली आणि स्वत:च्या पाकिटातून दोन डॉलर्स काढून टेबलावर ठेवले. इतर गिर्यारोहकांनीसुद्धा टेबलावर पैसे ठेवायला सुरुवात केली. त्यांनी माझ्या बाजूनं पैज लावली. वस्तुत: त्यांच्यापैकी कुणालाही स्क्रॅबलमधल्या खाचाखोचांची अजिबात माहिती नव्हती. बारमध्ये चुरशीच्या स्क्रॅबल स्पर्धेचं वातावरण निर्माण झालं. माझ्यावर पैसा लावणारे गिर्यारोहक हातातल्या नोटा फडफडवत, उत्तेजनात्मक आरोळ्या ठोकू लागले. खेळ पुढे जात राहिला. आतापर्यंत मला हे सारं मौजेखातर चाललंय, असंच वाटत होतं. पण टेबलावरला पैशांचा ढीग जसजसा वाढू लागला, तसतसा खेळात गंभीरपणा आला. मी प्रत्येक नवा शब्द बनवला की, आमच्या सभोवारचे लोक आनंदानं आरोळ्या ठोकू लागले. मी माझा कोट काढून टाकला आणि शर्टाच्या बाह्या गुंडाळून वर घेतल्या. मी आणखी एक शब्द बनवला की, आनंदाच्या आणखी आरोळ्या निनादत आणि टेबलावरचा पैशांचा ढीग आणखी वाढे. हळूहळू पट शब्दांनी भरून जाऊ लागला. मी खेळत होतो, माझ्यानंतर ती स्त्री खेळत होती आणि तिच्यानंतर तो दाढीवाला माणूस खेळत होता. मी एकाग्र चित्तानं अक्षरांमधून शब्द बनवत होतो. आम्हा दोघांचे एकूण गुण साधारण बरोबरीचेच होते. गिर्यारोहकांनी त्यांच्या पैजा दुपटीनं वाढवल्या आणि दाढीवाल्यानं त्या स्वीकारल्या.

मग जसजशी मुळाक्षरांची पिशवी रिकामी होऊ लागली, तसतशी मला एकाएकी लख्ख जाणीव झाली की, ती स्त्री स्वत: जिंकण्यासाठी खेळत नसून, त्या दाढीवाल्या माणसाला जास्त गुण मिळवून देणारे शब्द करता यावेत, अशा क्लृप्तीनं अक्षरं ठेवते आहे. पटाच्या सर्वांत बाहेरील बाजूला त्याला तिहेरी शब्द करता यावेत म्हणून ती व्यूव्ह रचत होती. ते दोघे चुपचाप, हातमिळवणी करून मला हरवायला एकत्र काम करत होते! दोन विरुद्ध एक असाच हा सामना झालेला होता. ते दोघे इतक्या हुशारीनं ही गोष्ट करत होते, की ती माझ्या गिर्यारोहक मित्रांच्या लक्षात आणून देणं मला शक्य होणार नव्हतं. दोन स्क्रॅबल ठक मला फसवताहेत आणि

मला त्याबद्दल काहीही करता येत नाही, याबद्दल माझ्या डोक्यात संताप फुलू लागला.

त्या स्त्रीनं चतुराईनं अक्षरं ठेवून त्या माणसाला अनेक गुण मिळवून देणारा मोठा शब्द बनवायला मदत केली तसा गिर्यारोहकांनी निराशेचा चीत्कार काढला. माझी पाळी आल्यावर मी शक्य तेवढी हुशारी पणाला लावली. पण तिची पाळी आल्यावर तिनं पुन्हा एकदा त्याला एका फटक्यात तीन शब्द करायचा मार्ग खुला करून दिला. त्यानं प्रचंड गुण मिळवले आणि गिर्यारोहक निराशेनं ओरडू लागले. तिनं तिसऱ्यांदा अशीच चालबाजी करून त्याला खूप गुण मिळवून दिले आणि खेळ संपला! त्यांनी मला विनासायास बळीचा बकरा बनवलं होतं. त्या स्त्रीनं लाकडी मुळाक्षरं गोळा करून पिशवीत टाकली. दाढीवाल्यानं पैसे खिशात टाकले, खेळाचा पट काखोटीला धरला आणि आमच्याकडे पाहून पुसटसं स्मित करत त्यानं त्याच्या दाढीला एकवार कुरवाळलं. बघता-बघता तो तिच्यापाठोपाठ दाराबाहेर पडला आणि बाहेरच्या थंडगार पावसात दिसेनासा झाला.

शंभर वर्षांपूर्वी असंच झालं असतं, तर रॉबर्ट सर्व्हिसनं पिस्तूल झाडलं असतं, स्त्री किंचाळत असताना दोन शब्दपटू मरण पावले असते आणि तो स्क्रॅबलचा खेळ समाप्त झाला असता. आमचा खेळ संपताना आमच्या वाट्याला फक्त आर्थिक तोटा आलेला होता. मला जाणीव होऊ लागली होती की, अलास्कात कोणतीही नवी गोष्ट करून पाहणं, हा एक जुगारच आहे! याला म्हणतात अलास्काचा इंगा! आपल्या अपेक्षेपेक्षा ह्या एकोणपन्नासाव्या राज्यातल्या गोष्टी वेगळ्याच असतात; दिसतात तशा नसतात, याची मी मनाशी खूणगाठ बांधली. स्क्रॅबलच्या खेळावर स्कॉटनं आणि त्याच्या मित्रांनी आता केवळ पैजेवर लावलेले पैसेच घालवले होते; पण गिर्यारोहण करताना जेव्हा त्यांनी त्यांचा जीवच पैजेवर लावला होता, तेव्हा संभाव्य तोटा अनेक पटींनी गंभीर असणार होता!

स्कॉटनं तीन वर्षांपूर्वी अलास्काला पहिल्यांदा भेट दिली होती, तेव्हा त्याच्यासोबत वेस क्राउस होता. ते दोघं अलास्का-कॅनडा महामार्गानं माउन्ट मॅकिनलेकडे १९७९च्या एनओएलएसच्या सत्रात शिकवण्यासाठी निघाले होते. त्यांनी वेसच्या ट्रकमध्ये सामान अशा प्रकारे भरलं होतं की, एक जण ट्रक चालवत असे, तेव्हा दुसरा पाठीमागच्या बाजूला झोपू शकत असे. त्यांनी सीॲटल ते अँकरेज हे अंतर तीन दिवसांत पार केलं होतं. तिथे पोहोचेपर्यंत स्कॉटची पाठ ठणकू लागली. गेली दहा वर्षं स्कॉट अनेकदा उंचावरून खाली पडून जायबंदी झाला होता, त्यामुळे असेल किंवा त्यानं आणि वेसनं अजिबात न थांबता तीन दिवसांत २३०० मैल अंतर काटलं, त्यामुळे असेल! हे २३०० मैलांचं बरंचसं अंतर खडबडीत रस्त्यांवरून काटावं लागलेलं होतं.

ट्रकच्या विन्डस्क्रीनमधून दूरवर उन्हात चमचमणारी हिमाच्छादित शिखरं पाहून वेस म्हणाला, ''ओऽहो! ब्रूस, इथं सारं काही तरारून उंच वाढतं की रे!'' एनओएलएसचं प्रशिक्षण सुरू व्हायला अजून एका महिन्याचा अवधी होता. मॅककिनलेवर प्रशिक्षण सुरू करण्यापूर्वी निदान एक तरी उंच शिखर चढून जायचं, असा त्यांचा मानस होता. रँगेल-सेंट एलियास पर्वतरांगेतलं माउन्ट सॅनफर्ड हे शिखर त्याच्या मनात होतं. सॅनफर्ड हे १६००० फूट उंचीचं शिखर, अमेरिकेतील उरलेल्या ४८ राज्यांमधील कोणत्याही शिखरांपेक्षा जास्त उंचीचं आहे.

''चढायच्या दृष्टीनं ते उत्तम दिसतंय!'' ते ग्लेन अ‍ॅलन गावाजवळ आल्यावर दूरवरचे सॅनफर्ड शिखर नीटपणे दिसू लागल्यावर स्कॉट उत्तेजित स्वरात ओरडून वेसला सांगू लागला. तो रुंद असा पर्वत होता. सूर्याच्या तिरप्या किरणांमध्ये त्यावरची हिमाच्छादित मैदानं आणि हिमनद्या चमचमत होत्या. त्यांना माउन्ट ड्रमसुद्धा दिसला. माउन्ट सॅनफर्डचीच ही एक लहान आवृत्ती वाटत होती. दुरून पाहता, तो माउन्ट सॅनफर्डपासून फार दूर अंतरावर आहे, असं वाटत नव्हतं. ''आपण तोसुद्धा चढून जाऊ या!''

त्यांनी ग्लेन अ‍ॅलनमधील टेलिफोन डिरेक्टरी काढून त्या भागात छोट्या विमानानं प्रवाशांची ने-आण करणाऱ्या वैमानिकाला फोन केला. त्याला त्यांनी आपली योजना समजावून सांगितली. त्याच्या विमानातून हे दोघे माउन्ट सॅनफर्डच्या पायथ्याशी उतरणार होते. माउन्ट सॅनफर्ड चढून गेल्यानंतर ते माउन्ट ड्रमपर्यंत पायी जाणार होते, माउन्ट ड्रम चढून गेल्यानंतर त्या वैमानिकाने त्यांना तिथून परत आणायचं होतं. ही योजना अव्यवहार्य असल्याचं त्या वैमानिकानं त्यांना स्पष्टपणे सांगितलं. पण माणशी १४० डॉलर्स घेऊन तो त्यांना सोडायला आणि परत आणायला तयार होता. त्याचं 'सुपर कब' हे अगदी चिमुकलं विमान होतं. त्यात फक्त एक वैमानिक, एक उतारू आणि थोडंसं सामान यापुरती जागा होती. स्कॉट आणि वेसनं त्यांच्या बॅगांमधलं सामान बाहेर काढलं आणि त्या वैमानिकानं केबिनमध्ये वेगवेगळ्या जागी ते ठेवलं. त्यांचे कॅम्पिंगचे तंबू, शिधा, दोर, आरोहणासाठीची विविध आयुधं हे सारं सामान वैमानिकानं विमानात टाकलं. पहिल्या फेरीत तो वेसला नेणार होता. त्याला खुणेनं त्यानं आत चढायला सांगितलं. वेस आत शिरला आणि विमानाच्या पंखाला आधार देणाऱ्या पट्टीवर बसायला निघाला. वैमानिकानं त्याला थांबवलं आणि म्हटलं, ''नको, त्यावर बसू नकोस; ती पट्टी मोडेल!''

वेस मला अलीकडेच म्हणाला, ''मी अशा विमानात तोपर्यंत कधीही बसलो नव्हतो. मला ते सारं अफलातूनच वाटलं.''

तासाभरानं तो वैमानिक वेसला सोडून स्कॉटला नेण्यासाठी परत आला.

स्कॉट त्यांच्या उरलेल्या सामानासह विमानात बसला. विमान हळूहळू उंचावर चढलं आणि माउन्ट सॅनफर्डच्या दिशेनं जाऊ लागलं. विमानानं उंची घेतली तशी शिखराची खरी उंची लक्षात येऊ लागली. त्याचा चकाकता पांढरा विस्तार क्षितिज भरून टाकत होता. वैमानिकामागच्या प्रवासी खुर्चीत बसलेल्या स्कॉटला पर्वतावरचे उंचवटे आणि खडी चढण नीटपणे पाहता येत होती. मिनिटागणिक माउन्ट ड्रमसुद्धा आणखी-आणखी मोठं वाटू लागलं. त्याची रूपरेषासुद्धा स्पष्टपणे दिसू लागली. या दोन शिखरांमधला भूप्रदेश स्कॉटच्या नजरेला पडला. तो एखाद्या गोल्फच्या मैदानाप्रमाणे हिरवा आणि मखमली वाटत होता. एका पर्वतपायथ्यापासून दुसऱ्या पर्वतपायथ्यापर्यंत पायी जाण्यात फारशी अडचण येणार नाही, असं स्कॉटला वाटलं.

पायलटनं विमान वळवताना तिरकं केलं आणि वर्तुळाकार गिरकी मारून खाली आणलं. सॅनफर्ड नदीच्या काठावरची एक झोपडी हा वर्तुळाकार फेरीचा केंद्रबिंदू होता. स्कॉटनं वाकून विमानाची धावपट्टी कुठे दिसतेय याचा शोध घेतला. त्याला धावपट्टी दिसलीच नाही! विमान झाडांच्या शेंड्यांच्या उंचीपर्यंत खाली उतरलं, तेव्हा वैमानिकानं विमान सरळ केलं आणि नदीकिनाऱ्यावर उतरवलं. जमिनीला विमानाचा स्पर्श होताच स्कॉटच्या सीटला खालून एवढा हादरा बसला की, स्कॉटला वाटलं - विमानाच्या इंजिनाचा आता स्फोटच होतो की काय! पायलटनं इंजीन बंद केलं. विमान पुढे घसरत जाऊन वेसजवळच थांबलं. वेस नदीकिनाऱ्यावर डफल बॅगा घेऊन बसलेला होता. स्कॉट उडी मारून जमिनीवर उतरला आणि त्यानं कॉकपिटमधून त्याचं सामान बाहेर काढलं. त्यानं पुन्हा एकदा वैमानिकाजवळ त्यांच्या योजनेची उजळणी केली. आतापासून तेवीस दिवसांनी वैमानिक त्यांना परत नेण्यासाठी माउन्ट ड्रमजवळ येणार होता. विमानाच्या कॉकपिटमध्ये चढता-चढता वैमानिक त्यांना म्हणाला, ''मजा करा; मात्र अस्वलांपासून सावध राहा!'' त्यानं विमानाचे पंखे सुरू केले, थ्रॉटल पुढे ढकललं आणि बघता-बघता ते विमान निळ्या आभाळातला एक काळा ठिपका बनून दिसेनासं झालं. मग त्याचा आवाजही ऐकू येईनासा झाला.

अन्नाच्या शोधार्थ धुडगूस घालणाऱ्या अस्वलांनी सॅनफर्ड नदीच्या काठावरली ओंडक्यांची झोपडी अगदी मोडकळीच्या अवस्थेला आणून सोडली होती. आपलं सामान आवरून नीटपणे बांधण्याच्या दृष्टीने स्कॉट व वेसला ती अगदी योग्य अशी वाटली. सॅनफर्डचं शिखर चढून परत येईपर्यंत पुरेल एवढं सामान बरोबर नेणं भागच होतं. त्याचंच वजन जवळजवळ शंभर पौंड एवढं भरलं. ते ओझं खांद्यावर घेताना स्कॉटच्या पाठीत जोराची कळ आली. त्याकडे शक्य तेवढं दुर्लक्ष करत तो वेसपाठोपाठ, त्यांच्यापुढे असलेल्या पहिल्या आव्हानाशी टक्कर घ्यायला पुढे निघाला. हे आव्हान होतं सॅनफर्ड नदी ओलांडण्याचं. ही नदी रुंद होती, मध्यभागी

पाच ते सहा फूट खोल होती आणि तिच्या प्रवाहाला चांगली जोराची ओढ होती. स्कॉट आणि वेसनं त्यांचं सामान प्लॅस्टिकच्या पिशव्यांमध्ये भरून मग बॅकपॅकमध्ये भरलेलं असल्यामुळे ते भिजून ओलं होण्याची भीती नव्हती. त्यांनी थंडगार प्रवाह ओलांडायला सुरुवात केली. जेव्हा पाणी पुरेसं खोल झालं आणि त्यात तरंगणं शक्य होऊ लागलं, तेव्हा वेस प्रवाहाबरोबर जाऊ लागला. जेव्हा-जेव्हा नदीच्या तळाला त्याला पाय टेकवणं शक्य झालं, तेव्हा-तेव्हा पलीकडच्या किनाऱ्याच्या दिशेनं जात राहिला. बघता-बघता तो नदीचं पात्र ओलांडून पलीकडल्या किनाऱ्यावर पोहोचला. स्कॉटला वेसप्रमाणं नदीच्या प्रवाहात डुबक्या घेत पलीकडे जाण्याचं तंत्र जमलं नाही किंवा त्यानं ते वापरलं तरी नाही. कदाचित जोराचा रेटा देत, प्रवाहाशी झुंजत पलीकडला तीर गाठता येईल, असं त्याला वाटलं असेल.

''स्कॉट, तू तरंगत पात्र काट रे दोस्ता!'' वेस पलीकडल्या किनाऱ्यावरून ओरडून म्हणाला, ''तरंगत इकडे ये!'' स्कॉट प्रवाहाशी झुंजताना गटांगळ्या खाऊ लागला. वेस म्हणाला, ''बाय बाय ब्रूस! मी इथेच तुझी वाट पाहत थांबतोय.''

नदीच्या प्रवाहाबरोबर पुढे वाहत गेलेला स्कॉट अखेरीस पलीकडल्या किनाऱ्याला लागला आणि किनाऱ्यावरून चालत वेसपर्यंत पोहोचला. वेस तोवर त्याचे ओले मोजे पिळून टाकत होता. ''पुढला प्रवास याहून खडतर नसेल, अशी आशा करू या.'' वेस म्हणाला.

ते असं म्हणत असतानाच त्यांना गवताळ प्रदेश लागला. विमानातून जो भाग मखमली हिरवळीनं भरल्यासारखा वाटत होता, तो प्रत्यक्षात दलदलीनं भरलेला थंडगार प्रदेश निघाला. ह्या दलदलीत झुडपांचे दाट झुबके उगवलेले होते. जर झुडपांवर काळजीपूर्वक पाऊल टाकलं, तर ते त्यांचं वजन बहुधा पेलत असत. झुडपाच्या उजवी किंवा डावीकडे पाऊल पडलं, तर मात्र ते गुडघाभर चिखलात रुतत असे. स्कॉट नंतर म्हणाला, ''पाठीवर शंभर पौंडी आझं घेऊन ती दलदल ओलांडायला आम्हाला तीन दिवस लागले. मर्त्य माणसाच्याही आवाक्यापलीकडल्या यातना होत्या त्या!''

माउन्ट सॅनफर्डवरल्या हिमनद्यांनजीकच त्यांनी तंबू ठोकला आणि १०,००० फूट उंचीवरल्या शिखराकडे नजर टाकली. वर जाण्याचे दोन मार्ग होते. एकाचं नाव होतं डेथ रिज (मृत्यूचा उंचवटा) आणि दुसऱ्याचं नाव होतं लाइफ स्पर (जिवंत कडा). स्कॉट म्हणाला, ''मृत्यूपेक्षा जीवन केव्हाही जास्त बरं, म्हणून आम्ही लाइफ स्परचा रस्ता धरला!''

अलास्कातील पर्वत इतके उत्तरेला आहेत की, उन्हाळ्यात कधीच काळोख पडत नाही. स्कॉट आणि वेस अक्षरशः दिवस-रात्र प्रवास करत होते. सॅनफर्डचं शिखर चढून जाण्यासाठी ते सलग एक्केचाळीस तास गिर्यारोहण करत होते. वाटेत

त्यांनी फक्त चार तास झोप घेतली. पुढील अंतर इतक्या बर्फाच्या ढिगातून काटावं लागत होतं की, चढून जाणं धोक्याचं बनलं आणि खूप वेळखाऊसुद्धा झालं. स्कॉटचंसुद्धा तेच मत पडलं. तो म्हणाला, ''ती सारी चढण इतकी दुर्गम होती की, धारदार सुळका चढताना सुरीच्या पात्याच्या धारदार टोकाएवढीच रुंदी होती आणि दोहो बाजूंना हजारो फूट खोल दरी होती. अगदी कंगोरेदार चढण होती ती! मृत्यूची मला आयुष्यात एवढी भीती कधी वाटली नव्हती!'' हे शिखर त्यांच्या अपेक्षेहून खूपच उंच निघालं. शिखर आणि त्यांच्या दरम्यान हजारो फुटांची खडी चढण होती. परिस्थिती आणखीच बिकट होत होती आणि हे दोघं अगदी थकून गेले होते. अखेर दोघंही उतरून त्यांच्या तंबूकडे परत आले. तेथे त्यांनी बरेच दिवस विश्रांती घेतली आणि मग ते ओंडक्यांच्या झोपडीत परत आले.

हिमनद्या मागे टाकून हिरव्या झुडपांच्या प्रदेशात आल्यावर त्यांना थोडं बरं वाटलं. त्यांनी नदीतले मासे पकडले. उन्हात बसून ऊब घेत हिरवळीवर चरणारे कॅरिबू पाहिले. नदीकिनाऱ्यावर त्यांना प्रचंड अस्वलाच्या पावलांचे ठसे उमटलेले दिसले. वेसला स्कॉट म्हणाला, ''देव करो आणि त्या अस्वलाशी गाठ न पडो! पण आपण दोघं जण आहोत आणि आपल्यापाशी बर्फ फोडायच्या कुऱ्हाडी आहेत! तेव्हा कुठलंही अस्वल आलं, तरी आपण दोन हात करू शकू.''

भवितव्याबद्दल विचार करून स्कॉटनं जीनीला पत्र लिहिलं. सध्या ती सॉल्टलेक सिटी येथे राहत होती आणि विमानोड्डाणाची प्रशिक्षक व अनेक इंजिनं असलेल्या विमानाची वैमानिक बनण्याच्या दृष्टीनं शिक्षण घेत होती. स्कॉटनं जीनीला पत्रात लिहिलं, 'मी बहुतेक सारा वेळ तुझाच विचार करत असतो. ह्या हेमंत ऋतूत आपण एकत्र राहण्याचं जमवू. मला आराम करायचाय, संगीत ऐकायचंय, गाडी दुरुस्त करायचीय, स्टिरिओ विकत घ्यायचाय... सारी घरातली कामं करायची आहेत. अशी कामं करायची संधी मला कधीच मिळत नाही. ज्याला घर म्हणता येईल, अशी जागा मला हवीय. कित्येक वर्षांत मी घरी राहिलेलो नाही. आपण दोघं घर थाटू या का?'

अलास्कातील निर्मनुष्य अरण्यात पराकोटीचा धोका पत्करून नवं साहस करताना स्कॉट संसाराची स्वप्नं पाहत होता. सध्याच्या त्याच्या आयुष्याशी पूर्णतः विसंगत वाटावीत, अशीच त्याची स्वप्नं होती. कदाचित हा अलास्कातील वास्तव्याचा परिणाम असावा. हा भूभाग इतका प्रचंड मोठा आणि निर्मनुष्य असल्याने माणसाला घराच्या सुरक्षित भिंतींची आठवण झालीच पाहिजे! रॉबर्ट सर्व्हिसनं त्याच्या 'द शूटिंग ऑफ - डॅन मॅक्ग्रॉ' ह्या कवितेत म्हटलं होतं, 'विवंचनांपासून दूर ठेवणारी शेकोटीची ऊब लाभते ती वर छप्पर असलेल्या चार भिंतींमध्येच!' ह्या भिंतींच्या निवाऱ्यासोबत चांगला स्टीरिओ, दुरुस्त केलेली कार

मिळाली; तर आयुष्यात बहार आलीच पाहिजे!

स्कॉटनं जीनीला लिहिलेल्या पत्रात पुढे लिहिलं की, छोट्या विमानातून नेऊन सोडणाऱ्या ग्लेन ॲलनमधील वैमानिकाला पाहिल्यावर, त्यालासुद्धा विमानोड्डाण शिकावंसं वाटलं. त्यानं लिहिलं, 'ही कल्पना तुला पटेल, अशी मी आशा करतोय. हे कौशल्य मी आत्मसात करू शकलो, तर आपली भिन्न जगं थोडीशी जवळ येतील.' त्यानं सुचवलं की, उन्हाळा संपता-संपता तिनं त्याला विमान चालवण्याचं प्राथमिक शिक्षण द्यावं.

पत्राचा समारोप करताना त्यानं लिहिलं, 'मी लांबच लांब पत्र पाठवलंय. तर मग तुझा काय विचार आहे?'

पण ही झाली भवितव्याची स्वप्नं... त्याच्या नजीकच्या योजना पक्क्या होत्या. माउन्ट सॅनफर्ड चढून जाण्याच्या प्रयत्नात त्यांचा भरपूर वेळ वाया गेला होता. आणखी सात दिवसांतच तो वैमानिक त्यांना परत नेण्यासाठी माउन्ट ड्रमच्या पायथ्याशी येऊन पोहोचला असता. स्कॉटनं आणि वेसनं सॅनफर्ड नदीच्या काठावरल्या झोपडीत ठेवलेला शिधा आपल्या बॅकपॅकमध्ये भरून घेतला आणि आणखी सोळा मैलांच्या अंतरावरील माउन्ट ड्रमच्या पायथ्याकडे जायचा दलदलीचा रस्ता धरला. सुरुवातीला जे अंतर सहज काटता येण्याजोगं वाटलं होतं, ते प्रत्यक्षात खूपच वेळखाऊ निघालं. माउन्ट ड्रम वाटला होता तेवढा जवळ तर नव्हताच, पण वाटला होता त्याहून खूपच उंचसुद्धा होता! ते पायथ्याजवळच्या झोपडीत अखेरीस जेव्हा पोहोचले; तेव्हा त्यांच्या लक्षात आलं की, माउन्ट ड्रमचं शिखर गाठून परत यायचा फक्त एकच निकराचा प्रयत्न करण्याइतपतच वेळ त्यांच्यापाशी शिल्लक आहे.

एकमेकांना दोरानं बांधून घेऊन ते दोघे माउन्ट ड्रमवरील हिमनदीचा चढ चढून जाऊ लागले, तेव्हा हवा खूपच खराब झाली. तरीदेखील ते नेटानं चढत राहिले. त्यांची जिद्द आणि कधीही न मावळणारा सूर्य यांच्यावर त्यांची भिस्त होती. स्कॉटनं नंतर सांगितलं, ''सारा वेळ चोहीकडे फक्त पांढऱ्या रंगाचं साम्राज्य होतं. पांढरा बर्फ आणि त्याच्या जोडीला वारा! आम्ही न थांबता वीस तास चढत राहिलो. त्या पर्वतावर कुठवर पोहोचलोय याचीही आम्हाला अजिबात कल्पना नव्हती. आमच्या पावलांच्या ठशांमध्ये नव्यानं पडणारं बर्फ साठून परतीचा रस्ता सापडणार नाही, अशी सततची काळजी आम्हाला जाळत होती. पुन्हा समोर भीषण, दुर्गम चढ ठाकला. आमच्या अंगात काहीही त्राण उरलेलं नव्हतं.'' माउन्ट सॅनफर्ड चढून जाण्याच्या त्यांच्या प्रयत्नामुळे ते अपेक्षेपेक्षा खूपच थकून गेलेले होते.

जवळचा वेळ आणि त्यांची शक्ती संपुष्टात येऊ लागली, तेव्हा त्यांनी माघारी फिरण्याचा निर्णय घेतला. फक्त वळल्यावर त्यांच्या लक्षात आलं की,

त्यांना वाटणारी भीती खरी ठरली होती! चढताना उमटलेले त्यांच्या पावलांचे ठसे भुरभुरणाऱ्या बर्फानं भरून जाऊन परतीची वाट कळेनाशी झाली होती. त्यांना केवळ अंदाजानं रस्ता काटावा लागत होता. हिमनदीतल्या विवरांवरचे बर्फाचे अनेक पूल त्यांनी ओलांडले. त्यानंतर एका गोठलेल्या भूप्रदेशावर ते पोहोचले, तेव्हा त्यांनी चढताना तो मार्ग घेतला होता की नाही, याबद्दल त्यांना खात्री वाटेना. वेसनं प्रश्न केला, ''ब्रूस, हा रस्ता बरोबर वाटतोय? यासारखा दिसणारा पूल तुला आठवतोय?''

त्यांच्या पुढ्यातलं हिमनदीतलं खिंडार चांगलं साठ फूट रुंद होतं. त्यावरला बर्फाचा पूल त्यांनी आधी ओलांडलेल्या पुलाएवढा रुंद वाटत नव्हता; परंतु त्यांना ज्या दिशेला जायचं होतं, त्याच दिशेला तो मार्ग नेत असल्यामुळे वेसनं त्या मार्गानं जायला सुरुवात केली. वेसच्या कमरबंदाला अडकवलेला दोर पाठीमागून येणाऱ्या स्कॉटनं आपल्या कमरबंदाला बांधून टाकला होता.

वेसनं जवळजवळ त्या रुंद खिंडाराचं पलीकडलं टोक गाठलं आणि त्या वेळेस नेमका त्याच्या पायाखालचा बर्फाचा पूल तुटून वेस खालच्या खिंडारात कोसळला. स्कॉटच्या कमरेपासून त्याच्या कमरेपर्यंत ज्या लांबीचा दोर होता, तेवढं अंतर तो त्या खिंडारात घसरला. तो आतून ओरडला, ''मला बाहेर काढ.'' त्याला वाटत होतं की, स्कॉट अजूनही जमिनीवरच आहे आणि त्याला खेचून काढू शकणार आहे. ''लवकर येऽऽ लवकर ये'' वेस ओरडला. पण त्यानंतर काहीच प्रत्युत्तर आलं नाही!

वेस खिंडारात कोसळल्यावर दोराला हिसका बसला आणि स्कॉटसुद्धा खाली पडून त्या खिंडाराकडे जोरात खेचला जाऊ लागला. तेवढ्यात त्यानं प्रसंगावधान राखून उलटं वळून, हातातली बर्फ फोडायची कुऱ्हाड बर्फात खुपसून तिचा आधार घेतला होता. त्यामुळे तो खिंडारात खेचला न जाता बर्फाच्या पुलाच्या शिल्लक राहिलेल्या भागावर अडकून राहिलेला होता. दोराच्या दुसऱ्या टोकावर वेसच्या वजनाचा ताण असल्यामुळे स्कॉटला हालचाल करायची हिंमत होत नव्हती. तसूभरही हालचाल केली, तर ती कुऱ्हाड बर्फातून बाहेर पडेल आणि वेसपाठोपाठ आपणसुद्धा त्या विवरात कोसळू, अशी रास्त भीती स्कॉटला वाटत होती. तो सारी शक्ती एकवटून त्या कुऱ्हाडीला घट्ट धरून वाट पाहत थांबला.

हवेत लटकत असताना वेस त्याच्या बॅकपॅकमधून थोड्या जाळ्या बाहेर काढू शकला. त्या जाळ्या दोराला बांधून त्यात त्यानं पाय अडकवण्याची सोय करून घेतली. मग एका वेळेस एक जाळी वर ढकलत तो दोरावरून वर चढू लागला. विवराच्या बाजूच्या बर्फाच्या भिंतीत हातातल्या कुऱ्हाडीनं खाचा पाडत वेसनं वर चढायचा मार्ग बनवून घेतला आणि दोराच्या आधाराने तो वर चढत राहिला.

अखेरीस तो विवराबाहेर आला.

ह्या प्रयत्नात किती वेळ गेला, याचं ह्या दोघांनाही भान राहिलं नव्हतं. दोरावरचा वेसचा भार हलका झाल्यावर स्कॉट म्हणाला, ''देवा शपथ! केवढा वेळ घेतलास रे!'' ती कुऱ्हाड बर्फात रोवून धरल्यामुळे स्कॉटचे स्नायू आखडून गेले होते. त्याच्या पाठीला असह्य ठणका लागलेला होता.

ह्या दोघांनी आखडलेले अवयव ताणून आळस दिला आणि बुटांवर अणकुचीदार खिळ्यांचे क्रॅम्पॉन्स बांधले. मग ते त्या विवराला वळसा घालून बाहेर पडले. त्या विवरानं त्या दोघांचा जवळजवळ घासच घेतला होता. योग्य रस्ता सापडल्यावर त्यांनी ती हिमनदी झपाट्यानं ओलांडली आणि केबिनकडे नेणाऱ्या उंचवट्याच्या मार्गानं ते जाऊ लागले. हा अनुभव आजवरच्या अनुभवांपैकी सर्वांत भीषण असला पाहिजे, असं त्यांच्या मनात आलं. निदान आज तरी अलास्कात याहून भीषण संकट आपल्यावर ओढवणार नाही, असं त्यांना वाटू लागलं. तेवढ्यात वेसला शेकडो यार्डांवर झुडपांमध्ये काहीतरी हालचाल दिसली. त्यानं त्याची दुर्बीण बाहेर काढली, नीटपणे फोकस करून त्यातून पाहिलं; तेव्हा त्याला अस्वलाची प्रचंड मोठी मादी दिसली. ती मादी ब्लू बेरीजवर ताव मारत होती. ''देवा रे! ब्रूस, प्रचंड मोठंच जनावर आहे रे!'' वेस स्कॉटला म्हणाला.

स्कॉटनं त्याच्या हातातली दुर्बीण खेचून घेतली आणि नीटपणे बघितलं. काही वेळानं तो म्हणाला, ''मोठी आहे खरी, पण... काही त्रास होईल, असं वाटत नाही.'' वेस कुजबुजत म्हणाला, ''मित्रा, हातातल्या कुऱ्हाडीसकट माझ्या हाताची लांबी भरेल, त्याहून त्या अस्वलाचा हात जास्त लांब आहे. ते भलं प्रचंड अस्वल आहे!''

स्कॉटला अजूनही वाटत होतं की, ते दोघे मिळून त्या अस्वलाला पुरून उरतील; पण वेसला भलती जोखीम नको होती. तो म्हणाला, ''आपल्याला न झेपणारी झुंज ठरेल ती!''

त्यांनी आपला मार्ग बदलला, उंचवटा सोडून ते उथळ दरीत शिरले आणि सुरक्षित जागी पोहोचलोय, असं त्यांना वाटतं न वाटतं तोच ते अस्वल त्या उंचवट्यावर येऊन पोहोचलं. पूर्वीपेक्षा ते आता खूपच जवळ येऊन ठेपलं होतं. स्कॉटनं आणि वेसनं आरडाओरडा करत आपले हात जोरात हलवले. त्यांना आशा वाटत होती की, अस्वलाचं लक्ष वेधलं की, ते घाबरून मागे वळेल. अस्वलाचं लक्ष वेधलं गेलं खरं, पण ते मागे वळण्याऐवजी त्यांच्या रोखानं येऊ लागलं.

वेस म्हणाला, ''त्या ब्लू बेरीजपेक्षा आपण अधिक चवदार असू, असं तिला वाटतंय!'' समोरच हिमनदीनं वाहून आणलेल्या मातीचा आणि दगडधोंड्यांचा एक ढिगारा उभा होता. ते जर तो उंच ढिगारा चढून जाऊन टोकावर पोहोचू शकले, तर

उंचावरून त्यांना जास्त चांगला प्रतिकार करता येईल, असं वेसला वाटलं. त्यानं पाठीवरलं ओझं जमिनीवर टाकून देऊन पळायला सुरुवात केली. आपल्यापाठोपाठ स्कॉटसुद्धा त्या ढिगाऱ्याच्या दिशेनं पळत असेल, असं त्यानं गृहीत धरलं. त्याच्यापाठोपाठ स्कॉटच्या पावलांचा आवाज ऐकू येईना, तेव्हा त्यानं मागे वळून पाहिलं. स्कॉट बॅकपॅकचे बंद सोडून आतली कुऱ्हाड काढायच्या खटपटीत होता.

वेसनं ओरडून म्हटलं, ''ब्रूसऽऽ पळ!''

स्कॉटनं नजर वळवली. त्याला ते अस्वल अगदी जवळ आलेलं दिसलं. त्यानं बॅगेतून कुऱ्हाड काढायचा विचार रद्द केला आणि तो वेसच्या पाठोपाठ जलद गतीनं दगडधोंड्यांचा तो ढिगारा चढून जाऊ लागला. ते अस्वल अजूनही जलद गतीनं त्यांच्यापाठोपाठ धावत येत होतं. वाटेत त्यांनी टाकून दिलेल्या बॅकपॅककडे नजरही न टाकता ते वेगानं पाठलाग करत होतं. हे दोघे तो पन्नास-साठ फूट उंचीचा ढिगारा चढून जाऊन माथ्यावर पोहोचले होते.

वेस ओरडून म्हणाला, ''मोठ्ठा धोंडा उचल, कारण तिसरं महायुद्ध केव्हाही चालू होईल!'' त्या दोघांनी शक्य तेवढे मोठ्ठे धोंडे उचलले आणि अस्वलावर फेकण्यासाठी नेम धरलेल्या पवित्र्यात ते उभे राहिले. प्रचंड अस्वल त्यांचा पाठलाग करत असल्यामुळे त्यांनी नेम धरण्यासाठी उचललेले धोंडेही प्रचंडच होते. ते अस्वल त्या धोंड्यांच्या ढिगाऱ्याच्या पायथ्याशी थांबलं, मागच्या दोन पायांवर उभं राहिलं आणि त्यानं एक मोठी गर्जना केली. त्यानंतर ते चारी पायांवर उभं राहिलं आणि माघारी वळून आलेल्या दिशेला त्वरेनं जाऊ लागलं.

ते माघारी वळलं, तरी काही वेळ हे दोघं डोक्यापर्यंत उचललेल्या हातातले धोंडे धरून तसेच उभे राहिले. त्यानंतर त्यांनी ते धोंडे खाली टाकले. ''तिनं बिथरावं, असं आपण काय केलं होतं?'' वेसनं विचारलं.

स्कॉट म्हणाला, ''मला वाटतंय की, ती आपल्याला काहीतरी संदेश देऊ पाहत असावी!''

वेस म्हणाला, ''तसं असेल, तर तो आपल्यापर्यंत नक्कीच पोहोचलाय!''

माउन्ट ड्रमच्या पायथ्याशी असलेल्या झोपडीपर्यंत हे दोघे पोहोचले, तेव्हा त्यात ठेवलेला शिधा गायब झालेला होता. हे दोघे इतके थकून गेलेले होते की, त्यांना हलणंसुद्धा शक्य होत नव्हतं. एका कपाटात त्यांना डोनट बनवण्यासाठीच्या पिठाचा पुडा सापडला. अस्वलांच्या तावडीतून तो बचावलेला असावा. त्यांनी चूल पेटवली आणि डोनट्स बनवले. दुसऱ्या दिवशी त्यांना जवळ येणाऱ्या विमानाचा आवाज ऐकू आला. त्यांना परत नेण्यासाठी आलेलं सुपर कब विमान जमिनीवर उतरत होतं.

वेस आणि स्कॉट आपलं सामान विमानात चढवत होते तेव्हा वैमानिकानं

त्यांना विचारलं, ''मजा आली का?''

त्यांनी उत्तर दिलं, ''तक्रारीला जागाच नाही!'' ते तक्रार करणार नव्हतेच!

काही तासांनी ते दोघं वेसच्या ट्रकमध्ये शिरले आणि अँकरेजच्या दिशेनं जाऊ लागले. शेवटच्या वेळेस सॅनफर्ड आणि ड्रम ही शिखरं डोळाभर पाहण्यासाठी त्यांनी गाडी रस्ताच्या कडेला उभी केली.

पर्वतांकडे पाहताना वेस म्हणाला, ''मोठे पर्वत आहेत - खरोखरच प्रचंड मोठे! पुन्हा एकदा येऊन आपण ते चढून जाऊ या.''

स्कॉट म्हणाला, ''ते तेवढे काही प्रचंड नाहीत रे!''

याला म्हणतात अलास्काचा इंगा! इथे दिसतं तसं नसतं; दिसतं त्याहून ते प्रचंड मोठं असतं! ही झाली जुनी कहाणी.

स्क्रॅबलचा खेळ झाला, त्याच्या दुसऱ्या दिवशी आकाश स्वच्छ होऊ लागलं. अलास्का खरोखरच कसं आहे, हे आता मला बघता येईलसं दिसू लागलं. आम्ही आमच्या डफल बॅगा आणि बॅकपॅक्स टालकीटना विमानतळाच्या धावपट्टीवर घेऊन गेलो. लवकरच विमानं निघू शकतील, असं आम्हाला वाटू लागलं होतं. आमच्याबरोबर फेअरव्ह्यू इनमध्ये असलेल्या गिर्यारोहकांपैकी काही जण तेथे विमानांची वाट पाहत उभे होते. ते मॅककिनलेवर आरोहण करण्यासाठी कहिल्टना हिमनदीकडे निघाले असावेत. त्यांनी माझ्या दिशेनं जे कटाक्ष टाकले, त्यावरून मी समजलो की, माझ्यावर पैज लावून पैसे हरल्याबद्दल ते माझ्यावर वैतागले आहेत.

एका विमानाजवळ हातातली डफलबॅग टाकता-टाकता मरे मला म्हणाला, ''बारमध्ये बसल्यावर नेहमीच लोक हरत असतात; त्यात काय एवढं?''

अलास्काने आत्तापर्यंत आम्हाला जो इंगा दाखवला होता, त्याला अपवाद ठरावा, असेच हे उद्‌गार होते. जेफ मरे हा स्कॉटचा मित्र भव्य शरीरयष्टीचा होता. त्यानं दाढी वाढवली होती आणि त्याचे कुरळे केस लालसर-तपकिरी रंगाचे होते. तो चांगलाच प्रचंड आकाराचा माणूस होता. तो हसला की, त्याच्या वरच्या एका दाढेवरचं चांदीचं आवरण चकाकत असे. रुंद हसू हसत तो मला म्हणाला, ''आठ वर्षांचा असताना दाढेचा तुकडा पडला आणि ती कॅप बसवावी लागली. ती तात्पुरती म्हणून बसवण्यात आलेली असली, तरी मला ती आवडली.''

उड्डाणासाठी वैमानिक विमानं सज्ज करत होते, तेव्हा मरेनं मला त्याची कहाणी ऐकवली. तो मिन्नसोटा राज्यात लहानाचा मोठा झाला. पौगंडावस्थेत असताना त्यानं वायएमसीएच्या शिबिरांमधून आर्क्टिक सर्कलवरील नद्यांवर अनेक महिने चालणाऱ्या सफरींमध्ये वल्हवायच्या लहान बोटीने सफरी केल्या होत्या. हायस्कूलनंतर त्यानं मंकाटो स्टेट युनिव्हर्सिटीत नाव नोंदवलं आणि एका सीझनमध्ये तो फुटबॉल खेळला. कॉलेजचं पहिलं वर्ष संपल्यावरच्या उन्हाळ्यात

तो पुन्हा उत्तरेला गेला आणि अलास्कामध्ये त्यानं भरपूर भ्रमंती केली. त्यानं राज्य ओलांडून अॅल्युशिअन बेटं गाठली आणि कोडिअॅक ह्या बंदरावर तो पोहोचला. ह्या बंदरात अलास्कातील बहुसंख्य मच्छीमार बोटी नांगरून पडलेल्या असतात. पैशांची जरुरी असल्यामुळे त्यानं मासे साफ करणाऱ्या एका बोटीवर सामन मासे साफ करण्याची नोकरी धरली. या कामासाठी त्याला तासाला काही डॉलर्स मिळत असत. हे काम भयानक, अगदी घाम गाळायला लावणारं होतं. मासे घेऊन आलेली बोट जवळपास लागली की, ते मासे उतरवण्याचं काम बदल म्हणून करायला मरे नेहमीच उत्सुक असे.

मरे सांगत होता, ''त्या बोटीवरचे खलाशी खूपच मजा करत. काही दिवसांच्या सफरीमागे ते काही हजार डॉलर्स कमावताहेत, हे ऐकल्यावर त्यांच्या आनंदामागचं कारण मला नीटच उमजलं.'' ही नोकरी कशी आणि कुठे मिळेल याची मरेनं चौकशी केली, तेव्हा त्याला उत्तर मिळालं की, दूधपित्या बच्च्यांना कुणीही अशा नोकऱ्या देत नसतं! त्याला बोटीवर जाऊन मासेमारी करायची असेल, तर त्याला विनावेतन मदतनीस म्हणून यावं लागेल. ''मी विचार केला की, काहीही पगार मिळाला नाही तरी माझी पोटापाण्याची तर सोय होईल आणि समुद्रावर सफरही करता येईल. सध्याच्या कामापेक्षा हे परवडलं!'' मरे मला म्हणाला.

टेक्सासहून कोळंबी पकडण्यासाठी आलेली दुहेरी शिडांची एक बोट धक्क्याजवळ नांगर टाकून पडलेली होती. तिला नारंगी रंग दिलेला होता आणि कड काळ्या रंगानं रंगवली होती. कोळी ज्याला 'पमकिन फ्लीट' (भोपळ्यांचं आरमार) म्हणत, त्या आरमारातली ही बोट होती. मरे त्या बोटीच्या कप्तानाकडे गेला. हा चांगला उंचनिंच, धिप्पाड माणूस होता. त्यानं काऊबॉय बूट, जाडजूड शर्ट आणि प्रचंड उंच अशी काऊबॉय हॅट घातली होती. आपल्याला बोटीवर विनावेतन मदतनीस म्हणून येण्याची इच्छा आहे, असं मरेनं ह्या कप्तानाला सांगितलं. ''तुझ्यासारखा धिप्पाड पोरगा पैशांशिवाय काम करणार? जरूर ये!'' मरेला तो कप्तान म्हणाला.

मरे मला म्हणाला, ''पुढला प्रवास म्हणजे एक दु:स्वप्न ठरलं.'' मरेनं युकॉनमध्ये इवलीशी कनू बोट वल्हवली असली, तरी यापूर्वी त्यानं मोठ्या बोटीनं कधीच प्रवास केलेला नव्हता. कोडिअॅक बंदरापलीकडे गेल्यावर जेव्हा मोठाल्या लाटा उसळू लागल्या, तेव्हा बोटीची मागची बाजू वर-खाली हलू लागली. मरे खाली पडला आणि त्याचा चेहरा डेकवर आपटला.

मरे मला म्हणाला, ''माझ्या नाकाचा घोळाणा फुटला. ओठ सुजला. त्यानंतर मला बोट लागली आणि उलट्या होऊ लागल्या. आम्ही बेरिंग समुद्रात पन्नास तास प्रवास केला आणि वीस तासांमध्ये अडीच लाख पौंड वजनाची कोळंबी पकडली.

मग पुन्हा पन्नास तास परतीचा प्रवास करून आम्ही कोडिॲक बंदरात आलो. प्रवासभर मला ओकाऱ्या होत होत्या... भीषण अनुभव होता तो! मी सुखरूपपणे किनारा गाठू शकलो, तर पुन्हा मी ह्या फंदात पडणार नाही, असं मी ठरवलं.''

पकडून आणलेली मासळी खाली उतरवल्यावर बोटीच्या कप्तानानं मरेला हजार डॉलर्स दिले. तो मरेला म्हणाला, ''त्याच्याएवढे विनावेतन कष्ट दुसऱ्या कुणीही केलेले नव्हते. मी माझ्या भाच्याला नोकरीवरून काढून टाकतोय आणि तुला अर्ध्या भागीदारीत नोकरी द्यायला तयार आहे.'' खरं तर ती अर्धी भागीदारी खूपच फायदेशीर ठरली. तेव्हापासून मरेचं नाव पडलं - 'कोळीबाबा मरे!' मरे मला म्हणाला, ''तुम्ही कॉलेजातले दुसऱ्या वर्षाचे विद्यार्थी असाल आणि कॉलेजच्या तासाला बसला नाहीत, तर कुणाच्या लक्षातसुद्धा येत नाही. पण तुम्ही फुटबॉल टीममधले महत्त्वाचे खेळाडू असाल, तर लोक तुमचा शोध घेऊ लागतात!'' बेरिंग समुद्रात नारंगी रंगाच्या बोटीतून मरे प्रवास करतो आहे, हे मंकाटो स्टेट युनिव्हर्सिटीच्या ॲथलेटिक डिपार्टमेंटमधल्या कुणाच्याही डोक्यात आलं नसावं.

त्यानंतर काही वर्षांनी मरेची स्कॉटशी दोस्ती झाली. त्या वेळेस स्कॉट व्यावसायिक मच्छीमार बोटीवर नोकरी स्वीकारण्याच्या विचारात होता. स्कॉट आणि वेसनं सॅनफर्ड व ड्रम ही शिखरं चढून जायचा प्रयत्न केल्यानंतर त्यांनी मायकेल ॲलिसनला माउन्ट मॅककिनलेवरील एनओएलएसच्या प्रशिक्षणात मदत केली. त्या वेळेस स्कॉट उत्तर अमेरिकेतील सर्वांत उंच शिखरावर पहिल्यांदा उभा राहिला होता! हे प्रशिक्षण संपल्यानंतर स्कॉटनं नेहमीची भ्रमंती सुरू केली. हेमंत ऋतूत तो झायन नॅशनल पार्कला होता. त्यानंतर हिवाळ्यात त्यानं वायोमिंगमध्ये एनओएलएसच्या हिवाळी सत्रात शिकवलं. त्यानंतर तो जीनीला भेटायला ती असेल त्या वेगवेगळ्या शहरांमध्ये गेला. वैमानिक म्हणून अनुभव घेत असताना जीनी लिअरजेटपासून कार्गो प्लेन्सपर्यंत विविध प्रकारची विमानं चालवत होती. स्कॉटजवळचे सारे पैसे १९८०च्या उन्हाळ्यापर्यंत संपून गेले. आता त्याला थोडे पैसे मिळवणं अत्यंत गरजेचं ठरलं होतं.

स्कॉटची बहीण लिसानं न्यू जर्सीतून सीॲटलला स्थलांतर केलेलं होतं आणि तिथं ती कॉलेजचं शिक्षण घेत होती. शिक्षणासाठी स्वत: पैसा उभा करताना ती अलास्कातील मच्छीमार बोटींवर एखाद्या हंगामात स्वयंपाक्याची नोकरी धरत असे किंवा मासे साफ करण्याचं काम करत असे. स्कॉट मग नेहमीप्रमाणे लिफ्ट घेत सीॲटलला पोहोचला आणि मग एका मच्छीमार बोटीतून उत्तरेकडे गेला. ह्या बोटीचं नाव होतं 'पायसीस'(मीन). ब्रिटिश कोलंबियाच्या किनाऱ्यानं पुढे उत्तरेला जाऊन मग ग्लेशियर बेमधून पश्चिमेला जाऊन, ॲल्युशिअन्समधून सॅन्ड पॉइन्ट ह्या बंदराला ही बोट लागली. तेव्हा बोटीवरला बहुतांश वेळ बोट लागल्यामुळे स्कॉटनं

फार अस्वस्थ अवस्थेत काढला. इतके हाल सोसून सॅन्ड पॉइन्टला स्कॉट पोहोचला, तेव्हा कोळी लोक संपावर गेले असल्याने कोणतीही बोट मच्छीमारीसाठी समुद्रात जात नाहीय, ही निराशाजनक बातमी त्याची वाट पाहत होती.

त्यानं जीनीला लिहिलं, 'नशिबात असेल, तरच नोकरी मिळते. दरम्यानच्या काळात आयुष्य बेकार असतं. इथली हवासुद्धा सध्या अत्यंत भीषण आहे. बोटी सोडल्या जात नसल्यामुळे आपणहून नोकरी सोडली किंवा कुणालातरी डच्चू दिला गेला, तरच मला नोकरी मिळायची शक्यता आहे.'

हा संप संपेपर्यंत टिकाव धरून राहण्याचा स्कॉटनं निश्चय केला. सॅन्ड पॉइन्टमधल्या गोळीबारीच्या सरावाच्या जागेजवळ असलेली सहा चौरस फुटांची, बिनखिडक्यांची एक झोपडी स्कॉटनं शोधून काढली आणि त्यात त्यानं तळ ठोकला. रात्री तो ह्या झोपडीत एका स्लीपिंग बॅगमध्ये शिरून झोपत असे आणि ठेंगण्या छतावर वाजणाऱ्या पावसाच्या थेंबांचं गाणं ऐकत असे. जीनीला लिहिलेल्या पत्रात स्कॉटनं पुढे लिहिलं, 'हा नवा अनुभव असला तरी त्यातून जाणं अवघड आहे. ही सारी दुनिया मला अपरिचित आहे. त्याबद्दल माझी तक्रार नाही; पण मला फार एकाकी वाटतंय. नोकरी मिळून मला 'माउन्टन मॅड ब्रूस' म्हणून जगता येईल ना?'

दिवसा स्कॉट नोकरीच्या शोधार्थ फिरत असे आणि रात्री तो गावातल्या बारमध्ये बिअर पीत असे. एका रात्री हाताच्या कुस्तीसाठी सॅन्ड पॉइन्टमधल्या सर्वोत्कृष्ट कुस्तीपटूबरोबर त्याला स्पर्धेत भाग घ्यावा लागला. स्कॉट जिंकला. 'पायसीस' बोटीच्या कप्तानानं ही चुरशीची लढत पाहून स्कॉटच्या प्रत्येक हातावर पन्नास डॉलर्सची पैज लावली. त्यानं पैज जिंकून पैसे मिळवले, पण त्यातले स्कॉटला काहीही मिळाले नाहीत. तो कफल्लकच राहिला.

जीनीनं उत्तराच्या पत्रासोबत स्कॉटला पैसे पाठवले, परंतु स्कॉटनं तो चेक परत केला. त्यानं जीनीला पत्रात लिहिलं, 'तू किती धडपड करून मला मदत करायचा प्रयत्न करत आहेस, याची मला पूर्णपणे जाणीव आहे. तू मला जो आधार आणि प्रेम देत आहेस, त्याबद्दल मी तुझा ऋणी आहे. फक्त स्वतःच्या हिमतीवर पुढे जावं, असं मला वाटत आहे. मी अगदीच वाया गेलेलो नाही, हे सिद्ध करावंसं वाटतंय. अर्थात, तरीही कधीकधी मनात शंका उभी राहते!'

एका आठवड्यानं तो संप मिटला. मासेमारीसाठी बोटी निघू लागल्या. स्कॉटला मात्र त्यावर अजूनही नोकरी मिळत नव्हती. त्याला सॅन्ड पॉइन्टमध्ये ताशी सहा डॉलर्स मजुरीवर सुतारकामाची नोकरी मिळाली, तेव्हा स्कॉट खूपच खूश झाला. जोवर तो त्या झोपडीत राहत होता आणि मिळालेले पैसे जपून खर्चत होता, तोवर त्याला आणखी काही काळ धकवता येणं शक्य झालं असतं.

सामन मासे पकडायचा हंगाम आला आणि गेला. 'पायसीस'वरच्या खलाश्यांना माणशी ३५००० डॉलर्स मिळाले, कारण त्यांना खूप मासे पकडता आले होते. उन्हाळा संपत आला, तेव्हा स्कॉटला नोकरी मिळाली. 'पायसीस' बोटीवर एक जागा रिकामी होती आणि त्या कप्तानानं स्कॉटला चिंबोऱ्या पकडायच्या हंगामासाठी बोटीवर घेतलं. डेकवरचा प्रमुख होता कोळीबाबा मरे! त्यानं अनेक वर्षं व्यावसायिक मच्छीमारी बोटीवर काम केलेलं होतं आणि त्याला नोकरीवर ठेवायला सारेच उत्सुक असत. स्कॉटला प्रथेनुसार पहिला प्रवास विनावेतन मदतनीस म्हणूनच करावा लागणार होता.

'पायसीस' बोटीवर चिंबोऱ्या पकडण्यासाठी मोठ्ठाली भांडी होती. खलाशी ही टोपलीसारखी भांडी समुद्रात तरंगत सोडत. काही दिवसांनी ते बोट परत आणत आणि चिंबोऱ्यांनी भरलेली भांडी बोटीवर चढवत. प्रत्येक भांड्यात २००० पौंड वजनापर्यंतचे अलास्कातील मोठाले खेकडे सापडत. बोटीच्या डेकवर थंडगार पाण्याच्या प्रचंड लाटांचा मारा होत असे. त्यामुळे भिजून जाऊ नये, म्हणून जाडजूड रेनकोट चढवून काम करावं लागे. स्कॉट अजूनही नव्या जागी रुळण्याच्या प्रयत्नात होता. बराचसा वेळ तो मरेला मदत करून भरलेली जड भांडी बोटीवर खेचून घेत असे आणि आतले खेकडे साठवणीच्या जागी ओतत असे. हे काम नक्कीच जमेल, अशा शब्दांत कप्तान त्याला उत्तेजन देत होता; पण स्कॉट मात्र त्याबद्दल साशंकच होता. अनेक दिवसांच्या प्रतीक्षेचा शीण, दिवसाकाठी अनेक तासांची मेहनत आणि बोट लागणं ह्यांमुळे स्कॉट थकून गेला होता!

मरेनं मला सांगितलं, ''खेकडे भरलेली ती जड भांडी डेकवर वाहून नेताना स्कॉट तरफेऐवजी स्नायू वापरत होता. कामामुळे तो शिणून जात असे. जेव्हा काम नसे, तेव्हा मी त्याला हातांच्या कुस्तीत पराजित करत असे.''

पुन्हा एकवार पराभूत झालेला स्कॉट म्हणत असे, ''मरे, ठीक आहे, जाऊ दे! आता आपण चवड्यांवर उभं राहायची शर्यत लावू या!'' ते एखाद्या फळीवर, चवड्यांवर उभे राहत आणि पोटरीचे स्नायू वापरून वर-खाली झुलत. कधीकधी हे करताना त्यांनी दुसऱ्या खलाशाला पाठीवर घेतलेलं असे! मरे ह्या स्पर्धासुद्धा जिंकत असे. मग स्कॉट शक्तीच्या नव्या स्पर्धा शोधून काढत असे आणि त्यातसुद्धा हरत असे!

मरे म्हणाला, ''ह्या स्पर्धांमुळे कधीकधी आमचे स्नायू इतके आखडून जात असत की, आम्हाला चालणंसुद्धा शक्य होत नसे. असं असूनही, तो मला हरवण्याचा प्रयत्न नेहमी करत असे आणि मी त्याला कधीही जिंकू देत नसे.''

बोटीवरची ती पहिली फेरी पूर्ण केल्यानंतर स्कॉटनं त्या बोटीवर आणखी दोन महिने काम केलं. त्यानं थोडे पैसे मिळवले, परंतु पायसीसच्या आधीच्या

मासेमारीच्या फेऱ्यांमध्ये त्यांना जेवढ्या प्रचंड प्रमाणावर मासे मिळाले, तेवढे ह्या फेरीच्या वेळेस मिळाले नाहीत.

खेकड्यांचा हंगाम संपत आल्यावर स्कॉटनं जीनीला लिहिलं, 'हे अतिशय धोक्याचं काम आहे. मी पुढल्या उन्हाळ्यात ह्या कामाच्या वाटेला जाईनसं मला वाटत नाही. पैशांची खरोखरच गरज आहे असं वाटलं, तरच कदाचित मी ह्या कामाचा विचार करीन.'

व्यावसायिक मच्छीमारी हा अलास्कातला सर्वांत धोक्याचा व्यवसाय. स्कॉट एक गिर्यारोहक होता; गळ टाकून मासे पकडायला बसणारा नव्हता. मासेमारीचं उपजत कौशल्य त्याच्या अंगी नव्हतं. अधूनमधून अलास्कात येऊन तो हा व्यवसाय करत असे आणि तोसुद्धा जेफ मरे कप्तान असेल, त्याच बोटीवर करत असे. पण हा व्यवसाय त्यानं दीर्घकाळ केला नाही. व्यावसायिक गिर्यारोहक असणं किती धोक्याचं आहे, हे सिद्ध करणारी आकडेवारी माझ्याकडे उपलब्ध नाही; परंतु त्या काळात स्कॉट जे व्यावसायिक निर्णय घेत होता, ते पाहता तो मच्छीमारीकडून गिर्यारोहणाकडे वळताना आगीतून फुफाट्यातच पडत होता, असं म्हटलं पाहिजे!

टालकीटना विमानतळावर आमच्या डफल बॅगा घेऊन आम्ही दोघे वाट पाहत होतो. आमच्यासारखेच इतर गिर्यारोहक लाल रंगाच्या दोन विमानांच्या वैमानिकांच्या हालचाली न्याहाळत होते. ह्या वैमानिकांनी चार उतारू बसण्याची सोय असलेल्या केबिनमधल्या खुर्च्या काढून टाकून सामान ठेवण्यासाठी जागा मोकळी करून घेतली. त्यांनी आम्हाला आमचं सामान आत टाकायला सांगितलं. मग त्यांनी आमच्या डफल बॅगा सीटबेल्टनं बांधून टाकल्या. 'माउन्टन मॅडनेस' गटाचे इतर लोक दुसऱ्या विमानात बसले. मरे, स्कॉट आणि मी ह्या विमानात चढून आमच्या बॅगांवर बसलो आणि पट्टे बांधून घेतले.

विमानोड्डाण करण्यापूर्वी खातरजमा करणाच्या गोष्टी वैमानिकानं तपासल्या आणि मग इंजीन चालू करता-करता तो म्हणाला, ''कधीकधी मी केबिनमधून स्लेड ओढणाऱ्या कुत्र्यांना घेऊन जातो. विमान हवेत झेपावेपर्यंत ती शांत असतात. पण थोड्या वेळानंतर ती विमानात अस्वस्थ होऊन इकडेतिकडे फिरू लागतात. विमान खूप वेगानं खाली उतरलं आणि मग तेवढ्याच वेगानं वर नेलं की, जो सेंट्रिफ्युगल फोर्स (केंद्रपसारी दबाव) निर्माण होतो, त्यामुळे कुत्री हालचाल न करता जमिनीवर पडून राहतात. गप्प होतात.'' मग स्कॉटनं माझ्या खांद्याला स्पर्श करत म्हटलं, ''अस्वस्थ होऊन येरझाऱ्या घालू नकोस!'' आणि तो मिश्किलपणे हसला.

आम्ही माउन्टन मॅडनेसच्या कंपूबरोबर साहसाची चव चाखायला निघालो होतो आणि मीसुद्धा खुशीनं हसत होतो. विमान आकाशात झेपावलं आणि वैमानिकानं एक झडप दाबून विमानाच्या चाकाखालच्या लांब पट्ट्या पुढे ढकलून ते विमान

बर्फावर उतरण्यायोग्य केलं. वैमानिकानं विमानाचं नाक माउन्ट मॅककिनलेच्या दिशेनं वळवलं आणि विमान आणखी उंचावर नेलं. खाली ठेंगण्या जंगलांमधून आणि दलदलीच्या प्रदेशातून सुसिटना नदीचा प्रवाह नागिणीप्रमाणे मुरडत जाताना दिसत होता. झाडंझुडपं तुरळक होत मग दिसेनाशी झाली. आम्ही रूथ नावाच्या अरुंद दरीत खाली उतरलो आणि हिमनदीवरून पुढे जात राहिलो. आम्ही कमी उंचीवरून जात असल्यामुळे हिमनदीचं बर्फ तडकून पडलेली विवरं आम्हाला विमानातून स्पष्ट दिसत होती, दगडाचे उंच सुळके आकाशाला भिडताना दिसत होते. दरीच्या वळणानुसार विमानानं दिशा बदलल्यावर हे सुळके मागे पडले.

ह्या चिंचोळ्या दरीत पस्तीस मैल प्रवास केल्यावर आम्हाला डावीकडे माउन्ट डिकी आणि उजवीकडे दाढेच्या आकाराचा 'मोलर टूथ' ह्या समर्पक नावाचा पर्वत दिसला. ह्या दोन पर्वतांमधून मार्ग काढून पुढे गेल्यावर आम्ही रूथ ॲम्फिथिएटर ह्या हिमाच्या खळग्यापाशी पोहोचलो. विमानाखालच्या स्कीज बर्फावर अलगद उतरल्या आणि विमानाचा वेग कमी झाला. परतीच्या प्रवासाच्या तयारीनं वैमानिकानं विमान वळवून घेतलं. टालकीटनापासून विमानानं इथे यायला आम्हाला एका तासाहूनही कमी वेळ लागला होता; परंतु भूगर्भशास्त्राच्या दृष्टीनं आम्ही लाखो वर्षं मागे पोहोचलो होतो.

दुसरं विमानसुद्धा आमच्या पाठोपाठच खाली उतरलं. आम्ही हिमनदीतून वर निघालेल्या एका सुळक्याच्या खाली उभे होतो. ह्या सुळक्याच्या मस्तकावर एक लहान अष्टकोनी झोपडी उभी होती. ह्या दुर्गम भागात विमान चालवणाऱ्या डॉन शेल्डन नावाच्या वैमानिकानं ती १९६६मध्ये बांधली होती. जेव्हा रूथ ॲम्फिथिएटर हा देनाली नॅशनल पार्कचा भाग बनला, तेव्हा ही झोपडी आमच्यासारख्या पर्यटकांच्या खासगी वापरासाठी भाड्यानं दिली जाऊ लागली. आम्ही विमानांतलं आमचं सारं सामान बाहेर काढलं आणि विमानं परतीच्या प्रवासासाठी उडून गेल्यावर त्या सुळक्यावर चढून जाऊ लागलो.

वैमानिक विमान घेऊन ॲम्फिथिएटरमध्ये आणखी काही अंतर गेले आणि मग ते उलटे वळून दरीबाहेर पडू लागले. विमानं लहान-लहान दिसू लागली, तरी फार दूर गेलेली नव्हती. वर्तुळाकार पर्वतशिखरांनी वेढलेलं रूथ ॲम्फिथिएटर बंदिस्त वाटत नव्हतं. तिथे असताना अमर्याद आकाशाचीच जाणीव होत असे. तेथील चिमुकली झोपडी सोडता अवकाश मापनासाठी दुसरा कोणताही संदर्भ उपलब्ध नसल्यामुळे आजूबाजूचं अवकाश अमर्याद भासत होतं.

आम्ही बर्फात आमचे तंबू रोवले आणि वारा अडवण्यासाठी तंबूंच्या सभोवार बर्फाच्या भिंती उभ्या केल्या. ती झोपडी गप्पाटप्पा करायला आणि स्वयंपाक करायलाच पुरेशी होती. रोज संध्याकाळी त्या झोपडीत एकत्र जमून आम्ही सूप,

पास्ता, स्ट्यू असं गरमागरम जेवण बनवत होतो, पुस्तकं वाचत होतो आणि युकॉन जॅक[३] घातलेल्या गरमागरम कोकोचे कप रिकामे करत होतो. एका रात्री मरेनं स्कॉटबरोबर दक्षिण अमेरिकेत केलेल्या गिर्यारोहणाविषयीच्या गमती आम्हाला ऐकवल्या. आकोनकाग्वा ह्या दक्षिण अमेरिकेतील सर्वोच्च शिखरावर माउन्टन मॅडनेस ह्या स्कॉटच्या पर्यटन कंपनीनं आयोजित केलेल्या पहिल्या सफरीसाठी स्कॉटनं मरेला आग्रह करून यायला लावलं होतं.

मरे म्हणाला, ''ब्रूस, मी तुला आधीच सांगितलंय की, त्यापूर्वी मी माझ्या बोटीच्या शिडीपेक्षा उंचावर कधीही चढून गेलेलो नव्हतो; पण तिथे मजा येईल, असं मला वाटलं.''

स्कॉट आणि मरे इतर अनेक मित्रांबरोबर विमानानं अर्जेंटिनाला पोहोचले आणि मग पर्वताजवळ पोहोचले. मरे म्हणाला, ''आमच्यापैकी कुणालाही स्पॅनिश बोलता येत नव्हतं. आम्ही ह्या गावात पोहोचून परवाना कसा मिळवावा आणि गिर्यारोहणाला कुठून सुरुवात करावी, याबाबत विचार करत होतो. रात्रीच्या जेवणासाठी एका रेस्टॉरन्टमध्ये शिरलो.'' मरेनं आम्हाला सांगितलं की, त्याला वेटर दुसऱ्या टेबलाकडे स्टेकची प्लेट घेऊन जाताना दिसला, तेव्हा मरेनं खाणाखुणा करून वेटरकडे स्टेकची मागणी केली.

त्यावर स्कॉट मरेला म्हणाला, ''एऽऽ परदेशात असं करायचं नसतं. हे बघ - अशी ऑर्डर द्यायची!'' ती भाषा आपल्याला जणू समजतेच आहे, अशा थाटात स्कॉटनं मेन्यूकार्ड वाचलं, त्यावरील एका पदार्थाच्या नावाकडे बोट दाखवत स्कॉट म्हणाला, ''हा पाहा 'पाँचो!' मी तोच मागवणार आहे! नाही, नाही - मी 'सुपर पाँचो' मागवणार आहे.'' वेटरनं स्कॉटची ऑर्डर लिहून घेतली. काही मिनिटांतच तो मरेसाठी स्टेक आणि स्कॉटसाठी 'सुपर पाँचो' घेऊन आला.

मरे हसत-हसत म्हणाला, ''स्कॉटचा 'सुपर पाँचो' हा प्रचंड आकाराचा हॉट डॉग निघाला! ब्रूस आंतरराष्ट्रीय पर्यटक होता आणि ही त्याची कर्तबगारी होती - हॉट डॉग! आम्ही पोट दुखेपर्यंत हसलो.''

स्कॉटबरोबर आकोनकाग्वाचं अर्ध अंतर मरे चढून गेला आणि त्यानंतर त्याला साक्षात्कार झाला की, स्कॉट मच्छीमारीत जेवढा प्रवीण होता तेवढाच तो स्वत: गिर्यारोहणात प्रवीण (!) होता. पाण्याबाहेर दीर्घकाळ राहावं लागलं की खलाशाला जो त्रास होतो, तसाच त्रास मरेला होऊ लागला. त्यामुळे स्कॉटनं त्याला एका तंबूत सोडलं आणि इतरांबरोबर तो शिखर चढण्यासाठी निघून गेला. दोन दिवसांनी परत उतरताना त्यानं मरेला पुन्हा आपल्यासोबत घेतलं आणि खाली नेलं. त्या सफरीत

---

३ युकॉन जॅक : मधापासून बनवलेली कॅनेडियन व्हिस्की.

खूप मजा आली, असं मरे म्हणाला, तरी तो पुन्हा गिर्यारोहणाच्या वाटेला गेला नाही. तो म्हणाला, ''तो भीषण शारीरिक छळच होता! लोकांना गिर्यारोहण एवढं का आवडतं, ते मला कधीच समजलेलं नाही.''

आम्ही अड्डा ठोकून गप्पा मारत असताना स्कॉट झोपडीबाहेर काही काळ लघुशंकेसाठी गेलेला पाहून मी जीनीला विचारलं, ''अलास्कात वैमानिक बनण्याचं स्कॉटचं जे स्वप्न होतं, त्याचं पुढे काय झालं?'' जीनी मला म्हणाली, ''त्यानं अलास्कात संचार करणारी छोटी विमानं बघितली आणि इकडे मीसुद्धा वैमानिक बनले होते. त्यामुळे साहजिकच त्याला वाटलं की, त्यानंसुद्धा विमान चालवायला शिकलं पाहिजे! लोकांना विमानानं पर्वतपायथ्याशी नेणं, हा गरज पडल्यास उत्पन्न मिळवून द्यायचा मार्ग ठरेल, असंही त्याला वाटलं.''

अलास्कातला तो पहिला उन्हाळा संपल्यावर जीनीला भेटायला न्यूयॉर्क राज्याच्या उत्तरेला स्कॉट पोहोचला. जीनी तेव्हा आई-वडिलांबरोबर राहत होती. विमानोड्डाण शिकवत होती. विमानोड्डाणाची प्राथमिक माहिती देण्यासाठी जीनीनं स्कॉटला स्थानिक विमानतळावर नेलं. तिनं त्याला सांगितलं की, प्रत्येक उड्डाणापूर्वी हवामान खात्याकडून माहिती घ्यावी लागेल, विमानाभोवती व आतमध्ये फेरी मारून सर्व काही ठाकठीक असल्याची खात्री करून घ्यावी लागेल, चाकांमध्ये पुरेशी हवा असल्याची आणि इंजिनात पुरेसं इंधन असल्याची खात्री करून घ्यावी लागेल... त्याहीपुढे ही खातरजमा करण्याच्या यादीची केवळ सुरुवात आहे! याखेरीज त्याला वैमानिकांची परिभाषा शिकावी लागेल आणि रेडिओवरून एअर ट्रॅफिक कंट्रोलरशी संपर्क साधावा लागेल, असंही जीनीनं त्याला सांगितलं.

जीनी हसून म्हणाली, ''एक-दोन दिवस त्यानं हे केलं, पण तो वैतागून गेला! कार चालवतात त्याप्रमाणेच विमानाचं दार उघडून आत शिरता येईल आणि ताबडतोब उड्डाण करता येईल, असं त्याला वाटलं होतं. अखेरीस आम्ही दोघांनी समझोता केला की, यापुढे तो मला कधीही गिर्यारोहण शिकवणार नाही आणि मी त्याला विमान चालवायला शिकवणार नाही!''

त्याला विमानोड्डाणाचे धडे दिल्यानंतर काही महिन्यांनी स्कॉटला भेटायला वायोमिंगमधल्या जिलेट ह्या गावी जीनी गेली. तेथे स्कॉट आणि त्याचे एनओएलएसमधील सहाध्यायी पेट्रोलियमचं सर्वेक्षण करणाऱ्या कंपनीत नोकरी करत होते. ''आम्ही खूपच मजा केली. भर हिवाळ्यात गोठून गेलेल्या जिलेटमधल्या जुनाट ट्रेलरमध्ये जेवढी मजा करणं शक्य आहे, तेवढी मजा आम्ही केली. आम्ही दोघांनीच एकमेकांसाठी मेजवान्या आयोजित केल्या आणि एका मेजवानीनंतर स्कॉटनं मला लग्नाची मागणी घातली. मी त्याला होकार दिला. स्कॉटला ही आणाभाकांची प्रश्नोत्तरं गोड वाटली. त्यामुळे त्याने पुन्हा एकवार मागणी घातली

आणि मी त्याला पुन्हा होकार दिला. मग मी त्याला तोच प्रश्न विचारला आणि त्यानं मला होकार दिला. त्यानं एकूण पाच वेळा मला मागणी घातली आणि मी त्याला तीन वेळा मागणी घातली. त्यामुळे आम्ही विवाहबद्ध होणार, हे नक्कीच ठरून गेलं!'' जीनी जुनी आठवण सांगताना मला म्हणाली. १९८१च्या व्हॅलेन्टाइन्स डेच्या दिवशी दोघं विवाहबद्ध झाले. स्कॉटच्या विवाहासाठी अनेक 'ब्रूस' उपस्थित राहिले. स्कॉट नेहमीप्रमाणेच आनंदात होता. लग्नातले स्कॉटचे 'ग्रूम्स मेन' (पाठीराखे) काळे चश्मे घालून आलेले होते आणि स्कॉट स्वातंत्र्य गमावणार असल्याचा शोक व्यक्त करत होते.

''आम्ही अनेक वर्षं एकत्र होतो आणि ह्या नात्याला स्थैर्य द्यायचा आम्ही निर्णय घेतला. अर्थात, आमचे स्वभाव अत्यंत भिन्न असल्यामुळे कदाचित आमचं जमणार नाही, याचीसुद्धा आम्हाला जाणीव होती.'' जीनी म्हणाली.

रूथ ॲम्फिथिएटरमधला आमचा दिनक्रम ठरून गेल्यासारखाच होता. आम्ही भरपूर खायचो-प्यायचो. आमच्या स्टोव्हमध्ये पुरेसं इंधनं होतं आणि भटकायला आजूबाजूला विस्तीर्ण जागा होती! दूरवर स्कीइंग करायचं ठरवून आम्ही बाहेर पडलो की, तीस मिनिटांच्या अंतरावर असेल असे वाटणारी जागा प्रत्यक्षात तीन तासांच्या अंतरावरची निघत असे. मॅककिनलेचं शिखर भरपूर उंच दिसत होतं. तेसुद्धा दिसतं होतं त्याहून प्रत्यक्षात आणखी उंच असेल, तर ते प्रचंडच असणार होतं.

रूथ ॲम्फिथिएटरमध्ये आम्ही आल्याच्या नवव्या दिवशी विमानं आम्हाला टालकीटनाला नेण्यासाठी परत आली. परत पोहोचल्यावर फेअरव्ह्यू इन रिकामं पाहून माझी निराशा झाली. स्क्रॅबलमध्ये मला फसवणाऱ्या ठकांशी दोन हात करायची माझी खुमखुमी तशीच राहिली! या वेळेस त्यांच्याशी डाव टाकताना मी डोकं सावध ठेवून पटाकडे बारीक लक्ष ठेवणार होते. अलास्काचा इंगा म्हणजे काय, हे मला हळूहळू समजू लागलं होतं. अलास्कात गोष्टी दिसतात त्याहून प्रचंड असतात, हे मला कळलेलं होतं. मीसुद्धा दिसतोय त्यापेक्षा बलवान असेनसं मला वाटू लागलं होतं आणि स्क्रॅबलच्या ठकांशी खेळताना त्याचा मी पूर्णपणे उपयोग करून घेणार होतो! शिवाय स्क्रॅबल ठकांबरोबर डाव टाकताना माझ्या एका बाजूला मी मरेला बसवणार होतो आणि दुसऱ्या बाजूला गिर्यारोहक स्कॉटला बसवणार होतो. स्क्रॅबलवाले ठक चुरशीच्या सामन्याची वाट पाहत असते, तर मी त्यांना पुरून उरणार होतो! तिसरं महायुद्धच उभं राहिलं असतं म्हणा ना!

पण टालकीटनातले रस्ते रिकामेच राहिले. स्क्रॅबलवाले ठक कुठेही दिसले नाहीत. भ्याड लेकाचे!!

आठ
माउन्टन मॅडनेस

'माउन्टन मॅडनेस' पर्यटन कंपनीच्या संदर्भातलं ध्येय होतं, ''ते फत्ते करायचंच!'' काही काळानं आम्ही विनोदानं हे ध्येय बदलून म्हणू लागलो - ''हे कसं बरं यशस्वी झालं?'' स्कॉटचं मत होतं की, आजूबाजूला योग्य माणसं जमवली तर गोष्टी घडून येतात आणि बहुधा तसंच होत असे.

- एड व्हिस्चर्स
गिर्यारोहण-सहकारी आणि हिमालयातला गिर्यारोहक

माउंट रेनियरवर एक संध्याकाळ घालवल्यानंतर, ओंडके पाडण्याचं जिथं काम चाललं होतं, त्या रस्त्याच्या टोकाला स्कॉट फिशर प्रचंड मोठी शेकोटी पेटवत असलेल्या डॅन मॅकहेलकडे बघत होता. हायस्कूलची मुलं शाळा संपवताना जी प्रचंड होळी पेटवतात, त्या आकाराचीच होळी डॅन मॅकहेलनं पेटवली होती. सभोवारच्या वृक्ष-वेली हिमानं झाकून गेल्या होत्या. आकाशात असंख्य तारे चमचमत होते. शेकोटीची धग इतकी प्रचंड होती की, आमच्या हातातल्या मांस भाजायच्या काठ्या आम्हाला फार जवळ नेणं शक्य होत नव्हतं. पण हे ओंडके जळून जाऊन त्यांचे कोळसे बनण्याची प्रतीक्षा आम्ही गेले अनेक तास करत होतो. त्यानंतर हॉट डॉग्ज, केचप आणि मस्टर्ड खायला बहार येणार होता!

डॅनच्या चेहऱ्यावर काजळीचे थर जमलेले होते. विस्तवाच्या उजेडात तळपणारा डॅनचा चेहरा आणि 'द शाइनिंग' ह्या चित्रपटातील निकोल्सन ह्या नटाचा चेहरा यांच्यात विलक्षण साम्य दिसत होतं. हॅन्डलची लांबी सहा फुटांनी वाढवलेलं बागकामाचं धातूचं जाड दंताळं घेऊन डॅन ज्वाळा विझवतोय आणि खाली पेटून फुललेले निखारे १२ फूट लांबीच्या व चार फूट रुंदीच्या आकाराच्या जागी सारखे पसरत होता. जंगलात तप्त लाव्हानं भरलेला ज्वालामुखी रसरसावा, तसे हे पेटलेले लाल निखारे दिसत होते.

तो म्हणाला, ''कृतीची वेळ आलीय!'' डॅन हा सीॲटलमध्ये राहणारा

गिर्यारोहक आहे. बॅकपॅक बनवून विकणं, हा त्याचा व्यवसाय. डॅनने ज्या कृतीचा उल्लेख केला, ती म्हणजे हॉट डॉग खाणं नक्कीच नव्हती! डॅनच्या शब्दांचा अर्थ होता की, निखाऱ्यांवरून चालून दाखवायची वेळ आलेली आहे. तो आम्हाला म्हणाला, ''तुम्हाला जेव्हा आतून वाटतं की, तुम्ही ही गोष्ट करू शकाल; तेव्हा ती तुम्हाला नेहमीच करता येते!''

डॅनला ते करता येतं, हे स्कॉटला आणि मला आधीपासूनच माहीत होतं. निखाऱ्यांवर चालण्याबाबतचा एक लेख 'लाइफ मॅगेझिन'नं छापला होता. त्यात लिहिलं होतं - १९७८पासून ३५००० माणसं निखाऱ्यांवर आरामात, दिमाखात किंवा उड्या मारत चालत गेली. सीअॅटलमधल्या एका रहिवाशानं तर हातांवर तोल देत निखारे पार करून दाखवले! १२ फूट लांबीच्या पेटलेल्या निखाऱ्यांवर तो हात टेकत पलीकडे गेला. हा रहिवासी होता डॅन मॅकहेल. जॉन क्रॅकाऊर ह्या तरुण पत्रकारानं 'रोलिंग स्टोन'साठी लिहिलेल्या लेखात म्हटलं होतं - डॅनचा ठाम विश्वास आहे की, तुम्ही दृढनिश्चय केलात, तर अणुस्फोटातूनसुद्धा वाचू शकता.

ह्या मताबद्दल मी डॅनला छेडलं, तेव्हा त्यानं कबूल केलं की, हे प्रतिपादन थोडं अतिशयोक्तीचं होतं. तो पुढे म्हणाला की, अग्नितत्त्वाबद्दलचे त्याचे प्रयोग आता त्याने आवरते घेतले होते. गिर्यारोहणाच्या वेळेस भूतत्त्व व वायुतत्त्व यांच्याशी त्याचा भरपूर संपर्क आलेला होता. अनवाणी पायांनी बर्फात चालून त्यानं जलतत्त्वाचा सामना केलेला होता. त्यानंतर राहिलं होतं अग्नितत्त्व. तो म्हणाला, ''नवनवीन गोष्टींचे अनुभव घेता-घेता वृद्धापकाळाला चांगलीच रंगत येणार आहे.''

गेला तासभर डॅन अनवाणी पायांनी बसलेला होता. स्कॉटनं आणि मी आमचे बूट अन् मोजे काढून टाकले खरे, पण केवळ डॅनला खूश करण्यासाठी आम्ही तसं केलं. आम्ही दोघंही विस्तवाच्या जवळपाससुद्धा जाणार नव्हतो. मग आमच्यासमोरच निखारे तुडवत डॅन पुढे गेला. त्या पेटत्या निखाऱ्यांत त्याच्या पावलांचे काळे ठसे उमटले. तो चालताना अगदी निर्विकारपणे, सीअॅटलच्या मध्य वस्तीतल्या फुटपाथवर चालावं, त्याप्रमाणे अगदी संथपणे चालत गेला.

डॅन म्हणाला, ''दुसऱ्या कुणालातरी ते करताना तुम्ही पाहिलंत की, तुमची खात्री पटते की, ते करणं शक्य आहे. तुमच्या मनाची तयारी होण्यासाठी तेवढं पुरेसं असतं; आणखी कशाचीही जरूर नसते!''

मी नकळत पुढे झुकलो. मी नुकतंच कुणालातरी विस्तवावर चालताना बघितलेलं होतं आणि एकाएकी स्कॉट अन् मी विस्तवावरून चालू लागलो. डॅनपेक्षा आम्ही दोघं खूपच जलद गतीनं चालत होतो. माझ्या उघड्या टाचा विस्तवावर टेकल्या की, मला खाली 'कडकड' असा निखाऱ्यांचा आवाज ऐकू येत होता. मी निखाऱ्यांवरून पलीकडे गेलो तरी मला उष्णतेची अजिबात जाणीव

झाली नाही आणि त्यानंतर अचानक तळपायांवर फोड आलेले जाणवू लागले. एका ओंडक्यावर बसून मी माझ्या तळपायांकडे निरखून बघितलं, पण मला फोड दिसले नाहीत. माझ्या पायांना काजळी लागली असली, तरी इजा अजिबातच झालेली नव्हती.

डॅन मला म्हणाला, ''तुमचा देह कशाला सामोरा जाऊ शकलाय, यावर कधीकधी तुमचं मन विश्वास ठेवू शकत नाही.'' जणू काही त्याचा हा मुद्दा सिद्ध करण्यासाठी की काय, तो हातांवर उभा राहिला आणि विस्तवावर तळवे ठेवत पलीकडे गेला. अर्ध अंतर काटल्यानंतर तो क्षणभर थांबला आणि म्हणाला, ''उष्णता नसतेच; नुसताच आभास असतो!''

काही का असेना; डॅननं जे केलं, ते पाहून आम्ही थक्क झालो. डॅनचं आणि स्कॉटचं आणखी एक स्वप्न होतं. ते सत्यात उतरलं असतं, तर याहूनही थक्क करण्याजोगं महत्कृत्य ठरलं असतं! ते स्वप्न होतं - त्यांच्या पर्वतप्रेमातून यशस्वी धंदा उभारण्याचं! अमेरिकेच्या वायव्येचा टापू त्यादृष्टीनं यथायोग्यच होता.

स्कॉट आणि जीनी १९८२मध्ये सीॲटल मुक्कामी गेले. जुनी आठवण सांगताना जीनी म्हणाली, ''जिथे पर्वत आणि विमानं ह्या दोन्ही गोष्टी असतील, अशा जागेचा आम्ही शोध घेत होतो. डेन्व्हर, सीॲटल, सॉल्ट लेक, अँकरेज यांपैकी कोणत्या जागी ह्या दोन्ही गोष्टी उपलब्ध होतील, याबद्दल आम्ही नेहमीच चर्चा करत असू.'' जीनी मालवाहू लिअर जेट्स चालवून अनुभव गोळा करत होती. त्या वेळेस सीॲटलमध्ये मुख्यालय असलेल्या 'अलास्का एअरलाइन्स'नं तिला नोकरी देऊ केली. जीनीनं आणि स्कॉटनं ती संधी सोडली नाही.

त्या दोघांनी आधी रेन्टन ह्या सीॲटलच्या उपनगरात एक छोटंसं घर भाड्यानं घेतलं. त्यानंतर जिथून शेतं आणि माउन्ट रेनियर यांचं सुंदर दृश्य दिसत होतं, अशा मोठ्या भाड्याच्या घरात त्यांनी आपला मुक्काम हलवला. पायलटच्या नोकरीत जीनी चांगल्यापैकी रुळल्यावर त्यांनी पश्चिम सीॲटलमध्ये फॉन्टलरॉय ह्या धक्क्याजवळचं घर विकत घेतलं. घराच्या पाठीमागच्या बाजूच्या डेकवरून त्यांना प्युजेटच्या सामुद्रधुनीचं दर्शन होत असे. दिवस स्वच्छ असला, तर पश्चिम क्षितिजावरले ऑलिम्पस पर्वतसुद्धा दिसत असत. घराचं तळघर त्यांनी चांगलंच सुशोभित करून घेतलं होतं. ते त्यांचं ऑफिस, कोठारघर आणि माउन्टन मॅडनेसच्या सभासदांना बिस्तरा पसरून रात्र-दोन रात्र राहण्याचं ठिकाणं बनलं. माउन्टन मॅडनेस नावाची पर्यटन कंपनी गिर्यारोहणाच्या सफरी जगभरात कुठेही आयोजित करून देणार होती. स्कॉटनं आपल्या काही मित्रांबरोबर ह्या कंपनीची स्थापना केलेली होती.

सीॲटल आज अगदी आघाडीवरलं प्रसिद्ध शहर आहे; परंतु १९८२मध्ये ते

अगदी संथ आयुष्य असलेलं गाव होतं. विमान कंपन्या आणि लाकडाचा व्यवसाय करणाऱ्या कंपन्या १९७०च्या दशकात मंदीच्या लाटेतून गेलेल्या होत्या. 'सीॲटल सोडणाऱ्या शेवटच्या माणसानं सारे दिवे मालवून गाव सोडावं,' ही प्रसिद्ध पाटी १९८२मध्ये उतरवण्यात आली तरी अजून धंद्याला बरकत आलेली नव्हती. त्या जमान्यात 'स्टार बक्स' हे पाइक रोडच्या मध्यावरचं एक लहानसं कॉफीशॉप होतं आणि तिथे फक्त ब्लॅक कॉफी विकली जात असे. त्याच काळात बिल गेट्स आणि पॉल ॲलन, हे रिकामी पिझ्झा बॉक्स आणि कोक कॅन्स यांच्या पसाऱ्यात बसून प्रारंभीची कॉम्प्युटर परिभाषा लिहिण्यात मग्न होते. प्युजेटच्या सामुद्रधुनीच्या आसपासच्या सर्वसामान्य परिस्थितीला आणखी भगदाड पाडण्यासाठी जणू त्याच वेळेस माउन्ट सेन्ट हेलन्सवरच्या ज्वालामुखीचा उद्रेक झाला. पॅसिफिक किनाऱ्याच्या वायव्येला असलेलं एक पर्वतशिखर गिर्यारोहणासाठी बाद ठरलं. परंतु कॅस्केड पर्वतराजींत गिर्यारोहण करण्याजोगी इतर खूप शिखरं होती आणि खूप लोक ती चढून जाऊ इच्छित होते.

सुरुवातीच्या काळात कॅस्केड पर्वतावर आणि ऑलिम्पस पर्वतावर जे गिर्यारोहक चढून गेले, त्यांना भरपूर स्थानिक प्रसिद्धी व मोठेपण मिळालं. सीॲटल माउन्टेनिअर्स आणि माउन्टन रेस्क्यू यांसारख्या संस्थांनी साहसी गिर्यारोहकांना एकत्र आणलं. दुसऱ्या महायुद्धानंतर साहसी गिर्यारोहकांची संख्या खूपच वाढली. कारण लष्कराच्या १० नंबरच्या माउन्टन डिव्हिजनमधले अनुभवी लोक इथे आले. ह्या १० नंबरच्या माउन्टन डिव्हिजनच्या लोकांना गिर्यारोहणाचा चांगला अनुभव असल्यामुळे युरोपातील पर्वतांवर नाझींशी लढण्यासाठी त्यांची नियुक्ती करण्यात आलेली होती. युद्ध संपल्यावर हे लोक परत आले, तेव्हा त्यांनी स्कीइंगची आणि गिर्यारोहणाची आणखी कौशल्यं आत्मसात करून घेतलेली होती. त्यांच्यापाशी लष्करातून मिळालेले भरपूर गरम कपडे होते, कॅम्पिंगचं सामानही होतं आणि पर्वतावर काय करता येईल याबद्दल त्यांच्या अंगी जरा अधिकच विश्वाससुद्धा होता!

सुरुवातीच्या काळात अमेरिकेतून हिमालयात गिर्यारोहणाच्या मोहिमेवर जाणारे लोक माउन्ट रेनियरच्या हिमनद्यांवर सराव करत असत. माउन्ट रेनियर सीॲटलच्या दक्षिणेला साठ मैलांवर आहे. १४००० फुटांतून अधिक उंचीचं हे शिखर तिबेट आणि नेपाळ यांतील शिखरांवरील परिस्थितीशी खूपच मिळतीजुळती परिस्थिती असलेलं आहे. एव्हरेस्टवर सर्वप्रथम चढून जाणारा अमेरिकन नागरिक जिम व्हिटॅकर हा पश्चिम सीॲटलमध्येच लहानाचा मोठा झाला. जिम आणि त्याचा जुळा भाऊ लू यांना लहानपणी हे-फीवरचा खूपच त्रास होत असे. त्यांच्या आईनं या दोघांची नावं बॉय स्काउट्समध्ये नोंदवली. बॉय स्काउट्स ज्या कॅम्पिंग ट्रिप्स आयोजित करत असे, त्यात ह्या मुलांना ताजी हवा मिळून त्यांची प्रकृती सुधारेल, असं तिला वाटलं

होतं. योगायोगानं त्यांच्या स्काउट प्रमुखाला गिर्यारोहणाची आवड होती आणि दुसऱ्या महायुद्धात एक हात गमावलेला असूनसुद्धा त्यानं त्या जुळ्या भावांना कॅस्केड पर्वतावर नेलं आणि गिर्यारोहणाचं प्राथमिक शिक्षण दिलं.

पर्वतरोहणासाठी जाणाऱ्या लोकांना आवश्यक गोष्टींचा पुरवठा करणं हा सीॲटलमधला परंपरागत व्यवसाय होता. एकोणिसाव्या शतकाच्या अखेरीस अलास्का आणि युकॉन इथे सोनं शोधण्यासाठी लोकांच्या ज्या झुंडी गेल्या, त्यांना उघड्यावर राहण्यासाठी आवश्यक अशा गोष्टी पुरवण्याची संधी सीॲटल शहराला लाभली. कारण ह्या शहरातून पुढे जाणारे लोक तिथून कपडे व इतर कॅम्पिंगचं सामान विकत घेऊन मग पुढे जात असत. जाड लोकर आणि कॅनव्हास वापरून सी. सी. फिल्सन या कंपनीने बनवलेले गिर्यारोहण किंवा खाणकामासाठीचे कपडे शतकभर तसेच राहिलेले होते. 'उत्कृष्ट तेच खरेदी करा', हे त्यांचं ब्रीदवाक्य होतं. खेळासाठीचे कपडे विकणाऱ्या सीॲटलमधील दुकानात एड बाऊर यानं १९१५मध्ये कारकून म्हणून पहिली नोकरी घेतली. मग १९३०मध्ये त्यानं हंसाची पिसे भरलेला कोट बनवला आणि आपला धंदा थाटला. गिर्यारोहक ओम डाइबर यानं पाण्यामुळे बूट खराब होऊ नयेत, यासाठी 'स्नो सील' या प्रतिरोधकाचा शोध लावलाच आणि 'पेंग्विन' नावाच्या स्लीपिंग बॅगचं पेटन्टही मिळवलं. ह्या बॅगेला उबदार हात आणि पाय असत, त्यामुळे अंथरुणाबाहेर न पडता, स्लीपिंगमध्ये शिरलेला माणूस कॅम्पभर फिरू शकत असे.

गिर्यारोहणासाठी योग्य असं सामान शोधणाऱ्या स्नेह्यांना मदत करण्याच्या हेतूनं लॉइड आणि मेरी ॲन्डरसननं १९३८मध्ये एक सहकारी भांडार स्थापन केलं. त्याचं नाव होतं 'रिक्रिएशनल इक्विपमेन्ट इनकॉर्पोरेटेड' (करमणुकीचं सामान विकणारी कंपनी). ही आरईआय खूपच तेजीचा धंदा करू लागली आणि त्यांनी १९५५मध्ये जिम व्हिटॅकरला पूर्णवेळाच्या नोकरीवर घेतलं. १९८०च्या दशकाच्या सुरुवातीला ही वायव्येकडची खूपच मोठी कंपनी बनली. ती कॅम्पिंगसाठीचं आणि गिर्यारोहणासाठीचं सामान कॅटलॉगद्वारा विकू लागली आणि सीॲटलच्या कॅपिटल हिलवर त्यांनी एक प्रशस्त दुकानसुद्धा थाटलं. ह्या इमारतीच्या एका भागात पूर्वी कारचं दुकानं होतं. दुकानाच्या लाकडी जमिनींवर तेलाचे, विद्रावकांचे, स्की-वॅक्सचे इतके थर बसलेले होते की, तिथे एक उग्र वास करून राहिलेला असे. वायव्य अमेरिकेतील त्या वेळच्या प्रत्येक गिर्यारोहकाला तो उग्र वास जणू साहसाची हमीच वाटत असे. आरईआय सहकारी दुकानाचं सभासद कार्ड असणं, ही इभ्रतीची एक खूण समजली जात असे. ही व्यक्ती अनेक वर्षांपासून गिर्यारोहण मोहिमेत सहभागी होत असल्याची ती खूण होती.

कॅम्पिंगचं आणि गिर्यारोहणाचं सामान विकणारी इतर दुकानंसुद्धा साहसोत्सुक

लोकांचा अड्डा होती. माझी स्कॉटशी ओळख झाली, त्यानंतर थोड्याच दिवसांनी आम्ही सीॲटल युनिव्हर्सिटीच्या परिसरातील नॉर्थफेस स्टोअरमध्ये गेलो. दुकानातल्या कर्मचाऱ्यांनी शोरूममधील जाहिरातींचे स्टॅन्ड आणि दाखवण्यासाठी मांडून ठेवलेले तंबू हटवून आम्हाला जमिनीवर बसण्यासाठी जागा मोकळी करून दिली होती. जीन्स, फ्लीस जॅकेट्स आणि बंडी घातलेल्या लोकांची खोलीभर दाटी झालेली होती. खोलीत ठेवलेल्या स्लाइड-प्रोजेक्टरपासून ते थेट पडद्यापर्यंत लोक दाटीवाटीनं बसलेले होते.

नेड जिलेट यानं एव्हरेस्टला नुकतीच प्रदक्षिणा घातलेली होती. त्याचे अनुभव ऐकण्यासाठी आम्ही तेथे दाटीवाटीनं जमलो होतो. नेड जिलेट हा कुशल गिर्यारोहक आणि ऑलिम्पिक सामन्यात जिंकायची कुवत असलेला स्की चॅम्पियन होता. तो जगातली सर्वोच्च शिखरं चढून जाण्याऐवजी त्यांना प्रदक्षिणा घालून नाव कमावत होता. दोन वर्षांमागेच त्यानं मॅककिनले शिखराला प्रदक्षिणा घातलेली होती. अलीकडेच त्यानं आणि त्याच्या काही साथीदारांनी एव्हरेस्टला प्रदक्षिणा घातली होती आणि आपले अनुभव कथन करण्यासाठी सीॲटलला आला होता.

जमिनीवर बसून समोरची फिल्म पाहत अनुभव ऐकणाऱ्या स्कॉटला गिर्यारोहण करताना नेड उपजीविकेसाठी काय करतो, हे जाणून घ्यायचं होतं. कार्यक्रम संपल्यावर स्कॉटनं नेडबरोबर हस्तांदोलन केलं. स्कॉटला एव्हरेस्ट बेस कॅम्पपर्यंत पोहोचून एव्हरेस्टवर गिर्यारोहण करायचं होतं. नेडमुळे इतर काही ओळखी होऊन आपली आकांक्षा पूर्ण करण्याचा मार्ग सापडेल, असं स्कॉटला वाटत होतं. अशा गोष्टी नेहमी घडत नसल्या, तरी सीॲटलमध्ये त्या घडणं अशक्य नव्हतं!

डॅन मॅकहेल यानं बॅकपॅक बनवण्याचा व्यवसाय सुरू करून सीॲटलमधील गिर्यारोहकांशी संबंध जोडले होते. तो गिर्यारोहणाचं साहित्य पुरवणाऱ्या व्यावसायिकांपैकी महत्त्वाची व्यक्ती बनला होता. त्यानं तयार केलेले बॅकपॅक्स चांगले जाडजूड आणि मजबूत असत, जवळजवळ बुलेटप्रूफ असत. स्कॉटला ते बॅकपॅक्स अतिशय आवडत. स्कॉटची वजनाला हरकत नसे. त्याच्या दृष्टीनं ते जड असले तरी ते खूपच टिकाऊ आणि पाठीवर वागवायला सुलभ आहेत, हीच गोष्ट महत्त्वाची होती. मॅकहेलनं केलेले बॅकपॅक्स जवळजवळ अविनाशीच असत! सीॲटलमधील आपल्या मित्रानं बनवलेले बॅकपॅक्स आपण वापरत आहोत, ही कल्पनासुद्धा स्कॉटला अत्यंत सुखद वाटत असे आणि तो त्याच्या साऱ्या मोहिमांवर मॅकहेलनं बनवलेले बॅकपॅक्सच घेऊन जात असे.

डॅन स्वत: बनवलेले पॅक्स विकत असे. ते जिथे शिवले जात, त्या इमारतीतल्या एका लहानशा शोरूममधून तो ते विकत असे. त्याचं उत्पादन अतिशय छोट्या प्रमाणावर होतं आणि त्याची गिऱ्हाइकं अत्यंत चिकित्सक होती.

माउन्ट ऑलिम्पसवर
स्कॉट फिशर
(फोटो – रॉबर्ट बक्वीं)

फिशर कुटुंबीय – जीन, शर्ली, ऱ्होंडा, लिसा व स्कॉट (फोटो – ओलन मिल्स)

स्कॉट आणि त्याचे वडील (फोटो – शर्ली फिशर)

एनओएलएस फाइलमधील स्कॉटचा फोटो
व एनओएलएसला पाठवलेलं पत्र

Fischer, Scott.
Jan. 28

Dear Sirs:

I would appreciate it if you would send me any information you have concerning the Outdoor Leadership School. I saw your show on television and it really interests me. I am presently 14 years old and in 9th grade. I am hoping to go on one of your trips

Thank you

Scott Fischer

60 N MAPLE
BASKING RIDGE
N.J. 07920

उटा आणि वायोमिंगमधील प्रस्तर-आरोहण
(फोटो : मायकेल ॲलिसन)

वर : वेनाली नॅशनल पार्क, अ‍ॅलारचा येथील रुथ अ‍ॅम्फिथिएटर आणि माउंट मॅककिन्ले यांचं दर्शन घडवणारी शेल्डन हट (फोटो : रॉर्बट बर्क्वी)

डावीकडे : माउन्टन मॅडनेसचा सहसंस्थापक, मायकेल अ‍ॅलिसन

खाली डावीकडे : वेस्ली क्राउस (फोटो : रॉबर्ट बर्क्वी)

खाली उजवीकडे : बेरिंग समुद्रात स्कॉटबरोबर मासेमारीच्या बोटीतून प्रवास करणारा जेफ मरे.
(फोटो : स्कॉट फिशर)

अन्नपूर्णा सुळ्याच्या दोन मैलांच्या कपारीवर वेस क्राउस. त्यानं आणि स्कॉटने उजवीकडच्या सावलीतल्या उभ्या चढाचा एक मैल; दोरखंडाच्या मदतीने धाडसाने उतरून जीव वाचवला होता. (फोटो : स्कॉट फिशर)

माउन्टन मॅडनेसचं चिन्ह असं विकसित होत गेलं. अनुक्रमे १९७०, १९८० व १९९० सालची चिन्हं (१९७०चं स्मृतिचिन्ह जीनी प्राइसच्या परवानगीनं आणि १९८० व १९९० ची स्मृतिचिन्हं माउन्टन मॅडनेसच्या परवानगीनं छापली आहेत.

स्कॉट फिशर आणि जेनी प्राइस साखरपुड्याचा फोटो. (फोटो : युजीन प्राइस)

कॅप्टन जीनी प्राइस अलास्का एअरलाइन्सच्या ७२७ विमानात अॅन्डी फिशर-प्राइससमवेत (फोटो - स्कॉट फिशर)

स्कॉट, आपल्या केटी रोझ मुली सोबत
(फोटो - स्कॉट स्टेनेजेम)

केटी रोझ, ॲन्डी, जीनी आणि स्कॉट (फोटो - मिंडी डॉस)

वर : युरोपमधील अत्युच्च शिखर, माउन्ट एल्ब्रुस. हा माउन्टन मॅडनेसच्या सोव्हिएत युनियनमधील मोहिमांचा केंद्रबिंदू होता. (फोटो - रॉबर्ट बक्र्बी)
खाली : ब्रीच आयसिकलचा सर्वांत डावीकडला गोठलेला स्तंभ. बॅलेटो बर्फाचं पठार आणि डायमन्ड हिमनदीला जोडत असून, किलिमांजारोवर ब्रीच वॉलमार्गे थेट चढून जाण्यासाठीचा सर्वांत महत्त्वाचा चढआहे. (फोटो -रॉबर्ट बक्र्बी)

१९८७ सालच्या अमेरिकन एव्हरेस्ट नॉर्थफेस मोहिमेत, शिखराच्या पश्चिमेकडील 'द ग्रेट कॉलॉयर' ह्या प्रचंड घळीच्या मार्गे, शिखरमाथा गाठायचा प्रयत्न केला.

खाली : माउंट एव्हरेस्टखालील तिबेटच्या राँगबक खोऱ्यातून सामग्री वाहून नेणारे याक.

वर : खुंबूचा गोठलेला धबधबा.
एव्हरेस्टच्या नेपाळकडच्या बाजूवरचा.
हा धबधबा बेस कॅम्पपासून
ल्होट्सेच्या दिशेनं चढत जातो.
ल्होट्से हे जगातील चवथ्या क्रमांकाचं
शिखर आहे. (फोटो – स्कॉट फिशर)
खाली : रॉब हॉल (बॅकपॅक घेतलेला)
न्यूझीलंडचा गिर्यारोहक शेर्पांना
धबधब्यातून मार्ग काढणाऱ्या शिड्या
जोडायला मदत करत आहे.
(फोटो – स्कॉट फिशर)

स्कॉट फिशर (डावीकडे) आणि वॉली बर्ग (उजवीकडे) ल्होट्से शिखरावर आणि नमचे बझार येथील चहापान गृहात.

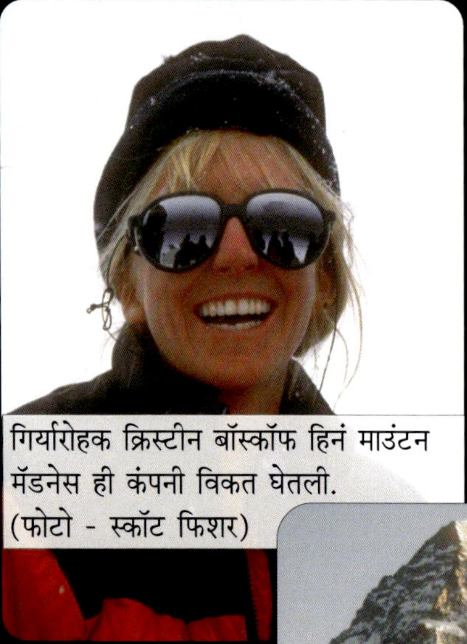

गिर्यारोहक क्रिस्टीन बॉस्कॉफ हिनं माउंटन मॅडनेस ही कंपनी विकत घेतली.
(फोटो - स्कॉट फिशर)

एड विश्चूर्स जगातील चौदा अत्युच्च शिखरांवर आरोहण करण्याच्या प्रारंभीच्या काळात.
(फोटो - रॉबर्ट बर्क्बी)

जगातील द्वितीय क्रमांकाचं अत्युच्च K2 शिखर स्कॉट उजवीकडून चढून गेला.
(फोटो - स्कॉट फिशर)

नोल्सचा अनुभवी प्रशिक्षक स्टीव्ह गोरील,
(फोटो - स्कॉट फिशर)

बेसकँपवर, पडून झालेल्या दुखापतीतून बरं होण्याच्या प्रतीक्षेतील स्कॉट
(फोटो - स्कॉट फिशर)

१९९६ साली स्कॉटनं 'हिलरी स्टेप' वरून काढलेला शेवटचा फोटो. मोहिमेचे सदस्य उसळत्या वादळात उतरून जाण्याच्या प्रयत्नात दिसत आहेत.

स्कॉट फिशर (फोटो - मेरी जेन्सन)

त्यामुळे आरईआयसारख्या मोठ्या दुकानांच्या व्यापारी मागण्या पूर्ण करणं त्याला शक्यच नव्हतं. गिर्यारोहकांपैकी चिकित्सक आणि जाणते लोकच मॅकहेलचे बॅकपॅक्स विकत घेत. त्याला दुसरा पर्याय नव्हता आणि प्राप्त परिस्थितीत आपला धंदा यशस्वी करण्याचा डॅन निकरानं प्रयत्न करत होता.

स्कॉटलासुद्धा पर्वतशिखरांशी संबंधित आपला व्यवसाय सुरू करण्याची खूप ओढ वाटत होती. गिर्यारोहणासाठीची पर्यटन कंपनी काढावी आणि तिला 'माउन्टन मॅडनेस' हे नाव द्यावं, असा विचार त्याच्या डोक्यात अनेक वर्षं घोळत होता. १९७६च्या हिवाळ्यात एनओएलएसचा प्रशिक्षक लेन पॅग्लिआरो हा लॅन्डरमध्ये आला होता. एनओएलएसच्या दोन सत्रांमधल्या काळात उपजीविकेसाठी तो लम्बरयार्ड येथे बस ड्रायव्हर आणि मेकॅनिक असं दुहेरी काम करत होता. लेननं जुनी आठवण सांगितली, ''आपल्या नेहमीच्या पद्धतीनं स्कॉटनं मला विचारलं, 'तू उद्या काय करतो आहेस?' मग तो म्हणाला की, न्यूयॉर्क राज्याच्या उत्तर भागातून आलेल्या चार लोकांनी विन्डरिव्हर पर्वतावरल्या शिखरावर नेण्यासाठी स्कॉटला वाटाड्या म्हणून बोलावलं होतं. त्यानं मलासुद्धा मदतीसाठी त्याच्याबरोबर घेतलं.''

पुढल्या दिवशी हे चौघं जण लेन आणि स्कॉटबरोबर गिर्यारोहणासाठी बाहेर पडले. लेन आणि स्कॉट यांचं वय तेव्हा अनुक्रमे अठरा आणि एकोणीस वर्षांचं होतं. त्यांची गिऱ्हाइकं होती चाळिशीचे दोन पुरुष आणि त्यांची दोन टीनएजर मुलं. लेन मला म्हणाला, ''आम्ही चढू लागलो, तेव्हा एनओएलएसच्या एका सत्रातला गट खाली उतरत होता. चढावर आणि परत येतानासुद्धा आम्हाला एनओएलएसचे आणखी दोन गट भेटले. पण त्यांच्यापैकी कुणीही शिखरापर्यंत पोहोचलं नव्हतं; फक्त आम्हीच त्या शिखरावर चढून जाऊ शकलो.'' ते पर्वतावर चढत असताना बर्फ पडू लागलं, त्यामुळे परतीच्या वेळेस त्यांचे पावलांचे ठसे झाकले गेले आणि त्यांना रस्ता सापडायला त्रास जाणवू लागला. लेन म्हणाला, ''एक-दोनदा अवघड परिस्थिती समोर ठाकली आणि आमच्याबरोबर आलेल्या लोकांना थोडी काळजी वाटू लागली. पण सारं काही नीटपणे पार पडलं. ती सफर झक्कास झाली.''

त्यानंतर अनेक वर्षांनी स्कॉटनं माउन्टन मॅडनेसची दुसरी सफर आयोजित केली. ही सफर खूपच अवघड होती. या वेळेस तो मॅककिनलेवर पर्यटकांना नेणार होता. एनओएलएसचे त्याचे सहाध्यायी प्रशिक्षक, मायकेल ॲलिसन आणि पॉल काल्व्हर यांनी स्कॉटला मदत केली. त्या तिघांनी अनेकांना शिखरावर यशस्वीपणे नेलं.

मासिकासाठी लेख लिहिणाऱ्या एका लेखकाला स्कॉट अनेक वर्षांनी म्हणाला, ''मी साहसी पर्यटनाच्या माझ्या कंपनीचं नाव 'माउन्टन मॅडनेस' ठेवायचं ठरवलं होतं, कारण मी पर्वतवेडा आहे आणि तेच काम करतोय.'' त्यानं

ही कल्पना जेनीला १९७४मध्ये सांगितली होती. तीन वर्षांनी जीनीनं त्याला माउन्टन मॅडनेसचं बिझनेस कार्ड बनवायला मदत केली. त्या कार्डवरील खुणेची प्रतिमा होती -पर्वताची एक कड आणि पर्वतावर दिसत असलेला चंद्र. स्कॉटचे चावट मित्र त्या चित्राबद्दल चिडवत, टिप्पणी करत म्हणाले, ''ते चित्र तेलाच्या विहिरीतून बाहेर पसरलेल्या तेलासारखं किंवा मोठा व्हेलमासा नाकानं चेंडू उडवत असल्यासारखं दिसतंय!''

स्कॉट सीॲटलला गेला, तोवर त्याला वाटू लागलं होतं की, एनओएलएसमधल्या उमेदवारीचे दिवस संपत आले आहेत आणि त्यानं आता स्वत:चा व्यवसाय सुरू करायला हवा! त्याला असं खरोखरच वाटत असलं पाहिजे, कारण त्यानं गडद पिवळ्या टी-शर्टवर MOUNTAIN MADNESS ह्या शब्दांखाली जीनीनं तयार केलेलं डोंगराची कड आणि चंद्राचं चित्र छापून घेतलं होतं. या चित्राखाली 'स्कॉट फिशर आणि सहाध्यायी, रेन्टन, वॉशिंग्टन' हे शब्दसुद्धा छापून घेतलेले होते.

वेस क्राउससुद्धा एनओएलएसमधली उमेदवारी थांबवायला उत्सुक होता. तो केनियात राहून एनओएलएसचा आफ्रिकेतला कारभार संभाळत होता. त्याच्या एनओएलएस बरोबरच्या कंत्राटाची मुदत संपत आलेली होती. प्राण्यांचं दर्शन घडवणाऱ्या आणि माउन्ट किलिमांजारोवर व माउन्ट केनियावर गिर्यारोहणासाठीच्या सफरी आयोजित करून इच्छुकांकडून थेट पैसे स्वीकारावेत, असा त्याचा विचार होता. वेस म्हणाला, ''मी आणि स्कॉट याबाबत बोललो आणि आपली कंपनी स्थापावी, असा आम्ही निर्णय घेतला.''

ह्या दोघांनी स्वाभाविकपणे आपल्या कंपनीत भागीदार म्हणून सामील होण्याची विनंती मायकेल ॲलिसनला केली. मायकेल त्यांचा सुरुवातीपासूनचा मित्र होता आणि त्याला अलास्कात सफरी नेण्याचा तसेच एनओएलएसमध्ये शिकवण्याचा भरपूर अनुभव होता. मायकेलनं मला अलीकडेच सांगितलं, ''माउन्टन मॅडनेसची आफ्रिकेतली शाखा चालवायचं वेसनं ठरवलं. स्कॉट अन् मी मिळून अमेरिकेतील आणि इतर देशांतील गिर्यारोहण-सफरींचं आयोजन करणार होतो. आम्ही प्रत्येकानं कंपनीत ५०० डॉलर्स भांडवल म्हणून जमा केले. ती आमची आयुष्यभरांची पुंजी होती. आणि 'माउन्टन मॅडनेस' सुरू केली.'' ते वर्ष होतं १९८२. कंपनी स्थापन केल्याबरोबरच त्यांनी कंपनीचं आधीचं चित्र (पर्वत आणि चंद्र) बदलून त्या जागी स्कॉटसारख्या दिसणाऱ्या हसऱ्या माणसाचा फोटो घातला. चित्रातल्या ह्या माणसाच्या डोक्यावर हेल्मेट होतं आणि त्याच्या गॉगलमध्ये पर्वतशिखराचं प्रतिबिंब उमटलेलं दिसत होतं. यानंतर अनेक वर्षांनी ह्या संस्थापकांनी एक वकील गाठला आणि कंपनीची कायदेशीरपणे नोंदणी केली.

स्कॉट, वेस आणि मायकेल यांच्या कल्पनेनुसार 'माउन्टन मॅडनेस' ही

कंपनी वेगळ्या प्रकारची सुविधा देणार होती. साहसी पर्यटकांसाठी असलेली ही कंपनी त्यांच्या गिऱ्हाइकांना जगभरात कुठेही नेणार होती आणि त्यांना ज्या पर्वतशिखराच्या माथ्यावर जायचं आहे, तेथे घेऊन जाणार होती. त्यांना गरज पडेल त्याप्रमाणे कुमक पुरवणार होती. एनओएलएसप्रमाणे त्यांनी कौशल्यं शिकवली नसली, तरी पर्वतारोहण आणि पर्वतप्रवासाची माहिती देणारे सेमिनार ते आयोजित करणार होते. माउन्टन मॅडनेसचे तिन्ही संस्थापक जात्याच उत्कृष्ट प्रशिक्षक होते आणि पर्वतारोहणाचं नेतृत्व करता-करतासुद्धा त्यांनी खूप माहिती करून दिली असती. आउटवर्ड बाउन्डप्रमाणे हा व्यक्तिविकसनाचा कार्यक्रम नसला, तरी ह्या तिघांना स्वानुभवानं हे ठाऊक झालेलं होतं की, मोहिमेच्या काळात त्यात सामील झालेली व्यक्ती खूप गोष्टी शिकत असते. गिर्यारोहणातल्या साहसाचा अनुभव माउन्टन मॅडनेस घडवणार होती. गिर्यारोहणातली आव्हानं आणि ती पेलण्यातला आनंद ह्या गोष्टी वेस, स्कॉट आणि मायकेल यांच्या आयुष्याचा केंद्रबिंदू बनलेल्या होत्या. साहसातला हाच आनंद इतरांनासुद्धा मिळवून देणं, हा त्याचा स्वाभाविक असा पुढला टप्पा होता. तो साध्य करून घेताना थोडे पैसे कमावता आले तर उत्तमच; पण नाही तर या तिघांना निदान पर्वतावर खूप काळ भ्रमंती तरी करता आली असती आणि त्या गोष्टीचीच तर या तिघांना प्रचंड ओढ वाटत होती!

माउन्टन मॅडनेससारख्या व्यावसायिक आराखड्यावर यापूर्वी नदीप्रवास घडवणाऱ्या कंपन्या चालू करण्यात आलेल्या होत्या. घरापासून खूप दूरवर, तराफ्यावर बसवून नदीप्रवासाला घेऊन जाण्याचं काम १९७०च्या दशकात 'सोबेक' ह्या कंपनीद्वारा रिचर्ड बँग्जनं सुरू केलेलं होतं. नदीच्या पात्रातून अरण्यांमधून तराफ्यावर प्रवास घडवताना, तराफे चालवणाऱ्याचं कौशल्य महत्त्वाचं असे. तराफ्यावरचे प्रवासी तो वल्हवायला थोडी मदत करत असले, तरी त्यांच्यावरची जबाबदारी फक्त तराफ्यांवरून नदीच्या पात्रात न पडण्याइतपत सीमित होती. तराफे चालवणारे वाटाडेच कॅम्पमधलं बरंचसं काम करत असत. तेच तंबू ठोकत आणि जेवण बनवत. तराफ्यांवरून खूपसा शिधा वाहून नेता येत असे. त्यामुळे जेवण उत्कृष्ट प्रतीचं असे. ह्याउलट, एकाकी प्रदेशातील आणि खूप उंचीवरील गिर्यारोहण खडतर असण्याची शक्यता खूप होती. त्यात गिर्यारोहकावर खूप ताण पडत असे आणि त्याला खूप अनिश्चिततेला सामोरं जावं लागत असे. भाग घेणाऱ्या सर्वांनाच अनेक आव्हानांना सामोरं जावं लागत असे.

माउन्टन मॅडनेसनं सुरुवातीच्या माहितीपुस्तिकेत दक्षिण अमेरिका, अलास्का, आफ्रिका आणि अमेरिकेचा वायव्येचा पॅसिफिक महासागरावरचा किनारा येथील शिखरांवरील मोहिमा देऊ केल्या होत्या. याशिवाय ऑरे, कोलोराडो येथे बर्फावरून चढून जाण्याचं प्रशिक्षण देणारं शिबिर आयोजित केलेलं होतं. ह्यापैकी ज्या

मोहिमांमध्ये कमी लोकांनी नाव नोंदवलं होतं, तेथे पैसे कमी करून आणि पैशांच्या ऐवजी कामाच्या रूपातला मोबदला स्वीकारून स्कॉटनं गिऱ्हाइकं उभी केली.

स्कॉटबरोबर झालेल्या पहिल्या भेटीचं वर्णन करताना डेल क्रूस मला म्हणाला, ''स्कॉटला ओळखणारा माझा एक मित्र मला बर्फारोहणावरच्या शिबिरासाठी घेऊन गेला.'' क्रूस हा कोलोराडोतील क्रेग गावी राहणारा एक दंतवैद्य होता. तो माउन्टन मॅडनेसकडे ओढला गेला आणि स्कॉटचा आशावाद अन् तो इतरांना देत असलेलं उत्तेजन ह्या गोष्टींमुळे भारावून गेला. स्कॉटचं हे शिबिर ऑरे गावाबाहेरच्या गोठलेल्या धबधब्याजवळ भरत असे. तिथे जाणारे रस्ते अरुंद होते. डेलजवळ एक फोर-व्हील-ड्राइव्ह असलेला छोटा ट्रक होता. तो ह्या अरुंद रस्त्यांवर चालवण्यासाठी अगदी योग्य असाच होता. लोकांची आणि त्यांच्या सामानाची शिबिराच्या जागी ने-आण करण्यासाठी हा ट्रक वापरून त्याबदल्यात स्कॉटनं डेलची शिबिराची फी माफ केली.

डेल मला म्हणाला, ''पुढले सात-आठ नववर्षारंभ मी स्कॉटबरोबर त्या जागी साजरी केले. तो एक अपार्टमेंट भाड्यानं घेत असे आणि लोकांनी एकत्र जमून केलेली मौजमजा हे शिबिराचं अविभाज्य अंग असे. आम्ही स्वत: स्वयंपाक करत असू आणि दुसऱ्या दिवशीसाठीचं जेवण बनवत असू. रात्रभर बसून आम्ही बर्फारोहणासाठीचं सामान एकत्र करून त्यानंतर प्रत्यक्ष बर्फारोहणासाठी बाहेर पडत होतो. स्कॉट प्रत्येकाला त्यात सहभागी करून घेत असे आणि या सर्व कामांमधून आम्हाला खूप मौज लुटता येत असे.''

माउन्टन मॅडनेसच्या माहितीपुस्तिकेत वायव्येकडलं अत्यंत महत्त्वाचं शिखर असलेल्या माउन्ट रेनियरचा उल्लेख कुठेही नव्हता. हा सर्वांत उंच असा ज्वालामुखी पर्वत चढून जायला अनुभवी गिर्यारोहकांना फारच आवडतं. ते स्वत:हून एकेकटे हे शिखर चढून जातात. नवशिक्या गिर्यारोहकांना मात्र ते चढण्यासाठी इतर आयुधांची आणि मार्गदर्शकांची गरज पडते. रेनियर इतका प्रचंड पर्वत आहे की, हवामानाची त्याची स्वत:ची अशी वैशिष्ट्ये आहेत. कधीकधी तेथे अनेक आठवडे धुक्याचं साम्राज्य असतं. धुक्यातून तो बाहेर निघाला की घनदाट अरण्यांवरला त्याचा प्रचंड उंच असा हिमाच्छादित विस्तार स्तिमित करतो.

ह्या पर्वतावर चढण्याचा व्यावसायिक परवाना नॅशनल पार्क सर्व्हिसच्या हाती असतो. ह्या पर्वतावरील व्यावसायिक गिर्यारोहण आटोक्यात ठेवण्यासाठी फक्त एकाच कंपनीला ह्या कामासाठी परवाना दिलेला आहे. लू व्हिटॅकरची 'रेनियर माउन्टेनिअरिंग इनकॉर्पोरेटेड' ही एकमेव परवानाधारक कंपनी शुल्क घेऊन गिर्यारोहकांना माउन्ट रेनियरवर घेऊन जाऊ शकते. या कंपनीद्वारा गिर्यारोहणासाठी येणारे बरेचसे लोक रेनियरच्या दक्षिणेच्या बाजूनं चढू लागतात. ६००० फुटांवरल्या

पॅरेडाइज रेंजर स्टेशनपासून चढायला सुरुवात करून ते १०,००० फुटांवरल्या कॅम्प म्युइर येथे रात्रीसाठी थांबतात. मग दुसऱ्या दिवशी ते अखेरचे ४००० फूट चढून जाऊन शिखरावर पोहोचतात.

पैसे देऊन गिर्यारोहणासाठी येणाऱ्या गिऱ्हाइकांना इथं आणण्यास कायद्यानं मज्जाव असला, तरी स्कॉट लबाडी करून दुसऱ्या मार्गानं त्यांना वर आणत असे. तो कॅम्प शर्मन आणि एमॉन ग्लेशियर ह्या पूर्वेकडील रस्त्यानं त्यांना नेत असे. आरएमआयचे परवानाधारक हा रस्ता क्वचितच वापरत असत. पार्क सर्व्हिस या गस्त घालणाऱ्या पोलिसपथकाशी स्कॉट उंदरा-मांजराचा पाठशिवणीचा खेळ खेळत असे. माउन्टन मॅडनेसच्या गिऱ्हाइकांसमवेत रेनियरवर स्कॉट गेलेला असतानाची एक आठवण लेन पॅग्लिआरोनं मला सांगितली. लेन ह्या सफरीच्या वेळेस स्कॉटचा साहाय्यक म्हणून गेलेला होता. लेन म्हणाला, ''कॅम्प शर्मनजवळ आम्ही इतर काही गिर्यारोहकांसमवेत बसलेलो होतो. आमच्या कॅम्पमध्ये आरएमआयचा एक गाइड आला आणि आम्हाला पाहून तो सर्वांना ऐकू जाईल अशा मोठ्या आवाजात म्हणाला, 'तर मग, स्कॉट, तू पुन्हा एकदा गिऱ्हाईक नसलेल्यांना इथं घेऊन आला आहेस?' स्कॉटचे उद्योग सर्वांना ठाऊक होते.''

डोंगर-दऱ्यांतून फिरताना, सायकलवर भटकंती करताना आणि लहानसहान कामांसाठी गावात चकरा मारणाऱ्या स्कॉटच्या सतत वाढणाऱ्या मित्रमंडळासाठी माउन्टन मॅडनेसचं कार्यालय हा नेहमी भेटण्याचा अड्डा झाला होता. तो त्याच्या पर्वतवेड्यांच्या समूहात साऱ्यांना सामावून घेत असे. सीॲटलमधून एनओएलएसचे प्रशिक्षक स्कॉटच्या तळघरात हक्कानं एक रात्र पथारी पसरत असत. अलास्कातून आलेला मरे कधीकधी आइसकूलर भरून सामन व हॅलिबट हे मासे आणत असे आणि मग स्कॉटच्या घरामागच्या अंगणात शेकोटीवर मासे भाजण्याचा बेत पार पडत असे. भेटेल ती व्यक्ती स्कॉटला मित्रच वाटत असे. स्कॉटला स्वभावत:च माणसं अत्यंत आवडत आणि त्यांनी माउन्टन मॅडनेसच्या एखाद्या मोहिमेसाठी नाव नोंदवलं, तर त्याचंही स्वागतच होत असे.

घरातल्या ह्या मैत्रीपूर्ण बैठकांमध्ये जीनीचा मनापासूनचा सहभाग असे. निदान कामाला जायची वेळ होईपर्यंत तरी तिचा सक्रिय सहभाग असे. कामाला निघायची वेळ झाली की, ती बेडरूममध्ये नाहीशी होत असे. अलास्का एअरलाइन्सच्या वैमानिकाचा गणवेश धारण करून बेडरूममधून बाहेर पडलेली जीनी ही संपूर्णत: वेगळी व्यक्ती असे. तिचे केस मागे घट्ट बांधलेले असत आणि तिचा चेहरा आता एका गंभीर व्यावसायिकाचा बनलेला असे. तासापूर्वी जे विनोद ऐकून ती पोट दुखेस्तवर हसत असे, त्याची दखलसुद्धा आता तिचा मेंदू घेत नसे. माउन्टन मॅडनेसची उत्साही घटक ह्या भूमिकेतून अनुभवी एअरलाइन पायलट ह्या भूमिकेत

कायापालट करणारे बटण दाबले जावे तसे हे परिवर्तन होत असे. असाच बदल मला स्कॉटमध्येसुद्धा दिसत असे. गावात किंवा कॅम्पमध्ये तो मैफलीचा केंद्रबिंदू असे; पण एकदा गिर्यारोहणाला सुरुवात केली की, त्याच्या ठायी गांभीर्य आणि संपूर्ण एकाग्रता दिसत असे.

लवकरच कंपनीच्या तीन सहसंस्थापकांपैकी फक्त स्कॉटच सीॲटलमध्ये उरला. वेस क्राउस त्याचा बराचसा वेळ आफ्रिकेतच काढत असे. तो माउन्ट किलिमांजारोवर पर्वतारोहकांचं नेतृत्व करत असे किंवा एगोरोंगोरो क्रेटर आणि सेरेनगटी येथे ॲनिमल सफारींवर लोकांना नेत असे. सीॲटलपासून अर्ध्या पृथ्वीप्रदक्षिणेच्या अंतरावर असलेल्या वेसला मुख्य कंपनीच्या आर्थिक स्थितीची पुरेशी कल्पना नव्हती. त्याला भले टांझानियातील सफरींचं आयोजन नीटपणे करता येत असलं, तरी कंपनीच्या आर्थिक बाबींची त्याला पुरेशी माहिती नव्हती.

एका नाजूक अशा नव्या व्यवसायाचा सहसंस्थापक असण्याचं वास्तव मायकेल ॲलिसनलासुद्धा उमगलं. ''मी विवाहित होतो आणि अर्थार्जन ही माझी गरज होती. त्यामुळे मी निर्णय घेतला की, माउन्टन मॅडनेसच्या व्यवसायात भरपूर मौज अनुभवता येत असली तरी त्यावर माझी उपजीविका होणं शक्य नाही.'' मायकेल मला म्हणाला. त्यानं ह्या धंद्यातला त्याचा हिस्सा स्कॉट अन् वेसला देऊन टाकला आणि तो ॲटलांटा येथे जाऊन त्याच्या भावासमवेत अधिक सरधोपट पठडीतला व्यवसाय करू लागला. ''स्कॉट आणि वेसला मी सांगितलं की, माउन्टन मॅडनेसची मालकी मला नको असली तरी मला सफरीचं नेतृत्व करायला आवडेल. त्यामुळे मी अनेक सफरीचं नेतृत्व विनावेतन केलं आणि त्यातून आनंद लुटला.'' मायकेल मला म्हणाला. आता माउन्टन मॅडनेसच्या सीॲटलमधील ऑफिसात फक्त स्कॉट उरला! त्याच्या अंगी भरपूर उत्साह असला, तरी तो हाडाचा मुरलेला धंदेवाईक नव्हता; पण त्यालाच आता कंपनीचे दैनंदिन व्यवहार पाहावे लागणार होते.

सीॲटलच्या दुसऱ्या भागात डॅन मॅकहेल बॅकपॅक्स बनवत होता. अनेक गिऱ्हाइकांना ते जास्त मोठे व अवजड वाटत, परंतु काही जणांना मात्र ते अगदी योग्य वाटत. माउन्टन मॅडनेसची प्रगती ह्याच धर्तीवर होत होती. अनेकांना त्यांच्या सफरी अवघड, सत्त्वपरीक्षा घेणाऱ्या वाटत असत; परंतु इतर काहींना मात्र त्यातील साहसाचा थरार अवर्णनीय वाटत असे!

माउन्टन मॅडनेसची व्यावहारिक बाजू संभाळणारी कुशल व्यक्ती धंद्याच्या यशस्वितेसाठी अत्यंत महत्त्वाची होतीच; परंतु त्याखेरीज त्यांच्या सफरींचा थरार ज्यांना प्रिय वाटत होता, अशाच आणखी अनेकांना कंपनीचं नाव ठाऊक होणं गरजेचं होतं. माउन्ट रेनियरवर लोकांना चोरून नेऊन आणि मित्रांना फुकट सफरीवर नेऊन हे साध्य होणार नव्हतं! माउन्टन मॅडनेसचे सहसंस्थापक लोकांना ठाऊक

झाले असते, त्यांनी नावलौकिक मिळवला असता; तरच स्पोर्ट्स स्टोअर्समध्ये त्यांनी जाहिरातीसाठी आयोजित केलेले स्लाइड शोज बघायला लोकांनी गर्दी केली असती आणि त्यांच्या तोंडून त्यांच्या थरारक साहसकथा हौसेनं ऐकल्या असत्या.

स्कॉट आणि वेस त्यासाठी पूर्ण सज्ज होते. ते पूर्व आफ्रिकेत आणि हिमालयात अवघड व गुंतागुंतीच्या मोहिमांवर लवकरच निघणार होते. ज्यांना ह्या सफरींमधला धोका आणि आव्हानं यांची जाणीव होती; त्यांना समजत होतं की, जगातील नेड जिलेटसारख्या लोकांप्रमाणेच हे दोघं त्यांची ओळख अधिक प्रभावशाली बनवत होते. माउन्टन मॅडनेसला यशस्वी करण्यासाठी निखाऱ्यांवरून चालण्यापेक्षा अनेक पटींनी लक्षवेधक अशा कार्याची गरज होती!

नऊ
किलिमांजारोची दुर्गम चढाई

स्कॉटनं आणि वेस क्राउसनं किलिमांजारोवर ब्रीच आयसिकलवरून केलेली चढाई ही मला असाधारण कर्तबगारी वाटते. त्या वेळेस जगातले फारच थोडे लोक त्या प्रकारच्या बर्फावरून चढू धजत होते. किलिमांजारोवरील हिमनदीची आणि बर्फाची उत्तरोत्तर भीषण होत चाललेली परिस्थिती पाहता, त्यांनी दाखवलेलं साहस 'अभूतपूर्व' सदरातच मोडण्याच्या उंचीचं होतं. ह्या साहसामुळे तरुण आणि साहसी गिर्यारोहक म्हणून स्कॉट उच्च पदाला पोहोचला.

- वॉली बर्ग
स्कॉटचा गिर्यारोहणातला साथीदार आणि
एव्हरेस्टवरील गिर्यारोहक

टांझानियातील मैदानांमधून किलिमांजारोचा सुळका अवचितपणे उभा राहिल्यासारखा वाटतो, कारण त्याच्या आजूबाजूला त्याच्याहून कमी उंचीचे दुसरे डोंगरच नाहीत. आफ्रिकेतील गवताळ, मातकट कुरणांमध्ये ह्या खंडातला अत्युच्च, बर्फाच्छादित पर्वत दिसणार आहे, याची पूर्वसूचना देणारा एकही उंचवटा जवळपास उभा नाही. असं असूनही, गिर्यारोहकांना हा पर्वत अजिबात दखल घेण्याजोगा वाटत नाही. त्यावरील ज्वालामुखीच्या लाव्हापासून बनलेले ठिसूळ दगड गिर्यारोहकांना अजिबातच महत्त्वाचे वाटत नाहीत. त्याचं पर्वतशिखर उंच आहे; परंतु वाटेत चढाच्या पाऊलवाटा असल्यामुळे अंगी चिवटपणा असलेल्या आणि १९००० फुटांवरच्या विरळ हवेला सरावणाऱ्या कोणालाही पर्वतमाथा गाठणं शक्य आहे. अपवाद फक्त एकच आहे - ब्रीच आयसिकलवरून पर्वतमाथा गाठणं. हे असाधारण साहसाचं आणि धोक्याचं कृत्य आहे. स्कॉट फिशर आणि वेस क्राउस १९८४मध्ये ह्या मार्गानं किलिमांजारो चढून गेले, त्यापूर्वी फक्त एकदाच कुणीतरी ते साहस केलं होतं आणि १९८४ नंतर आजपर्यंत कुणीही त्या मार्गानं चढून गेलेलं नाही.

दुरून पाहिलं की, किलिमांजारो पर्वतशिखरांच्या समुदायातील किबो हे भूशिर सममितीचं आणि नितळ वाटतं. पण जवळ गेलं, विशेषत: पश्चिमेच्या बाजूने की, ते तुटकं आणि खडबडीत आहे, हे कळतं. ज्वालामुखीच्या उद्रेकांमुळे पर्वतमाथ्यावरील विवराची कड एका जागी तुटलेली आहे. ह्या तुटक्या कडेला 'वेस्टर्न ब्रीच' (पश्चिमेकडील भगदाड) असं नाव आहे. ह्या कडेच्या बाजूची आणि खालची उभी भिंत किलिमांजारोच्या पश्चिमेचा मोठा भाग व्यापून उभी आहे. अडीच मैल रुंदीची, ग्रेट बरँको आणि लिटल बरँको नावाच्या लाव्हाच्या वेड्यावाकड्या दगडांमधून उंच चढत जाणारी ही भिंत किलिमांजारोच्या पर्वतमाथ्यापर्यंत ४००० फूट उंच गेलेली आहे. ह्या भिंतीचा वरचा अर्धा भाग डायमन्ड ग्लेशियर ह्या प्रचंड हिमनदीनं वेढला गेलला आहे. खालच्या अर्ध्या भागात बॅलेटो नावाचं बर्फाचं मैदान आहे. ते वरच्या ग्लेशियरपेक्षासुद्धा मोठं आहे. हे बर्फाचं मैदान आणि वरचं ग्लेशियर हे ठिसूळ अशा लाव्हाच्या दगडांमुळे विभागलं गेलं आहे. ह्या दोन भागांना जोडणारा ३०० फूट उंचीचा, गोठलेला उभा सुळका 'ब्रीच आयसिकल' नावानं ओळखला जातो.

प्रत्येक पर्वताच्या बाबतीतच यशस्वी चढाई करणारे गिर्यारोहक प्रारंभी नेहमीच सोपा मार्ग निवडतात. पर्वत चढून जाऊन सहीसलामत परत येणं आणि साहसकथा सांगायला जिवंत राहणं, एवढं त्यांच्यापुढलं उद्दिष्ट असतं. सर्वांत आधी ते शिखर चढून जाण्याचा बहुमान मिळवणं, एवढंच ज्यांचं ध्येय असतं; ते दुर्गम मार्गानं चढून जाण्याच्या फंदात पडत नाहीत. किलिमांजारो पर्वत सर्वप्रथम चढून जाणारा माणूस होता हान्स मायर नावाचा एक जर्मन प्रवासी. त्यानं १८८९मध्ये टायरोलियन (ऑस्ट्रियातील एक भाग) वाटाड्या लुडविग पर्टशेलिअर याच्या समवेत ही सफर केली. मायर हा श्रीमंत माणूस होता. त्यानं ह्या मोहिमेसाठी स्वत:चा पैसा खर्च करून खालच्या कॅम्पपासून उंचावरच्या कॅम्पपर्यंत सामानाची ने-आण करणारे हमालसुद्धा नेमले. पर्वतशिखर चढून गेल्यावर मायरनं त्याचं नाव 'कैझर विल्हेम शिखर' असं ठेवून जर्मन सम्राटाचा त्यायोगे गौरव केला.

पुढल्या ऐंशी वर्षांत गिर्यारोहक अनेक मार्गांनी किलिमांजारो चढून गेले. १९७०च्या दशकात सर्वांत अवघड अशा पश्चिमेकडल्या ग्लेशियरवरून चढून जाण्याचे प्रयत्न अनेकांनी केले. त्यांनी पश्चिमेकडल्या विविध मार्गांनी यशस्वीपणे शिखर गाठल्यावर आजवर न चढता आलेला फक्त एकच मार्ग उरला - तो मार्ग होता थेट ब्रीच वॉल चढून जाण्याचा!

तत्त्वत: ह्या मार्गानं चढून जाऊ इच्छिणाऱ्या प्रत्येकाला बॅलेटो हे बर्फाचं मैदान चढून जाऊन, मग ब्रीच आयसिकलवरून डायमन्ड ग्लेशियर पार करून, किबो हे भूशिर गाठायचं असतं. तत्त्वत: हा शब्द वापरण्याचं कारण असं आहे की, ब्रीच

आयसिकल चढताना ठिसूळ दगड खूप आहेत. त्यांचा आणि तोंडावर बर्फाचा मारा सतत होत असतोच; शिवाय ब्रीच बायसिकलचा चढ अत्यंत भुसभुशीत आहे. काही जागी त्या बर्फाचा थर खिडकीच्या काचेएवढा पातळ आणि मधमाश्यांच्या पोळ्यासारखा ठिसूळ आहे. त्यात बर्फाची पहार घुसवून आधार घेऊ पाहताना तो थर भुसभुशीत मातीसारखा कोसळू शकतो किंवा त्या बर्फाच्या टोकदार सुयांसारख्या असंख्य ठिकऱ्या होऊ शकतात. त्या ठिकऱ्या आफ्रिकेतील सूर्यकिरणांमध्ये चमचम करतात. त्यामुळे ब्रीच वॉल चढून जाणं, हा विचार प्रत्यक्षात उतरवला गेलेला नव्हता. त्या मार्गानं चढून जाण्यात इतका धोका होता आणि इतकं साहस आवश्यक होतं की, कुणी तसा प्रयत्न करेल, हे असंभवनीयच वाटत होतं. अर्थात त्यामुळेच अशक्य कोटीतील गोष्ट करून जाण्याचं ध्येय ठेवणारे साहसी गिर्यारोहक त्या मार्गानं जाण्याचा विचार करू लागत.

रॉब टेलर आणि हेन्री बार्बर हे दोघे १९७८मध्ये बेलेटो आइसफिल्ड चढून ब्रीच आयासिकलच्या पायथ्याशी पोहोचले. अनेक वर्षांपूर्वी स्कॉट आणि त्याचे मित्र न्यूयॉर्क राज्यातील श्वानगंक्सवर चढून जात असताना त्यांना हे दोघं गिर्यारोहक दिसले होते. ह्या मुलांना जे मार्ग अशक्य कोटीतले वाटत होते, त्या मार्गानं हे दोघे गिर्यारोहक श्वानगंक्सवर इतके सहज चढून गेले की, ही मुलं स्तिमित होऊन आनंदानं बघत राहिली. तेच दोघे गिर्यारोहक ह्या मार्गानं किलिमांजारो चढून जाऊ लागल्यावर त्याचा एक भाग तुटून वेगळा झाला आणि रॉब फेकला गेला. त्याचा घोटा मोडला. टेलरनं 'द ब्रीच : किलिमांजारो अँन्ड द कॉन्क्वेस्ट ऑफ सेल्फ' या त्याच्या पुस्तकात त्याचे भीषण अनुभव सांगितले आहेत. त्याचं घोट्याचं हाड मोडल्यावर त्याला नेण्यासाठी येणाऱ्या लोकांना तीन दिवस प्रवास करूनच त्याच्यापर्यंत पोहोचता आलं आणि त्यानंतर त्यांनी त्याला त्या दुर्गम जागेवरून सुखरूपपणे बाहेर काढलं. हे लोक येईपर्यंत तो जिवंत राहण्यासाठी कसा धडपडला, याचं अंगावर काटा उभा राहील असं वर्णन ह्या पुस्तकात वाचायला मिळतं.

टेलरला अपघात झाला, त्यानंतर काही महिन्यांनी ऱ्हाइनहोल्ड मेसनर हा ऑस्ट्रियन गिर्यारोहक किलिमांजारोवर आला. जगातील अत्यंत नामवंत गिर्यारोहक अशी आज त्याची ख्याती पसरलेली आहे. तोपर्यंत मेसनरनं काही अवघड मोहिमा यशस्वी केल्या होत्या. एव्हरेस्टवर चढण्यापूर्वी सराव करण्याच्या हेतूनं मेसनर आणि त्याचा सहकारी गिर्यारोहक कॉनरॅड रेन्झलर ह्या दोघांनी ठरवलं होतं की, नेहमीच्या मार्गानं किलिमांजारो चढून जायचं, शिखरावरल्या विरळ हवेला सरावून आजूबाजूचं रमणीय दृश्य पाहायचं आणि आल्या मार्गानं खाली उतरायचं.

किलिमांजारोच्या उरलेल्या एकमेव दुर्गम मार्गानं चढण्यात टेलर आणि बार्बर यांना अपयश आल्याची बातमी ऐकून ह्या दोघांनी त्याच मार्गानं जाण्याचा प्रयत्न

करायचं ठरवलं. ते बॅलेटो आइसफिल्डच्या पायथ्याशी पोहोचले आणि प्रचंड वेगानं चढून गेले. फक्त बारा तासांमध्ये त्यांनी शिखर गाठलं. धोक्याची ब्रीच आयसिकल पटकन चढून जाण्याच्या इच्छेनं त्यांना ऊर्जा पुरवली असावी. मेसनरनं 'फ्री स्पिरिट' ह्या त्याच्या पुस्तकात लिहिलं आहे, 'ह्या मार्गानं जाण्यात कल्पनेपलीकडला धोका आहे. चढण किती अवघड आहे, याचं एकवेळ मोजमाप करता येईल; पण सुटे होऊन आमच्यावर बरसणारे दगडधोंडे किती धोक्याचे आहेत, हे आधी कसं कळावं? ज्या बर्फात बोटं खुपसून मी आधार घेतोय, ते बर्फ माझं वजन सहन करू शकेल की नाही, याचा अंदाज कसा बांधायचा?' त्यानं ह्या पुस्तकात लिहिलं की, तो हे साहस करण्याच्या फंदात पुन्हा कधीही पडणार नव्हता!

अन्य कुणीही तो धोका पत्करला नव्हता. निदान पुढली पाच वर्षं तरी कुणीही ते साहस पुन्हा केलेलं नव्हतं. पण स्कॉट अन् वेस यांना माउन्टन मॅडनेसचं बस्तान बसवायचं होतं आणि ब्रीच आयसिकल चढून जाणं, ही त्यादृष्टीनं यशाची गुरुकिल्लीच ठरली असती. निदान १९८३च्या जानेवारीत त्यांचा तोच विचार असावा. ते दोघे वेसच्या लॅन्डरोव्हरमध्ये बसून नैरोबीहून टांझानियाच्या सीमेकडे जाणाऱ्या रस्त्यानं निघाले होते. ही ब्रीच आयसिकल आहे तरी काय, हे त्यांना बघायचं होतं.

स्कॉटची ही आफ्रिकेची दुसरी सफर होती. मेसनर १९७८मध्ये ब्रीच आयसिकल चढून गेला त्या वर्षी स्कॉट आणि वेस स्वखर्चानं केनियाला गेले होते. किलिमांजारो चढून जाणं, हा त्यामागचा हेतू होता. नैरोबीत त्यांना केनियातील माउन्टन क्लबचे अनेक सदस्य भेटले. ते 'केनिया ट्रिपल डॅश'ची (केनियातील तिहेरी साहस) तयारी करत होते. एका दिवसात रस्त्यानं प्रवास करून तीन वेगवेगळ्या जागचे सुळके चढून जाणं, असं ह्या स्पर्धेचं स्वरूप होतं. ही स्पर्धा आयोजित करणाऱ्यांना स्कॉट म्हणाला, ''हो, आम्हीसुद्धा भाग घेऊ!'' त्यांच्यापाशी मधलं अंतर काटायला मोटारगाडी नव्हती, पण तो मुद्दा गौण वाटत होता. ह्या स्पर्धेत मोटररेस हासुद्धा महत्त्वाचा भाग होता; पण स्कॉट आणि वेसना आत्मविश्वास वाटत होता की, त्यावर त्यांना तोडगा सापडेल.

रेसच्या आदल्या दिवशी ते कुणाच्यातरी मोटरगाडीनं लुकेन्या हिल्स येथे पोहोचले. स्पर्धेतला पहिला सुळका चढून जाण्याचं ते ठिकाण होतं. ही जागा नैरोबीच्या दक्षिणेला काही मैलांवर आहे. दुसऱ्या दिवशी पहाटे त्यांनी कॅम्प सोडला, ते दोघे ते शिखर चढून गेले आणि खाली उतरले. त्यानंतर त्यांनी तेथील एका स्पर्धकाला त्यांच्याजवळ गाडी नसल्याची त्यांची अडचण सांगितली. पुढलं शिखर जिथे चढायचं होतं, तिथवर आपल्या गाडीतून नेण्याची त्यानं आनंदानं तयारी दाखवली. पण त्यापूर्वी तो त्याच्या घरी जाऊन दुपारचं भोजन करणार होता.

त्यानं या दोघांनासुद्धा भोजनाचं आमंत्रण दिलं. कारराइड आणि शिवाय जेवण? हे दोघे खुशीनं तयार झाले.

नैरोबीच्या पश्चिमेला असलेल्या नदेइया येथे ते दुसरं शिखर चढून गेले. त्यानंतर पश्चिमेला आणखी पन्नास मैल, कुणाकडून तरी लिफ्ट घेऊन, ते हेल्स गेट येथे पोहोचले. तेथे त्यांना बॅसाल्टचा (एक प्रकारचा लाव्हाचा खडक) डोंगर चढून जायचा होता.

त्या दिवसभरात स्कॉट आणि वेस यांनी स्थानिक गिर्यारोहकांना किलिमांजारोवरील चढाईसंदर्भात अनेक प्रश्न विचारून माहिती गोळा केली. तेव्हा सर्वांनी त्यांना सावध केलं की, राजनैतिक तणावामुळे केनिया आणि टांझानिया ह्या दोन देशांची सीमा बंद करण्यात आलेली आहे. स्कॉट आणि वेस यांना आणखी एक महत्त्वाची बातमी मिळाली. ती म्हणजे आउटवर्ड बाउन्ड ह्या संस्थेचं केनियातील केंद्र किलिमांजारोपासून फार अंतरावर नव्हतं. वेस म्हणाला, ''ही सीमा खूपच मोठी आहे. आपण किलिमांजारो चढून जाण्यासाठी ती लपतछपत ओलांडली, तर कुणाच्याही लक्षात येणार नाही!''

त्या दिशेनं जाणाऱ्या गाडीत लिफ्ट मागण्यासाठी ते रस्त्यावर खूप दिवस उभे राहिले; पण त्या दिशेला जाणाऱ्या फारच कमी गाड्या होत्या. अखेरीस, बिअरच्या बाटल्या पोहोचवणाऱ्या एका ट्रक ड्रायव्हरनं त्यांना लोइटोकिटोक ह्या खेड्यात नेऊन सोडलं. हे खेडं आउटवर्ड बाउन्डच्या केंद्रापासून अगदी जवळ होतं. तिथपर्यंतचं अंतर स्कॉटनं आणि वेसनं पायी पार केलं. आउटवर्ड बाउन्डमधील कर्मचाऱ्यांनी त्यांना सांगितलं की, दक्षिण क्षितिजावर दिसतोय तो किलिमांजारोचाच विस्तार आहे. त्यांनी ह्या मुलांना असंही सांगितलं की, योग्य त्या परवान्याशिवाय टांझानियात जाणं धोक्याचं असलं तरी लोइटोकिटोक गावापासून किलिमांजारोपर्यंतचं अंतर पायी पार करणं अगदी सहज शक्य होण्याजोगं आहे.

स्कॉट आणि वेसला तेच हवं होतं! त्यांनी पाठीवर बॅकपॅक चढवले आणि ते दक्षिण दिशेचा रस्ता चालू लागले. लोइटोकिटोक गावाबाहेर काही मैल गेल्यावर त्यांना केनिया आणि टांझानियाची सीमारेषा दाखवणारा रस्ता दिसला. त्यांनी धावतच तो रस्ता ओलांडला आणि दूरवरच्या झुडपांकडे ते त्वरेनं जाऊ लागले. आपल्याला चुपचाप सीमारेषा पार करता आलीय असं त्यांना वाटतं न वाटतं, तोच झाडांमागून एक माणूस बाहेर निघाला आणि त्यांचं इथे काय काम आहे, अशी चौकशी करू लागला.

स्कॉट त्याला म्हणाला, ''किलिमांजारोवर गिर्यारोहणासाठी आम्ही चाललो आहोत.''

''तुमच्यापाशी परवाना आहे?'' त्यानं विचारलं.

स्कॉट म्हणाला, ''हो, आहे की!''

''मला पाहू दे बरं!'' तो माणूस म्हणाला.

स्कॉट म्हणाला, ''आमच्यापाशी लेखी परवाना नाही. आम्ही एका माणसाशी बोललो आणि तो म्हणाला की, जायला काही हरकत नाही.''

आणखी सहा माणसं तेवढ्यात अवतरली. त्यांच्या अंगावर गणवेश नव्हता, पण त्यांतल्या एकाच्या हातात बंदूक होती. त्या माणसांनी स्कॉट आणि वेस यांना त्यांच्या बॅकपॅक्स उघडून दाखवायला लावल्या आणि आतलं सामान तपासलं. त्यांच्यापाशी फारसं काहीच नव्हतं. होतं केवळ कॅम्पिंगचं सामान आणि किलिमांजारो चढण्यासाठी पुरेसा शिधा. त्यांच्याकडे कायदेशीर लेखी परवाना नव्हता आणि ते बेकायदेशीरपणे सीमा ओलांडून टांझानियात शिरले होते; त्यांनी आल्यावाटेनं ताबडतोब परत जाण्यातच शहाणपणा होता, असं पहिल्या माणसानं स्कॉटला आणि वेसला सांगितलं.

स्कॉटनं आणि वेसनं आपापलं सामान उचललं आणि खिन्नपणे पावलं ओढत ते केनियात शिरले. तिथे ते थोडा वेळ काही झाडांच्या छायेत बसले. स्कॉट म्हणाला, ''आपण पुन्हा प्रयत्न करू या. आपल्याला तेथे शिरता येईल याची मला खात्री वाटतेय.'' त्यांनी झाडामागून डोकावून टांझानियाच्या सीमेकडे नजर टाकली. टांझानियाच्या सीमेलगतची मघाचीच माणसं त्यांच्याकडे रोखून पाहताना त्यांना दिसली. तिथून आपलं आसन हलवण्याचा त्यांचा अजिबात इरादा दिसत नव्हता. स्कॉट आणि वेस यांनी झुडुपांमधून लपत-छपत काही मैल जाऊन दुसऱ्या जागेवरून सीमा पार करण्याबाबतसुद्धा विचारविनिमय केला. पण अखेरीस त्यांनी प्राप्त परिस्थितीचा स्वीकार केला. त्या दोघांवर गस्त घालणाऱ्यांची नजर असताना सीमा पार करणं, हे वेडं साहस ठरेल, हे सत्य स्वीकारून त्यांनी टांझानियाचा नाद सोडायचं ठरवलं.

वेसनं मला नंतर सांगितलं, ''त्या वर्षी आम्ही किलिमांजारो चढून जाण्याची संधी हातची घालवली; पण आम्ही परत येऊन तो पर्वत चढायचा निश्चय केला.''

त्यानंतर आफ्रिकेत येण्याची पहिली संधी वेसला मिळाली. वेसला १९७९मध्ये एनओएलएसच्या पूर्व आफ्रिकेतील केनियातील केंद्राचं संचालकपद दिलं गेलं. एनओएलएसच्या विद्यार्थ्यांसाठी तीन महिन्यांच्या सत्रात शिकवून त्याला स्थानिक वृक्षवेलींबद्दल, पूर्व आफ्रिकेतील संस्कृतीबद्दल खूपच माहिती मिळाली. तो स्वाहिली भाषासुद्धा शिकला.

वेसनं टांझानियाबद्दल अभ्यास सुरूच ठेवला आणि कायदेशीरपणे त्या देशात प्रवेश करण्याचा मार्ग शोधून काढला. स्कॉट त्याला भेटायला केनियात १९८३मध्ये आला. तेव्हा वेसला वाटलं की, आता फासे त्यांच्या बाजूनं पडत

आहेत आणि त्यांना निदान किलिमांजारोच्या पायथ्यापर्यंत तरी पोहोचता येईल. तिथे पोहोचल्यानंतर कोणत्या मार्गानं वर चढून जायचं, हा निर्णय सर्वस्वी त्यांचाच असणार होता.

आता वेसला आपलं घर वाटणाऱ्या जगाच्या ह्या भागाशी स्कॉटची ओळख करून देण्यास वेस उत्सुक होता. त्याची एका मसाई कुटुंबाशी दोस्ती झालेली होती. ते दोघे त्या कुटुंबात राहिले. लाकडावर चिखलाचं लिंपण दिलेल्या भिंती आणि गवतानं शाकारलेलं छत असलेल्या त्यांच्या झोपडीत यांनी मुक्काम केला. मसाईलोकांबरोबर गाईचं दूध, बकऱ्याचं मांस आणि रक्त असं त्यांचं जेवण ह्या दोघांनी चाखलं आणि मसाई मुलांचं गुराख्याचं काम न्याहाळलं.

वेसनं स्कॉटला सांगितलं की, जेव्हा मुलगे वयात येतात; तेव्हा ते त्यांचे केस लाल रंगानं रंगवतात, रंगीबेरंगी कपडे घालतात, डोक्यावर पक्ष्यांच्या पिसांचा कलाकुसर केलेला मुकुट घालतात आणि मसाई लढवय्या बनण्याच्या संस्कारविधींमधून जातात. ''ह्या विधींच्या वेळेस मुलाला जंगलात जाऊन भाल्यानं सिंहांची शिकार करावी लागत असे. पण सिंह आणि मसाई मुलं ह्या दोहोंची संख्या घटल्यामुळे ती प्रथा आता बंद पडली आहे.'' वेस म्हणाला, ''मुलाला आपली सुंता करून घ्यावी लागते आणि लिंगाला ब्लेडचा स्पर्श होताना त्यानं कच खाल्ली, तर टोळीतून त्याला वाळीत टाकलं जातं.'' वेस पुढे पुस्ती जोडू शकला असता की, इतर संस्कृतींमध्ये मुलाला पौरुष सिद्ध करण्यासाठी इतर पर्याय उपलब्ध असतात. ब्रीच आयसिकल मार्गानं किलिमांजारो चढून जाण्याचा हा पर्याय त्यांपैकी एक आहे, हे वेस त्यांच्या निर्देशनास आणू शकला असता.

नैरोबीहून हे दोघं वेसच्या लॅन्डरोव्हरमधून टांझानियाच्या सीमेपर्यंतचं शंभर मैलांचं अंतर पार करण्यासाठी निघाले. नैरोबी शहराची सीमा संपल्याबरोबर शहराची बजबज मागे पडली आणि काही मैल गेल्यावर ते खडबडीत रस्त्याऐवजी मोकळ्या माळरानातून प्रवास करू लागले. दहा फूट उंचीच्या वाळवीच्या वारुळाजवळून जिराफ संथ गतीनं जात होते. डोक्यावर घिरट्या घेणाऱ्या गरुडांच्या आणि गिधाडांच्या सावल्या पाहून हरणं उसळी घेऊन पळत होती. आजूबाजूचं दृश्य चित्रातल्याप्रमाणे देखणं आणि विविध रंगछटांची उधळण करणारं दिसत होतं. विषुववृत्तीय सूर्यामुळे तापून निघालेल्या मातीचा, धुराचा आणि जंगली प्राण्यांचा गंध कोरडे वारे आसमंतभर पोहोचवत होते.

सीमारेषेजवळच्या नमोगा ह्या खेड्याजवळ ह्या दोघांनी लॅन्डरोव्हर थंड करत ठेवली आणि पत्र्याचं छप्पर असलेल्या उपाहारगृहात तळलेली अ‍ॅन्डी, चपात्या आणि गोडमिट्ट चहा असं जेवण घेतलं. ते खात होते तेथून एक मसाई स्त्री चालत पुढे गेली. तिचे केस भादरलेले होते, तिच्या कानातली लोंबती कर्णभूषणं हेलकावे

घेत होती आणि तिनं खांद्यांभोवती लाल-पांढऱ्या चौकटीचं कापड पांघरलेलं होतं.

ह्या वेळेस वेसजवळ कायदेशीर परवाना होता आणि त्याला सीमा ओलांडण्याचे नियम माहीत होते. तरी प्रत्यक्षात पहिल्यांदा ते काम करणं खूपच जिकिरीचं ठरलं. त्यांनी तो परवाना कोणत्या हेतूनं घेतला आहे आणि त्यांचं टांझानियात काय काम आहे, याविषयी टांझानियातील अधिकाऱ्यांनी त्यांची कसून उलटतपासणी केली. बरोबर आणलेलं परकीय चलन नमूद करण्यासाठी स्कॉटनं आणि वेसनं योग्य ते फॉर्म्स भरले. त्या वेळेस त्याचं महत्त्व ह्या दोघांना नीटसं कळलेलं नव्हतं. दरम्यान मसाईलोक सीमेवरून बिनदिक्कत, बिगरपरवाना ये-जा करताना दिसत होते. सीमारेषा आणि नागरिकत्व या गोष्टी त्यांच्या खिजगणतीतसुद्धा दिसत नव्हत्या!

स्कॉट आणि वेसला सीमेपार जाण्याची परवानगी मिळाल्यावर सीमा ओलांडून गाडीनं आणखी तासभर प्रवास करून अरुशा शहरात पोहोचल्यावर परकीय चलनाबद्दलचे वास्तव त्यांना अचानकच लख्खपणे उमगले. परकीय चलन कडक नियंत्रणाखाली होतं. दर वेळेस कशासाठीही परकीय चलन खर्च केलं की, त्यांना त्याची नोंद त्यांनी भरलेल्या फॉर्म्सवर करून घ्यावी लागत होती. त्या फॉर्म्सवर नोंद न करता खर्च झालेल्या चलनाबद्दल त्यांना टांझानिया सोडण्यापूर्वी जबाब द्यावा लागणार होता. अरुशाच्या गल्ल्यांमध्ये काळ्या बाजारात अमेरिकन डॉलर्स चुपचाप विकून मिळणारे स्थानिक चलन मिळत कायदेशीरपणे मिळणाऱ्या चलनाच्या दसपट जास्त असे, हासुद्धा ह्या दोघांना बोध झाला. पण फॉर्म्सवर त्या व्यवहाराची नोंद करता येत नसल्यामुळे तो मार्ग बंद होता.

किलिमांजारो ढगांनी झाकून गेलं होतं. पण वेसनं त्याची लॅन्डरोव्हर पर्वताच्या दिशेनं वळवल्यावर इंजिनातून येणाऱ्या आवाजावरून त्यांना कळलं की, त्यांनी चढण चढायला सुरुवात केलेली आहे. मसाईंच्या उष्ण टापूतून ते आता वचागा जमातीच्या गूढ अरण्यात प्रवेश करत होते. हा रस्ता संपला आणि समोर पार्कचं प्रवेशद्वार उभं राहिलं. त्यापाशी गणवेशातले टांझानियन अधिकारी उभे होते. त्या अधिकाऱ्यांना पुरेसं इंग्रजी समजत होतं आणि वेसला पुरेसं स्वाहिली कळत होतं. त्यामुळे वेसला आणि स्कॉटला बोध झाला की, एक वाटाड्या अन् निदान दोन हमाल भाड्यानं घेतल्याशिवाय त्यांना पार्कमध्ये प्रवेश करता येणार नाही. पार्कमध्ये प्रवेश करण्याची फी आणि वाटाड्या व हमालाची मजुरी यांचा त्या अधिकाऱ्यांनी हिशोब केला. ती बेरीज स्कॉट आणि वेसजवळच्या पुंजीपेक्षा जास्त निघाली.

वेस त्यांना म्हणाला, ''हे पाहा, हा पर्वत चढण्यासाठी आम्ही इतक्या दुरून आलो आहोत. आमच्यापाशी एवढेच पैसे आहेत. तेव्हा यातून काहीतरी मार्ग काढणं आवश्यक आहे.''

हे संभाषण ऐकत असलेल्या एका माणसानं स्कॉटला आणि वेसला त्याच्या

पाठोपाठ यायची खूण केली. तो म्हणाला, ''इकडे या.'' अधिकाऱ्यांना ऐकू जाणार नाही एवढ्या अंतरावर गेल्यावर त्यानं स्वत:ची ओळख करून दिली. त्याचं नाव होतं फ्रान्सिस किसिंगो. तो छागा जमातीचा सदस्य होता आणि पार्कपासून जवळच राहत होता. त्यानं किलिमांजारोवर जाणाऱ्या अनेक पर्यटकांचं मार्गदर्शन व नेतृत्व केलेलं होतं. त्यानं विचारलं, ''तुम्हाला पर्वत चढून जायचाय?''

वेसनं होकार दिला. त्यांना प्रवाशांच्या नेहमीच्या रस्त्यानं जाऊन, पर्वताच्या ज्वालामुखीच्या विवरापाशी तंबू ठोकून विरळ हवामानाशी जुळवून घेण्यासाठी काही दिवस तेथे मुक्काम ठोकायचा होता. मग पर्वताच्या पलीकडच्या बाजूनं काही अंतर उतरून जाऊन त्यांना पश्चिमेच्या थेट रस्त्यानं ब्रीच आयसिकलवरून पर्वतमाथा गाठायचा होता. त्यांच्यापाशी किती पैसे आहेत, हे वेसनं फ्रान्सिसला सांगितलं. परकीय चलनाची नोंद करावी लागत असल्यामुळे उद्भवलेल्या समस्येबद्दलसुद्धा वेसनं त्याला माहिती दिली आणि किलिमांजारो चढण्याची त्याची किती तीव्र इच्छा आहे, याबद्दलसुद्धा त्यानं सांगितलं.

सावध होऊन फ्रान्सिसनं विचारलं, ''ब्रीच आयसिकल? तुम्हाला नक्की त्या मार्गानंच जायचंय?''

वेस म्हणाला, ''फ्रान्सिस, आम्ही नकाशा नीटपणे बघितला आहे आणि तोच पर्याय आम्हाला सर्वांत चांगला वाटतोय.''

वेस आणि स्कॉटला फ्रान्सिस म्हणाला की, पाच वर्षांपूर्वी त्यानं ऱ्हाइनहोल्ड मेसनरला त्या मार्गानं किलिमांजारो चढून जाण्यासाठी रस्ता दाखवला होता आणि फ्रान्सिस स्वत: त्या मार्गानं चढून गेलेला नसला, तरी त्याला तो मार्ग ठाऊक होता. त्यांना खरोखरच त्या मार्गानं जायची इच्छा असेल, तर तो त्यांना मदत करू शकेल, असंसुद्धा त्यानं सांगितलं. त्यानं त्यांना तिथेच थांबायला सांगितलं. या दोघांचं नशीब बलवत्तर होतं, त्यामुळे त्यांना नुसती कागदपत्रांची मदत करणारा माणूसच भेटला नव्हता, तर त्यांना जायचं होतं त्या मार्गाचीसुद्धा त्याला माहिती होती. स्कॉट कुजबुजला, ''ही आपली पूर्वपुण्याईच आहे!''

फ्रान्सिस प्रवेशद्वारावरल्या अधिकाऱ्यांशी बोलला आणि आधी किलिमांजारोवर आलेल्या प्रवाशानं मागे ठेवलेला परकीय चलनाची नोंद असलेला फार्म त्यानं आणला. त्यानं नेमकी काय खटपट केली, हे वेस आणि स्कॉटला उमगलं नसलं तरी त्यांना पार्कमध्ये प्रवेश करता आला आणि फ्रान्सिसनं त्यांना खात्रीपूर्वक सांगितलं की, त्यांच्या प्रवासाला त्यांच्याजवळचे पैसे नक्कीच पुरतील. ह्यात किसिंगोला वाटाड्या म्हणून मिळणारा मोबदला आणि सामान वाहून नेणाऱ्या तीन हमालांची मजुरी याचा समावेश होता. वेस आणि स्कॉटला स्वत:चं सामान स्वत: वाहून नेऊन एकट्यानं प्रवास करायला जास्त आवडलं असतं. परंतु पार्कच्या

नियमांनुसार त्यांनी स्थानिक लोकांची मदत घेणं आवश्यक होतं आणि नाही तरी त्यांना किसिंगो वाटाड्या म्हणून हवाच होता!

डोंगराला अर्धा वळसा घालून ब्रीच वॉलजवळच्या ॲरो ग्लेशियरजवळच्या झोपडीत गिर्यारोहणासाठीची आयुधं, दोर आणि जास्तीचा शिधा नेऊन ठेवावा, अशी सूचना किसिंगोने तीन हमालांना दिली. मग तो स्वत: स्कॉट आणि वेसबरोबर मरांगू पायवाटेनं दोन दिवसांच्या चढाईसाठी बाहेर पडला. ही पायवाट पार्कच्या प्रवेशद्वाराच्या ५००० फूट उंचीपासून १८६०० फुटांवरच्या ज्वालामुखीच्या विवराच्या मुखाशी पोहोचते. तिथे त्यांनी तंबू ठोकला. येते अनेक दिवस ते आफ्रिका खंडात सर्वांत उंचीवर राहणारे लोक असणारे होते. ते विवराच्या काठाकाठाने भटकले. विवराच्या मध्यावर असलेल्या शंकूच्या माथ्यावर ते तिथला मुरूम तुडवत चढून गेले आणि त्यांनी विवरातून येणाऱ्या गंधकयुक्त वाफा हुंगल्या. उत्तरेकडल्या, अर्ध्या विवराला वेढून राहिलेल्या हिमनद्या, त्यांनी पायी पार केल्या. आपल्या तंबूत शिरण्यापूर्वी त्यांनी चांदण्यांनी खच्चून भरलेल्या रात्रीच्या आकाशाकडे नजर टाकली. तेव्हा असंख्य तारकांनी लखलखणाऱ्या आकाशातून त्यांना नेहमीची नक्षत्रं शोधणं अशक्य झालं. गिर्यारोहक असल्याबद्दल, ह्या प्रवासाला एकत्र निघता आल्याबद्दल आणि त्यांचं साहस व कौशल्य यांचा कस पाहणारं गिर्यारोहण लवकरच करता येणार ह्या सुदैवाबद्दल त्यांना मनोमन आनंद वाटत होता! ब्रीच वॉल या मार्गानं चढून जाण्यात जरी ते यशस्वी झाले नसते, तरी ते म्हणू शकले असते की, आफ्रिकेतील अत्युच्च जागी तंबूत त्यांनी वास्तव्य केलं होतं! हा काळ त्या दृष्टीनं मोठा शुभशकुनी होता.

ज्वालामुखीच्या विवरावर ठोकलेला तंबू त्यांनी उठवला, तेव्हा सकाळच्या थंड वेळी आसमंत धुक्यानं भरून गेलेला होता. पश्चिमेकडच्या विवराच्या भगदाडातून पर्वताच्या पश्चिम उतारावर ते दोघं फ्रान्सिसच्या पाठोपाठ चालले होते. अनेक तास ते उभा उतार उतरत होते. धुक्यामुळे त्यांना स्वत:ची पावलंसुद्धा दिसत नव्हती, आवाज ऐकू येत नव्हते आणि वारा पडलेला होता. वेस त्यांच्या वाटाड्याला म्हणाला, ''फ्रान्सिस, मला वाटतंय की, तू धुक्यात वाट चुकला आहेस.''

फ्रान्सिस म्हणाला, ''नाही, नाही! आपण कुठे चाललो आहोत याची मला पक्की खात्री आहे.'' दुसरा कोणताही पर्याय नसल्यामुळे हे दोघे सकाळभर त्याच्या मागोमाग जात राहिले. कोणत्यातरी अंत:प्रेरणेनं असेल; पण फ्रान्सिसने त्यांना नेमकं ॲरो ग्लेशियरजवळच्या झोपडीत आणून सोडलं. सांगितल्याबरहुकूम, त्या हमालांनी पर्वतारोहणाचं सामान आणि शिधा त्या गोलाकार, धातूच्या पत्र्याच्या झोपडीत आणून ठेवलेला होता.

ढग पांगून आकाश उजळलं आणि किलिमांजारोच्या ह्या बाजूची भली उंच

ब्रीच वॉल तेव्हा स्कॉट आणि वेसला पहिल्याप्रथमच पाहता आली. ह्या उंच भिंतीचा खालचा अर्धा भाग बॅलेटो बर्फ-मैदानानं आच्छादून टाकलेला होता, तर वरचा अर्धा भाग डायमन्ड हिमनदीनं व्यापून टाकलेला होता. हिमाचे हे दोन विस्तार ब्रीच आयसिकल नावाच्या बर्फाच्या अरुंदशा सुळक्यानं जोडले होते. समोरचं दुर्गम दृश्य पाहून वेस आणि स्कॉटच्या अंगात ऊर्जा सळसळू लागली. असं असाधारण आव्हान पेलण्याची त्यांना प्रचंड ओढ लागली. पण, ते पेलण्यामागची संकटंसुद्धा त्यांना जाणवत होती.

फ्रान्सिस आल्या वाटेनं ज्वालामुखीच्या विवरापाशी परत गेला आणि तेथून तो मरांगू पाऊलवाटेनं उतरून पूर्वेला १५००० फुटांवर असलेल्या 'किबो' येथील झोपडीत पोहोचला. ब्रीच वॉल चढून झाल्यावर ह्या जागी वेस आणि स्कॉट येऊन त्याला भेटणार होते. किलिमांजारो पर्वताच्या ह्या बाजूला आता फक्त ते दोघे जण होते. ते संकटात सापडले असते, तर कुणालाही कळलं नसतं आणि कुणाचीही मदत मिळाली नसती. त्यांच्यावर काहीतरी संकट ओढवलंय, याची जाणीवही अनेक दिवस कुणालाही झाली नसती. संकट ओढवण्याजोग्या भरपूर अडचणी तर होत्याच!

पहिलीच सलामीची अडचण म्हणजे, 'बॅलेटो' बर्फ-मैदानाच्या खालच्या कडेपर्यंत पोहोचायला खडा चढ चढावा लागणार होता. ज्वालामुखीच्या लाव्हानं बनलेला हा उभा खडक इतका ठिसूळ होता की, सुरक्षितपणे दोर बांधण्यासाठी या खडकात कांब रुतवण्याजोग्या फारच थोड्या जागा सापडत होत्या. ते अतिशय काळजीपूर्वक तो कडा चढून दुपारपर्यंत 'बॅलेटो' बर्फ-मैदानापर्यंत पोहोचले. तेथे पोहोचल्यावर त्यांनी दोर व अन्य अवजारं बाजूला ठेवली, बुटांवर टोकेरी खिळ्यांचे क्रॅंपॉन्स बांधले आणि कडक बर्फ अन् मृदू हिमानं भरलेला उभा चढ चढून ते आयसिकलच्या खालच्या बाजूपर्यंत पोहोचले. इथे ते मुक्काम करणार होते. सरत्या दुपारचं सोनेरी ऊन पसरलेलं होतं. ह्या दोघांनी त्यांच्या स्लीपिंग बॅगा पसरल्या, दगडांवरून वितळून खाली ओघळणारं पाणी गोळा केलं आणि चहा बनवला. सारा वेळ ते वरच्या आयसिकलकडे बघत होते. स्कॉटला वेस म्हणाला, ''दोस्ता, हे वाटलं त्यापेक्षा अवघड काम असणार आहे.''

ह्या मोहिमेवर असताना वेस रोजनिशी लिहीत असे. त्यात त्यानं दुसऱ्या दिवशीच्या आरोहणाची पुढीलप्रमाणे नोंद केलेली आहे.

जुलै २१ - पहाटे ४.५५ वाजता उठलो. कॉफी आणि आन्हिकांना सुरुवात केली. स्कॉटला अंथरुणाबाहेर काढून कॉफी आणि नाश्ता दिला. सामान आवरून सातच्या सुमाराला निघालो.

उरलेलं 'बॅलेटो' बर्फ-मैदान लांबलचक आणि चढाचं होतं. वाटेत अनेक छोटे ओढे पार करावे लागत होते आणि काही जागी बर्फ खूपच ठिसूळ होता. सुरुवातीला स्कॉटचे पाय थंड पडले होते. पण दहा मिनिटं थांबून ते गोलाकार हलवण्याचा व्यायाम केल्यावर त्याच्या पायांमध्ये ऊब आली. शेवटी आयसिकलच्या खाली पोहोचल्यावर आम्हाला उभा चढ चढण्याची संधी मिळाली आणि मग एकदाचं हुश्श झालं. ह्या आयसिकलच्या पायथ्यापासून २० मीटर उंचीवर, उजवीकडे बर्फात खिळा घुसवून त्याला दोर बांधण्याजोगी जागा स्कॉटला सापडली. स्कॉटनं त्या जागी बर्फात खिळा रुतवला आणि त्याला दोर बांधून त्याचं एक टोक माझ्याकडे फेकलं. दोराशिवाय खूपसा कडा चढल्यानंतर, दोराच्या आधारामुळं खूपच सुरक्षित वाटलं. अशा प्रकारचा चढ आमच्या सरावाचा असला, तरी पडलो तर दोरामुळे खूप अंतर गडगडत जावं लागणार नाही, ह्या कल्पनेनं बरं वाटत होतं.

मान उंच करून वर बघितल्यावर लक्षात आलं की, ह्या आयसिकलवरचा सुरुवातीचा भागच चढायला सर्वांत अवघड आहे. ह्या भागात नेतृत्व करण्याची वेळ माझ्यावर आलेली होती. गेल्या दोन वर्षांत मी बर्फाच्या अवघड चढणी चढून गेलेलो नव्हतो आणि खूप खडी चढण मला टाळावीशी वाटत होती. त्यामुळे मी स्कॉटला पटवलं की, त्यानंच त्या भागात पुढे जावं.

ह्या भागाच्या सुरुवातीलाच, एक-दोन जागी लटकून वर चढावं लागलं होतं. ते करताना स्कॉटला काहीच अडचण आलेली नव्हती. पहिल्या भागावर तो चढून गेला आणि त्यानं आरोळी ठोकली, ''आता चढ आपल्या आवाक्यातला आहे!'' पण पुढली चढण कशी आहे याची त्याला तेव्हा अजिबातच कल्पना नव्हती. त्या भागातला बर्फाचा पडदा इतका पातळ होता की, काही जागी तो काचेच्या तावदानाएवढ्या कमी जाडीचा होता. ज्या दोन ठिकाणी बर्फात खिळे घुसवता आले, ते टिकले. परंतु ते एकमेकांपासून खूपच दूरच्या अंतरावर होते. वरच्या खिळ्यापासून चाळीस फूट उंच गेल्यावर लटकणारी बर्फाची आडवी पट्टी लागली. ही बर्फाची पट्टी ४० फूट लांब आणि पाच इंचांपेक्षा कमी जाडीची होती. त्यात भरपूर भोकं होती. ही पट्टी चढून जाऊन त्यावर उभं राहिल्यावर आणि त्याच्या पाठीमागे डोकावून पाहिल्यावर आमच्या

लक्षात आलं की, ह्या पट्टीचा बराचसा भाग अधांतरीच उभा होता.

त्यानंतर कोणत्याही आधाराशिवाय ३० फूट उंचीचा दगडी सुळका चढून जावा लागला. तो चढून गेल्यावर उजवीकडे बर्फाची अत्यंत अरुंद अशी उभी पट्टी चढून जावी लागली. त्या पट्टीच्या कडेनं वर चढून जाणं सर्वांत श्रेयस्कर वाटलं. उजव्या हातात बर्फाचं अवजार खुपसून डाव्या हातानं बर्फ आणि दगडामधल्या खोबणीत आधार घेत वर चढलो. एक हात बर्फात आणि दुसरा दगडात खुपसून वर चढताना स्कॉटचे हात रक्तबंबाळ झाले आणि वाटेतले त्याच्या रक्ताचे ओघळ आमचा मार्ग स्पष्टपणे दर्शवू लागले.

खालच्या खिळ्याला बांधलेल्या दोराच्या शेवटच्या भागाला हिसका देऊन मी स्कॉटला एका छानशा दगडी उंचवट्यापर्यंत पोहोचवलं. आता तो ह्या (कु)प्रसिद्ध आयसिकलच्या जवळजवळ माथ्यापर्यंत पोहोचला होता. पण अजूनही त्याच्यापुढले कष्ट संपलेले नव्हते. त्यानं दोर खाली सोडून त्याचं सामान वर खेचायला सुरुवात केल्यावर ते वाटेतल्या बर्फाच्या आडव्या पट्टीत अडकून राहिलं आणि तिथून अजिबात हलेना! स्कॉटनं दोरी ढिली सोडली आणि मी खालून त्या सामानावर चेंडूच्या आकाराच्या दगडांचा मारा केला. शेवटच्या एका जोरदार टोल्यामुळे ते अडकलेलं सामान सुटलं आणि स्कॉटला ते वर खेचून घेता आलं.

मी स्वत: आयसिकलवर चढून गेलो, तेव्हा माझा चांगलाच थरकाप उडला. एक पिच (१२० फूट) अंतराचं नेतृत्व करायला स्कॉटला दीड तास लागला होता, त्या अर्थी तो भाग चढायला चांगलाच अवघड होता आणि बहुधा त्यात मध्येच आडवे अडथळे होते. मला बर्फावर चढायची तेवढीशी सवय राहिलेली नव्हती. त्याखेरीज मी बॅकपॅकचं ओझं घेऊन वर चढत होतो. वर दोर घट्ट बांधून माझ्याकडे सोडलेला असल्यामुळे माझ चढणं सुलभ झालं होतं आणि वाटेतला बर्फाचा अधांतरी थर चढून जातानासुद्धा त्या दोराचा आधार मला आश्वस्त करत होता. त्यामुळे मला रक्तबंबाळ न होता चढता आलं. मी स्कॉटला ओलांडून पुढे गेलो आणि उरलेल्या शिखरापर्यंतच्या, कमी चढाच्या बर्फाच्या चढावर जाताना मी नेतृत्व केलं. तासभर सोपी चढण चढल्यावर, वाटेत आम्हाला दगडाचा पुढे आलेला एक उंचवटा दिसला. तिथला वितळलेला बर्फ आम्ही आमच्या बाटल्यांमध्ये भरून घेऊन पुढल्या प्रवासासाठी

पाण्याची बेगमी केली. आम्ही गिर्यारोहणाची सारी अवजारं व दोर बॅकपॅकमध्ये भरून टाकले आणि किलिमांजारोच्या उहुरू ह्या मुख्य शिखराकडे नेणारं बर्फाचं मैदान तुडवू लागलो.

अंधार पडता-पडता ते किलिमांजारोच्या शिखरमाथ्यावर पोहोचले, तेव्हा त्यांना मावळता सूर्य ढगांमध्ये लुप्त होताना दिसला. शिखर चढून गेल्यावर त्यांना उगवता पूर्ण चंद्र दिसला. त्या स्वच्छ चंद्रप्रकाशामुळेच हेडलॅम्पशिवाय उरलेलं अंतर कापून ते किबो येथील झोपडीत पोहोचले. पुन्हा सूर्यास्त किंवा चंद्रोदय बघता येईल की नाही, अशी शंका आयसिकलची दुर्गम चढण चढताना अनेकदा त्यांच्या मनात आली होती. त्यांच्या सुदैवानं त्यांना सूर्यास्त आणि चंद्रोदय एकापाठोपाठ बघता आले. किबो येथील झोपडीकडे पावलं उचलताना त्यांना तणावमुक्त आणि उल्हसित वाटत होतं. अवघं आव्हान यशस्वीरीत्या पूर्ण केल्यामुळे ते आनंदित झाले होतेच, पण त्यांची मैत्री आणखीच प्रगाढ झाली होती.

वेसनं त्याच्या रोजनिशीत लिहिलं, 'ती झोपडी पाहून आम्हाला खूप आनंद वाटला. आम्हाला अपेक्षेपेक्षा काही तास जास्त लागले होते, आम्हाला पाहून फ्रान्सिसलासुद्धा खूप बरं वाटलं. आम्ही दोघे अतिशय आनंदित मन:स्थितीत होतो. ती दुर्गम वाट चढण्यात अनोखा आनंद होता!'

ऱ्हाइनहोल्ड मेसनर सर्वप्रथम थेट ब्रीच वॉल चढून किलिमांजारोच्या शिखरावर पोहोचला आणि ही त्याला त्याच्या आयुष्यातली सर्वांत महत्त्वाची कामगिरी वाटते, अशी नोंद गिर्यारोहणविषयक दस्ताऐवजांमध्ये आढळते. त्यानंतर त्या मार्गानं स्कॉट फिशर व वेस क्राउस चढून गेले आणि मग ते कुणीही करू धजलेलं नाही. गिर्यारोहणाच्या पुस्तकांमध्ये ह्या दोघांनी ब्रीच वॉलमार्गे दुसरी आणि अखेरची चढाई केल्याची जी नोंद आढळते, तीसुद्धा अशक्य ते शक्य केल्याचं असाधारण उदाहरणच म्हटलं पाहिजे! ही अशक्य कोटीतली गोष्ट करून दाखवून त्यांनी जगातील सर्वोत्कृष्ट गिर्यारोहकांच्या यादीत स्थान मिळवलं.

त्यानंतर गेली अनेक वर्षे अन्य गिर्यारोहकांनी ब्रीच आयसिकलमार्गे जाण्याचा विचार केला; पण त्यातला धोका लक्षात घेता, तो विचार सोडून दिला. ज्यांनी-ज्यांनी तसा प्रयत्न केला, त्यांपैकी फारच थोड्यांना आयसिकलच्या पायथ्यापर्यंत पोहोचता आलं. आयसिकलच्या सुळक्यापर्यंत जे पोहोचू शकले, ते वरून होणाऱ्या बर्फाच्या दगडांच्या वर्षावाची तीव्रता पाहून माघारी वळले. भरीस भर म्हणून की काय, विषुववृत्तीय आफ्रिकेतील हवामानात घडलेल्या बदलांमुळे किलिमांजारोवरच्या हिमनद्या मागे सरत आहेत आणि ब्रीच आयसिकल हा बर्फाचा खांब आणखी आणखी नाजूक आणि ठिसूळ बनत चालला आहे.

स्कॉट व वेस फ्रान्सिसबरोबर किलिमांजारो उतरून खाली आले आणि फ्रान्सिस कुटुंबीयांसमवेत पर्वतानजीकच्या त्याच्या घरी काही दिवस राहिले. ज्वारी आणि केळी आंबवून तयार केलेली मबेगे नावाची स्थानिक बिअर पोकळ केलेल्या भोपळ्याच्या चषकात देण्याची तिथे प्रथा होती. ती बिअर ह्या दोघांनी आवडीनं चाखली. त्यांची मैत्री जुळली. पुढची अनेक वर्षं पूर्व आफ्रिकेतील वेसच्या गिर्यारोहण मोहिमांच्या वेळेस आणि ॲनिमल सफारींच्या वेळेस, वेसच्या स्वत:च्या कंपनीत मार्गदर्शक व धंद्यातील भागीदार या नात्यानं फ्रान्सिस मदत करत राहिला.

तरीदेखील ब्रीच आयसिकल चढून गेल्यानंतर स्कॉटला शांत बसवेना. त्याची ती महत्त्वाकांक्षा पूर्ण होता क्षणी त्याला परतीचे वेध लागले. आणखी कुठेतरी गिर्यारोहणासाठी निघावं, किमानपक्षी सीॲटलला परतून पुढली मोहीम आखावी, असा त्याला ध्यास लागला.

वेसनं मला त्यांच्या किलिमांजारो मोहिमेचं फलित सांगताना म्हटलं, ''आम्ही अरुशाला परत आलो, तेव्हा आम्हाला आमच्या टाझांनिया सफरीमागचं अर्थकारण उमगलं. सरकारच्या कचाट्यात अडकू नये, म्हणून आमच्या परकीय चलन नमूद केलेल्या फॉर्मच्या बनावट प्रती काढण्यात आलेल्या होत्या. सेरेनगटीला जाऊन परत येता येईल एवढं इंधन भरेपर्यंत अरुशात राहण्याची माझी तयारी होती. पण स्कॉट तेथे आणखी वेळ थांबायला तयार नव्हता.''

वेसला स्कॉट म्हणाला, ''आपण पर्वत चढून आलो. आता इथून लवकर बाहेर नीघ.''

वेसनं स्कॉटला विचारलं, ''ब्रूस, तुला एंगोरोंगोरोला जाऊन हत्ती आणि सिंह बघायचे नाहीत का? तुला सेरेनगटीत भटकायचं नाही?''

स्कॉटनं चक्क नकार दिला. त्याला जीनीपाशी घरी पोहोचून पुढल्या साहसाची योजना आखायची होती.

वेस म्हणाला, ''आफ्रिकेत इतक्या दूरवर येऊन तू हत्ती न बघताच परत कसा काय जाणार?''

पण स्कॉटच्या बाबतीत जसं नेहमीच घडत असे, तसंच या वेळेससुद्धा घडलं. त्याच्या वेळापत्रकात आणखी कशालाही जागा नव्हती. कधीकधी हे वेळापत्रक इतर जबाबदाऱ्यांमुळे अपरिहार्य असे. पण बऱ्याचदा त्याची आतली ओढच त्याला पुढल्या साहसाकडे ढकलत असे. त्याला सतत उभा चढ चढण्याचाच ध्यास लागलेला असे. सरळ, सपाट भूमीवर जास्त काळ रेंगाळणं त्याला मानवत नसे!

ह्या दोघांनी ठरवलं की, भविष्यात माउन्टन मॅडनेसचा आफ्रिकेतला कारभार फ्रान्सिस किसिंगोच्या मदतीनं वेस संभाळेल आणि स्कॉट जगभरातील इतर मोहिमांचं आयोजन करेल. बरोबरीनं आणखी एक अवघड असं गिर्यारोहण करण्याचे बेत हे

दोघं जण आखत होते. नेपाळमधील फँग नावाच्या शिखरावर फारसं जड सामान न घेता भरभर चढून जायचा त्यांचा बेत होता. आजवर ते जी शिखरं चढून गेले होते, त्याहून हे शिखर मैलभर अधिक उंचीचं होतं. फँग चढून गेलं की, त्यांचा माउन्टन मॅडनेसचा लौकिक वाढेल, असा त्यांना विश्वास वाटत होता आणि बाकी काही नाही तरी ते करताना त्यांना भरपूर मौज वाटणार होतीच! पण जर त्यांना वाटत असलं की, ब्रीच आयसिकल ही त्यासाठीची पूर्वपरीक्षा आहे, तर हिमालयातील आव्हानांची त्यांना अजिबातच कल्पना नव्हता, असंच कुणीही म्हटलं असतं. हिमालयात त्यांच्या वाट्याला जे अनुभव येणार होते, त्या तुलनेत ब्रीच आयसिकल चढणं हा पोरखेळच ठरला असता.

दहा
अन्नपूर्णा शिखर समुदायातील 'सुळा'

चढण्याच्या दृष्टीनं हा पर्वत अत्यंत अवघड समजला जातो. त्याच्या शिखरावर आजवर कुणीतरी फक्त एकदाच पोहोचू शकलेलं आहे आणि ते म्हणजे, १९८०च्या वसंत ऋतूत ऑस्ट्रियन मोहिमेतले लोक तिथे पोहोचू शकले होते.

- एलिझाबेथ हॉली
काठमांडूतील पत्रकार आणि हिमालयातील
गिर्यारोहणाची नोंद ठेवणारी वार्ताहर

मी 'सुळ्या'बद्दलची कहाणी १९८४मध्ये सर्वप्रथम ऐकली. मी, स्कॉट फिशर आणि वेस्ली क्राउस असे स्कॉट आणि जीनीच्या घराच्या दिवाणखान्यात बसलो होतो. स्कॉट आणि वेस हिमालयातून नुकतेच परत आले होते. त्या मोहिमेत स्कॉटचं वजन खूपच घटलं होतं, पण आता ते पूर्ववत होत आलेलं होतं. स्कॉटनं दोन टॉर्टिला, अंड्याची भुर्जी, त्यावर साल्सा सॉस आणि दही अशा खाद्यपदार्थांनी प्लेट भरून घेतली होती. वेस त्याच्या फिजिओथेरपिस्टच्या सूचनेबरहुकूम त्याच्या पायाची हालचाल करून पायाला व्यायाम देत होता. तो पाय वाकवत होता. त्याच्या पायाच्या मागच्या बाजूचा लालभडक व्रण आता जवळजवळ भरून आला होता; पण तिथली त्वचा अजूनही नाजूक होती आणि घोट्यानं त्याला अजूनही पूर्ववत हालचाल करता येत नव्हती.

त्यानंतर जवळजवळ वीस वर्षांनी, काही महिन्यांपूर्वीच मी ती कहाणी पुन्हा एकदा ऐकली. या वेळेस मी मॉन्टाना राज्यातील बोझमनजवळच्या वेस क्राउसच्या घरी बसलेलो होतो. तेथे वेस, त्याची पत्नी मेली रूलिंग आणि त्यांची मुलं, त्यांच्या टांझानियातील साहसप्रवास कंपनीतून वर्षभराच्या सुट्टीवर आलेली होती. त्यांच्या मॉन्टानातील घरातलं स्वयंपाकघर मोठ्या ॲल्युमिनियमच्या टबनं व्यापलं गेलं होतं. त्यात कोंबडीची सहा पिलं आणि दोन लहान बदकं वाळलेल्या गवताखालून चिवचिवत होती. त्यांना ऊब देण्यासाठी हीटिंग लॅम्प लावून ठेवण्यात आलेला

दिसत होता. वेस क्राउसची मुलं एलिझा आणि मकारी यांचा तो प्रकल्प होता. एलिझा आठ वर्षांची होती. तिनं स्वयंपाकघरातील टेबलभर कागद अन् रंग पसरून ठेवले होते आणि ती चित्र रंगवण्यात मग्न होती. ते चित्र काय आहे, त्याचा बोध तिच्याखेरीज आणखी कुणाला होत नव्हता.

मकारी कुंड्यांमधील झाडांना पाणी घालून मॉन्टानामधील कडक हिवाळ्यात त्यांना जगवू पाहत होता. शाळेतील अधिकाऱ्यांबरोबर त्याच्या नुकत्याच उडालेल्या खटक्याचा तो विचार करत होता. त्याला टांझानियातल्या आयुष्याची सवय होती. तिथे दहा वर्षांच्या मुलाजवळ काही हत्यारं नेहमीच असत. त्या सवयीनुसार त्यानं चार इंची पातं असलेली त्याची सुरी त्याच्या शाळेत नाटकाच्या तालमीच्या वेळेस नेली होती. तो स्टेजवर नसेल, तेव्हा वेळ घालवण्यासाठी त्या पात्याला दगडानं धार करायचा त्याचा बेत होता. त्याच्या शिक्षिकेनं त्याला सुरीला धार लावताना बघितलं आणि ती खूपच खवळली. वेसनं ह्या घटनेकडे खूपच शांतपणानं पाहिलं. त्यानं मकारीला सांगितलं की, तो आता टांझानियात नाही आणि स्थानिक संस्कृतीतले रीतिरिवाज पाळण्यासाठी त्यानं शाळेत चाकू-सुऱ्या वगैरे आयुधं न नेलेलीच बरी!

किलिमांजारोवरील ब्रीच आयसिकल चढून जाण्यापूर्वीच १९८४मध्ये वेस आणि स्कॉट त्यांच्या पुढल्या मोहिमेबद्दल विचार करू लागले होते. स्कॉटच्या डोक्यात एव्हरेस्टचा विचार होता; परंतु त्या वेळेस त्याला हिमालयातील गिर्यारोहणाचा काहीच अनुभव नव्हता आणि वेस तर तोवर नेपाळपर्यंतसुद्धा कधी गेलेला नव्हता. मात्र, त्यांना हिमालयात गिर्यारोहणाचा अनुभव घ्यायचाच होता. म्हणून त्यांनी ठरवलं की, नेपाळमध्ये जाऊन कुठलंतरी उंच शिखर चढून जायचं. शिखर उंच असतं आणि परवाना स्वस्तात मिळत असता, तर त्यांचं काम फत्ते झालं असतं.

काठमांडूच्या पश्चिमेला अन्नपूर्णा शिखर समुदायात भटकंती करून केनियात परत आलेल्या मित्रांनी वेसला तिथल्या पर्वतांचे फोटो दाखवले होते. त्यात एक 'वराह' नावाचं शिखर होतं. त्याच्या सुळ्यासारख्या आकारामुळे त्याला फँग किंवा सुळा असं नाव दिलं गेलं होतं. अन्नपूर्णा शिखर समुदायातलंच ते शिखर होतं. जगातलं १०व्या क्रमांकावरच्या उंचीचं होतं ते! चढण्याच्या दृष्टीनं फँग हे योग्य शिखर असल्याचा निरोप वेसनं सीॲटलमध्ये स्कॉटला पाठवला. त्याच्या पायथ्यापर्यंत पोहोचायचा मार्ग सुलभ होता. त्याची २५,००० फुटांची उंची जीवघेणी असली, तरी बरोबर ऑक्सिजन सिलिन्डर न्यायची जरूर पडेलएवढी नव्हती; आणि सर्वांत आनंदाची बातमी होती की, १९८४ सालच्या शरद ऋतूत फँगवर चढण्यासाठीच्या परवान्याला फक्त ९०० डॉलर्स मोजावे लागले असते.

वेसनं त्यासाठी आवश्यक अशी कागदपत्रं पाठवून दिली आणि माउन्टन मॅडनेसची 'फँग मोहीम' हिमालयाकडे रवाना झाली.

फँगवर फारच थोड्या वेळा चढण्याचे प्रयत्न झाले होते. ऑस्ट्रियातून आलेलं पथक १९७९मध्ये अर्ध्यातूनच परत फिरलं, कारण त्यांच्यापैकी एक जण खाली पडून मरण पावला. इटलीतून आलेले गिर्यारोहक फँगवर चढाई करण्यासाठी त्याच वर्षी आले. २० गिर्यारोहक, २५० हमाल आणि खूप उंचीचा सराव असलेले पंधरा शेर्पा असं त्या मोहिमेचं स्वरूप होतं. एक महिनाभर खराब हवेचा मारा सोसून आणि हिमप्रपाताचा धोका पाहून तसंच गटातला एक जण गमावून हे लोक माघारी वळले. ऑस्ट्रियातले लोक पुन्हा पुढल्या वर्षी आले आणि या वेळेस फँग चढून जाण्यात त्यांना यश लाभलं. जोसेफ मायर हा चर्चचे मनोरे दुरुस्त करण्याचा व्यवसाय करत असे आणि तो गिर्यारोहणाचं नेतृत्वसुद्धा करत असे. हर्मन न्युमायर हा चर्चच्या मनोऱ्याचं छत दुरुस्त करत असे. हे दोघं आणि उंच पर्वतशिखर चढण्याचा सराव असलेला शेर्पा अंग चेपाल असे तिघं जण फँगच्या माथ्यावर पोहोचू शकले. त्यानंतर दोन वर्षांनी फ्रान्समधून आलेली गिर्यारोहकांची मोहीम वाईट हवेमुळे रद्द करावी लागली. माउन्टन मॅडनेसचे गिर्यारोहक तेथे गेले, तोवर आणखी कुणी तसा प्रयत्न केलेला नव्हता.

फँगवर चढाई करण्यासाठी माउन्टन मॅडनेसच्या मंडळींना मार्गाबद्दलची हवी असलेली माहिती ऑस्ट्रियातील लोकांनी जर्मन भाषेत लिहिलेल्या एकमेव अहवालाद्वारे मिळाली. तो वाचून त्यांना बोध झाला की, ऑस्ट्रियन लोकांना शिखर चढून उतरायला पस्तीस दिवस लागले होते. सगळं वाचल्यावर स्कॉट आणि वेसना वाटलं की, स्वत:च आपलं सामान वाहून नेऊन, वाटेत मुक्कामासाठीचे कॅम्प न उभारता प्रवास केल्यास हे दोघं खूपच कमी वेळात ही मोहीम पूर्ण करू शकतील.

त्यांनी त्यांच्या सोबत त्यांचा एनओएलएसमधील मित्र जो हाल्डिक यालासुद्धा सामील करून घेतलं. त्यांचा अंदाज होता की, फँग चढून जाण्यासाठीचा परवाना आणि त्यांचं विमानाचं भाडं धरून ही मोहीम ४००० डॉलर्समध्ये त्यांना पुरी करता येईल. त्यांनी १००० डॉलर्सची मदत मिळवली आणि १५०० डॉलर्स त्यांना नव्यानं सुरू झालेल्या एनओएलएसच्या प्रशिक्षक विकासनिधीतून मिळाले. 'सिएरा डिझाइन्स इक्विपमेन्ट' कंपनीनं त्यांना कपडे, तंबू आणि कॅम्पिंगचं सामान पुरवलं. ह्या मोहिमेची सर्व पूर्वतयारी आता करून झाली आहे, असं त्यांना वाटू लागलं. जी माहिती अजून घ्यायला हवीय, ती वाटेत करून घेता येईल, असं त्यांना वाटत होतं.

वेसला नेपाळ सरकारकडून एक पत्र आलं. त्यात ह्या मोहिमेसाठी त्यांनी काठमांडूमधील शेर्पा सरकारी संस्थांची मदत घ्यावी, अशी सूचना होती. वेसनं त्यांना

पाठवलेल्या उत्तरात लिहिलं की, त्यांना फँगची मोहीम आल्प्सवरील मोहिमेप्रमाणे आखायची आहे आणि त्यांना बेस कॅम्पनंतर शेर्पाची मदत नकोय. वेस म्हणाला, ''शेर्पा सहकारी संस्थेनं आम्हाला सांगितलं की, ते संपूर्ण मोहीम आयोजित करून देतील. त्यात हमाल भाड्यानं घेणं, शिधा विकत घेणं, सामान बांधण्यासह सर्व गोष्टींचा समावेश होता. अर्थात, यासाठी खूप शेर्पांची गरज पडली असती.''

स्कॉट आणि जो सर्वांत आधी काठमांडूला येऊन पोहोचले. स्कॉट युरोपमधून त्याचा मित्र रेन्बो याच्याबरोबर दहा वर्षांपूर्वी काठमांडूला आलेला होता. त्यानं जोला ते संपूर्ण शहर हौसेनं दाखवलं. त्यांनी शहरभर भटकायला भाड्यानं सायकली घेतल्या. गावातला थामाल हा भाग आणि फ्रीक स्ट्रीट बघून जोजप्लेस या रेस्टॉरन्टमध्ये ते जेवले. ह्या सफरीच्या वेळेस स्कॉटनं रोजनिशी लिहायला सुरुवात केली होती. त्यात त्यानं लिहिलं, 'फिरताना जुन्या आठवणी आल्या. आम्हाला काही लोक भेटले आणि आम्ही मजा केली.'

वेस काठमांडूला येऊन पोहोचल्यावर ते पर्यटन मंत्रालयात त्यांचा फँगचा परवाना आणण्यासाठी गेले. तिथे त्यांना समजलं की, परवान्याची किंमत दुपटीपेक्षा वाढलेली आहे. त्यांनी गिर्यारोहकामागे दोन हमाल आणि बेसकॅम्पचे चार कर्मचारी नेमण्याचं ठरवलं होतं. त्यांना सांगण्यात आलं की, बेसकॅम्पच्या कर्मचाऱ्यांसाठी त्यांना आणखी हमाल न्यावे लागतील आणि ह्या सर्वांच्या भोजनाचा प्रबंध करण्यासाठी स्वयंपाक्यासाठी एका तंबूचं आयोजन करावं लागेल. त्यांना कमी वजनासह नेऊन चटचट प्रवास करायचा होता. आता त्यांना एकवीस हमाल, एक स्वयंपाकी, एक जण पत्रांची ने-आण करणारा, हमालांचा मुख्य म्हणून सरदार आणि ह्या मोहिमेची प्रगती पाहून नेपाळच्या पर्यटन मंत्रालयात अहवाल सादर करणारा एक संपर्क अधिकारी एवढा लवाजमा घेऊन प्रवास करावा लागणार होता.

त्यांना एलिझाबेथ हॉली हिला मुलाखत द्यावी लागली. ती 'रॉयटर्स'ची वार्ताहर म्हणून काठमांडूत १९६०पासून काम करत होती. हॉलीनं हिमालयातील मोहिमांची इतका प्रदीर्घ काळ नोंद ठेवली होती की, १९८०पर्यंत तिची कसून चौकशी करण्याची पद्धत, परिपूर्ण अहवाल आणि गिर्यारोहकांशी काठमांडू सोडण्यापूर्वी व ते परत आल्याबरोबर त्यांना गाठण्याची तिची तत्परता या गोष्टींसाठी तिचा नावलौकिक झाला होता. स्कॉटनं त्याच्या रोजनिशीत नोंद केली, 'तिनं खूप प्रश्न विचारले.'

कर्नल जिमी रॉबर्ट्स ह्या गुरखा सैनिकांच्या ब्रिटिश कमान्डरने नेपाळमधील अन्नपूर्णा पर्वताचा परिसर गिर्यारोहकांसाठी १९६०च्या दशकात खुला करून दिला. दुसऱ्या महायुद्धानंतर तो नेपाळमध्येच राहिला होता. एव्हरेस्टचं शिखर यशस्वीरीत्या चढून जाणाऱ्या पहिल्या ब्रिटिश मोहिमेसाठी त्यानं साधनसामग्री व्यवस्थापक म्हणून

काम बघितलं होतं. माउन्ट एव्हरेस्टवर १९६३मध्ये यशस्वीरीत्या चढाई करणाऱ्या अमेरिकन मोहिमेमध्येसुद्धा त्यानं तेच पद सांभाळलं होतं. तो १९६०च्या दशकात अन्नपूर्णा पर्वताच्या परिसरात लोकांना फिरण्यासाठी नेऊ लागला. त्याच्या कंपनीचं नाव होतं 'माउन्टन ट्रॅव्हल'. त्या कंपनीनंच हिमालयातल्या भटकंतीची सुरुवात करून दिली. भटकंतीवर त्याच्या कंपनीतले जे शेर्पा तैनात असत, त्यांच्यासाठी त्यानं एक माहितीपुस्तिका तयार करून दिली होती. दररोज सकाळी त्याच्या गिऱ्हाइकांना तंबूत जाग आल्याबरोबर 'बेड टी' नेऊन देण्याची संकल्पना त्याने प्रथम यामध्ये मांडली. ही प्रथा आजही हिमालयातील आणि किलिमांजारोवरील सफरीत पाळली जाते.

स्कॉट, वेस आणि जो यांनी सप्टेंबरच्या मध्याला काठमांडू सोडलं आणि पावसाळा संपता-संपता ते अन्नपूर्णा फँगच्या तळाशी पोहोचले. त्यांच्यासोबत शेर्पा सहकारी संस्थेतील पी. बी. थापा आलेला होता. वेसनं मला सांगितलं, ''त्याच्याबरोबर प्रवास करताना धमाल आली. प्रत्येक खेड्यात त्याच्या ओळखीचं कुणीतरी सापडत असे. बहुधा ती एखादी गोडशी शेर्पा स्त्री असे. आम्ही लहानशा झोपडीत बसून चहा पीत असू. त्यानं आम्हाला हिमालयातल्या भटकंतीची चांगलीच चटक लावली.'' ह्या सफरीच्या वेळेस त्यांची पी. बी. थापाशीसुद्धा जानी दोस्ती झाली आणि पुढची अनेक वर्षे तो माउन्टन मॅडनेसच्या हिमालयातील सफरींसाठी मदत करत राहिला. स्कॉट आणि वेसला किलिमांजारो चढताना फ्रान्सिस किसिंगो भेटला आणि तो त्यांचा आफ्रिकेतला सहकारी म्हणून अनेक वर्षे कार्यरत राहिला, तसंच इथे पी. बी. थापाच्या बाबतीत घडलं.

लेटे ह्या गावाजवळ त्यांनी अन्नपूर्णा परिसराला प्रदक्षिणा घालणारी पाऊलवाट सोडली आणि ते नांगरलेल्या शेतांमधून फँगच्या दिशेनं चालू लागले. अनेक मैल विस्तार असलेल्या प्रचंड बर्फाच्छादित उंचवट्याच्या वर टोकेरी सुळ्यासारख्या आकाराचा फँगचा सुळका आकाशात उंच गेलेला होता. वेस जुनी आठवण सांगताना म्हणाला, ''आम्ही मान उंच करून त्या सुळक्याकडे पाहत होतो आणि म्हणत होतो, 'देवा, केवढा उंच आहे हा!' आम्ही अलास्कात थोडंसं गिर्यारोहण केलेलं होतं, पण हिमालयातली शिखरं डोळे फिरवतील अशीच होती.''

शिखराची उंची पाहून थक्क झालेला वेस ढेकणांच्या त्रासामुळे धरणीवर उतरला! ''दुसऱ्या रात्री आम्ही दोन घळींमधल्या उंचवट्यावर तंबू टाकला होता. आमच्या पुढ्यातच फँगचा सुळका दिसत होता. प्रथमच ते संपूर्ण शिखर आमच्या दृष्टिपथात आलेलं होतं. थंडी पडत होती, फँगचं रुपडं समोर उभं होतं आणि इकडे स्कॉट कपडे उतरवून केरोसिननं ढेकूण मारण्याच्या प्रयत्नात होता. ढेकूण मारले, तर झोप मिळेल, अशी त्याला अशा वाटत होती!'' वेसनं मला सांगितलं.

स्कॉटनं त्याच्या रोजनिशीत नोंद केली, 'ढेकणांमुळे मी तळमळतोय.'

ते बेसकॅम्पपाशी पोहोचले आणि तो फक्त ११५०० फूट उंचीवरच आहे, हे पाहून चकित झाले. आणखी ५००० फूट उंचीवर त्यांना पुढील बेसकॅम्प उभारायचा होता. पण बर्फातली खडी चढण चढून तिथवर सामान न्यायला हमालांची मदत मिळणं शक्यच नव्हतं. स्कॉट, वेस आणि जो यांनी नाइलाजानं स्वत:च बारा दिवस पुरेल एवढा शिधा आणि बाकीचं सामान पुढल्या कॅम्पपर्यंत वाहून नेलं.

त्यांनी बरोबर घेतलेले अन्नपदार्थ वाळवलेले होते आणि ते अन्न फारसं सत्त्वयुक्त नव्हतं. त्यांच्यापाशी तंबू, पिटॉन्स, कॅराबाइनर्स आणि पर्वतारोहणासाठीची अन्य आयुधंसुद्धा होती. याखेरीज स्नो-पिकेट्ससुद्धा होत्या. स्नो-पिकेट्स म्हणजे निमुळतं टोक असलेले तीन फूट लांबीचे ॲल्युमिनियमचे खांब असत. ते बर्फात खुपसून त्यांच्या आधारावर दोर बांधता येत असे. त्यांनी ६०० फुटी पातळ पर्लानचा दोर आणि इतरही अनेक दोर सोबत घेतलेले होते. ते एकत्र बांधले की, आणखी ६०० फुटी दोर उपलब्ध होता होता. वेस म्हणाला, ''एवढ्या सामग्रीवरच आम्ही कूच केले!''

त्याच्यापुढे फँग मोहिमेचे आणखी तीन टप्पे होते. पहिल्या टप्प्यात तो उंचवटा चढून जाऊन ४००० फूट उंचीचा पल्ला गाठायचा. त्यानंतर दोन मैलांची अरुंद चढण चढून फँगच्या शिखराजवळच्या सुळ्यासारख्या अखेरच्या सुळक्यापर्यंत पोहोचायचं. शेवटी तो सुळका चढून जायचा आणि त्यानंतर एवढंच अंतर उतरून खाली यायचं, हेही जवळचा शिधा संपण्यापूर्वी एवढं सारं उरकायचं अशी त्यांची योजना होती. स्कॉटनं रोजनिशीत लिहिलं होतं, 'आमच्यापैकी ह्या उंचीचा पर्वत चढण्याचा अनुभव कुणालाच नव्हता.'

उंचवट्याच्या चढ्या उतारावरचं बर्फ भुसभुशीत आहे, हे त्यांच्या लगेचच लक्षात आलं. स्कॉटनं रोजनिशीत नोंद केली होती, 'ती चढण चढताना भुसभुशीत बर्फावरून पाऊल घसरत होतं, तर कधी पावलं बर्फात खोलवर रुतत होती. आम्हाला पटपट चढता येत नव्हतं. आम्ही पन्नास अंशांच्या कोनातल्या चढणीवर कमरेएवढ्या उंचीच्या बर्फातून तब्बल चार दिवस मार्ग काढत होतो. मोठं जिकिरीचं काम होतं ते!' रात्री ते सुकवलेल्या अन्नपदार्थांचं जेवण बनवत. ते रुचकर असलं तरी सत्त्वयुक्त नसे.

अखेरीस ४००० फूट उंची पार करून ते उंचवट्याच्या माथ्यावर पोहोचले. तिथे त्यांचं सामान आणि शिधा ठेवून जेव्हा त्यांनी पुढल्या रस्त्याकडे नजर टाकली; तेव्हा पुढली चढण किती अवघड आहे, हे त्यांच्या लक्षात आलं.

त्यांना खूप उंचीवरच्या सुरीच्या पात्यासारख्या धारदार चढावर दोन मैलांचं अंतर चढून जायचं होतं. त्या धारदार चढणीवर चढताना दोन्ही बाजूंना एक मैल

खोलीची दरी होती. एकमेकांना दोरांनी बांधून घेऊन आणि खिळे ठोकून, त्यांचा दोरांना आधार देत त्यांना हे संपूर्ण अंतर काटावं लागणार होतं. असं केलं असतं तरच खाली पडले तरी ते बचावू शकले असते.

पण एका लहानशा दुर्घटनेमुळे ही मोहीम रद्द होते की काय, असं वाटू लागलं. त्या चढावरचं बर्फ हटवून तंबू ठोकण्याजोगी सपाट जागा जो तयार करत असतानाच त्याची फावड्यावरची पकड सुटली आणि ते फावडं डोंगरउतारावरून गडगडत दिसेनासं झालं. ज्या पर्वतउतारावर खडा चढ असतो आणि सपाट जागा क्वचितच दिसते, तिथे तंबू ठोकण्यासाठी फावड्याशिवाय अन्य काही चालूच शकत नाही. ते ह्या घटनेमुळे गर्भगळित झाले नसले, तरी असा सुळका फावड्याशिवाय चढून जाता येईल की नाही, यावर गंभीरपणे विचार करणं गरजेचंच होतं.

त्यावर एकीकडे विचारविनिमय करत असताना त्यांनी सुकवलेल्या कोळंबीचा आंबट-गोड असा रस्सा शिजवून तयार केला. जोला एवढ्या उंचीचा सराव नसल्यानं त्यानं ठरवलं की, फँगवर चढून जाणं त्याला शक्य होणार नाही. त्यानं त्याच्या दोघा मित्रांचा निरोप घेतला आणि कडा उतरून तो काठमांडूच्या वाटेला लागला.

स्कॉट म्हणाला, ''आम्हीसुद्धा परतावं की काय, याचा गंभीरपणे विचार करत होतो.'' परंतु स्वयंपाकाच्या पातेल्याचा बर्फ साफ करण्यासाठी फावड्यासारखा वापर तंबू ठोकण्याजोगी सपाट जागा तयार करण्यासाठी करायचा, असं त्यांनी विचारांती ठरवलं आणि जवळची जड ओझी उचलून ते तो धारदार, टोकेरी असा दुर्गम कडा चढून जाऊन दूरवरच्या फँगच्या शिखराकडे मार्गक्रमण करू लागले. चढताना ते अरुंदशा कपारीत खिळे ठोकून त्याला दोर बांधून संरक्षण मिळवू लागले. वाटेत त्यांना दगड आणि बर्फाचे अडथळे ओलांडावे लागत होते. ह्या अडथळ्यांमधून जाताना त्यांना कड्याला चिकटून आधार घ्यावा लागत होता.

त्या दिवशी संध्याकाळी त्यांनी सामान आणि शिध्याचा अर्धा साठा आणखी उंचावर नेऊन ठेवला, दोरावरून ते खाली उतरले आणि तंबूत येऊन निजले. दुसऱ्या दिवशी सकाळी त्यांनी तंबू उठवला, उरलेलं अर्धं सामान वर चढवलं आणि वाटेत ठोकलेले खिळे काढून घेत-घेत ते वर पोहोचले. जिथे त्यांनी सामान नेऊन सोडलं होतं, तिथे त्यांनी तंबू ठोकला. खांद्यावर सामान घेऊन ते पुन्हा खिळ्यांनी दोरांना आधार देत पुढला टप्पा चढू लागले. दोर जिथवर नेईल तेवढं अंतर ते चढून गेले. पुन्हा त्यांनी तिथे सामान ठेवलं आणि खाली उतरून नव्या जागी ठोकलेल्या तंबूत ते परत आले. बर्फ वितळवून पाणी केलं, अन्न शिजवलं आणि जेवून ते थकूनभागून स्लीपिंग बॅगांमध्ये शिरून झोपी गेले. पुढील अनेक दिवस ते ह्याच धर्तीनं टप्प्याटप्प्यांत अर्धं सामान पुढे नेत चढत राहिले. सकाळपासून संध्याकाळपर्यंत ते अशा प्रकारे १२०० फूट चढून जाऊ शकत होते.

बर्फातून दोर खेचून घेऊन आणि विरळ हवेत अशी जड ओझी वाहून ते हळूहळू थकून गेले. भरीस भर म्हणून स्कॉटला जुलाबाचा जोरदार त्रास होऊ लागला. अशा प्रकारे आठवडाभर कडा चढत राहिल्यानंतर स्कॉटनं त्याच्या रोजनिशीत नोंद केली, 'अशा प्रकारे आणखी काम करत राहणं आम्हाला शक्य होईलसं वाटत नाहीय.' त्यांच्यापाशी फक्त आणखी तीन दिवस पुरेल एवढंच अन्न होतं आणि त्यातलं बरंचसं त्यांनी आदल्या दुपारी फँगच्या शेवटल्या दातेरी सुळक्याच्या पायथ्याशी नेऊन ठेवलेलं होतं. त्यांचा अंदाज होता की, हवा इतपत चांगली राहिली तरी त्या सामानापासून शिखरापर्यंत जायला आणखी दोन दिवस लागले असते.

दुसऱ्या दिवशी ते जागे झाले, तेव्हा हिमालयावरचं भीषण वादळ थैमान घालत होतं. स्कॉट आपल्या नोंदीवहीत लिहितो, 'कधीकधी वर पाहिलं की, आमच्या शिखरावर ताशी ८० ते १०० मैल वेगानं वाहणारे वारे ढगांना ढकलत आणत असतात. मग थोडी उघडीप होते आणि काही ठिकाणी निळ्या आकाशाचं दर्शन होऊन वातावरणातली भीषणता थोडी ओसरते.' त्यांनी जिथे बरंचसं अन्न नेऊन ठेवलं होतं, तिथवर जाण्याचा त्यांना मोह होत होता; परंतु त्यापूर्वी त्यांना तंबू उठवून तो बरोबर वाहून न्यावा लागला असता. जवळ फावडं नसताना त्यांना सपाट जागा करणं अवघड झालं असतं आणि आणीबाणी उद्भवल्यावर मुक्काम ठोकणं अशक्य झालं असतं. स्कॉटनं रोजनिशीत लिहिलं, 'इतक्या उंचावर असताना, सुरक्षित राहणं सर्वांत महत्त्वाचं असतं. दोन कॅम्प्सच्या मधल्या जागी अडकून राहून चाललं नसतं. पुढे जावं की नाही, याचा निर्णय घेणं खरोखर अवघड असतं!'

वादळाचा जोर ओसरला. आणखी एक रात्र अन्नाशिवाय काढल्यानंतर ते पुढे गेले आणि आधी नेऊन ठेवलेल्या शिध्याजवळ पोहोचले. तेथे त्यांनी तंबू ठोकण्याजोगी जागा शोधायचा निष्फळ प्रयत्न केला. त्यांना फारशा जागेची गरज नव्हती. पण कड्याची चढण इतकी खडी होती की, पातेल्यानं बर्फात खोदूनसुद्धा त्यांना पुरेशी जागा मिळेना. ते वैतागले आणि आदल्या रात्रीच्या जागी पुन्हा उतरून जाऊन त्यांनी तंबू ठोकला. जवळच्या अन्नाचं त्यांनी काळजीपूर्वक नियोजन केलं अणि भुकेले असूनही ते गरजेपुरतंच जेवले.

''आमच्या तंबूची शेवटची जागा २४००० फुटांवर होती; पण तो कडा संपता संपत नव्हता आणि शिखरमाथ्यापासून आम्ही अजूनसुद्धा खूपच दूर होतो. आमच्याजवळचं अन्न संपत आलेलं होतं. म्हणून दुसऱ्या दिवशी सकाळी आम्ही थेट शिखरापर्यंत चढून जायचा निर्णय घेतला.'' वेसनं मला सांगितलं.

दुसरा संपूर्ण दिवस ते कडा चढत राहिले. ते तंबूपासून खूपच दूर पोहोचले होते. अंधार पडल्यावर त्यांनी बर्फात घुसून आश्रय घेतला आणि सकाळी फँगचं शिखर गाठायला त्यांनी कूच केलं.

''आम्ही आमचा तंबू मागेच सोडून आलो होतो, आमच्याजवळचं अन्नसुद्धा संपून गेलं होतं... आणि आम्ही तो भयानक सुळका चढून जात होतो! पर्वतमाथ्यापासून अगदी जवळ पोहोचलो होतो आणि माथ्यापर्यंत पोहोचू शकू याची आम्हाला खात्री वाटत होती.'' वेस म्हणाला आणि त्यानंतरच ते मोठ्याच संकटात सापडले.

''स्कॉट खाली उभा राहून मला दोरानं वर चढायला मदत करत होता. कड्याचा तो भाग अतिशय भीषण होता. सोसाट्याचा वारा सुटलेला होता आणि अंड्याच्या टरफलासारखा दगडावरला बर्फाचा पातळ थर चढून जायचा मी प्रयत्न करत होतो. तो पातळ थर हातातल्या बर्फाच्या कुऱ्हाडीनं हटवून किंवा पायांनी तुडवून मी उभं राहण्यासाठी आधार शोधत होतो. पण त्यासाठी खूपच वेळ लागत होता. वाटेत डोक्यावर खूप अडथळे येत होते. मी स्कॉटच्या पुढे तीनशे फुटांवर होतो. त्यानं खाली नजर टाकायला मान वळवली आणि वाऱ्यामुळे त्याच्या डोळ्यातली कॉन्टॅक्ट लेन्स उडून गेली. ग्रीक पुराणातील सायक्लॉप्स ह्या एकडोळ्या राक्षसासारखी आता त्याची अवस्था झालेली होती.'' वेस म्हणाला.

वेसनं ठरवलं की, आता झालं एवढं पुरे झालं. वेस वरून ओरडून स्कॉटला म्हणाला, ''मी खाली उतरतोय. फँगपर्यंत पोहोचता येणार नाहीय.''

जुनी आठवण सांगताना वेस म्हणाला, ''मी पायांनी तुडवून बर्फाचा घट्ट गोळा केला आणि आत खिळा घुसवला. त्याला मी दोर बांधला आणि दोरावरून मी खाली उतरू लागलो.''

वेसच्या पायांखालचा बर्फ थोडासा डळमळीत होऊ लागला. मग तो खूपच डळमळीत झाला आणि मग त्याच्या पावलांखाली कशाचाच स्पर्श होईना. कड्यावरचा बर्फाचा प्रचंड भाग एकाएकी नाहीसा झाला आणि वेस गडगडत खाली जाऊ लागला.

वेसनं दोर बांधण्यासाठी जो खिळा ठोकलेला होता, तो खिळा, वेस दोरावरून उतरत असताना त्याचं वजन पेलत होता; परंतु वेस जेव्हा कड्यावरून फेकला गेला, तेव्हा त्या खिळ्यावर वेगळ्या दिशेनं प्रचंड दबाव आला आणि तो खिळा बर्फातून बाहेर निघाला. इकडे वेस कड्यावरून गडगडत खाली जाऊ लागला. पन्नास फूट... मग शंभर फूट... मग दोनशे फूट... खाली गडगडताना त्याचा वेग वाढत होता. तो दगडावर आणि बर्फावर आदळत पुढे घसरत चाललेला होता. त्याच्याखाली मैलभर खोलीची दरी होती! मग एकाएकी दोर घट्ट झाला. दोराचं स्कॉटच्या बाजूचं टोक ॲल्युमिनियमच्या टोकेरी खांबाला घट्ट बांधलेलं होतं. स्कॉटनं तो खांब बर्फात खोलवर पुरलेला होता आणि सर्व शक्तीनिशी तो खांब त्यानं घट्ट रोवून धरला होता. वेसच्या कमरेला बांधलेल्या दोराचं एक टोक अशा

तऱ्हेनं स्कॉटनं सुरक्षित ठेवलेलं होतं. दुसऱ्या टोकाला वेस अधांतरी लटकत होता आणि दोरावर प्रचंड ताण पडलेला होता.

स्कॉट म्हणाला, ''माझा सहकारी कड्यावरून कोसळून खाली दिसेनासा झालेला पाहून मला ब्रह्मांड आठवलं.''

त्याच्या कमरबंदाला बांधलेल्या दोराच्या आधारे वेस लटकत राहिला. आपण अजूनही जिवंत आहोत, हे पाहून तो चकित झाला. त्याच्या खाली मैलभरावर जमीन होती आणि वर ३०० फुटांची खडी चढण होती. त्या चढणीच्या टोकावरच्या स्कॉटशी वेस दोरानं बांधला गेलेला होता. आपण जिवंत आहोत, यावर वेसचा विश्वासच बसेना! तो फँगच्या सुळक्यावरून कोसळूनही बचावला होता. म्हणजे, सारं काही ठीक होणार होतं!

वेस सरळ झाला आणि कडा चढण्यासाठी त्यानं हालचाल केली. तेव्हा कुठे त्याच्या लक्षात आलं की, त्याचा उजवा पाय काम करेनासा झालेला आहे. त्याच्या बुटांना बांधलेल्या क्रॅम्पॉन्सचे खिळे बर्फात अडकले होते आणि तो घसरत असताना त्याचं पाऊल तर खेचलं गेलं होतं. त्यामुळे की काय, त्याच्या पोटरीच्या स्नायूंचा त्याच्या गुडघ्याच्या मागच्या बाजूला घट्ट गोळा झालेला होता. हळूहळू त्यानं एका पायावर त्या कड्याची उभी चढण चढायला सुरुवात केली.

अखेरीस स्कॉटपाशी वेस एकदाचा पोहोचला आणि हे दोघे शेजारी-शेजारी बसले. ते २४००० फूट उंचीवर इतक्या निमुळत्या कड्यावर बसलेले होते की, त्यांना उजवीकडे किंवा डावीकडे पाऊलभरसुद्धा सरकता येत नव्हतं. अनेक दिवसांत त्यांना अन्न मिळालेलं नव्हतं. स्कॉट आजारी होता आणि वेस एका पायानं लंगडा झालेला होता. ''स्कॉट जुलाबांनी बेजार झालेला होता आणि मी एका पायानं अधू झालो होतो... कठीण परिस्थिती होती!'' वेस म्हणाला.

त्यांनी त्यांच्या तंबूपर्यंत जायचं ठरवलं. तेवढं करायला आणखी दोन दिवस लागले. वाटेत एक रात्र त्यांना बर्फातच मुक्काम ठोकावा लागला. अन्नाशिवाय आणि निवाऱ्याशिवाय त्यांनी ती रात्र घालवली. तंबूपर्यंत पोहोचल्यावर त्यांना थोडंसं ओटमील आणि दुधाची भुकटी या गोष्टी मिळाल्या. उंचवट्यावरून सुखरूपपणे खाली उतरून जाता येईल, असा रस्ता त्यांना समोर दिसत होता. पण तेवढं अंतर काटून जायला जो वेळ लागला असता, तेवढी शक्ती त्यांच्या अंगात उरलेली नव्हती. त्यांच्यापुढे केवळ एकच पर्याय होता - तो म्हणजे, कड्याच्या उत्तरेच्या उतारावरून दोराच्या साह्यानं मैलभर उंची उतरून तळ गाठणं! ते करण्यापूर्वी स्कॉटला दोर परत आणावा लागणार होता. तंबूजवळ येताना त्यानं तो कड्याच्या अवघड जागी खिळ्याला बांधून ठेवलेला होता.

स्कॉटनं नंतर त्याच्या रोजनिशीत लिहिलं, 'तो दोर आणायला जाताना मी

वेसची सुरी सोबत घेऊन गेलो. मी जर पडलो असतो आणि इजा होऊन लटकत राहिलो असतो, तर मी सरळ तो दोर कापून टाकला असता. वेस मला वाचवू शकणार नव्हता. चुकीला अजिबात जागा नव्हती. त्या दिवशी मी खूपच विचार केला. माझे कुटुंबीय, मित्र आणि आयुष्य ह्या किती मोलाच्या गोष्टी आहेत याची मला जाणीव झाली. मला काळजीपूर्वक हालचाली करणं भाग होतं.'

पुन्हा दोघं जण एकत्र आले आणि त्यांनी जवळचे बर्फात ठोकायचे खिळे, पिटॉन्स आणि उतरताना आधार घ्यायला उपयुक्त अशा अन्य गोष्टींचा आढावा घेतला. उतरून जायला ह्या गोष्टी पुरेशा होतील, असं त्यांना वाटू लागलं. त्यांनी कड्याच्या माथ्यावर बर्फात खांब रोवला, सारे दोर एकत्र बांधले आणि कॅराबाइनरच्या साह्यानं तो दोर अर्ध्यावर खांबाला बांधला.

खाली उतरताना त्यांनी जी पद्धत अवलंबली, त्याचं वर्णन करताना वेस म्हणाला, ''आम्ही शक्य तितक्या योग्य प्रकारे खांब रोवत होतो. त्या खांबाला दोरीचं एक टोक बांधून घेऊन मी बर्फात खाली उतरत जात असे आणि शक्य तेवढी सुरक्षित जागा शोधत असे. त्या दोराच्या दुसऱ्या टोकानं स्कॉट स्वत:ला बांधून घेत असे आणि स्कॉटला व बॅकपॅक्सना मी दोराचं अर्ध अंतर म्हणजे सहाशे फूट खाली उतरवत असे. त्याला सुरक्षितपणे उभं राहण्याजोगी जागा मिळाली की, मी उरलेला अर्धा दोर खाली फेकून तेवढं अंतर खाली उतरून जात असे. नव्या जागी आधाराचा खांब रोवला की, आम्ही पुन्हा पुढलं अंतर अशा प्रकारेच उतरून जात असू.''

जिथे कडक आणि भक्कम बर्फ असे, तिथं त्यांना बर्फात आधाराचा खिळा किंवा खांब रोवता येत असे. जेव्हा बर्फाचा थर भक्कम वाटत नसे किंवा फक्त भुसभुशीत हिमच असे, तेव्हा ते पातेल्यानं बर्फ हटवून खालच्या दगडापर्यंत पोहोचत आणि दगडातल्या भेगेत खिळा ठोकत. खिळ्याला बांधलेल्या दोरानं प्रत्येक जण खाली उतरून जाईपर्यंत तो खिळा त्यांचं वजन पेलेल, अशी ते मनोमन आशा करत. प्रत्येक टप्प्यावर त्यांच्याजवळचे खिळे आणि कॅराबायनर्स संपत होते. ठोकलेले खिळे तसेच सोडून त्यांना पुढं जावं लागत होतं.

''दोरावरून सहाशे फूट अंतर उतरून येताना निदान दोनदा तरी आम्ही पाय निसटून पुढे फेकले गेलो. कड्यापासून तीस फूट अंतरावरून आम्हाला पुन्हा कड्यापाशी परत यायचं होतं. जर दोर पुरेशा लांबीचा नसता, तर आम्ही तसेच हवेत लटकत राहिलो असतो. नशिबानं दोराची लांबी पुरेशी होती आणि आम्ही कड्याची भिंत गाठू शकलो!''

अंधार पडल्यावर त्यांनी अर्ध्या अंतरावरच्या एका सपाट जागी त्यांच्या स्लीपिंग बॅगा पसरल्या. स्कॉट म्हणाला, ''मुक्कामाची ती जागा भयानकच होती! माझ्या

आयुष्यातली ती सर्वांत कडक थंडीची रात्र होती. मला जुलाब होत होते. माझी पावलं इतकी थंडगार पडलेली होती की, सकाळी मी पावलांमध्ये ऊब येण्याच्या फंदात न पडताच बूट चढवले. माझी पावलं गोठत होती, हे मला कळत होतं; परंतु बचावणं सर्वांत महत्त्वाचं होतं आणि त्यासाठी खाली उतरण्यावरच मी सारं लक्ष केंद्रित केलं होतं.''

पुढला जवळवजवळ पूर्ण दिवस त्यांनी आदल्या दिवसासारखाच प्रयत्न करत उतरण्यात घालवला. खिळ्याच्या आधारावर दोर खाली सोडून उतरायचं, आधार शोधून उभं राहायचं आणि पुन्हा खिळा ठोकायचा! ते जमिनीपासून १२०० फुटांच्या उंचीवर पोहोचलो आहेत, अशी त्यांची खात्री झाली; तेव्हा त्यांनी त्यांच्याजवळ उरलेली शेवटली सामग्री वापरून खिळा ठोकला. दोराची एक बाजू त्याला घट्ट बांधली आणि एकाला एक बांधलेला १२०० फूट लांबीचा पूर्ण दोर त्यांनी पर्वतावरून पायथ्याकडे फेकला. ते दोघं दोराच्या साह्यानं उतरून खाली येऊन पुन्हा एकदा सपाट जमिनीवर उभे राहिले. स्कॉटनं रोजनिशीत नोंद केली, 'दुपारच्या अंदाजे दोन वाजता आम्ही त्या भीषण पर्वतावरून खाली उतरलो.'

वेस मला म्हणाला, ''आम्ही तो दोर तसाच लटकत सोडून दिला. आम्हाला तिथून काढता पाय घ्यायचा होता. धोंड्यांनी भरलेल्या मैदानातून धडपडत आम्ही आमच्या बेसकॅम्पच्या दिशेला निघालो. मी लंगडत होतो आणि स्कॉटला रक्ताची आव झालेली होती. मोठ्ठं डोकं आणि खंगून वाळून गेलेला देह अशी स्कॉटची अवस्था झालेली होती. अन्नाशिवाय पाण्यात असलेल्या ट्राउट माशासारखा तो दिसत होता.''

त्यांच्या मोहिमेवरला प्रमुख त्यांना पाहून त्यांच्याकडे धावत आला. त्यानं त्यांच्यासाठी सफरचंदं, बिस्किटं आणि चीज आणलेलं होतं. इतर कर्मचाऱ्यांचे कराराचे दिवस पूर्ण झाल्यामुळे इतर सर्व जण आपापल्या घरी निघून गेले आहेत, असं त्यानं सांगितलं. ह्या प्रमुखानं दुर्बिणीतून ह्या दोघांना फँगचा उभा कडा दोराच्या साह्यानं उतरून येताना बघितलं होतं. थकल्या-भागलेल्या स्कॉट आणि वेसला तो म्हणाला, ''मला तुम्हाला मदत करण्यासाठी तिथे यावंसं वाटत होतं, पण मला येता येणं शक्य नव्हतं!''

वेस त्याला म्हणाला, ''काही का असेना, तुला आमची काळजी तर वाटत होती!''

ते लेटे ह्या गावात पोहोचले आणि तेथे त्यांनी थोडी शक्ती येईपर्यंत चार दिवस विश्रांती घेतली. ''एका जेवणाचा समाचार घेतला की, आम्ही ताबडतोब पुढलं जेवण बनवायला सांगत होतो. जेव्हा गावातले लोक आम्हाला म्हणाले, की गावात आता एकही कोंबडी किंवा अंडं शिल्लक राहिलेलं नाही, तेव्हा आम्ही ते

गाव सोडून पुढे निघायचं ठरवलं!'' वेसनं मला सांगितलं.

ते जॉम्बसम गावात पोहोचले. तेथे काठमांडूला जाणारं विमान मिळेल, असं त्यांना वाटत होतं; परंतु वाईट हवेमुळे एकही विमान निघू शकत नव्हतं. अन्नपूर्णा पर्वताच्या भागात भटकंतीसाठी आलेले अनेक जण तेथे विमानांच्या प्रतीक्षेत अडकून पडलेले होते. त्यामुळे काठमांडूला जाण्यापूर्वी थकलेला वेस आणि स्कॉट तेथे खात-पीत आणि आराम करत आणखी तीन दिवस राहिले. काठमांडूमध्ये काठमांडू गेस्ट हाउस किंवा दुसऱ्या एखाद्या चांगल्या हॉटेलात मुक्काम करायची त्यांची इच्छा होती, परंतु चांगली हॉटेल्स भरून गेलेली होती. पाश्चिमात्यांना पसंत असलेल्या भागापासून खूप दूरच्या ठिकाणी, एका गल्लीच्या टोकाला असलेल्या विश्रामगृहात त्यांना जागा मिळाली. त्यांच्या खोलीला एकही खिडकी नव्हती आणि त्यात जेमतेम दोन पलंगांपुरेशीच जागा होती, ते बॅकपॅकमधून सामान बाहेर काढत असतानाच दरवाजावर थाप पडली आणि एलिझाबेथ हॉली खोलीत आली.

वेसनं थक्क होऊन तिला विचारलं, ''आम्ही परत आल्याचं तुम्हाला इतक्या लगेच कळलं तरी कसं? आणि आम्ही इथे राहत आहोत, हे तुम्ही कसं शोधून काढलंत?'' तिनं काहीही उत्तर दिलं नाही; परंतु वेस आणि स्कॉटनं अंदाज बांधला की, त्यांना परत यायला इतके दिवस लागल्यामुळे त्यांच्या काही नेपाळी कर्मचाऱ्यांनी तिला बातमी दिली असावी. ते कुठे राहताहेत याचा तिनं कसा शोध लावला, हे गूढ मात्र त्यांना उकलता आलं नाही.

एलिझाबेथ एका पलंगाच्या कडेवर टेकली आणि तिनं आपली वही उघडली. नाकाच्या मध्यावर चश्मा ठेवून ती त्यांना प्रश्न विचारू लागली. तिला घडलेल्या घटना, नावांची अचूक स्पेलिंग्ज, पर्वतावरली त्या-त्या नोंदीच्या वेळची उंची आणि तारखा हव्या होत्या. अपघात आणि पराक्रम ह्या सदराखाली तिनं लिहिलं, '१० ऑक्टोबर रोजी उंचावरून खाली घसरत असताना क्राउसचा घोटा मुरगळला.' तिनं त्यांचे आभार मानले, त्यांना शुभेच्छा दिल्या आणि ती तेथून निघून गेली.

वेस म्हणाला, ''शेर्पा सहकारी संस्थेचे जे लोक सुरुवातीला आमच्याबरोबर ह्या मोहिमेवर आले होते, त्यांच्यापैकी काही जण आम्हाला भेटायला आले. आम्ही चांगलेच जायबंदी झालो आहोत, माझा एक पाय जायबंदी झालेला आहे आणि स्कॉटचं निम्म वजन घटलेलं आहे, असं आम्ही त्यांना सांगताच ते आम्हाला म्हणाले, निदान तुम्ही सुखरूप परत तरी आलात; अनेकांच्या नशिबी तेवढंसुद्धा भाग्य नसतं!' ''

वेसनं एक सायकल भाड्यानं घेतली आणि तो एका हॉस्पिटलमध्ये गेला. त्याचा घोटा प्रचंड सुजलेला होता. ''तो दुखत नसला, तरी मला त्याची काहीही हालचाल करता येत नव्हती. मला माझी बोटंच हलवता येत नव्हती!'' वेस

मला म्हणाला.

एका नर्सनं त्याच्या घोट्याचा एक्स-रे काढला आणि ती त्याला म्हणाली, ''इलॅस्टिक बँडेजनं हे बरं होऊ शकेल.'' वेस म्हणाला, ''मला वाटलं की, मी दुबळा झाल्यामुळेच असं होतंय. मला पाय वापरता येत नसल्यामुळेच त्याला काहीतरी झालंय, असं मला वाटत होतं.''

पण पाच आठवड्यांनी वेस अमेरिकेत परत गेला आणि तिथल्या डॉक्टरनं त्याचा पाय तपासून त्याला सांगितलं की, त्याच्या टाचेजवळचा स्नायुरज्जू तुटलेला आहे. वेस खाली घसरत आला, तेव्हा तो स्नायुरज्जू तुटल्यामुळे त्याच्या पोटरीचे स्नायू त्याच्या टाचेला जोडलेले राहिले नव्हते. त्या डॉक्टरनं वेसला विचारलं, ''तू शस्त्रक्रियेसाठी दोन तासांत हॉस्पिटलमध्ये पोहोचू शकशील का?''

वेस त्याला म्हणाला, ''नाही! किलिमांजारोवर मोहिमेचं नेतृत्व करायला दोन आठवड्यांत मला टांझानियात हजर राहाणं भाग आहे.'' परंतु, तो शस्त्रक्रियेसाठी हजर राहिला. अनेक महिने प्लास्टरमध्ये पाय ठेवल्यानंतर आणि अनेक प्रकारचे उपचार घेतल्यानंतर तो किलिमांजारोवर मोहीम नेऊ शकला आणि त्याच्या स्नायुरज्जूवर शस्त्रक्रिया करणारा शल्यविशारदच त्या मोहिमेवरील पहिलं गिऱ्हाईक होता!

स्कॉटनं रोजनिशीचा समारोप करताना लिहिलं, 'या वेळेस फँगनं आम्हाला पराजित केलं. आम्ही नेटानं चढत असलो, तरी हिमालयात गिर्यारोहण करण्याबाबतच्या आमच्या अज्ञानामुळे आम्हाला वाजवीपेक्षा जास्त त्रास झाला. पण, आम्ही त्यातून खूपच बोध घेतला. अशा चुका आम्ही पुन्हा करणार नाही आणि पुढल्या वेळेस आम्ही जगातल्या सर्वोच्च शिखरावर पोहोचू!' त्याचं आशावादी भाकीत प्रत्यक्षात येण्यासाठी आणखी दहा वर्षांचा कालावधी जावा लागणार होता.

मॉन्टाना राज्यातील त्याच्या घरातील स्वयंपाकघरात बसून फँगवरील मोहिमेची कहाणी सांगणारा वेस गप्प झाला. काही वेळ आम्ही दोघं अगदी स्तब्ध बसलो. ॲल्युमिनियमच्या टबमधून कोंबडीची पिलं बाहेर पडून स्वयंपाकघरातल्या ओट्यावर स्वैर संचार करत होती. वेस त्याच्या पत्नीबरोबर आणि मुलांबरोबर नुकताच नेपाळला गेला होता आणि त्यानं अन्नपूर्णा परिसरात भटकंती करताना लेटे गावातच मुक्काम केला होता, हे मला माहीत होतं. लेटे गावातच फँगच्या मोहिमेनंतर वेस आणि स्कॉट आराम करण्यासाठी थांबलेले होते.

वेस मला म्हणाला, ''मी फँगकडे नजर टाकली आणि मनाशी म्हटलं, 'मी तेथे कशासाठी गेलो होतो?' तुम्ही असले धोके पत्करत राहिलात, तर ते तुमच्या अंगाशी आल्याशिवाय राहत नाहीत. त्या पर्वतावर मी जवळजवळ मृत्युमुखीच पडत होतो आणि तिथेच मी आता माझ्या मुलांसमावेत पोहोचलो होतो! त्या वेळेस

माझ्या डोक्यात कोणत्या भुताचा संचार झाला होता, असा मला आता प्रश्न पडला होता. त्या वेळेस तो धोका मी पत्करला; पण पुन्हा मी तसा धोका पत्करेन, असं मला वाटत नाही!''

स्कॉटनं आणि त्यानं पर्वतमाथा गाठायला ज्या सुळक्यावर जो मार्ग घेतला होता, तो वेसनं त्याच्या मुलांना दाखवला. पर्वताची जी उंची त्यांनी गाठली होती आणि ज्या दुर्गम कड्यावरून जीव वाचवण्यासाठी ते दोरानं खाली उतरले होते, तो कडासुद्धा त्यानं त्याच्या मुलांना दाखवला.

वेस मला म्हणाला, ''त्यांना सारं काही दाखवून मी फँगवर काय घडलं ते सांगितल्यावर माझी मुलं माझ्याकडे पाहून म्हणाली, 'डॅडी, तुम्हा दोघांचं डोकं ठिकाणावर होतं ना?'''

अकरा
रशियन लोकांबरोबर केलेली धमाल

''फार मस्ती करताय... फार मस्ती करताय तुम्ही लोक!''
- कॉकेशिअसजवळचा रशियन पर्यवेक्षक
रशियातील आंतरराष्ट्रीय गिर्यारोहण कॅम्प

युरोपमधील एल्ब्रुस ह्या अत्युच्च शिखराच्या पायथ्याशी असलेल्या सोव्हिएत हॉटेलच्या डिस्को-बारमध्ये आम्ही सुंदरशा रशियन युवतींबरोबर नृत्य करत होतो. ह्या स्त्रिया त्या नृत्याचा उल्लेख 'झुलणं' असा करतात. हातभट्टीच्या चवीची कडक रशियन बिअर - पिवा भरपूर ढोसल्यावर त्या नृत्याला झुलणं हाच शब्द योग्य ठरला असता. सारं काही मजेत चाललं होतं आणि अचानकच एका काळ्या सूटमधल्या, काळा गॉगल घातलेल्या माणसानं स्टीरीओ बंद करून तंबी दिली, ''फार मस्ती करताय... फारच मस्ती करताय तुम्ही लोक!''

सुरुवातीला त्याचे शब्द आम्ही हसण्यावारी नेले, पण तो माणूस गंभीरपणे बोलत होता. आम्ही संयमानं वागण्याचा शब्द दिल्यानंतर त्यानं पुन्हा संगीत सुरू केलं आणि तो पुन्हा काळोखात उभा राहून आमच्यावर नजर ठेवू लागला. रशियन शिष्टाचारांची सीमारेषा गाठणारं आमचं वर्तन, शाळेसारखी कडक शिस्त पाळणाऱ्या देशात त्याला खटकलं नसतं, तरच नवल!

माउन्टन मॅडनेसच्या प्रारंभीच्या काळात स्कॉट फिशरबरोबर प्रवास करताना आलेला तो अनुभव होता! स्कॉटच्या घराच्या तळघरातल्या माउन्टन मॅडनेसच्या ऑफिसात बसून मी आठवड्यातले अनेक दिवस काम करत असे. आलेल्या फोनवर बोलणं, कॉम्प्युटरवर टायपिंग करणं वगैरे. तेवढ्यात स्कॉटनं मला माउन्ट एल्ब्रुसवरच्या मोहिमेचं आमंत्रण दिलं. मी केवळ विमानाच्या भाड्याचे व इतर खर्चाचेच पैसे द्यायचे होते. स्कॉटबरोबर वेस क्राउस आणि पैसे मोजून आणखी दोन ग्राहक येणार होते. आर्थिकदृष्ट्या ह्या मोहिमेतून फारसा फायदा होणार नव्हता, तरीसुद्धा आम्ही ह्या मोहिमेवर निघालो. आम्ही सीॲटलपासून कोपनहेगनपर्यंत

स्कॅन्डिनेव्हियन एअर सर्व्हिसच्या डौलदार विमानातून प्रवास केला. तेथून आम्ही मॉस्कोला गेलो. तिथे आम्ही गुळगुळीत टायर असलेल्या एरोफ्लोटच्या एका जुनाट विमानात बसलो. धूम्रपान करणाऱ्या वैमानिकाच्या सिगारेटचा धूर कॉकपिटमधून बाहेर निघत होता. अशा विमानानं काही हजार मैल प्रवास करून आम्ही मिनरालन्ये व्होडी येथील विमानतळावर उतरलो.

तुर्कस्तान आणि इराणच्या सीमेलगतची कॉकेशिअस पर्वतरांग ब्लॅक सीपासून कास्पिअन समुद्रापर्यंत पसरलेली आहे. ही उंच आणि टोकदार शिखरांची भिंत युरोप आणि आशिया खंडांना विभागते. माझ्या वाचनातून मला ग्रीक पुराणकथा ठाऊक झालेली होती. त्यानुसार अग्नीचं रहस्य मानवप्राण्याजवळ उघड केल्याची शिक्षा म्हणून ग्रीक देवतांनी प्रॉमेथेउसला कॉकेशियस पर्वतावर साखळीनं बांधून ठेवलेलं होतं; आणि इथेच सोनेरी लोकरीचा शोध घेत जेसन आणि अर्गानॉटस आलेले होते. नकाशावर विविध शिखरांची सुंदर नावं दिसत होती - श्खेल्डा, उश्बा, नक्रा, डोंगुझ-ओरून, चाट्ना, टाड आणि त्यातलं सर्वोच्च शिखर माउन्ट एल्ब्रुस. हे १८४८१ फूट उंचीचं शिखर युरोपातलं अत्युच शिखर आहे. प्रत्येक खंडातील अत्युच्च शिखर लक्षात घेऊन जी सात शिखरं सर्वोच्च म्हणून नोंदली गेलेली आहेत, त्यात माउन्ट एल्ब्रुसचा समावेश आहे.

कॉकेशिअस पर्वतांवर १९८०च्या दशकात फारच थोडे पाश्चिमात्य लोक गिर्यारोहणासाठी येत असत. एकोणिसाव्या शतकाच्या अखेरीस आणि १९३०च्या दशकात या भागात खूप गिर्यारोहक येऊन गेले होते आणि युरोप-अमेरिकेतील गिर्यारोहकांनी बरीचशी शिखरं सर्वप्रथम चढून जाण्याचा बहुमान मिळवलेला होता. त्यानंतर लढाया, राज्यक्रांती, भौगोलिक अंतर आणि राजकीय तणाव यांमुळे इकडे फारसे कोणी फिरकले नव्हते. इथले ग्रॅनाइटचे सुळके आणि बर्फाच्छादित ज्वालामुखी रशियाबाहेरच्या फारच थोड्या गिर्यारोहकांना माहीत होते.

मात्र सोव्हिएत क्रीडा समितीने १९७० सालच्या दशकाच्या मध्यावर अनेक आंतरराष्ट्रीय गिर्यारोहण शिबिरांचं आयोजन करीत विविध देशांतील गिर्यारोहकांना कॉकेशिअसचं आव्हान खुलं करून दिलं. माउन्ट एल्ब्रुससुद्धा गिर्यारोहणासाठी खुला करण्यात आला. त्यामुळे आमच्या स्वाऱ्या एका जुनाट बसनं कॉकेशिअस पर्वतपायथ्याजवळच्या एका हॉटेलात पोहोचल्या. इथली सध्याची अवस्था १९५०च्या सुमाराच्या कोलोराडोतील एस्टेस पार्कसारखीच होती - सुंदर पर्वतरांग, परंतु प्रवाशांसाठी कोणत्याच सुखसोई नाहीत! कॉकेशिअसवर गिर्यारोहण करण्यासाठी १९८६ सालच्या उन्हाळ्यात एकंदर ऐंशी गिर्यारोहक आलेले होते. ते ऑस्ट्रिया, बल्गेरिया, हंगेरी, पोलंड, झेकोस्लोव्हाकिया, इटली अशा विविध देशांतून आलेले होते. त्यात अमेरिकेतील माउन्टन मॅडनेसच्या

आम्हा पाच वेड्यांचा समावेश होता. प्रत्येक टीमला पर्वतारोहणासाठीचा एकेक वाटाड्या आणि गरज असल्यास एकेक दुभाष्या देण्यात आलेला होता. गिर्यारोहणासाठीच्या कॅम्पद्वारा इतर साधनसामग्री देण्यात येणार होती, बचावपथक तैनात होतं आणि गरजेनुसार डॉक्टरची सेवा उपलब्ध करून दिली जाणार होती.

आमच्या साध्याशा हॉटेलातील खोल्यांमध्ये आम्ही डेरा टाकल्यानंतर मरिना आम्हाला म्हणाली, ''तुमची मोहीम आखायला साशा मदत करेल.'' मरिना ही देखणी, तरुण युवती आमची दुभाष्या होती; तर साशा आमचा वाटाड्या होता. मॉस्कोमध्ये येणाऱ्या परदेशी व्यावसायिकांसाठी दुभाष्याचं काम करण्याचं प्रशिक्षण घेतलेली मरिना तिची वर्षाची सुटी कॉकेशिअस पर्वतावर घालवत असे. साशा हिवाळ्यात लेनिनग्राडमधील हायस्कूलमध्ये गिर्यारोहण शिकवत असे. उन्हाळ्यात तो इथल्या शिबिरात येत असे. आम्हाला थोड्याच कालावधीत शंका आली की, पर्वतांच्या ओढीपेक्षा परस्परांची ओढ दर वर्षी साशा आणि मरिनाला कॉकेशिअसकडे खेचून आणत असावी. साशा उत्कृष्ट इंग्रजी बोलू शकतो, हे कळल्यावर ही शंका आणखीच दृढ झाली.

इंग्रजीशी साधर्म्य साधू पाहणाऱ्या भाषेतला एक फॉर्म आम्ही भरून दिलेला होता आणि आम्हाला हवे असलेले खाद्यपदार्थ मागितले होते. साशा आणि मरिनाच्या पाठोपाठ आम्ही हॉटेलच्या स्वयंपाकघराजवळच्या एका कोठारघरात गेलो आणि एल्ब्रुसवरील गिर्यारोहणासाठी पाच दिवस पुरेल एवढा शिधा गोळा करू लागलो. ''तुमचं कोंबडं...'' जेमतेम पिसं काढलेलं आणि डोकं, पाय, आतडी शाबूत ठेवलेलं कोंबडं आमच्या दिशेला सरकवत मरिना म्हणाली. ''साखर...'' कागदाच्या द्रोणात किलोभर साखर ओतत साशा म्हणाला. अशा तऱ्हेने यादीनुसार आम्हाला सामान मिळत गेलं. त्यात काय होतं, तर बीफ, मोठी काचेची बरणी भरून दही, कोबीचा एक गड्डा, मूठभर मीठ!

वेसनं विचारलं, ''ह्या गोष्टी ठेवायला तुमच्याकडे प्लॅस्टिकच्या पिशव्या आहेत?'' वेसनं कानापर्यंत पोहोचणारी भली लांब कल्लेदार मिशी राखलेली होती. हॉटेलात आम्हाला भेटलेले झेकोस्लोव्हाकियाचे गिर्यारोहक वेसला 'सुमेक' अशी हाक मारत असत. मिशांसारखे कल्ले असलेल्या माशाला त्यांच्या भाषेत 'सुमेक' म्हणत. वेस कानापाशी हात नेऊन त्यांची हालचाल करून तोंडानं हवा घेत माशाच्या श्वसनाची नक्कल करू लागला की, हे झेकोस्लोव्हाक हसून-हसून बेजार होत. वेसला कुठलंही संकट हे कधीही संकट वाटतच नसे! त्यातून मार्ग काढून पुढे जात राहणं, समस्या आली की तिचं निराकरण करणं, एवढंच त्याला ठाऊक होतं. प्लॅस्टिकच्या पिशव्यांचं उदाहरण घ्या ना!

मरिना म्हणाली, ''पिशव्या मिळणार नाहीत. तुम्ही त्यांची मागणी केलेली नव्हती.''

''मी आता मागणी करतोय!'' वेस म्हणाला.

''आता मागून चालणार नाही!'' मरिना म्हणाली.

स्कॉटनं विचारलं, ''आम्ही सामानाची यादी देतानाच त्यात प्लॅस्टिकच्या पिशव्यांची मागणी नोंदवली असती, तर आता आम्हाला त्या मिळाल्या असत्या?''

मरीना म्हणाली, ''आत्ता आमच्यापाशी प्लॅस्टिकच्या पिशव्याच नाहीत.''

''अस्सं!'' स्कॉट म्हणाला.

आम्ही सोबत घेतलेल्या नायलॉनच्या पिशव्यांमध्ये आणि टूथब्रश व मोजे ठेवण्यासाठी घेतलेल्या छोट्या थैल्यांमध्ये, तंबू ठेवण्यासाठी घेतलेल्या मोठ्या पिशवीत हे सारं सामान ठेवलं. साशानं आम्हाला पोहोचे आलेला एक जुनाट प्रेशर कुकर दिला. त्याचा सेफ्टी व्हॉल्व्ह वेल्डिंग करून पक्का बसवून टाकण्यात आलेला होता, त्यामुळे तो स्वयंपाकघरात वापरण्याऐवजी रशियन अण्वस्त्र बनवण्यासाठी वापरण्याजोगा दिसत होता!

मरिनाला हॉटेलात सोडून साशा आम्हाला रोप-वे आणि स्की-लिफ्टवरून माउन्ट एल्ब्रुसवर १२००० फूट उंचीवर घेऊन गेला. तिथून बर्फाचं मैदान तुडवत आम्ही आणखी २००० फूट उंचावर असलेल्या 'प्रुइट ११' नावाच्या तिमजली, पत्र्याच्या इमारतीत पोहोचलो. ही इमारत पाहून ज्यूल्स व्हर्नची पाणबुडी बर्फावर उतरल्याचा भास होत होता. सोव्हिएत सैनिकांना खूप उंचीवर तग धरायचं प्रशिक्षण देत असताना, त्यांना आसरा घेता यावा म्हणून १९३०च्या दशकात ही इमारत उभारण्यात आली होती. आता ती प्रवाशांच्या वापरासाठी खुली करून देण्यात आली होती. यातले बरेचसे प्रवासी रशियनच असत. शंभर प्रवासी उन्हाळ्यातल्या प्रत्येक दुपारी लिफ्टनं इथं पोहोचत, एक रात्र स्वयंपाक करून जेवत, मद्य घेत, गात-नाचत, मौजमस्ती करत आणि मग लिफ्टनं खाली उतरून प्रवाशांच्या पुढल्या ताफ्यासाठी जागा रिकामी करून देत असत. आम्ही पाहिलेल्या बऱ्याचशा प्रवाशांजवळ थंडीसाठी योग्य असे पुरेसे गरम कपडे नव्हते. हवा आणखी खराब झाली असती, तर त्यासाठी त्यांनी कोणतीही तरतूद केलेली नव्हती. सूर्यकिरण अडवण्यासाठी त्यांच्यापाशी इतर काहीही नसल्यामुळे त्यांनी पांढऱ्या टॉवेलांनी चेहरे झाकून घेतलेले होते किंवा चेहऱ्याभोवती गॉझचं पातळ जाळीदार कापड गुंडाळून घेतलं होतं.

ह्या इमारतीचा सर्वांत वरचा मजला गिर्यारोहक-पथकांसाठी राखून ठेवण्यात आलेला होता. आम्ही झेकोस्लोव्हाक पथकाच्या सामानाजवळच आमचं सामान ठेवलं. एल्ब्रुसच्या शिखरापासून स्की वापरून खाली उतरायची त्यांची इच्छा

होती. आमचा बेत होता की, पहिले दोन दिवस १४००० फुटांवरील आमच्या निवासस्थानापासून १६००० फूट उंची गाठून मुक्कामासाठी परत यायचं. असं केल्यामुळे आम्हाला विरळ हवेची सवय झाली असती. आम्ही १६००० फुटांवर शिधा आणि अन्य सामान सोडून आल्यामुळे तिथे आम्हाला तंबू ठोकता आला असता आणि शिखर गाठण्यापूर्वीच्या रात्री तिथे मुक्काम करता आला असता.

मात्र साशाचा आग्रह होता की, आम्ही एका दमात शिखर गाठून अंधार पडण्यापूर्वी परत यावं. आपलं म्हणणं आमच्या गळी उतरवण्यासाठी तो हातवारे करत म्हणाला, ''अशक्त हंगेरियन स्त्रियासुद्धा एका दिवसात चढून जातात! दोन झेक स्त्रिया या क्षणी तिथे पोहोचलेल्या आहेत!''

स्कॉट त्याला म्हणाला, ''आम्हाला खूप उंचावर तंबू ठोकून राहायला आवडतं. उठल्याबरोबर उगवतीचं सूर्यबिंब बघायला आम्हाला खूप आवडतं.''

''त्यानं काय साध्य होतं?'' साशानं वैतागून विचारलं. त्याच्या बोलण्याकडे लक्ष न देता आम्ही आमच्या योजनेनुसार सारं केलं. हिमनदीवरला मार्ग दोरानं आखून देण्यात आलेला होता. नेहमीचा रस्ता आम्ही सोडला नसता, तर दोरांच्या आधारानं चढण्याची गरज पडली नसती. दुसरा दिवस संपता-संपता, उंचावरच्या मुक्कामासाठी आवश्यक असं सारं सामान आम्ही तिथे नेऊन ठेवलेलं होतं आणि मग आम्ही प्रुइट हटमध्ये परत आलो होतो. आणखी उंचावर पोहोचलेल्या दोन झेक स्त्रिया रेडिओ संदेशाला उत्तर देत नाहीयेत, अशी काळजी साशानं आमच्याकडे व्यक्त केली होती.

त्या रात्री कॉकेशिअस पर्वतावर वादळानं थैमान घातलं. आमच्यापासून हजारो फूट उंचीवर, एल्ब्रुस शिखराजवळ एक झेक स्त्री फुफ्फुसांना सूज आल्यामुळे बेशुद्ध पडली. तिच्याबरोबर गेलेल्या स्त्रीनं वादळातून मार्ग कापत प्रुइट हट गाठली आणि मदतीची मागणी केली. सोव्हिएत बचाव पथकाचं नेतृत्व करत साशा पहाटे तिकडे रवाना झाला. बर्फ आणि सोसाट्याच्या वाऱ्याच्या माऱ्यामुळे त्यांना माघारी फिरावं लागलं. वादळ थैमान घालत असताना आम्ही वादळ थांबण्याची वाट पाहत प्रुइट हटमध्येच थांबलो होतो. ह्या वर्षी एल्ब्रुसवर नऊ गिर्यारोहक मरण पावले होते. माउन्ट एल्ब्रुसची उंची आणि तिथली हवा याखेरीज तिथे चढण्यात फारशी अडचण दिसत नसताना ही मृतांची संख्या फारच वाटत होती!

बचाव पथकाची कुमक वाढवण्यासाठी आणखी सोव्हिएत गिर्यारोहक प्रुइट हटपाशी येऊन पोहोचले. पण वादळामुळे त्यांना पुढे जाणं अशक्य झालं. ते तगडे होते आणि मदत करायची त्यांची मनापासून इच्छा होती; परंतु त्यांच्यापाशी थंडीपासून बचावासाठी पुरेसे कपडे नव्हते. नायलॉनचे पातळ कोट, घोट्यांवर चढवायचं खाकी कॅनव्हासचं आवरण आणि खूपसे स्वेटर्स याखेरीज त्यांच्याकडे

आणखी उबदार कपडे नव्हते. ''तुम्ही तुमचे बूट मला द्याल? त्याच्या बदल्यात मी तुम्हाला टिटॅनियमचे आइस स्क्रू देईन.'' एका रशियन गिर्यारोहकानं आम्हाला विचारलं. त्यानं बॅग उघडली आणि हलक्या वजनाचे डझनभर आइस स्क्रू बाहेर काढले. गोठलेल्या पर्वतउतारावर दोर बांधण्यासाठी त्यांचा उपयोग झाला असता. आम्ही त्याला नकार दिला आणि म्हटलं की, गिर्यारोहणासाठी आमचे बूट आम्हाला हवे आहेत. आमच्या कोटांच्या बदल्यात आम्ही टिटॅनियमचे स्क्रू स्वीकारू का, असं आणखी एक रशियन गिर्यारोहक आम्हाला विचारू लागला. बघता- बघता स्क्रूच्या बदल्यात आमच्या गरम कपड्यांची मागणी करणाऱ्या रशियन गिर्यारोहकांनी आम्हाला वेढा घातला. ह्या गिर्यारोहकांच्या एका तंत्रज्ञ मित्रानं त्यांना हे स्क्रू बनवून दिलेले होते आणि रशियन गिर्यारोहकांजवळ अदलाबदल करण्यायोग्य अन्य काहीही नव्हतं, असं त्यांनी आम्हाला सांगितलं.

''आमच्या देशात गिर्यारोहणासाठी योग्य अशी सामग्री बनवली जात नाही. त्यामुळे अशा शिबिरांमधूनच आम्हाला अमेरिकन वस्तू मिळवता येतात. ही संधी आम्ही गमावली, तर आणखी वर्षभर आम्हाला दुसरी संधी मिळणार नाही.'' त्यांच्यापैकी एकानं आम्हाला सांगितलं. आमचा इथला मुक्काम संपत आला की आम्ही त्याबाबत विचार करू, असं आम्ही त्याला म्हटलं.

झेकोस्लोव्हाकियातून आलेले गिर्यारोहक काळजीत पडलेले होते. त्या झेक स्त्रीबद्दल त्यांना वाटत असलेली चिंता त्यांनी आमच्याकडे व्यक्त केली. त्यावर काय प्रतिक्रिया व्यक्त करावी, हे आम्हाला कळत नव्हतं. स्कॉट म्हणाला, ''पर्वतावरील एक गिर्यारोहक संकटात सापडली आहे आणि आपण तिच्यापर्यंत पोहोचू शकत नाही, ही गोष्ट खरी आहे. पण त्यामुळे आपण खाणं, पिणं, गप्पागोष्टी करणं बंद करायचं का? कुणीतरी जिवंत परत येणार नाही याची खात्री वाटत असताना तुम्ही काय कराल?''

आम्ही जेवलो आणि गप्पागोष्टी केल्या; परंतु पर्वतमाथ्याजवळ काय घडत असेल, हेच विचार सारा वेळ आमच्या डोक्यात सतत घोळत होते.

तीन दिवस थैमान घालून वादळ अखेरीस शांत झालं. एल्ब्रुसचा पर्वतमाथा बर्फाच्या ढिगाखाली झाकला गेलेला असला, तरी रशियन बचावपथक बर्फात पालथ्या पडलेल्या त्या स्त्रीपर्यंत पोहोचू शकलं. त्यांनी तिचा देह तंबूच्या प्रवेशद्वाराच्या पडद्यात गुंडाळून घेतला आणि ॲल्युमिनियमच्या स्लेडला बांधून दोरांच्या साह्यानं ती स्लेड त्यांनी प्रुइट हटपर्यंत आणली. गारठलेले आणि थकलेले बचाव पथकाचे लोक घाईघाईनं झोपडीत शिरले आणि जॅम घालून गोड केलेला कोरा चहा पिऊ लागले. कॉकेशिअस पर्वताच्या शांत, सुंदर परिसरात त्या स्त्रीचा मृतदेह इतमामानं ठेवण्यात आला.

दुसऱ्या दिवशी सकाळी आम्ही एल्ब्रुसवर चढायला सुरुवात केली. आम्ही उंचावर नेऊन ठेवलेलं आमचं सामान उत्साहाच्या भरात बचाव पथकांनी खाली उतरवून आणलं होतं. आता तिथे एक दिवस पुरेल एवढाच शिधा शिल्लक राहिलेला होता. सहा तास सलग चढत राहिल्यावर आम्ही युरोपातील अत्युच्च शिखरमाथा गाठला. तो लांब चढ चढायला खूप मजा वाटली होती आणि शिखरावर उभं राहिल्यावर काही दिवसांपूर्वीच इथे एक स्त्री मृत्यू पावली होती, यावर विश्वास बसत नव्हता.

आम्ही प्रुइट हटमध्ये एक रात्र राहिलो आणि त्यानंतर खालच्या खोऱ्यातील जंगलाकडे जायला माघारी वळलो. रस्त्याच्या कडेला उभ्या असलेल्या टपऱ्यांमधून आम्ही काही रुबल्स खर्चून चमचमीत शिश कबाब आणि गरमागरम, खमंग ब्रेड विकत घेतला. आम्ही दुपारी जेव्हा हॉटेलात पोहोचलो, तेव्हा मरिनाला खूपच आनंद झाला. आम्हा सर्वांना आणि विशेषत: साशाला आलिंगन देत ती पुन:पुन्हा म्हणत होती, ''माझी माणसं सुखरूप परत आलेली पाहून मला किती आनंद झालाय म्हणून सांगू!''

आम्ही माउन्ट एल्ब्रुसवर यशस्वी चढाई केल्याचा आनंद साजरा करण्यासाठी साशानं आणि लोशा नावाच्या एका उंच गिर्यारोहकानं आम्हाला त्यांच्या हॉटेलातल्या खोलीत यायचं आमंत्रण दिलं. काही झेक गिर्यारोहकसुद्धा आमच्याबरोबर आले. ''छान!'' साशा आमच्या ग्लासात व्होडका ओतत आमच्याकडे रोखून पाहत म्हणाला, ''आणखी ओतू?'' आणखी व्होडका ओतून त्यानं पुन्हा तोच प्रश्न विचारला आणि पुन्हा आणखी व्होडका ओतली. आम्ही आमचे ग्लास रिकामे केले, सोव्हिएत लोकांनी आनंदानं टाळ्या वाजवल्या आणि साशानं आणखी एक बाटली उघडली. लवकरच त्या दुपारच्या वेळेस अमेरिकन्स आणि रशियन्समध्ये व्होडका पिण्याची जणू चढाओढच सुरू झाली.

एक झेक गिर्यारोहक छातीशी कोपर टेकून, ग्लासातून हळूच एक घोट घेत म्हणाला, ''रशियन अशा प्रकारे पितात.'' त्यानंतर कोपरं देहापासून दूर करून घोट घेत आणि समाधानाचा चीत्कार काढत तो म्हणाला, ''आणि झेक माणूस अशा प्रकारे पितो!''

कोपरं फैलावून एका दमात व्होडका संपवून ''हेऽऽ'' असं ओरडत स्कॉट म्हणाला, ''आणि अमेरिकन माणूस अशा प्रकारे पितो!''

त्यानंतर खोलीतला प्रत्येक जणच कोपरं फैलावून ''हेऽऽ'' असं ओरडत ग्लास रिकामा करू लागला.

अष्टपैलू गिर्यारोहक म्हणून इतर सोव्हिएत गिर्यारोहक ज्याला खूपच मान

देतात, तो लोशा सध्या गिर्यारोहणाच्या स्पर्धेत भाग घेण्यासाठी तयारी करीत असल्याचं साशानं आम्हाला सांगितलं. कडक शिस्तीच्या चौकटीत जगणाऱ्या रशियात गिर्यारोहणाची ही स्पर्धा खूप महत्त्वाची समजली जात असे. ह्या स्पर्धेत यश मिळालं की, गिर्यारोहकाला सरकारमान्य वाटाड्या हे स्थान अबाधित ठेवता येत असे. मग अशा गिर्यारोहकांना 'सोव्हिएत मास्टर्स ऑफ स्पोर्ट्स' असा किताब दिला जात असे आणि त्यासोबत इतर अनेक लाभ मिळत असत.

''परंतु लोशाजवळ चांगले बूट नाहीत,'' आणखी व्होडका ओतता-ओतता साशा म्हणाला, ''त्याच्याजवळ चांगला कोट किंवा गरम, जाडजूड विजार नाही. तुमचा बॉब हा लोशाच्याच आकाराचा आहे. बॉबच्या सर्व सामानाच्या बदल्यात आम्ही आइस-स्क्रू द्यायला तयार आहोत.''

आम्ही आणखी एकदा व्होडका प्यायलो आणि ओरडलो, ''हेऽऽ''

स्कॉट म्हणाला, ''आम्ही तुम्हाला बॉबसकट त्याचं सारं सामान देतो आणि बदल्यात तुम्ही आम्हाला लोशा द्या; आम्ही त्याला अमेरिकेत घेऊन जाऊ!''

घाबरून साशा म्हणाला, ''नाहीऽऽ आमचा लोशा आमच्यापाशीच राहिला पाहिजे! तुम्हाला लोशाला नेता येणार नाही!'' ह्या व्यवहारात मला फारसा रस होता, असे मी म्हणू शकत नाही; पण 'सोव्हिएत मास्टर ऑफ स्पोर्ट्स' बनण्यात मला नक्कीच मौज वाटली असती.

भरपूर व्होडका रिचवून, लटपटत्या पावलांनी आम्ही हॉटेलच्या भोजनागृहाकडे मोर्चा वळवला. बटाटे, मटण आणि आणखी व्होडका असं जड जेवण आमची वाट पाहत होतं. जेवण अर्धं झाल्यावर वेसनं त्याची खुर्ची मागे सरकवली आणि तो उठून उभा राहिला. ''थोडासा फेरफटका मारतो,'' बरळल्यासारखा तो म्हणाला, ''फिरलो की मला बरं वाटेल.''

आम्ही इतर जण जेवत राहिलो. काही मिनिटांनी काळा सूट आणि गॉगल घातलेला हॉटेलातला माणूस आमच्यापाशी येऊन म्हणाला, ''माफ करा, पण तुमचा मित्र हिरवळीवर लोळतो आहे.''

स्कॉटनं त्याला विचारलं, ''त्यामुळे तुम्हाला काही अडचण होतेय का?''

तो माणूस म्हणाला, ''हो हो, होतेय!''

हे ऐकून स्कॉट उठून उभा राहिला. आम्ही सर्व जणच उभे राहिलो आणि लटपटत्या पावलांनी लॉबी ओलांडून पुढच्या दरवाज्यातून बाहेर पडलो. आम्ही एकत्र आहोत, हे दाखवण्यासाठी आम्ही एकमेकांबरोबर चालण्याचा प्रयत्न करत होतो. हॉटेलपुढल्या थंड, हिरव्यागार हिरवळीवर डोळे मिटून वेस उताणा झोपलेला होता. त्याच्या चेहऱ्यावर समाधानाचं हसू फुललेलं होतं. त्याची दोन्ही मनगटं धरून

त्याला उठवण्याचा प्रयत्न करणाऱ्या रशियन आजीला यश येतंय, असं दिसत नव्हतं. त्या आजी त्याला रागावत आणि त्याच्या हातांवर फटके देत, फरफटत त्याला हिरवळीवरून बाहेर नेण्याचा प्रयत्न करत होत्या. पण तो इतका भरभक्कम वजनदार होता की, तिला त्याला तसूभरसुद्धा हलवता येत नव्हतं.

आम्ही त्याच्या सभोवती उभे राहिलो आणि स्कॉटनं त्याला विचारलं, ''वेस्ली, तू ठीक आहेस ना?''

त्यानं मिटल्या डोळ्यांनीच होकार दिला. रशियन आजीनं पुन्हा त्याचे हात खेचले, पण तिला या वेळेससुद्धा त्याला अजिबात हलवता आलं नाही!

स्कॉटनं वेसला विचारलं, ''तुला काही मदत हवीय का?'' वेस म्हणाला की, त्याला कोणत्याही मदतीची गरज नाही. त्या रशियन आज्या अजूनही त्याला हिरवळीवरून उठवण्याचा प्रयत्न करत होत्या, पण तो तसूभरसुद्धा हलत नव्हता.

''आम्ही त्याला तुमच्या स्वाधीन केलंय!'' असं स्कॉटनं त्या आजीला सांगितलं आणि आम्ही त्या हॉटेलात परत गेलो. वाटेतल्या लॉबीत तो काळा सूट आणि गॉगल घातलेला मघाचा माणूस बसलेला होता. त्याला ओलांडून आम्ही जेवणघरात आमचं जेवण संपवण्यासाठी गेलो.

युरोप आणि आशियाला अलग करणाऱ्या, उंचावरल्या अनेक खिंडी कॉकेशिअस पर्वतात आहेत. पुढील काही दिवसांत मी बॅकपॅक घेऊन अनेक झेक आणि काही रशियन गिर्यारोहकांबरोबर तिथे गेलो. स्कॉट आणि वेसनं माउन्टन मॅडनेसच्या एका ग्राहकासमवेत उश्बा ह्या शिखरावर चढून जाण्याचा प्रयत्न केला, परंतु त्यांना यश आलं नाही. उश्बाची दोन जुळी शिखरं सयामी जुळ्यांसारखी शेजारी उभी आहेत. ह्या १५००० फूट उंचीच्या शिखरांजवळ जायच्या मार्गात मोठाल्या बर्फाच्छादित दऱ्या आणि गोठलेले धबधबे उभे आहेत. खडा चढ असलेली बर्फाच्छादित कपार चढून जाण्याच्या दृष्टीनं त्यांच्याजवळ पुरेशी सामग्री नाही असं स्कॉट, वेस व त्यांच्या ग्राहकांना वाटत होतं.

आता कॉकेशिअसमध्ये आमचा फारच थोड्या दिवसांचा मुक्काम उरला होता. स्कॉटनं उश्बावर निदान अर्धं अंतर चढून जाण्यासाठी माझं मन वळवलं. आमच्याबरोबर यानासुद्धा आली. ती कॉकेशिअसवर दुसऱ्या मोहिमेसमवेत आलेली होती. माउन्टन मॅडनेसचे लोक तिच्या मोहिमेवरल्या लोकांपेक्षा खूपच मौजमस्ती करत आहेत, असं तिला वाटत होतं. त्यामुळे तीसुद्धा आमच्याबरोबर उश्बावर चढाई करण्यासाठी हौसेनं तयार झाली.

पर्वतावरील चढाच्या अरुंद पन्हाळीतून एक हिमनदी खालपर्यंत आलेली होती. पहिल्या दिवशी आम्ही तिघे त्या हिमनदीवरून वर चढून गेलो. सुरक्षिततेसाठी

आम्ही तिघांनी दोर बांधून घेतले होते आणि दोरांनी आम्ही एकत्र जोडलेलो होतो. बर्फातली भगदाडं टाळून आणि लटकत्या बर्फाच्या चौकोनांच्या बाजूनं वाट काढत आम्ही चढत होतो. आमच्या बुटांखाली बांधलेले क्रॅम्पॉन्स कडक बर्फात रुतत होते. ती हिमनदी चढून गेल्यावर उश्बाच्या पठारावरती सपाट जागा दिसली. तिथे आम्ही तंबू ठोकला. दूरवरून एल्ब्रुसच्या शिखराचं रम्य दृश्य पाहत आम्ही जेवण बनवलं आणि पठारावरून शिखराकडे जाणारा खड्या चढाचा मार्ग आम्ही संध्याकाळभर न्याहाळत होतो.

रात्री हवा एकाएकी उबदार झाली. आम्ही स्लीपिंग बॅगांमध्ये झोपलेलो असताना हिमनदीतलं बर्फ वाढत्या तापमानामुळे वितळू लागलं होतं आणि त्याचा कडकड असा आवाज येऊ लागला होता. अंधारातच स्कॉट मला म्हणाला, ''शक्य तेवढ्या लवकर आपल्याला ती हिमनदी उतरून गेलं पाहिजे. सूर्य उगवल्यावर आपण तिथं असून चालणार नाही.''

उजाडल्याबरोबर आम्ही आमचं सामान बांधलं, एकमेकांना दोरानं बांधून घेतलं आणि खाली उतरायला सुरुवात केली. स्कॉट सर्वांत पुढे होता, त्याच्यामागे मी आणि माझ्यामागे याना होती. हिमनदीचं स्वरूप संपूर्णत: बदलून गेलेलं होतं. काल आम्ही ज्या मार्गानं चढून आलो होतो, तेथेच आता बर्फात मोठाल्या फटी पडलेल्या होत्या. आम्ही वर चढलो, तेव्हा बर्फात उमटलेली आमची पावलं फटीपर्यंत पोहोचत आणि फटी संपल्यावर पलीकडे पुन्हा सुरू होती. स्कॉट आम्हाला भराभर पाय उचलायला सांगत होता. तो रुंद फटींच्या बाजूनं मार्ग काढत होता आणि अरुंद फटींवरून उडी मारून पलीकडे जात होता. आम्ही भराभर चाललो होतो, परंतु एकाएकी तो एका न दिसलेल्या फटीत खांद्यापर्यंत बुडला. माझ्या बुटांचा एक क्रॅम्पॉन बर्फात खोलवर रुतलेला असतानाच, स्कॉट फटीत पडल्यामुळे दोराला हिसका बसला आणि माझा तोल गेला. माझा घोटा मुरगळला आणि मी बर्फावरून गडगडत खाली जाऊ लागलो. स्कॉटजवळून मी पुढे घसरत चाललो होतो, तेव्हा स्कॉट मला म्हणाला, ''घसरणं थांबव!'' मी माझ्या हातातल्या बर्फाच्या कुऱ्हाडीचं पातं पर्वतउतारावरल्या बर्फात खोचलं आणि त्याच वेळेस मला आधार देण्यासाठी स्कॉटनं दोर ताणून धरला आणि माझी घसरण थांबवली. माझ्यापाठोपाठ येत असलेली यानासुद्धा सामानासकट गडगडत खाली आली आणि दोर संपल्यावर थांबून, निपचित पडून राहिली.

स्कॉट त्या फटीतून बाहेर आला आणि क्षणभरातच माझ्यापाशी पोहोचला. मूठभर बर्फ हातात घेऊन त्यानं माझ्या कपाळावरच्या जखमेवर चोळत मला विचारलं, ''तुला लागलं नाही ना? ठीक आहेस ना?'' माझा देह तर शाबूत

होता! ''पुढल्या वेळेस खाली तोंड असताना घसरण थांबवू नकोस,'' असं मला सांगून स्कॉट यानापाशी पोहोचला. तिला यापूर्वी पायाला इजा झालेली होती आणि तिच्या घोट्याचं हाड मोडलं असेल, असं तिला वाटत होतं. पण ती जेव्हा उठून उभी राहिली, तेव्हा तिची पावलं तिचा भार पेलू शकली. इजा होण्यापेक्षा ती अधिक हादरूनच गेलेली दिसत होती.

हिमनदीतील बर्फाचा कडकड आवाज येतच होता. सूर्य वर येऊ लागला होता. ''भरभर पुढे चला,'' स्कॉट घाई करत म्हणाला. आम्ही उठून उभे राहिलो आणि पुढे जाऊ लागलो. तासाभरानं आम्ही खोऱ्यातील सपाट जागी पोहोचलो. आता माझा घोटा दुखू लागला होता. हिमनदी वितळण्याची चिंता दूर झाल्यावर आता मला त्याची जाणीव होऊ लागली होती. पाऊल इतकं भप्प सुजलं होतं की, बुटात माझा पाय रुतून बसलेला होता. मी जाणून होतो की, बुटाची लेस सैल केली, तर मला ती पुन्हा घट्ट बांधता येणार नाही. पाऊल सुजल्यामुळे बुटाचा प्लास्टरसारखाच उपयोग होत होता! स्कॉटनं माझ्या खांद्यांवरलं बरंचसं ओझं स्वत:कडे घेऊन माझा भार हलका केला. पाण्याच्या एका बाटलीत दुधाची भुकटी आणि साखर कालवून त्यानं मला ते शक्ती येण्यासाठी प्यायला लावलं. मग आम्ही हिमनदीच्या काठानं पुढला प्रवास सुरू केला. दिवसभर चालून अंधार होता-होता आम्ही आमच्या हॉटेलमध्ये पोहोचलो.

मी माझ्या खोलीत गेलो, माझे बूट काढले आणि माझ्या घोट्याजवळची सूज न्याहाळली. हॉटेलातला डॉक्टर आला. माझ्या पायाला असह्य ठणका लागलेला असूनसुद्धा त्याच्या देखण्या रशियन मदतनीस स्त्रीकडे माझं लक्ष गेल्यावाचून राहिलं नाही. तिनं जीन्स व लाल रंगाचा फ्लॅनेलचा शर्ट घातलेला होता आणि केसांच्या लांब दोन वेण्या घातलेल्या होत्या. त्या डॉक्टरनं माझा घोटा तपासला आणि एक डबा बाहेर काढून त्यातलं कापूर घातलेलं मलम माझ्या पायावर चोळलं. चोळताना असह्य वेदना होत होत्या. परंतु दरम्यान त्या मुलीनं तिच्या दोन वक्षांच्या मध्यभागी माझं डोकं टेकवून, माझ्या कपाळावरची जखम हळुवारपणे साफ करायला सुरुवात केलेली होती. सुख-दु:खाच्या, आनंद-वेदनेच्या हिंदोळ्यावर मी झुलत होतो! डॉक्टरनं माझ्या पावलावर मलम चोळायचं थांबवलं की, ती मुलगीसुद्धा माझं डोकं दूर करेल, असा माझा अंदाज होता. डॉक्टरनं माझ्या पावलावर इलॅस्टिक बॅन्डेज करकचून आवळून बांधायला सुरुवात केली आणि मी किंचाळू लागलो. आपली बॅग बंद करून बाहेर पडता-पडता तो मला म्हणाला, ''तेरा दिवस हे बॅन्डेज असंच ठेव! तेरा दिवसांनी तू बरा झालेला असशील.''

तेरा दिवस माझ्या डोक्यावरची जखमसुद्धा रोज साफ केली जावी, अशी

मागणी करण्याचा मला मोह झाला होता. पण त्या मुलीनं माझ्या कपाळाभोवती मोठ्ठं बॅन्डेज गुंडाळलं आणि ती त्या डॉक्टरपाठोपाठ खोलीबाहेर पडली. तेरा दिवसांऐवजी मी ते करकचून बांधलेलं बॅन्डेज जेमतेम तेरा मिनिटं सहन केलं आणि मग ते काढून टाकून वेदना अन् वेदनाशमन ह्या दोहोंचा एकाच वेळेस अनुभव घेत मी लंगडत-लंगडत हॉटेलातील डिस्को-रूममध्ये पोहोचलो. तेथे आयर्न बटरफ्लायच्या 'इन अ गाडा डेव्हिडा' ह्या गाण्यावर साशा आणि मरिना हळुवारपणे नृत्य करत होते. स्कॉटनं माझ्या हातात बिअर ठेवली. रशियन गिर्यारोहक टिटॅनियम स्क्रूजच्या बदल्यात इतर गोष्टींची मागणी करत आमच्याजवळ आले. काळा सूट आणि काळा गॉगल घातलेला माणूस कामावर हजर होता. तो स्टीरीओ स्पीकरच्या जवळ बसलेला असल्यामुळे मोठ्या आवाजामुळे त्याचे कान नक्कीच बहिरे होत असले पाहिजेत, असं मला वाटलं. आम्ही प्रमाणाबाहेर मौजमस्ती करत नाही ना, यावर तो नजर ठेवून होता!

पण आम्ही महिनाभर त्याच्या नाकावर टिच्चून जशी धमाल करत होतो, तशीच आम्ही आजही केली. त्यांच्याच देशात, त्यांच्याच माणसांबरोबरच धमाल केली. सोव्हिएत लोकांशी आणि त्यांच्या पर्वतांशी तुम्ही प्रमाणाबाहेर मोकळीक घेऊ शकत नाही, हे स्कॉट आणि वेसला लवकरच उमगणार होतं!

बारा
कुणीतरी मृत्युमुखी पडेपर्यंत सगळीच मौज असते!

कुणीतरी मृत्युमुखी पडू शकेल, हा तुम्ही स्वीकारत असलेल्या एकूण जोखमीचाच एक भाग असतो.

- स्टेसी ॲलिसन,
एव्हरेस्ट गिर्यारोहक आणि पिक कॉम्युनिझ्मा मोहिमेची एक सदस्य

गिर्यारोहक कधीकधी जिवंत परत येत नाहीत, ही एक कठीण आणि निष्ठुर अशी वस्तुस्थिती आहे. पर्वतांवर अनेक प्रकारचे धोके असतात. जसे हिमप्रपात, विरळ हवा, थंडी, वादळ, भूक, थकवा, इजा, आजार, गुरुत्वाकर्षणाचा त्रास. अनेक गिर्यारोहकांना वाटणारा थरार ह्या धोक्यांमुळे आणखीच वाढतो. जीवनमृत्यूच्या सीमारेषेवरलं गिर्यारोहण करताना चित्त नेहमी एकाग्र ठेवावं लागतं. क्षणभर जरी लक्ष विचलित झालं, तर जिवावर बेतू शकतं.

सन १९८६पर्यंत गिर्यारोहणाच्या आजवरच्या पंधरा वर्षांच्या कारकिर्दीत स्कॉट फिशरच्या बरोबर पर्वतावर आलेलं कुणीही मृत्युमुखी पडलेलं नव्हतं. अनेक वेळा तशी वेळ मात्र येऊन गेली होती. स्कॉट आणि वेसनं अलास्कातील माउन्ट ड्रमवरच्या मोहिमेच्या वेळेस एकमेकांचे प्राण वाचवले होते. नेपाळमधील अन्नपूर्णा फँगवरूनही ते जिवावरच्या संकटातून सहीसलामत बाहेर पडले होते. अर्जेंटिनातील ॲकॉनकाग्वाच्या शिखराजवळ स्कॉटला टोशी नावाचा एक जपानी गिर्यारोहक भेटला होता. तो एकटाच होता आणि फार उंचावरल्या हवेचा त्याला त्रास होऊ लागलेला होता. स्कॉटनं त्याला पाठुंगळी घेतलं आणि खूपसा पर्वत उतरून त्यानं त्याला नेहमीच्या वातावरणात आणलं. तेथे टोशी शुद्धीवर आला. तेव्हापासून माउन्टन मॅडनेसच्या शब्दकोशात 'टोशी' ह्या शब्दाचा जोरदार वापर होऊ लागला. उदाहरण द्यायचं तर ''मी आरामात चढत होतो, पण एकाएकी रस्ता उभ्या चढाचा झाला आणि माझा टोशी झाला.'' किंवा ''मी जिममध्ये फिशरला पुल-अप्समध्ये हरवायचा प्रयत्न करत होतो, पण वीस पुल-अप्सनंतर मी 'टोशी' झालो.''

परंतु, कॉम्युनिझ्मा शिखरावर जे घडलं, ते वेगळंच होतं. त्याबद्दल कुणीही नंतर विनोद केले नाहीत. त्या घटनेनंतर माउन्टन मॅडनेसच्या शब्दकोशात नवा शब्द आला नाही! स्कॉट नेतृत्व करत असताना माउन्टन मॅडनेसच्या ग्राहकाचा घडलेला तो पहिला आणि एकमेव मृत्यू; स्कॉटच्या हातांच्या पाळण्यात असताना आलेला!

पामीर पर्वतरांगेची २३००० फुटांपेक्षा अधिक उंचीची शिखरं तेव्हा सोव्हिएत रिपब्लिकचा भाग असलेल्या ताजिकीस्तानात आहेत. त्यांपैकी कॉम्युनिझ्मा हे २४६०० फूट उंचीचं सर्वोच्च शिखर आहे. ह्या शिखरांवर मोहीम नेण्याचा स्कॉटला मोह पडला; कारण ती दुर्गम, आव्हानात्मक आणि परदेशातली होती. त्यानं रशिया व सोव्हिएत जॉर्जियाच्या सीमारेषेवर असलेल्या कॉकेशिअस पर्वतावर अनेकदा जाऊन माउन्ट एल्ब्रुसवर चढाई केलेली होती. तेथे आणि पामीर पर्वतांमध्ये माउन्टन मॅडनेसच्या अधिक मोहिमा न्याव्यात, असं स्कॉटला वाटत होतं. रशियातील पर्वतांवर अनेकदा जावं लागेल, अशा अपेक्षेनं स्कॉटनं सीॲटलमध्ये रशियन भाषा शिकायला सुरुवातसुद्धा केलेली होती.

पामीर पर्वताच्या उत्तुंग उंचीमुळे स्कॉट पुढल्या वर्षी एव्हरेस्टची जी मोहीम आयोजित करत होता, त्याची पूर्वतयारी म्हणून १९८६च्या वसंत ऋतूत तेथे सराव करणं फायद्याचं ठरलं असतं. अनेक गिर्यारोहकांनी एव्हरेस्ट मोहिमेमध्ये रस दाखवला होता. स्कॉटनं त्यांना पामीर पर्वतावर येऊन सराव करण्याचं आमंत्रण दिलं.

वेस क्राउस हा पामीर मोहिमेचा साहाय्यक नेता बनला. आदल्या वर्षी अन्नपूर्णा फँगवर चढताना दुखावलेला त्याच्या टाचेचा स्नायुरज्जू आता जवळजवळ बरा झालेला होता. स्टेसी ॲलिसनसुद्धा पामीरवर यायला तयार होती. ती स्कॉटला झायन नॅशनल पार्कमध्ये दहा वर्षांपूर्वी भेटलेली होती आणि त्यानं ज्या उत्साहानं तिला गिर्यारोहण शिकवलं होतं, त्यामुळे ती भारावून गेली होती. गिर्यारोहणात तिनं उत्तरोत्तर अधिकाधिक कौशल्य मिळवलं होतं. ती एव्हरेस्टजवळच्या एमा डब्लाम ह्या लक्षवेधी शिखरावर चढून गेलेली होती. एव्हरेस्टवर जाऊ इच्छिणारे अन्य लोकसुद्धा पामीर मोहिमेवर आनंदानं आले होते. मॉन्टाना राज्यातील वकील जिओ स्कंक, एनओएलएसची अनुभवी प्रशिक्षिका लिझ निकोल आणि स्टेसीच्या ओळखीचा जॉर्ज कार्ल हे पामीर मोहिमेत सहभागी झाले होते.

स्कॉटनं पामीर मोहीम माउन्टन मॅडनेसतर्फे देऊ केलेली होती. कोलोराडोतील आउटवर्ड बाउन्ड प्रशालेतून प्रशिक्षण घेतलेल्या ज्या अनेकांना पामीर मोहिमेत सामील व्हायचं होतं, त्यांपैकी मार्क आणि ब्रॅन्ड उडाल हे यूएस काँग्रेसमन मॉरिस उडालचे चिरंजीव आणि माजी काँग्रेसमन व राष्ट्राध्यक्ष केनेडींचा गृहमंत्री स्टुअर्ट उडालचे पुतणे होते. त्या वेळेस मार्क कोलोराडोतील आउटवर्ड बाउन्ड प्रशालेचा

कार्यकारी संचालक म्हणून काम पाहत होता. त्याची पत्नी मॅगी फॉक्ससुद्धा पामीर मोहिमेसाठी येणार होती. ती सिएरा क्लबची वकील म्हणून काम बघत असे. त्यांचा एक मित्र स्टीव्ह मॉनफ्रेडोसुद्धा येणार होता. तो यापूर्वी माउन्ट मॅककिनले आणि २३००० फुटांपेक्षा जास्त उंचीचं अन्नपूर्णा साउथ हे शिखर चढून गेलेला होता. ही आरोहणं त्यानं मार्क उडालसमवेत केलेली होती. आउटवर्ड बाउन्डचे सदस्य हिमालयावरच्या मोहिमेची तयारी करत होते. ते जगातील सातव्या क्रमांकावरील उंचीचं चो ओयू हे शिखर चढून जाणार होते. या वर्षीच्या ह्या महत्त्वाकांक्षी मोहिमेची पूर्वतयारी आणि थरारक साहस ह्या दोन्ही दृष्ट्या त्यांना पामीर मोहिमेवर यावंसं वाटत होतं.

रशियातील सरकारतर्फे चालवल्या जाणाऱ्या 'इन टूरिस्ट' ह्या प्रवासी कंपनीच्या शिस्तबद्ध कारभारामुळे त्यांच्यावर काम सोपवलं की, कॉकेशिअस आणि माउन्ट एल्ब्रुस येथील मोहिमेप्रमाणेच पामीर येथील मोहीमसुद्धा बिनबोभाटपणे पार पडेल, याबद्दल शंकाच नव्हती. माउन्टन मॅडनेस आपल्या मोहिमेवरच्या ग्राहकांना फक्त मॉस्कोपर्यंत विमानानं पोहोचवत असे आणि पुढली व्यवस्था इन टूरिस्टवर सोपवून निश्चिंत राहत असे. रशियातील उंच पर्वतांवर चढून जाण्यासाठी गिर्यारोहक पैसा खर्चायला तयार होते आणि सहजी मिळत असलेला तो पैसा सोव्हिएत सरकारला हवाच होता. याखेरीज रशियातील दूरवरच्या एकाकी भागातील परदेशी गिर्यारोहकांवर नियंत्रण ठेवणं, हासुद्धा ह्या सरकारी प्रवास कंपनीमागचा हेतू होता.

माउन्टन मॅडनेसच्या मोहिमेवरील लोकांनी काही दिवस मॉस्कोमध्ये मुक्काम करून मग दक्षिण किरगिझस्तानातील ओश ह्या गावी प्रयाण केलं. एक लहानसं विमान त्यांना पामीर परिसरात घेऊन गेलं. तिथून ते एका जुनाट स्कूल बसनं खडबडीत रस्त्यांवरून खूप वेळ प्रवास करून इन टूरिस्ट चालवत असलेल्या गिर्यारोहणाच्या मुक्कामस्थळी पोहोचले. आदल्या वर्षी स्कॉट आणि वेस कॉकेशिअसवर गेले असताना तिथे त्यांना दुभाष्या, वाटाड्या, जेवणाची सोय, मुक्कामस्थळीचा पर्यवेक्षक यांसारख्या सोई दिल्या गेल्या होत्या; तशाच सोई पामीरवरसुद्धा दिल्या गेल्या होत्या. फक्त इथे राहण्याच्या सोईसाठी हॉटेलऐवजी तंबू उभारून दिलेले होते. तिथे काही दिवस राहून त्या वातावरणाला सरावल्यावर गिर्यारोहकांना लष्करी हेलिकॉप्टर्समध्ये बसवून १४००० फूट उंचीवरील पिक कॉम्युनिझ्माच्या बेसकॅम्पपर्यंत नेण्यात आलं.

स्कॉटला खात्री होती की, त्याच्याबरोबर पामीर मोहिमेवर आलेल्या गिर्यारोहकांना पूर्वानुभव असल्यामुळे ते स्वत:ची काळजी उत्तम प्रकारे घेऊ शकतील. ते सर्व जण अनुभवी गिर्यारोहक होते आणि आगामी वर्षी हिमालयात मोहीम आखण्याची कुवत त्यांनी मिळवलेली होती. त्यामुळे पामीरवर ते स्वत:ची

काळजी होऊ शकतील आणि त्यांना सारखं मार्गदर्शन करावं लागणार नाही, असं स्कॉटला वाटत होतं. स्कॉट सर्वांच्या पुढे राहणार होता; परंतु इतरांनी आपल्याला काय झेपेल हे ठरवून त्याप्रमाणे रोजचा पल्ला मारावा, असं त्यानं ठरवलेलं होतं. स्कॉटनं आणि वेसनं आपलं वेळापत्रक व कार्यक्रम निश्चित केला होता.

वेस मला म्हणाला, ''आम्हाला वाटलं की, हे लोक आठ हजार मीटर उंचीची शिखरं चढून जायच्या योजना आखत आहेत, त्या अर्थी आम्हाला त्यांची फारशी काळजी घ्यावी लागू नये. त्यांना विरळ हवेचा पुरेसा सराव झालाय की नाही, अशांसारख्या गोष्टी बघण्याची वेळ आमच्यावर येणार नाही, असं आम्हाला वाटत होतं. हे लोक स्वयंपूर्ण आणि शिस्तबद्ध असतील, असंही आम्हाला वाटत होतं.''

स्कॉट आणि वेस यांनी एकमेकांसमवेत किलिमांजारोचं अवघड 'ब्रीच आयसिकल' सर केलं होतं आणि अन्नपूर्णा फँगवरून ते सहीसलामत परत आले होते. त्यामुळे त्यांना एकमेकांबरोबर गिर्यारोहण करणं अंगवळणी पडलेलं होतं आणि एकमेकांवर त्यांचा संपूर्ण विश्वास होता. त्यांना एकमेकांच्या कुवतीचा पूर्ण अंदाज होता आणि त्यांना हाही विश्वास वाटत होता की, त्यांच्यापैकी एक जण भरभर चढत असला, तर दुसरा त्याच्या पाठोपाठ त्याच गतीनं येत असलाच पाहिजे!

वेस मला म्हणाला, ''आम्ही जेव्हा कॉम्युनिझ्मा शिखराच्या पायथ्याशी आलो, तेव्हा जवळची लेनिन आणि कॉर्झेनेव्हस्की ही दोन शिखरंसुद्धा चढून जायचं आम्ही ठरवलं होतं. कॉम्युनिझ्मा भराभर चढून जाऊन पुढल्या दोन शिखरांकडे आम्ही मोर्चा वळवणार होतो!''

स्टेसी ॲलिसनला या संदेशाचा समजलेला अर्थ काय होता? ते सांगू पाहत होते, ''आम्ही झपाट्यानं चढत शिखर गाठणार आहोत. आमच्याबरोबर तुम्हाला यायचे असेल तर या, नाही तर पर्वतावर आपली गाठ पडेलच.'' ती मला अलीकडेच म्हणाली, ''स्कॉटच्या दृष्टीनं तो वेससमवेत गिर्यारोहण करत असताना, ही नेहमीचीच गोष्ट होती. त्यांना इतरांना कमी लेखायचं नव्हतं, पण त्यांना त्यांच्या गतीनं चढायचं होतं आणि ही गती तुम्ही स्वीकारावी की नाही, हा तुमचा निर्णय होता!''

कॉम्युनिझ्मावरचं पहिलं आव्हान होतं १७००० फुटांवरील बर्फाच्छादित बोरोडकिन कपारीवर चढून जाण्याचं. ही कपार चढून गेल्यावर रुंद आणि चढाचं पिप पठार लागत असे. ते ओलांडल्यावर चढाचे शेवटचे ४००० फूट अंतर बर्फ आणि हिमाच्या मिश्रणानं आच्छादलेलं असतं. ते चढून गेलं की, पर्वतशिखर गाठता येत असे. त्या १७००० फुटांवरल्या कपारीवरून पाठीवर ओझं घेऊन चढून जाताना गिर्यारोहकांना विरळ हवेचा त्रास जाणवू लागला होता. स्टीव्ह मॉनफ्रेडोला थोडा

त्रास होतोय, ही गोष्ट स्टेसीच्या लक्षात आली. परंतु तिला वाटलं की, खूप उंची आणि श्रम यांचा तो परिणाम असावा.

फ्रेंच आणि बल्गेरियन मोहिमांवरचे लोक ते शिखर चढून जात होते. वाटेत रशियन गिर्यारोहकसुद्धा दिसत होते. न्यूझीलंडहून आलेल्या गिर्यारोहकांच्या चमूमध्ये गेरी बॉल नावाचा तरुण गिर्यारोहक होता. पिप पठारावर हे लोक माउन्टन मॅडनेसच्या लोकांच्या पाठोपाठ जात होते. अमेरिकन लोक बरोबर भरपूर शिधा घेत आहेत आणि त्यांच्याकडून आपल्याला जेवण मिळू शकेल, असं त्यांना वाटत असावं. खांद्यांवरलं ओझं आणखी कमी करण्याच्या हेतूनं न्यूझीलंडच्या गिर्यारोहकांनी सोबत तंबू आणलेलेच नव्हते. दररोज संध्याकाळी ते बर्फातल्या फटींमध्ये आसरा शोधत असत.

त्यांच्यापैकी एकानं त्याच्या एका रात्रीच्या अहवालात नमूद केलं होतं, 'भूपृष्ठाखाली तीन मीटरवर खोदून आम्ही एक सपाट जागा तयार केली. तेथे स्ट्यू खाऊन आम्ही सुखानं झोपलो. बाहेर, दोन नंबरच्या कॅम्पमध्ये राहणारे रशियन आणि अमेरिकन लोक वाऱ्यानं उडून जाणारे त्यांचे तंबू धरून ठेवण्यात रात्रभर व्यग्र होते. लाल कपड्यांतले तीन किवी (न्यूझीलंडच्या लोकांना किवी म्हणतात.) भोकातून टुणकन बाहेर निघून त्यांच्यापाशी आलेले पाहून ते थक्कच झाले.'

कमी दाबाचा हवेचा पट्टा तयार झाल्यामुळे सोसाट्याचा वादळी वारा सुटलेला होता. मुख्य छावणीतले सोव्हिएत लोक वादळाची बातमी काळजीपूर्वक ऐकत होते. त्यांनी स्कॉटकडे रेडिओ संदेश पाठवला की, माउन्ट पिक कॉम्युनिझमाच्या रोखानं वादळ येत आहे आणि माउन्टन मॅडनेसच्या लोकांनी बेस कॅम्पवर येऊन चांगल्या हवामानाची वाट पाहत थांबणं श्रेयस्कर ठरेल. स्कॉट आणि वेसनं आकाशाकडे पाहून अंदाज घेतला. त्यांना क्षितिजावर वादळी वारे दिसले; परंतु ताबडतोब खाली उतरण्याची गरज आहे, असं त्यांना वाटलं नाही. त्यांनी आपले तंबू ठाकठीक असल्याची खात्री करून घेतली आणि आपल्या मोहिमेतील लोकांसमवेत तंबूत आश्रय घेतला. त्यांना रशियन लोकांनी ज्या वादळाची पूर्वसूचना दिलेली होती, ते वादळ आलं आणि त्यानं त्यांना तीन दिवस अन् तीन रात्री झोडून काढलं. आकाश निवळल्यावर सोव्हिएत लोकांनी त्यांना पुन्हा रेडिआ संदेश पाठवला आणि अमेरिकन गिर्यारोहकांनी ताबडतोब उतरून खाली यावं, असं फर्मान सोडलं. सर्वांत वाईट वादळातून ते आता बचावले आहेत, अशी स्कॉटची खात्री असल्यामुळे त्यानं या वेळेससुद्धा त्यांची आज्ञा धुडकावून लावली.

दोन उडालबंधू आणि आउटवर्ड बाउन्डचे अन्य लोकसुद्धा सोव्हिएत लोकांची आज्ञा न मानता उंचावर राहायला तयार होते; फक्त त्यांना आणखी एक दिवस वाट पाहून मग पुढची चढण चढायची इच्छा होती. एक दिवस थांबल्यावर वादळामुळे

पडलेला बर्फ स्थिरावून घट्ट झाला असता आणि हिमप्रपात होण्याचा धोका कमी झाला असता, असं त्यांचं मत होतं. स्कॉटला असा हिमप्रपाताचा धोका काही खूप गंभीर स्वरूपाचा वाटत नव्हता. त्यामुळे स्कॉट, वेस आणि स्टेसी यांनी आपलं सामान बांधलं आणि उरलेलं पिप पठार ओलांडून ते शिखरापर्यंत जायची अर्धी वाट चढून गेले. त्यांनी २१००० फुटांवर रात्रीचा मुक्काम ठोकला आणि दुसऱ्या दिवशी सकाळी आणखी २००० फूट चढून जाऊन डोंगराच्या खड्या चढावर खोदून तंबू ठोकण्याजोगी सपाट जागा तयार केली. ही ह्या मोहिमेची सर्वांत उंचावरली छावणी असणार होती. पर्वतावरून खाली नजर टाकल्यावर त्यांना त्यांचे इतर सहकारी पठार ओलांडून पर्वताचा चढ चढून त्यांच्यापाशी पोहोचण्याचा प्रयत्न करत असलेले दिसले.

वेसनं जुनी आठवण सांगितली, ''त्यांच्याबरोबर एकट्यानंच प्रवास करणारा एक जर्मन माणूस येत होता. गेल्या वर्षी आम्ही त्याला भेटलो होतो आणि त्याच्याशी आमची दोस्ती झालेली होती. त्याच्याजवळ फारसं सामान नव्हतं. आम्ही त्याला आमच्याबरोबर राहायचं आमंत्रण दिलं; परंतु तो एकटाच पुढे जात राहिला.''

रात्र पडेपर्यंत माउन्टन मॅडनेसचे सारे गिर्यारोहक पुन्हा एकत्र आले. त्यांनी तंबू ठोकले, बर्फ वितळवून जेवण बनवलं. उरलेली १६०० फुटांची चढण चढून दुसऱ्या दिवशी कॉम्युनिझमाच्या शिखरावर पोहोचायचा त्यांचा बेत होता. पण त्या सर्वांचीच प्रकृती त्या दृष्टीनं उत्तम म्हणता येण्याजोगी नव्हती. आपली प्रकृती अगदी ठीक आहे, असं स्टीव्ह मॉनफ्रेडो सर्वांना सांगत असला तरी तो खोकतच होता आणि त्याला श्वसनाचा त्रास होत होता.

स्कॉट पहाटे दोन वाजता उठला आणि शिखरावर चढाईसाठी तयार होऊ लागला; तेव्हा त्याला कळलं की, स्टीव्ह आणि त्याच्यासमवेत तंबूत राहत असलेला जॉर्ज कार्ल यांनी आणखी न चढण्याचा निर्णय घेतला आहे. मॅगी फॉक्स आणि आउटवर्ड बाउन्डचा गिर्यारोहक माइक कार यांनीसुद्धा आणखी न चढण्याचा निर्णय घेतला होता. दिवस उजाडल्याबरोबर ते खाली उतरायला सुरुवात करणार होते.

पर्वतशिखरावर चढणारे आपल्या डोक्यावरील दिव्यांच्या उजेडात चढत होते आणि अंधारात त्यांना कमरेएवढा उंच बर्फाचा थर कापून पुढे जावं लागत होतं. वेस मला म्हणाला, ''आमच्या पुढे निघून गेलेल्या जर्मननं चालताना बर्फातून जी वाट काढलेली होती, त्या वाटेनं आम्ही चालत होतो. अचानक ती वाट थांबली. रात्री बर्फ पडलं होतं आणि आमच्यापुढे बर्फाचा छोटा उंचवटा तयार झालेला होता. आम्ही त्या उंचवट्यात हात खुपसून बर्फ दूर केलं, तेव्हा त्या ढिगाखाली आम्हाला तो जर्मन माणूस सापडला.''

तो जर्मन गिर्यारोहक खडबडून जागा झाला. त्यानं अंगावरचं बर्फ झटकलं आणि माउन्टन मॅडनेसचे लोक पुढला मार्ग काढू लागताच, तोसुद्धा पुढल्या मार्गानं चढू लागला. वेस म्हणाला, ''आम्ही चढता-चढता शिखराजवळ पोहोचलो होतो तोच जर्मनही वेगानं चढून आला आणि पाहता-पाहता आम्हाला ओलांडून बर्फातून वाट काढत पुढे गेला. तो माणूस खरोखरच तगडा होता!''

ब्रॅड उडालला आपले पाय गारठलेले वाटू लागले. थंड बर्फामुळे बोटांना इजा होईल, ह्या भीतीनं तो माघारी वळला. सर्वांत वरच्या कॅम्पपासून निघायला लिझ निकोलला उशीर झालेला होता. तिची प्रकृती उत्तम असली, तरी दिवस चढता-चढता तिला जाणवलं की, शिखराजवळ पोहोचलेल्यांना गाठणं तिला शक्य होणार नाही.

''एकटीनं वर चढणं ठीक आहे; पण एकटीनं खाली उतरण्याची माझी तयारी नव्हती, म्हणून मी माघारी वळले.'' ती म्हणाली.

स्कॉटबरोबरचे गिर्यारोहक कॉम्युनिझ्मा शिखरावर पोहोचले. त्या शिखरावर लेनिनचं एक तैलचित्र आहे. त्याच्या जवळ उभं राहून त्यांनी आपले फोटो काढून घेतले. एवढ्या उंचावर चढून जाताना त्यांना काहीही त्रास जाणवला नव्हता आणि अजूनही त्यांना चांगलं तंदुरुस्त वाटत होतं. सर्वांत उंचावरल्या कॅम्पमध्ये ते पोहोचले, तेव्हा तिथले लोक परतीच्या वाटेनं निघालेले होते. त्यांनी त्यांच्या उरलेल्या चमूशी रेडिओवर संपर्क साधला आणि त्यांनी शिखर चढून गेल्याची व सर्व जण ठीकठाक असल्याची सुवार्ता त्याला कळवली. त्या वेळेस त्यांना कळलं की, परतीच्या वाटेनं निघालेल्या लोकांचा प्रवास काही नीटपणे चाललेला नाही.

सकाळी जेव्हा शिखर चढून जाणारा गट मार्गस्थ झालेला होता, तेव्हा स्टीव्ह मॉनफ्रेडो एकट्यानंच पर्वत उतरून परतीच्या वाटेनं निघाला होता. तो पिप पठाराकडे निघाला होता. पण वाटेत त्याचा रस्ता चुकून तो दुसरीकडेच भरकटला आणि पिप पठारावर पोहोचायला त्याला चार तासांऐवजी पूर्ण दिवस लागला. वाटेत आपण स्टीव्हला गाठू शकू, या अपेक्षेनं निघलेल्या जॉर्ज कार्लला पिप पठारावर पोहोचल्यावरसुद्धा स्टीव्ह दिसला नाही. सरतेशेवटी जेव्हा पिप पठारावरल्या कॅम्पवर स्टीव्ह पोहोचला, तेव्हा जॉर्जनं त्याला तंबूत नेऊन स्लीपिंग बॅगमध्ये निजवलं.

मॅगी आणि माइक एकाच वेळेस खाली उतरू लागले होते. त्यांचा परतीचा प्रवास वेगानं चाललेला होता. पण वाटेत मॅगी पडली आणि तिच्या पायाचं हाड मोडलं. शिखर चढायचा नाद सोडून माघारी वळलेला ब्रॅड उडाल त्यांच्यापाशी पोहोचला. त्यानं मॅगीचा पाय बांधून टाकायला माइकला मदत केली. आउटवर्ड बाउन्डमध्ये घेतलेल्या प्रशिक्षणाचा वापर करून त्यांनी बॅकपॅकची फ्रेम उपयोगात आणून स्ट्रेचर बनवलं आणि त्यावर मॅगीला ठेवून त्यांनी तिला पुढे नेलं.

रेडिओवरून हा सर्व अहवाल स्कॉट आणि वेसपर्यंत पोहोचला, तेव्हा त्यांचा त्यावर विश्वासच बसेना. दिवस माळतीला आला होता आणि जे लोक शिखर चढून परतीला लागले होते, ते थकून गेलेले होते. असं असूनही त्यांनी आपलं सामान आवरलं आणि अंधारात मार्ग काढत ते इतरांपाशी पठारावरल्या कॅम्पवर पोहोचले. आउटवर्ड बाउन्डमधून आलेले गिर्यारोहक मॅगीवर उपचार करून तिला खाली पोहोचवण्याच्या प्रयत्नात होते. जवळच तंबू ठोकून दुसऱ्या एका मोहिमेचे लोक राहत होते. त्यांच्यापैकी एक जण डॉक्टर होता. जवळची तुटपुंजी सामग्री वापरून त्यानं स्टीव्हवर उपचार करण्याचा प्रयत्न केला. अतिशय उंचावरल्या विरळ हवेत फुफ्फुसांना सूज येते, तसा त्रास स्टीव्हला होत होता. आणखी कमी उंचीवर त्याला नेलं असतं की, हा त्रास कमी झाला असता. दुसऱ्या दिवशी सकाळी इतर अनेक गिर्यारोहकांच्या मदतीनं स्कॉट आणि वेसनं एक कामचलाऊ स्लेड बनवली आणि त्यावर बसवून ते स्टीव्हला पठारावरून खाली नेऊ लागले. वेस म्हणाला, ''सुरुवातीला रस्ता चांगला आणि उताराचा होता, त्यामुळे आम्ही त्याला झपाट्यानं खेचून नेऊ शकत होतो.'' दिवस मावळताना ते बरंच खाली उतरून आले. इथे हवा विरळ नव्हती. नेहमीच्या हवेत स्टीव्हला खूपच बरं वाटू लागलं होतं आणि इतरांच्या मदतीनं तो चालू शकत होता.

वेस म्हणाला, ''त्याची प्रकृती झपाट्यानं सुधारेल, असं आम्हाला वाटत होतं. हे खूप उंचीवरच्या विरळ हवेमुळे उद्भवलेलं दुखणं आहे, हे उघडच होतं आणि आम्ही हजारो फूट खाली उतरून आलो होतो. स्कॉट आणि मी अतिशय थकून गेलो होतो आणि आम्हाला विश्रांतीची गरज वाटत होती. स्टीव्हच्या प्रकृतीत थोडी सुधारणा दिसत होती; परंतु आमच्या अपेक्षेएवढी त्याची प्रकृती सुधारलेली नव्हती. त्या रात्री मुक्काम ठोकून दुसऱ्या दिवशी आम्ही पुन्हा प्रवास सुरू केला. स्टीव्हची प्रकृती अजूनही कालच्या इतपतच होती. त्यात सुधारणा झालेली नसली, तरी ती आणखी खालावलेली तरी नव्हती!''

यापुढला प्रवास अवघड होता, कारण बोरोडकिन कपारीवरला अवघड उतार त्यांना उतरून यायचं होतं. वेस मला म्हणाला, ''आम्ही खूपच जवळ पोहोचलो होतो. पर्वतपायथा समोर दिसत होता. तेथे आम्ही दोन ते तीन तासांत पोहोचलो असतो. रशियन लोक तिथे हेलिकॉप्टर पाठवणार होते. सारी व्यवस्था सुसूत्रपणे झालेली होती. मॉनफ्रेडो शुद्धीवर होता. त्याच्या प्रकृतीत सुधारणा नसली, तरी प्रकृती खूप वाईटही नव्हती.''

स्कॉटनं स्टीव्हच्या पाठीवर हातानं आधार दिलेला असताना एकाएकी स्टीव्ह बर्फात कोसळला. त्याचा श्वासोच्छ्वास थांबलेला होता आणि त्याची नाडी लागत नव्हती. वेस म्हणाला, ''हे इतक्या अवचित झालं.... आम्ही त्याचा श्वासोच्छ्वास

पुन्हा चालू करायचा खूप प्रयत्न केला, पण तो तिथेच मरण पावला. खरं तर दोन तासांत हेलिकॉप्टर मिळालं असतं, पण त्यापूर्वीच त्यानं डोळे मिटले!'' करण्यासारखं इतरांच्या हाती काहीही राहिलेलं नव्हतं. त्यांनी तंबूच्या प्रवेशद्वाराच्या पडद्यात त्याचा देह गुंडाळला आणि खाली नेला.

आलेल्या हेलिकॉप्टरमधून तो देह ओश येथे नेण्यात आला. वेस आणि स्कॉटला इन टूरिस्ट प्रवास कंपनीचे अधिकारी म्हणाले, ''तुम्हीसुद्धा हेलिकॉप्टरनं या.'' त्यांनी खुणा करून त्यांना आत बोलावलं आणि सांगितलं की, मृत अमेरिकनचा देह सोव्हिएत लोक एकट्यानं घेऊन जायला तयार नव्हते. त्यांनी स्कॉट आणि वेसला सांगितलं की, त्या दोघांना शवविच्छेदनाच्या वेळेससुद्धा हजर राहावं लागेल. सोव्हिएत लोकांना प्रत्येक गोष्टीची सहीसाक्षीसकट संपूर्ण नोंद करून हवी होती, म्हणजे भविष्यात इतर काही प्रश्न उपस्थित होऊ शकले नसते.

''त्यांनी आम्हाला ओशमधल्या एका हॉटेलात नेलं. त्यांनी आमच्यासाठी एक खोली नाइलाजानं घेतली आणि त्यात आम्हाला बसवून ठेवलं. त्या एकाट जागी लोकांना एकटं सोडायला रशियन लोक अत्यंत नाखूश असत. पण आमच्यावर नजर ठेवण्यासाठी त्यांच्यापाशी पुरेसे कर्मचारी नव्हते.'' वेस जुनी आठवण सांगत होता. ते दोघं स्टीव्हच्या मृत्यूमुळे हादरून गेले होते. मॅगी फॉक्सची वाट पाहत त्या हॉटेलात बसून राहण्याचा त्यांचा इरादा नव्हता. रशियन लोक निघून गेल्यानंतर काही मिनिटांनी हे दोघे हॉटेलबाहेर पडले आणि ओशमधल्या रस्त्यांवर भटकू लागले.

''ते एक चिमुकलं रशियन खेडं होतं. त्यात एक बेकरी होती. खाटकाचं दुकान होतं.'' वेस म्हणाला. त्यांना भेटलेल्या बऱ्याचशा लोकांनी यापूर्वी अमेरिकन माणूस पाहिला नव्हता. हे दोघे गिर्यारोहक अमेरिकन आहेत, हे कळल्याने लोक हसून टाळ्या वाजवू लागत. ''सारे लोक सुखात जगताना दिसत होते. हा आम्हाला नवाच साक्षात्कार घडत होता!'' वेस म्हणाला.

प्लॅस्टिकच्या एका पिपाचा अर्धा भाग करून मॅगीसाठी कामचलाऊ स्लेड बनवण्यात आलेली होती. त्यावरून तिला पर्वताच्या पायथ्यापर्यंत आणलं गेलं. तेथून हेलिकॉप्टिरनं तिला ओशमधील हॉस्पिटलमध्ये नेण्यात आलं. सोव्हिएत लोकांनी स्कॉट अन् वेसला शोधून काढलं आणि स्टीव्ह मॉनफ्रेडोच्या शवविच्छेदनाच्या ठिकाणी उपस्थित राहायला लावलं.

''तो अतिशय तणावपूर्ण अनुभव होता,'' एवढं बोलून वेस क्षणभर थांबला आणि नंतर पुढे म्हणाला, ''आम्हाला संपूर्ण शवविच्छेदन पाहत थांबावं लागलं. त्यांना जे-जे सापडलं, ते-ते त्यांनी आम्हाला बघायला लावलं. ते म्हणत, 'पाहा - ही सूज आली असल्याची निशाणी आहे!' कसला भीषण अनुभव होता तो!''

शवविच्छेदनानंतर निष्कर्ष काढण्यात आला की, मृताची फुफ्फुसं बहुधा अनेक वर्षांपूर्वीच प्लूरसीमुळं (फुफ्फुसावर दाह) कमकुवत झालेली असावीत. तसंच आकारानं वाढलेलं आणि स्थितिस्थापकत्व पावलेलं त्याचं हृदय त्याची प्रकृती ढासळायला कारणीभूत ठरलं असावं. उंचीवरल्या विरळ हवेचा त्रास होण्यापूर्वीच त्याच्या देहात हे फेरफार घडत असले पाहिजेत, असा निष्कर्ष निघाला.

आउटवर्ड बाउन्डच्या साऱ्या लोकांना स्टीव्ह मॉनफ्रेडोच्या मृत्यूमुळे खूपच धक्का बसला. माउन्टन मॅडनेसच्या पामीर मोहिमेतील इतरांनासुद्धा अतिशय वाईट वाटलं. स्कॉट त्याबद्दल फारसं बोलला नसला, तरी त्यातला बारीकसारीक तपशील सांगताना तो खूप गंभीर झाला आणि मग गप्प बसला. स्टीव्हच्या मृत्यूमुळे तो चांगलाच हादरून गेलेला होता.

उंच पर्वत ही धोक्याचीच जागा असते आणि तिथं लोक कधीकधी मृत्यू पावतात. आपल्याबाबतीत तसं घडणार नाही, याची स्कॉटला पक्की खात्रीच वाटत होती. त्याला वाटत होतं की, तो एकदम तंदुरुस्त, हुशार व नशीबवान असल्यामुळे नेहमीच सहीसलामत राहील आणि सुखरूपपणे घरी परतेल. परंतु तो लवकरच आणखी अनुभव गाठीला बांधणार होता; कारण तो एव्हरेस्ट मोहिमेवर जाणार होता आणि तिथे मृत्यू येणं, ही नित्याचीच घटना असते!

तेरा
एव्हरेस्टची उत्तरेकडील बाजू

पहाटेच्या वेळेस अर्धवट झोपेत असलेले आणि मदतनीस म्हणून घेतलेले शेकडो शेर्पा चोमोलुंग्मावर चहा आणि पायमोजे नेऊन देत असत.

- गेरी स्नायडर

सीॲटलच्या उपनगरातील एका गोदामात कार्डबोर्डच्या जाडजूड खोक्यांच्या पसाऱ्यात स्कॉट फिशर मांडा ठोकून, त्याच्या मांडीवरल्या लांबलचक यादीतील उरलेल्या गोष्टींवर खुणा करत बसला होता. प्रत्येक खोक्यावर मेणाचा थर चढवलेला होता. जहाज, रेल्वे आणि ट्रकमधून ह्या खोक्यांचा लवकरच प्रवास होणार होता. त्यात टिकाव धरण्यासाठी ही खबरदारी घेणं गरजेचं होतं. ही खोकी अशा आकाराची होती की, ती तिबेटमधील याकवरल्या खोगिरात दोन-दोन अडकवता यावीत. पंधरा गिर्यारोहकांना माउन्ट एव्हरेस्टवर उत्तरेकडून चढाई करण्यासाठी जेवढे महिने लागतील तेवढा काळ पुरेल एवढं अन्न आणि इतर सामग्री ह्या खोक्यांमध्ये भरण्यात आलेली होती.

घरी जाताना स्कॉट वाटेत थांबला आणि एका ग्रोसरी स्टोअरमधून त्यानं बाळासाठी डायपर्स आणि दूध विकत घेतलं. ह्या गोष्टी एव्हरेस्टच्या यादीबाहेरच्या होत्या, परंतु ह्या क्षणी त्या एव्हरेस्ट मोहिमेसाठी खोक्यात भरलेल्या गोष्टींइतक्याच महत्त्वाच्या होत्या.

स्कॉट आणि जीनीच्या पहिल्या अपत्याचा, ॲन्डी फिशर-प्राइसचा जन्म १३ मे १९८७ रोजी झाला होता. आपल्या मुलाला पाहताक्षणीच स्कॉटच्या हृदयात वात्सल्य उचंबळून आलं होतं. त्याला बाळाजवळ राहायला फार आवडत असे. आपल्या मोठाल्या हातांत ते इवलं बाळ घेऊन तो या नवागत 'ब्रूस'च्या भविष्याबद्दल विचार करत असे. उपनगरातील कुटुंबात, आई-वडिलांच्या मायेच्या छत्राखाली व्यतीत झालेल्या त्याच्या स्वत:च्या बालपणाचा स्कॉटच्या मनावर खोल ठसा उमटलेला होता. आपल्या मुलालाही तसंच वाढवावं, असं त्याला

वाटत होतं. पितृत्वाबद्दल त्याच्या मनात कोणती भीती असलीच, तर ती त्याच्या मुलाला पाहताक्षणीच वितळून गेली होती आणि मुलाच्या सहवासातलं आयुष्य कल्पनेपलीकडे सुखद आहे याची त्याला जाणीव झालेली होती.

एखाद्या कुटुंबाच्या वा स्वत:च्या दृष्टिकोनात एका बाळामुळे जेवढा बदल होतो, तेवढा अन्य कशामुळेही होत नाही. परंतु असं असलं, तरी स्कॉटला वाटत असलेली पर्वतारोहणाची ओढ पहिल्याइतकीच जाज्वल्य होती. अ‍ॅन्डीच्या जन्मानंतर फक्त दोनच महिन्यांत, एव्हरेस्टवरील मोहिमेचं नेतृत्व करण्यासाठी स्कॉट रवाना होणार होता. जीनीला दिवस जाण्यापूर्वीच त्यानं एव्हरेस्टवर गिर्यारोहण करण्याचा परवाना मिळवलेला होता. सारी जमवाजमव करण्यासाठी आणि मोहिमेचे सदस्य निवडण्यासाठी त्यानं वर्षभराहून अधिक काळ प्रयत्न केलेले होते. जेव्हा ते दोघेच होते, तेव्हा स्कॉटची दीर्घकाळची अनुपस्थिती जीनी सहन करू शकत होती; परंतु या वेळेस जीनीबरोबर छोट्या अ‍ॅन्डीलासुद्धा सोडून स्कॉटला जावं लागणार होतं. स्कॉटला १९८७च्या अमेरिकन एव्हरेस्ट नॉर्थफेस मोहिमेचा नेता म्हणून दीर्घकाळ देशाबाहेर राहणं कसं काय शक्य होणार होतं, याचा सर्वांनाच प्रश्न पडलेला होता.

एव्हरेस्टचा उत्तरेकडला उतार तिबेटमध्ये आहे. जी सीमारेषा तिबेट आणि नेपाळला अलग करते, त्या सीमारेषेच्या तिबेटमधल्या भागात एव्हरेस्टची उत्तरेची बाजू आहे. एव्हरेस्टवर चढून जाण्याचे प्रारंभीचे प्रयत्न तिबेटमधून करण्यात आले. ब्रिटिश मोहिमेच्या सदस्यांनी तिबेटमधून १९२०च्या दशकात एव्हरेस्टचा पायथा गाठला आणि जमेल तेवढं चढून जावं, असं ठरवलं. नेपाळचे राजे परदेशी लोकांना आपल्या हद्दीत प्रवेश करू देत नसत. त्यामुळे एव्हरेस्टजवळ जाण्यासाठी भारतातून पायी-पायी तिबेटात जाऊन उत्तरेकडून एव्हरेस्टजवळ जावं लागत असे. एव्हरेस्ट मोहिमेत भाग घेणाऱ्यांपैकी एक जण जॉर्ज ली मॅलोरी या नावाचा होता. हा इंग्रजी शाळेतील एक शिक्षक आणि निष्णात गिर्यारोहक होता.

मॅलोरी आणि त्याचा साथी सॅन्डी अर्व्हाइन १९२४मध्ये एव्हरेस्टच्या उत्तरेकडील कड्यावर २७००० फुटांपर्यंत चढून गेलेले दिसले होते. त्या दोघांनी लोकरी कपडे घातलेले होते आणि त्यांनी त्यांच्या सोबत अगदी प्राथमिक अवस्थेतली ऑक्सिजन सिलिंडर्स घेतलेली होती. त्यांची प्रगती जोमानं होताना दिसत होती आणि ते एकाएकी ढगांमध्ये लुप्त झाले.

त्यानंतर पाऊणशे वर्षांनी मॅलोरीचा देह त्या कपारीच्या खूप खालच्या भागात सापडला. तो खूप उंचावरून पडला असावा, असं दिसलं. सॅन्डी अर्व्हाइनचं नामोनिशाणही सापडलं नाही. त्या दोघांपैकी कुणी एव्हरेस्टचं शिखर गाठू शकलं होतं, असा पुरावाही सापडलेला नाही.

इतर ब्रिटिश गटांनी एव्हरेस्टवर चढून जाण्याचे १९३०च्या दशकात

अयशस्वी प्रयत्न केले. दुसरं महायुद्ध सुरू झाल्यावर दहा वर्षांहून अधिक काळपर्यंत एव्हरेस्टवर चढायचा कुणीही प्रयत्न केला नाही. चीननं १९५०मध्ये तिबेटवर आक्रमण केल्यानंतर कम्युनिस्ट राजवटीबाहेरच्या गिर्यारोहकांना एव्हरेस्टच्या उत्तरेकडून प्रवेश मिळेनासा झाला. त्यानंतर नेपाळनं आपली सीमा लवकरच खुली केली. तेव्हापासून गिर्यारोहकांनी नेपाळच्या खुंबू खोऱ्यातून एव्हरेस्टकडे जायला सुरुवात केली. अनेक चिनी गिर्यारोहकांनी उत्तरेकडून एव्हरेस्टवर मोहिमा नेल्या असल्या, तरी इतर देशांच्या गिर्यारोहकांना १९८०च्या दशकाच्या सुरुवातीपर्यंत तिबेटमधून एव्हरेस्टकडे पोहोचता येत नसे.

अन्नपूर्णा फँगवर चढून जायचा १९८४मध्ये प्रयत्न करून स्कॉट आणि वेस नेपाळमधून बाहेर पडत होते, तेव्हाच एका ऑस्ट्रेलियन गटाला एव्हरेस्टवर उत्तरेकडून चढून जाण्यात यश आल्याची बातमी त्यांच्या कानांवर पडली. ऑस्ट्रेलियन लोक ज्या मार्गानं एव्हरेस्टवर चढून गेले, तो खूपच अवघड होता; पण तिथून जाता येतं, हे त्यांनी सिद्ध करून दाखवलं. स्कॉटच्या दृष्टीनं एवढंच पुरेसं होतं. स्कॉटनं चिनी सरकारकडे एव्हरेस्टवर चढून जायची परवानगी मागितली आणि १९८७च्या शरद ऋतूत स्कॉटला ती परवानगी मिळाली. ज्या कुणी एव्हरेस्टवर पाऊलही ठेवलेलं नाही, त्यानं एव्हरेस्टवरची मोहीम आखणं, हे मोठं साहसच होतं; कारण ती खूपच मोठी जबाबदारी होती. असं असूनसुद्धा स्कॉटला पक्की खात्री वाटत होती की, नव्या मार्गानं आपण एव्हरेस्टवर पोहोचू शकू! त्यासाठी त्याला आवश्यकता होती केवळ योग्य अशा गिर्यारोहकांची, सरकारी परवाना व इतर गोष्टींसाठी पैसे उभे करण्याची आणि पुरेशा योग्य सामग्रीची जुळवाजुळव करण्याची.

स्कॉट निष्णात गिर्यारोहकांच्या शोधात नव्हता. ज्या लोकांनी ते स्वयंपूर्ण, तगडे आणि पर्वतारोहणाला सरावलेले असल्याचं आधी सिद्ध करून दाखवलेलं होतं, अशांचाच स्कॉट शोध घेत होता. त्याला 'ब्रूस' नाव सार्थ करतील असे लोक हवे होते आणि त्यासाठी त्यानं स्वाभाविकपणे एनओएलएसच्या अनुभवी सदस्यांकडं मोर्चा वळवला. अशांपैकी एक जण होती लिझ निकोल. ती एनओएलएसच्या सुरुवातीच्या काळातली विद्यार्थिनी आणि प्रशिक्षिका होती. तिनं मला सांगितलं, ''एनओएलएसमधला अनुभव अतिशय मोलाचा आहे, असं स्कॉटचं मत होतं. मी एव्हरेस्ट मोहिमेत सामील व्हायचं आमंत्रण स्वीकारलं; तेव्हा जमेल तेवढंच चढावं, असं मी ठरवलेलं होतं. स्कॉटचीसुद्धा त्याला हरकत नसेल, हे मला ठाऊक होतं.''

एव्हरेस्ट मोहिमेवरील इतर १५ सदस्यांपैकी लिझखेरीज आणखी चौघी जणी स्त्रियाच होत्या. त्या वेळच्या मोहिमांच्या तुलनेनं स्त्रियांची ही संख्या खूपच जास्त होती. स्टेसी ॲलिसन आणि तिची मैत्रीण एव्हलिन लीज यांनी १९७०च्या दशकात झायन नॅशनल पार्कमध्ये गिर्यारोहणाचे प्राथमिक धडे स्कॉटकडूनच घेतलेले

होते. एव्हरेस्ट मोहिमेसाठी सराव म्हणून स्कॉटनं १९८६मध्ये पामीर पर्वतावर जी मोहीम नेलेली होती, त्यात स्कॉट आणि लिझ निकोलबरोबर स्टेसीसुद्धा सामील झालेली होती. मेली रूलिंग आणि मिमी स्टोन ह्या दोघीसुद्धा एनओएलएस जगतातल्याच होत्या.

''आयुष्यात फार कमी वेळा अशा असतात, जेव्हा तुम्ही बाकी सर्व जबाबदाऱ्या बाजूला सारून अनेक महिने चालू राहणाऱ्या गिर्यारोहणाच्या मोहिमेत सामील होऊन मजा लुटू शकता.'' असं ह्या मोहिमेवर तिबेटला जाण्याच्या निर्णयाबद्दल मेली रूलिंग मला म्हणाली.

एनओएलएसची तरुण प्रशिक्षिका म्हणून मेलीनं उत्तर कॅस्केड पर्वतरांगेवर स्कॉटसमवेत काम केलेलं होतं. ''तिथे आलेल्या पुस्तकी किड्यांना स्कॉट आश्वस्त करत असे, त्यांच्यात आत्मविश्वास जागवत असे आणि त्यांना स्वत:चीच खिल्ली उडवायला शिकवत असे. नवशिक्यांना गिर्यारोहण शिकवणं, हे सोपं काम नव्हे!'' त्या वेळेस ते ज्या-ज्या शिखराच्या पायथ्यापर्यंत पोहोचले होते, ती सर्व शिखरं ते चढून गेले होते. पर्वतावरल्या सरोवरांमध्ये तरंगत असलेल्या बर्फाच्या मोठ्या तुकड्यांवरून धावत जायची ते शर्यत लावत असत. ''जेव्हा कुणीतरी इतकी मौजमस्ती करत असतं, चैतन्यानं भरलेलं असतं आणि आयुष्यात आपल्याला काय हवंय याबद्दल जेव्हा ते ठाम विश्वासानं वागत असतं; तेव्हा त्या चैतन्याची इतरांनासुद्धा लागण होते! पर्वतांवर लुटता येणाऱ्या आनंदतरंगांत तुम्हीसुद्धा न्हाऊन निघता!'' मेली म्हणाली.

मेलीनं माउन्टन मॅडनेसच्या काही मोहिमांचं नेतृत्व केलं. त्यानंतर ती आफ्रिकेत जाऊन हत्तींवरचा संशोधन प्रकल्प करू लागली आणि वेस क्राउसबरोबर किलिमांजारो पर्वतावरल्या व सेरेनगटी पार्कमधल्या मोहिमांमध्ये वाटाड्याचे काम करू लागली. त्यांची ही व्यावसायिक भागीदारी प्रणयरंग लेवून आयुष्यभराची साथसंगत बनली. स्कॉटबरोबर वेस अनेक वर्षं गिर्यारोहण करत आलेला होता. त्यालासुद्धा जगातील अत्युच्च पर्वतावर चढायची ओढ वाटत होती.

एव्हरेस्ट मोहिमेत सामील झालेले अन्य लोक सामग्री जमा करण्यासाठी आणि पैसे उभे करण्यासाठी मदत करू लागले. एनओएलएसमध्ये खूप अनुभव घेतलेला बेन टोलंड हा 'सिएरा डिझाइन्स' ह्या कंपनीचा विक्री संचालक होता. ह्या मोहिमेसाठीसुद्धा त्यानं तेच पद सांभाळलं. क्यू बेल्क हा एनओएलएसच्या पूर्व आफ्रिकेतील शाखेचा संचालक होता. त्यानंसुद्धा आपलं हुनर ह्या मोहिमेसाठी वापरलं. डेव्हिड ब्लॅक या अस्थिशल्यविशारदाने योसेमिटीवर आणि अलास्कात गिर्यारोहण केलेलं होतं. तो ह्या मोहिमेचा डॉक्टर बनला. बॉब मॅक्कॉनेल ह्याला लष्करात कर्नल ह्या नात्यानं भरपूर अनुभव होता. त्यानं बेस कॅम्पच्या व्यवस्थापनाची

जबाबदारी स्वीकारली. मायकेल ग्रेबर, जॉर्ज 'जिओ' स्कंक आणि पीटर गोल्डमन हेसुद्धा एव्हरेस्ट मोहिमेत गिर्यारोहक म्हणून सामील झाले.

वेस म्हणाला, ''आम्हाला खूपच चांगले लोक मोहिमेसाठी मिळवता आले. ते चांगले गिर्यारोहक तर होतेच, पण त्यातले अनेक जण एनओएलएसचे प्रशिक्षक होते आणि ते दीर्घकाळपर्यंत पर्वतांवर राहिलेले होते.'' एनओएलएसमध्ये त्या लोकांना मोहिमेचं जे प्रशिक्षण मिळालेलं होतं, त्यामुळे हे लोक इतरांना प्रेरित करू शकत आणि समस्यांवर तोडगे शोधून काढू शकत.

परंतु त्यांच्यापैकी कुणीही यापूर्वी एव्हरेस्टवर चढून जायचा प्रयत्न केलेला नव्हता. ह्या मोहिमेतून ते खूपच नव्या गोष्टी शिकणार होते. मोहिमेसाठी पैसा उभा करणं, सामग्री जमवणं आणि सामानानं भरलेली खोकी चीन, तिबेट, रॉंगबुक ग्लेशियरमार्गे एव्हरेस्ट नॉर्थ फेसच्या पायथ्यापर्यंत पोहोचवणं... ह्या साऱ्या गोष्टी त्यांना पार पाडायच्या होत्या. हे सारं यशस्वीपणे पूर्ण केल्यानंतर शिखरापर्यंतचा दोन मैल उंचीचा उभा चढ चढून जायचं काम त्यांना करायचं होतं.

एव्हरेस्टवरील जाणाऱ्या प्रत्येक मोहिमेचं सामान खोक्यांमधून जातं. १९२०च्या दशकातील ब्रिटिश मोहिमांवरले लोक हमालांकरवी आपलं सामान भारतातून तिबेटमार्गे एव्हरेस्टच्या पायथ्यापर्यंत पोहोचवत असत. १९५०-६० आणि ७०च्या दशकातील एव्हरेस्ट मोहिमांचे फोटो पाहिले की, हमालांची लांबच लांब रांग नेपाळच्या खुंबू खोऱ्यातून एव्हरेस्टच्या बेस कॅम्पपर्यंत सामान वाहून नेताना दिसते.

एव्हरेस्टवर चढण्यासाठी काय काय सामान आवश्यक आहे, याबद्दलचे विचार १९७८मध्ये ऱ्हाइनहोल्ड मेसनर आणि त्याचा सहकारी पीटर हेबलर यांनी पूर्णपणे बदलून टाकले. हे दोघे ऑक्सिजन सिलिन्डरशिवायच शिखरावर पोहोचले. त्यांनी ही गोष्ट करून दाखवेपर्यंत लोकांना ती गोष्ट आवाजापेक्षा जास्त गती गाठण्याएवढीच अशक्य वाटत असे. आणखी दोन वर्षांनी मेसनरनं आणखी एक विक्रम केला. तो ऑक्सिजन सिलिन्डर न घेता, एकट्यानंच एव्हरेस्ट चढून गेला. त्याच्या बॅकपॅकमध्ये त्यानं फक्त एक चिमुकला तंबू, जास्तीचे कपडे, थोडंसं अन्न आणि एक कॅमेरा नेलेला होता. बाकी सारं सामान त्यानं बेस कॅम्पवरच सोडून दिलेलं होतं. त्याची मैत्रीणसुद्धा बेस कॅम्पवरच थांबलेली होती. कदाचित त्यामुळे त्याला सुखरूप परत यायची ओढ वाटली असेल!

मेसनरनंतर एव्हरेस्टवर गिर्यारोहणासाठी जे-जे आले, त्यांना इतकं कमी सामान घेऊन प्रवास करण्यात रस नव्हता. बहुसंख्य मोहिमा अजूनही बेस कॅम्प ठोकत असत. त्यांच्या सामानाची खोकी वाहून आणणारे हमाल आणि याक आणखी पुढे जाण्यास असमर्थ ठरतील, अशा जागी ते बेस कॅम्प ठोकत असत.

तिथून पुढे गिर्यारोहक आणि त्यांना मदत करणारे कर्मचारी पाठीवर सामान वाहून नेऊन पर्वतावरल्या विविध कॅम्पमध्ये ती रसद पोहोचवत असत. हे सर्व कॅम्प एकमेकांपासून एका दिवसाच्या गिर्यारोहणाच्या अंतरावर उभारले जात. ह्या गोष्टी अत्यंत कंटाळवाण्या असत आणि त्यांना खूप वेळसुद्धा लागत असे. त्यामुळे एव्हरेस्ट पर्वताच्या उंचीची आणि विरळ हवेची ह्या गिर्यारोहकांना सवय होत असे. परंतु, ही काळाशी लावलेली शर्यतच ठरत असे. अतिशय उंचीवर पोहोचलं की, मानवी देह कमकुवत बनू लागतो. पुरेसा प्राणवायू मिळत नाही. त्यामुळे खाल्लेलं अन्न नीटपणे पचत नाही आणि शरीराच्या स्नायूंना त्रास होऊ लागतो. ह्याखेरीज, एव्हरेस्टवर चांगल्या हवेचा वसंत आणि शरद ऋतूतला काळ अगदी थोडका असतो. बंगालच्या उपसागरातून येणारी पावसाळी वादळं इतक्या तीव्रतेची असतात की, त्या वेळेस एव्हरेस्टवर चढणं जवळजवळ अशक्यच ठरतं.

एव्हरेस्टवर चढण्याच्या मोहिमेसाठीचं पहिलं महत्त्वाचं काम होतं - ह्या मोहिमेबद्दलच्या जाहिराती तयार करून व्यक्तींना आणि कंपन्यांना त्यासाठी मदत करण्यास उद्युक्त करणं. देणगीदारांना पर्वतशिखराची चित्रं असलेली पोस्टकार्ड्स आणि गिर्यारोहणाच्या वेळेस घेतलेले फोटो देण्यात येतील, असं वचन देण्यात आलेलं होतं. जे देणगीदार अधिक रकमेच्या देणग्या देण्यास तयार होते, त्यांना सामानाचं ओझं उंचावरच्या बेस कॅम्पपर्यंत वाहून नेणाऱ्या याकचा खर्च उचलता येणार होता. सर्व देणगीदारांची नावं मायक्रोफिल्मवर टाइप करून तो रोल शिखरावर सोडून येणार, असं वचन दिलेलं होतं. ह्या मोहिमेत अनेक स्त्रियांचा सहभाग असल्यामुळे ह्या मोहिमेदरम्यान पहिली अमेरिकन स्त्री एव्हरेस्टवर चढून जाऊ शकेल, ह्या शक्यतेचा जाहिरातीत आवर्जून उल्लेख करण्यात आलेला होता.

जाहिरातीचा सुरुवातीचा एक गठ्ठा स्कॉटन व्ह्यू आर्नेट ह्या उच्च दर्जाचे चश्मे व गॉगल बनवणाऱ्या कंपनीकडे पाठवून दिला. त्यासोबत जोडलेल्या पत्रात त्यानं मोहिमेचा हेतू विशद करून सांगितला व गिर्यारोहकांना बर्फावरून परावर्तित होणाऱ्या सूर्यकिरणांमुळे अंधत्व येऊ नये यासाठी त्यांच्या डोळ्यांची काळजी घेणं किती आवश्यक आहे, हे नमूद करून व्ह्यू आर्नेट त्यांचे उत्कृष्ट प्रतीचे वीस ग्लेशिअर गॉगल्स आणि साधे गॉगल्स मोहिमेला मदत म्हणून पाठवू शकतील का, अशी त्याने विचारणा केली. पत्र पाठवलं तेव्हा हा आगाऊपणाचा कळस वाटत असला तरी प्रत्यक्षात त्यांनी माउन्टन मॅडनेसच्या ऑफिसात ह्या गोष्टी पाठवून दिल्या आणि मोहिमेसाठी शुभेच्छासुद्धा पाठवल्या.

प्रारंभीच लाभलेल्या ह्या यशामुळे त्यांचा हुरूप वाढला आणि मोहिमेचे सदस्य जाहिरातीचे गठ्ठे वाटत मोहिमेसाठी पैसा उभा करण्याचा जोमानं प्रयत्न करू

लागले. खेळाचं सामान विकण्यासाठी आयोजित केलेल्या शिबिरांमध्ये जाऊन त्यांनी जाहिरात पत्रकांचं वाटप केलं. पैसा गोळा करण्यासाठी त्यांनी भोजनाचे कार्यक्रम आणि लिलाव आयोजित केले. पैसे उभे करण्यासाठी माउन्टन मॅडनेसतर्फे त्यांनी सहा आठवड्यांची पर्वतांवरली पायी-पायी भटकंती आयोजित केली. हा ट्रेक काठमांडूतून तिबेटमार्गे एव्हरेस्ट मोहिमेवरील लोकांना भेटायला येणार होता. स्टेसी ॲलिसनबरोबर स्कॉट विमानानं न्यूयॉर्कला गेला आणि टीव्हीवरील 'टुडे' ह्या शोमध्ये उपस्थित राहून त्यांनी त्यांच्या मोहिमेबद्दल माहिती दिली. स्टेसीनं काही काळ माउन्टन मॅडनेसच्या ऑफिसातच मुक्काम ठोकला आणि बरोबर नेण्याच्या सामग्रीची यादी नीटपणे तयार केली. लिझ निकोलच्या मालकीचं 'कोलोराडो स्प्रिंग्ज' येथील दुकान नैसर्गिक अन्नपदार्थ विकत असे. ती आपला बराचसा वेळ खर्चून एव्हरेस्ट मोहिमेसाठी आवश्यक अशा खाद्यपदार्थांची जमवाजमव करू लागली.

हळूहळू स्लीपिंग बॅगा, फावडी, पिसं भरलेले गरम कपडे, बॅटरीज, तंबू, स्टोव्ह, हातमोजे, लांब पायांच्या अंडरवेअर्स, बूट अशांसारख्या सामानाने खोकी भरून जाऊ लागली. स्कॉटचा मित्र डॅन मॅक्हेल यानं स्कॉटसाठी आणि इतर काही गिर्यारोहकांसाठी बॅकपॅक्स बनवून दिले. लिझ निकोलने वाळवलेले अन्नपदार्थ, पीठ, कॉफी, नट्स, मध, एनर्जी बार्स, जर्की[४], टोफू[५] अशा खाद्यपदार्थांनी खोकी भरायला सुरुवात केली. ही तर सुरुवात होती. एकूण पंधरा टन वजनाची ४६० खोकी भरण्यात आली. धातूच्या मालवाहू डब्यात ही खोकी रचून ती सीॲटलमधील गोदीकडे रवाना झाली आणि तेथून ती चीनकडे निघालेल्या बोटीवर चढवली गेली. आता सामान मार्गाला लागलं होतं.

मोहिमेच्या सदस्यांनी चिनी सरकारच्या परवान्यासाठीचे व तत्सम अन्य गोष्टींसाठीचे एक लाख डॉलर्स उभे केलेले होते. त्यांनी त्याच किमतीची मोहिमेसाठीची सामग्रीसुद्धा जमवली होती. आर्थिकदृष्ट्या ते अजूनही फायद्याच्या अंदाजपत्रकात होते. गिर्यारोहणाच्या इतक्या मोठ्या प्रमाणावरील मोहिमेच्या दृष्टीनं ही मोठीच कर्तबगारी होती. आपलं सामान त्यांनी मोहिमेपूर्वी अनेक महिने आधी पाठवून दिलं होतं. आता गिर्यारोहकही हिमालयाकडे निघाले. मॉन्टाना, कोलोराडो, कॅलिफोर्निया, वॉशिंग्टन स्टेट, टांझानिया अशा विविध ठिकाणांहून हे गिर्यारोहक मोहिमेसाठी निघाले. सीॲटलच्या विमानतळावर स्कॉटनं जीनी व ॲन्डीचा निरोप घेतला आणि तोसुद्धा एव्हरेस्ट मोहिमेवर रवाना झाला.

---

४ जर्की (JERKY) – खारवून, मसाल्यांमध्ये घोळवून विस्तवावर हळूहळू भाजलेले मांसाचे तुकडे.

५ टोफू (TOFU) – सोयाबीनपासून बनवलेलं पनीर.

लिझ निकोल स्कॉटबरोबर विमानानं बीजिंगला गेली. तेथे सरकारी कर्मचाऱ्यांकडून त्यांना परवाने मिळवायचे होते. त्यांनी प्रवासात त्यांच्यासोबत राहण्यासाठी एक दुभाष्या नेमला. परवान्यानुरूपच गिर्यारोहक मोहीम आखत आहेत, याची सरकारला खात्री पटवण्यासाठी त्यांनी एका संपर्क अधिकाऱ्याचीसुद्धा नियुक्ती केली होती. सीॲटलहून त्यांनी जहाजानं पाठवलेली खोकी बीजिंगपर्यंत येऊन पोहोचलेली होती. ती खोकी घेऊन स्कॉट आणि निकोल तिबेटची राजधानी ल्हासा येथे पोहोचले. तेथून त्यांनी ती खोकी हिमालयाच्या पायथ्यापर्यंत नेली.

मोहिमेचे इतर सदस्य विमानानं चीनला न जाता नेपाळला गेले. काठमांडूत त्यांनी स्थानिक खाद्यपदार्थांची खरेदी केली. आयत्या वेळेस आणखी काही राहिलेल्या वस्तूसुद्धा त्यांनी तिथे खरेदी केल्या. त्यानंतर बस आणि ट्रकनं अनेक दिवस प्रवास करून ते तिबेटला पोहोचले. त्यांना नेपाळ-तिबेटच्या सीमेवर स्कॉट भेटला आणि कस्टम्समधून त्यांची तपासणी होताना सारं काही व्यवस्थितपणे पार पडतंय की नाही, ह्याकडे त्यानं लक्ष पुरवलं. लवकरच ते मार्गस्थ झाले आणि तिबेटचं पठार ओलांडून त्यांनी एव्हरेस्टच्या उत्तर दिशेनं प्रवास सुरू केला.

जुनी आठवण सांगताना वेस म्हणाला, ''चिनी लोकांबरोबर व्यवहार करणं, हा एक वेगळाच अनुभव होता! त्यांनी त्यांच्या ट्रक्समधून आमची खोकी तिबेटच्या त्या विस्तीर्ण पठारावरून वाहून नेली. वाटेत लागणाऱ्या छोट्या गावात भोवताली भिंत बांधलेली हॉटेलसदृश इमारत असे. ते आम्हाला सांगत की, आमची राहण्याची व्यवस्था तिथे करण्यात आलेली आहे आणि ते आम्हाला कॅन्समधलं अन्न देत असत. ही व्यवस्था अगदीच भुक्कड होती. जेवणसुद्धा बेताचंच होतं. तिबेटमधून चिनी पद्धतीनं संरक्षणासह प्रवास करण्यासाठी आम्ही दर दिवसासाठी माणशी शेकडो डॉलर्स मोजलेले होते. ते आम्हाला हॉटेलच्या बाहेर पडायला परवानगी देत नसत आणि आजूबाजूची दुनिया कशी आहे, हे बघायला आम्हाला चोरून बाहेर निसटावं लागत असे.''

तिबेटचं पठार ओलांडून एव्हरेस्टनजीक पोहोचताना पुढील काही दिवस त्यांना दिसणारी बाहेरची दुनिया होती - मोठा मोठा होत चाललेला एव्हरेस्टचा विस्तार! ट्रक्सच्या मागे रचलेल्या खोक्यांवर बसून प्रवास करणाऱ्या गिर्यारोहकांना कधीकधी धुळीपासून बचावासाठी फेसमास्क घालावा लागत असे. चाकांमुळे चाकोऱ्या पडलेल्या उघड्याबोडक्या पठारावरून जाताना माथ्यावर दिसणारा आकाशाचा तेजस्वी निळाभोर रंग हिमालयाच्या पांढऱ्या बर्फाच्छादित शिखरांना उठाव देत असे. रॉंगबक खोऱ्यात त्यांनी प्रवेश केला, तेव्हा एव्हरेस्ट पर्वत आणखीनच उंच भासू लागला. एव्हरेस्टच्या उत्तरेकडील उताराच्या दोन्ही बाजूंना उंच कपारी उभ्या होत्या. शिखरापासून खालर्यंत येणाऱ्या ग्रेट कॉलॉयर नावाच्या प्रचंड घळीच्या

कृष्णछायेत प्रचंड शुभ्र कपचीसारखा दिसणारा एव्हरेस्टचा उत्तरेचा उतार दिमाखात उभा होता.

खडबडीत रस्ते आणि नदीचे प्रवाह ओलांडून ट्रक्स हळूहळू मार्ग कापत होते. त्यांतला एक ट्रक नादुरुस्त झाला. स्कॉटनं एक ट्रॅक्टर आणि वॅगनमधून त्या ट्रकमधली खोकी हलवायची व्यवस्था करेपर्यंत मोहीम ठप्प झाली. जो ओबडधोबड रस्ता होता, तोसुद्धा १६००० फूट उंचीवर रॉंगबक हिमनदीनं वाहून आलेल्या दगडधोंड्यांच्या डोंगरापाशी येऊन थांबला. ट्रक्स यापुढे जाणं शक्यच नव्हतं. मोहिमेच्या सदस्यांनी ट्रक्समधून खोकी खाली उतरवली आणि ट्रक्स निघून गेले. त्यांची जागा आता याकांनी घेतली. तिबेटी लोकांनी याकांच्या पाठीवर खोकी लादली आणि खोऱ्यातील मार्गानं ती मोहिमेच्या ॲडव्हान्स बेस कॅम्पवर - १८४०० फुटांवर नेऊन पोहोचवली. यापुढले अनेक मैल अंतरात रॉंगबक हिमनदीत एवढे अडथळे उभे होते की, ते पार करणं याकांनासुद्धा शक्य होणार नव्हतं. येथे उतरवलेल्या खोक्यांपैकी जी खोकी पर्वतावर आणखी उंचावर न्यायची होती, ती तिबेटी याक मालकांनी आणि गिर्यारोहकांनी अलग केली.

वेस म्हणाला, ''याकचे मालक खूपच गमत्ये आणि आनंदी होते. त्यांची आमची नीटपणे ओळख आणि दोस्ती झाल्यावर आम्ही स्वयंपाकासाठी एक वेगळाच तंबू उभारला. तिथे आम्ही गाणी लावून नाचत असू, व्हिस्की पिऊन फोटो काढत असू. आम्ही एकमेकांचे जानी दोस्त झालो. आम्ही एकत्र खूपच मौज लुटली.'' परंतु गिर्यारोहकांच्या लगेचच लक्षात आले की, याकच्या मालकांशी असलेली मैत्री टिकून राहण्यासाठी त्यांच्यावर बारीक लक्ष ठेवून मोहिमेची सामग्री त्यांच्या पिशव्यामध्ये तर अंतर्धान पावत नाही ना, यावर लक्ष ठेवणं गरजेचं होतं!

एव्हरेस्ट मोहिमेचा पहिला कॅम्प रॉंगबक हिमनदीवर १९२०० फूट उंचीवर, एव्हरेस्टच्या उत्तरेकडल्या बाजूच्या पायथ्याशी उभारण्यात आला. पर्वताच्या पायथ्याच्या शक्य तेवढ्या जवळ, परंतु पर्वतावरून हिमप्रपाताबरोबर वाहून येणाऱ्या दगडधोंड्यांपासून सुरक्षित अंतरावर हा कॅम्प उभारण्यात आला. एव्हरेस्टच्या नेपाळच्या बाजूला कॅम्पपर्यंत ओझी वाहून नेणारे हमाल मिळत असत, ती सुविधा इथे उपलब्ध नव्हती. हमालांऐवजी माउन्टन मॅडनेसच्या गिर्यारोहकांनीच खोक्यातलं सामान बॅकपॅकमध्ये भरून फेऱ्या मारून ॲडव्हान्स बेस कॅम्पपासून कॅम्प नं. १ पर्यंतचं अनेक मैलाचं अंतर काटून ते स्वत: पोहोचतं केलं. हे सामान वाहून नेताना, भरभर जाता यावं म्हणून ते बऱ्याचदा स्कीज वापरत असत, ह्या प्रवासात ते घामाघूम होत असतं. कारण बर्फावरून परावर्तित होणारे सूर्यकिरण त्यांचा मार्ग भट्टीसारखा तापवत असत.

हे सामान वाढून नेता-नेता, गिर्यारोहक मान उंच करून एव्हरेस्टचा सुळका

अभ्यासत असत. एव्हरेस्टच्या उत्तरेकडच्या बाजूचा खालचा भाग दगडधोंडे आणि बर्फानं भरलेला आहे. मधला भाग बर्फाच्या प्रचंड मैदानानं भरलेला आहे. ह्या बर्फाच्या मैदानाला १९८४च्या ऑस्ट्रेलियन मोहिमेच्या लोकांनी 'व्हाइट लिंबो' असं नाव दिलेलं होतं. ह्या बर्फाच्या मैदानातून खूपदा हिमप्रपात होतात. ते इतक्या खड्या चढाचं आहे की, दोराशिवाय चढणारा गिर्यारोहक घसरला, तर तो हिमनदीपर्यंत हजारो फूट खाली कोसळू शकतो. व्हाइट लिंबोच्यावर ग्रेट कॉलॉयर ही जवळजवळ एव्हरेस्टच्या माथ्यापर्यंत जाणारी घळ आहे.

मोहिमेनं एव्हरेस्टच्या उत्तरेकडल्या बाजूवर तीन कॅम्प ठोकायचं ठरवलं. कॅम्प २ हा २२६०० फूट उंचीवर असणार होता. शेवटचा कॅम्प ४ हा ग्रेट कॉलॉयर ह्या घळीत २६५०० फुटांवर असणार होता. चौथ्यापासून पुढे निघालेल्या गिर्यारोहकांना शिखरमाथा गाठण्यापूर्वी आणखी २५०० फूट चढून जावं लागलं असतं.

''कुणीही चढू लागण्यापूर्वी, आम्हाला प्रत्येक कॅम्पमध्ये चार लोकांना पाच रात्री पुरेल एवढं अन्न आणि इंधन पोहोचतं करायचं होतं.'' वेसनं मला सांगितलं. पुढे खूप कामं दिसत होती. पहिलं काम होतं ते कॅम्प तयार करण्याचं. खोक्यातलं सामान काढून ते बॅकपॅकमध्ये भरणं आणि ते उंचावरच्या कॅम्प्समध्ये पोहोचवणं, हे कष्टाचं काम होतं. परंतु ह्यासाठी कोणत्या कामाची जबाबदारी कोण उचलणार आणि ते काम कशा प्रकारे पार पाडलं जाणार, याची स्पष्ट आखणी कुणीच केलेली नव्हती. वेस म्हणाला, ''ह्या मोहिमेचा बारीकसारीक तपशील आधीपासून ठरवणं वेडेपणाचं ठरेल, असं आमचं मत होतं. प्रत्यक्ष तिथे पोहोचलं की, गोष्टींचा उलगडा होऊ लागतो, असं आम्हाला वाटत होतं.''

स्कॉटनं आधीपासूनच स्पष्टपणे सांगितलं होतं की, मोहिमेच्या बारीकसारीक गोष्टींचं संयोजन करण्याचा त्याचा इरादा नाही. ह्या मोहिमेच्या सामानाची आणि पैशांची जुळवाजुळव व ते सामान एव्हरेस्ट पायथ्यापर्यंत पोहोचवणं यात त्यानं भरपूर सहयोग दिलेला होता. परंतु एकदा पर्वतापायथा गाठला की, मोहिमेच्या सदस्यांनी स्वत:च्या निर्णयावर ही मोहीम पुढे न्यावी, अशी त्याची अपेक्षा होती. त्या सर्वांनाच एव्हरेस्टमाथा गाठायचा होता आणि इच्छाशक्ती व संयुक्त प्रयत्नांच्या बळावर ते ही मोहीम फत्ते करतील, अशी स्कॉटला खात्री वाटत होती.

स्टेसी ॲलिसन मला म्हणाली, ''तुम्ही सारे मित्र म्हणून मोहिमेवर जाता आणि तुम्हाला वाटतं की, तुम्हाला नेतृत्वाची गरज पडायचं कारणच नाही. आम्हाला वाटत होतं की, आम्हाला सारं समजतंय; पण आम्हाला सारं समजत नव्हतं! तुम्हाला मोहिमेवर नेतृत्वाची गरज असते. वेगवेगळ्या लोकांकडून वेगवेगळी कामं करून घेणं आणि सामग्रीचं नियोजन करणं यासाठी नेतृत्व गरजेचं असतं आणि ते करणारं आमच्यापाशी कुणीच नव्हतं!''

मेली रूलिंग म्हणाली, ''आम्ही सारे मित्र होतो, एकमेकांना जवळून ओळखत होतो, आनंदानं मोहिमेवर निघालो होतो आणि सारं गोड वाटत होतं. पण तेवढ्यावर मोहीम फत्ते होत नसते. आता मागे वळून पाहताना असं वाटतं की, आमच्याबरोबर तिथे आधी आलेला कुणी अनुभवी, जाणता माणूस असता, तर बरं झालं असतं.''

स्कॉटनं एक निर्णय मात्र ताबडतोब घेतला होता. तो आणि वेस पर्वत चढायला ताबडतोब सुरुवात करतील. फँग आणि किलिमांजारोवर चढताना ते एकमेकांचे जोडीदार होते, तसेच ते या वेळेससुद्धा जोडीनं चढतील. ते भराभर चढतील आणि अवघड जागी ते सर्वांत आधी चढून, इतरांचं - इतर कशात नाही तरी - गिर्यारोहणात नक्कीच नेतृत्व करतील. त्यांनी उत्तरेच्या उतारावर चढायला सुरुवात करून कॅम्प क्र. २कडे मोर्चा वळवला आणि इतर काहींच्या मते, तेथून ते कधीच खाली उतरले नाहीत.

वेस म्हणाला, ''एव्हरेस्टवर उत्तरेकडून चढताना सुरुवातीपासूनच अवघड चढण येते.'' वेस आणि स्कॉट यांनी चढायला सुरुवात केली, तेव्हा सुरुवातीचा फत्तराचा उभा सुळका जवळजवळ काटकोनात उभा होता. त्यांनी खिळे ठोकून त्यांना दोर बांधले आणि ते दोर खाली सोडले. त्यांच्या पाठीमागून चढत वर येणारे लोक ह्या दोरांच्या साह्यानं वर चढत येऊ शकले असते आणि पडले असते, तर खूप खोलवर गडगडत गेले नसते. रॅंगबकवर सामान पोहोचवण्यापेक्षा ह्या दोरांवरून चढून जात असताना सामान वर नेणं खूपच कष्टाचं काम होतं. कॅम्प क्र. २ आणि कॅम्प क्र. ३ आकार घेऊ लागल्यावर तिथे खूप सामान आणावं लागणारं होतं. गिर्यारोहक उंचावरल्या कॅम्पमध्ये पोहोचले की, ते बॅकपॅक्समधले सामान तिथे काढून ठेवून खाली उतरत अथवा थोडा वेळ थांबून पुढल्या चढावर खिळे ठोकून दोर बांधायला मदत करत किंवा उंचावर आश्रय घेण्यासाठी बर्फ फोडून गुहा तयार करायला मदत करत.

बर्फातल्या गुहा ही आफलातून चीज असते. बर्फात गुहा खोदायला जो वेळ लागतो, त्याच्या एकशतांश वेळात तंबू ठोकता येतो. पण योग्य तऱ्हेनं बनवलेली बर्फातली गुहा तुम्हाला बॉम्बपासूनसुद्धा सुरक्षित ठेवू शकते. त्या गुहेत वादळवाऱ्यापासून सुरक्षित राहता येतं. गुहेच्या भिंतींचा बर्फ उष्णता वाहून नेत नाही. त्यामुळे गिर्यारोहकांच्या शरीराची ऊब गुहेतच राखली जाते आणि गुहेतलं वातावरण उबदार राहतं. हिमप्रपातात तंबू नष्ट होऊ शकतो, पण चांगल्या तऱ्हेने खोदलेल्या गुहेवरून हिमप्रपात गेला तरी गुहेतील लोक सुरक्षित राहतात. वादळानं गुहेच्या प्रवेशदारापाशी अनेक फूट बर्फ जमा झालं तरी गुहा, गुहेतलं सामान आणि गुहेत राहणारा माणूस सुरक्षित राहतो.

गिर्यारोहणासाठीची फावडी वापरून, उत्तर चढावर चढणाऱ्या गिर्यारोहकांनी

कॅम्प क्र. २ तयार करण्यासाठी कड्याच्या आडोशाच्या एका जागी बर्फात खूप खोलवर खणून घुमटाकार खोली कोरून काढली. ह्या खोलीत चार गिर्यारोहक आपल्या साधनसामग्रीसह आसरा घेऊ शकले असते. अशा तऱ्हेने कॅम्प क्र. २ ची उभारणी केल्यानंतर स्कॉट आणि वेस यांनी व्हाइट लिंबोवरून जाणाऱ्या मार्गाचं नेतृत्व केलं. त्यांनी ॲल्युमिनियमचे खांब रोवून त्यांना दोर बांधले. व्हाइट लिंबोच्या माथ्यापाशी त्यांनी कॅम्प क्र. ३साठी बर्फात गुहा खोदायला सुरुवात केली.

इकडे खाली, रॅंगबक ग्लेशियरवर असलेले मोहिमेचे सदस्य आपापल्या वेळापत्रकानुसार हालचाली करत होते. पर्वतावर केव्हा चढायचं, बरोबर काय-काय सामान न्यायचं, उंचावर सामान पोहोचवल्यावर आणखी कोणती मदत करायची, याचा निर्णय प्रत्येक जण आपापल्या मर्जीनुसार घेत होता. काही जणांना वाटलं की, कॅम्प क्र. २ इतकी उंची गाठली, हेच खूप झालं. इतर काही जणांनी कॅम्प क्र. ३पर्यंत अनेकदा सामान पोहोचवलं.

जुनी आठवण सांगताना मेली म्हणाली, ''हे सारं खूपच धोक्याचं होतं.'' रात्रीच्या वेळेस पर्वतावरलं बर्फ गोठून दगडासारखं झालेलं असे, तेव्हा हिमप्रपात होण्याची फारशी शक्यता नसे. त्यामुळे मोहिमेचे सदस्य अंधारात, डोक्यावरच्या दिव्यांच्या उजेडात दोरांवरून चढून सामान वाहून नेत असत. मेली रूलिंग म्हणाली, ''चढत असताना, बर्फाचे गोळे तुमच्या बाजूनं गडगडत जाताना रात्रभर ऐकू येत. त्यांतला एखादा तुमच्या डोक्यावर आदळला, तर कपाळमोक्षच होऊ शकला असता.''

टोकाचे शारीरिक कष्ट; अनेक महिने अनेक लोक रॅंगबक ग्लेशियरवरल्या दूरच्या कॅम्पमध्ये सुखसोईंविना लहानशा जागेत एकत्र राहत असल्यामुळे उद्भवणाऱ्या तणावाचे परिणाम जाणवू लागले. जसजसे आणखी आठवडे उलटू लागले, तसतसं उरलेल्यांपैकी काही जणांना वैषम्य वाटू लागलं की, वेस आणि स्कॉट पर्वतावर उंचावर राहत आहेत आणि त्यांना मात्र पर्वतावर सामान वाहून नेण्याची हमाली करावी लागतेय. काही जण पर्वतमाथा गाठायच्या ईर्ष्येमुळे एकमेकांना सहकार्य द्यायचं सोडून एकमेकांशी स्पर्धा करू लागले. कोणते लोक अखेरचा टप्पा चढायच्या शर्यतीत टिकून राहतील? हलकं ओझं उचलणाऱ्या गिर्यारोहकाला शक्ती शाबूत ठेवून शिखर गाठता येईल की जड ओझी उचलून नेल्यामुळे वेस आणि स्कॉटला प्रभावित करून शिखर चढण्याच्या शर्यतीत त्यांना शिरकाव करून येता येईल? वेस, स्कॉट आणि इतर अनेक जण असेच पर्वतमाथा गाठण्याच्या शर्यतीत उतरताना दिसत होते!

वेसला वाटत होतं, ''आम्ही उंचावर चढून हे शिखर चढायचा प्रयत्न करत आहोत; त्यासाठी आवश्यक ते करत राहावं, हे बरं. शिखरमाथा कोण गाठू शकेल

याची विवंचना आतापासून कशाला हवीय? अजून तर आपण शिखरापासून खूपच दूर आहोत!''

माणसं जे ग्रह करून घेतात, त्यावर पुढच्या घटना खूपच अवलंबून असतात. मेलीनं निदर्शनाला आणून दिलं की, उंचावरल्या कॅम्प्समध्ये वेळेवर सामान पोहोचवून ते सुरू करून देणं, हे अपूर्व यशच असलं तरी ते काम कसं आणि कुणी पार पाडलं, याबद्दल तिच्या आणि वेसच्या मनात जमीनअस्मानाएवढा फरक होता. ती म्हणाली, ''सारा वेळ आम्ही दोघं पर्वतावरल्या वेगवेगळ्या जागीच वावरत होतो. वेस आणि स्कॉट उंचावर बसलेले होते. आम्हीच त्यांना जेवू घालत होतो. ते क्रमांक २च्या कॅम्पवर येत आणि तेथे त्यांना जेवण मिळत असे. तिथे अन्न कोठून आलं, कुणी आणलं याबद्दल त्यांना काडीचीही कल्पना नसे!''

इतर लोकांना त्याबद्दल एवढा कडवटपणा वाटत नसे. निकोल मला म्हणाली, ''मला अशा गोष्टींचा त्रास वाटला नाही, कारण शिखर गाठायची माझी महत्त्वाकांक्षाच नव्हती. माझी उडी एवढी उंच नव्हतीच. तिथवर पोहोचण्यावरच मी खूश होते! स्कॉट जे काही करतोय, ते उत्तमच आहे, असं मला वाटत होतं. पण बहुधा सर्वांनाच तसं वाटत नसावं!''

एक गोष्ट मात्र कुणीच नाकारू शकत नव्हतं आणि ती म्हणजे गिर्यारोहणातला धोका! माउन्टन मॅडनेसनं आयोजित केलेल्या ट्रेकिंग टीमचे लोक एव्हरेस्ट बेस कॅम्पपर्यंत येऊन पोहोचले, तेव्हा ही गोष्ट सर्वांच्याच मनावर ठसवली गेली. ट्रेकिंग टीममध्ये स्कॉटची आई शर्ली फिशर आणि मेली रूलिंगचे वडील हँक रूलिंग यांचा समावेश होता. हिमालयावरल्या मोहिमांची नोंद ठेवणारे लोक बहुधा असा तपशील लिहून ठेवत नसतील; परंतु माउन्ट एव्हरेस्ट मोहिमेचं नेतृत्व करणाऱ्याची आई बेस कॅम्पपर्यंत येऊन आपल्या मुलाची प्रगती पाहते आहे, ही घटना बहुधा इतिहासात प्रथमच घडत असावी.

अन्नपूर्णा फँग मोहिमेच्या वेळेस काही वर्षांपूर्वी पी. बी. थापांना वेस आणि स्कॉट भेटले होते. पी. बी. थापा काठमांडूला राहून वेगवेगळ्या सफरींचं आयोजन करत असत. त्यांच्या मदतीनं एव्हरेस्ट-नॉर्थफेस मोहिमेचा एक उपभाग म्हणून स्कॉटनं ह्या ट्रेकचं आयोजन केलेलं होतं. स्कॉटची आई ह्या ट्रेकमध्ये आनंदानं सामील झाली. हिमालयातील ह्या ट्रेकची पूर्वतयारी म्हणून सरावासाठी ती बॅकपॅक पाठीवर घेऊन घराजवळच्या गोल्फ कोर्सवर भरपूर चालत असे आणि तिनं योगासनं करायलासुद्धा जोमानं सुरुवात केली होती. सहा आठवड्यांच्या ट्रेकसाठी ती जेव्हा काठमांडूला पोहोचली, तेव्हा तिच्या एका सहप्रवाशानं तिला प्रश्न विचारला, ''तू बेस कॅम्पवर पोहोचलीस की काय करणार आहेस? शीर्षासन करणार आहेस?''

ती म्हणाली की, ती तेसुद्धा करेल; परंतु त्यापूर्वी तिला बेस कॅम्प गाठायचं

काम पार पाडायचं आहे. ट्रेकिंग टीम पावसात, चिखल तुडवत नेपाळ सीमेपर्यंत पोहोचली. तेथून बसमधून त्यांनी तिबेटच्या पठारावर प्रवास केला आणि मग एका ट्रकमधून शेवटचा प्रवास करून ते बेस कॅम्पला पोहोचले. रॉंगबक हिमनदीवर पायी प्रवास करून ते ॲडव्हान्स बेस कॅम्पला पोहोचले, तरीसुद्धा शर्ली थकली नव्हती. तिला तंदुरुस्त वाटत होतं.

ती म्हणाली, ''मी एव्हरेस्टकडे नजर टाकली आणि स्तिमितच झाले! मला तो आध्यात्मिक अनुभवच वाटला! एव्हरेस्ट पाहून मी थक्क झाले. त्याची उंची, त्याचा परिसर... सारंच अविश्वसनीय वाटत होतं!''

कॅम्प क्र. ३वरून खाली उतरून आईला भेटायला स्कॉट आला. तो त्याच्या आईजवळ काही दिवस राहिला. त्याला भेटून त्याच्या आईला अतिशय आनंद झाला. भोजनगृह म्हणून वापरल्या जाणाऱ्या तंबूत आपल्या लेकाजवळ बसून शर्लीनं भात आणि याक स्ट्यू यांचं भोजन घेतलं. त्याच्याबरोबर ती चहा प्यायली आणि ऊनवाऱ्यानं रापलेला आपल्या लेकाचा चेहरा तिनं न्याहाळला. मोहिमेवर आलेल्या इतर सदस्यांशी तिनं गप्पागोष्टी केल्या. मोहिमेवरची त्यांची निष्ठा, समर्पितता आणि उत्साह ह्या गोष्टी तिला अत्यंत प्रेरक वाटल्या. स्कॉटनं तिच्याजवळ एक दुर्बीण दिली आणि एव्हरेस्ट नॉर्थफेसवर उंचावर पोहोचलेले गिर्यारोहक त्यानं तिला दाखवले. शर्ली योगासनं दररोज नित्यनेमानं करत होती, तरी तिला प्रेरणादायी वाटणाऱ्या भरपूर गोष्टी होत्या; त्यासाठी तिला शीर्षासन करायची गरज नव्हती.

त्यांनी एकत्र व्यतीत केलेल्या काळाबद्दल ती म्हणाली, ''स्कॉटजवळ राहणं, त्याला गिर्याराहेणाबद्दल वाटणारी तीव्र ओढ समजून घेणं मला फार मोलाचं वाटलं.'' हिमप्रपातांच्या आवाजात शिखराजवळ घोंघावणारे थंडगार वारे जाणवत होते, तरी ही मोहीम पाहून तिची पूर्ण खात्री पटली की, गिर्यारोहणाशिवाय स्कॉट जगूच शकत नाही! ही गोष्ट तिला अनेक वर्षं माहीत असली, तरी आता ह्या वस्तुस्थितीबद्दल तिची पूर्ण खात्री पटली. गिर्यारोहणाची त्याला वाटणारी तीव्र ओढ बघता, त्यावाचून तो जगूच शकला नसता, हे सत्य तिला नव्यानं उमगलं. ''मी स्कॉटसमवेत एव्हरेस्टचा आनंद लुटला. अभूतपूर्व अनुभव होता तो!'' शर्ली म्हणाली.

मेलीचे वडीलसुद्धा लेकीजवळ राहण्याचा आनंद उपभोगत होते. पण लेकीच्या सुरक्षिततेबद्दल ते तेवढेसे आशावादी नव्हते! मेली मला म्हणाली, ''मी नॉर्थफेसवर चार वेळा चढून गेले आणि कॅम्प क्र. ३ एवढ्या उंचीवर पोहोचले. तिथली परिस्थिती भीषण होती! गोठवून टाकणारी थंडी आणि वारा! बर्फाचे मोठाले तुकडे गडगडत सारा वेळ खाली येत असत. सारंच मोठं धोक्याचं होतं!'' तिच्या श्वसनसंस्थेला झालेल्या जंतुसंसर्गामुळे तिला श्वसनाला त्रास होत होता.

तिचे वडील हँक रूलिंग ही पर्वतावरती परिस्थती पाहत होते आणि कोसळणाऱ्या बर्फाचा प्रचंड आवाज ऐकत होते. त्यांनी मोहिमेवरील लोकांशी बातचीत केली. ते सर्व लोक शिखरमाथ्यावर चढून जाण्यासाठी कोणताही धोका स्वीकारायला तयार आहेत, असं त्यांना वाटलं. त्यानंतर त्यांनी मेलीजवळ बसून तिला प्रश्न विचारला, ''पर्वतमाथा गाठण्यासाठी तू तुझं जीवित पणाला लावणार नाहीयेस ना?''

त्यांना वाटत असलेली काळजी तिला जाणवली. तिला स्वत:ला शिखराकडे जाणाऱ्या मार्गाबद्दल वाटणारी वाढती आशंका तिच्या लक्षात आली. तिनं निर्णय घेतला की, तिला सहजपणे शक्य होईल तेवढ्या उंचीवर ती चढून गेलेली आहे. तिनं तिच्या वडिलांना सांगितलं, ''मी जीवित पणाला लावून पर्वतमाथा गाठण्याचा प्रयत्न करणार नाही. जिवावर उदार होऊन करायच्या लायकीची ती गोष्ट नव्हे!''

परंतु इतर जण पर्वतमाथा गाठायची जिद्द बाळगून होते. कॅम्प क्र. ३वरून खोल बर्फ तुडवत ग्रेट कॉलॉयर ही घळ स्कॉट व वेस चढून गेले आणि त्यांनी कॅम्प क्र. ४साठी योग्य अशी जागा शोधून काढली. पर्वतमाथा गाठताना त्या दोघांना जी ऑक्सिजन सिलिंडर्स लागली असती, ती सिलिंडर्स आणि इतर सामान त्यांनी कॅम्प क्र. ४साठी निवडलेल्या जागी सोडलं. एवढ्या उंचीवर इतकं सारं वजनदार सामान घेऊन जायला आणि परत खाली उतरून यायला त्यांना अपेक्षापेक्षा खूप जास्त वेळ लागला. वेस मला म्हणाला, ''माझ्या रेटिनात (ज्यावर प्रतिमा उमटते, तो डोळ्याच्या मागच्या बाजूचा पडदा.) रक्तस्राव झाला होता, त्यामुळे मला फक्त एकाच डोळ्यानं थोडंसं दिसत होतं. स्कॉटनं गॉगल घातलेला होता आणि साधा चश्मा त्यानं बरोबर आणलेला नव्हता. रात्री काळाकुट्ट अंधार पडला आणि आम्हाला काहीही दिसेना. ग्रेट कॉलॉयर उतरून येताना एक आंधळा दुसऱ्या आंधळ्याला मार्ग दाखवतोय, अशी परिस्थिती उद्भवलेली होती!''

त्यांना वाटलं की, शिखरमाथा गाठायला आता सारी पूर्वतयारी पूर्ण झालेली आहे. कॅम्प क्र. २ आणि कॅम्प क्र. ३वरील बर्फातल्या गुहांमध्ये पुरेसं सामान पोहोचतं झालेलं होतं. कॅम्प क्र. ४वर त्यांनी गुहा खोदलेली नसली, तरी तिथे त्यांनी जे सामान पोहोचवलेलं होतं, त्यात दोन तंबू होते. शिखर चढून जायच्या आदल्या रात्री ते तंबू वापरता आले असते. स्कॉट आणि वेस अखेरच्या चढाईपूर्वी विश्रांतीसाठी अॅडव्हान्स बेस कॅम्पवर पोहोचले.

वेस मला म्हणाला, ''सुरुवातीपासून आमचा असाच बेत होता. आम्ही ठरवलं होतं की, साऱ्या गोष्टींची जुळवाजुळव करायची, त्यानंतर खाली येऊन तीन दिवस विश्रांती घ्यायची आणि शिखर गाठण्यासाठी तय्यार गडी बरोबर घेऊन शिखरमाथा गाठायला कूच करायचं.'' त्यांनी ठरवलं होतं की, शिखर गाठायच्या पहिल्या

मोहिमेत त्यांच्याखेरीज स्टेसी ॲलिसन आणि क्यू बेल्क हे दोघेसुद्धा असतील.

पण ज्या मोहिमेत सदस्यांना आपल्या मतानुसार निर्णय घेण्याची मुभा दिलेली असते, तेथे कधीकधी अनपेक्षित गोष्टींना सामोरं जावं लागतं. आधीपासून बांधून ठेवलेल्या दोरांवरून स्कॉट आणि वेस खाली उतरून येत होते, तेव्हा त्यांना मायकेल ग्रेबर आणि मिमी स्टोन हे दोघं वर चढून येताना दिसले. हे दोघे सामान पोहोचवण्यासाठी मदत करत होते. त्यांना जाणवलं की, शिखराकडे जायचा मार्ग मोकळाच आहे. स्कॉट आणि वेस ॲडव्हान्स बेस कॅम्पकडे येत असताना वरच्या बर्फातील गुहा येते. ती चार-पाच दिवस इतर कुणीसुद्धा वापरणार नाही, हे मिमी आणि मायकेलच्या लक्षात आलेलं होतं. त्यामुळे ह्या संधीचा लाभ घेऊन ह्या दोघांनी पर्वतमाथा गाठायचा प्रयत्न करायचं ठरवलं. त्यांनी हा निर्णय स्वतंत्रपणे घेतला, हे उरलेल्या सदस्यांपैकी काहींना खटकलं. परंतु सरतेशेवटी वेस आणि स्कॉट या दोघांनी त्या निर्णयाकडे सकारात्मक दृष्टिकोनातून बघितलं.

वेस म्हणाला, ''आम्ही ठरवलं की, त्याला काही हरकत नाही. गुहांमध्ये अन्नाचा आणि इंधनाचा भरपूर साठा होता. मिमी आणि मायकेल स्वत:ची ऑक्सिजन सिलिंडर्स नेत होते. त्यामुळे ते इतर कुणाच्या सामानाचा वापर करणार नव्हते. त्यामुळे त्यांच्या त्या निर्णयामुळे कुणालाही उपद्रव पोहोचणार नव्हता!''

अनेक दिवस चढत, अखेरीस मिमी आणि मायकेल कॅम्प क्र. ४च्या जागी पोहोचले. स्कॉट आणि वेसनं तिथं सोडलेल्या सामानातला तंबू काढून त्यांनी रात्रीसाठी तंबू ठोकला; पण पुढल्या दिवशी त्यांना इतक्या सोसाट्याच्या वाऱ्याला तोंड द्यावं लागलं की, त्यांना २७८०० फुटांवरून परत वळावं लागलं. शिखर अजून १२०० फूट दूर होतं. उंचावरल्या कॅम्पमधून खाली उतरत असताना त्यांना वर चढणारे वेस, स्कॉट, स्टेसी आणि क्यू हे चौघं भेटले.

मिमी आणि माइकबद्दल सांगताना वेस म्हणाला, ''ते सुरक्षित राहिले होते, त्यांनी कोणताही आततायी निर्णय घेतलेला नव्हता आणि मूर्खासारखं वागून इतरांना गोत्यात आणलेलं नव्हतं. ते सुरक्षितपणे खाली उतरून आले असल्यानं त्यांच्यावर टीका करण्याजोगं त्यांनी काहीही केलेलं नव्हतं!''

स्कॉट, वेस, स्टेसी आणि क्यू हे चौघं कॅम्प क्र. २च्या गुहेपर्यंत पोहोचले, तोवर जोरदार हिमवृष्टी होऊ लागली होती. पण त्यांना त्याबद्दल विशेष चिंता वाटत नव्हती. त्यांना खात्री वाटत होती की, इतक्या लवकर पावसाळी वारे भारतातून प्रवास पूर्ण करून हिमालयापर्यंत पोहोचणं अशक्य आहे. सभोवती घोंघावणारे वादळ त्या रात्री निवळेल, असा त्यांचा होरा होता. पण ते वादळ त्या रात्री तर सोडाच, पण आणखी दोन रात्रींतही निवळलं नाही. हे चौघे जण त्यांच्या स्लीपिंग बॅगांमध्ये गुरफटून झोपले होते. बॅटरी संपू नये म्हणून त्यांनी हेडलॅम्प बंद ठेवले

होते, त्यामुळे ते काळोखात झोपून बाहेरच्या हिमप्रपाताचा रोंरावणारा आवाज ऐकत गुहेत गप्प बसलेले होते. गुहेच्या तोंडाशी जमा झालेला बर्फ अधूनमधून थोडासा बाजूला करून ते गुहेत ताजी हवा येण्यासाठी मार्ग मोकळा करत होते. बाहेर डोकावलं की, त्यांना थैमान घालणारं बर्फाचं वादळच नजरेला पडत होतं. ते जर गुहेऐवजी तंबूत असते, तर अशा भीषण परिस्थितीत त्यांना झपाट्यानं खाली उतरावं लागलं असतं.

चौथ्या दिवशी वादळ थोडंसं निवळलं आणि हे चौघे कॅम्प क्र. ३कडे जाऊ लागले. वादळी वाऱ्यामुळे मार्गातला सुटा बर्फ खरडून काढला गेला होता, त्यामुळे हिमप्रपाताचा धोका कमी झालेला होता. परंतु वादळी वाऱ्यामुळे त्यांनी ठोकलेले खिळे आणि त्यांना बांधलेले दोरसुद्धा उखडून गेलेले होते. फक्त काही वेडेवाकडे झालेले खांब शिल्लक राहिलेले दिसत होते. हिमप्रपातांनी वाहून आणलेल्या दगडधोंड्यांच्या ज्या टेकडीपर्यंत ट्रक्सनी सामान आणून टाकलेलं होतं, त्याच्या पुढे अनेक मैलांपर्यंतचा रॉंगबक खोऱ्याचा परिसर बर्फानं भरून गेलेला दिसत होता. त्यांच्या मोहिमेतील इतर सदस्यांनी रेडिओवर सांगितलं की, अॅडव्हान्स बेस कॅम्पवर सहा फूट थराचा बर्फ बरसला होता. तिथले तंबू आणि जेवणघर बर्फाखाली गाडलं गेलं होतं.

शिखरावर निघालेले चौघं जण कॅम्प क्र. ३च्या जागी पोहोचले आणि त्यांना गुहेचं तोंडच कुठे सापडेना! पण कुठे खोदायचं, हे त्यांना ठाऊक असल्यामुळे त्यांनी गुहेचं तोंड लवकरच मोकळं केलं. वेस म्हणाला, ''आतली आमची गुहा अगदी सुरक्षित राहिलेली होती. आम्ही आत शिरलो; काहीही अडचण आली नाही.'' त्यांनी बर्फ वितळवला आणि गरम पेय तयार केलं. ते पिऊन झाल्यावर ते स्लीपिंग बॅगांमध्ये शिरून झोपी गेले. वादळ शांत झाल्याच्या आनंदात ते निवांत झोपले. दुसऱ्या दिवशी कॅम्प क्र. ४ गाठून, एक रात्र तेथे तंबूत काढून, एव्हरेस्टचा माथा गाठायचा असा त्यांचा बेत होता.

सूर्योदयापूर्वी दोन तास त्यांना गुहेतसुद्धा खूप गारठा जाणवू लागला आणि त्यांना जाग आली. त्यांनी पिसं भरलेले कपडे, कोट, फेस-मास्क चढवलं आणि ते गुहेबाहेर पडले. बाहेरचा पर्वत सोसाट्याच्या वाऱ्यानं झोडून निघत होता. ''दर वेळेस आम्ही वर चढण्याचा थोडासा प्रयत्न केला तरी, खूप त्रास होत होता. आमच्या बुटांवर क्रॅंपॉन्स बांधतानासुद्धा आम्ही गारठून चाललो होतो!'' वेस म्हणाला. ओळीनं तीन सकाळी त्यांनी वर चढण्याचा प्रयत्न केला आणि दर वेळेस त्यांना वाऱ्यानं इतकं झोडून काढलं की, त्यांना पुन्हा धावत-पळत गुहेत शिरायची वेळ आली. गुहेत शिरून, स्लीपिंग बॅगांमध्ये झोपून वाट पाहण्याखेरीज त्यांना इतर काहीही करता येत नव्हतं!

रॉंगबक खोऱ्यात थांबलेले मोहिमेचे सदस्य बेजार होत चाललेले होते. बर्फात गाडल्या गेलेल्या कॅम्पमध्ये राहणं दु:सह होत चाललेलं होतं. एव्हरेस्टवर चढून जाता येईल, ह्या आशेला ओहोटी लागल्यावर तिथे राहण्यातलं सारं स्वारस्यही नाहीसं झालेलं होतं. ज्यांना घरी जाण्याची तीव्र ओढ वाटत होती, त्यांनी चंबूगबाळं आवरून प्रयाण केलं.

जुनी आठवण सांगताना वेस म्हणाला, ''एकदा उत्साहाची लाट ओसरल्यावर प्रत्येकालाच परतीचे वेध लागले. खालचे लोक रेडिओवरून आम्हा चौघांना ओरडून शिखर गाठायची त्वरा करायला सांगत होते. आम्ही शिखरमाथा गाठू शकू, अशी त्यांना अजूनसुद्धा आशा वाटत होती. पण हवा इतकी खराब झालेली होती की, त्या सर्वांनाच आता घरी परतायचं होतं. तिथून परतीचा प्रवास करणं, हे जिकिरीचं काम ठरणार आहे याची आम्हाला पूर्ण कल्पना होती.''

कॅम्प क्र. ३वर आल्याच्या चौथ्या दिवशी स्कॉटनं आणि इतरांनी अखेरीस नाइलाजानं त्यांना पर्वतमाथा गाठणं शक्य होणार नाही, या वास्तवाचा स्वीकार केला. त्यांच्याजवळचा अन्नाचा साठा व इंधनच केवळ संपत आलं नव्हतं, तर त्यांची शक्तीसुद्धा संपुष्टात आलेली होती. पावसाळा सुरू झालेला दिसत होता आणि हवेची मेहेरनजर लाभण्याचं कोणतंही चिन्ह दिसत नव्हतं. त्यांनी गुहेतलं उरलं-सुरलं सामान डफल बॅगांमध्ये भरलं आणि त्यांनी त्या डफल बॅगा पर्वतउतारावरून खाली सोडून दिल्या. पुढल्या दिवशी कॅम्प क्र. २पर्यंत उतरून आल्यावर, तो कॅम्प सोडण्यापूर्वी तिथलं सामानसुद्धा त्यांनी ह्याच प्रकारे खाली सोडून दिलं. ह्या डफल बॅगा नॉर्थफेसच्या हजारो फुटांच्या उतारावरून गडगडत तळापर्यंत कॅम्प क्र. १ जवळच्या सपाट जागी जाऊन पडल्या. मोहिमेच्या तिथल्या सदस्यांनी सारं सामान सुखरूप अवस्थेत बाहेर काढलं.

आता कॅम्प क्र. १वरची सदस्यांची संख्या खूपच घटलेली होती. उरल्यासुरल्या सदस्यांबरोबर स्कॉट आणि वेस ॲडव्हान्स बेस कॅम्पची आवराआवर करण्यासाठी पुढे निघाले. नुकत्याच झालेल्या जोरदार हिमवृष्टीमुळे सामान वाहून नेण्यासाठी याकांना इतक्यात येता येणार नाही, हे त्यांना उघडपणे दिसत होतं. त्यांना बरोबर ज्या गोष्टी न्यायच्या होत्या, त्या त्यांनी सामानात भरल्या आणि इतर गोष्टी त्यांनी मेणाचं आवरण असलेल्या खोक्यांमध्ये भरून टाकल्या. बर्फ बाजूला करून त्यांनी ही खोकी रचण्याएवढी जागा साफ करून घेतली आणि तिथे ठेवलेल्या खोक्यांवर टारपॉलिन पसरून ठेवलं.

पाठीवर बॅकपॅक्स अडकवून, सामानानं भरलेल्या स्लएड्स खेचत ते स्कीज वापरून एव्हरेस्टपासून दूर जाऊ लागले. काही दिवसांनी ते रॉंगबक मठाजवळील

रस्त्यापर्यंत पोहोचले. बरेचसे सदस्य तेथून नेपाळच्या दिशेनं आपल्या गतीनं, रमत-गमत प्रवास करू लागले.

वेस म्हणाला, ''बेस कॅम्प सोडल्यानंतर आठवड्यानं आम्ही काठमांडूला पोहोचलो. बस स्टेशनपासून हॉटेलकडे आम्ही पायी-पायी निघालो असताना रस्त्यावरून, आमच्या बाजूनं चाललेल्या रिक्षांमध्ये आम्हाला आमची टारपॉलिनखाली झाकलेली सारी खोकी दिसली.'' हिकमती तिबेटी आणि नेपाळी लोकांनी अॅडव्हान्स बेस कॅम्पवरच्या बर्फातून ती सारी खोकी हस्तगत करून काठमांडूपर्यंत इतक्या त्वरेनं पोहोचती केली होती की, मोहिमेचे सदस्य तिथे पोहोचेपर्यंत ती खोकी काठमांडूला पोहोचतीसुद्धा झालेली होती!

वेस म्हणाला, ''इतक्या त्वरेनं कामं करवून घ्यायला तुमची योग्य लोकांशी ओळख असावी लागते; आम्ही तर कुणालाच ओळखत नव्हतो!'' वेसला एका गोष्टीचं मात्र समाधान वाटत होतं. त्यांनी बर्फात सोडलेलं सामान लवकरच काठमांडूमधील वापरलेल्या वस्तू विकणाऱ्या दुकानात विक्रीसाठी ठेवलं जाईल आणि त्याचा कुणालातरी उपयोग होईल.

लिझ निकोल आणि स्कॉट हे तिबेटात चीनमार्गे आले होते. त्यामुळे त्यांना परत जाताना त्याच मार्गानं जाऊन मोहिमेची बिलं चुकती करायची होती. स्कॉटच्यामते, चिनी लोकांनी बिलात काही काही अवाजवी खर्च दाखवले होते आणि त्यातला एक खर्च होता एव्हरेस्टच्या वाटेवर अनेक महिन्यांपूर्वी बंद पडलेल्या ट्रकच्या इंजिनदुरुस्तीचा. स्कॉट म्हणाला, ''तुम्हीच आमची नुकसानभरपाई करायला हवी!'' मोहिमेला झालेला विलंब, त्रास आणि ते सामान वाहून नेण्यासाठी ट्रॅक्टर व वॅगनवर त्यांना कराव्या लागलेल्या खर्चाचा उल्लेख स्कॉटनं केला. त्यावर चिनी लोकांचा युक्तिवाद असा होता की, स्कॉटनं तो ट्रक भाड्यानं घेतला नसता, तर तो मोडलाच नसता; त्यामुळे तो दुरुस्त करण्याची जबाबदारी स्कॉटची होती!

स्कॉटनं ते पैसे द्यायला नकार दिला, परंतु चिनी लोकांजवळ त्याचा पासपोर्ट होता. ते त्याला म्हणाले, ''ठीक आहे. तू तुझ्या हॉटेलात परत जा आणि आपण उद्या पुन्हा याबद्दल बोलू.'' त्यानं ह्या अन्याय्य मागणीविरुद्ध कितीही ओरड केली तरी अखेरीस त्याला ते पैसे देण्यावाचून गत्यंतर नव्हतं.

एव्हरेस्टवरली प्रत्येक मोहीम तुम्हाला खूपच धडे शिकवून जाते! मोहिमेची पूर्वतयारी करून साऱ्या गोष्टी पर्वतापर्यंत पोहोचवण्याचा भरपूर अनुभव स्कॉटनं गाठीला बांधलेला होता. 'प्रत्येक बाबतीतील अंतिम काटेकोर निर्णयाची जबाबदारी स्वीकारायची नाही', ह्या त्याच्या निश्चयाची ह्या मोहिमेत अग्निपरीक्षाच घेतली गेली. मोहिमेच्या काही सदस्यांना त्याची व्यवस्थापनाची शैली आक्षेपार्ह वाटली. त्यांच्यामते, स्कॉटनं मोहिमेत शिस्तबद्धता आणून पारंपरिक प्रकारे नेतृत्व करणं

आवश्यक होतं. परंतु जर त्यांच्या वाट्याला अनेक दिवस इतकी भीषण वादळी हवा आली नसती, तर मोहिमेतील अनेक सदस्य सर्वांत अवघड मार्गानं एव्हरेस्ट चढून जाण्यात यशस्वी ठरले असते! मोहिमेतलं कुणीही दगावलं नाही, कुणालाही गंभीर दुखापत झाली नाही आणि प्रत्येकानं सुखरूपपणे घर गाठलं! हे सारं साध्य करून घेता येण्यासाठी काही थोडके नेतृत्वगुण पुरत नसतात!

स्कॉटनं चिनी लोकांची बिलं चुकती करून बीजिंग सोडायची वेळ आलेली होती. उरलेलं सामान आणि हिमालय यांना रामराम ठोकून परतीचा प्रवास सुरू करायला हवा होता. पुन्हा संधी मिळाल्यावर तो एव्हरेस्टमाथा गाठणार होता. तूर्त त्याला जीनी आणि ॲन्डीकडे परत जाण्याची तीव्र ओढ लागलेली होती!

चौदा

आहारविषयक मोहीम

सारं काही ठीक आहे... आम्ही सारे इथे एकत्र आहोत!

- एव्हरेस्टच्या साउथ कोलवर एकटा असलेला
स्कॉट फिशर

मी स्कॉटबरोबर १९८८च्या हिवाळ्यातील एका सायंकाळी सीअॅटलमधून कारनं प्रवास करत होतो. महामार्गावर वेगानं गाडी चालवणारा स्कॉट म्हणजे मूर्तिमंत उत्साह, चैतन्य आणि सळसळता आशावाद वाटत होता. त्याचा हिमालयावरील स्लाइड-शो बघण्यासाठी कब स्काउट्स त्याची वाट पाहत होते. स्कॉटनं १९८७च्या एव्हरेस्ट-नॉर्थफेस मोहिमेचं नेतृत्व केलं. त्याला त्या मोहिमेनंतर सीअॅटलला परत येऊनसुद्धा चार महिने होऊन गेले होते. तो परत आल्यापासून माउन्टन मॅडनेसच्या ऑफिसमधला फोन सतत घणघणत होता. स्कॉट म्हणाला, ''बेलर विद्यापीठातील काही विद्यार्थ्यांनी मला फोन केला होता. त्यांनी रशियात महिनाभर गिर्यारोहण करण्याची सारी व्यवस्था केलेली आहे आणि त्यांना त्यासाठी मदत करणाऱ्या मार्गदर्शकाची आवश्यकता आहे. मी ते काम करू शकेन, याची मला खात्री वाटतेय.'' आणखी काही गिर्यारोहकांनी बोलिव्हियातील शिखरांवर त्यांच्यासोबत येण्याची स्कॉटला विचारणा केलेली होती.

एक स्थानिक मार्गदर्शक सुविधा कंपनी विक्रीसाठी काढण्यात आलेली होती. गिर्यारोहणासाठीचं सामान बनवणाऱ्या रिक्रिएशनल इक्विपमेंट इन्कॉर्पोरेटेडच्यावतीनं विविध सफरी आयोजित करण्याचं फायदेशीर कंत्राट ह्या मार्गदर्शक सुविधा कंपनीला मिळालेलं होतं. ही कंपनी आपल्याला विकत घेता येईल, असं स्कॉटला वाटत होतं. सध्या माउन्ट रेनियरवर गिर्यारोहण सफरी नेण्याची परवानगी फक्त रेनियर माउंटेनिअरींग कंपनीला देण्यात आलेली होती. तशी परवानगी नॅशनल पार्क सर्व्हिसनं माउन्टन मॅडनेसलासुद्धा द्यावी, अशी स्कॉटची खटपट चाललेली होती. ''आपल्या घरामागल्या अंगणातला पर्वत आहे तो! आणि मला तेथे सफरी नेता

येऊ नयेत? याला काय अर्थ आहे?'' स्कॉट म्हणाला. तो अलास्कातील माउन्ट मॅककिनलेवर सफरी नेण्याचा परवाना मिळवायच्या खटपटीत होता. तिथले परवाने सतत त्याच सहा कंपन्यांच्या ताब्यात अनेक वर्षे होते. तिथे शिरकाव करून घ्यायची त्याची खटपट चालू होती.

अंधारात गाडी वेगानं रस्ता कापत असताना ड्रायव्हरच्या सीटमध्ये पुढे-मागे झुलत स्कॉट म्हणाला, ''गोष्टी पुढे सरकतायत!'' दुसऱ्या दिवशी रात्री त्याला सीॲटलमधील एका मेजवानीच्या वेळेस 'अमेरिकन अल्पाइन क्लब'पुढे भाषण द्यायचं आमंत्रण होतं. सर्वांत आनंदाची गोष्ट म्हणजे, १९८८च्या शरद ऋतूत सीॲटलमधील गिर्यारोहक एव्हरेस्टवर मोहीम नेणार होते, त्यांतल्या दोन रिकाम्या जागा भरायच्या होत्या आणि त्यासाठी स्कॉट व स्टेसी ॲलिसन यांना त्यांनी भेटायला बोलावलं होतं. त्या मोहिमेत आपल्याला जागा मिळेल आणि आणखी सहा महिन्यांत तो एव्हरेस्टच्या माथ्यावर उभा असेल, अशी त्याला खात्री वाटत होती.

या आनंदात भर पडत होती, ॲन्डीच्या पहिल्या वाढदिवसामुळे! स्कॉट आणि जीनीचा मुलगा ॲन्डी आता लवकरच वर्षाचा झाला असता. ॲन्डीबरोबर स्कॉट आनंदानं वेळ घालवत असे. तो त्याला माउन्टन मॅडनेसच्या ऑफिसात आणत असे आणि कामासाठी गावात फेरफटका मारत असताना त्याला सतत आपल्याबरोबर नेत असे. बाप-लेकाचं चांगलंच सख्य होतं! स्कॉटला ॲन्डी अत्यंत प्रिय होता आणि तो आपली पित्याची भूमिका अगदी समरसतेनं निभावत होता. त्याच्या ह्या नव्या जबाबदारीसाठी तो त्याच्या व्यग्र दिनक्रमातून वेळ काढण्याच्या कसोशीनं प्रयत्न करत होता.

स्कॉट मला म्हणाला, ''मला माझी पत्नी आणि मुलगा अत्यंत प्रिय आहेत. पण माझ्या गिर्यारोहणाच्या व्यवसायाचाही हा बहराचा काळ आहे. मी आता त्या मोहिमांवर गेलो नाही, तर मला त्या मोहिमा आयुष्यात पुन्हा करायची संधी कधीच मिळणार नाही. त्यामुळे मी एव्हरेस्टवर नक्कीच जाणार!''

कब स्काउट्सच्या बैठकीत स्कॉटनं त्याची बर्फाची कुऱ्हाड त्यांना दाखवली आणि हाताळू दिली. त्याचा पिसं भरलेला उबदार सूट त्यानं त्यांना घालू दिला. मुलं त्याच्याकडे आदरयुक्त भीतीनं पाहत होती. तो कधी पडला होता का, हे त्यांना जाणून घ्यायचं होतं! तो म्हणाला, ''हो!'' आणि त्यांचा त्यावर विश्वास बसला. मग त्यांनी त्याला प्रश्न विचारला की, तो कधी घाबरला होता का? आणि ह्या प्रश्नालासुद्धा त्यानं ''हो!'' असं उत्तर दिलं, त्यावर मात्र त्यांचा विश्वास बसलेला दिसला नाही. त्यानं त्या मुलांना एव्हरेस्ट मोहिमेचे फोटो स्लाइड प्रोजेक्टर वापरून दाखवले. मग आम्ही स्कॉटच्या घरी परत गेल्यावर त्याच्या लक्षात आलं

की, त्यानं कॅलेंडरमध्ये चुकीच्या तारखांचीं नोंद केलेली होती. अमेरिकन अल्पाइन क्लबची मेजवानी त्या रात्रीच होती आणि त्याच्याऐवजी जाऊन स्टेसी ॲलिसननं त्याची जागा भरून काढली होती.

संध्याकाळभर मला स्कॉटमध्ये सूक्ष्मसा बदल जाणवत होता. त्याचं अर्ध चित्त दुसरीकडेच आहे, असं मला वाटत होतं. वर्तमानकाळातून आणि ह्या वातावरणातून दूर होऊन त्याचं चित्त अजूनही हिमालयातच घोटाळत आहे, असं मला वाटत होतं. त्यानं नॉर्थफेसवरून एव्हरेस्टमाथा गाठण्यासाठी तीन महिने कष्ट घेतले होते आणि शिखरमाथा जवळजवळ गाठलाच होता! आणखी फक्त एकच दिवस जर त्यांना चांगली हवा मिळाली असती, तर तो नक्कीच शिखरावर पोहोचला असता. आयुष्यातले ते महिने त्यानं केवळ एव्हरेस्ट मोहिमेवर चित्त केंद्रित ठेवून काढले होते. यश-अपयश काहीही येवो, त्याचं चित्त केंद्रित झालेलं होतं ते केवळ पर्वतावर चढणं-उतरणं ह्या कृतींवर! हिमालयापलीकडलं जग त्याच्यासाठी तेव्हा जणू अस्तित्वातच नव्हतं!

तो एव्हरेस्टवरून सहीसलामत परत आला होता. सोबत त्यानं आणले होते खोकंभर फोटो आणि पुन्हा तिथे जाण्याची तीव्र इच्छा! मला नेहमीप्रमाणेच आतासुद्धा आश्चर्य वाटलं की, एव्हरेस्ट चढणं हे त्यांच्यासाठी इतकं महत्त्वाचं होतं की, त्यासाठी तो कोणताही मोठा धोका स्वीकारायला तयार होता किंवा धोका हा शब्द त्याला जणू लागूच होत नसल्यामुळे त्यानं त्याचा विचारच सोडून दिलेला होता. पुढल्या एव्हरेस्ट मोहिमेत सामील होण्याचं आमंत्रण नाकारलं; तर गिर्यारोहण व्यवसायातील उमेदीच्या काळातली महत्त्वाची संधी हातून निसटेल, असंच त्याला वाटत होतं.

त्याउलट, स्कॉटचे इतर काही जिवलग मित्र गिर्यारोहणात आयुष्यावर बेतेल असा धोका न स्वीकारण्याच्या निर्णयाप्रत आलेले होते. नॅशनल आउटडोअर लीडरशिप स्कूलमधले त्याचे अनेक मित्र गिर्यारोहणाकडे पाठ फिरवून इतर व्यवसायांकडे वळलेले होते. ते वकील, प्राध्यापक, डॉक्टर, अन्य व्यावसायिक म्हणून काम करू लागले होते. त्यांनी विवाह केले होते आणि प्रपंच थाटला होता.

काहींच्या दृष्टीनं १९८७ची एव्हरेस्ट मोहीम ही त्यांच्या आयुष्यातली अखेरची गिर्यारोहण मोहीम होती. वेस क्राउस आणि मेली रूलिंग हे दोघं पूर्व आफ्रिकेत किलिमांजारो पर्वतावर गिर्यारोहकांचं नेतृत्व करणं आणि प्राणी दाखवायला तेथील नॅशनल पार्कमध्ये दर्शकांच्या सफरी नेणं एवढ्यावरच संतुष्ट होते. मायकेल ॲलिसनलासुद्धा स्कॉटच्या एव्हरेस्ट मोहिमेत सामील होण्याचे आमंत्रण दिलं गेलं होतं, परंतु त्याच्या पत्नीला दिवस गेल्यावर त्यानं आपलं नाव मोहिमेतून काढून घेतलं होतं. तो मला म्हणाला, ''बॉनीच्या प्रसूतीच्या वेळेस दूर राहणं मला मंजूर

नव्हतं.'' तो घराजवळच, वीकेन्डला जमेल तेवढंच गिर्यारोहण करून अधूनमधून माउन्टन मॅडनेस एखाद्या मोहिमेचं नेतृत्व करण्यावर समाधान मानू लागला. क्वचित कधीतरी अलास्का आणि नेपाळमध्ये गिर्यारोहणासाठी जाण्यापेक्षा, जवळपास वीकेन्डला काढलेल्या मोहिमांमधून त्याला जास्त तास गिर्यारोहण करता येतंय, असा त्यानं हिशोब केलेला होता.

परंतु स्कॉटच्या दृष्टीनं कुटुंब, व्यवसाय आणि गिर्यारोहणाची तीव्र भूक ह्या साऱ्यांची आयुष्यात एकत्रितपणे सांगड घालणं गरजेचं होतं. पुढच्या काही आठवड्यांत त्याच्या वाट्याला जी निराशा आली, त्यामुळे त्याची गिर्यारोहणाची ऊर्मी अधिकच उफाळून आली. आरईआयच्या ओळखीमुळे मार्गदर्शक सुविधा पुरवणारी कंपनी विकत येता येईल, असं स्कॉटला वाटत होतं; पण प्रत्यक्षात तो सौदा हातचा गेला. माउन्टन मॅडनेसच्या फोनवर लोक जरी सफरींची चौकशी करत सतत होते, तरी प्रत्यक्षात पैसे मोजून सफरीवर येणारी फारच थोडी मंडळी पुढे आल्यामुळे प्रत्यक्षात फारच थोड्या सफरी नेता आल्या. स्वानुभवानंच मला ठाऊक झालं होतं की, फक्त आपलं विमानभाडं व इतर खर्च उचलणाऱ्या ओळखीच्या लोकांचंसुद्धा स्कॉट सफरींवर स्वागतच करत असे. अशा औदार्यामुळे कंपनीची आर्थिक स्थिती सुधारणं शक्यच नव्हतं.

नव्यानं आयोजित होत असलेल्या एव्हरेस्ट मोहिमेच्या आयोजकांना स्कॉट भेटला आणि त्या मुलाखतीनंतर जो निर्णय घेतला गेला, त्यामुळे स्कॉटला धक्काच बसला. स्कॉटनं ह्या मोहिमेसाठी त्याच्या स्वत:च्या अर्जासोबत स्टेसी ॲलिसनचा अर्जसुद्धा पाठवून दिला होता. तिच्या अर्ज पाठवण्यापूर्वी त्याने तिची परवानगी घेतली नव्हती. तो तिला फोनवर म्हणाला, ''आपल्या दोघांचा शिरकाव मी आणखी एका मोहिमेत करून घेतोय. त्या मुलाखतीसाठी आपण हजर राहू या.'' इतक्या लगेचच एव्हरेस्टवर जायला नको, अशा स्टेसीच्या म्हणण्याकडे स्कॉटनं पूर्ण दुर्लक्ष केलं.

स्टेसीला ह्या मोहिमेत जागा मिळाली. स्कॉटचं कौशल्य आणि अनुभव वादातीत आहे, असं आयोजकांनी मान्य करूनही त्याला त्यांनी मोहिमेत समाविष्ट केलं नाही. त्यांच्या मोहिमेचे जे सदस्य आहेत, त्यांच्याशी स्कॉटचं जमणार नाही, असं त्यांना वाटलं. स्टेसीला उत्तेजन देत स्कॉट म्हणाला की, तिला मिळालेल्या आमंत्रणाचा तिनं अवश्य स्वीकार करावा; परंतु त्याला प्रवेश न मिळाल्यामुळे आणि एव्हरेस्टचा मार्ग बंद झाल्यामुळे तो स्वत: मात्र वैतागून गेला.

स्टेसी मला म्हणाली, ''त्यांना स्कॉट फारच आक्रमक स्वभावाचा वाटला. स्कॉटच्या ठायी प्रचंड आत्मविश्वास आहे, असं प्रारंभी लोकांना वाटत असे; परंतु वस्तुत: काही बाबतींत त्याच्यात आत्मविश्वासाचा अभाव होता. त्यामुळे तो उद्धट

आहे, असा इतरांचा ग्रह होत असे. त्यानं नुकतंच एका एव्हरेस्ट मोहिमेचं नेतृत्व केलेलं होतं. पण १९८८च्या मोहिमेचं नेतृत्व करणाऱ्यांना वाटलं की, तो ह्या गटाशी सहजपणे जुळवून घेणार नाही आणि इतरांकडून आदेश घ्यायलासुद्धा तयार होणार नाही.''

जेव्हा शरद ऋतूत स्टेसी एव्हरेस्टवर गेली, तेव्हा स्कॉटनं माउन्टन मॅडनेसमधील मित्रांना खुंबू खोऱ्यातून काला पठारपर्यंत नेलं. एव्हरेस्ट बेस कॅम्पपासून खाली उतरून स्कॉटला भेटायला स्टेसी आली. त्यानंतर ती एव्हरेस्ट चढून गेली आणि 'एव्हरेस्टवर चढून जाणारी पहिली अमेरिकन स्त्री' हा बहुमान तिनं मिळवला. तिचं यश पाहून स्कॉटला आनंद वाटला. त्याला तिचा अभिमानही वाटला. सरतेशेवटी गिर्यारोहणाचे प्रारंभीचे धडे त्यानंच स्टेसीला दिलेले होते आणि १९८८च्या मोहिमेसाठी त्यानंच तिला मुलाखतीसाठी धाडलं होतं! त्याला स्वत:लाही एव्हरेस्ट चढायची तीव्र उत्कंठा वाटत होती. तो संधीच शोधत होता.

तेवढ्यात माउन्टन मॅडनेसचा फोन घणघणला आणि एव्हरेस्टचा मार्ग त्याच्यासाठी पुन्हा एकदा खुला झाला.

वॉल्ट मॅककॉनेल ह्या न्यू जर्सीतील डॉक्टरनं १९७०च्या दशकाच्या शेवटी नेपाळमध्ये भटकंती करताना माउन्ट एव्हरेस्ट दुरून बघितलं होतं. तेव्हापासून तो एव्हरेस्टवर चढून जाण्याचं स्वप्न पाहत होता. अमेरिकन मेडिकल असोसिएशन १९८१पासून एव्हरेस्ट मोहीम आखत होती. ह्या मोहिमेत त्याला स्वारस्य वाटत होतं, कारण ह्या मोहिमेदरम्यान ते शास्त्रीय संशोधनसुद्धा करणार होते आणि मोहिमेच्या नेत्यांनी ह्या मोहिमेसाठी पैसासुद्धा उभा केलेला होता. परंतु ह्या मोहिमेत प्रवेश मिळवण्याच्या दृष्टीनं मॅककॉनेलचा गिर्यारोहणाचा अनुभव तोकडा होता. ही त्रुटी भविष्यात आड येऊ नये, या दृष्टीनं मॅककॉनेलनं एका गिर्यारोहण प्रशिक्षण प्रशालेत नाव नोंदवलं. त्यानं वेगवेगळ्या पर्वतांवर गिर्यारोहणसुद्धा केलं. यांत मेक्सिको आणि दक्षिण अमेरिकेतील पर्वतांचा समावेश होता. एव्हरेस्टवर १९८७पर्यंत पुन्हा शास्त्रीय संशोधन करणारी मोहीम न्यावी, अशी त्याला ओढ वाटू लागली होती. परंतु या वेळेस ह्या मोहिमेचं सर्व संयोजन तो स्वत:च करणार होता.

ह्या मोहिमेवर येण्याचं आमंत्रण डॉ. मॅककॉनेलनं बॉब रेनॉल्ड्स, फ्रँक बटलर ह्या शास्त्रज्ञांना दिलं. बॉब रेनॉल्ड्स हे अमेरिकेच्या कृषी खात्याच्या मेरिलँडमधील बेल्ट्सव्हिल ह्यूमन न्यूट्रिशन संशोधन केंद्रामध्ये संशोधक होते. फ्रँक बटलर नेत्रविशारद होते आणि नेव्ही मेडिकल कोअरमध्ये (नौदलातील वैद्यकीय विभाग) कॅप्टन पदावर कार्यरत होते. खूप उंचीवर पोहोचल्यावर विविध अन्नघटकांचं देहात कोणत्या गतीनं शोषण होतं, याचा अभ्यास करण्याची डॉ. रेनॉल्ड्स यांची इच्छा होती. समुद्रात डायव्हिंग (पाणबुड्या म्हणून पाण्याखाली वावरणं) करणाऱ्यांच्या

डोळ्यांवर पाण्याच्या वाढत्या दाबाचा काय परिणाम होतो, हे पाहणं हा डॉ. बटलर यांच्या अभ्यासाचा विषय होता. एव्हरेस्टवर जाण्याची संधी मिळवण्यासाठी एक-दोन महिने खर्चून, गिर्यारोहकांच्या डोळ्यांवर हवेच्या कमी दाबामुळे काय परिणाम होतो ह्याचं परीक्षण व नोंद करायची त्यांची तयारी होती.

त्याच्या गिर्यारोहणाच्या वेळेस त्याला भेटलेल्या मेक्सिकोतील दोन गिर्यारोहकांनासुद्धा वॉल्टनं ह्या मोहिमेत सामील होण्याचं आमंत्रण दिलं. सर्जिओफिच -वॉटकिन्स हा एका गिर्यारोहण कंपनीतला अनुभवी मार्गदर्शक होता. तो स्वत:ची ओळख 'गिर्यारोहण मार्गदर्शक आणि तत्त्वज्ञानाचा अभ्यासक' अशी करून देत असे. रिकार्डो टॉरस नाव्हा यानं फार्मसीचं प्रशिक्षण घेतलेलं होतं आणि तो गिर्यारोहकांचा मार्गदर्शक म्हणून काम करत असे. रिकार्डो किंवा सर्जिओ यांच्यापैकी कुणालाच हिमालयात गिर्यारोहण करण्याचा अनुभव नव्हता.

डॉ. मॅकक़ॉनेल यांनी एव्हरेस्ट चढण्यासाठी परवाना मिळवण्यासाठी अर्ज केला; तेव्हा त्यांना असं आढळलं की, उंच पर्वत चढू पाहणाऱ्या प्रत्येक मोहिमेकडून ३००० अमेरिकन डॉलर्स फीव्यतिरिक्त नेपाळचं पर्यटन मंत्रालय त्यांचा अनुभव सिद्ध करणारं प्रशस्तिपत्रकसुद्धा मागत असे. आपल्या देशातील मान्यताप्राप्त गिर्यारोहण समितीनं ह्या प्रशस्तिपत्रकावर सही करणं आवश्यक होतं. अमेरिकेत मान्यताप्राप्त समित्या दोनच होत्या. एक होती अमेरिकन अल्पाइन क्लब आणि दुसरी होती अमेरिकन माउन्टन फाउंडेशन.

मॅकक़ॉनेल प्रथम अमेरिकन अल्पाइन क्लबकडे गेला. बोल्डर कोलोराडो येथील वकील ग्लेन पोर्झक हा अमेरिकन अल्पाइन क्लबचा अध्यक्ष होता. त्यानं वॉल्टला सांगितलं की, त्यानं १९८९मध्ये वसंत ऋतूत एव्हरेस्टवर जाणाऱ्या मोहिमेच्या गुणवत्तेवर आधीच शिक्कामोर्तब केलं आहे आणि आणखी एका मोहिमेच्या गुणवत्तेची हमी देणाऱ्या प्रशस्तिपत्रकावर त्याला शिकामोर्तब करता येणं शक्य नाही. एव्हरेस्टवर १९८९च्या वसंत ऋतूत जाणाऱ्या मोहिमेत स्वत: पोर्झकच सामील झालेला होता.

अमेरिकन माउन्टन फाउंडेशनचा अध्यक्ष होता मार्क हेस. तो स्वत: गिर्यारोहक होता आणि त्याचे आउटवर्ड बाउन्डबरोबर घनिष्ठ संबंध होते. त्यानं हिमालयातील अनेक मोहिमांमध्ये भाग घेतलेला होता; त्यामुळे हिमालयातील उत्तुंग शिखरावर चढण्यात कोणती आव्हानं पेलावी लागतात, याची त्याला पूर्ण कल्पना होती. त्याच्या लक्षात आलं की, रिकार्डो टॉरस नाव्हा आणि सर्जिओ फिच वॉटकिन्स ह्या दोघांना गिर्यारोहणाचा प्रदीर्घ अनुभव असला तरी, वॉल्ट मॅकक़ॉनेलच्या मोहिमेवरील कुणीही दक्षिण अमेरिकेतील २३००० फूट उंचीच्या अकॉनाकाग्वा ह्या शिखराखेरीज त्याहून आणखी उंचीचं कोणतंही शिखर चढून गेलेलं नव्हतं.

त्यानं मॅकऑनेलला सांगितलं की, खूप उंचीवर चढण्याचा अनुभव असलेले अन्य गिर्यारोहक त्याच्या मोहिमेत त्यानं सामील करून घेतले नाहीत, तर तो त्या मोहिमेच्या प्रशस्तिपत्रकावर शिक्कामोर्तब करणार नाही. त्यासाठी योग्य अशा दोन माणसांची नावंसुद्धा त्यानं सुचवली. एक होता वॉली बर्ग. तो आउटवर्ड बाउन्डमधील संबंधांमुळे मार्कच्या माहितीचा झालेला होता. दुसरा होता स्कॉट फिशर.

वॉल्टनं स्कॉटला फोन केला आणि १९८९च्या वसंत ऋतूत, आणखी फक्त सहा महिन्यांनी एक एव्हरेस्ट मोहीम निघत असून त्याला परवानगी मिळत असल्याची बातमी त्यानं स्कॉटला दिली. वॉल्टनं स्कॉटला सांगितलं की, मोहिमेतील बहुसंख्य सदस्य शास्त्रज्ञ व संशोधक असतील आणि ह्या मोहिमेचा मुख्य हेतू असेल, उंचीवर जाऊन आहारशास्त्रविषयक संशोधन करणं. आम्ही ह्या मोहिमेचं नाव ठेवलं आहे - ८९ची एव्हरेस्ट माथ्यावरील आहारशास्त्र संशोधन मोहीम (ON TOP EVEREST ८९ - NUTRITION RESEARCH EXPEDITION) असं वॉल्टनं स्कॉटला सांगितलं. तो म्हणाला की, त्यांना मोहिमेवर काही व्यावसायिक गिर्यारोहकांना नेणं गरजेचं आहे. त्यांना काहीही पगार देता येणार नसला, तरी स्कॉटचा सर्व खर्च मोहिमेतर्फे उचलला जाईल आणि त्याला एव्हरेस्ट चढून जायची संधी मिळेल. ही शास्त्रीय संशोधनाची मोहीम असल्यामुळे इथे संशोधनाला अग्रक्रम दिला जाईल, ही गोष्ट स्कॉटनं लक्षात ठेवावी, असंसुद्धा वॉल्टनं सांगितलं. गिर्यारोहकाला एव्हरेस्टमाथ्यावर पोहोचवणं हे दुय्यम महत्त्वाचं असेल, असं त्यानं सांगितलं. स्कॉटनं गिर्यारोहणाच्या जगतातलं खास वाक्य उच्चारलं, ''अगदी जरूर!''

वॉल्ट मॅकऑनेलनं कोलोराडोतील आउटवर्ड-बाउन्डच्या ऑफिसचा नंबर फिरवला आणि वॉली बर्गशी बोलणं केलं. वॉल्ट त्याला म्हणाला, ''मी तुमचं नाव ऐकून आहे आणि मला तुमच्याशी माझ्या एव्हरेस्ट मोहिमेबद्दल बोलायचं आहे.'' वॉली नुकताच हिमालयातून परत आला होता. स्कॉटनं एव्हरेस्ट-नॉर्थफेसवर मोहीम नेलेली होती, तेव्हाच तो चो ओयू शिखर चढून गेला होता. त्यानंतर तो कोलोराडोतील स्की-पहारेकऱ्यांचं व्यवस्थापन बघत होता, आउटवर्ड बाउन्डच्या प्रशिक्षण वर्गाची जुळवाजुळव करत होता आणि त्यानंतर काय करावं, ह्या विचारात होता.

एव्हरेस्ट मोहिमेवर येण्याच्या आमंत्रणाचा वॉलीनं आनंदानं स्वीकार केला. त्याचा मित्र पीटर जॅमिसन ह्यालाही वॉल्टनं मोहिमेत सामील करून घ्यावं, अशी त्यानं जोरदार शिफारस केली. कोलोराडो राज्यातील डुरँगोजवळच्या फोर्ट लुइस कॉलेजात वॉली आणि पीटर यांनी एकाच वेळेस शिक्षण घेतलेलं होतं. त्या दोघांनीही आउटवर्ड बाउन्डसाठी खूपच काम केलेलं होतं. पीटर १९८३मध्ये

एव्हरेस्टवर साऊथ कोल मार्गे चढून गेला होता आणि 'ऑन टॉप एव्हरेस्ट' मोहीम त्याच मार्गानं एव्हरेस्टवर चढायचा प्रयत्न करणार होती.

स्कॉट, वॉली आणि पीटर यांचा समावेश ह्या मोहिमेत करून घेतल्यानंतर अमेरिकन माउन्टन फाउंडेशननं प्रशस्तिपत्रकावर शिक्कामोर्तब केलं आणि नेपाळ पर्यटन मंत्रालयाकडून ह्या मोहिमेला एव्हरेस्टवर चढायचा परवाना मिळवता आला. शास्त्रज्ञांनी ते करणार असलेल्या संशोधनाची रूपरेषा आखली आणि ते त्यासाठीच्या वित्तसाह्यासाठी कृषी खात्याकडे गेले. ह्या वाटाघाटींत सहभाग घेणाऱ्या एका लष्करी अधिकाऱ्याला या मोहिमेमागचा विचार जाणून घ्यायचा होता. ''तुम्ही एव्हरेस्टवर जाऊन काय करणार आहात? तुम्ही पर्वतमाथ्यावर मका किंवा गहू तर पिकवू शकत नाही!'' डॉ. रेनॉल्ड्स यांनी त्याला उत्तर दिले, ''नाही, आणि मीही अजून एकाही लष्करी अधिकाऱ्याला पर्वतमाथ्यावर उभं असलेलं पाहिलेलं नाही!''

सरतेशेवटी शेतकी खात्यानं त्यांना अडीच लाख डॉलर्स दिले. मोहिमेतील शास्त्रज्ञांनीं संशोधन प्रकल्प आखावा, एव्हरेस्टवर माहिती गोळा करावी आणि गोळा केलेल्या माहितीतून मोहीम संपल्यावर निष्कर्ष काढावेत यासाठी ही मदत देण्यात आलेली होती. मोठाल्या राष्ट्रीय मोहिमा १९५०-६०च्या दशकांमध्ये एव्हरेस्टवर जात असत, त्या सुवर्णयुगाची आठवण ह्या वित्तसाह्यामुळे झाली. परंतु इतक्या प्रचंड मोहिमेसाठी हे पैसे पुरेसे नव्हते. मोहिमेच्या सदस्यांना आणखी तेवढेच पैसे उभे करणं गरजेचं होतं. १९८०च्या दशकातील मोहिमा जसं नेहमी करत, त्या धर्तीवर ह्या लोकांनी विविध मार्गांनी पैसे उभे केले; त्यांनी टी-शर्ट्स विकले, कंपन्यांकडून वित्तसाह्य मिळवलं आणि बॉब रेनॉल्ड्सच्या शब्दांत ''आरईआयच्या दुकानांबाहेर भिकेचा कटोरा घेऊन भीकसुद्धा मागितली!''

स्कॉट, वॉली आणि पीटर 'ऑन टॉप एव्हरेस्ट' मोहिमेच्या पहिल्या सभेसाठी १९८८च्या सप्टेंबरमध्ये मेरिलँडला विमानानं गेले. स्कॉटला वॉली तिथं प्रथमच भेटला आणि म्हणाला, ''स्कॉटची आणि माझी लगेचच घट्ट मैत्री झाली. आमची विचार करण्याची पद्धत एकच होती, आमचे विचारही सारखे होते. ह्या मोहिमेत आम्ही 'व्यावसायिक गिर्यारोहक' या नात्यानं भाग घेत आहोत, या विचारानं आम्हाला आनंद वाटत होता. एव्हरेस्ट मोहिमेबद्दलच्या बैठकीला उपस्थित राहण्यासाठी कुणीतरी आम्हाला विमानाची तिकिटं पाठवून बोलावलं होतं. व्यावसायिक गिर्यारोहक म्हणून आम्हाला मिळणारी ही मान्यता आम्हाला फार मोलाची वाटत होती.''

वॉल्ट मॅककॉनेलनं 'मोहिमेचा शास्त्रज्ञ नेता' अशी बॉब रेनॉल्ड्सची ओळख करून दिली. जगातील सर्वोच्च उंचीवरलं हे संशोधन केंद्र असणार होतं. त्यामुळे मोहिमेनं जगातील सर्वांत कमी उंचीवर असणाऱ्या हॉलंड ह्या देशातले दोन शास्त्रज्ञ

बेस कॅम्पवरील संशोधन-मदतनीस म्हणून मोहिमेत सामील करून घेतले होते. वॉल्टनं रिकार्डो टॉरस नाव्हा आणि सर्जिओ फिच वॉटकिन्स यांचीसुद्धा ओळख करून दिली. सर्वांत शेवटी त्यानं स्कॉट, वॉली आणि पीटर यांची 'मोहिमेचे व्यावसायिक गिर्यारोहक' म्हणून ओळख करून दिली.

डॉ. रेनॉल्ड्स यांनी स्पष्ट केलं की, खुंबूच्या खोऱ्यातून गिर्यारोहक वर निघाले की, त्यांना फक्त शास्त्रज्ञांनी दिलेलं अन्नच खावं लागेल. बेस कॅम्पपासून गिर्यारोहक आणखी उंचावर पोहोचले की, मधूनमधून त्यांना H_3O (आयसोटोप्स घातलेलं वेगळं पाणी) प्यावं लागेल आणि त्यांना परीक्षणासाठी मूत्राचा नमुना 'परीक्षण पिशव्यां'मध्ये भरून खाली बेस कॅम्पवर आणून द्यावा लागेल.

बॉब रेनॉल्ड्स जुनी आठवण सांगताना म्हणाले, ''मी त्यांना सांगितलं की, सर्व गोष्टी समजून घेतल्यावर त्याला संमती देणं, हा सर्वस्वी त्यांचाच निर्णय असेल. अर्थात संशोधनात सहभाग घ्यायचा नसेल, तर त्यांना मोहिमेबरोबर एव्हरेस्टला जाता येणार नाही!'' खोलीतील सर्वांनी संशोधनात भाग घेण्यासाठी आवश्यक ते सारं करण्याला कबुली दिली, हे वेगळं सांगायलाच नको!

मोहिमेवरील आहारशास्त्रज्ञांनी हिशोब करून, मोजून प्रत्येक जेवणासाठीचा शिधा वेगवेगळ्या खोक्यात ठेवून सर्व खोकी नेपाळला पाठवून देण्यासाठी तयार केली होती. यातले बरेचसे अन्नपदार्थ उत्पादकांनी फुकट दिलेले होते - कॅम्पबेलचं सूप, नेबिस्को, नेस्ले, ऑस्करमायर, क्वेकर ओट्स इत्यादी. अल्का सेल्टझरनंसुद्धा या चांगल्या कामाचे प्रायोजकत्व स्वीकारले होते.

वॉली बर्ग मला म्हणाला, ''ह्या मोहिमेदरम्यान आम्ही बटाटे खाल्ले, तर ते खुंबू खोऱ्यात पैदा झालेले आणि याकांवर लादून बेस कॅम्पला पोहोचवलेले बटाटे नसणार होते; ते फ्रेंच ह्या कंपनीनं सुकवून तयार केलेले बटाटे असणार होते. आहारशास्त्रज्ञांजवळ अन्नातील सर्व गोष्टींची आणि खनिजद्रव्यांची संपूर्ण माहिती होती. अर्थातच बेस कॅम्पवर काही दिवस काढल्यावर आम्हा सर्वांनाच याकच्या दुधाचं ताजं पनीर, भात आणि उत्कृष्ट खुंबू जेवण यांची ओढ वाटू लागली. त्याबाबत थोडे बंडखोरीचे प्रयत्नसुद्धा झाले.''

ह्या संशोधन प्रकल्पाला सरकारकडून आर्थिक मदत मिळालेली असल्यामुळे मोहिमेसाठीचा अन्नाचा शिधा 'डिप्लोमॅटिक पाउच'मधून (परराष्ट्रविषयक गोष्टी नेणारी थैली) आशियात पाठवता येणार होता. अमेरिकेचे नेपाळमधील राजदूत मिल्टन फ्रँक यांनी यासंदर्भात बॉब रेनॉल्ड्सना साह्य केलेलं होतं आणि ह्या गोष्टी काठमांडूत पोहोचवण्याची व्यवस्था केलेली होती. डॉ. रेनॉल्ड्स म्हणाले, ''मी सरकारी नोकर असल्यामुळे मला वकिलातीची मदत मिळू शकत होती.'' आपली समजूत होईल की, 'डिप्लोमॅटिक पाउच' ही खांद्याला अडकवण्याजोगी, महत्त्वाची

कागदपत्रं चौकस नजरांपासून वाचवून, सुरक्षितपणे पोहोचते करण्यासाठीची थैली असेल. पण ह्या मोहिमेच्या बाबतीत 'डिप्लोमॅटिक पाउच'द्वारे अन्नपदार्थांची असंख्य लाकडी खोकी ट्रकनं मेरिलॅन्डहून लॉस एंजेलीसला पाठवण्यात आली. तेथून ती विमानानं मलेशियामार्गे आधी दिल्ली आणि तेथून काठमांडू येथे रवाना झाली. सुकवलेले बटाटे आणि अन्य अन्नपदार्थ स्थानिक हेरांच्या नजरा चुकवून काठमांडूला पोहोचले!!

स्कॉट, वॉली आणि पीटर अनेकदा मेरिलॅन्डला आले. त्यांना 'बाल्टिमोर ह्युमन न्यूट्रिशन रिसर्च सेंटर' येथे प्राथमिक माहितीसाठी तपासण्यांतून जावं लागलं. वॉली म्हणाला, ''आमची हाडांची घनता आणि देहातली चरबी यांचं मोजमाप घेण्यात आलं. आमचा श्वसनवेग आणि नाडीपासून अन्य गोष्टींचं मोजमाप घेता येईल, अशा खोल्यांमध्ये आम्हाला झोपविण्यात आलं. आमच्या चयापचय क्रियेबद्दलचं काटेकोर आणि संपूर्ण मापन करण्यात आलं.''

गिर्यारोहक जेव्हा प्रवास करतात, तेव्हा ते बहुधा त्यांचे बाहेर वापरायचे नेहमीचे कपडे - पिसं भरलेले कोट आणि जलद चालवण्याचे बूट - चढवतात. स्कॉट आणि वॉली कडक इस्त्रीच्या खाकी पॅन्ट्स, स्पोर्ट्स जॅकेट्स आणि कॉलर असलेले शर्ट्स वापरणं पसंत करत. वॉली म्हणाला, ''आम्हाला व्यावसायिक लोकांसारखा पोशाख करावासा वाटत होता. व्यावसायिक जगातली महत्त्वाची व्यक्ती असल्यासारखं आम्हाला वाटत होतं. आम्ही स्वत:ला क्रीडापटू समजत होतो आणि आम्ही गिर्यारोहक व क्रीडापटू म्हणून जे करत आहोत, ते जगाला महत्त्वाचं वाटतंय, ही भावना आम्हाला सुखाची वाटत होती.'' त्यांच्याजवळ कॅम्पिंगच्या सामानानं ठासून भरलेल्या डफल बॅगा असल्या, तर ते त्या विमानानं आधी पाठवून देत आणि विमानतळावर फक्त विमानात नेण्याजोग्या बॅगा स्वत:जवळ ठेवत. वॉली म्हणाला, ''आयुष्यभर आम्ही बॅकपॅक्सचं भरपूर ओझं वागवलं होतं आणि भविष्यातसुद्धा आम्हाला ते उचलावं लागणार होतं. त्यामुळे इतरांपेक्षा वेगळं उठून दिसू, असं वागण्याकडे आता आमचा कल होता.''

स्कॉटचा उत्साह आणि त्याच्या चैतन्याची इतरांना होणारी लागण याचा वॉलीलासुद्धा अनुभव येऊ लागलेला होता. ''स्कॉटच्या ठायी चैतन्याचा प्रचंड स्रोत होता आणि जगाला तो चैतन्यस्रोत आकृष्ट करून घेत होता. तो मोठा उमदा गडी होता. त्याच्या ठायी प्रचंड चुंबकीय शक्ती होती.'' वॉली म्हणाला.

स्कॉट नव्या जागी चटकन रुळत असे आणि आपलं म्हणणं खरं करून दाखवत असे. परंतु ह्या गोष्टी त्याला कॉन्फरन्स रूममधील बैठकीपेक्षा पर्वतावर अधिक चांगल्या साधत असत. वॉली म्हणाला, ''पूर्वेला जाऊन आम्ही बैठकांना उपस्थित राहत होतो व आता मागे वळून पाहता लक्षात येतं की, त्या वेळेस मला

वाटलं त्याहून तो खूपच रांगडा होता. तो स्वत:चीच खिल्ली उडवताना टोकाला जात असे किंवा अल्पवयातल्या लॅन्डरमधील बालकासारखा बालिशपणे वागत असे. पण त्याच्या ठायी निरागसता होती आणि प्रचंड उत्साह होता. या गुणांवर तो वेळ मारून नेऊ शकत असे!''

मोहिमेसंबंधीच्या शेवटच्या संघटनात्मक बैठकीत वॉल्ट मॅककॉनेल यांनी जाहीर केलं की, त्या मोहिमेला मलेशियन एअरलाइन्ससुद्धा मदत करत असून ती मोहिमेच्या सदस्यांना विमानाचं भाडं आणि इतर सामान बँकॉकपर्यंत पोहोचवण्यासाठीचे पैसे देणार आहे. त्यांनी एकच अट घातलेली होती, मोहिमेच्या सदस्यांनी विमान कंपनीच्या पंचविसाच्या रौप्यमहोत्सवी वर्धापनदिनात सहभाग घ्यावा. त्यासाठी त्यांनी बोर्निओत थांबून मलेशियातील सर्वांत उंच पर्वत किनाबालू चढून जावा.

स्कॉटच्या लक्षात आलं की, त्याला असं करता येणं शक्य नाही. किनाबालू पर्वत चढण्यासाठी आणखी काही दिवस लागले असते आणि त्याची सीॲटलमधली अनुपस्थिती आणखी वाढली असती. तो आपल्या कुटुंबीयांसमवेत जास्तीत जास्त वेळ व्यतीत करता यावा, या दृष्टीनं मोहिमेच्या दिवसांचं नियोजन करत होता. जीनी विमान कंपनीत वैमानिक होती आणि तिला कामासाठी अधूनमधून घराबाहेर राहावं लागत असे. पण तिच्या बाबतीत, दोन फ्लाइटदरम्यान एखाद्या रात्रीहून जास्त घराबाहेर राहावं लागण्याचा प्रसंग उद्भवत नसे. मोहिमेवर स्कॉट बाहेर पडला की, तो अनेक महिने घराबाहेर राहत असे. त्यामुळे त्यानं आणि जीनीनं वेळापत्रक आखलं होतं - अमुक दिवस सीॲटलबाहेर मोठ्या मोहिमांवर, अमुक दिवस छोट्या सफरींवर आणि इतके ठरावीक दिवस घरी. त्यामुळे किनाबालू पर्वत चढायचा, तर स्कॉटला हे वेळापत्रक पाळता आलं नसतं.

स्कॉटखेरीज मोहिमेचे अन्य सर्व अमेरिकन सदस्य क्वालालंपूरला विमानानं गेले आणि तेथून किनाबालूजवळील बोर्निओच्या छोट्याशा विमानतळावर पोहोचले. वॉली म्हणाला, ''आयुष्यात मला प्रथमच असा अनुभव येत होता! आम्ही विमानतळावर उतरलो, तेव्हा आम्ही गिर्यारोहक होतो म्हणून लोक आमचे फोटो काढत होते! तो अनुभव फारच छान, मौजेचा होता!''

ते १४००० फूट उंचीच्या किनाबालू पर्वतावर चढले आणि उतरले, तो एक पावसाळी दिवस होता. पर्वतारोहणानंतर त्यांना मलेशियाच्या पर्यटन खात्यातर्फे मंत्र्यांच्या पुढाकाराने मेजवानी देण्यात आली. दुसऱ्या दिवशी सकाळी मोहिमेचे लोक क्वालालंपूरला विमानानं परत गेले. तिथे त्यांच्या हॉटेलच्या बाल्कनीतून त्यांना 'मिस मलेशिया' सौंदर्य स्पर्धेत भाग घेतलेल्या मुली लॉबीत फिरताना दिसत होत्या. बॉब रेनॉल्ड्स म्हणाला, ''एव्हरेस्ट बेस कॅम्पला पोहोचल्यावर आठवण्याजोगं काहीतरी आम्हाला तिथे दिसलं!''

तिबेटच्या बाजूनं त्या वसंत ऋतूत एव्हरेस्टवर चढू पाहणारे कोणीही गिर्यारोहक नव्हते. चिनी विद्यार्थ्यांनी केलेल्या निदर्शनांनंतर मे महिन्यात चीनमधील 'तिआनमेन स्क्वेअर'मधली कत्तल घडवली गेली होती, त्या असंतोषाची सुरुवात मार्चपासूनच होऊ लागलेली होती. चिनी सरकारनं आपल्या सीमा परकीयांसाठी बंद करायला प्रारंभ केलेला होता. ज्या मोहिमांना उत्तरेकडून एव्हरेस्टवर चढून जाण्याची परवानगी देण्यात आलेली होती, त्यांची परवानगी चिनी सरकारनं रद्द केली. 'अमेरिका मेन अॅन्ड विमेन ऑन एव्हरेस्ट' ह्यासारख्या ज्या गटांचे अनेक वर्षे असे परवाने होते, त्यांनाही अमेरिकेतून निघण्यापूर्वी केवळ काहीच दिवस आधी त्यांचे परवाने रद्द केल्याचे कळवले गेले.

स्कॉट दोन वर्षांपूर्वी तिबेटमार्गे एव्हरेस्ट मोहिमेवर गेलेला असला, तरी नेपाळमार्गे एव्हरेस्ट मोहिमेवर तो प्रथमच आलेला होता. नेपाळमध्ये हिमनदीच्या वितळलेल्या पाण्याजवळ, दगडधोंड्यांमध्ये बेस कॅम्प ठोकण्याचा हा त्याचा पहिलाच अनुभव होता. ह्या जागेपासून वनसृष्टी अनेक मैल दूरवरच्या खुंबू खोऱ्यात होती. बेस कॅम्पच्या वर 'खुंबू आइसफॉल (खुंबूजवळचा गोठलेला धबधबा)' कोसळत होता. उत्तरेकडे एव्हरेस्टची प्रचंड पश्चिमी कपार उभी होती. ती कपार खाली उतरून आलेल्या जागी 'ल्हो-ला' नावाची खिंड होती. ती खिंड बेस कॅम्पपासून अनेक हजार फूट उंचीवर असल्याने तिथवर पोहोचायलासुद्धा खडा चढ चढावा लागत असे. ल्हो-ला खिंड आणि पश्चिमेकडली कपार नेपाळ-तिबेटच्या सरहद्दीवर होती.

'ऑन टॉप एव्हरेस्ट मोहिमे'नं नेमलेल्या शेर्पांनी शास्त्रीय संशोधनासाठीचं सामान ठेवण्यासाठी अनेक मोठाले तंबू उभारलेले होते. त्यांनी स्वयंपाकासाठीचा वेगळा तंबू ठोकला होता. एकावर एक शिळा रचून त्यांनी एक भिंत उभारली होती. स्वयंपाकाच्या तंबूपासून ह्या भिंतीपर्यंत टारपॉलिनचं छत उभारून त्यांनी जेवणासाठी आणि मनोरंजनासाठी मोठी जागा बनवलेली होती. बेस कॅम्पवर आणखी सहा अन्य मोहिमांनीसुद्धा तंबू ठोकलेले होते. एकूण शंभरांहून जास्त गिर्यारोहक तेथे जमलेले होते. याखेरीज शेर्पा लोक, अन्य मदतनीस, माल वाहून आणणारे याकचे मालक असे सारे लोक धरून बेस कॅम्पवरती लोकसंख्या दुपटीनं किंवा तिपटीनं वाढत असे.

'ऑन टॉप एव्हरेस्ट' मोहिमेच्या जवळपासच युगोस्लाव्ह आणि पोलिश मोहिमेच्या मंडळींचे तंबू होते. पोलिश गिर्यारोहक ल्हो-ला खिंडीपर्यंत चढून जाऊन, खिंडीच्या वरच्या भागात अॅडव्हान्स्ड बेस कॅम्प स्थापन करणार होते आणि पश्चिमेकडल्या कपारीवरून एव्हरेस्टवर चढायचा प्रयत्न करणार होते.

एव्हरेस्ट बेस कॅम्पवर अन्य काही गिर्यारोहक होते. टेक्सासमधील तेलविहिरींचा

मालक डिक बास यानं मिळवलेल्या परवान्यातील काही जागा ह्या लोकांनी विकत घेतलेल्या होत्या. डिक बास हा १९८५मध्ये प्रत्येक खंडातील सर्वोच्च शिखर चढून गेलेला पहिला माणूस ठरला होता. जे गिर्यारोहक स्वत:ची काळजी स्वत: घेण्यास समर्थ होते आणि स्वत:चा खर्च स्वत: करून डिक बासच्या परवान्याच्या खर्चाचा काही भाग उचलायला तयार होते, त्यांना तो त्याच्या परवान्यात समाविष्ट करून घेत असे. अमेरिका, ब्रिटन, ऑस्ट्रेलिया, स्वीडन, बेल्जियम अशा अनेक देशांतील गिर्यारोहकांनी डिक बासच्या परवान्यात आपला समावेश करून घेतलेला होता. त्यांच्यापैकी एक होता - ग्लेन पोर्झक. तो एव्हरेस्टवर चढायचा प्रयत्न दुसऱ्यांदा करत होता. एडमंड हिलरीचा चाळीस वर्षांचा मुलगा पीटर या मोहिमेवर आठव्यांदा आलेला होता आणि वडिलांप्रमाणेच एव्हरेस्ट चढून जाण्याचा हा त्याचा तिसरा प्रयत्न होता.

वॉली बर्ग मला म्हणाला, ''एकाच परवान्यात अनेक लोकांनी स्थान मिळवायचं, ही कल्पना आकार घेऊ लागली आहे. जे लोक अनेक वर्षे एव्हरेस्टवर चढून जायला धडपडत होते, असे लोकच एकत्र आलेले होते.''

आणखी एका मोहिमेचे सदस्य होते न्यूझीलंडहून आलेले रॉब हॉल, गेरी बॉल आणि अनेक शेर्पा... स्कॉट १९८६मध्ये माउन्टन मॅडनेसतर्फे सोव्हिएत युनियनमधील कॉम्युनिझ्मावर मोहीम घेऊन गेलेला होता, तेव्हा त्याची गेरी बॉलबरोबर ओळख झालेली होती. त्यानंतर गेरी बॉलनं आपल्या देशबांधवांसमवेत मोहिमांमध्ये भाग घ्यायला सुरुवात केली होती. हॉल आणि बॉल यांनी एव्हरेस्टवर चढून जाण्याचा प्रयत्न १९८८मध्ये केला होता आणि वाईट हवेमुळे त्यांना मागं वळणं भाग पडलं होतं. संध्याकाळी हे न्यूझीलंडचे लोक इतर मोहिमांमधील लोकांसमवेत जेवण घेत आणि 'ऑन टॉप एव्हरेस्ट' मोहिमेच्या भोजनाच्या तंबूत तासन्तास बसून 'ट्रीव्हिअल पर्स्यूट्स' हा पटावरला खेळ खेळत.

वॉली बर्ग म्हणाला, ''ह्या साऱ्या अनुभवांमधून आम्ही घडत होतो. मैत्री जुळू लागली होती. मैत्रीत एक सहजता आणि ताजेपणा होता. आमच्यापैकी फारच थोडे यापूर्वी एव्हरेस्टवर चढून गेलेले होते. प्रत्येकाची ठाम समजूत होती की, ते विख्यात गिर्यारोहक आहेत किंवा विख्यात होण्याच्या मार्गावर आहेत. परंतु अजूनही एव्हरेस्टवर चढून न जाता आल्यामुळे, अनेकांना मनातून थोडी शरमही वाटत होती.''

जरी १९८९मध्ये एव्हरेस्टच्या संदर्भात 'मार्गदर्शन' हा शब्द कुणीही वापरत नव्हते, तरी ते एव्हरेस्ट मोहिमांचे मार्गदर्शक लवकरच बनू शकतील, अशी चिन्हं दिसू लागलेली होती. गिर्यारोहकांना दुसऱ्यानं घेतलेल्या परवान्यावर जागा विकत घेता येऊ लागली होती. ते स्वत:ला जमेल तेवढी उंची गाठू शकत होते. अशा

अनुभवी लोकांना आपल्याबरोबर शिखरावर घेऊन जाण्यासाठी मोहिमेचे नेते लवकरच फी आकारू शकले असते.

वॉली बर्ग म्हणाला, ''एव्हरेस्टवरील व्यावसायिक युगाचा प्रारंभ होत होता. पण त्याच वेळेस ह्या व्यवसायाला सुरुवात न होण्याचं मुख्य कारण होतं की, गेरी बॉल आणि रॉब हॉल हे अद्याप एव्हरेस्टवर चढून जाऊ शकले नव्हते. स्कॉट फिशर किंवा पीटर हिलरीसुद्धा तोवर एव्हरेस्टवर चढून गेलेले नव्हते. त्यांना जगातील इतर शिखरांवर चढण्याचा कितीही अनुभव असला, तरी त्यांना स्वत:ला एव्हरेस्टमाथा गाठता येईपर्यंत ते स्वत:ची एव्हरेस्ट गाइड अशी जाहिरात करू शकत नव्हते.''

एव्हरेस्टच्या वाटेवरला पहिलाच मोठा अडथळा होता - 'खुंबू आइसफॉल'. एक मैलाच्या प्रवासात २००० फूट उंची चढायला लावणारा 'खुंबू आइसफॉल' हे मोठंच आव्हान होतं. पीटर जॅमिसन जेव्हा १९८३मध्ये एव्हरेस्ट मोहिमेवर आलेला होता, तेव्हा गिर्यारोहकांनी स्वत:च 'खुंबू आइसफॉल'च्या गोठलेल्या, गुंतागुंतीच्या चढावरून जायला मार्ग तयार केला होता. पीटर मला म्हणाला, ''खुंबू आइसफॉल हा मर्त्यलोकामधील वाटतच नाही. तिथे जाणं हा पारलौकिक अनुभवच असतो. बर्फ, मनोरे, पूर्वसूचनेशिवाय कोसळणारे किंवा इकडूनतिकडे हलणारे कडे! तुम्हाला एका वाटेनं जाताना थोडासा धीर येऊ लागतो न लागतो तोच तुमच्या लक्षात येतं की, हा रस्ता योग्य नाही.''

'खुंबू आइसफॉल'वरून जाण्यासाठी रस्ता तयार करण्याचं काम १९८९पर्यंत गिर्यारोहक शेर्पांवर सोपवू लागले होते. ते बर्फात ठोकलेल्या खिळ्याला दोर घट्ट बांधून तो दोर ठरावीक जागी बांधून ठेवत. त्याच्या आधारे गिर्यारोहक चढून जाऊ शकत. ते ॲल्युमिनियमच्या शिड्या एकमेकांना बांधून गोठलेल्या सुळक्यांवर किंवा हिमनदीतील विवरांवरून जाण्यासाठी त्यांचा वापर करत. हे काम करणारा मुख्य शेर्पा 'आइसफॉल डॉक्टर' ह्या नावानं ओळखला जात असे. तो खुंबू आइसफॉलहून अधिक उंचीवर कधीही चढून गेला नव्हता. तो अत्यंत धार्मिक प्रवृत्तीचा होता. तो दिवसभर प्रार्थना करत असे आणि उंच सुळक्यांवरून चढून जाताना नेहमी त्यांच्यावर पवित्र अक्षतांचं सिंचन करत असे.

'आइसफॉल डॉक्टर'वर हे काम सोपवलं असलं तरी वॉली, स्कॉट आणि पीटरनं 'खुंबू आइसफॉल'वर मार्ग तयार करण्यासाठी त्याला मदत केली. वॉली म्हणाला, ''आम्ही गृहीत धरून चाललो होतो की, शेर्पांना ज्याची गरज पडेल असं ज्ञान आमच्यापाशी आहे; आणि ते काय करत आहेत ते आम्ही बघणं आवश्यक आहे, असंही आम्हाला वाटत होतं. मी त्या आइसफॉलवर अखेरीस चढून गेलो, त्यापूर्वी मी त्यावर चौदा वेळा चढलो.'' वॉलीनं मला सांगितलं.

वॉल्ट मॅककॉनेलनं गिर्यारोहकांचे नेतृत्व करण्यासाठी स्कॉटची नियुक्ती केली.

पर्वतावर उंच जागी कॅम्प कसे आणि कुठे ठोकावेत, त्यात सामान कोणतं व कसं पोहोचवावं आणि पर्वतावर चढून जाताना कोणी त्या कॅम्पचा वापर करावा हे सारे निर्णय वॉल्टनं स्कॉटवर सोपवले होते. ह्या वेळेला स्कॉटवर ठोस जबाबदारी सोपवण्यात आलेली होती. दोन वर्षांपूर्वी स्कॉटनं एव्हरेस्ट-नॉर्थफेसवरून जी मोहीम नेली, तेव्हा व्यवस्थापनात ढिलाई होती. या वेळेस तसं नव्हतं. परंतु ठोस जबाबदारी उचलायला स्कॉट तयार होता. लोकांना पर्वतमाथा गाठता यावा, यासाठी तो ही जबाबदारी आनंदानं उचलत होता. सर्वांनी बेस कॅम्पनजीकच्या बर्फाच्या सुळक्यांवरून चढण्याचा सराव करायला हवा आणि जवळपासच्या बर्फातील विवरांवर 'बचाव तंत्रा'चा सराव केला पाहिजे, असा त्याचा आग्रह होता. अधूनमधून तो त्याचा मुलगा अॅन्डीचा फोटो मोहिमेच्या इतर सदस्यांना दाखवून सांगत असे, ''ह्याच्यास्तव मी गिर्यारोहणाच्या वेळेस अवाजवी धोका पत्करत नाही.''

'ऑन टॉप एव्हरेस्ट' मोहिमेच्या सदस्यांपैकी चौदा जण स्वत:ला गिर्यारोहक समजत होते. वॉल्ट मॅककॉनेल म्हणाले, ''स्कॉटनं आमच्याकडून पूर्ण दोन आठवडे भरपूर सराव करून घेतला; तेव्हा कुठे आम्ही 'आइसफॉल'वर जाऊ शकलो. ह्या सरावाच्या वेळेसच दोन लोकांनी माघार घेतली.'' स्कॉटचा असा आग्रह होता की, पर्वतावर आणखी उंचावर चढण्यापूर्वी प्रत्येकानं आइसफॉल चढून कॅम्प क्र. १ पर्यंत दोन वेळा सामान पोहोचवलं पाहिजे. ह्या आग्रहामुळे आणखी अनेक जण गळाले. सर्जिओ फिच वॉटकिन्सला ह्या मोहिमेत रुळता न आल्याने तो काठमांडूला निघून गेला.

एव्हरेस्टवर चढून जाऊ इच्छिणाऱ्या उरलेल्या गिर्यारोहकांचे अनेक गट तयार झाले. स्कॉट, वॉली आणि पीटर हे स्वत:ला शिखरांवर जाणारे प्रमुख गिर्यारोहक समजत होते. हा झाला एक गट. दुसऱ्या गटात अनेक शास्त्रज्ञ होते. त्यांतले मुख्य होते वॉल्ट मॅककॉनेल आणि बॉब रेनॉल्ड्स. ह्या शास्त्रज्ञांच्या गटातच रिकार्डो टॉरस नाव्हा सामील झाला; कारण तो इतर सदस्यांच्यानंतर, खूप काळानंतर बेस कॅम्पवर पोहोचला.

पीटर जॅमिसन मला म्हणाला, ''आपण दुर्लक्षिले जात आहोत, अशी भावना रिकार्डोच्या मनात होती. परंतु तो येण्यापूर्वीच स्कॉट, वॉली आणि मी कॅम्प क्र. १ आणि कॅप क्र. २ स्थापन करण्यासाठी ओझी वाहून नेत होतो. आम्ही आइसफॉलवर चढण्याचा मार्ग तयार केलेला होता. माझं स्पष्ट मत होतं की, जर तुम्ही उंचावर कॅम्प स्थापन करण्यासाठी कष्ट घेतलेले नसतील, तर तुम्हाला तक्रार करायचा काहीही अधिकार नाही!'' वॉलीला रिकार्डो हा चांगला माणूस वाटत होता. पण त्याच्या मते, तो तेवढा तंदुरुस्त नव्हता आणि बेस कॅम्पवरच घोटाळण्यात समाधान मानत

होता. गिर्यारोहकांचा नेता ह्या नात्यानं स्कॉटनं पर्वतारोहण इच्छुकांना ओझी वाहून न्यायला लावली होती. रिकार्डो उशिरा आल्यामुळे त्यानं ते काम केलेलं नव्हतं.

शास्त्रीय संशोधनालासुद्धा सुरुवात झाली. उंचावरून उतरून बेस कॅम्पपर्यंत आलेले गिर्यारोहक संशोधनाच्या तंबूत जाऊन त्यांच्या शरीरातील चरबीचं मोजमाप, त्यांचं रक्त तपासण्यासाठी देत होते आणि त्यांचे डोळे तपासून घेत होते. ते H_3O हे आयसोटोप्स घातलेलं खास पाणी पीत होते आणि त्यानंतर पुढील ७२ तास त्यांच्या लघवीचे नमुने गोळा करून ठेवत होते.

स्लीपिंग बॅगांच्या उबेतून बाहेर निघावं लागू नये, म्हणून गिर्यारोहक नेहमीच प्लॅस्टिकच्या बाटल्यांमध्ये मूत्रविसर्जन करत असतात. त्यामुळे पीटर, वॉली आणि स्कॉटला मूत्राचे नमुने जमा करणं अवघड वाटत नव्हतं. फरक एवढाच होता की, या वेळेस ते त्यांचं मूत्र, त्यांची नावं घातलेल्या तपकिरी रंगाच्या प्लॅस्टिकच्या पिशव्यांमध्ये जमा करत होते आणि त्या पिशव्या गोठण्यासाठी तंबूबाहेर ठेवत होते. त्यानंतर ते त्या गोठलेल्या पिशव्या बेस कॅम्पमध्ये पोहोचवत होते. हे लघवीचे गोठलेले नमुने बेस कॅम्पपर्यंत पोहोचवायला मात्र शेर्पालोक राजी नव्हते. असलं काम ते त्यांच्या आई-वडिलांसाठी किंवा इतर ज्येष्ठ आप्तांसाठीसुद्धा करणार नाहीत, असं त्याचं म्हणणं होतं. त्यामुळे गिर्यारोहक स्वत:च ह्या पिशव्या बेस कॅम्पपर्यंत पोहोचवत होते. बेस कॅम्पवरील शास्त्रज्ञ हे मूत्राचे नमुने वितळवून त्याचं परीक्षण करत आणि H_3O हे पाणी उंच पर्वतावर कशा प्रकारे चयापचय प्रक्रियेतून जाते याबाबतचा तपशील गोळा करीत. अधिक संशोधनासाठी ते मूत्राचे नमुने भरलेल्या काचेच्या कुप्या 'डिप्लोमॅटिक पाउच'द्वारा मेरिलॅन्डमधील बथेस्डा येथे पाठवत होते.

(ह्या एव्हरेस्ट मोहिमेनंतर जवळजवळ दहा वर्षांनी पुढल्या एका एव्हरेस्ट मोहिमेच्या वेळेस, वॉली बर्गला त्याच्या मूत्राचा नमुना ठेवलेली एक पिशवी गोठलेल्या आणि शाबूत स्थितीत आढळली. ती खुंबूहून खाली नेऊन बथेस्डा येथे संशोधनासाठी पाठवावी, असा विचार त्याच्या मनात आला. परंतु विचारान्ती त्यानं ठरवलं की, त्या संशोधन प्रकल्पाची आणि उंचावरील गोठलेल्या मूत्रातील धातू शाबूत अवस्थेत सापडण्याची मुदत उलटून गेली असणार!)

मे महिन्याच्या सुरुवातीपर्यंत उंचावरील कॅम्प तयार झाले होते. कॅम्प क्र. १ हा खुंबू आइसफॉलच्या माथ्यावर होता. कॅम्प क्र. २ वेस्टर्न सीडब्ल्यूएमवर काही मैल उंचीवर होता, तर कॅम्प क्र. ३ हा ल्होट्सेच्या खड्या चढाच्या अर्ध्या वाटेतील बर्फात खोदून काढण्यात आलेला होता. वेस्टर्न सीडब्ल्यूएमच्या माथ्याजवळ असलेलं ल्होट्से हे एव्हरेस्टच्या शेजारचं शिखर आहे. कॅम्प क्र. ३ ओलांडल्यावर शेर्पांना 'यलो बॅन्ड' नावाचा वाळूच्या दगडांचा रंगीबेरंगी थर दिसला. तो ओलांडून

त्यांनी साउथ कोलवरील ठरलेल्या कॅम्प क्र. ४च्या जागेवर तंबू, शिधा आणि प्राणवायूची नळकांडी इत्यादी सामान नेऊन ठेवलं. साउथ कोल ही ल्होट्से आणि एव्हरेस्टमधली खिंड आहे.

एव्हरेस्टवर चढण्याच्या पहिल्या प्रयत्नासाठी वॉली, स्कॉट आणि पीटर बाहेर पडले. साउथ कोलपर्यंत पोहोचल्यावर पुढलं अंतर ते शेर्पांच्या मदतीशिवाय एकटेच पार करतील, असं त्यांनी स्पष्टपणे सांगितलं. उंचावर जाण्याची सवय असलेले मोहिमेवरले शेर्पालोक हा निर्णय ऐकून नाराज झाले. कॅम्प क्र. ४पर्यंत सारं सामान पोहोचवण्यात त्यांचा खूपच महत्त्वाचा सहभाग होता. त्यांनासुद्धा एव्हरेस्टमाथा गाठायची तीव्र इच्छा वाटत होती. त्यांच्यापैकी एक जण फू दोर्जे शेर्पा सहा महिन्यांपूर्वीच स्टेसी ॲलिसनच्या मोहिमेबरोबर एव्हरेस्टमाथ्यावर पोहोचलेला होता. ह्या तीन अमेरिकन गिर्यारोहकांना मात्र ठामपणे वाटत होतं की, मोठाली शिखरं चढताना शक्य तेवढी कमी मदत घेऊन यश मिळवण्यातच सच्चेपणा आहे. स्कॉटच्या माउन्टन मॅडनेस मोहिमेच्या सदस्यांनी १९८७मध्ये एव्हरेस्ट-नॉर्थफेसवर हेच धोरण ठेवलेलं होतं. चो ओयू हे शिखर वॉली अशा प्रकारेच चढून गेला होता. परंतु साउथ कोलपासून आणखी उंची गाठताना प्राणवायूच्या नळकांड्यांचा वापर केला, तर यश मिळायची शक्यता वाढेल, याबद्दल त्यांना खात्री वाटत होती.

ह्या तिघांना साउथ कोलहून वर चढायला सुरुवात करायला उशीर झाला. मध्यरात्रीऐवजी ते पहाटेस बाहेर पडले. ताबडतोबच त्यांच्यावर मांडीच्या उंचीच्या बर्फातून वाट काढायची वेळ आली. पीटर मला म्हणाला, ''मी १९८३मध्ये एव्हरेस्टवर चढलो, त्या वेळची मला आठवण होऊ लागली. त्या वेळेससुद्धा आम्हाला बाहेर पडायला उशीर झाला होता आणि अशाच परिस्थितीला सामोरं जावं लागलं होतं. आम्ही शिखरावर पोहोचलो. परंतु तेथून जिवंत परत येऊ शकलो, हे आमचं सुदैवच म्हटलं पाहिजे! मला तशा अनुभवातून जायची इच्छा नव्हती.'' पीटर माघारी वळला आणि पर्वत उतरून साउथ कोलकडे जाऊ लागला. वॉली आणि स्कॉट पुढे जात राहिले, परंतु २७००० फुटांवरच्या उंचीवरून तेसुद्धा मागे फिरले. सोबत शेर्पांना नेलं असतं, तर त्यांना यश मिळायची अधिक शक्यता होती, हे त्यांच्या लक्षात आलं. बरोबर आणखी कुमक असती, तर बर्फातून वाट काढताना अधिक मदत मिळाली असती, यात शंकाच नव्हती.

हे तिघे गिर्यारोहक बेस कॅम्पला परत आले आणि विश्रांती घेऊ लागले. तेथील संशोधकांनी त्यांच्या विविध वैद्यकीय तपासण्या केल्या. ते इतक्या उंचावर पोहोचले असल्यामुळे मोहिमेला आवश्यक अशी शास्त्रीय माहिती उपलब्ध झाली होती आणि संशोधनाच्या दृष्टीनं मोहीम फत्ते झाली होती. त्यांनी या तिघांना याबद्दल शाबासकी दिली. वॉली म्हणाला, ''हे ऐकून आनंद वाटला. परंतु मोहिमेला शिखर

गाठण्यातसुद्धा यश मिळायला हवं, असं आम्हाला वाटत होतं. व्यावसायिक गिर्यारोहक या नात्यानं आम्हाला ते यश मिळवणं आवश्यक वाटत होतं.''

एका आठवड्यानं ते पुन्हा एकदा शिखर चढायचा प्रयत्न करू लागले. पुन्हा एकदा ते शेर्पांच्या मदतीशिवाय साउथ कोलच्या वरच्या भागावर चढू लागले, पण त्यांना मार्ग काढणं पुन्हा अवघड झालं. या वेळेस पीटर लगेचच मागे वळला, कारण हवा खूपच खराब झालेली होती. वॉली म्हणाला, ''स्कॉट आणि मी खोल बर्फातून वाट काढायचा प्रयत्न करत होतो. आम्हाला भरभर चढता येत नव्हतं. आम्ही अगदी रडकुंडीला आलो होतो. स्कॉट तर खूपच भावविवश झाला होता. त्या दिवशी त्याच्या मुलाचा, अॅन्डीचा दुसरा वाढदिवस होता, पण आम्हाला एव्हरेस्टवर चढण्यात यश मिळत नव्हतं. एव्हरेस्टमाथा गाठता येणार नाही, म्हणून स्कॉटला खरोखरच अतिशय वाईट वाटत होतं.''

हवा खूपच खराब झाली होती आणि त्यांना दूरचं काहीही दिसेनासं झालेलं होतं. असं असूनही स्कॉट आणखी ५०० फूट उंचीवर चढून गेला. वॉली म्हणाला, ''माघारी वळायची त्याच्या मनाची तयारी होतच नव्हती, परंतु अखेरीस तो मागे फिरला.''

उतरताना स्कॉटनं पीटरशी रेडिओवर अनेकदा संपर्क साधला. त्याला रस्ता चुकू, अशी भीती वाटत होती. योग्य रस्त्यानं जातोय याची खात्री करून घेण्यासाठी तो पीटरशी रेडिओवर बोलत होता. पीटर मला म्हणाला, ''परतीच्या वाटेवर तो गोंधळला आणि गांगरला होता.''

सकाळी ८.३० वाजेपर्यंत ते सर्व जण साउथ कोल येथे एकत्र आले. अजून समोर सारा दिवस रिकामा पडलेला होता आणि साउथ कोलवरची हवा आणखी खराब होऊ लागली होती. त्यामुळे त्यांनी ल्होट्सेवरून उतरून आणखी खालच्या कॅम्पमध्ये पोहोचायचं ठरवलं. खालच्या कॅम्पमध्ये इथल्यासारख्या विरळ हवेचा त्रास झाला नसता. वॉली मला म्हणाला, ''बांधलेल्या दोरावरून खाली उतरून 'यलो बॅन्ड'पलीकडे जाताना मी स्कॉटच्या पुष्कळच पुढे होतो. मला पीटर हिलरी आणि अन्य काही गिर्यारोहक वर चढून येताना दिसले. आम्ही एकमेकांना आलिंगन दिलं. पीटर म्हणाला, 'चला की वर! आपण सारे जोडीनं शिखर चढू या!' आम्हाला हे आधीच का सुचलं नाही आणि आम्ही एकत्रितपणे असा प्रयत्न का केला नाही, असा मला आता प्रश्न पडतो. आमची ती घोडचूकच होती!'' पीटर हिलरीला वॉली म्हणाला की, तो, पीटर जॅमिसन आणि स्कॉट त्या वर्षी एव्हरेस्टवर चढून जाण्याचा पुन्हा प्रयत्न करणार नाहीत. त्यांनी शिखर गाठायचा दोनदा निष्फळ प्रयत्न केलेला होता आणि ते थकून गेल्याने त्यांना खाली उतरून जायचं होतं. वॉलीनं हिलरीला शुभेच्छा दिल्या आणि तो पुन्हा खाली उतरू लागला.

वॉली म्हणाला, ''ल्होट्सेच्या सुळक्याच्या खड्या उताराच्या भागावर मी पोहोचलो होतो. तिथून झपाट्यानं खाली उतरून जाता येतं. अचानकच मला पुढे काय घडणार याची जाणीव झाली, असं मला आठवतंय. मी मागे वळून पाहिलं. मला पीटर हिलरी आणि स्कॉट फिशर एकमेकांशी बोलताना दिसले आणि बघता-बघता स्कॉट पुन्हा उलटा फिरला आणि साउथ कोलच्या दिशेनं पुन्हा चढून जाऊ लागला.'' स्कॉटनं एव्हरेस्टमाथा गाठायचा तिसऱ्यांदा प्रयत्न करायचं ठरवलं होतं.

वॉली खाली उतरून कॅम्प क्र. २वर पोहोचला. त्यानं आपलं गिर्यारोहणाचं खोगीर उतरवलं. पेय पिऊन, जेवून तो जे झोपला तो दिवस मावळता-मावळता जागा झाला. न्यूझीलंडच्या गिर्यारोहकांच्या कॅम्पमध्ये त्यानं चक्कर टाकली. साउथ कोलच्या मार्गानं सकाळी निघालेले गिर्यारोहक तिथे असलेले पाहून तो थक्कच झाला. वॉलीला पीटर हिलरी म्हणाला की, ते साउथ कोलला पोहोचल्यावर ते त्यांच्या तंबूत शिरले. त्यांनी त्यांच्या स्लीपिंग बॅगा बाहेर काढल्या आणि स्टोव्ह पेटवून ते गरम पेयांसाठी बर्फ वितळवू लागले. वादळाचा जोर वाढत गेला, तेव्हा त्यांच्या लक्षात आलं की, दुसऱ्या दिवशी सकाळी कुणालाही एव्हरेस्टवर चढता येणं शक्य होणार नाही. तिथे मुक्काम ठोकून शिधा संपवण्याऐवजी त्यांनी कॅम्प क्र. २वर परत यायचं ठरवलं. त्यांनी परतीची तयारी केली आणि सारे जण खाली जात आहेत, असं कॅम्प क्र. ४ सोडता-सोडता आपल्या तंबूत असलेल्या स्कॉटला त्यांनी ओरडून सांगितलं.

वॉली म्हणाला, ''साउथ कोलवर वातावरण इतकं पराकोटीचं असतं की, एकमेकांपासून काही फुटांवर असलेले तंबू अनेक योजने दूर आहेत, असं वाटत असतं. वाऱ्यामुळे काहीही ऐकू येत नसतं. लोकांना सहजपणे हालचाल करता येत नसते. प्राणवायूच्या नळकांड्यांचा वापर सुरू असतो. स्टोव्ह पटलेले असले की त्यांच्या घरघराटाची भर पडते. एकमेकांशी बोलणं अशक्य होतं. स्कॉटला ओरडून सांगितलं आहे, असं त्यातील काही लोकांना वाटत होतं; पण प्रत्यक्षात आता आम्ही सारे जण कॅम्प क्र. २वर होतो, अंधार पडत होता आणि एकटा स्कॉटच साउथ कोलवर थांबून राहिलेला होता.''

वॉलीनं स्कॉटशी रेडिओवर संपर्क साधला आणि त्याला खाली उतरून यायला सांगितलं. सोसाट्याच्या वाऱ्यात स्कॉटचा तंबू फडफडत असताना तो रेडिओवर ओरडून बोलत होता. ''नाही, आम्ही एव्हरेस्टवर चढायचा प्रयत्न करणार आहोत!''

वॉली म्हणाला, ''त्याचं डोकं फिरलं असावं. अशा परिस्थितीत, दुसऱ्या दिवशी एव्हरेस्ट चढून जाऊ शकतो, असं त्याला वाटत होतं. मी त्याला म्हणालो की, स्कॉट, ते शक्य होणार नाहीये. हवा खूपच खराब झालीय!''

गेल्या काही दिवसांच्या ताणावानं वॉली स्वत:च अतिशय थकून गेलेला होता.

भीषण वादळात साउथ कोलवर स्कॉट एकटाच थांबलेला पाहून वॉलीला त्याची खूपच काळजी वाटू लागली होती. वॉली म्हणाला, ''मी त्याला माहिती पुरवत होतो. पण स्कॉट म्हणजे स्कॉट होता! तो माझं काहीएक ऐकून न घेता स्वत:च मला ऐकवत होता!!'' स्कॉट हटवादीपणानं पुन:पुन्हा म्हणत होता की, काही तासांत तो एव्हरेस्टकडे कूच करणार आहे. वॉली त्याला परिस्थितीचं गांभीर्य पटवायचा प्रयत्न करत होता.

मग जणू काही सारे विवाद मिटवायला स्कॉटनं अखेरचं अस्त्र बाहेर काढलं. तो म्हणाला, ''काही काळजी करू नकोस; आम्ही इथे खूप जण एकत्र थांबलो आहोत!''

पीटर हिलरी आणि अन्य गिर्यारोहक साउथ कोलवर त्याच्या तंबूच्या जवळच्याच तंबूमध्ये आहेत, असं स्कॉटला वाटत होतं. ते कॅम्पवर पोहोचले आहेत याची त्याला कल्पनाच नव्हती. वॉली म्हणाला, ''जॉर्ज मेलरी आणि एव्हरेस्टवरून कधीही परत न आलेल्या अन्य गिर्यारोहकांबरोबर स्कॉट तेथे थांबला आहे, असं दृश्य आम्हा सर्वांच्याच अंतश्चक्षूंपुढून सरकून गेलं. हवा खूपच खराब झालेली होती आणि आम्हाला स्कॉटची काळजी वाटत होती. आम्हा सर्वांच्याच डोळ्यांपुढे असं दृश्य दिसावं, हा एक भीषण योगायोगच होता!''

वॉलीनं पीटर हिलरीच्या हातात रेडिओ दिला. पीटर हिलरीनं स्कॉटला सांगितलं की, तो आणि त्याच्या मोहिमेचे अन्य सदस्य कॅम्प दोनवर वॉलीजवळ उभे आहेत; तेव्हा कुठे स्कॉटच्या डोक्यात प्रकाश पडला आणि त्याला वस्तुस्थिती उमगली. स्कॉट पहाटेपर्यंत त्याच्या तंबूत थांबला आणि मग तोसुद्धा खाली उतरून आला.

व्यावसायिक गिर्यारोहक बेस कॅम्पवर परत आलेले पाहून 'ऑन टॉप एव्हरेस्ट' मोहिमेच्या लोकांनी परतण्यापूर्वी आणखी कुणालातरी शिखरावर पोहोचवण्याचा प्रयत्न करायचं ठरवलं. वॉल्ट मॅककॉनेल, रिकार्डो टॉरस नाव्हा, अंग दानू शेर्पा आणि फू दोर्जे शेर्पा साउथ कोलवर चढून गेले आणि पहाटे ३.३० वाजता पुढे जायला निघाले. स्कॉट, वॉली आणि पीटर यांना त्यांच्या दोन्ही प्रयत्नांच्या वेळेस खूप खोल बर्फातून वाट काढावी लागत होती. या वेळेस सोसाट्याच्या वाऱ्यामुळे सुटा बर्फ उडून गेलेला होता. ह्या चौघांना त्यांच्या बुटांचे क्रँपॉन्स बर्फात खुपसून भराभर मार्ग काटता येत होता. परंतु साउथ कोलपासून थोड्याच उंचीवर वॉल्टचा हेडलॅम्प बंद पडला. त्यानं हातमोजे काढून टाकले आणि हेडलॅम्प चालू करायची खटपट केली. त्यात त्याला यश आलं नाही; पण त्याची बोटं गारठू लागली आणि बधिर होऊ लागली. अन्य गिर्यारोहकांचे दिवे त्याच्यापासून त्याला दूर-दूर जाताना दिसले. त्याच्या लक्षात आलं की, अंधारात तो खूप डावीकडे भरकटला, तर नेपाळमध्ये कोसळेल आणि उजवीकडे भरकटला, तर तिबेटमध्ये कोसळेल. तो

उजाडेपर्यंत त्याच जागी बसून राहिला. सूर्योदयानंतर दिसू लागल्यावर तो उतरून कॅम्प क्र. ४वर जाऊन इतरांची वाट पाहत तिथे थांबला.

वर चढताना रिकार्डो, अंग दानू शेर्पा आणि फू दोर्जे शेर्पा यांना साउथ समिटपाशी बर्फाचा खूप खोल थर तुडवावा लागला. आणखी पुढे गेल्यावर परिस्थिती सुधारली आणि दुपारी ३.३०च्या सुमारास ते एव्हरेस्टमाथ्यावर पोहोचले. मेक्सिको देशातून एव्हरेस्टवर पोहोचलेला रिकार्डो हा पहिला नागरिक ठरला.

परंतु या यशाला लवकरच एका अपघातामुळे गालबोट लागलं. साउथ समिटपासून खाली उतरताना रिकार्डो घसरला. पन्नास फूट गडगडत गेला. त्याची बर्फाची कुऱ्हाड वापरून त्यानं आपले प्राण वाचवले. सुरक्षिततेसाठी त्यांनी एकमेकांना दोरानं बांधून घेण्याबाबत दानू शेर्पानं सुचवलं. परंतु ह्या सूचनेला फू दोर्जेनं नकार दिला आणि तो एकटाच भराभर पर्वत उतरू लागला. त्याच्या पावलांवर पाऊल टाकून, त्याच्या पाठोपाठ येणाऱ्या रिकार्डो आणि दानूला फू दोर्जेची बर्फाची कुऱ्हाड बर्फात खुपसलेल्या अवस्थेत सापडली. कुऱ्हाडीच्या दांड्याला असलेला गोल पट्टा फू दोर्जे आपल्या मनगटात अडकवत नसे. त्यामुळे ह्या दोघांना वाटलं की, त्याची कुऱ्हाड तो चुकून मागे विसरला असावा. अंधार पडता-पडता ते दोघे साउथ कोलवरच्या कॅम्पवर पोहोचले. तिथे पोहोचल्यावर त्यांना कळलं की, फू दोर्जे तेथे आलेलाच नव्हता. आल्यावाटेनं वर जाऊन त्याचा शोध घेण्याएवढी शक्ती दोघांपैकी कुणाच्याच अंगात शिल्लक राहिली नव्हती. फू दोर्जे फक्त सव्वीस वर्षांचा होता आणि स्कॉटचा मुलगा ॲन्डीच्या वयाचा त्याचा मुलगा होता.''

फू दोर्जेचा मृत्यू ही त्या वेळपर्यंतच्या एव्हरेस्टवरील दुर्घटनांची केवळ सुरुवातच होती. रिकार्डो आणि दानू बेस कॅम्पवर पोहोचलेले पाहून 'ऑन टॉप एव्हरेस्ट' मोहिमेच्या सदस्यांनी सामान बांधून, खुंबू खोऱ्यातून लुक्लापर्यंत उतरून जाऊन तिथून काठमांडूला जाणारं विमान पकडायचं ठरवलं. परतीच्या वाटेवर मॉन्सूनच्या पुढे सरकणाऱ्या पावसाळ्यानं आपलं रौद्र रूप दाखवत त्यांना अक्षरशः झोडून काढलं. स्कॉट आणि वॉली अजून एव्हरेस्ट बेस कॅम्पवरच थांबलेले होते. त्यांना जोरदार हिमवृष्टीला सामोरं जावं लागलं. आजूबाजूची शिखरं हिमानं ओथंबून गेली आणि हिमप्रपाताचा धोका खूपच वाढला.

पोलंडचे गिर्यारोहक अजूनही एव्हरेस्टवर होते. त्यांनी पश्चिमेकडल्या कपारीवरून चढून जाण्यात यश मिळवलं होतं. त्यातले दोघं जण एव्हरेस्टमाथ्यावर पोहोचले होते आणि ते सारे जण ल्हो-ला येथील त्यांच्या ॲडव्हान्स बेस कॅम्पपर्यंत सुखरूप पोहोचले होते. हा ॲडव्हान्स बेस कॅम्प एव्हरेस्ट बेस कॅम्पपासून २००० फूट उंचीवर होता. तेथून खाली उतरायचा मार्ग अगदी खडा होता. त्यामुळे पोलिश मोहिमेच्या लोकांनी परतीच्या वाटेवर ल्हो-लाच्या पश्चिमेला असलेल्या खुंबुत्से

पर्वतावरून उतरून सोप्या रस्त्यानं खुंबू खोऱ्यात उतरायचं ठरवलं. परंतु ते खुंबुत्से पर्वतावर चढू लागताच वरून झालेला जोराचा हिमप्रपात एव्हरेस्ट बेस कॅम्पवरून स्पष्टपणे दिसत होता. पोलिश मोहिमेतले चार लोक बर्फात गाडले गेले. आणखी एकाला गंभीर दुखापत झाली आणि तो दुसऱ्या दिवशी मरण पावला. एक जणच जिवंत राहिला. त्याच्या बरगड्या मोडल्या होत्या आणि त्याला चालता येत असलं, तरी तो ल्हो-लावर एकटाच अडकून पडला होता. त्याला तिथून हलता येत नव्हतं आणि त्याच्या मदतीलासुद्धा कुणी जाऊ शकत नव्हतं.

वॉली मला म्हणाला, ''तुम्ही ल्हो-लावर उभे राहून खालच्या बेस कॅम्पच्या तंबूंवर दगड फेकू शकता. आम्हाला तो दिसत होता, पण आम्ही त्याच्यापाशी पोहोचू शकत नव्हतो. स्कॉट आणि वॉली त्याच्याशी रेडिओवर बोलू शकत होते, पण त्यांना इतर काहीही मदत देता येत नव्हती.''

वॉली म्हणाला, ''त्या हिमप्रपातात जे पाच पोलिश गिर्यारोहक मरण पावले, ते त्या पिढीतले पोलंडमधले अत्युत्कृष्ट गिर्यारोहक होते. जेव्हा लोक माझ्याशी 'एव्हरेस्ट दुर्घटने'बद्दल बोलतात, तेव्हा बहुतेक वेळा ते १९९६च्या दुर्घटनेबद्दल बोलत असतात. पण ह्या दुर्घटनेत पोलंडचे अत्युत्कृष्ट गिर्यारोहक मरण पावले होते. आजही पोलंडमधल्या लोकांना त्यांची नावं लक्षात आहेत.''

आदल्या वर्षी किंवा आणखी एका वर्षानं, त्या अडकलेल्या पोलिश गिर्यारोहकाला मदत करणं अगदी सहज शक्य झालं असतं. एव्हरेस्ट-नॉर्थफेसवरल्या बेस कॅम्पवर नेहमीच खूप गर्दी असते. तिथलं कुणीही रॅंगबकवरून काही मैल वर चढून ल्हो-लापर्यंत अगदी सहजपणे जाऊन त्याला मदत करू शकलं असतं. परंतु एव्हरेस्टची तिबेटकडची बाजू अजूनही परदेशी लोकांसाठी खुली करण्यात आलेली नव्हती. नेपाळमधल्या एव्हरेस्ट बेस कॅम्पवरून सरळ ल्हो-लावर मदतीसाठी जाणाऱ्यांना खोल बर्फ आणि हिमप्रपाताचा धोका पुढे जाऊ देत नव्हता. वॉली म्हणाला, ''काय करता येईल, याबद्दल रेडिओवर बोललो. आम्हाला मदत करायची उत्कट इच्छा वाटत असली, तरी फारसं काही करता येत नव्हतं.''

रॉब हॉल आणि गेरी बॉल काठमांडूला पोहोचले होते. तिथं त्यांना पोलिश गिर्यारोहकांच्या मृत्यूची आणि त्यांच्यापैकी एक जण ल्हो-ला येथे अडकून पडल्याची बातमी कळली. तिबेटमध्ये जाऊन, रॅंगबक हिमनदीतून ल्हो-ला येथे पोहोचून ह्या माणसाला मदत करायची त्यांची इच्छा होती. परंतु तिबेटमध्ये जाण्यासाठी सीमा ओलांडताना त्यांना चिनी सरकारचा परवाना लागला असता. सर्वसाधारण परिस्थितीतसुद्धा त्याला अनेक महिने लागतात आणि सध्या तर परिस्थिती खूपच चिघळलेली होती. यासाठी अमेरिकन वकिलातीकडून मदत मिळवता येईल, असं बॉब रेनॉल्ड्सनं रॉब हॉल आणि गेरी बॉलला सुचवलं. रेनॉल्ड्सनं अमेरिकन

राजदूताची भेट घेतली. त्यानं सोव्हिएत राजदूताला फोन लावला. तो त्या वेळेस चिनी राजदूतासह टेनिस खेळत होता. अमेरिकन राजदूताने चिनी राजदूताकरवी तिबेटमध्ये जाण्याची परवानगी मिळवण्याची विनंती केली. त्या वेळेपर्यंत पोलंड हा सोव्हिएत कळपातला देश होता, पोलिश मोहिमेला सोव्हिएत युनियनमध्ये मानाचं स्थान होतं. त्यामुळे अमेरिकन राजदूताच्या विनंतीला रशियन राजदूताने दुजोरा दिला आणि 'बचावपथकाला तिबेटमध्ये प्रवेश द्यावा', असं पत्र चिनी राजदूतानं सीमेवरील रखवालदारांसाठी लिहून दिलं.

ल्हो-ला परिसर ठाऊक असलेले दोन शेर्पा आणि त्या वेळेस काठमांडूत असलेला जानुझ मजार हा पोलिश गिर्यारोहक यांना आपल्यासमवेत घेऊन हॉल आणि बॉल एका वाहनात बसून बचावकार्यासाठी निघाले. त्यांनी कोदारी महामार्गावरून जाऊन अर्ध्या दिवसात तिबेटची सीमा गाठली. तिबेटमध्ये प्रवेश केल्यावर रस्ता एका उंचावरच्या खिंडीतून खाली उतरून तिबेटच्या पठारावर आला. त्यानंतर अनेक उंच खिंडी ओलांडून तो रस्ता माउन्ट एव्हरेस्टच्या उत्तरेला असलेल्या राँगबक मठाकडे पोहोचला. तेथे उतरून सगळे बॅकपॅक पाठीवर घेऊन राँगबॅक हिमनदीच्या मध्यावरल्या रस्त्यानं चढू लागले. वाटेत थोडा वेळ थांबून त्यांनी थोडी झोप घेतली. ल्हो-ला जवळ आल्यावर त्यांनी तेथे अडकून पडलेल्या पोलिश गिर्यारोहकाला नावानं हाका मारल्या. त्याचा तंबू बर्फात जवळजवळ लुप्त झालेला होता. त्या तंबूतून तो माणूस रांगत-रांगत बाहेर आला. त्याच्या रेडिओच्या बॅटरीज उतरलेल्या होत्या. आपणही लवकरच मरण पावणार, असं त्याला वाटतं होतं. त्याला सोडवून आणायला आलेल्या लोकांनी त्याला हळूहळू मठापर्यंत आणलं आणि तेथून ते त्याला गाडीत घालून काठमांडूला घेऊन गेले. ते तिबेटमध्ये फक्त पंचावन्न तास होते आणि काठमांडूबाहेर फक्त चार दिवस राहिले होते.

वॉली बर्ग म्हणाला, ''त्यांनी ते मोठंच काम केलं. हॉल आणि बॉल त्या पोलिश गिर्यारोहकापाशी पोहोचले, त्यापूर्वी तासभर आधी त्याच्या स्टोव्हमधलं इंधन संपून गेलं होतं. त्यामुळे त्याला बर्फ वितळवून पाणी पिता येणार नव्हतं. त्यांनी अगदी वेळेवर पोहोचून त्याचे प्राण वाचवले आणि त्यांना त्यातून खूपच समाधान लाभलं. त्यांना भरपूर प्रसिद्धीसुद्धा मिळाली. न्यूझीलंडमध्ये त्यांना वीरोचित सन्मान मिळाला.'' हिमालयन रेस्क्यू असोसिएशन आणि पोलंडमधील डान्स्क येथील माउन्टेनिअरींग क्लब (गिर्यारोहक मंडळ) यांनीसुद्धा त्यांचा सत्कार केला.

रिकार्डो टॉरस नाव्हालासुद्धा भरपूर प्रसिद्धी मिळाली. त्याच्या देशातून एव्हरेस्ट चढणारा तो पहिलाच माणूस असल्यामुळे त्याला मेक्सिकोचा 'स्पोर्ट्समन ऑफ द इयर' म्हणून गौरवण्यात आलं. त्यानं एका टीव्ही निर्मातीबरोबर विवाह केला आणि टीव्हीवरील प्रक्षेपक म्हणून त्यानं आपलं व्यावसायिक आयुष्य सुरू केलं.

वॉली म्हणाला, ''हे सारं पाहून स्कॉटची काय अवस्था झाली, ते सांगायलाच नको! त्याची आणि माझी समजूत होती की, हा रिकार्डो एक भला माणूस आहे आणि तो बेस कॅम्पवर घुटमळण्यावरच संतुष्ट आहे. पण तो चक्क एव्हरेस्टमाथा गाठतो! स्कॉट म्हणाला, 'तो एव्हरेस्टवर पोहोचला आणि मी नाही पोहोचू शकलो?' स्कॉटला हे पचवायला खूप त्रास पडला!''

कुटुंबापासून दूर राहण्याची स्कॉटची मुदत संपत आलेली होती. त्याला एव्हरेस्टवर चढून जाता आलं नव्हतं, तरी त्या काळ्या ढगाला एक रूपेरी कड होती! स्कॉट आणि वॉली बेस कॅम्प सोडून निघत असताना ग्लेन पोर्झकनं त्यांना त्याच्या येत्या वर्षीच्या 'अमेरिकन एव्हरेस्ट-ल्होट्से मोहिमेत' सामील होण्याचं आमंत्रण दिलं. पोर्झक म्हणाला की, त्या मोहिमेतील बरेचसे लोक एव्हरेस्ट चढून जाणार होते. त्यानं वॉली आणि स्कॉटची नियुक्ती ल्होट्सेवर चढण्यासाठी केली. एव्हरेस्टजवळचं ल्होट्से शिखर चढून गेल्यावर त्यांना एव्हरेस्टवर चढायची संधी घेता आली असती. एकाच मोहिमेत स्कॉट आणि वॉली जगातील चौथ्या क्रमांकाच्या उंचीचं शिखर चढून जाऊन नंतर सर्वोच्च शिखर चढून जाणार होते.

एव्हरेस्टवर चढण्यात थोडंसं यश लाभलं असतं, तर स्कॉटला खूप बरं वाटलं असतं. त्याची फार काही अपेक्षा नव्हती. त्याला त्याचं नाव कोरलेलं पदक नको होतं किंवा 'स्पोर्ट्समन ऑफ द इयर' हा किताबही नको होता; त्याला फक्त जगातील अत्युच्च शिखरावर पोहोचायची इच्छा होती. तो घरापासून दहा आठवडे दूर राहिला होता. सीॲटलला परत जाताना त्याला मनोमन खात्री वाटत होती की, पुढल्या वसंत ऋतूत तो एव्हरेस्टशिखरावर नक्कीच चढून जाऊ शकेल.

परंतु, त्या पर्वताच्या बाबतीत कुणालाच कसलीही हमी देता येत नाही!

पंधरा
चुकीचा पर्वत

मी चुकीचा पर्वतच चढून गेलो!

- स्कॉट फिशर हिमालयातून सीॲटलला परतल्यावर

माझ्या कपात आणखी कोरा चहा ओतता-ओतता वॉली बर्ग म्हणाला, ''ऐंशीच्या दशकाच्या शेवटी-शेवटी आणि नव्वदच्या दशकाच्या सुरुवातीच्या काळात, स्कॉटशी तुझ्याबद्दल बोललेलं मला चांगलं आठवतंय. आपण त्या वेळेस भेटलो नाही, हे आश्चर्यच आहे. तू स्कॉटबरोबर भ्रमंती करत होतास, माउन्टन मॅडनेससाठी काम करत होतास आणि मीसुद्धा तेच करत होतो. त्यामुळे आपली भेट होईल, असं मला वाटत होतं.''

मी वॉलीजवळ त्याच्या कॅनमोअर, अल्बर्टा येथील कॅनडातील घरात बसलो होतो. मी त्याच्या भोजनगृहातील टेबलापाशी बसून त्याला पंचवीस वर्षांपूर्वीचे त्याचे आणि माझे फोटो दाखवत होतो. त्या वेळेस न्यू मेक्सिको राज्याच्या उत्तरेकडल्या पर्वतांवर पायवाटा तयार करण्याचं काम आम्ही दोघे जण करत असताना काढलेले फोटो होते ते! कॉलेजचे विद्यार्थी असताना उन्हाळ्यात आम्ही दोघे फिल्मॉन्ट स्काउट रँचवर पाऊलवाटा बांधणाऱ्या कामगारांचे मुकादम म्हणून काम करत होतो. अमेरिकन बॉय स्काउट्सच्या नॅशनल कॅम्पतर्फे अशा फारच थोड्या नोकऱ्या तेव्हा उपलब्ध होत्या. ह्या नोकरीत आम्ही आमचे राजे होतो आणि एका वेळेस अनेक आठवडे आम्हाला पर्वतावरील अरण्यांमध्ये राहण्याची संधी मिळत होती. पर्वतावरून खाली उतरण्याची गरज फारच क्वचित वेळा पडत असे. आम्ही रायाडो नदीच्या थंडगार, वाहत्या पाण्यातले ट्राउट मासे पकडून जेवण बनवत असू. जास्तीचे अन्नपदार्थ विकत आणण्यापुरतंच आम्हाला पर्वत उतरून खाली यावं लागत असे. त्यानंतर वॉलीनं त्याचं आयुष्य गिर्यारोहणाला वाहून घेतलेलं होतं आणि तो त्याच्या पिढीतला एक अत्यंत मान्यवर असा गिर्यारोहक-मार्गदर्शक होता.

तो म्हणाला, ''स्कॉटच्या आयुष्यातील काही महत्त्वाच्या मोठ्या कालखंडांशी मी तुझी ओळख करून देऊ शकतो. खूप उंचीवर वावरल्यामुळे किंवा म्हातारपणामुळे माझ्या मेंदूच्या पेशी बिनकामाच्या होण्यापूर्वीच स्कॉटबद्दलच्या काही हृद्य आठवणींना उजाळा देण्याची संधी घ्यायला हवी.'' त्याच्या मनातील स्कॉटबद्दलच्या आनंददायक स्मृतींपैकी एक आठवण आहे - त्यांनी ल्होट्सेवर केलेल्या आरोहणाची. ल्होट्सेवर चढण्याचं कर्तृत्व स्कॉटला त्या वेळेस अगदी नगण्य वाटलेलं होतं, ही बाब अलाहिदा!

जवळजवळ २८००० फूट एवढ्या उंचीचे ल्होट्से हे जगातील चौथ्या क्रमांकाचे शिखर आहे. ते माउन्ट एव्हरेस्टपासून दूर जगात इतरत्र कुठेही उभं असतं, तर त्याला आतापेक्षा खूपच जास्त प्रसिद्धी मिळाली असती; तसंच खूप लोकांनी त्यावर चढून जाण्याचा प्रयत्न केला असता. एव्हरेस्टवर चढून जाणारे खूपसे गिर्यारोहक ल्होट्सेचा बराच भाग चढून जातात. ल्होट्सेच्या पश्चिमी भागावरून ते २५००० फुटांपर्यंत चढून जातात आणि त्यानंतर साउथ कोलकडे जायला वळतात. साउथ कोल ही एव्हरेस्ट आणि ल्होट्से या दोन शिखरांना अलग करणारी खिंड आहे. ल्होट्सेवर चढून जाणारे गिर्यारोहक साउथ कोलकडे जायला न वळता सरळ वरपर्यंत चढत राहतात. डावीकडे वळला नाहीत, साउथ कोल ही खिंड ओलंडली नाहीत; तर तुम्ही जगातील अत्युच्च शिखराकडे जात नाही!

जे लोक अजून एव्हरेस्टवर चढून जाण्यात यशस्वी झालेले नाहीत, ते जगातील अत्युच्च शिखरावर चढायची ओढ टाळून चौथ्या क्रमांकावरील ल्होट्सेवर चढायचा विचारही मनात आणत नाहीत. १९९०पर्यंत जवळजवळ १०० लोक एव्हरेस्टमाथ्यावर पोहोचले होते, तर विसापेक्षा कमी लोक ल्होट्से चढून गेले होते.

ग्लेन पोर्झककडे १९९०चा एव्हरेस्ट आणि ल्होट्से ही दोन्ही शिखरं चढायचा परवाना होता. त्याच्याप्रमाणेच १९९०च्या एव्हरेस्ट-ल्होट्से मोहिमेवरील इतर सदस्यांनासुद्धा ल्होट्सेबद्दल कोडं पडलेलं होतं. कारण तोपर्यंत एकही अमेरिकन ल्होट्सेवर पोहोचला नव्हता. परंतु ज्यांना एव्हरेस्ट साद घालत होतं, त्यांच्या खिजगणतीतसुद्धा ल्होटसे नव्हतं. एव्हरेस्ट बेस कॅम्पवर ग्लेन पोर्झकनं स्कॉट आणि वॉलीच्या सहवासात १९८९च्या वसंत ऋतूत काळ व्यतीत केल्यानंतर, त्यांना १९९०च्या मोहिमेवर 'ल्होट्से चढण्यासाठी गिर्यारोहक' म्हणून आमंत्रण दिलं. हे दोघे ल्होट्सेवर चढून गेल्यानंतर त्यांना एव्हरेस्टवर चढायची संधी मिळण्याइतका मोहिमेचा कालावधी असेल, असं ग्लेन पोर्झकला वाटत होतं.

स्कॉटनं अगदी आनंदानं या आमंत्रणाचा स्वीकार केला. त्याचा खर्च मोहिमेकडून होणार असल्यामुळे त्याला आर्थिक बोजा उचलावा लागणार नव्हता; शिवाय आंतरराष्ट्रीय गिर्यारोहक म्हणून मिळणारी मान्यतासुद्धा त्याला सुखावत

होती. त्याचा प्रपंच नीटपणे चाललेला होता. अलास्का एअरलाइन्समध्ये वैमानिक म्हणून जीनी नोकरी करत होती. त्यांचा मुलगा ॲन्डी लवकरच तीन वर्षांचा होणार होता. जीनीला पुन्हा दिवस गेले होते आणि ऑक्टोबरमध्ये तिची प्रसूती होणार होती. जीनी आणि स्कॉटनं वेळापत्रक आखून तो सीॲटलबाहेर किती दिवस राहू शकेल, हे मुक्रर केलेलं होतं. त्या वेळापत्रकात एव्हरेस्ट-ल्होट्से मोहीम बसवता येणार होती.

एव्हरेस्टच्या नेपाळकडल्या बाजूला १९९०च्या वसंत ऋतूत सहा मोहिमांनी बेस कॅम्पमध्ये डेरा टाकला. नेहमीची अनेक मंडळी पुन्हा एकदा एव्हरेस्टवर चढायचा प्रयत्न करण्यासाठी हजर झालेली होती; परंतु मेक्सिकोचा 'स्पोर्ट्‌समन ऑफ द इयर' किताबधारक रिकार्डो टॉरस नाव्हा आलेला नव्हता. तो आधीच एव्हरेस्टवर चढून गेलेला होता. डिक बाससुद्धा आलेला नव्हता. तो पाच वर्षांपूर्वी एव्हरेस्टवर चढून गेलेला होता. परंतु रॉब हॉल, गेरी बॉल आणि पीटर हिलरी, वॉली बर्ग, स्कॉट फिशर हे सारे पुन्हा एव्हरेस्ट बेस कॅम्पवर पोहोचले होते. पीट एथॅन्स हा एव्हरेस्ट-ल्होट्से मोहिमेचा सहसंचालक होता. या सर्वांच्या आयुष्यात एव्हरेस्टला फार महत्त्वाचं स्थान होतं. या सर्वांनी हिमालयातील उंचावरच्या कँप्समध्ये इतके दिवस एकत्र घालवले होते की, त्यांच्यात दृढ मैत्री निर्माण झालेली होती. गिर्यारोहक म्हणून त्यांना ख्यातीसुद्धा मिळालेली होती; परंतु त्यांच्यापैकी एकालासुद्धा आजवर एव्हरेस्टवर चढून जाता आलेलं नव्हतं.

जे एव्हरेस्टवर एकदा चढून जाऊ शकले होते, ते पुन्हा एकदा चढण्यासाठी परत आलेले होते. ऑस्ट्रेलियन टिमथी मॅक्आर्टनी स्नेप १९८४मध्ये एव्हरेस्टवर चढून गेलेला होता. या वेळेस तो बंगालच्या उपसागरापासून भारतातून पायी-पायी प्रवास करत नेपाळमध्ये पोहोचला होता आणि एव्हरेस्टवर चढून जाण्यासाठी प्रयत्न करणार होता. 'सागर ते शिखर मोहीम' असं त्याच्या पायी-पायी केलेल्या प्रवासाचं नाव होतं. एव्हरेस्टवर १९६३मध्ये चढणारा पहिला अमेरिकन जिम व्हिटॅकर तेव्हा एव्हरेस्टच्या तिबेटकडल्या बाजूला 'एव्हरेस्ट पीस क्लाइंब' मोहिमेचा (शांततेसाठी एव्हरेस्टवरची चढाई) नेता या नात्यानं उपस्थित राहिलेला होता. राजनैतिक असंतोषामुळे आदल्या वर्षी परकीयांसाठी बंद झालेल्या तिबेटच्या सीमा परिस्थिती निवळल्यामुळे चीनने खुल्या केल्या होत्या. चिनी सरकारनं एव्हरेस्टच्या उत्तरेचा मार्ग आता खुला केलेला होता. व्हिटॅकरची अमेरिकनांची मोठी मोहीम वगळता सोव्हिएत आणि चिनी गिर्यारोहकसुद्धा एव्हरेस्टवर उत्तरेकडून चढाई करणार होते.

नेपाळच्या बाजूनं एव्हरेस्टवर चढणाऱ्यांचं वेळापत्रक रॉयल नेपाळ आर्मीच्या मोहिमेच्या हाती होतं. त्यांच्या नेत्यानं बेस कॅम्पवरील इतर मोहिमांना स्पष्ट शब्दांत सांगितलं की, नेपाळचं लष्कर खुंबू आइसफॉलवरचे मार्ग प्रस्थापित करायची

जबाबदारी उचलणार असून, ते सर्वांत आधी शिखरावर चढून जायचा प्रयत्न करतील आणि लष्करी मोहिमेची चढाई संपल्यानंतरच उरलेल्या मोहिमांना प्रयत्न करता येईल!

नेपाळच्या लष्करात त्या वेळेस प्रामुख्यानं नेपाळी गुरखे होते. ते शेर्पांपेक्षा कमी उंचीवर राहतात. वॉली आणि स्कॉटला हिमालयाच्या पूर्वीच्या मोसमातले काही शेर्पा लष्करी वेषातसुद्धा ओळखू आले. १९८९मधील 'शेर्पा आइसफॉल डॉक्टर' लाक्पा गेलू पुन्हा मंत्र म्हणत, पवित्र अक्षता शिंपत खुंबू आइसफॉलवर चढून मार्ग तयार करवून घेत होता; परंतु या वेळेस त्याच्या अंगावर खाकी लष्करी गणवेश होता.

हिमालयातील गिर्यारोहणात दंतकथा बनून राहिलेल्या अंगरिता शेर्पाला नेपाळी मोहिमेत पाहून मात्र गिर्यारोहकांना खूपच आश्चर्य वाटलं. त्या वेळेपर्यंत तो एव्हरेस्ट शिखर पाच वेळा चढून गेलेला होता आणि येत्या काही वर्षांत, वेगवेगळ्या मोहिमांसमवेत तो आणखी दहा वेळा एव्हरेस्टवर पोहोचणार होता. परंतु १९९०मध्ये मात्र अंगरिता शेर्पा हिमालयापासून काही काळ दूरच राहिलेला होता. बेस कॅम्पवरील अफवेनुसार अंगरिताच्या गावी एका उत्सवाच्या वेळेस मारामारी होऊन त्यात एक बुद्ध भिक्षू मारला गेला; त्या खुनाच्या आरोपाखाली अंगरिताला अटक होऊन तो तुरुंगात गेला. तो जेव्हा रॉयल नेपाळ आर्मीच्या गणवेशात बेस कॅम्पवर हजर झाला, तेव्हा लष्कराच्या एव्हरेस्ट मोहिमेसाठी अंगरिताला तुरुंगातून बाहेर काढण्यात आल्याची कुजबुज सुरू झाली. वॉली बर्ग मला म्हणाला, ''आम्ही ह्या मोहिमेला 'अंगरिताची मुक्तियात्रा' असं नाव दिलं. त्याला जर नेपाळी लष्करी मोहिमेला एव्हरेस्टमाथ्यावर पोहोचवण्यात यश मिळालं असतं, तर तो पुन्हा तुरुंगात गेला नसता!''

लष्करी लोकांचं काम शिस्तबद्ध असल्यामुळे २३ एप्रिल रोजी अंगरिता आणि नेपाळी लष्करी मोहिमेतील अन्य तीन लोक एव्हरेस्टवर पोहोचले. आणखी काही दिवसांनी लष्करी मोहीम खुंबू खोऱ्याकडे जायला माघारी फिरली आणि इतर मोहिमांसाठी एव्हरेस्टची वाट मोकळी झाली.

बेस कॅम्पमध्ये थांबलेले असताना स्कॉट आणि वॉली यांनी ल्होट्सेवर चढण्याबाबतची योजना आखली. ते नेहमीच्या एव्हरेस्टकडे जाणाऱ्या मार्गानंच आइसफॉल आणि वेस्टर्न सीडब्ल्यूएमवरून ल्होट्सेच्या सुळक्याच्या पायथ्यापर्यंत पोहोचणार होते. मग ते तेथील मार्गानं हजारो फूट उंचीवरील कॅम्प क्र. ३पर्यंत पोहोचणार होते. कॅम्प क्र. ३वरून एका दमात ल्होट्सेचं शिखर गाठावं की नाही, याबद्दल त्यांनी चर्चा केली. चर्चेनंतर त्यांनी ठरवलं की, कॅम्प क्र. ३पासून शिखरापर्यंत अर्ध्या वाटेवर त्यांनी 'कासव' असं नाव दिलेल्या दगडी उंचवट्याजवळ

आणखी एक कॅम्प ठोकावा. तेथून शिखरावर चढताना प्राणवायू-नळकांड्यांचा वापर करण्याचं त्यांनी ठरवलं. त्याचा वापर केल्यामुळे ल्होट्से चढताना ते थकणार नाहीत आणि एव्हरेस्टवर चढण्यापूर्वी बेस कॅम्पमध्ये थोडीशीच विश्रांती घेतल्यावर ते ताजेतवाने होतील.

ह्या मोहिमेतील पीटर एथॅन्स आणि अॅन्डी लॅपकास हे दोघं एव्हरेस्ट आरोहणासाठी मुक्रर झालेले होते. त्या दोघांनी स्कॉट आणि वॉलीसाठी 'कासव' ह्या दगडी उंचवट्यापर्यंत सामान पोहोचवलं, तेथील बर्फात खोदून तंबू ठोकण्याजोगी सपाट जागा बनवून त्या जागी त्यांनी तंबू आणि अन्य सामग्री सोडली. स्कॉट आणि वॉलीच्या ल्होट्सेवरील मोहिमेसाठी त्यांनी खूपच मदत केली होती. ह्या मदतीबद्दल स्कॉट आणि वॉली यांना कृतज्ञता वाटत होती.

दि. ९ मे रोजी 'अमेरिकन एव्हरेस्ट-ल्होट्से मोहिमे'वरचे एव्हरेस्ट चढून जाण्यासाठी नक्की केले गेलेले सर्व सदस्य साउथ कोलवर पोहोचले होते. पीटर हिलरी, रॉब हॉल आणि गेरी बॉल हेसुद्धा साउथ कोलपर्यंत पोहोचलेले होते. मध्यरात्रीपूर्वी ते सारे जण शिखर चढायला निघाले. रात्र थंडगार होती आणि बर्फ खूप खोल होता, परंतु आकाश स्वच्छ होतं. पौर्णिमेचा चंद्र त्यांचा मार्ग उजळत होता. दुसऱ्या दिवशी सकाळी सव्वासात वाजता ग्लेन पोर्झक आणि त्याच्या मोहिमेतील अन्य लोक एव्हरेस्टमाथ्यावर पोहोचले.

त्यांच्या मागोमाग एका तासानं पीटर हिलरी, रॉब हॉल आणि गेरी बॉल एव्हरेस्टमाथ्यावर पोहोचले आणि त्यांनी न्यूझीलंडमधील रेडिओस्टेशनशी संपर्क साधला. तिथे पीटरचे वडील सर एडमंड हिलरी हे न्यूझीलंडच्या पंतप्रधानांसमवेत त्यांची मोहीम यशस्वी झाल्याच्या बातमीची वाट पाहत थांबलेले होते. टिम मॅकआर्टनी स्नेपसुद्धा एव्हरेस्टमाथ्यावर पोहोचला. बंगालच्या उपसागरापासून २९०३५ फूट उंचीवर तो पोहोचला होता.

एव्हरेस्टमाथ्यावर पोहोचलेले मोहिमेचे सदस्य साउथ कोलवर उतरून येत होते, तेव्हा स्कॉट आणि वॉली कॅम्प क्र. तीनवर विश्रांती घेत होते. ते दुसऱ्या दिवशी पहाटे त्यांच्या पुढल्या कॅम्पकडे कूच करणारे होते. वॉली म्हणाला, ''आम्ही खुशीत होतो, अगदी तंदुरुस्त होतो आणि खूपच उत्साही मन:स्थितीत होतो.'' त्यानंतर रेडिओवर ढळत्या दुपारी त्यांच्याकडे निरोप आला. साउथ कोलवरल्या गिर्यारोहकांना थेट बेस कॅम्पशी संपर्क साधता येत नसल्यामुळे त्यांनी कॅम्प क्र. तीनवर असलेल्या वॉलीकरवी निरोप पाठवायचं ठरवलं होतं. ग्लेन पोर्झकला त्यांच्या मोहिमेचा डॉक्टर चार्ली जोन्स याला एक तातडीचा निरोप पाठवायचा होता.

ग्लेन म्हणाला, ''माइकला श्वास घ्यायला त्रास होतोय.'' माइक ब्राऊनिंग नुकताच एव्हरेस्ट शिखरावरून खाली उतरला होता. मोहिमेच्या डॉक्टरनं त्यांना

सावध केलं की, माइकला बहुधा पल्मनरी एडिमाचा (फार उंचावरल्या विरळ हवेमुळे फुफ्फुसांना आलेली सूज) त्रास होत असावा आणि त्यानं साउथ कोलवरून ताबडतोब खाली उतरावं, हे बरं. जे लोक त्याच्याबरोबर त्या दिवशी एव्हरेस्टवर चढून गेलेले होते, ते अतिशय थकलेले होते आणि त्याला खालच्या कॅम्पपर्यंत पोहोचवण्याइतकं त्राण त्यांच्या अंगी उरलेलं नव्हतं.

स्कॉट आणि वॉली त्या वेळेस 'टॉप रेमन' ब्रॅन्डच्या नूडल्सचा फराळ करत होते. त्यांनी घाईघाईनं खाणं संपवलं आणि गरम कपडे चढवायला सुरुवात केली. अनेक वर्षे एनओएलएस आणि आउटवर्ड बाउन्डच्या शिस्तीत मुरलेल्या ह्या दोघांना, संकटात सापडलेल्या गिर्यारोहकाच्या मदतीला धावल्यावाचून चैन पडणं शक्यच नव्हतं. वॉली म्हणाला, ''साउथ कोलवर काय घडलंय, हे ऐकल्यावर आम्ही विचार करण्यात अजिबात वेळ दवडला नाही. आम्ही ताबडतोब बूट चढवायला सुरुवात केली.''

हे दोघे साउथ कोलकडे जायला तयार होत असताना पीटर हिलरी एकटाच त्यांच्या कॅम्पवर पोहोचला. पीटर हिलरी जाणून होता की, एव्हरेस्टवर तो चढला, त्याच दिवशी तो बरंचसं शिखर उतरून खाली पोहोचला; तर त्याला फार उंचीवर उद्भवणाऱ्या शारीरिक त्रासाला सामोरं जावं लागणार नाही. पीटर हिलरीजवळचा रेडिओ साउथ कोलवरील रॉब हॉल आणि गेरी बॉलच्या रेडिओच्या ध्वनिलहरींवरच असल्यामुळे वॉलीनं पीटरचा रेडिओ उसना घेऊन त्यावर रॉब आणि गेरीशी संपर्क साधला. तो म्हणाला, ''हे पाहा, माइक ब्राऊनिंगला पल्मनरी एडिमाचा त्रास होतोय. त्याच्या तंबूत जाऊन त्याची परिस्थिती कशी आहे, ते पाहा आणि शक्य झालं तर त्याला खाली उतरायची तयारी करायला मदत करा.''

आदल्या वर्षी गेरी बॉलला साउथ कोलवर असताना पल्मनरी एडिमाचा त्रास झालेला होता. त्याला त्यातला धोका ताबडतोब उमगला. त्यानं व रॉबनं माइकला धरून उभं केलं आणि त्याचा जामानिमा करून प्राणवायूची नळकांडी जोडून दिली. मग एका शेर्पाच्या मदतीनं त्यांनी त्याला बांधलेल्या दोरांवरून खाली उतरायला सांगितलं. वॉली म्हणाला, ''माइक चणीनं माझ्यासारखा असल्यामुळे शेर्पा त्याला हळूहळू खाली उतरवू शकत होता.''

स्कॉट आणि वॉली शक्य तेवढ्या भरभर वर चढत ल्होट्सेच्या सुळक्यावरून चढून गेले. अंधार पडला, तरीसुद्धा ते वर जात राहिले. चुनखडीच्या पिवळ्या पट्ट्यापाशी त्यांनी शेर्पा आणि माइक ब्राऊनिंग यांना गाठलं.

''चुनखडीचा हा पिवळा पट्टा कॅम्प क्र. २पासून खूपच उंचावर आहे. पण माइक फार अशक्त झालेला होता आणि रात्रीच त्याला खालपर्यंत पोहोचवणं आवश्यक आहे, हे आम्ही जाणून होतो.'' वॉली म्हणाला.

सर्वांत पुढे स्कॉट होता. तो आजारी माइकला आधार देत होता. त्यांच्या पाठोपाठ उतरणारा वॉली तेव्हा माइकच्या कमरबंदाला बांधलेला दोर ताणून धरून उतरण्याच्या वेगावर नियंत्रण ठेवत होता. पहाटे ३.३० वाजता ते कॅम्प क्र. २वर पोहोचले आणि त्यांनी माइकवर पल्मनरी एडिमासाठी उपचार चालू ठेवले.

ह्या कष्टांमुळे स्कॉट अन् वॉली थकून गेले आणि त्यांनी ल्होट्से शिखरावर चढून जाणं चोवीस तास पुढे ढकललं. ते जवळजवळ पूर्ण रात्र प्रवास करत होते आणि आता कॅम्प क्र. २वर विश्रांती घेणं त्यांना गरजेचं वाटत होतं. शेर्पांनी आणि अन्य गिर्यारोहकांनी माइक ब्राऊनिंगला बेस कॅम्पवर नेऊन सोडलं. स्कॉट आणि वॉली दुसऱ्या दिवशी कॅम्प क्र. ३वर पोहोचले. त्यांनी काही तास विश्रांती घेतली आणि ते पुन्हा वर निघून पुढल्या कॅम्पवर पोहोचले. दुसऱ्या दिवशी पहाटे ते उरलेलं अंतर चढून जाऊ लागले.

वॉली म्हणाला, ''गिर्यारोहणाच्या दृष्टीनं तो अतिशय प्रसन्न दिवस होता. माझ्या सोबत्यावर माझा पूर्ण विश्वास होता. आणि, ही भावना उभयपक्षी होती. स्कॉटला आणि मला एकमेकांच्या कुवतीबद्दल नितांत आदर वाटत होता. आम्ही जोडीनं भरभर चढून जात होतो.''

त्यांनी एकमेकांच्या कमरबंदांना दोर बांधून एकमेकांना जोडून घेतलेलं असलं, तरी त्यांनी संरक्षणासाठी खिळे ठोकून त्यांना दोर बांधलेले नव्हते. ल्होट्सेचा चढ अगदी खडा असला, तरी ते बांधलेल्या दोरांच्या संरक्षणाशिवायच चढत होते.

स्कॉट नंतर म्हणत असे, ''वॉली म्हणजे अफाटच प्राणी आहे! आम्ही ल्होट्सेवर जोडीनं अगदी आरामात चढून गेलो.''

वॉली म्हणाला, ''हिमालयातील गिर्यारोहणाला कुणी 'आल्प्सच्या धर्तीवरील गिर्यारोहण' असं म्हटलेलं मला अजिबात आवडत नाही. परंतु या वेळेस आम्हाला मोहिमेच्या अन्य सर्व सदस्यांनी पूर्ण पाठिंबा आणि साह्य पुरवलं होतं; फक्त चढायचं काम आमच्यासाठी शिल्लक ठेवलेलं होतं.''

तो दिवस थंडगार आणि ढगाळ होता. दूरचं दिसायला त्रास होत होता. एका लांबलचक, खड्या चढाच्या घळीतून वर चढून जाताना ते दोघे आळीपाळीनं नेतृत्व करत होते. त्या घळीतून वर चढून गेल्यावर ते शिखराखाली पंच्याहत्तर फुटांवर असलेल्या दगडातल्या एका खाचेपाशी पोहोचले. तो लहानसा सुळका चढून गेल्यावर ते ल्होट्सेच्या माथ्यावरील सर्वांत उंच जागी पोहोचले. आता त्यांच्या डोक्यावर माशाच्या कल्ल्याच्या आकाराचा पंचवीस फूट उंचीचा, बर्फाचा घट्ट थर होता. वाऱ्यानं बर्फ दाबलं जाऊन तो टोकेरी सुळका बनलेला होता.

''बर्फाचा तो कंगोरेदार पंचवीस फुटी सुळका खूपच अस्थिर दिसत होता. त्यावर चढून जावं की नाही, अशा पेचात आम्ही पडलो होतो. अर्थातच त्यावर

चढून जावं, अशी आमची इच्छा होती. आम्ही तसाच निर्णय घेतला. त्यामुळे त्या कंगोरेदार सुळक्यावर पाय फाकवून आम्ही स्वार झालो आणि सरसर वर चढून गेलो!'' वॉली मला म्हणाला. ते त्या कंगोऱ्यावरून चढताना कोणत्याही बाजूला घसरले असते, तर ते खाली गडगडत थेट दोन मैल गेले असते.

ल्होट्सेच्या माथ्यावरच्या बर्फाच्या कपारीवर बसून त्यांनी एकमेकांचे फोटो काढले. मग वॉलीनं त्याचा रेडिओ बाहेर काढला आणि त्यांनी बेस कॅम्पशी संपर्क साधला. त्याची खात्री होती की, एव्हरेस्टवर चढून गेलेले बहुतेक सर्व गिर्यारोहक तेथे त्यांच्या रेडिओ संपर्काची आणि 'अमेरिकन एव्हरेस्ट-ल्होट्से' मोहिमेचा ल्होट्सेचा भाग पूर्ण झाल्याच्या बातमीची आतुरतेने वाट पाहत असतील.

वॉली रेडिओवर म्हणाला, ''मला एक बातमी द्यायची आहे.'' वॉलीला दोन मैल खाली असलेल्या बेस कॅम्पवरची उत्कंठा जाणवली. त्यानं पुढे म्हटलं, ''आजची तारीख आहे १३ मे आणि आज ॲन्डी फिशरचा वाढदिवस आहे.''

ग्लेन पोर्झकनं रेडिओवर प्रत्युत्तर दिलं, ''फारच छान बातमी आहे.'' त्यानंतर तो गप्प राहिला आणि त्याच्याभोवती जमा झालेले सर्व जण वॉलीच्या पुढल्या वाक्याची वाट पाहत थांबले.

वॉली स्कॉटकडे बघून हसला आणि पुढे बोलू लागला, ''मला पुढे आणखी एक गोष्ट सांगायचीय - स्कॉट आणि मी ल्होट्सेच्या माथ्यावरून बोलत आहोत.'' बेस कॅम्पवर सर्वांनी आनंदाच्या आरोळ्या ठोकल्या. कारण अमेरिकन लोक जगातील चौथ्या क्रमांकाच्या उंचीच्या शिखरावर प्रथमच पाऊल ठेवत होते!

ते दोघे बर्फाच्या सुळक्यावरून खाली उतरले. आकाश आता पुरेसं स्वच्छ झालेलं होतं आणि त्यांना उत्तरेकडला एव्हरेस्टवरला मार्ग स्पष्टपणे दिसत होता. त्या मार्गानं ते लवकरच चढून जातील, याबद्दल त्यांच्या मनात कोणताही संदेह नव्हता. घळीवरून उतरून खाली येत असताना त्यांनी त्याबद्दलच चर्चा केली. ते 'कासवा'च्या आकाराच्या उंचवट्याजवळच्या कॅम्पवरून खाली उतरून, कॅम्प क्र. ३वर आणि तेथून आणखी खाली असलेल्या कॅम्प क्र. २वर आले. दुसऱ्या दिवशी तिथे विश्रांती घ्यायचा त्यांचा मानस होता. एका दिवसाची विश्रांती घेऊन ते साउथ कोलकडे जाणार होते आणि तेथून पुढे एव्हरेस्टवर चढून जाणार होते.

स्कॉटनं ते ढळत्या दुपारी कॅम्प क्र. दोनवर पोहोचल्याची बातमी रेडिओवरून बेस कॅम्पवर दिली. एक दिवस तिथे विश्रांती घेऊन एव्हरेस्टकडे जाण्याचा त्यांचा विचारसुद्धा त्यानं बेस कॅम्पवरील सदस्यांना सांगितला. ग्लेननं त्यावर उत्तर देताना स्कॉट आणि वॉलीला सांगितलं की, त्यांनी एव्हरेस्टवर चढून जाण्याएवढा वेळ शिल्लक राहिलेला नाही. तो म्हणाला की, खुंबू आइसफॉलवर तयार केलेल्या रस्त्याची अवस्था आणखीच बिघडत चाललेली आहे आणि तिथे अडकवलेले दोर

आणि शिड्या काढून घेऊन पुढल्या मोसमापर्यंत सुरक्षित जागी ठेवणं गरजेचं आहे.

वॉली मला म्हणाला, ''बेस कॅम्पवरील कोणत्याही प्रामाणिक व्यक्तीनं कबूल केलं असतं की, ल्होट्सेवर पोहोचल्याचा निरोप आम्ही साडेअकराला दिला आणि अकरा पस्तीसपर्यंत त्यांनी परतीची वाट धरली होती!''

ग्लेननं रेडिओवर चर्चा करताना 'शक्यतां'वर विचार केला. जर स्कॉट आणि वॉली ताबडतोब एव्हरेस्टच्या दिशेनं निघणार असतील, तर त्यांना तेवढा वेळ पुरू शकेल, असं ग्लेनचं म्हणणं पडलं. पण वॉलीचं ठाम मत होतं की, माइकच्या सुटकेसाठी रात्रभर श्रम करून आणि त्यानंतर ल्होट्सेवर चढून जाऊन त्यांना विश्रांतीशिवाय एव्हरेस्टकडे निघणं शक्य होणार नाही. तो २९००० फुटांचा चढ चढण्यापूर्वी विश्रांतीची गरज आहे, असं त्याचं ठाम मत होतं. वॉलीला आणखी एक गोष्ट महत्त्वाची वाटली. वरच्या कॅम्पवर कुणीही नसताना स्कॉट आणि तो संकटात सापडले असते, तर कुणीही मदतीला येणं शक्य नव्हतं. वॉली म्हणाला, ''आम्ही त्यावर आणखी चर्चा केली नाही.''

स्कॉट आणि वॉली दुसऱ्या दिवशी खुंबू आइसफॉल उतरून खाली आले. त्यांच्या मोहिमेच्या सदस्यांनी बेस कॅम्पवर त्यांचं हार्दिक स्वागत केलं. शेर्पांनी त्यांच्यासाठी केक बनवला होता आणि त्यावर लिहिलं होतं - 'वॉली/स्कॉट अभिनंदन'.

ग्लेन मला अलीकडेच म्हणाला, ''आम्ही शक्यतांचा विचार करून चर्चा केली की, थोडं अधिक थांबलं तर एव्हरेस्ट चढून गेलेल्यांना ल्होट्से चढून जायची आणि ल्होट्से चढून जाणाऱ्यांना एव्हरेस्टवर चढायची संधी मिळेल; परंतु हवा खराब होऊ लागली होती आणि आइसफॉलची परिस्थिती आणखी बिघडू लागलेली होती.''

वॉलीच्या घरी हातात आमचे चहा आणि कॉफीचे कप धरून आम्ही बोलत होतो. वॉलीच्या गाठीला गिर्यारोहणाचा पंधरा वर्षांचा अनुभव जमा झालेला होता. त्या अनुभवाच्या बळावर तो एव्हरेस्ट-ल्होट्से मोहिमेचं मूल्यमापन करत होता. ''मला आता एव्हरेस्टवर गिर्यारोहण करायचा भरपूर अनुभव आहे. मी तेव्हापासून अनेक मोहिमांचं नेतृत्व करत आलो आहे. आम्ही १९९०मध्ये खूपच धोका पत्करला आणि खूप यशही मिळवलं. नेपाळी लष्कराच्या मोहिमेनं एव्हरेस्टवर यश मिळवलं, आमचे गिर्यारोहकसुद्धा एव्हरेस्टवर पोहोचले. माइक ब्राऊनिंगला आम्ही सुखरूपपणे खाली पोहोचवू शकलो. स्कॉट आणि मी ल्होट्सेवर चढून गेलो. मॅकआर्टनी स्नेप बंगालच्या उपसागरापासून पायी-पायी येऊन एव्हरेस्टमाथ्यावर पोहोचला. आम्ही खूप जण यशस्वी झालो. स्कॉटला आणि मला एव्हरेस्टवर चढायची संधी न देता आमच्या मोहिमेच्या नेत्यांनी परत जाण्याचा निर्णय का घेतला, याचा मला आता अधिक चांगला बोध होतोय.''

त्या वसंत ऋतूत अनेक गिर्यारोहक एव्हरेस्टवर चढून जाऊ शकले. रॉब हॉल, गेरी बॉल, पीटर हिलरी, पीटर एर्थन्स हे सर्व जण एव्हरेस्टवर चढून जाऊ शकले आणि 'एव्हरेस्ट गाइड' म्हणून त्या सर्वांना आता काम मिळवणं शक्य होणार होतं; परंतु स्कॉट फिशर आणि वॉली बर्गला ते करता येणार नव्हतं - निदान तूर्त तरी!

''ल्होट्सेवर चढून गेलो, तो माझ्या आयुष्यातला सुवर्णक्षण होता. ते करताना आम्ही भरपूर आनंद लुटला. स्कॉट आणि मी पुन्हा एकत्र आलो, आमचं भटक्याचं आयुष्य आम्ही सुखात उपभोगू शकलो. आम्हाला सुसंघटित मोहिमेनं पाठबळ पुरवलं होतं, आणि ल्होट्सेवर पाऊल ठेवणारे आम्ही पहिले अमेरिकन ठरलो होतो!'' वॉली मला म्हणाला.

मी वॉलीला म्हणालो की, ल्होट्सेहून स्कॉट परत आला, तेव्हा त्याचं स्वागत करायला मी जीनीबरोबर आणि इतर काही मित्रांबरोबर सीॲटल एअरपोर्ट गेलो होतो. मी वॉलीला म्हणालो, ''आम्ही फुगे आणि स्वागताचे फलक नेले होते. त्याच्या यशाचा आनंद उत्साहानं साजरा करत होतो; पण स्कॉट कस्टम्समधून बाहेर आल्यावर त्याचे पहिले शब्द होते... आम्ही चुकीचाच पर्वत चढून गेलो!''

वॉली म्हणाला, ''ल्होट्सेकडे दुसऱ्या दृष्टिकोनातून पाहता येण्याएवढा आत्मविश्वास किंवा धीर त्याच्याठायी नव्हता, ही फार दुर्दैवाची गोष्ट होती. तुमच्या स्वागताला विमानतळावर खूप गर्दी जमलेली पाहणं, हा महत्त्वाचा अनुभव असतो. तो माझ्या वाट्याला एक-दोनदाच आलेला आहे. त्या-त्या क्षणाच्या महत्त्वाचं आकलन होणं आणि त्या क्षणाचा आनंद लुटता येणं भाग्याचं असतं. पण स्कॉट एव्हरेस्टच्या ध्यासानं झुरत होता. 'आम्ही ल्होट्सेवर चढून गेलो!' असं त्याला अभिमानानं म्हणताच येत नव्हतं; कारण एव्हरेस्टचं महत्त्व वादातीत आहे आणि एव्हरेस्टच्या माथ्यावर पोहोचणं त्याला अजूनही शक्य झालेलं नव्हतं.''

सोळा
स्कॉटचे मित्र आणि कुटुंब

मोहिमांचं आयोजन करत असताना आणि गिर्यारोहणाची स्वप्नं बघत असताना स्कॉटचा ध्यास अचानकच स्पष्ट दिसतो. तो मोहिमेचा मार्ग आखण्यासाठी फोटो पाहत असताना एकदम मान वर करतो आणि म्हणतो,
''तू माझ्या मुलांना भेटला नाहीस, नाही का? तू त्यांना भेटायलाच हवंस. त्यांना पाहून तू थक्कच होशील!''

- फिल पॉवर्स एनओएलएसचा
प्रशिक्षक आणि व्यवस्थापक

एस. डब्ल्यू. अलास्का स्ट्रीट आणि एस. डब्ल्यू. कॅलिफोर्निया स्ट्रीटच्या कोपऱ्यावरील इमारतीत माउन्टन मॅडनेसचं ऑफिस आहे. कुर्रकुर्र आवाज करणाऱ्या लाकडी पायऱ्या चढून गेलात की, तुम्ही त्या ऑफिसात पोहोचता; तेव्हा तुम्ही साहसाच्या प्रवेशद्वाराशीच उभे आहात, असा तुम्हाला भास होतो. ऑफिसच्या दोन मोठ्या खोल्यांना दक्षिणाभिमुखी अशा मोठाल्या खिडक्या आहेत. बाहेर स्वच्छ सूर्यप्रकाश असेल, तेव्हा ह्या खोल्यांमध्ये भरपूर प्रकाश येतो. पश्चिम सीॲटलचा व्यापारी विभाग ह्या खिडक्यांमधून दृष्टीस पडतो. एका छोट्या खोलीचा वापर स्टोअर रूम म्हणून केला जातो. त्यात ऑफिससाठी आवश्यक असं सामान, माउन्टन मॅडनेसचे टी-शर्ट्स, माहितीपत्रकं, परवान्याच्या अर्जांची कागदपत्रं, मोहिमांची वर्णनं करणारी माहितीपत्रकं असं सारं सामान रचलेलं आहे.

स्कॉट फिशरच्या ऑफिसात जाणाऱ्या दरवाजातून तुम्ही आत शिरलात की, तुम्हाला ह्या व्यवसायाच्या मालकाला शोभेसं डेस्क दिसणार नाही, तर घरी बनवलेलं एक टेबल दिसेल आणि त्यावर फोटो स्लाइड्सचा ढीग! टेबलाच्या खाचेतील प्लॅस्टिक पॅनेल्सवर असंख्य स्लाइड्स लावून त्यांना खालील दिव्यानं उजळून टाकलेलं दिसेल. शिवाय आणखी शेकडो स्लाइड्स इतस्तत: पसरलेल्या दिसतील. जगातील दुर्गम जागांवरील स्तिमित करणारं सौंदर्य भिंतीवर लावलेल्या

फोटोंमध्ये पाहायला मिळेल. शेर्पा आणि अन्य गिर्यारोहकांचे फोटोसुद्धा भिंतीवर आढळतील. स्कॉटच्या कुटुंबीयांचे फोटोसुद्धा त्यातच दिसतील. ह्या फोटोंना नेमका असा कोणताही क्रम नाही. एफओएस म्हणजे फ्रेन्ड्स ऑफ स्कॉट आणि फॅमिली ऑफ स्कॉट - स्कॉटचा मित्रपरिवार आणि स्कॉटचे कुटुंबीय यांची सरमिसळ झालेली दिसतेच. स्कॉटच्या आयुष्याचंच प्रतिबिंब ह्या फोटोंमध्ये आढळेल.

अशा ह्या ऑफिसात जर स्कॉट तुम्हाला जागेवर सापडला, तर तो बहुधा फोनवर बोलताना आणि पुढल्या मोठ्या साहस मोहिमेबद्दल उत्साहानं चर्चा करताना तुम्हाला दिसला असता. आदल्या वसंत ऋतूत स्कॉटनं एव्हरेस्टवर चढण्याची संधी गमावली होती आणि तिथे परत जाता येईल, असं कोणतंही चिन्ह दृष्टिपथात नव्हतं. असं असूनही १९९१ हे वर्ष शुभशकुनी ठरलं होतं. जीनीनं त्यांच्या दुसऱ्या अपत्याला - केटी रोझ ह्या कन्येला - १९९०च्या हेमंत ऋतूत जन्म दिला होता.

जीनीचं गर्भारपण अवघड गेलं. केटी रोझ तारखेआधी सहा आठवडे जन्मली आणि त्या चिमुकल्या जिवानं स्कॉटच्या आयुष्यात प्रवेश केला. जीनी आणि केटी रोझ हॉस्पिटलमधून घरी परतल्या, त्या रात्रीच केटीचं शारीरिक तापमान खाली जाऊ लागलं. वेळेआधी जन्मलेल्या बालकांच्या बाबतीत हे चिन्ह निश्चितच चांगलं नव्हतं. जीनी अगदी थकून गेलेली होती. पण तिला खूपच काळजी वाटू लागली. ती म्हणाली, ''मी चिंतेनं अगदी बेजार झाले असताना स्कॉटनं मला झोप घ्यायला सांगितलं. तो म्हणाला, मी केटीची काळजी घेईन.''

स्कॉट आपल्या चिमुकल्या लेकीला हातात घेऊन सोफ्यावर बसला. तो तिला म्हणाला, ''केटी रोझ, मी आता तुला काहीतरी सांगणार आहे! तुला ऊब देणं गरजेचं आहे.'' असं म्हणून त्यानं तिचे कपडे काढून टाकले, तिला आपल्या छातीशी धरून त्यानं त्या दोघांभोवती ब्लँकेट लपेटून घेतलं. पर्वतावर कुणी गारठलं असतं तर त्यानं जे केलं असतं, तेच त्यानं केटी रोझला ऊब देण्यासाठी केलं. अशा अनेक रात्री त्यानं आपल्या चिमुकल्या लेकीला छातीशी धरून, दोघांना एकत्रितपणे ब्लँकेटमध्ये लपेटून घेऊन, त्या चिमुरडीला ऊब देण्यात घालवल्या.

स्कॉटनं केटी रोझचं टोपणनाव ठेवलं - के टू. के टू हा जगातील द्वितीय क्रमांकाच्या उंचीचा पर्वत आहे. केटी रोझ आणि त्याचा चार वर्षांचा मुलगा ॲन्डी यांच्याबरोबर सीॲटलमध्ये राहता यावं म्हणून त्यानं त्याचं वेळापत्रक त्यानुसार आखलं. माउन्टन मॅडनेस यशस्वी करण्यासाठी तो नव्यानं प्रयत्न करू लागला. त्या दृष्टीनं त्यानं कॅरन डिकिन्सनची नियुक्ती केली आणि तिच्यावर ऑफिसचा कारभार सोपवला.

कॅरन डिकिन्सन वॉशिंग्टन राज्याची रहिवासी होती. कॅस्केड पर्वतांच्या पूर्वेकडील खोऱ्यामध्ये तिचे अनेक नातेवाईक राहत होते. युनिव्हर्सिटी ऑफ

वॉशिंग्टनमधून बिझनेस विषयातील पदवी मिळवत असताना, कॅरनला साहसी-पर्यटन कंपनीच्या व्यवस्थापनाविषयी गोडी वाटू लागली. तिला टेलिफोन डिरेक्टरीत माउन्टन मॅडनेसचा फोन नंबर दिसला आणि तिनं एका विषयावर शोधनिबंध लिहिण्यासाठी स्कॉटची मुलाखत घेतली. कॅरनशी बातचीत केल्यावर स्कॉटला एका अडचणीवरचा पर्याय सापडला. त्याला स्वत:ला व्यवसायाशी संबंधित दैनिक जबाबदारी नकोशी वाटत असे. स्कॉटनं ते काम कॅरनवर सोपवायचं ठरवलं. तिच्या शिक्षणानुरूप हे काम असल्यामुळे ती हे नीटपणे करेल, असा त्याला विश्वास वाटला. त्यानं तिला तासाला थोड्याशा वेतनावर अर्ध्या वेळाची नोकरी देऊ केली.

कॅरन मला म्हणाली, ''स्कॉट चांगलाच हुशार होता. व्यवसायाची बाजू लंगडी पडण्याचं कारण ते नव्हतं. बाजू लंगडी पडत होती, कारण तो व्यवसायाकडे बघण्याऐवजी गिर्यारोहणाकडे खेचला जात असे.''

गिर्यारोहक ब्रेन्ट बिशप यानं स्वत:च्या अनेक कंपन्या नावारूपाला आणल्या. तो म्हणाला, ''धंद्याची व्यावसायिक आणि जनसंपर्काची बाजू स्कॉटला अजिबात आवडत नसे. गिर्यारोहण मात्र तो अगदी सहजतेनं करत असे. व्यवसायासंबंधात त्याला ती सहजता वाटत नसे. अखेरीस व्यवसाय चालवणं, हे जिकिरीचं काम असतं. त्यात त्याला गम्य वाटत नसे.''

वेस क्राउस आणि स्कॉटबरोबर दुपारच्या जेवणासह बैठकीला बसलेली असताना कॅरननं माउन्टन मॅडनेसच्या ह्या दोघा संस्थापकांना स्पष्टपणे सांगितलं की तिला त्यांच्यासाठी काम करायला आवडत असलं, तरी तिला बऱ्यापैकी पगाराची पूर्णवेळाची नोकरी हवी होती. वेस म्हणाला की, त्यालासुद्धा काही बदल करायची इच्छा होती. वेस क्राउस व मेली रूलिंग विवाहबद्ध झाले होते आणि टांझानियात राहत होते. ते किलिमांजारोवर गिर्यारोहणाच्या सफरी आयोजित करत होते आणि प्राणी दाखवणाऱ्या सफरींवर लोकांना नेत होते. सीॲटलपासून अर्ध्या जगाच्या अंतरावर असल्यामुळे तेथील कामकाज नीटपणे चालवण्यासाठी त्यांनी 'आफ्रिकन एन्व्हायरमेंट्स' नावाची माउन्टन मॅडनेसची एक उपकंपनी संस्थापित केली होती. माउन्टन मॅडनेसच्या सीॲटल ऑफिसकडून किलिमांजारोवर गिर्यारोहण करण्यासाठी किंवा आफ्रिकन सफारींसाठी आलेल्या गिऱ्हाइकांना ह्या उपकंपनीतर्फे सेवा पुरवली जात असे. ते इतर पर्यटन कंपन्यांनासुद्धा मदत करून पैसा मिळवत होते.

वेस म्हणाला, ''मला कोणत्यातरी मार्गानं थोडा पैसा कमवून कधी काळी एक घर विकत घ्यायची इच्छा होती. मी कर्जाऊ पैशांवर आफ्रिकेतील वाहतुकीसाठी लॅन्डरोव्हर विकत घेतली होती. व्यवसाय आणखी वाढवण्यासाठी आणखी वाहनं विकत घेणं गरजेचं होतं.''

वेसनं सुचवलं की, आफ्रिकन एन्व्हायरमेंट्स ही कंपनी तो स्वतंत्र आणि माउन्टन मॅडनेसपासून अलग करेल. तो स्कॉटला म्हणाला, ''ती कंपनी माझ्या मालकीची असेल आणि माउन्टन मॅडनेस तुझ्या मालकीची असेल.'' माउन्टन मॅडनेसतर्फे आफ्रिकेत आलेल्या ग्राहकांना एन्व्हायरमेंट्स कंत्राटपद्धतीवर सेवा पुरवेल, पण आफ्रिकेतील व्यवसायाचा ताबा आणि अंदाजपत्रक माझ्या हाती राहील, असं वेसनं सुचवलं.

स्कॉटची याला अजिबात हरकत नव्हती. त्यानं टांझानिया आणि केनियात पाठवलेल्या गिऱ्हाइकांना वेस सेवा पुरवणार होता आणि माउन्टन मॅडनेसला पूर्व आफ्रिकेतील दैनंदिन व्यवसायात लक्ष घालावं लागणार नव्हतं. कॅरन त्याचं ऑफिस संभाळत होती आणि व्यवसायाची दैनंदिन कामं तिच्यावर नि:शंकपणे सोपवून तो त्याच्या आवडत्या कामावर लक्ष केंद्रित करू शकणार होता. मोहिमांचं संयोजन, लोकांना मोहिमांवर येण्यासाठी आकृष्ट करणं आणि मोहिमांचं नेतृत्व करणं ही सारी स्कॉटच्या आवडीची कामं होती.

कॅरनलासुद्धा ह्या कामात रस वाटत होता; परंतु तिनं निदर्शनाला आणून दिलं की, तिला वेळेवर पगार देण्याएवढे पैसे माउन्टन मॅडनेसकडे नसतात. अशा परिस्थितीतून मार्ग काढण्यासाठी स्कॉटनं तिला माउन्टन मॅडनेसच्या धंद्यांत काही टक्क्यांची भागीदारी द्यावी आणि तिला त्या कंपनीची काही टक्क्यांची मालकी द्यावी. त्या दोघांनी हस्तांदोलन करून ह्या प्रस्तावाला मान्यता दिली आणि ठरवलं की, ह्या व्यवहारातील तपशील ते नंतर नक्की करतील. 'नंतर' म्हणता-म्हणता महिने आणि वर्षं उलटली. कॅरन म्हणाली, ''तोंडी ठरवलेल्या व्यवहारावर आम्ही दोघं संतुष्ट होतो.'' त्यांनी कोणत्याही कंत्राटावर कधीच सही केली नाही.

हा तोंडी व्यवहार उभयपक्षी, स्कॉटचा मृत्यू होईपर्यंत मान्य होता; परंतु स्कॉट अचानक मरण पावला आणि मग माउन्टन मॅडनेसमध्ये कुणाची किती टक्क्यांची भागीदारी हा प्रश्न उभा राहिला. कॅरन म्हणाली, ''तो अचानक गेला आणि साराच गोंधळ उडला. कोणत्याही लेखी व्यवहाराशिवाय आम्ही इतकी वर्षे स्वस्थ कसे बसलो?'' पण ही झाली पुढली गोष्ट! कॅरनवर ऑफिसची जबाबदारी १९९१मध्ये सोपवून स्कॉट निश्चिंत झाला होता आणि त्याच्या 'साहसी पर्यटन कंपनी'ची साहसाची बाजू संभाळण्यात आनंदानं रमला होता.

स्कॉटच्या गिर्यारोहणामुळे तो सीॲटलपासून दीर्घकाळ दूर राहत असे. कधीकधी तो अनेक महिने दूर असे. माउन्टन मॅडनेसच्या दैनंदिन व्यवहारांकडे बघण्यापेक्षा गिर्यारोहणाची ओढ आणि कुटुंबाबद्दलची जबाबदारी यांची सांगड घालणं, हे अधिक आव्हानाचं काम होतं. स्कॉट आणि जीनी हे काम प्रयत्नपूर्वक करत असत. पत्नी एअरलाइन वैमानिक आणि पती गिर्यारोहकांचा मार्गदर्शक

अशा, भिन्न व्यावसायिकांनी संसाराच्या जबाबदाऱ्या वाटून घेणं, हे मोठं नाजूक काम होतं.

अलास्का एअरलाइन्सची वैमानिक म्हणून काम करत असताना जीनीला नेतृत्वाची जबाबदारी उचलण्याची सवय होती. विमानाची आणि उतारूंची सुरक्षा याबद्दलचे निर्णय घेताना तिचा शब्द अंतिम मानला जात असे. जमिनीपासून सहा मैल उंचीवर ध्वनिवेगाच्या निम्म्या वेगानं विमान नेणं आणि उतारू व विमानाची सुरक्षा याबद्दलचे निर्णय घेणं ही महत्त्वाची जबाबदारी जीनी पार पाडत होती. स्कॉटलासुद्धा जीवनमरणाबद्दलचे असेच निर्णय तत्क्षणी घ्यावे लागत होते. तो दूरदूरच्या दुर्गम पर्वतांवर लोकांना घेऊन जात होता आणि त्यांच्या सुरक्षिततेबद्दल त्याला जीनीएवढंच जागरूक राहावं लागत होतं.

स्कॉट घरापासून एवढा दीर्घकाळ दूर राहत असल्यामुळे त्यांचं सहजीवन वेगळ्याच प्रकारचं असणार याची सुरुवातीपासूनच दोघांनाही स्पष्ट कल्पना होती. त्यांनी उघड्या डोळ्यांनी, पूर्ण विचाराअंती विवाहाचा निर्णय घेतला होता आणि तो विवाह टिकून राहावा, या दृष्टीनं दोघं जणही प्रयत्नशील होते. त्यांच्यासाठी राहण्याची जागा शोधायची जबाबदारी स्कॉटनं आपल्या अंगावर घेतलेली होती. जीनीनं त्याला बजावलं होतं की, त्यांची राहती जागा विमातळापासून वीस मिनिटांच्या अंतरावर असायला हवी; बाकी तिला काहीही चाललं असतं! त्यानं त्यांच्यासाठी सीॲटलमधली पहिली जागा शोधली, सामानाची बांधाबांध करून सामान हलवलं आणि घरी गेल्यावर सामान नीटपणे लावूनही दिलं होतं. त्यांचं दुसरं भाड्याचं घरसुद्धा त्यानं स्वतःच शोधलं होतं. त्यानंतर घराच्या बाबतीत माहीतगार असलेल्या मित्रमंडळींचा सल्ला घेऊन त्यांनी सीॲटलच्या पश्चिमी भागात एक घर विकत घेतलं होतं.

ॲन्डी आणि त्यानंतर केटी रोझच्या जन्मानंतर स्कॉटनं जबाबदारी स्वीकारून मुलांसाठीच्या नॅनी व बेबी सिटरसाठी जाहिराती वर्तमानपत्रात दिल्या होत्या आणि योग्य व्यक्ती निवडण्यासाठी अर्जदारांच्या मुलाखती घेतल्या होत्या. जीनी म्हणाली, ''तो गावाबाहेर गेला की, आम्ही दोघं स्वतंत्रपणे आपापले निर्णय घेत असू. आपलं आयुष्य आपल्या मताप्रमाणे, समर्थपणे निर्णय घेऊन जगत असू.'' स्कॉट आपल्या मोहिमा आपल्या वेळापत्रकानुसार, स्वतःच्या मनाला भावेल त्या प्रकारे चालवत असे; तर जीनी आपलं घर स्वतःच्या मतानुसार चालवत असे.

मोठ्या मोहिमेवरून परत आला की, स्कॉट बऱ्याचदा त्याच्या गिर्यारोहणातील सोबत्यांना सीॲटलमधील त्यांच्या घरी राहायचं आमंत्रण देत असे. मोहिमेनंतर नेहमीच्या आयुष्यात रुळायला त्यांना सोपं व्हावं, म्हणून तो त्यांचा पाहुणचार करत असे. अशा वेळी तो जीनीला म्हणत असे, ''ते इथं फक्त पाच-सहा दिवसच

राहणार आहेत. आम्ही माउन्टन मॅडनेसच्या व्यवसायाबाबत चर्चा करून काही निर्णय घेणार आहोत.''

जीनी त्याला म्हणत असे, ''हे अजिबात चालणार नाही!'' ती जाणून होती की, स्कॉट परत आल्यावर त्यांचं नेहमीचं आयुष्य सुरू करणंच त्यांना अवघड जाणार आहे आणि त्यात गिर्यारोहकांच्या गडबडीची भर पडली की, त्यांना नेहमीच्या आयुष्यात रुळणं आणखीच अवघड होणार आहे.

स्कॉट वाद घालत असे आणि म्हणत असे, ''तुला कसं समजत नाही? आम्ही जिवावरच्या संकटांमधून एकमेकांना साह्य देत बाहेर पडत असतो. माझे मित्र माझ्या घरात राहिले, तर काय हरकत आहे?''

जीनी म्हणाली, ''तीन-चार महिन्यांच्या एखाद्या मोहिमेवरून स्कॉट घरी परतला की, आम्ही दोघेही घराचे कॅप्टन किंवा मोहिमेचे नेते बनण्याचे प्रयत्न करीत असू आणि ते यशस्वी होत नसत. तो जगाच्या ज्या भागातून परतत असे, तिथला वेळ वेगळा असल्यामुळे सीॲटलला परत आल्यावर त्याला इथल्या दिवसरात्रींना रुळायला वेळ लागत असे. त्यामुळे तो मुलांनासुद्धा ठरलेल्या वेळेवर बिछान्यात झोपवत नसे. घर नीटपणे चालत नसे आणि आम्ही दोघे सतत भांडत असू. स्कॉट मोहिमेवर जाण्यापूर्वी काही आठवडे आणि तो परत आल्यावर काही आठवडे आमचे वादविवाद सतत होत असते. आम्ही म्हणत असू की, आपण घटस्फोट घ्यायला हवा; परंतु सरतेशेवटी आम्हा दोघांपैकी कुणालाच मुलांपासून दूर राहणं शक्य होणार नव्हतं. शेवटी आम्ही नेहमी समझोता करत असू.''

स्कॉट मोहिमेवरून परत आला की, तो घराच्या शिस्तीत चटकन रुळावा, ह्या दृष्टीनं त्या दोघांनी काही नियम आखले होते आणि ते नियम कार्डांवर लिहून काढले होते. ती कार्ड्स ती दोघे आपापल्या पाकिटांमध्ये ठेवत असत. त्या नियमांपैकी एक नियम होता की, वर्षाकाठी फक्त एकाच दीर्घकाळाच्या मोहिमेवर स्कॉट जाऊ शकेल. दुसरा नियम होता की, मोहिमेवरून परत येताना त्यानं त्याच्याबरोबर अन्य गिर्यारोहकांना घरी घेऊन यायचं नाही. जीनी हजरजबाबी होती आणि वादात तिची नेहमीच सरशी होत असे. त्यामुळे त्यांनी नियमावलीत आणखी एका नियमाचा अंतर्भाव केला : कोणत्याही विवाद्य मुद्द्यावर विचार करून मत द्यायला स्कॉटला वेळ दिला जाईल. सर्वांत महत्त्वाचा नियम अत्यंत सुज्ञपणाचा होता. स्कॉट मोठ्या मोहिमेवर निघण्यापूर्वीच्या महिन्यात किंवा तो मोहिमेवरून परत आल्यानंतरच्या महिन्यात, कोणताही महत्त्वाचा निर्णय घेतला जाणार नाही.

जीनी म्हणाली, ''गिर्यारोहकांशी विवाह करून आयुष्य घालवणं अतिशय कठीण आहे. परंतु, तो अठरा वर्षांचा आणि मी एकोणीस वर्षांची असल्यापासून मला ठाऊक होतं की, तो एक गिर्यारोहक आहे. आम्ही पूर्ण विचारांतीच विवाहाचा

निर्णय घेतलेला होता.'' विवाह करताना त्यांनी चर्चा केली होती की, ते दोघे अत्यंत भिन्न प्रकृतीचे असल्यामुळे त्यांना विवाह टिकून राहीलच, असं सांगता येणार नाही. जीनी म्हणाली, ''स्कॉटला त्याची मुलं अत्यंत प्रिय होती आणि खरं सांगायचं तर, कितीही भांडलो तरी आमचंसुद्धा एकमेकांवर नितांत प्रेम होतं. त्यामुळे सहजीवन टिकवण्यासाठी आम्ही दोघे सतत प्रयत्न करत होतो.''

स्कॉटला त्या वर्षी एव्हरेस्टची मोहीम आखता येणार नसली, तरी तो नेपाळमधली एक मोहीम आखत होता. ही मोहीम यशस्वी झाली असती, तर 'माउन्टन मॅडनेसची हिमालयातल्या साहसाची प्रमुख मोहीम' अशी माउन्टन मॅडनेसच्या माहितीपत्रकात त्याची जाहिरात करायचा स्कॉटचा बेत होता. माउन्ट एव्हरेस्टच्या दक्षिणेला काही मैलांवर हिंकू खोऱ्याच्या उत्तरेच्या भागात बरुन्ट्से नावाचा २३६८८ फूट उंचीचा प्रचंड पर्वत आहे. त्या पर्वताची चार शिखरं अत्यंत खड्या चढाच्या कपारींनी जोडली गेलेली आहेत. हा पर्वत इतका दूरच्या जागी आणि इतका दुर्गम आहे की, तोपर्यंत दोन डझन गिर्यारोहकसुद्धा त्यावर चढून गेलेले नव्हते. प्राणवायूच्या नळकांड्यांचा वापर करावा लागेल, एवढी त्याची उंची नव्हती. बरुन्ट्सेच्या जवळच त्याहून २००० फूट कमी उंचीचं 'मेरा' नामक शिखर आहे. बरुन्ट्सेवर चढून जाण्यापेक्षा मेरा शिखरावर चढून जाणं सोपं असलं, तरी त्या शिखराची उंची आणि हिमनदीवरून करावा लागणारा प्रवास, यामुळे मेरा शिखरावर चढून जातानासुद्धा गिर्यारोहकांचा कस लागणार होता.

स्कॉटचा विचार होता की, माउन्टन मॅडनेसच्या प्रवाशांना काठमांडूहून विमानानं लुक्ला येथील विमानतळापर्यंत न्यायचं. खुंबू खोऱ्यातून नमचे बझार आणि एव्हरेस्ट बेस कॅम्प ह्या नेहमीच्या रस्त्यानं न जाता, ह्या पर्यटकांना लुक्लावरच्या खिंडीतून दूरच्या हिंकू खोऱ्यात न्यायचं. पर्यटकांची एक तुकडी बरुन्ट्सेवर चढायला सुरुवात करेल आणि दुसरी तुकडी मेरा शिखरावर चढू लागेल. उरलेल्या दोन तुकड्यांमध्ये गिर्यारोहणापेक्षा पायी-पायी फिरणं म्हणजेच भटकंती अधिक पसंत करणारे लोक असतील. ते गिर्यारोहकांपाठोपाठ पायी-पायी बेस कॅम्पवर पोहोचतील. ह्या चारी तुकड्यांतील सर्व लोक मोहिमेच्या शेवटी १९००० फुटांवरच्या ॲम्फू लाब्स्टा नावाच्या खिंडीतून खुंबू खोऱ्यात दोरांच्या साह्यानं उतरून येतील आणि रमतगमत खुंबू खोऱ्यातील खेड्यांमधून चहापानगृहांजवळून लुक्लापर्यंत चालत जातील; मग तेथून काठमांडूला जाणाऱ्या विमानात बसतील. स्कॉटची अशी एकूण योजना होती.

इतर कोणत्याही माउन्टन मॅडनेसच्या मोहिमेपेक्षा त्या मोहिमेत स्कॉटनं त्याचे बहुसंख्य मित्र आणलेले होते. या लोकांना तो अनेक वर्षे ओळखत होता आणि त्यांच्यावर त्याचा पूर्ण विश्वास होता. वेस क्राउस आफ्रिकेतून येऊन बरुन्ट्से

शिखरावरील गिर्यारोहणाचं नेतृत्व करणार होता. वॉली बर्ग स्कॉटबरोबर गेली दोन वर्षे एव्हरेस्ट मोहिमांवर गेलेला होता. त्यानं मेरा शिखरावरील गिर्यारोहणाचं नेतृत्व करायची जबाबदारी स्वीकारली होती. ह्या मोहिमेत एनओएलएस काळापासून स्कॉटला माहीत असलेले लोक सामील झालेले होते. मायकेल ॲलिसन, क्रेग सीशोल्स हे दोघे मोहिमेवर येणार होते. क्रेग पूर्वी एनओएलएसमध्ये प्रशिक्षक म्हणून काम करत असे. आता तो नेपाळमध्ये स्थिरावला होता. काही पर्यटक मित्रसुद्धा होते. डेल ब्रूज आणि डेव्ह नॉन्ड्यू या दोघांनी कोलोराडोतील बर्फावर चढण्याच्या स्कॉटच्या शिबिरांना हजेरी लावली होती. पीटर गोल्डमन १९८७च्या एव्हरेस्ट-नॉर्थफेस मोहिमेबरोबर आला होता. वेस क्राउसचे सासरे हँक रूलिंग हे हिमालयात दुसऱ्यांदा येत होते. यापूर्वी ते एव्हरेस्ट-नॉर्थफेस मोहिमेच्या वेळी बेस कॅम्पपर्यंत आलेले होते. ते त्यांच्यासोबत त्यांच्या काही मित्रांसुद्धा घेऊन येणार होते. वेसबरोबर काही वेळ घालवता येईल, म्हणून त्यांना आनंद वाटत होता.

ह्या सर्व तुकड्या लुक्लाहून हिंकू खोऱ्यात उतरल्या, तेव्हा हवा अतिशय सुरेख होती आणि प्रवास छान पार पडला. स्कॉट मात्र ह्या सफरीच्या सुरुवातीलाच जवळजवळ जायबंदी झाला होता. मायकेल ॲलिसन मला म्हणाला, ''मी पहिल्या रात्री कॅम्पमध्ये योगासनं करत होतो. स्कॉट व्यायाम करत होता. तो मला म्हणाला की, त्याला पद्मासनात बसता येतं. त्यानं त्याचा घोटा एका गुडघ्यावरून खेचून पुढे आणला आणि दुसरा घोटा तो खेचून घेत असतानाच झाडाची डहाळी मोडावी तसा काडकन आवाज आला.'' त्याच्या गुडघ्याची कूर्चा फाटली होती. घरी परत गेल्यावर शस्त्रक्रियेनं ती फाटलेली कूर्चा शिवावी लागली असती; परंतु हिमालयात असेपर्यंत त्या वेदनेकडे अजिबात लक्ष द्यायचं नाही, असं स्कॉटनं ठरवलं होतं.

मेरा शिखरावर चढून जाणाऱ्यांनी १७००० फुटांवर असलेल्या 'मेरा-ला' ह्या खिंडीवर मुक्काम ठोकला. तेथून ते वॉली बर्गच्या पाठोपाठ शिखरावर चढून जाणार होते. ते सारे जण शिखरमाथ्यावरून उतरून पुन्हा त्या खिंडीवर मुक्कामाला आले, तेव्हा क्रेग सीशोल्स व स्कॉट त्यांच्यात सामील झाले आणि त्या सर्वांनी एकत्र पायी-पायी भटकंती केली. अतिशय उंचावरील सरोवरांनी नटलेल्या खोऱ्यातून ते ॲम्फू लाब्स्टापर्यंत चालत गेले. ॲम्फू लाब्स्टाच्या खुंबूकडील बाजूला त्यांनी डोकावून पाहिलं; तेव्हा त्यांना खूप खाली, मागल्या गिर्यारोहणाच्या मोसमात वरून खाली पडलेल्या माणसाचा गोठलेला देह दिसला. तो देह पाहून त्यांच्या लक्षात आलं की, तिथून खाली उतरून जाणं वाटलं होतं तेवढं सोपं नसेल. तो संपूर्ण दिवस खर्चून त्यांनी दोर वापरून त्यावरून गिर्यारोहकांना, पायी फिरायला आलेल्यांना आणि शेर्पांना फत्तराच्या उभ्या सुळक्यावरून ३०० फूट खाली उतरवलं आणि त्यांना वॉली बर्ग व मायकेल ॲलिसनच्या समवेत खुंबू खोऱ्यात रवाना केलं.

वॉली मला म्हणाला, ''स्कॉट, क्रेग आणि आम्ही इतर सारे ॲम्फू लाब्स्टावरून दोरांच्या साह्यानं सुखरूपपणे इतर सर्वांना खाली उतरवण्यासाठी दिवसभर धडपडलो. अनुभवी गिर्यारोहक उपस्थित होते, म्हणूनच ते शक्य झालं; पण तरीसुद्धा ती खूपच अवघड जोखीम होती!''

हे काम पार पाडल्यावर क्रेग आणि स्कॉट ॲम्फू लाब्स्टाच्या माथ्यावरून विरुद्ध दिशेला गेले आणि ते बरुन्ट्से शिखराच्या बेस कॅम्पवर पोहोचले. स्कॉटचा गुडघा दुखावलेला हाता, तरीसुद्धा त्यांनी हे अंतर अत्यंत कार्यक्षम पद्धतीनं झपाट्यानं पार केलं. क्रेग म्हणाला, ''दगडधोंड्यांमधून मी अगदी काळजीपूर्वक वाट काढत होतो, तर स्कॉट घळ्यांमधून उड्या मारत झपाझप चालत होता. अवघड उतारावर आरामात जाणाऱ्या निष्णात स्कीअरप्रमाणे स्कॉट अगदी सहजपणे चालत होता!''

ते भराभर चालत होते, तेव्हा स्कॉट क्रेगला म्हणाला, ''मर्दानगीची रग जिरवत आरामात चाललोय आपण!''

स्कॉटच्या दुखावलेल्या गुडघ्याखेरीज ह्या मोहिमेत आणखी फक्त एकच अडचण उद्भवली. वेस क्राउसला टांझानियातून निघायला विलंब झाला. एका मसाई स्त्रीकडून तो जमीन विकत घेणार होता आणि ती शेवटच्या दस्ताऐवजावर सही द्यायला टाळाटाळ करत होती. ह्या साऱ्या वाटाघाटी संपवून तो विमानानं नेपाळला आला, तोवर माउन्टन मॅडनेसचे इतर गिर्यारोहक अन् पदभ्रमंती करणारे लोक निघून दहा-बारा दिवस होऊन गेलेले होते. तो एक रात्र काठमांडूत राहिला आणि त्यानं पी. बी. थापाशी संपर्क साधला. वेस आणि स्कॉट १९८४मध्ये फँग ह्या शिखरावर चढू पाहत होते, तेव्हा त्यांची पी. बी. थापाशी ओळख झाली होती. थापा आता नेपाळमधील मोहिमांचं आयोजन करत होते.

हिमालयातील आपला व्यवसाय वाढवण्याच्या हेतूनं पी. बी. थापा आणि स्कॉट एकत्रितपणे प्रयत्न करत होते. ह्या सहकार्याची दखल घेण्याच्या दृष्टीनं, थापानं त्यांच्या काठमांडूमधील ऑफिसच्या खिडक्यांमध्ये माउन्टन मॅडनेसचे फलक लावलेले होते. स्कॉट अजूनही एव्हरेस्टमाथ्यावर पोहोचू शकलेला नव्हता, त्यामुळे त्यांना अजून एकत्रितपणे बेस कॅम्पपर्यंत पायी जाण्यासाठी किंवा त्याहून अधिक साहसाच्या, आताच्या मेरा आणि बरुन्ट्सेसारख्या मोहिमांसाठी चांगली मागणी दिसत होती.

पी. बी. थापानं वेसला लुक्लाला जाणाऱ्या विमानात जागा मिळवून दिली. लुक्लामध्ये वेस पोहोचल्यावर त्याच्याबरोबर बरुन्ट्से बेस कॅम्पपर्यंत सोबत जाण्यासाठी एक-दोन शेर्पासुद्धा त्यानं मिळवून दिले. वेस म्हणाला, ''ती सफर फारच छान झाली. मी माझ्या गतीनं जाऊ शकत होतो. ती खिंड ओलांडून तुम्ही एकदा हिंकू खोऱ्यात शिरलात की, चिटपाखरूसुद्धा दिसत नाही. पूर्ण एकांत असतो

आणि तो सुखावह वाटतो.'' पायी जात असताना याकच्या राखणदारांचा एक कॅम्प त्यांना वाटेत दिसला. वेसबरोबर जात असलेल्या एका शेर्पाचे वडील त्या कॅम्पमध्ये तेव्हा राहत होते. त्यामुळे आत जाऊन ह्यांनी त्या संध्याकाळी त्यांच्याबरोबर चहापान केलं. आणखी काही दिवसांनी वेस बरुन्ट्सेला पोहोचला. आफ्रिकेतील ४५०० फुटांवर असलेल्या त्याच्या निवासस्थानापासून तो एका आठवड्यात हिमालयातील १८००० फूट उंचीवर पोहोचला होता. इतक्या उंचावरील विरळ हवेची सवय व्हायला पुरेसा वेळ मिळालेला नसून किंवा विमानप्रवासाच्या दगदगीनंतर अजिबात विश्रांती मिळालेली नसूनही वेस अगदी तंदुरुस्त होता. तो अजिबात थकलेला दिसत नव्हता.

क्रेग सीशोल्सला वेस म्हणाला, ''आयुष्यात जी शिखरं चढून जायचं मी ठरवलंय, त्यांतली कित्येक शिखरं मला वाटेत दिसली आणि आता मला बरुन्ट्सेवर चढून जायची संधी मिळतेय, त्यामुळे मी अगदी खूश झालोय!'' भराभर चालता येत असल्यामुळे, नव्या देशाचा अनुभव घ्यायची संधी लाभल्यामुळे आणि मित्रांसोबत थरारक गिर्यारोहण करता येणार, ह्या विचारानं वेस अगदी हरखून गेला होता. वाटेत महत्त्वाची शिखरं पाहता येणं त्याला झपाट्यानं पायी चालण्याइतकंच मोलाचं वाटत होतं. नेपाळमध्ये पोहोचायला विलंब लागल्यामुळे त्याला त्याच्या सासऱ्यांची भेट घेता आली नाही. ते ॲम्फू लाब्स्टावरून दोरांच्या साह्यानं खाली उतरून खुंबू खोऱ्यात प्रवास करू लागले होते; परंतु वेस त्यांना पुन्हा केव्हातरी भेटू शकला असता. ह्या क्षणी तो थरारक साहसाच्या प्रतीक्षेत आनंदानं डुंबत होता.

खांद्यावरलं ओझं खाली टाकून वेसनं त्याची दुर्बीण बाहेर काढली. त्यातून बरुन्ट्सेच्या शिखराकडे पाहिल्यावर त्याला उंचावरल्या बर्फात दोन ठिपके वर सरकताना दिसले. डेव्ह मॉन्ड्यू आणि स्कॉट आदल्या दिवशी निघाले होते आणि बेस कॅम्पवरल्या चढाच्या उतारावरल्या बर्फात खिळे ठोकून त्यांना दोर बांधायचं काम करत होते. ते काम करून त्यांनी उंचावर आणखी एक कॅम्प तयार केला होता आणि त्या जागी रात्री मुक्काम ठोकला होता. वेसनं दुर्बिणीतून त्यांच्याकडे पाहिलं, तेव्हा ते खडी कपार चढून जात होते.

डेल क्रूज दोन दिवसांनी ती चढण चढून गेला होता. तो मला म्हणाला, ''ती अगदी खडी आणि अरुंद कपार होती. बर्फाची घळ खालच्या फत्तराच्या सुळक्यापर्यंत बर्फ वाहून आणत होती. चढताना थोडंसंही पाऊल घसरलं असतं, तर तुम्ही खाली घसरत येऊन दगडावर आपटला असता. गिर्यारोहकांनी एकमेकांना दोरांनी बांधून घेण्यातही काही अर्थ नव्हता. एक जण पडला असता, तर इतरांना कुऱ्हाड खुपसून आधार घेण्याजोगी जागाच नव्हती आणि सगळेच त्याच्या पाठोपाठ फेकले गेले असते.''

क्रेग सीशोल्स म्हणाला, ''तुम्ही मरणार नाही याची तुम्हाला खात्री देता येत असती, तर त्या कपारीवरून तुम्ही भरभर जाऊ शकला असता. पण तुम्हाला मरणाची भीती वाटत असताना, तर तुम्ही चढताना कचरलाच असता.''

त्या कपारीच्या माथ्यापर्यंत चढून जाताना स्कॉट पुढे होता आणि डेव्ह मॉन्ड्यू त्याच्या पाठोपाठ येत होता. त्यांच्या खालचा उतार इतका खड्या चढाचा होता की, डेव्हला खात्री वाटू लागली की, ते कपारीच्या चुकीच्या बाजूनं वर चढताहेत आणि दुसरी बाजू चढायला जास्त सोपी असेल. स्कॉटला तसं वाटत नव्हतं आणि तो पुढे-पुढे जात राहिला होता. जाताना तो खाचा पाडून पाऊलवाट तयार करत होता. डेव्हला अजूनही वाटत होतं की, कपारीचा पलीकडल्या बाजूचा उतार चढायला जास्त सोपा असेल.

स्कॉट ठासून म्हणाला, ''छे, आपण बरोबर रस्त्यावर आहोत.'' आपला मुद्दा सिद्ध करण्यासाठी त्यानं कपारीचा कंगोरेदार भाग हातातील बर्फाच्या कुऱ्हाडीनं तासून तिथं आरपार जाणारं भोक तयार केलं. डेव्ह मॉन्ड्यूनं त्या भोकातून डोकावून पाहिल्यावर, अनेक फूट खोल जाणारी उभ्या चढाची, कपारीची पलीकडली बाजू त्याला दिसली आणि आपण योग्य मार्गानंच जात आहोत, अशी त्याची खात्री पटली.

''ठीक आहे,'' स्कॉटपाठोपाठ पुन्हा चढत तो म्हणाला, ''हाच रस्ता बरोबर दिसतोय.'' ते कपारीवरून चढून गेले आणि पर्वतमाथ्यावर पोहोचले. हवा सुरेख होती आणि आजूबाजूचं हिमालयाचं दृश्य स्पष्टपणे दिसत होतं.

दुसऱ्या दिवशी क्रेग सीशोल्स, डेल क्रूज आणि अन्य अनेक गिर्यारोहकांबरोबर वेस वरच्या कॅम्पकडे चढून जाऊ लागला. डेल मला म्हणाला, ''आम्ही बेस कॅम्पवर आठवडाभर मुक्काम ठोकलेला होता आणि विरळ हवेची आम्हाला चांगली सवय झालेली होती. वेस बेस कॅम्पवर फक्त एक दिवस राहिलेला होता आणि त्यानं पर्वतावर चढताना आमचं नेतृत्व केलं.''

आणखी एक गिर्यारोहक वेसला म्हणाला, ''मला विरळ हवेची सवय झाल्यावर वर चढायला आवडतं. पण फक्त मलाच त्याची गरज भासते.''

त्यांच्या उंचावरल्या कॅम्पवरून ह्या गिर्यारोहकांनी मध्यरात्रीनंतर वर चढायला सुरुवात केली. जवळपासची मकालू आणि अन्य शिखरं सकाळच्या सूर्यकिरणांनी सोनेरी दिसू लागेपर्यंत ते चढत राहिले. स्कॉटनं त्यांच्यासाठी खिळ्यांना बांधून खाली सोडलेले दोर त्यांना दिसल्यावर, ते त्या दोरांच्या साह्यानं वर चढू लागले. उभ्या कपारीच्या सुरुवातीची दगडधोंड्यांची तटबंदी लागेपर्यंत ते वर चढले. सकाळच्या वेळेस खूपच थंडी जाणवत होती. त्यामुळे वेस, क्रेग आणि डेलखेरीज बाकी सर्व जण मागे फिरले. हे तिघे जण स्कॉट आणि डेव्हच्या पाऊलखुणांवरून वर

चढत राहिले आणि मध्यान्हीला बरुन्ट्सेच्या शिखरमाथ्यावर पोहोचले. क्रेग मला म्हणाला, ''वेसला तोवर ऑक्सिजनचा अभाव जाणवू लागला होता. डेल मात्र अगदी तंदुरुस्त होता. चढायला खूपच मजा वाटली.''

बरुन्ट्सेवर चढून जाणारे सर्व गिर्यारोहक बेस कॅम्पवर पुन्हा एकत्र जमले. त्यांनी आपापलं सामान आवरलं आणि ते अॅम्फू लाब्स्टावरून दोरांच्या साह्यानं खुंबू खोऱ्यात उतरले. तिथून त्यांचा पुढला प्रवास म्हणजे बेलगामपणे केलेला जल्लोषच होता. ते वाटेतील प्रत्येक नेपाळी चहापानगृहात थांबत होते. क्रेग सीशोल्स म्हणाला, ''तोपर्यंत आम्ही सर्व जण त्या वातावरणाला सरावलो होतो आणि जेवणावर उभा-आडवा हात मारत होतो. आम्ही शिखर चढून गेलो होतो आणि आता घराकडे निघालो होतो. खूपच धमाल करत होतो सारे जण! पण स्कॉटच्या सहवासात नेहमीच धमाल येते.''

ते सारे जण उन्हात बसून डिंगबोचे नावाच्या खेड्यात दुपारचं जेवण घेत होते, तेव्हा एक आकर्षक तरुणी त्यांच्या जवळून भरभर चालत पुढे जात होती. तिनं जरतारी भरतकाम केलेली डौलदार तिबेटी हॅट घातलेली होती. हे सारे तिच्या हॅटवरून तिची चेष्टामस्करी करू लागले. त्यांनी तिला बिअर प्यायला बोलावलं. तिनं स्वत:ची ओळख करून दिली. ती लेन गॅमेलगार्ड नावाची डेनिश पर्यटक होती आणि खुंबू खोऱ्याच्या उत्तरी भागात ती पायी भटकत होती.

क्रेग म्हणाला, ''वेस आणि स्कॉटबरोबर पायी प्रवास करणं फारच मौजेचं असतं. तीसुद्धा माउन्टन मॅडनेसच्या शिलेदारांना सामील झाली.'' लेननं खुंबू खोऱ्यातून ह्या सर्वांबरोबर प्रवास केला. ते लुक्ला येथे पोहोचले, तेव्हा त्यांना कळलं की, विमान वाहतूक विस्कळीत झालेली असून त्यांना काठमांडूला जाणाऱ्या विमानासाठी चार ते पाच दिवस वाट पाहावी लागणार आहे. त्यांच्यापैकी बऱ्याच लोकांनी खेड्यांमधून आणि उतारावरल्या शेतांमधून अनेक दिवस पायी प्रवास करून जेरी गावापर्यंत जायचं ठरवलं. ही पायवाट तिथे संपते आणि तिथल्या गर्दीच्या महामार्गावरून बस आणि कारची भरपूर वर्दळ असते. जेरीपासून त्यांना काठमांडूला वाहनानं जाता आलं असतं.

लेन त्यांच्याबरोबरच काठमांडूला गेली. त्या प्रवासातलं साहस आणि मौज यांची तिला भुरळ पडली. पण स्कॉटचा गुडघा दुखत होता आणि त्याने लुक्लाहून विमान पकडून शक्य तेवढं लवकर घरी पोहोचायचा निर्णय घेतला. त्याला त्याच्या कुटुंबीयांना भेटायची ओढ वाटू लागली होती.

सीअॅटलला पोहोचल्यावर केटी रोझ आणि अॅन्डीला जवळ घेऊन स्कॉट बसणार होता आणि त्यात त्याला स्वर्गसुख लाभणार होतं. ही मोहीम किती यशस्वी झाली याचं तो कॅरनजवळ वर्णन करणार होता आणि पुढल्या अशाच मोहिमेच्या

वेळेस पैसे देऊन येणाऱ्या पर्यटकांना थोडा अधिक आकार लावण्याचा विचार करणार होता. ह्या मोहिमेत त्याचे अनेक मित्रच आले होते आणि त्यांना त्यानं खास सवलतीच्या दरात नेलं होतं. जीनी फिशर-प्राइस प्रपंच आपल्या मतानुसार चालवणार होती आणि पुन्हा एका छताखाली राहायला सरावेपर्यंत स्कॉट आणि जीनीचे भरपूर वादविवाद होणार होते! येते काही आठवडे कोणतेही महत्त्वाचे निर्णय घ्यायचे नाहीत, याबद्दल मात्र ते दोघे अत्यंत जागरूक राहणार होते.

घरी येऊन प्रापंचिक आयुष्यात रुळणं स्कॉटला नेहमीच कठीण जात असे. परंतु, तान्ही मुलगी आणि लहान मुलगा यांच्या सहवासाच्या आनंदामुळे गिर्यारोहकाच्या भटक्या आयुष्यातून दररोज ऑफिसात जाणाऱ्या प्रापंचिकांच्या आयुष्यात रुळणं स्कॉटला थोडं सुलभ जाऊ लागलं होतं. मात्र, या प्रापंचिकाच्या आयुष्यात तो फार काळ स्थिरावणं केवळ अशक्य होतं; त्याला भ्रमंतीची ओढ लगेचच लागत असे!

सतरा
१९९२मध्ये 'के टू'

'पुण्याच्या बँकेत नियमितपणे पुण्याची ठेव जमा करत जा.
कधीतरी त्यातून भरपूर उचल करायची तुमच्यावर वेळ येऊ शकेल!'

- स्कॉट फिशर

जीनी प्राइसनं बोइंग ७२७ विमान सीटॅक विमानतळावर अलगद उतरवलं. आपल्या गाडीच्या मागच्या बाजूच्या सीटवर तिनं आपली कप्तानाची कॅप भिरकावली आणि अशी FLY AK अशी परवान्याची पाटी असलेली आपली गाडी ती घराकडे जाणाऱ्या रस्त्यावरच्या शेवटल्या टेकडीवरून चालवत असताना, तिला त्यांचा पाच वर्षांचा मुलगा अ‍ॅन्डी घराच्या छपरावर उभा असलेला दिसला. तिचा नवरा आणि त्याचा एड व्हिश्चूर्स नावाचा मित्र के टू हे शिखर चढून नुकतेच परत आले होते. ते दोघं घराचं छप्पर बदलत होते; परंतु स्कॉट बेजबाबदारपणे अ‍ॅन्डीला एकट्यालाच छपरावर चढू देईल, अशी तिची अपेक्षा नव्हती. आपल्या लहानग्या मुलाच्या सुरक्षिततेकडे स्कॉटनं थोडंसं अधिक लक्ष पुरवावं, ही अवाजवी अपेक्षा म्हणायची का, असा तिला प्रश्न पडला.

तिनं तिची गाडी अंगणात घेतली आणि गाडीतून बाहेर उडी टाकून ती रागानं ओरडली, ''स्कॉटऽऽ अ‍ॅन्डी तिथं वर एकटा काय करतोय?''

स्कॉट छपराच्या मागच्या बाजूनं डोकावला आणि एडसुद्धा. हे दोघेही अ‍ॅन्डीपासून दूर होते.

स्कॉट वरून ओरडला, ''वर येऊन आम्ही काय केलंय, ते बघ! आम्ही त्याला दोरानं सुरक्षित ठेवलंय.''

जीनी अजूनही संतापलेलीच होती. छपराखाली ठेवलेल्या शिडीवरून ती वर चढून गेली. कौलापर्यंत पोहोचल्यावर तिच्या लक्षात आलं की, स्कॉट आणि एडनं गिर्यारोहणाच्या दोर धुराड्याला बांधून टाकला होता. तो दोर छपराच्या लांबीच्या बाजूला ताणून त्याचं दुसरं टोक हवा बाहेर टाकायच्या झरोक्याला बांधलेलं होतं.

त्यांनी अ‍ॅन्डीच्या कमरेभोवती जाळीदार पट्टा बांधलेला होता आणि कॅराबायनरच्या साह्यानं अ‍ॅन्डीला दोराला बांधून टाकलेलं होतं. एड आणि स्कॉट काम करत होते, तेव्हा तो छपरावर सुरक्षितपणे फिरू शकत होता. तो घसरला असता तरी एक-दोन फुटांपेक्षा जास्त घसरला नसता, कारण दोराला बांधला गेल्यामुळे तो सुरक्षित राहिला असता.

जीनीला स्कॉटची हुशारी भावली. घरापासून खूप महिने दूर राहिल्यानंतर तो मुलाकडे नीट लक्ष देतो आहे, हे पाहून तिला बरं वाटलं. दीर्घकाळच्या सफरीनंतर स्कॉट घरी परत आला की, घरात जसा अंदाधुंद कारभार सुरू होत असे; तसाच आताही सुरू झाला होता. या वेळेस तर तो खूपच महिने घरापासून दूर राहिला होता. जीनी आणि अ‍ॅन्डी ह्या दोघांनाही त्याची अनुपस्थिती खूपच जाणवत होती. स्कॉट वसंत ऋतूत के टू मोहिमेवर गेला, तेव्हा अ‍ॅन्डी शाळेत केजीच्या वर्गात होता. स्कॉट शरद ऋतूत परत आला, तोवर अ‍ॅन्डी पहिलीत गेलेला होता आणि नव्या वर्गात रुळून गेला होता. केटी रोझ दोन वर्षांची होती आणि तिला वडिलांच्या अनुपस्थितीची तितकीशी जाणीव होत नसली, तरी आपल्या लेकीच्या आयुष्यातले मोलाचे वीस आठवडे स्कॉटला गमवावे लागलेले होते.

स्कॉटचा खांदा दुखावला होता आणि त्यावर शस्त्रक्रिया करणं गरजेचं होतं. परंतु त्यापूर्वी तो एडच्या मदतीनं पावसाळा सुरू होण्यापूर्वी घराचं छप्पर बदलण्याचं काम हातावेगळं करत होता. एकदा थंडगार, अंधारा हिवाळा सुरू झाला असता की, त्याला घरातच बसावं लागलं असतं. मग त्याला मुलांबरोबर खूप वेळ घालवता आला असता आणि के टू ह्या द्वितीय क्रमांकाच्या उंचीच्या शिखरावर त्यानं आखलेल्या मोहिमेबद्दल त्याला भरपूर विचार करता आला असता.

आदल्या वर्षी माउन्टन मॅडनेसची बरुन्ट्से आणि मेरा पार्कवरची मोहीम आटपून काठमांडूला पोहोचल्यावर स्कॉटची एडशी ओळख झाली होती. अनेक गिर्यारोहक नेपाळच्या राजधानीत एकमेकांच्या ओळखीचे होत असत. गिर्यारोहक बऱ्याचदा 'गरुडा' ह्या हॉटेलमध्ये किंवा काठमांडूच्या थामाल इलाख्यातल्या वाजवी दराच्या हॉटेलमध्ये राहत असत. 'माइक्स ब्रेकफास्ट' किंवा 'याक अ‍ॅन्ड येटी' ह्या उपाहारगृहांमध्ये ते जेवत असत. महिना-दोन महिने कॅम्पमध्ये राहून खुंबूतले बटाटे आणि याकचं मटण खाऊन कंटाळलेल्या गिर्यारोहकांना ह्या उपाहारगृहांमधलं जेवण रुचकर वाटत असे. शेर्पानं तंबूत शिजवलेल्या जेवणाला कंटाळलेल्या गिर्यारोहकांना ह्या उपाहारगृहांमधील स्वयंपाकघरात बल्लवाचार्यानं शिजवलेलं अन्न किंवा अन्य गोष्टी आकृष्ट करत असत. संध्याकाळी हे गिर्यारोहक 'रम डूडल' नावाच्या बारमध्ये बसून बिअर पीत आणि अनुभवांची देवाण-घेवाण करत. रम् डूडल बारच्या भिंतींवर एव्हरेस्ट चढून गेलेल्या गिर्यारोहकांच्या स्वाक्षऱ्या लावलेल्या होत्या.

स्कॉट आणि एड हे दोघे सीअ‍ॅटलमध्येच राहत होते, तरी त्यांची भेट प्रथमच होत होती. एड पॅसिफिक महासागराला लागून असलेल्या अमेरिकेच्या वायव्येला असलेल्या वॉशिंग्टन राज्यात इलिनॉइस राज्यातून आला होता. तो वॉशिंग्टन स्टेट युनिव्हर्सिटीत व्हेटर्नरी मेडिसिन (पशुवैद्यक) शिकत होता. त्याला गिर्यारोहणाची ओढ वाटू लागल्यावर त्यानं माउन्ट रेनियरवर वाटाड्या - मार्गदर्शकाची नोकरीही मिळवली. काही वर्षांनी त्यानं डिक बासला मॅककिनले शिखरावर चढायला मदत केली. सात खंडांवरील सर्वोच्च शिखर चढून जायची डिक बासची इच्छा होती आणि त्यासाठी तो माउन्ट मॅककिनलेवर चढून जाणार होता.

एड एव्हरेस्टवर पहिल्यांदा १९८७मध्ये चढून गेला. त्यांनी वसंत ऋतूत एव्हरेस्टवर नॉर्थफेसवरून चढून जाण्याची मोहीम काढली होती. स्कॉटची माउन्टन मॅडनेसची मोहीम १९८७च्या शरद ऋतूत त्याच मार्गानं एव्हरेस्टवर चढून जायचा प्रयत्न करणार होती. पुढल्या वर्षी एड आणखी एका मोहिमेबरोबर एव्हरेस्टवर कांगशुंगच्या बाजूनं चढून जाण्यासाठी आला. हिमप्रपातामुळे त्यांनी बांधलेले पर्वतउतारावरील दोर आणि त्यांनी वरच्या कॅम्पवर नेऊन ठेवलेली सामग्री खाली वाहून गेल्यामुळे त्यांना एव्हरेस्टवर चढता आलं नाही. दोन वर्षांनी, १९९०मध्ये जिम व्हिटॅकरनं एव्हरेस्टवर शांतिमोहीम नेली होती. त्या मोहिमेत त्यानं एडला बरोबर नेलं होतं. तिबेटच्या बाजूनं एव्हरेस्टवर चढणाऱ्या एकोणीस लोकांनी प्राणवायू नळकांड्यांचा वापर न करता एव्हरेस्टमाथा गाठला. त्या एकोणीस गिर्यारोहकांमध्ये एडचा समावेश होता. (पाच दिवसांनी नेपाळच्या बाजूनं वॉली बर्ग आणि स्कॉट फिशर हे दोघे एव्हरेस्टपासून फक्त काही मैलांवर असलेल्या ल्होट्सेवर चढून गेले.) एड पुढल्या वर्षी पुन्हा एव्हरेस्टमाथ्यावर पोहोचला. या वेळेस तो साउथ कोलकडून चढून गेला होता.

काठमांडूमध्ये एड आणि स्कॉटची भेट झाल्यावर त्यांनी आपल्या हिमालयातील साहसकथा एकमेकांना सांगितल्या आणि भविष्यातील त्यांच्या स्वप्नांबद्दल चर्चा केली. जगातली ८००० मीटर्सहून अधिक उंचीची चौदा शिखरं चढून जायची एडची इच्छा होती. ही सारी शिखरं चढून जायला प्रचंड ऊर्जा खर्च झाली असती आणि त्यासाठी प्रचंड कौशल्य, चिकाटी आणि नशिबाची साथ यांची गरज भासली असती. ('८००० मीटर्सपेक्षा जास्त उंचीची शिखरं' असा उल्लेख '२६२४६ फुटांपेक्षा अधिक उंचीची शिखरं' याहून जास्त नेटका आणि सुटसुटीत वाटत होता.)

स्कॉटला एडची ही कल्पना अत्यंत रोचक वाटली. पण त्या १४ शिखरांच्या यादीतलं एकसुद्धा शिखर तो अद्याप चढून गेलेला नव्हता. त्याचं उद्दिष्ट यापेक्षा खूप साधंसोपं होतं आणि ते म्हणजे, ८००० मीटर उंचीचं एकच के टू सारखं उत्तुंग शिखर सर करायचं! त्यानं के टूच्या उत्तरेकडल्या कपारीवरून

चढून जाण्याचा १९९२चा परवाना मिळवलेला होता. अनेक गिर्यारोहकांनी ह्या मोहिमेत सामील होण्याची इच्छा व्यक्त केली होती. एड म्हणाला की, मलासुद्धा ह्या मोहिमेत सामील व्हावंसं वाटतंय आणि स्कॉटनं त्याला मोहिमेत जागा द्यायचं आश्वासन दिलं.

सीॲटलला परत गेल्यावर स्कॉटला कळलं की, ह्या मोहिमेसाठी पुरेसा वेळ आणि पैसा देता येणार नाही. ही जाणीव झाल्यामुळे के टू मोहिमेवरील संभाव्य सदस्यांनी आपला बेत रद्द केला होता. खर्च वाटून घ्यायला इतर लोक उपलब्ध नसल्यामुळे स्कॉटनं तो परवाना परत केला आणि रशियन गिर्यारोहक व्लादिमीर बॅलिबर्डिन आयोजित करत असलेल्या मोहिमेत आपलं नाव नोंदवलं. स्कॉटनं एडलासुद्धा या मोहिमेत सामील व्हायचा आग्रह केला. मोठ्या मोहिमेत हे दोघे जण गिर्यारोहणात एकमेकांना साथ देऊ शकतील, असा स्कॉटला विश्वास वाटत होता. ह्या मोहिमेत समाविष्ट होण्यासाठी त्यांना प्रत्येकी ८००० डॉलर्स उभे करावे लागले असते. ह्या दोघांजवळ एवढा पैसा नव्हता; परंतु एडची येण्याची इच्छा असेल, तर दोघे मिळून तो पैसा उभा करू शकतील, अशी स्कॉटला खात्री वाटत होती.

पैसे उभे करण्यासाठी स्कॉटनं माउन्टन मॅडनेसच्या पस्तीस दिवस मुदतीच्या पदभ्रमण मोहिमेची जाहिरात केली. के टूवरील गिर्यारोहणाला सुरुवात होण्यापूर्वी ही मोहीम के टूच्या बेस कॅम्पवर नेण्याचा त्याचा बेत होता. माउन्टन मॅडनेसच्या माहितीपत्रकात स्कॉटनं लिहिलं होतं, 'ह्या खर्चात मोहिमेसाठी १००० डॉलर्सच्या देणगीचा समावेश आहे आणि ह्या १००० डॉलर्सच्या देणगीवर आयकरात सवलत मिळणार आहे.' अर्थात, याचाच अर्थ असा होता की, ह्या देणगीतून स्कॉट आणि एडचा मोहिमेचा खर्च निघणार होता. ह्या दोघांनी आपापल्या मित्रांकरवी '१९९२ सोव्हिएत-अमेरिकन के टू मोहीम' असं छापलेले टी-शर्ट्स विकले. ह्या विक्रीमुळे ह्या मोहिमेची भरपूर जाहिरातसुद्धा झाली.

एड व्हिश्चूर्स त्या कालखंडाबद्दल म्हणाला, ''स्कॉट आणि मी त्या वेळेस आयुष्याच्या वेगवेगळ्या टप्प्यांवर होतो. त्याला मुलं होती आणि त्याचा व्यवसाय नुकताच स्थिरावला होता. मी तरुण होतो, अविवाहित होतो आणि माझ्यावर अशा जबाबदाऱ्या नव्हत्या. तो गिर्यारोहणासाठी घरापासून दूर गेला, तर त्या मोहिमेतून पैसे कमावणं त्याच्यासाठी गरजेचं होतं. गिर्यारोहकांचा मार्गदर्शक म्हणून काम मिळवून अशा मोहिमांवर जाणं याला त्याच्या दृष्टीनं अग्रक्रम होता.''

हे गिर्यारोहक प्रथम पाकिस्तानातील इस्लामाबादला विमानानं गेले आणि त्यानंतर ते स्कार्डू ह्या सिंधू नदीच्या काठावर वसलेल्या बाल्टिस्तानच्या राजधानीकडे निघाले. तेथे त्यांची माउन्टन मॅडनेसच्या ट्रेकर्सबरोबर भेट झाली. त्यांच्याबरोबर

हे दोघे ट्रकमध्ये बसून वळणावळणाच्या धूळभरल्या रस्त्यांवरून अस्कोले येथे पोहोचले. तिथून दहा दिवसांत पदभ्रमंती सुरू होणार होती. ते अधिकाधिक बेलगाम आणि उंच होत गेलेल्या पर्वतांवर चढू लागले. त्यांच्या पाठोपाठ सामान आणि शिधा घेऊन येणारे डझनावारी हमाल येत होते. त्यांचा मार्ग त्यांना ट्रँगो टॉवर्स आणि मस्टँग टॉवर्स ह्या शिखरांच्या पायथ्याशी घेऊन गेला. तिथून माशेब्रम आणि इतर डझनावारी महत्त्वाची शिखरं दिसत होती. त्यांची बरीचशी वाट बाल्टेरो हिमनदीच्या शेजारून चाललेली होती. ह्या हिमनदीतील बर्फ आणि दगडाचा चुरा, दिवसाकाठी काही इंच गतीनं सिंधू नदीकडे वाहत जात होता. मैलागणिक ही जागा अधिकाधिक एकाट वाटू लागली होती. आजूबाजूचा उघडाबोडका परिसर आणि पर्वतांचा प्रचंड उंचीचा उभा चढ त्या निर्जन परिसराला अधिकच रौद्र करीत होता. मग बाल्टेरो हिमनदी आणि गॉडविन ऑस्टेन हिमनदी यांच्या संगमाजवळ त्यांना के टू ह्या उत्तुंग शिखराचं पहिलं दर्शन झालं. त्या शिखराची खडी उंची पाहून हे गिर्यारोहक क्षणभर विस्मयानं स्तब्ध झाले.

आर्क्टिक आणि अँटार्क्टिक हे दोन खंड वगळले, तर पृथ्वीवरील अन्य कोणत्याही भागापेक्षा काराकोरम पर्वताचाच जास्त भाग बर्फाच्छादित असतो. अनेक मोठ्या नद्यांमुळे पूर्वेच्या हिमालयापासून काराकोरम पर्वतरांगा अलग झाल्या आहेत. सिंधू नदी त्यांपैकी महत्त्वाची एक. काराकोरम पर्वतरांगेत जगातली अनेक उंच शिखरं उभी आहेत. त्यांपैकी एक के टू. हे जगातलं द्वितीय क्रमांकाच्या उंचीचं शिखर. त्याची उंची माउन्ट एव्हरेस्टपेक्षा फक्त ७८० फूट कमी आहे. त्याच्या शेजारी उभं असलेलं 'ब्रॉड पीक' नावाचं शिखर आधी के थ्री म्हणून ओळखलं जात असे. पण त्याचा विस्तीर्ण शिखरमाथा गिर्यारोहकांच्या लक्षात आल्यावर त्यांनी त्याचं नाव 'के थ्री'ऐवजी 'ब्रॉड पीक' असं ठेवलं. के टूचं रुक्ष नाव मात्र तसंच राहिलं. के टूच्या बाबतीत रुंदी हा शब्दच उद्भवत नाही. हिमनदीपासून थेट दोन मैल उभा चढ असलेलं हे जगातील सर्वाधिक उभा चढ असलेलं शिखर आहे. त्याच्या पायथ्याजवळ अन्य टेकड्या नाहीत आणि चढ हळूहळू सुरू होत नाही, तर पायथ्यापासून माथ्यापर्यंत निव्वळ उभाच्या उभा सुळका दिसतो!

स्टेसी ॲलिसन मला अलीकडेच म्हणाली, ''के टू हे शिखर अगदी कठोर आणि निष्ठुर आहे. तुम्हाला ते झेपलं नाही, तर तुम्ही त्याचा नाद सोडता आणि आयुष्यात पुन्हा कधीही त्याच्याकडे फिरकत नाही. हे शिखर अजिबात दयामाया दाखवत नाही.'' स्टेसी एव्हरेस्टवर चढून गेली होती आणि १९९३च्या के टू मोहिमेचं तिनं नेतृत्व केलं होतं. त्यामुळे ह्या दोन्ही शिखरांची तुलना करणं तिला शक्य झालं होतं. ती म्हणाली, ''एव्हरेस्टच्या कॅम्प क्र. दोनवर तुम्ही आरामात

बिअर पिऊ शकता; परंतु तुम्ही एकदा के टूवर चढायला सुरुवात केलीत की, सारा वेळ तुम्हाला चित्त एकाग्रच ठेवावं लागतं.''

चार्ली मेस ह्या गिर्यारोहकानंसुद्धा एव्हरेस्ट आणि के टू ह्या दोन्ही शिखरांवर आरोहण केलेलं आहे. तो मला म्हणाला, ''काही बाबतींत ८००० मीटरपेक्षा जास्त उंचीच्या शिखरांपैकी एव्हरेस्ट हे चढायला सर्वांत सोपं शिखर आहे. ते सर्वांत उंच असलं, तरी तिथं चढण्यासाठी सर्व सुविधा उपलब्ध आहेत. रस्ता बनवण्यासाठी तेथे 'आइसफॉल डॉक्टर्स' आहेत. वर चढायला शिड्या आहेत. शिखरांपर्यंत चढून जायला दोर बांधता येतात. प्राणवायूच्या नळकांड्या मिळू शकतात. मी एव्हरेस्ट मोहिमेचं नेतृत्व केलं, तेव्हा तंबू ठोकायची मला गरजच भासली नाही. ह्याउलट, के टूवर सामान नेणारे हमाल फक्त बेस कॅम्पपर्यंतच मदत करतात. पुढलं सारं आपलं आपल्यालाच करावं लागतं.''

के टूवर चढायचा पहिला प्रयत्न केला लुइगी अमेडिओनं. हा अब्रुझीचा सरदार होता. इटलीतल्या या उमरावाने १९०९मध्ये के टूवर खूपच मोठी मोहीम नेली होती. त्या मोहिमेतलं कुणीही २०००० फुटांपेक्षा जास्त उंचीवर पोहोचू शकलं नाही, परंतु सरदाराने एका कपारीला 'अब्रुझी कपार' असं नाव दिलं. त्याच्या मते, त्या कपारीवरून शिखरमाथ्यावर पोहोचता आलं असतं.

स्कॉटला माहीत होतं की, एनओएलएसची स्थापना करण्यापूर्वी, १९३८मध्ये पॉल पेट्झोल्टनं के टूवर पहिली अमेरिकन मोहीम नेली होती आणि तो बाल्टेरो हिमनदीवरून चढून गेला होता. ह्या मोहिमेतून अब्रुझी कपारीवरल्या रस्त्यानं जाऊन त्याने सर्वांत उंचावरचा कॅम्प २४७०० फुटांवर तयार केला. पेट्झोल्ट २६००० फूट उंचीवर चढून गेला. तिथून त्याला शिखरापर्यंत जाणारा मार्ग दिसत होता. तो मोहिमेनंतर म्हणाला की, जर त्याला आणि त्याच्या बरोबरच्या गिर्यारोहकांना त्यांच्या २४७०० फुटांवरील कॅम्पमध्ये आणखी अन्न आणि इंधन पोहोचवता आलं असतं, तर कदाचित त्यांना शिखरापर्यंत पोहोचणं शक्य झालं असतं.

पेट्झोल्ट आणि त्याच्या मोहिमेच्या सदस्यांनी जो रस्ता शोधून काढला होता, त्याच रस्त्यानं के टूवर बरेचसे गिर्यारोहक चढून गेले. एका इटालियन मोहिमेनं १९५४मध्ये त्या रस्त्यानं जाऊन शिखर गाठलं. ज्या मार्गानं शिखर गाठता येईल, असं पेट्झोल्टनं म्हटलं होतं, त्याच मार्गानं इटालियन मोहिमेचे लोक शिखर गाठू शकले. शिखरावर १९९२पर्यंत ७३ गिर्यारोहक पोहोचले. त्याच्या जवळजवळ दुपटीनं गिर्यारोहक एव्हरेस्टवर जाऊ शकले होते. एव्हरेस्ट शिखरावर पोहोचणाऱ्या दहा गिर्यारोहकांमागे एक जण दगावत असे, तर के टू शिखर गाठणाऱ्या चार गिर्यारोहकांमागे एक जण मृत्यू पावत असे.

के टूवर अब्रुझी कपारीच्या मार्गानं स्कॉट आणि एड चढून जाणार होते. ते मध्यम आकाराच्या गोठलेल्या धबधब्यावरून चढून जाऊन मग एका खडकाळ अशा अवघड भागावरून चढून जाणार होते. ह्या उभ्या चढाच्या खडकात १०० फूट उंचीची सरळसोट उभी अशी भेग आहे. त्याला 'हाऊसेस चिमनी' ('हाऊस'चं धुराडं) असं नाव आहे. बिल हाउस नावाचा पॉल पेट्झोल्टच्या मोहिमेतील गिर्यारोहक सर्वांत पहिल्यांदा ह्या भेगेतून चढून वर पोहोचला होता. त्याचं नाव ह्या भेगेला देण्यात आलं आहे. स्कॉट आणि एड ह्या हाऊसेस चिमनीच्या वरच्या भागात त्यांचा पहिला कॅम्प ठोकणार होते. हा कॅम्प २०००० फूट उंचीवर असणार होता. त्यानंतर आणखी २०००फूट उंचीवर ते कॅम्प क्र. दोन उभारणार होते. त्यापुढली १००० फुटांची अवघड उभी चढण बर्फ आणि दगडांवरून चढून जायची होती. 'ब्लॅक पिरॅमिड' नावानं ओळखल्या जाणाऱ्या ह्या १००० फुटांच्या चढानंतर ते त्यांचा क्र. तीनचा कॅम्प उभारणार होते. २५००० हजार फुटांवर ह्या कपारीला एक फुगीर उंचवटा होता. त्याला शोल्डर (खांदा) असं टोपणनाव होतं. त्याच्यावर कॅम्प क्र. चार उभारला जाणार होता. त्यावर पोहोचण्यासाठी बर्फाच्छादित असा खडा चढ चढून जावा लागला असता. ह्या चढावर सोसाट्याचा वारा आणि हिमप्रपाताचा धोका अशा दुहेरी संकटांना तोंड द्यावं लागणार होतं. जर खराब हवेत दूरचं नीटपणे दिसत नसेल, तर ह्या भागावरून चढणं अशक्य होत असे. ह्या अवघड चढणीवरून चढून जाऊन कॅम्प क्र. चारपर्यंत ते पोहोचू शकले असते, तरी शिखर गाठण्यापूर्वी त्यांना 'बॉटलनेक' नावाची अवघड अशी घळ चढून जावी लागणार होती.

माउन्टन मॅडनेसच्या पदभ्रमण मोहिमेबरोबर आलेले लोक के टूच्या बेस कॅम्पवर स्थिरावले. तिथे काही दिवस मुक्काम करून ते काराकोरम पर्वताच्या रमणीय सौंदर्याचा आणि स्वादिष्ट भोजनाचा आस्वाद घेणार होते. हमालांनी अस्कोलेपासून वाहून आणलेल्या अन्नधान्याच्या शिध्यामुळे आणि तो वापरून चविष्ट जेवण बनवणाऱ्या स्वयंपाक्यामुळे खाण्यापिण्याची चंगळ होती. बेस कॅम्पवरील कर्मचारी या मंडळींच्या सुखसोईंकडे जातीनं लक्ष पुरवत होते. बाल्टेरो हिमनदीजवळ ठोकलेल्या ह्या बेस कॅम्पला स्कॉटनं 'बाल्टेरो कॅफे' असं नाव बहाल केलं होतं. तिथे येणाऱ्याचं ताजी कॉफी देऊन स्वागत केलं जात असे.

जे लोक गप्पा मारत कॉफी पिण्यासाठी तेथे आले, त्यांत रशियन, अमेरिकन के टू मोहिमेच्या अन्य सदस्यांचा समावेश होता. रशियन परवान्यातला खर्चाचा वाटा उचलून अनेक लोक ह्या मोहिमेत सामील झाले होते. त्यातले चौघे जण रशिया आणि युक्रेनहून आले होते. एक जण ब्रिटनहून आला होता आणि डझनभर लोक अमेरिकेतून आलेले होते. त्यांच्यापैकी तिघे जण कोलोराडोतले गिर्यारोहक होते. त्यांची नावं होती थोर कैझर, नील बीडलमन आणि चार्ली मेस.

कोलोराडो कॉलेजमध्ये शिकत असताना स्वत:च गिर्यारोहण करायला शिकलेला चार्ली मेस हा व्यावसायिक सल्लागार म्हणून काम करत होता. थोर कैझर हा त्याचा मित्र होता आणि तो डेन्व्हरमध्ये राहून गिर्यारोहकांचं नेतृत्व करत असे. त्यानं चार्लीला फोन करून के टू मोहिमेत सामील होण्याबद्दल विचारलं. चार्ली त्याला म्हणाला, ''मला विचार करायला फक्त पाचच मिनिटांचा अवधी दे. पाच मिनिटांत मी तुला फोन करतो आणि होकार देतो!''

चार्ली मला अलीकडेच म्हणाला, ''मी माझ्या बॉसला सांगितलं की, मी के टू मोहिमेवर जाणार आहे. तो मला म्हणाला की, मी परत आल्यावर माझी नोकरी गेलेली असेल. त्यानंतर आजवर मला टाय बांधायची वेळ आलेली नाही!''

नील बीडलमननं अभियांत्रिकीची पदवी मिळवलेली होती. तो युनिव्हर्सिटी ऑफ कोलोराडोचा विद्यार्थी होता. के टू ही त्याची दुर्गम पर्वतावरली पहिलीच मोहीम असली, तरी त्यानं रॉकी पर्वतांमध्ये भरपूर गिर्यारोहण आणि ट्रेकिंग केलेलं होतं. स्कॉट आणि एडच्या भेटीबद्दल माझ्याशी बोलताना तो म्हणाला, ''ह्यापूर्वी मी अनेक उत्कृष्ट तालीमबाज मंडळींना भेटलो होतो, परंतु हिमालयात गिर्यारोहणाचा अनुभव घेतलेल्या व्यक्तींना मी प्रथमच भेटत होतो.''

बेस कॅम्पवर आणखी एका मोहिमेचे लोक आलेले होते. रिकार्डो टॉरस नाव्हा हा आंतरराष्ट्रीय के टू मोहिमेचं नेतृत्व होता. 'ऑन टॉप एव्हरेस्ट' मोहिमेबरोबर तो एव्हरेस्ट चढून गेला होता. स्कॉटच्या नेतृत्वाखाली जाणाऱ्या या मोहिमेत आपल्या गिर्यारोहण कौशल्याला आणि बांधिलकीला पुरेसा मान मिळत नाहीय, अशी रिकार्डोची भावना होती आणि रिकार्डोला असं वाटावं, असंच स्कॉटचं तेव्हाचं वागणं होतं. रिकार्डो हा उमद्या स्वभावाचा मेक्सिकन होता. तो के टू बेस कॅम्पवर असताना त्याच्यावर प्रसिद्धीचा आणखी झोत आला होता, कारण टीव्हीवर निवेदिका म्हणून काम करणारी त्याची पत्नी हेलिकॉप्टरनं बेस कॅम्पवर उतरली होती.

रॉब हॉल आणि गेरी बॉल ह्या दोन गिर्यारोहकांशी स्कॉटचा प्रगाढ स्नेहसंबंध जुळला होता. स्कॉट आणि गेरी १९८७च्या पामीर पर्वतांवरील कॉम्युनिझ्मा शिखरावरील मोहिमेच्या वेळेस भेटले होते. त्यानंतरच्या काळात गेरी बॉलनं रॉब हॉल ह्या त्याच्या न्यूझीलंडच्या देशबांधवाबरोबर अनेक महत्त्वाच्या शिखरांवर गिर्यारोहण केलं होतं. स्कॉट एव्हरेस्टवरील मोहिमेसाठी १९८९मध्ये जेव्हा आला होता, तेव्हा हे दोघेसुद्धा तेथे आलेले होते. त्या वेळेस कुणालाच एव्हरेस्टमाथ्यावर पोहोचता आलं नव्हतं. जेव्हा स्कॉट आणि वॉली बर्ग १९९०मध्ये ल्होट्सेवर चढून गेले, तेव्हा रॉब आणि गेरी यांनी एव्हरेस्ट शिखरावर चढून जाण्यात यश मिळवलं.

हॉल आणि बॉल यांनी ह्यापूर्वी दोन वेळा के टूवर चढून जाण्याचा निष्फळ प्रयत्न केलेला होता. पुन्हा एकदा प्रयत्न करण्यासाठी त्यांनी रिकार्डो टॉरस नाव्हाच्या परवान्याद्वारे प्रवेश मिळवला होता. त्यांनी 'ॲडव्हेंचर हाउसेस कन्सल्टंट्स' नावाची नवी पर्यटन कंपनी स्थापन केली होती आणि ह्या कंपनीकडे आलेल्या दहा इच्छुकांना त्यांनी एव्हरेस्ट मोहिमेवर नेलं होतं. त्यांच्यापैकी सहा जण एव्हरेस्टमाथ्यापर्यंत चढून जाऊ शकले होते. त्या मोहिमेनंतर ते के टूवर चढण्यासाठी आलेले होते. आपल्या यशस्वी एव्हरेस्ट मोहिमेबद्दल त्यांनी स्कॉटला नक्कीच सांगितलं असणार.

हिमनदीच्या खाली काही मिनिटांच्या अंतरावर चार स्विस गिर्यारोहक व एक फ्रेंच स्त्री गिर्यारोहक यांनी कॅम्प ठोकला होता. ह्या पाच जणांनी आल्प्समधील पद्धतीप्रमाणे शक्य तेवढं कमी ओझं वाहून नेऊन भरभर चढून जाण्याची इच्छा व्यक्त केली होती.

एड व्हिश्चूर्स मला म्हणाला, ''ज्या मोहिमेत लोक आधीपासून एकमेकांना ओळखत नसतात, अशा मोहिमांबरोबर यापूर्वी मी कधीही आलो नव्हतो किंवा स्वखुशीनं कधीच भाग घेतला नसता. परंतु स्कॉटला आणि मला वाटलं की, अशा मोहिमेबरोबर गेलो, तरच आपल्याला जाणं शक्य होणार आहे. त्यामुळे आम्ही ह्या मोहिमेत सहभागी झालो. ह्या लोकांना शक्य तेवढी मदत करायचं आम्ही ठरवलं होतं. आम्ही इतर लोकांचं सामान वाहून न्यायला आणि कॅम्प ठोकायला मदत करत होतो, परंतु फक्त स्कॉट आणि मीच जोडीनं शिखरावर चढणार होतो.''

स्कॉटप्रमाणेच के टू आणि अन्य शिखरे चढण्याच्या मोहिमेत महत्त्वाची भूमिका निभावणाऱ्या गिर्यारोहकांबरोबर एडची दोस्ती झाली. ''नील बीडलमन, चार्ली मेस ही सशक्त व चांगली माणसं असल्याने मी त्यांच्याकडे खेचला गेलो आणि हॉल व बॉल यांच्याशीही माझा स्नेह जुळला.'' असं एड म्हणाला.

के टू चढण्यासाठी रस्ता तयार करायला सर्व मोहिमांचे लोक संघटित प्रयत्न करू लागले. त्यांनी ठिकठिकाणी खिळे ठोकून त्यांना दोर बांधले. ह्या दोरांना कमरबंद जोडून ते सहजपणे चढून जाऊ शकले असते आणि खाली पडण्याचा धोकासुद्धा कमी झाला असता. एड आणि स्कॉटनं बऱ्याचशा मार्गावर नेतृत्व केलं. 'हाऊसेस चिमणी'च्या फत्तराच्या सुळक्याच्या भेगेतून हे दोघेच सर्वांच्या आधी वरपर्यंत, ब्लॅक पिरॅमिडपर्यंत पोहोचले आणि त्यानंतर विश्रांतीसाठी बेस कॅम्पवर येण्यासाठी माघारी वळले. परंतु परतीच्या वाटेवर जे घडलं, त्यानंतर स्कॉटला पुन्हा पर्वतावर चढणं शक्य होईल की नाही, अशी परिस्थिती निर्माण झाली.

के टूच्या सुरुवातीचा आइसफॉल, खुंबू आइसफॉलच्या तुलनेनं लहान आहे. पण तो चढताना भरपूर सावधगिरी बाळगावी लागते. बर्फातली विवरं टाळून, दबलेल्या हिमाच्या सुळक्यांखालून वाट काढताना स्कॉटला त्याच्या पायाखालचा

बर्फाचा थर डगमगताना जाणवला. तोल संभाळायला स्कॉट वाकला, तेव्हा त्याचं पाऊल सरकलं आणि तो बर्फामधील विवरात आदळला. त्याची घसरगुंडी थांबली, तोवर त्याच्या खांद्यात वेदनेचा प्रचंड शूळ उठलेला त्याला जाणवला. त्याच्या खांद्याचा सांधा निखळून हाड बाहेर निघालं आहे, हे त्याच्या ताबडतोब लक्षात आलं. वीस वर्षांपूर्वी विन्डरिव्हर पर्वतावरील डिनवुडी हिमनदीतील विवरात तो कोसळला होता, तेव्हासुद्धा त्याच्या खांद्याच्या सांध्यातून हाड निखळून बाहेर आलं होतं.

तीन दिवसांनी जीनीला लिहिलेल्या पत्रात स्कॉटनं कळवलं, 'वायोमिंगमधील घटनेची सही-सही पुनरावृत्ती घडली! पायाखालची बर्फाची लादी तुटली आणि मी बर्फावरील विवरात कोसळलो. स्वत:ला थोपवायचा प्रयत्न करत असताना खांद्याचं हाड निखळून सांध्याबाहेर आलं. मी एडबरोबर होतो. आम्ही दोरांनी एकमेकांना बांधून घेतलेलं होतं. आम्ही सारं काही योग्य तेच केलेलं होतं... पण निव्वळ दुर्दैव!'

त्यानं पत्रात पुढे लिहिलं, 'माझा निखळलेला खांद्या संभाळत आम्ही हिमनदीवरून खाली उतरलो. खालच्या दगडधोंड्यांपाशी आम्ही पोहोचल्याबरोबर एड धावत जाऊन रशियन डॉक्टरला घेऊन आला.'

त्या डॉक्टरनं स्कॉटला मॉर्फिनचं इंजेक्शन दिलं आणि उखळीच्या सांध्यात खांद्याचं हाड नीटपणे बसवलं. एडनं स्कॉटला बेस कॅम्पवर पोहोचवलं. अन्य गिर्यारोहक स्कॉटची विचारपूस करत जमा झाले. त्यांना वाटलं की, तो काही दिवस तंबूत विश्रांती घेईल आणि हिमनदीला समांतर असलेल्या रस्त्यानं अस्कोले येथे पोहोचून सीॲटलला परत जाईल.

काही दिवस उलटले... आणखी काही दिवस उलटले. स्कॉटनं परतीच्या प्रवासाची काहीही हालचाल केली नाही. कॅम्पमध्ये असताना तो नेहमीच सर्वांशी हसून-खेळून वागत असे आणि गिर्यारोहणाच्या वेळेस तो नेहमीच सर्वांच्या पुढे असे. आता त्याला काहीही न करता रिकामं बसावं लागत होतं. जायबंदी होऊन पडल्यामुळे इतरांच्या हालचाली बघत राहण्याखेरीज त्याला इतर काहीही करता येत नव्हतं.

तंबूत असताना वेळ घालवण्यात त्याला कोणतीही अडचण जाणवत नसे. उंचावल्या तंबूत वादळात अडकून पडला की, पुस्तक, बुद्धिबळाचा पट आणि गप्पा मारायला मित्र एवढ्या भांडवलावर तो अनेक तास मन रमवू शकत असे. परंतु बेस कॅम्पवर माशा मारत बसून आपला खांदा लवकर बरा होण्याची वाट पाहत राहणं, याला वेगळ्या प्रकारची सहनशक्ती लागते. वादळ निवळायची वाट पाहण्यापेक्षा ही प्रतीक्षा अधिक जाचक वाटते. त्याला आपली शक्ती ओसरतेय,

असं जाणवू लागलं होतं. त्याचा खांदा हळूहळू मजबूत होऊन पूर्ववत होऊ लागला होता, तरी त्याला अशक्तपणा जाणवू लागला होता. समोरच के टूचं शिखर साद घालत उभं होतं आणि त्याला काहीही हालचाल करता येत नव्हती. दिवसामागून दिवस जात होते. त्याची बर्फाची कुऱ्हाड आणि क्रॅम्पॉन्स तंबूबाहेरच्या दगडापाशी निवांत पडून राहिलेले होते.

चार्ली मेस मला म्हणाला, ''ही परिस्थिती स्कॉटला फारच दु:खद झालेली होती. तो नेहमी तगडा आणि तंदुरुस्त असे. के टूवर चढून शिखरमाथा गाठणं हे त्याचं आयुष्यभराचं स्वप्न होतं. पण त्या बर्फात कोसळल्यामुळे त्यानं त्याच्यापुढली सुवर्णसंधी गमावलीय, असं त्याला वाटत होतं.''

नील बीडलमन म्हणाला, ''स्कॉटचा सांधा निखळल्यावर त्यानं ज्या शांतपणानं तो बरा होण्याची वाट पाहिली, त्यामुळे मी अगदी थक्कच झालो. इतर लोक शिखरावर चढून खाली उतरत होते. इतर कुणी असता, तर त्याला उद्वेग आला असता; पण स्कॉटनं शांतपणे वाट पाहिली.''

स्कॉटच्या आशावादानं सुरुवातीचे काही दिवस त्याला तारून नेलं. त्यानं जीनीला सांगितलं, ''मी स्वस्थ बसून राहणार नाही. माझा खांदा बरा होईल आणि मला के टूवर चढून जाता येईल, याबद्दल माझी पूर्ण खात्री आहे.'' परत गेल्यावर खांद्यासाठी शस्त्रक्रिया करायची वेळ येईल की काय, असा त्याला प्रश्न पडला होता. दुसरा खांदा निखळला, तेव्हा त्याला शस्त्रक्रियेला तोंड द्यावं लागलं होतं आणि त्या अनुभवातून पुन्हा एकदा जायची त्याची तयारी नव्हती. त्यानं जीनीला कळवलं, ''सध्या मला खूपच वेदना होत आहेत.''

त्यानं आठवडाभर वाट पाहिली. ह्या निष्क्रिय अवस्थेत मनातले विचार कागदावर उतरवायला त्याला भरपूर वेळ मिळाला. 'ह्या सफरीत मी खूपच मौज लुटली, कारण माझ्यावर कोणतीही जबाबदारी नव्हती. माझ्या नेहमीच्या आयुष्यापेक्षा हा अगदी वेगळाच अनुभव होता. मला इथले बहुतेक सर्व लोक आवडताहेत. माझ्या अपघातापूर्वी मी एक सक्षम गिर्यारोहक होतो. एड तर अतिशयच तगडा गडी आहे. त्याच्या गतीनं जाणं अवघड काम आहे. आमची जोडी चांगली जमलीय.'

इतर लोकांना मिळणारं यश तो पाहत होता. 'सध्या कॅम्प क्र. एक, दोन, तीन तयार आहेत. कॅम्प क्र. चार येत्या दोन दिवसांत तयार होईल. मी आठवडाभरात पायांवर उभा राहू शकेनसं वाटतंय. त्यानंतर मी शिखर चढून जाईन.'

आणखी दिवस उलटले. स्कॉट अजूनही बेस कॅम्पवरच होता. त्याला अजूनही चढता येत नव्हतं. 'आता मी रिकामा बसलो आहे. मला खूप विफलता वाटतेय. मी बरा होईन आणि हे शिखर चढून जाईन, अशी उमेद मला वाटत नाहीय. मी इथे वेदनेनं कण्हत दिवस वाया घालवतोय...' त्यानं रोजनिशीत नोंद केली.

त्यानं वहीचं पान उलटून नव्या पानावर जीनीसाठी आपले विचार मांडायला सुरुवात केली. 'तू मला काय सल्ला देशील, हे मला ठाऊक आहे. तू म्हणशील - घरी निघून ये. पण तसं करणं मला अवघड वाटतंय. माझा आत्मसन्मान माझ्या शारीरिक शक्तीशी निगडित असल्यामुळे सध्या मी अगदी निरुपयोगी आहे, असं मला वाटतंय. दुखावलेल्या हातानं, अगदी माझ्यासारखा माणूससुद्धा के टूवर चढून जाऊ शकेल, याला फाजील आत्मविश्वास म्हणायला हवं की काय, अशी मला शंका येतेय.'

आणखी तीन दिवस उलटले. स्कॉटनं लिहिलं, 'मला माझ्या कुटुंबीयांची फारच आठवण येते. मी हा सारा खटाटोप कशासाठी करतोय? मी आशानिराशेच्या हिंदोळ्यावर दोलायमान परिस्थितीत सापडलोय. हे पत्र लिहायला मी सुरुवात केली, तेव्हा मी अगदी आशावादी मन:स्थितीत होतो. आता मला रडावंसं वाटतंय. मी हिंमत हरणं योग्य नाही, हे मला ठाऊक आहे. परंतु मला आतून वाटतंय की, इतर सारे जण हा पर्वत चढून जातील आणि मग मला वाटेल की, मी हरलो आहे. मला हरायला अजिबात आवडत नाही!'

स्कॉटनं दोन आठवडे वाट पाहिली. निराशा, कंटाळा, वेदना, असमाधान यांच्याशी तो झुंजत राहिला. बराचसा वेळ तो तंबूत एकटाच पडून राहत असे. इतरांनी जायबंदी हाताच्या आपल्याला पाहू नये, असं त्याला वाट असे. पण शेवटी तो एकटा राहून कंटाळला. यापूर्वीसुद्धा त्याला इजा झालेली होती आणि त्यानं वेदनांशी खंबीरपणे झुंज दिलेली होती. तो त्यातून बाहेर पडला नव्हता का? जिद्दीनं त्यानं संकटांना तोंड दिलेलं नव्हतं का?

रिकामं बसून आपण अगदी कंटाळलोय आणि आपल्याला आता के टूवर चढायचंय असं त्यानं ठरवलं. अन्य गिर्यारोहक उंचावरल्या कॅम्पवर दुसऱ्या दिवशी सामान नेणार आहेत, हे ऐकल्यावर त्यानं मदतीसाठी यायची तयारी दर्शवली. एडनं त्याच्या मनगटाभोवती नायलॉनची पट्टी बांधून ती त्याच्या कमरबंदाला अडकवून टाकली आणि त्यानं दुखावलेला हात अजाणता उंचावून खांद्याला पुन्हा इजा करून घेऊ नये, याची तजवीज केली.

दुसऱ्या दिवशी हवा इतकी बेभरवशाची आणि वाईट होती की, अन्य गिर्यारोहकांनी सामान वाहून नेणं लांबणीवर ढकललं; परंतु स्कॉट मात्र सामान घेऊन के टूवर चढू लागला. हिमवादळात एकट्यानं चढताना त्याला आपली शक्ती अजमावून पाहणं अधिक सुलभ गेलं असतं. आइसफॉलवरच्या ज्या खिंडारात पडून त्याचा खांदा निखळला होता, त्या खिंडाराच्या बाजूनं त्यानं काळजीपूर्वक वाट काढली. खिळ्याला बांधून खाली सोडलेल्या पहिल्या दोरापर्यंत पोहोचल्यावर, त्यानं त्याचा कमरबंद त्या दोराला जोडून घेतला आणि न दुखावलेला हात वापरून

तो काळजीपूर्वक चढू लागला. अत्यंत परिश्रम करून त्यानं ४००० फुटांची उंची चढून जाऊन कॅम्प क्र. एक गाठला. थकून जाऊन तो तंबूत शिरला, बर्फ वितळवून जेवण बनवलं आणि थोडंसं ज़ेवून घेतलं.

त्या दिवसभराच्या अनुभवानं त्याच्या मनातल्या आशंकेला दुजोराच मिळाला. त्याला स्पष्टपणे जाणवलं की, त्याची चढायची सवय खूपच कमी झालेली आहे, त्याला अजूनही वेदना होत आहेत आणि उंचावरच्या विरळ हवेचा सराव अजिबात राहिलेला नाही. ह्या सर्व गोष्टींकडे पूर्ण दुर्लक्ष करून दुसऱ्या दिवशी तो पुन्हा एकटा आणखी २००० फुटांची उंची चढून गेला आणि त्यानं कॅम्प दोन गाठला. आणखी आणखी उंचावर चढून गेल्यामुळे जर त्याची शक्ती परत येणार असेल आणि चांगला हात वापरून प्रयत्न कसे करायचे हे त्याला शिकता येणार असेल, तर वेदनांना तोंड द्यायला तो सिद्ध होता. आणि, जमलं नसतं तर?... अशी शक्यता तो विचारातसुद्धा घेणार नव्हता!

स्कॉटनं कॅम्प क्र. दोनमध्ये ती रात्र काढली. त्याला तिथेच आणखी एक दिवस आणि आणखी एक रात्र काढावी लागली. खाली आल्यावर त्यानं रोजनिशीत नोंद केली, 'मी पर्वतावर चार दिवस (तीन रात्री) काढल्या. हवा खरोखरच अतिशय वाईट होती. आता मी बेस कॅम्पमध्ये परत आल्याला तीन दिवस झाले आहेत. दिवसागणिक माझी प्रकृती सुधारतेच आहे!' त्यानं स्वत:च स्वत:ची परीक्षा घेतली होती आणि त्यात तो उत्तीर्ण झाला होता. दुखावलेला खांदा ह्या सबबीवर के टूवर चढून जाणं लांबणीवर टाकता येणार नाही, असा त्यानं निष्कर्ष काढला होता.

स्कॉट अल्पावधीत गिर्यारोहणाला सज्ज झालेला पाहून इतरांच्या आश्चर्याला पारावार राहिला नाही. चार्ली मेस म्हणाला, ''स्कॉट एखादा उमद्या बैलासारखा तगडा होता! त्याच्या दुखण्यातून तो इतरांच्या अपेक्षेपेक्षा फारच थोड्या वेळात बाहेर पडला आणि गिर्यारोहणाला सज्ज झाला!''

स्कॉटला ठाऊक होतं की, तो इच्छाशक्तीच्या बळावर शिखर चढायचा प्रयत्न करू शकेल; पण इतर गोष्टीसुद्धा अनुकूल असणं गरजेचं होतं. ह्या मोहिमेला बेस कॅम्पमध्ये येऊन आता महिना उलटून गेलेला होता आणि के टूवर चढण्यासाठी अनुकूल हवामानाचा काळ संपत आलेला होता. अनेक दिवस टिकून राहिलेली खराब हवा पाहून गिर्यारोहक नाउमेद झालेले होते. त्यांना वाटू लागलं होतं की, ह्या मोसमात बहुधा एकही गिर्यारोहक शिखरमाथा गाठू शकणार नाही. काही जणांनी तर सामान आवरून परतीचा रस्ता धरलेला होता.

मग, ऑगस्ट महिन्याच्या पहिल्या दिवशी व्लादिमीर बॅलिबर्डिन आणि त्याचा जोडीदार गेनाडी कोपिएका शिखरमाथा गाठू शकले. त्यांनी प्राणवायूच्या नळकांड्यांचा वापर न करता हे यश मिळवलं. त्यांच्या यशामुळे बेस कॅम्पमधील

लोकांना खूपच उत्साह वाटू लागला. ह्या दोघांना शिखरमाथा गाठता आला तर आपल्यालासुद्धा गाठता येईल, असं इतरांना वाटू लागलं. ह्या आशावादी दृष्टिकोनाशी स्कॉट पूर्णपणे सहमत होता. त्यानं आणि एड व्हिश्चूर्सनं महत्त्वाकांक्षी योजना आखली आणि एका दिवसात बेस कॅम्पपासून कॅम्प क्र. तीनपर्यंतची ७००० फुटांची उंची पार करायचं ठरवलं. दुसऱ्या दिवशी दुपारपर्यंत कॅम्प क्र. ४ गाठायचा आणि मग शिखरापर्यंतचं अंतर चढून जायचं असा त्यांचा बेत होता.

के टूवर चढायचा मार्ग मोकळाच होता. बॅलिबर्डिन आणि कोपिएका जेव्हा शिखरमाथ्यावर पोहोचले, तेव्हा फक्त आणखी तीन गिर्यारोहक के टूवर उंचावर पोहोचलेले होते. थोर कैझर, युक्रेनचा गिर्यारोहक ॲलेक्सी निकिफोरॉव्ह हे दोघे जण कॅम्प क्र. चार वरून शिखराकडे जायला निघालेले होते. त्यांच्याबरोबर फ्रेंच गिर्यारोहक चँटल मॉड्युइटसुद्धा निघालेली होती. के टूवर चढताना स्विस गिर्यारोहकांना इतके भीषण अनुभव आले होते की, चारी स्विस गिर्यारोहक मागे फिरले होते आणि एकटी चँटल पुन्हा एकदा प्रयत्न करून पाहणार होती.

स्कॉट आणि एड नेटानं कॅम्प क्र. तीनपर्यंत चढून गेले. तिथे त्यांना रेडिओवर बातमी कळली की, शिखर गाठण्याच्या अयशस्वी प्रयत्नानंतर थोर कॅम्प क्र. चारवर परत आलेला आहे. चँटल आणि ॲलेक्सी के टूच्या माथ्यावर चढून गेले होते, परंतु खराब हवेमुळे ते रात्रभर तेथेच अडकून पडले होते आणि त्या सकाळीच ते दोघे जण कॅम्प क्र. चारपर्यंत आलेले होते. हे तिघे जण चार दिवस २६००० फुटांपेक्षा अधिक उंचीवर अडकलेले होते. त्यांना भुकेचा आणि विरळ हवेचा त्रास होत होता, असं थोरनं कळवलं.

कॅम्प क्र. तीन आणि कॅम्प क्र. चार ह्यामधल्या बऱ्याचशा मार्गावर दोर बांधता येत नाहीत आणि त्यामुळे गिर्यारोहकांना चढा-उतरायला मदत देणं अशक्य होतं. इथे हिमप्रपातांचा खूपच धोका असल्याने ह्या मार्गावर खूप जणांनी आपले प्राण गमावलेले आहेत. स्कॉट आणि एड कॅम्प क्र. चारवरच्या तिघांना मदत करण्यासाठी चढून जाऊ लागले, परंतु हवा खराब झाल्यामुळे पुढलं दिसेनासं झालं आणि त्यांना परत फिरून कॅम्प तीन गाठावा लागला.

दुसऱ्या दिवशी सकाळी हवा खूपच स्वच्छ होती आणि ॲलेक्सी खाली उतरून कॅम्प तीनवर पोहोचला. स्कॉट आणि एडनं त्याला गरम कपड्यात गुंडाळून तंबूत झोपवलं आणि हे दोघे जण थोर अन् चँटलला मदत करायला चढून जाऊ लागले. स्कॉट पुढे जात होता आणि त्याच्याशी दोरानं बांधून घेऊन एड त्याच्या पाठोपाठ येत होता. रात्री बर्फ पडल्यामुळे त्यांना हळूहळू मार्ग काढावा लागत होता. अनेक वर्षे गिर्यारोहण केल्यामुळे अंत:प्रेरणेनं त्यांनी ताडलं की, अत्यंत उभा चढ असलेल्या या चढणीवरील त्यांच्या पायाखालचा बर्फाचा थर खाली घसणार आहे.

हिमप्रपात खाली कोसळणार आहे याची खात्री वाटून एडने हातातल्या बर्फाच्या कुऱ्हाडीनं बर्फात खड्डा खणून त्यात आश्रय घ्यायचा अटीतटीचा प्रयत्न केला. सुटा होऊन कोसळू लागलेला बर्फ आणि त्यानंतर आलेला जोरदार हिमप्रपात यामुळे स्कॉट ढकलला गेला. तो वरून खाली घसरत एडच्या बाजूनं आणखी खाली सरकत गेला. दोघांनी एकमेकांना दोरानं बांधून घेतलेलं असल्यामुळे त्या दोराच्या हिसक्यामुळे एड बर्फातल्या खड्ड्यातून बाहेर खेचला गेला आणि तोसुद्धा स्कॉटच्या पाठोपाठ घसरू लागला. ते पर्वतावरून खाली गडगडत असताना त्यांच्या आजूबाजूला टनावारी बर्फ खाली कोसळत होता. उतारावरती घसरण थोपवायला दोघांनी आपल्या बर्फाच्या कुऱ्हाडी पर्वतउतारावर खुपसायचा प्रयत्न केला. आधी एड आणि मग स्कॉट कुऱ्हाडीच्या मदतीनं घसरण थोपवू शकले. पण ह्या भानगडीत स्कॉटचा कमरबंद खेचला जाऊन त्याच्या जांघेत रुतला आणि स्कॉट वेदनेनं ओरडला. तो ओरडायला जिवंत राहिला होता, हेच मोठं भाग्य होतं!

हिमप्रपात त्यांच्याखाली हजारो फुटांपर्यंत थैमानं घालत गडगडत, घसरत जात होता. स्कॉटनं कमरबंद जांघेपासून वर खेचून घेतला आणि वेदना थांबवल्या. त्यानंतर त्यानं आणि एडनं अंगावरचा बर्फ झटकून टाकला आणि परिस्थितीचा आढावा घेतला. हिमप्रपातामुळे पर्वतउतारावरला सुटा बर्फ झटकला जाऊन उंचावर चढण्यातला धोका कमी झालेला होता. ते दोघे थोर आणि चँटलपाशी पोहोचले आणि त्यांनी त्या दोघांना दोरांच्या साह्यानं खाली उतरवून आधी कॅम्प क्र. तीन, मग कॅम्प क्र. दोन आणि त्यानंतर कॅम्प क्र. एकवर आणून शेवटी बेस कॅम्पवर पोहोचवलं. वर चढलेले असताना स्कॉट आणि एड शिखरापासून अगदी हाकेच्या अंतरावर पोहोचलेले होते आणि आता ते पुन्हा बेस कॅम्पवर परत आले होते.

सारे जण पर्वतावरून उतरून आलेले होते आणि ह्या मोसमातलं गिर्यारोहण संपलेलं दिसत होतं. व्लादिमीर बॅलिबर्डिननं त्याच्या परवान्यावर आलेल्या उरलेल्या गिर्यारोहकांना रशियन-अमेरिकन के टू मोहीम संपल्याची बातमी दिली आणि सर्वांना आपापल्या घरी परत जायला सांगितलं. परंतु उरलेल्यापैकी अनेक जणांना तिथे आणखी थांबून के टूवर चढायचा प्रयत्न करावासा वाटत होता. त्यांनी पाकिस्तानी संपर्क अधिकाऱ्यांना विनंती केली की, त्यांनी सूत्रं व्लादिमीरच्या हातून काढून घेऊन मोहिमेच्या अन्य व्यक्तीच्या हाती सोपवावीत व मोहीम आणखी थोडे दिवस चालू ठेवायला मदत करावी.

सुरुवातीला तीन दिवस हवा खराब असल्यामुळे सारे जण बेस कॅम्पवरच अडकून पडले होते. मग आकाश स्वच्छ होऊ लागलं आणि लोक दोघा-दोघा तिघा-तिघांच्या गटानं पर्वतावर चढू लागले. चार्ली मेस मला म्हणाला, ''हवा सुधारली की, तुम्ही के टूवर चढायला लागायचं असतं. तुम्ही स्वीडिश असा की

मेक्सिकन असा, सीॲटलचे असा की रशियाचे असा; सारे जण संयुक्तपणे शिखर गाठायचा प्रयत्न करतात.''

पाठीवरलं पंचेचाळीस पौंडी ओझं पेलत एडबरोबर स्कॉट पुन्हा एकदा कॅम्प तीनकडे जायला निघाला. दुसऱ्या दिवशी सकाळी ते कॅम्प क्र. चारकडे चढून जाऊ लागले. चुकू नये, म्हणून वाटेत त्यांनी बर्फात लाकडी काठ्या खुपसून ठेवल्या. दुपारपर्यंत रॉब हॉल, गेरी बॉल, तीन मेक्सिकन गिर्यारोहक, तीन स्वीडिश गिर्यारोहक आणि चार्ली मेससुद्धा त्यांच्यापर्यंत पोहोचले.

चार्ली मला म्हणाला, ''मी हेक्टर पॉन्स डी लेऑन ह्या मेक्सिकन गिर्यारोहकाच्या जोडीनं चढत होतो. स्कॉट आणि एड जोडीनं चढत होते, हॉल आणि बॉल जोडीनं चढत होते. अन्य मेक्सिकन आणि स्वीडिश लोकसुद्धा जोडीनं चढत होते.''

पर्वतावर सोसाट्याचा वारा आदळू लागला की, त्याचा तडाखा कॅम्प क्र. चारवर बसत असे. त्याच्याखाली जवळजवळ अर्धा मैल बांधलेले दोर उपलब्ध नव्हते. वादळामुळे जर गिर्यारोहक तेथे अडकले असते तर ते तहान, भूक आणि थंडीमुळे मरण पावले असते. दूरचं नीट दिसत नसताना त्यांनी खाली उतरायचा प्रयत्न केला असता, तर ते घसरून दिसेनासे झाले असते. कॅम्प क्र. चारपासून शिखरापर्यंतची शेवटची २३०० फुटांची उंची चढून जाण्यासाठी त्यांना फक्त एक दिवसाची चांगली हवा पुरेशी होती; परंतु हवा आणखीनच खराब होत गेली. खाली उतरणं किती धोक्याचं आहे, हे अनेक मेक्सिकन गिर्यारोहक दुसऱ्या दिवशी खाली उतरू लागल्याबरोबरच त्यांच्या लक्षात आलं. त्यातला एक जण खाली पडला आणि मैलभर गडगडत जाऊन मरण पावला. चार्लीचा तंबूतला सहनिवासी हेक्टर पॉन्स डी लेऑन याचा तो जवळचा मित्र होता. चार्ली म्हणाला, ''लेऑन खूपच दु:खिकष्टी झाला. दुसऱ्या दिवशी तोसुद्धा खाली उतरू लागला आणि तंबूत मी एकटा मागे राहिलो.''

आणखी एक दिवस उजाडला आणि मावळला. वारा आणि बर्फ कॅम्प क्र. चारला झोडून काढतच होता. त्यानंतरचा दिवससुद्धा वाईटच गेला. स्वीडिश लोकांनी कंटाळून चढायचा नाद सोडला आणि ते परत जायला वळले. कॅम्प क्र. चारवर आता फक्त रॉब, गेरी, स्कॉट, एड आणि चार्ली एवढे पाच जणच उरले.

तिथे तीन दिवस काढल्यावर ह्या पाच जणांनी ठरवलं की, हवा पुरेशी सुधारली आहे आणि उरलेलं अंतर चढून शिखरावर पोहोचायचा प्रयत्न करायला आता हरकत नाही. चार्ली म्हणाला, ''हॉल आणि बॉल ऑक्सिजन वापरणार होते. स्कॉट, एड आणि मी ऑक्सिजन वापरणार नव्हतो.'' हे तिघे अमेरिकन रात्री अकरा वाजता कॅम्प सोडतील, अशी चार्लीची समजूत होती. ते हॉल आणि बॉलच्या आधी

तासभर निघणार होते. हॉल-बॉल प्राणवायूच्या नळकांड्या वापरणार असल्यामुळे ते ह्या तिघांना उशिरा निघूनही गाठू शकतील, असं त्यांना वाटत होतं. चार्लीला अचानक मध्यरात्रीला जाग आली.

चार्ली मला म्हणाला, ''स्कॉट आणि एड मला जागं करतील, अशी माझी अपेक्षा होती; परंतु त्यांनी मला जागं केलं नाही आणि मला जाग आली, तोवर त्यांनी चढायला सुरुवात केलेली होती. हॉल आणि बॉल अजूनही खुडबुड करत होते. त्यामुळे मी एकटाच चढून जाऊ लागलो.'' तो भराभर चढत गेला आणि त्यानं बॉटलनेक ह्या उंचवट्यापाशी स्कॉट आणि एडला गाठलं. बॉटलनेक ही २७५०० फूट उंचीवरची अत्यंत खड्या चढाची, अरुंद अशी बर्फाची कपार आहे. स्कॉट आणि एड यांनी एकमेकांना ज्या दोरानं बांधून घेतलं होतं, त्या दोराला चार्लीनंसुद्धा स्वतःला बांधून घ्यावं, असं स्कॉटनं सुचवलं. चार्लीनं ह्या प्रस्तावाचा कृतज्ञतेनं स्वीकार केला असला तरी त्या सर्वांनाच ठाऊक होतं की, एक जण पडला, तर त्याच्या पाठोपाठ सारे जण खाली गडगडत जातील. थोडीही चूक करून चालणार नव्हती. चार्लीनं बॉटलनेकवरून चढून जाताना नेतृत्व केलं. त्यावर चढून पुढे गेल्यावर कॅम्प क्र. चारची तोकडी सुरक्षिततासुद्धा खूप खाली, दूरवर राहिली आहे याची त्यांना जाणीव झाली.

चार्ली म्हणाला, ''त्यापुढलं अंतर काटताना आम्ही आळीपाळीनं नेतृत्व केलं. पुढे जाणारा माणूस जांघेपर्यंत येणाऱ्या बर्फातून वाट काढता-काढता धापा टाकू लागत असे, तर त्याच्या मागोमाग येणारे मजेत गप्पागोष्टी करत वर चढत असत.'' आळीपाळीनं नेतृत्व करत असतानाच बर्फ पडायला सुरुवात झाली. त्यांना काळजी वाटू लागली, तरी त्यांनी पुढे जात राहायचा निर्णय घेतला. ह्याच वादळातून खाली उतरून यावं लागणार आहे, याची त्यांना पूर्णपणे जाणीव होती. ही परिस्थिती फारशी चांगली नसली, तरी ते पुढे जायला तयार होते.

एडला आतून धोक्याच्या पूर्वसूचना जाणवू लागलेल्या होत्या. के टूवर प्राणांना मुकणं अगदी नेहमी घडत असतं आणि त्याची त्याला तयारी नव्हती. आइसफॉलवरून पडून स्कॉट जायबंदी झालेलाच होता. हिमप्रपातातून एड आणि स्कॉट दैवयोगानंच बचावले होते. आता हवा बिघडत चाललेली होती, विरळ झालेली होती आणि ते कॅम्प क्र. चारपासून पावलागणिक आणखी दूर चालले होते. धोका टाळण्यासाठी मागे फिरावं आणि वाट चुकायचा, खाली पडायचा किंवा वादळात अडकायचा धोका टाळावा, असं एडला वाटू लागलं होतं. स्कॉट मात्र आशावादी होता. ते शिखर गाठून सुखरूप परत येतील, अशी त्याला खात्री वाटत होती. ते यश खेचून आणतील, याबद्दल त्याला अजिबात संदेह वाटत नव्हता.

हे तिघे जण खोल बर्फातून हळूहळू मार्ग काढत पुढे चालले होते. वरचं मळभ

कमी झालं. ते ढगांपार पोहोचले आणि शिखरमाथा गाठल्याची त्यांना जाणीव झाली. त्यांच्या पायदळीचा के टूचा शिखरमाथा सूर्यकिरणांत चमचमत होता.

त्यांनी काही क्षण थांबून, आरोळ्या ठोकून यशाचा आनंद साजरा केला. त्यांनी एकमेकांचे फोटो काढले आणि उन्हातून मागे वळून, बर्फ तुडवत त्यांनी परतीचा प्रवास सुरू केला. बर्फामुळे त्यांच्या पावलांचे ठसे बुजून गेले होते आणि अंदाजानंच त्यांना रस्ता शोधावा लागत होता. त्यांच्या पायांभोवती जमा झालेलं सुटं बर्फ पाहून त्यांना हिमप्रपाताचा वाढता धोका जाणवू लागला होता. दुपारभर ते वेगानं उतरत राहिले. ते कॅम्प चारपर्यंतचं अंतर उतरून आले आहेत, असं त्यांना खात्रीनं वाटल्यावर त्यांनी आरोळ्या ठोकल्या. प्रत्युत्तरादाखल हॉल आणि बॉलचे आवाज ऐकल्यावर त्यांना सुटल्यासारखं वाटलं. हॉल आणि बॉलच्या आवाजाच्या अनुरोधानं ते आपापल्या तंबूपाशी पोहोचले.

चार्ली मला म्हणाला, ''मी कॅम्प सोडल्यावर हॉल आणि बॉलसुद्धा शिखराकडे जायला चढू लागले होते. स्कॉट आणि एडला गाठायला मी झपाट्यानं चढून जात होतो, तेव्हा मी मागे वळून पाहिलं. ते खूपच हळूहळू चढत होते आणि आम्हाला गाठू शकले नाहीत.''

पूर्णपणे थकून गेलेले हे तिघे अमेरिकन्स तंबूत शिरून विश्रांती घेऊ लागले. दुसऱ्या दिवशी सकाळीसुद्धा हवा निवळलेली नव्हती. परंतु त्यांना ठाऊक होतं की, कॅम्प क्र. चारवरून खाली न उतरल्यास ते तेथेच अडकून पडतील. वर चढताना त्यांनी लाकडाच्या ज्या काठ्या बर्फात खोचून ठेवलेल्या होत्या, त्या पडलेल्या बर्फामुळं झाकल्या जाऊन त्यांचे फक्त शेंडेच दिसत होते. परंतु तेवढ्या आधारावर ते उतरू शकले. ते कॅम्प क्र. तीनवर थोडा वेळ थांबले. त्यांनी गरम पेय घेतलं आणि त्यानंतर बांधलेल्या दोरांना कमरबंदानं बांधून घेऊन ते कॅम्प क्र. दोनपर्यंत पोहोचले.

रॉब हॉल आणि गेरी बॉल कॅम्प क्र. दोनवर पोहोचले, तोवर अंधार पडू लागला होता. रॉबला उंचावरच्या विरळ हवेचा त्रास झालेला होता, पण गेरीपेक्षा त्याची परिस्थिती अधिक चांगली होती. गेरीला श्वास घेताना त्रास होत होता. विरळ हवेमुळे फुप्फुसांना सूज आल्यामुळे हा त्रास होत असल्याचं ते खात्रीचं चिन्ह होतं. रात्री त्याची परिस्थिती आणखी खालावली. दुसऱ्या दिवशी सकाळी स्कॉट, एड आणि चार्लीनं रॉब आणि गेरीला खाली उतरवण्यात मदत करायचा निश्चय केला.

चार्ली मला म्हणाला, ''पर्वतशिखरावर चढून खाली उतरण्यापेक्षा गेरीला खाली आणणं अधिक कष्टप्रद होतं. आम्ही आठ हजार मीटरहून जास्त उंचीवर अनेक दिवस राहिलो होतो. कष्टानं चढून गेलो होतो आणि पूर्णपणे थकून गेलेलो असताना, आम्हाला एका माणसाला खाली उतरवणं क्रमप्राप्त झालेलं होतं.''

खाली उतरल्यावर रॉब हॉलची प्रकृती सुधारू लागली, परंतु गेरी बॉलची आणखीच खालावली. चार्ली म्हणाला, ''सुरुवातीला तो दोराला स्वत: कमरबंद बांधू शकत होता, गाठ मारू शकत होता. शेवटी-शेवटी आम्ही त्याला उचलून धरून, खेचून खाली नेत होतो. दोघे जण गेरीला उचलत होतो आणि तिसरा मागून येत होता. आम्ही आळीपाळीनं हे काम करून एकेकाला विश्रांती देत होतो. शिखरावर चढताना आळीपाळीनं नेतृत्व करून आम्ही श्रम वाटून घेत होतो, तसंच आतासुद्धा करत होतो. आम्ही तिघे आणि रॉब एकत्र होतो, म्हणूनच गेरीला खाली नेणं शक्य झालं.''

दिवस मावळता-मावळता ते कॅम्प क्र. एकला पोहोचले. अजून ते पर्वतावर उंचावरच होते. तंबूत शिरायचा त्यांना मोह होत होता; परंतु उंचावर आणखी एक रात्र गेरी जिवंत राहू शकणार नाही, अशी त्यांना धास्ती वाटली आणि ते अंधारातसुद्धा खाली उतरत राहिले. बांधलेले दोर संपले तिथे पायथ्याशी इतर गिर्यारोहक प्राणवायूच्या नळकांड्या आणि गरमागरम चहा घेऊन वाट पाहत उभे होते. त्यांनी गेरीला बेस कॅम्पपर्यंत नेलं. दुसऱ्या दिवशी सकाळी हॉल आणि बॉल यांना न्यायला एक हेलिकॉप्टर आलं आणि त्यांना तिथून घेऊन गेलं.

रॉब हॉल आणि गेरी बॉल बरे झाले; परंतु आणखी एका वर्षानं ते हिमालयाचं धवलगिरी हे शिखर चढत असताना गेरीला पुन्हा पल्मनरी एडिमाचा त्रास होऊन तो मरण पावला.

त्यांच्या के टू मोहिमेनंतर महिन्याभरातच स्कॉट आणि एड यांनी पुन्हा चढायला सुरुवात केली. पण या वेळची त्यांची मोहीम फिशर-प्राइस यांच्या घराच्या छतापेक्षा जास्त उंचीवरची नव्हती. छताच्या दुरुस्तीसाठी प्लायवुड ठोकून कौलं बसवताना हे दोघे जण आपापल्या विचारांमध्ये गढलेले होते. अॅन्डी गिर्यारोहणाच्या दोरामुळे सुरक्षित राहून छपरावर आनंदानं बागडत होता. बाप परत आल्यामुळे तो खुशीत होता. केटी रोझ खाली झोपलेली होती. ती जागी झाल्यावर स्कॉट तिला उचलून घेऊन तिचे लाड करणार होता. त्याला खांद्यावर शस्त्रक्रिया करून घ्यावी लागणार होती; परंतु त्यापूर्वी त्याला एडच्या मदतीनं, घराचं छप्पर दुरुस्त करायचं काम पावसाळ्यापूर्वी हातावेगळं करायचं होतं.

एड म्हणाला की, के टू शिखर गाठण्यासाठी पत्करलेला धोका ही त्याच्या गिर्यारोहणाच्या आयुष्यातली सर्वांत गंभीर चूक होती. त्यानं 'नो शॉर्टकट्स टू द टॉप' ह्या त्याच्या पुस्तकात थोडक्या शब्दांत सार सांगितलं आहे, 'तुमची अंत:प्रेरणा तुम्हाला काहीतरी सांगू पाहत असते. त्यावर विश्वास ठेवा आणि त्याप्रमाणे वागा.'

स्कॉटनं बहुधा याच्याशी सहमती दर्शवली असती, पण त्याच्या अंत:प्रेरणा त्याला वेगळाच संदेश देत असत आणि त्यामुळे त्याचे निर्णयसुद्धा वेगळेच असत.

त्याच्या अंत:प्रेरणा त्याला सांगत असत, 'तुम्ही तुमची नियती स्वत: घडवू शकता. यश खेचून आणण्यासाठी प्रयत्नांची पराकाष्ठा करा; अडचणी आपोआप दूर होतील.'

के टूवर चढणं हे स्कॉटपुढलं शारीरिकदृष्ट्या सर्वांत कठोर आव्हान होतं. त्याच्या इच्छाशक्तीची ती अग्निपरीक्षाच होती. खांदा निखळून जायबंदी झालेल्या अवस्थेत के टूसारखं शिखर चढून जाणं बहुतेक साऱ्या गिर्यारोहकांच्या मर्यादेपलीकडलं आव्हान ठरेल. स्कॉटनं जिद्दीनं यश खेचून आणलं. प्रयत्न केल्यावर कोणत्याही संकटातून तो बाहेर पडू शकतो, असं ह्या अनुभवामुळे त्याला नक्कीच वाटू लागलं असणार. पुढची अनेक वर्षे त्यानं ते जवळजवळ सिद्ध केलं.

अठरा
हिलरी काय करेल?

कसा आहेस तू? ठीक आहेस ना?

- सर एडमंड हिलरी
ते मला कोणीतरी भलतीच व्यक्ती समजले होते

शेलाटे, राठ भुवया असलेले आणि माझ्या कल्पनेपेक्षाही उंच असलेले सर एडमंड हिलरी शेर्पांच्या कोंडाळ्याबाहेर पडले आणि हस्तांदोलनासाठी हात लांब करून माझ्या दिशेनं आले. त्या संध्याकाळी चांगलीच थंडी पडलेली होती. आम्ही नमचे बझार ह्या शेर्पांच्या खेड्यात होतो. माउन्ट एव्हरेस्टपासून नमचे बझारला पायी यायला काही दिवसांची पायपीट करावी लागते. हे खेडं पर्वतउतारावरल्या खाचेत वसलेलं आहे. नमचे बझार हे शेर्पा संस्कृतीचं माहेरघरच म्हटलं पाहिजे. ह्या गावातले अरुंद, नागमोडी रस्ते, अतिथीगृहं, दुकानं, दवाखाना, लहान-लहान दगडी घरं यांतून लचकत-मुरडत रस्ता पुढे जातो. सर एडमंड हिलरी हेलिकॉप्टरनं काठमांडूहून नमचे बझारला मुद्दाम आलेले होते. सर एडमंड हिलरी आणि शेर्पा तेनसिंग नोर्गे यांनी १९५३मध्ये केलेल्या आणि सर्वांत पहिली ठरलेल्या एव्हरेस्ट चढाईचा चाळिसावा वर्धापनदिन १९९३मध्ये साजरा होत होता. त्यात सहभागी होण्यासाठी ते मुद्दाम नमचे बझार येथे आले होते. शेर्पालोक आणि हिलरी व त्यांचे मित्र हा उत्सव नमचे बझारजवळील मठात साजरा करत होते.

नमचे बझारमधील लहानशा मैदानात माउन्टन मॅडनेसचा कॅम्प ठोकायला मी स्कॉट फिशरला मदत करत होतो. मठातले बौद्ध भिक्षू कर्णा फुंकून बुद्धाला आवाहन करत असल्याचा आवाज आमच्या कानी पडला. तो घनगंभीर आवाज खुंबू खोऱ्याच्या आजूबाजूला उभ्या असलेल्या हिमालयाच्या उत्तुंग शिखरांवरून प्रतिध्वनित होऊन दुमदुमत होता. संध्याकाळच्या सावल्या लांब होऊ लागलेल्या असताना, काय चाललंय ते पाहण्याच्या कुतूहलापोटी आम्ही दोघे मठापर्यंत चालत गेलो आणि जाडजूड लाकडी दरवाजांमागून ऐकू येत असलेल्या निमंत्रितांच्या

मेळाव्याचे गाण्या-हसण्याचे आवाज ऐकत अंधारात उभे राहिलो.

आतला समारंभ संपला आणि दरवाजे उघडले. आतल्या उजेडानं समोरचा फरसबंद रस्ता उजळून निघाला. समारंभामुळे आनंदित झालेले शेर्पा दरवाजाबाहेर पडले. मग आतल्या उत्सवाच्या जल्लोषातून बाहेर पडलेले सर एडमंड हिलरी अंधाराला दृष्टी सरावल्यावर माझ्याकडे पाहून हसले. त्यांच्या मानेभोवती पांढरा स्कार्फ गुंडाळलेला होता. ह्या चिमुकल्या शेर्पा खेड्यात जगभरात मान्यता पावलेला तो सद्गृहस्थ अगदी सहजपणे वावरत होता. माझ्याकडे येत ते म्हणाले, ''कसा आहे तू? सारं क्षेमकुशल आहे ना?'' त्यांनी प्रेमानं माझा हात हातात घेतला. माझ्याशी हस्तांदोलन केल्यावर त्यांच्या लक्षात आलं की, ते मला कुणीतरी दुसरीच व्यक्ती समजत होते. मी कोण आहे, हे त्यांना अजिबात ठाऊक नाही, हे लक्षात आल्यावर ते गोंधळून गेले.

मी त्यांच्या हस्तांदोलनाचा स्वीकार करत म्हणालो, ''सर एडमंड, मी अगदी ठीक आहे. तुम्हाला भेटून मला अतिशय आनंद झालाय.''

त्यांचा अजूनही गोंधळच उडालेला होता. माझा हात सोडून देत ते म्हणाले, ''हो-हो, तुम्हाला भेटून आनंद झाला.'' त्यांनी माझ्याकडे निरखून पाहत माझा निरोप घेतला आणि ते त्यांच्या परिचितांकडे जायला वळले. जाताना ते माझ्याजवळ उभ्या असलेल्या स्कॉटच्या अगदी जवळून पुढे गेले. प्रसिद्ध अशा सर एडमंड हिलरींना अजून एव्हरेस्टवर न पोहोचलेल्या स्कॉटबद्दल काहीही माहिती नव्हती.

मी नेपाळला पहिल्यांदा आलेलो होतो. स्कॉटनं माउन्टन मॅडनेसची नवी मोहीम इथं आणलेली होती. या वेळेस मेरा आणि आमा डब्लाम ही दोन शिखरं चढून जाणं, हे ह्या मोहिमेचं ध्येय होतं. दोन वर्षांपूर्वी स्कॉटनं मेरा आणि बरुन्ट्से ही दोन शिखरं चढून जाण्याची मोहीम यशस्वी करून दाखविली होती. त्या मोहिमेत त्याचे मित्रच बहुसंख्येनं आलेले होते. त्याच धर्तीवर आखलेल्या या वेळच्या मोहिमेत त्याला थोडक्या वेळात दोन शिखरं चढायचा कार्यक्रम बसवायचा होता, कारण या मोहिमेत आलेल्यांना त्यांच्या वार्षिक सुट्टीत नेपाळची मोहीम बसवायची होती.

खरं सांगायचं तर, हिलरींशी अनपेक्षितपणे हस्तांदोलन करायचा बहुमान मिळाल्यानंतर मी कोणतंही शिखर चढून गेलो नसतो, तरीसुद्धा मला अजिबात दु:ख वाटलं नसतं! मी अनुभवत असलेल्या साऱ्याच गोष्टी इतक्या चित्ताकर्षक आणि नव्या प्रकारच्या होत्या की, मी नॅशनल जिओग्राफिकच्या रंगीबेरंगी पानांमधूनच वावरतोय, असा मला भास होत होता. पुन्हा स्कॉटसमवेत प्रवास करणं मला मोठं आनंदाचं वाटत होतं. तो मला सुखरूपपणे घरी परत नेईल, असा विश्वास मला गूढरम्य वाटत असलेल्या अनोळखी जगात त्याचं बोट धरून प्रवास करताना माझ्या मनात होता.

आम्ही विमानानं सीॲटलहून बँकॉकला गेलो होतो आणि तिथे एक रात्र राहून आम्ही काठमांडूला गेलो होतो. काठमांडूहून अठरा लोकांची सोय असलेलं दोन इंजिनांचं छोटंसं विमान पकडून आम्ही लुक्ला येथे पोहोचलो होतो. विमानाच्या इंजिनाच्या आवाजाचा त्रास होऊ नये, म्हणून एका कर्मचाऱ्यानं आम्हाला कानात घालायला कापसाचे बोळे दिले आणि चघळण्यासाठी गोळ्या दिल्या. हे होत असताना हिमालयाकडे निघालेल्या आमच्या विमानानं आकाशात उंच झेप घेतली. समोरच्या कॉकपिटपुढल्या काचेतून मला समोरची भव्य शिखरं दिसत होती. एका खोल अशा खोऱ्यात उतरण्यासाठी विमानानं तिरकं होऊन खाली सूर मारला आणि खोऱ्यावरील पठारावरच्या धावपट्टीवर उतरण्यासाठी ते खाली-खाली येऊ लागलं. छोट्याशा धावपट्टीचं एक टोक एका सुळक्याला टेकलेलं होतं, तर दुसऱ्या टोकाला पर्वताजवळच्या इमारतींचा समूह होता.

लुक्ला येथील धावपट्टी १९६४मध्ये बांधून घेताना स्वत: सर एडमंड हिलरींनी जातीनं लक्ष घातलं होतं. लुक्लापासून एका दिवसाच्या पायी अंतरावरील नमचे बझार येथे एक हॉस्पिटल बांधण्यासाठी त्यांनी देणगी दिलेली होती. ह्या हॉस्पिटलकडे सारी वैद्यकीय सामग्री वेळेवर पोहोचती करता यावी, म्हणून त्यांनी लुक्लापर्यंत विमानं नेण्याची सोय करून दिलेली होती. नमचे बझारपासून लुक्ला हे सर्वांत जवळचं सपाट जमिनीवरलं खेडं होतं. असं असलं, तरी ही धावपट्टी चांगलीच उंचावर होती आणि आमचं विमान जवळजवळ पर्वताला जाऊन टेकलं होतं. गुरुत्वाकर्षणावरच्या, भौतिकशास्त्रावरल्या आणि बुद्धदेवांवरल्या वैमानिकाच्या श्रद्धेमुळे असेल किंवा आमच्या सुदैवामुळे असेल, ते विमान धावपट्टीवर सुखरूपपणे उतरून धुळीचे लोट उडवत थांबलं होतं. लँडिंग गिअरचे ब्रेक जोरात दाबल्यामुळे घर्षण होऊन तापले होते आणि त्यातून धूर निघत होता.

देवाचे आभार मानत आम्ही उठून उभे राहिलो. आमच्या डपल बॅगा आम्ही उचलल्या आणि विमानातून खाली उतरलो. परतीच्या प्रवासाला निघालेल्या उतारूंनी विमानात चढून आमच्या जागा पकडल्या. विमान माघारी वळलं आणि धावपट्टीवरून आकाशात झेप घेऊन वेगानं दिसेनासं झालं. पर्वतापल्याड जाऊन पुढल्या खोऱ्यात पोहोचल्यावर ते डोंगर उतारावरल्या शेतांवरून तरंगत काठमांडूच्या दिशेला वळलं.

विमानप्रवास शक्य झाल्यामुळे शेतीप्रधान लुक्ला आता खुंबू खोऱ्यातून माउन्ट एव्हरेस्टकडे निघालेल्या भटक्यांचं आणि गिर्यारोहकाचं आवडतं ठाणं बनलेलं होतं. जिरी येथे रस्ता संपल्यावर करावी लागणारी पाच-सहा दिवसांची पायपीट लुक्लाच्या धावपट्टीमुळे वाचलेली होती. दर वसंत ऋतूत आणि शरद ऋतूत चांगली हवा असताना हिमालयात येणारे हजारो पर्यटक लुक्लाच्या धावपट्टीचा

वापर करतील, असं सर एडमंड हिलरींना तेव्हा नक्कीच वाटलं नसणार. परदेशी पर्यटकांना शेर्पालोक किती चटकन सरावले, हे पाहूनसुद्धा सर एडमंड हिलरी स्तिमित झाले असते. शेर्पांनी पर्यटकांच्या राहण्याची, भोजनाची, शिधा पुरवून तो वाहून नेणाऱ्या हमालांची आणि त्यांना योग्य जागी पोहोचवणाऱ्या मार्गदर्शकांची अतिशय उत्कृष्ट सोय लावून दिलेली होती.

मी लुक्लाच्या रस्त्यांवरून रमत-गमत फिरत होतो, तेव्हा माझ्या समवेत याक, कुत्रे, मुलंसुद्धा फिरत होती. स्वच्छतागृहाची पहिली सोय माझ्या नजरेला पडली. ती सुक्या पेंढ्यावर उभी असलेली लहानशा झोपडी होती. मला एक चहापानगृह दिसलं. त्याच्या डोक्यावर सॅटेलाइट डिश उभी होती आणि आतल्या टीव्ही वर पॉप-गायिका मॅडोना गाताना दिसत होती. लुक्लात कुठेही प्रवासी चेक वटवता येत होता. रात्रीच्या निवासासाठी आणि भात व याकच्या मटणाचा रस्सा अशा मेजवानीसाठी क्रेडिट कार्ड्स स्वीकारली जात होती. लुक्लात एकही मोटारगाडी दिसत नव्हती. पीठ-मीठ, सरपण आणि बिअर अशा साऱ्या गोष्टी खालच्या खोऱ्यापासून माणसांच्या किंवा याकांच्या पाठींवर लादून आणल्या जात होत्या. शेर्पा संस्कृतीत आणि रमणीय पर्वतराजींमध्ये आकाशातून अलगदपणे उतरणारे आमच्यासारखे परदेशी पर्यटकच विमानांचा वापर करत होते.

लुक्लामध्ये स्कॉट अनेकदा आलेला असल्यामुळे तो अगदी सहजपणे वावरत होता. तिथले सारे जणच त्याला ओळखत होते आणि तोसुद्धा अनेक शेर्पांना नावानं हाक मारत होता. दावा नावाच्या शेर्पानं आमच्या मोहिमेसाठी सारी व्यवस्था करून दिलेली होती. तो आमच्या मोहिमेचा मुख्य व्यवस्थापक होता. माउन्टन मॅडनेसच्या या वेळच्या मोहिमेत मी, स्कॉटची धाकटी बहीण लिसा आणि आमा डब्लाम चढू जाऊ इच्छिणारे काही गिर्यारोहक सामील झालेले होते. डेल व्रूज ह्यानं माउन्टन मॅडनेसच्या अनेक साहसी मोहिमांचा अनुभव घेतलेला होता. मोहिमेच्या नेतृत्वात मदत करण्यासाठी स्कॉटनं चार्ली मेसलासुद्धा मोहिमेत घेतलेलं होतं. तो स्कॉटबरोबर आधीच्या उन्हाळ्यात के टूवर चढून गेला होता.

मोहिमेसाठीचा शिधा आणि कॅम्पिंगची सामग्री वाहून नेण्यासाठी हमालांची नेमणूक केल्याचे दावानं आम्हाला सांगितलं. ते हमाल आमचं वैयक्तिक सामान, कपडे आणि गिर्यारोहण यांची सामग्रीसुद्धा वाहून नेणार होते. मी पर्वतांवर भटकत असताना माझं सामान स्वत:च उचलत असे. इतरांनी माझी ओझी वाहून न्यावीत, हा विचार मला विचित्रच वाटत होता. त्यांना त्याचे पैसे मिळणार असले, तरी ती ती कल्पना मला रुचत नव्हती. मी सोबत शक्य तेवढं कमी सामान न्यायचं ठरवलं आणि त्या योगे हमालाच्या पाठीवरलं ओझं शक्य तेवढं हलकं ठेवलं. स्लीपिंग बॅग, हवा भरून फुगवता येण्याजोगी गादी, पिसं भरलेले गरम कपडे, ओव्हरकोट

आणि जाड पॅन्ट्स, सनस्क्रीन लोशन व कॅमेरा फिल्म एवढ्याच वस्तू सोबत घेतल्या. थंडगार रात्री अंथरुणाबाहेर न पडता लघवी करता यावी यासाठी मी रुंद तोंडाची एक बाटलीसुद्धा बरोबर घेतलेली होती.

मी माझं सामान दावाच्या ताब्यात दिलं; तेव्हा मला समजलं की, प्रत्येक हमाल साठ पौंडी ओझं वाहून नेणार होता. वेताच्या टोपलीत सारं सामान भरून ती टोपली त्याच्या पाठीवर चढवली जात असे. त्याच्या कपाळावरून मागे गेलेल्या पट्टीला ही टोपली बांधून टाकल्यामुळे टोपलीचा भार त्याच्या मानेच्या आणि खांद्याच्या स्नायूंवर पडत असे. ओझं पूर्ण साठ पौंडांचं करण्यासाठी माझ्या सामानासोबत आमच्या मोहिमेतील इतरांचं सामानसुद्धा त्या टोपलीत भरण्यात आलेलं होतं. मी इतकं कमी सामान बरोबर घेतल्यामुळे बहुधा दिवसाला दोन डॉलर्स मजुरीवर आणखी एकाला काम मिळणार नव्हतं.

माउन्टन मॅडनेसच्या दोन वर्षांपूर्वीच्या मेरा शिखरावरील मोहिमेच्या धर्तीवर स्कॉटनं ह्या मोहिमेचं आयोजन केलेलं होतं. मेरा या २१००० फूट उंचीच्या शिखरावर चढून जायचा मार्ग अगदी सरळ आणि सोपा होता. त्यामुळे मेरा हे हिमालयात भटकंतीसाठी येणाऱ्यांच्या दृष्टीनं अगदी योग्य असं शिखरं समजलं जात असे. मलासुद्धा ते चढायच्या दृष्टीनं अगदी सोपं वाटत होतं. आम्ही हिमनदीवरून चढून जाताना दोरांचा वापर करणार असलो आणि दोरांनी एकमेकांना बांधून घेणार असलो, तरी शिखर चढताना विरळ हवेखेरीज अन्य काहीही त्रास अपेक्षित नव्हता. मेरा शिखरावरून उतरून खाली आल्यावर स्कॉट आम्हाला अॅम्फू लाब्स्टा ह्या खिंडीपर्यंत पायी घेऊन जाणार होता. तेथून आम्ही दोरांच्या साह्यानं खालच्या खुंबू खोऱ्यात उतरून जाणार होतो. तिथून निष्णात गिर्यारोहकांसमवेत आमा डब्लाम शिखरावर गिर्यारोहणासाठी स्कॉट जाणार होता. उरलेले लोक रमत-गमत खुंबू खोऱ्यातून लुक्लापर्यंत जाणार होते.

दुसऱ्या दिवशी सकाळी आम्ही मोहिमेवर निघालो, तेव्हा माउन्टन मॅडनेसच्या डझनभर सदस्यांपाठोपाठ चाळीस शेर्पा आणि हमाल रांगेनं येत होते. मोठाली ओझी पाठीवर वाहून नेणाऱ्या दोन शेर्पा स्त्रियासुद्धा मोहिमेबरोबर निघालेल्या होत्या. गिर्यारोहकांबरोबर मिळून-मिसळून, हास्याविनोद करत पुढे स्कॉट जात होता. त्यांना तो उत्तेजन देत होता. हिमालयात पायी फिरताना त्याला वाटणारा आनंद स्पष्टपणे दिसत होता. रोड डेंड्रन ह्या मोठ्या फुलांच्या सदाहरित फुलझाडांच्या शेतात आम्ही मुक्कामासाठी कॅम्प ठोकला. त्यानंतर बर्फाच्छादित पायवाटेनं 'झेट्रा-ला' ह्या खिंडीपर्यंत चढून गेलो. ही खिंड माउन्ट रेनियरपेक्षा हजार फूट अधिक उंचावर आहे. खिंडीचा माथा गाठण्यासाठी मी भराभर चालत पुढे निघालो. मागे वळून पाहिल्यावर आमच्या दिशेनं येत असलेल्या हमालांची, शेर्पांची आणि

गिर्यारोहकांची लांबलचक रांग माझ्या नजरेला पडली. वर्दळीच्या रस्त्यापासून आम्ही खूप दूरवरच्या एकाट जागी पोहोचलेलो होतो. आजूबाजूला उत्तुंग पर्वतशिखरांची दाटी झालेली होती. आम्ही खूप जण एकत्र असलो, तरी आम्ही अगदी निर्जन टापूत एकाकीच होतो. आजूबाजूचं रमणीय दृश्य मात्र डोळे निववत होतं.

आमच्या प्रत्येक कॅम्पच्या जागी शेर्पाच तंबू ठोकून देत असत आणि आमचं जेवण बनवत असत. ते पहाटेच आमच्या तंबूपाशी गरमागरम कॉफीचे किंवा गोड चहाचे मग्ज घेऊन येत असत आणि आम्हाला झोपेतून उठवून हातात गरमागरम पेय देत असत. पुढे निघताना आम्ही आमच्या स्लीपिंग बॅगा फक्त गुंडाळून ठेवत असू. पुढली सारी बांधाबांध शेर्पाच करत असत. सारं सामान घेऊन ते आमच्या आधी मुक्कामाला भराभर पोहोचत असत आणि आम्ही तेथे पोहोचेपर्यंत तंबू ठोकून कॅम्प तयार ठेवत असत. कॅम्पवरलं सारं काम इतर कुणीतरी करतंय, याची मला मोठी अपूर्वाई वाटत होती. त्याचप्रमाणे चालताना पाठीवर वजनदार बॅकपॅक घ्यावा न लागता, फक्त दिवसा लागतील एवढ्याच हलक्या वस्तू घेऊन चालता येतंय याचा आनंदसुद्धा थोडका नव्हता. प्रवास सुखाचा होण्यासाठी तुम्हाला प्राप्त परिस्थितीला चटकन रुळावं लागतं. या सुखसोईंना मीसुद्धा चटकन सरावलो आणि मुक्कामाला पोहोचल्यावर जय्यत तयार झालेल्या कॅम्पमध्ये गरमागरम भोजनाचा आस्वाद घ्यायला चटावलो. मला सर्वांत प्रिय असलेली गोष्ट होती, सकाळी स्लीपिंग बॅगमध्ये झोपल्या-झोपल्या हाती येणारा गरमागरम चहाचा पहिला कप!

हिंकू खोऱ्यात बरेच दिवस प्रवास केल्यानंतर आम्ही टँगनॅग येथे पोहोचलो. इथे काही दगडी झोपड्या होत्या. उन्हाळ्यात डोंगरउतारावर याक्सना चरायला आणणारे त्यांचे राखणदार ह्या झोपड्यांमध्ये मुक्काम ठोकत असत. आमच्याबरोबर ओझी वाहून आणणाऱ्या शेर्पास्त्रियांनी एका झोपडीचं रूप पालटून त्यात छोटसं दुकान थाटलं होतं. त्यात त्या चॉकलेटबार्स, लेमनड्रॉप्स आणि सुकामेवा विकत होत्या. थोडेसे रुपये दिले की, त्या पाणी तापवून चहा बनवत आणि त्यात याकच्या दुधापासून बनवलेलं लोणी आणि रम घालून त्या चहाची चव आणखी वाढवत.

आम्ही टँगनॅगमध्ये केलेला एका दिवसाचा मुक्काम विरळ हवेला सरावण्यासाठी उपयुक्त ठरला. कॅनडात राहणारा ॲलन मॅकफर्सन आमच्या मोहिमेबरोबर आलेला होता. त्यानं पॅरासेल उघडून कमरेला बांधला. दुपारच्या वाऱ्यामुळे पॅरासेलच्या शिडात हवा भरली जाऊन तो जमिनीवर तरंगू लागला. लहाने वयाचे शेर्पा उत्तेजित होऊन त्याच्या मागोमाग धावू लागले. डेल क्रूज डेंटिस्ट होता. त्यानं फावल्या वेळात काही हमालांचे दात तपासण्याचं सत्कार्य केलं. स्कॉट उन्हात त्याचं स्लीपिंग पॅड पसरून आरामात पुस्तक वाचत होता. सहा महिन्यांपूर्वी त्याच्या पश्चिम सीॲटलमधील ऑफिसात बसून त्यानं ह्या मोहिमेचं माहितीपत्रक बनवलं

होतं. त्या माहितीपत्रकाबरहुकूम ही मोहीम आकार घेत असलेली पाहून त्याला बरं वाटत होतं.

मोहिमेच्या पुढल्या टप्प्यावर आम्ही खोऱ्यातून मेरा-ला ह्या खिंडीकडे चढून जायला सुरुवात केली. मेरा शिखरावर चढून जायला सुरुवात करण्यापूर्वी आम्ही ह्या खिंडीवर कॅम्प ठोकणार होतो. आता पाऊलवाट चढाची झाली होती आणि त्यावर बर्फ पसरलेला होता. दुपारी खिंडीखाली एक हजार फुटांवरच्या जागेवर कॅम्प उभारण्यासाठी हमालांनी खांद्यावरची ओझी उतरवली.

माझ्या लक्षात येऊ लागलं होतं की, आमच्याबरोबर स्थानिक शेर्पा होते आणि त्यांनी असंख्य मोहिमांमध्ये भाग घेतलेला होता; त्याचप्रमाणे अनेक हमालसुद्धा होते आणि ते नेपाळच्या व भारताच्या सखल भागातून हिमालयात फक्त गिर्यारोहणाच्या मोसमातच ओझी वाहण्यासाठी येत असत. काही हमाल तर विशीच्या आतल्या वयाचेच होते. त्यांतल्या अनेक जणांना उंचावरल्या विरळ हवेची अजिबात सवय नव्हती. त्यांतल्या अनेकांची नाकं वाहत होती आणि त्यांना खोकला झालेला होता. त्यांतल्या फार थोड्या लोकांपाशी गरम कपडे होते. बर्फात चालताना ते चीनमध्ये बनवलेले पातळसे, हिरव्या रंगाचे टेनिस शूज घालत असत.

आमच्यापैकी ज्यांना-ज्यांना मेरा शिखरावर चढून जायची इच्छा होती; ते दुसऱ्या दिवशी स्कॉट, दावा, चार्ली आणि अन्य थोड्या शेर्पांबरोबर मेरा खिंडीपर्यंत चढून गेले आणि तेथे कॅम्प ठोकून राहिले. आम्ही शिखर चढून माघारी येऊ, तेव्हा उरलेले लोक तिथवर येऊन आमची वाट पाहत असतील, अशी आमची अपेक्षा होती. डेल क्रूज आणि मी एकाच तंबूत राहत होतो. रात्री आम्ही दोघे धापा टाकत वारंवार जागे होत होतो. ते १७००० फुटांवरच्या विरळ हवेचा सराव न झाल्याचंच दृश्यचिन्ह होतं. सूर्योदय झाल्यावर शिखरावर चढण्यासाठी स्कॉट इतरांना एकत्र करू लागला. तो मोठ्या कार्यक्षम पद्धतीनं योजनेप्रमाणे सारं करवून घेत होता. खोऱ्यात चालत असताना आणि वाटेवरील कॅम्प्समध्ये तो हसत-खेळत विनोद करत असे, त्याची आता नामोनिशाणी दिसत नव्हती. आता त्याचं सारं चित्त पुढल्या गिर्यारोहणावर एकाग्र झालेलं दिसत होतं. दुसऱ्या कोणत्याही विचाराला त्याच्या मनात जागा नव्हती.

तो दिवस स्वच्छ असला, तरी सोसाट्याचा वारा सुटल्यामुळे मेरावरील हिमनद्यांवरलं बर्फ इतस्ततः उडू लागलं होतं. गिर्यारोहकांना चढणं अवघड वाटू लागलं आणि शिखर अपेक्षेपेक्षा खूपच जास्त उंच आहे, असं त्यांच्या लक्षात आलं. दुपारपर्यंत शिखर चढायचा नाद सोडून ते मेरा-ला खिंडीकडे परत आले. शेर्पांनी मोठ्या थाळीत पराठे, उकडलेली अंडी आणि चीज रचून ठेवलं होतं; पण कुणालाच भूक वाटत नव्हती. स्कॉट विमनस्कपणे बर्फात बसून राहिलेला

होता. मोहिमेचे उरलेले लोक तिथवर येणार नाहीत, हे ऐकल्यावर तो अधिकच निराश झाला.

आम्ही आमचं सामान बांधलं आणि खालच्या कॅम्पवर पोहोचलो. तेथील हमालांशी दावा बोलला आणि मग स्कॉटला सांगू लागला की, ते गारठले आहेत आणि त्यांतले काही जण आजारी पडले आहेत. खुंबू खोऱ्यात पोहोचण्यासाठी त्यांना मेरा-ला खिंडीपर्यंत चढून जावं लागलं असतं. अनेक दिवस १६००० फुटांपेक्षा जास्त उंचीवरून पायी प्रवास करावा लागला असता आणि त्यानंतर ॲम्फू लाब्स्टा या खिंडीवरून दोरांच्या साह्यानं खुंबू खोऱ्यात उतरावं लागलं असतं. स्कॉट दोन वर्षांमागे इथे आला होता, त्याहून या वेळेस इथे खूपच जास्त बर्फ पडलेला होता. दावा म्हणाला की, पुढल्या खडतर प्रवासाच्या कल्पनेनं बरेचसे हमाल अगदी हबकून गेले आहेत आणि आणखी थंडीला अन् बर्फाला सामोरं जाण्याएवढी त्यांच्या अंगी हिम्मत उरलेली नाही.

ह्या चर्चेचं माझ्यापाशी वर्णन करताना चार्ली मेस म्हणाला, ''स्कॉट जोशात होता. तो म्हणाला की, ठरलंय त्या मार्गानं आपण जाऊ या. पण प्रमुख शेर्पा अधिक सुज्ञ होता. तो म्हणाला की, ह्या लोकांना आणखी पुढे जाता येणं केवळ अशक्य आहे.''

ठरल्याप्रमाणे माउन्टन मॅडनेसची मोहीम पुढे नेण्यासाठी त्यांनी अनेक पर्यायांचा विचार केला. स्कॉटनं लोकांना प्रोत्साहन देऊन पुढे नेण्याचा खूप प्रयत्न केला, परंतु शेवटी त्याला वस्तुस्थितीचा स्वीकार करावाच लागला. ॲम्फू लाब्स्टा खिंडीतून खुंबू खोऱ्यात उतरण्याचा बेत आम्हाला रद्द करावा लागला. आल्या रस्त्यानंच माघारी वळून लुक्लापर्यंत पोहोचणं भाग होतं. तेथून खुंबू खोऱ्यातील नेहमीच्या मार्गानं आम्हाला आमा डब्लाम गाठावं लागणार होतं. त्यामुळं चालण्यात आणखी चार-पाच दिवस वाया जाणार होते. मेरावर पुन्हा चढून जायच्या प्रयत्न करण्याइतका वेळ हाताशी उरणार नव्हताच; शिवाय जास्तीच्या पायी प्रवासामुळे आमा डब्लामवर जाण्यासाठी गिर्यारोहकांकडे कमी वेळ शिल्लक राहणार होता.

दुसऱ्या दिवशी सकाळी स्कॉट त्याच्या तंबूबाहेर हातात कॉफीचा कप घेऊन उभा असलेला मला दिसला. तो दिवस अतिशय सुंदर अन् मेरावर चढून जाण्यासाठी अगदी योग्य असा होता. मी त्याच्याजवळ बसलो आणि त्याला एक बिस्किट दिलं. त्यानं ते दूर सारलं.

तो मला म्हणाला, ''मला अजून काहीही खाता येत नाहीय. रात्री झोपेत मी माझे दात कराकरा चावत होतो. सकाळी ते इतके दुखताहेत की, मला सध्या काहीही चावता येणं शक्य नाही.''

आम्ही हमालांच्या परिस्थितीबद्दल आणि परत फिरावं लागणं कसं अटळ

आहे, याबद्दल चर्चा केली. मोहिमेच्या वेळापत्रकात केलेल्या एक-दोन फेरफारांमुळे एक-दोन गिर्यारोहक नाराज झालेले होते. इथवरच्या प्रवासात आम्ही बौद्ध धर्माच्या सर्व प्रथांचं काटेकोरपणे पालन केलेलं होतं. पाऊलवाटेवर टाकलेल्या शकुनाच्या दगडांच्या योग्य बाजूनं आम्ही चाललेलो होतो. पर्वताच्या कुशीत कोरलेल्या मंदिरात आम्ही ज्युनिपरच्या काटक्या पेटवून आरती केलेली होती. वाटेत दिसलेल्या शेर्पांना आम्ही हात जोडून कमरेत लवून 'नमस्ते' म्हटलेलं होतं. असं असूनही आमच्या डोक्यावरला पाश्चिमात्य संस्कृतीचा पगडा उतरलेला नव्हता. काठमांडूहून परतीचं विमान केव्हा गाठायचंय, हे सर्वांनाच ठाऊक होतं. माउन्टन मॅडनेसनं त्यांच्या माहितीपत्रकात कबूल केलेल्या साऱ्या गोष्टी त्यापूर्वी पार पाडल्या जायलाच हव्यात, असा काही जणांचा हेका होता.

स्कॉट म्हणाला, ''आपण नुसता गिर्यारोहणाचा आनंद का लुटत नाही? इतका बखेडा कशासाठी?''

स्कॉटला नेतृत्व करताना पाहणं, हा नेहमीचा स्तिमित करणारा अनुभव असतो. मी पर्वतांवरल्या अरण्यांमध्ये भटकत असताना स्वत: निर्णय घेत असे; पण इथे नेपाळमध्ये त्याला शेर्पा, हमाल आणि पर्यटक ह्या सर्वांना एकत्र आणायचं होतं. मी दुसऱ्या कोणत्यातरी संदर्भात ऐकलेली म्हण स्कॉटला ऐकवली, ''गड्या, कोणाच्यातरी हातून नकाशा हरवेपर्यंत खरं साहस सुरू होत नसतं!'' माउन्टन मॅडनेस मोहीम अडचणीत सापडलेली होती आणि पैसे भरून मोहिमेवर आलेल्यांपैकी काही जण मोहिमेतल्या बदलामुळे नाराज झालेले होते. मी जर ह्या मोहिमेचा संयोजक असतो, तर बहुधा माझ्यावरसुद्धा दात कराकरा चावायची वेळ आली असती!

आम्ही हिंकू खोऱ्यात आल्या वाटेनंच परत फिरलो. वाटेत ठिकठिकाणी कॅम्पमध्ये राहिलो आणि मग लुक्लाजवळच्या झेट्रा-ला येथे चढून गेलो. येताना जेवढा वेळ लागला, तेवढाच परतीच्या वाटेवर लागला. फरक एवढाच होता की, झेट्रा-ला खिंडीपासून लुक्लापर्यंतचा मार्ग ॲलन मॅक्फर्सन यानं पॅरासेल बांधून झपाट्यानं पार केला. जमिनीवर पायी जाताना आम्हाला आकाशातून तरंगत, पर्वतांमधून मार्ग काढत जाणारा ॲलन दिसत होता. दूरच्या एका सुळक्याला वळसा घालून तो दिसेनासा झाला. आम्ही अनेक तासांनी लुक्ला येथे पोहोचलो; तेव्हा आम्हाला कळलं की, लुक्ला येथील विमानाच्या धावपट्टीवर ॲलन उतरल्यावर त्याला सशस्त्र सैनिकांनी ताबडतोब कैद केलं.

ते त्याला म्हणाले, ''विमानातून उडी मारून नेपाळमध्ये उतरायला कायद्यानं बंदी घातलेली आहे.''

तो विमानातून उडी मारून उतरला, याचा त्यांच्यापाशी काय पुरावा आहे, असं

ॲलननं त्यांना विचारलं. मग त्यानं त्याच्यापाशी असलेली कायदेशीर कागदपत्रं दाखवली. त्यानं पुराव्यादाखल कॅनडातील हँग ग्लायडिंग क्लबचं त्याचं सदस्यत्व कार्ड दाखवलं. ते पाहून त्यांनी त्याला सोडून दिलं.

लुक्ला येथील एका चहापानगृहात आम्ही रात्री बिअर प्यायला जमलेलो असताना ॲलननं आम्हाला त्याचे अनुभव सांगितले. विमानाच्या धावपट्टीनजीक माउन्टन मॅडनेसचे तंबू ठोकण्यात आलेले होते. जवळच्या अतिथीगृहांचा फायदा घेऊन आम्ही गरम पाण्यानं अंघोळी केल्या आणि तंबूत जेवण्याऐवजी चहापानगृहातील टेबलांपाशी बसून भोजनाचा आस्वाद घेतला. परतीच्या प्रवासात जो असंतोष धुमसताना जाणवत होता, तो आता नाहीसा झालेला होता.

ॲलनच्या पॅरासेलची कहाणी ऐकून स्कॉटची भरपूर करमणूक झाली. मोहिमेत आलेल्या अडचणींमुळे तो अजिबात नाउमेद झालेला दिसत नव्हता. हमालांमुळे मोहिमेत बदल घडवावा लागला, याबद्दलचं नैराश्य त्यानं मनातून बाहेर सारलं होतं. त्यानं मोहिमेत नवे बदल घडवले होते आणि जे अटळ होतं, त्याबद्दल खेद करायचं सोडून दिलेलं होतं. संध्याकाळ हास्यविनोदात मोठ्या आनंदात गेली. मोहिमेतील बदलामुळे नाराज झालेले लोकसुद्धा हिमालयातील आनंदोत्सवात मनापासून रमून गेले.

वॉली बर्ग अलीकडेच अशाच एका रम्य संध्याकाळबद्दल माझ्यापाशी बोलला. अनेक वर्षांपूर्वी स्कॉट आणि वॉलीनं एव्हरेस्टवर चढण्याचा प्रयत्न केल्यानंतर ते लुक्ला येथे आले होते. गिर्यारोहणाचा मोसम संपत आलेला होता आणि अन्य अनेक गिर्यारोहक लुक्लात आलेले होते. दुसऱ्या दिवशी सकाळी काठमांडूला जाणारं विमान पकडायचा त्यांचा बेत होता. त्यातले अनेक जण संध्याकाळी एका शेर्पा हॉटेलमध्ये एकत्र जमले होते. जगातला अत्युत्कृष्ट गिर्यारोहक ऱ्हाइनहोल्ड मेसनरसुद्धा तेथे उपस्थित होता. सात खंडांतली सात सर्वोच्च शिखरं सर्वांत आधी चढून जाण्याचा विक्रम करणारा डिक बाससुद्धा तेथे आलेला होता.

वॉली म्हणाला, ''बास हा मोठा उमदा गडी आहे. त्याचा आवाज घनगंभीर आहे आणि गोष्टी रंगवून सांगण्याची त्याची हातोटी लाजबाज आहे. तिथे अनेक तऱ्हेवाईक व्यक्ती हजर होत्या. बिअर पीत गप्पागोष्टी सुरू होत्या. त्या सर्वांच्या मधोमध स्कॉट उभा होता. तो मनापासून हसत-बोलत होता. तो खदखदून हसला की, श्वास घ्यायलासुद्धा विसरत असे. तो सर्वांचं मनोरंजन करत होता.''

स्कॉट आणि वॉली दुसऱ्या दिवशी सकाळी कॉफी पीत असताना त्या हॉटेलातला एक शेर्पा आला आणि आपल्या रात्रीच्या पार्टीच्या जेवणाचं व बिअरचं बिल त्यानं स्कॉटच्या हातात ठेवलं. ते शेकडो डॉलर्सचं होतं. वॉली मला म्हणाला, ''शेर्पांनी ते अगदी निरागसपणे स्कॉटच्या हातात ठेवलं होतं. त्यांना वाटलं होतं

की, स्कॉटच त्या पार्टीचा यजमान आहे आणि तोच बिल चुकतं करणार आहे. त्या खोलीतील रथी-महारथींमध्ये स्कॉटनंच त्याचं लक्ष वेधून घेतलेलं होतं.''

खुंबू खोऱ्यातून आम्ही यापुढचा केलेला प्रवास हिमालयातील नेहमीच्या मार्गानंच केलेला होता. वसंत ऋतूतील सोनेरी उन्हात आम्ही डोंगरउतारावरील पायऱ्या-पायऱ्यांच्या हिरव्या शेतांमधून आणि वाटेतल्या खेड्यांमधून जात होतो. वाटेत चहापानगृहं दिसत होती. घरांमधली मुलं खिडक्यांमधल्या फटींमधून आमच्याकडे पाहत होती. चहापानगृहांच्या दारांजवळ मेन्यूकार्ड्स लावलेली होती. तेथे चहा, बिअर, सोडा आणि साधं जेवण उपलब्ध होतं. जेवणात भात, उकडलेली अंडी आणि बटाटे, कोंबडीचा रस्सा अशा साध्या गोष्टी देऊ केलेल्या होत्या.

आमच्या सभोवतालच्या उत्तुंग शिखरांकडे आमचे डोळे राहून-राहून वळत होते, पण आमच्या पावलांखालचा रस्तासुद्धा मला तेवढाच आकृष्ट करत होता. शेर्पांचे घट्टे पडलेले पाय आणि याकचे लवचिक खूर यांच्याखाली तुडवला गेलेला आमच्या पायतळीचा खडकाळ रस्ता आता अगदी गुळगुळीत झालेला होता. वाटेत लागणारे पूल तर याहूनसुद्धा अफलातून होते. यांतल्या अनेक पुलांना कंसाकृती खांबांसारख्या पल्लेदार कमानी होत्या. ओढ्यांच्या दोन्ही टोकांना दगडांवर ओंडके रचून याक्सच्या काफिल्यांचं वजन पेलायची सोय करून दिलेली होती. खोल दऱ्यांवर बांधलेल्या झुलत्या पुलांवरल्या लाकडी फळ्या मोडल्या असल्या, तर त्या जागी मार्ग काढायला कामचलाऊ चपटे दगड ठेवण्यात आलेले होते. हे झुलते पूल गंजलेल्या, मोठाल्या भक्कम अशा तारांच्या दोरखंडांवरून लटकत होते. एका पुलाच्या नाजूक अवस्थेबद्दल धोक्याची सूचना देण्यासाठी विविध भाषांमध्ये एक पाटी लावलेली होती. त्यावर लिहिलेलं होतं, ''Do Not Wag Bridge.'' (पूल हलवू नका).

आम्ही नमचे बझार येथे एक रात्र मुक्काम केला. या मुक्कामादरम्यान तेथील बौद्ध मठात आम्ही सर एडमंड हिलरींना जवळून पाहिलं. दुसऱ्या दिवशी आम्ही भराभर चालत थांगबोके येथील बौद्ध मठापर्यंत पोहोचलो. तेथून डावीकडे एव्हरेस्टचं उत्तुंग शिखर दिसत होतं, तर उजवीकडे आकाशाला भिडणारी आमा डब्लामची डौलदार कमान दिसत होती. दावानं आम्हाला सांगितलं की, शेर्पांच्या भाषेत आमा म्हणजे 'आई' आणि डब्लाम म्हणजे 'रत्नमंजूषा'. ह्या पर्वतात उंचावर एक उठून दिसणारी हिमनदी आहे. शेर्पांना ती रत्नमंजूषेसारखी वाटते. म्हणून 'आमा डब्लाम' म्हणजे 'आईची रत्नमंजूषा'. हिमालयातील शिखरांच्या तुलनेत आमा डब्लामची उंची बेताचीच म्हणायला हवी - केवळ २२३०० फूट; परंतु त्याच्या डौलदार स्वरूपामुळे खुंबू खोऱ्यातलं हे शिखर लक्ष वेधून घेतं.

आमच्यापैकी ज्यांना आमा डब्लामवर चढून जायची इच्छा होती, ते नेहमीचा

रस्ता सोडून पर्वतावर चढून त्यांचा पहिला कॅम्प ठोकू लागले. स्कॉट, लिसा आणि मी खोऱ्यात उंचावर जात राहिलो. आयलंड शिखराच्या खालच्या भागात, डोंगरउतारावरील पायऱ्या-पायऱ्यांच्या शेतांमध्ये बटाट्यांचं पीक काढलं जात होतं. तेथून आम्ही चालत होतो. मेरा-ला खिंडीवर चढून जाण्याचं रद्द करून आम्ही माघारी फिरलो नसतो, तर या जागी आम्ही आठवड्यापूर्वीच पोहोचलो असतो.

काठमांडूमध्ये गिर्यारोहकांच्या भेटीगाठी अगदी सहजपणे उपाहारगृहात आणि हॉटेल्समध्ये होऊ शकतात, त्याचप्रमाणे गिर्यारोहणाच्या मोसमात खुंबू खोऱ्यातसुद्धा त्यांच्या भेटी सहजपणे होऊ शकतात. स्कॉट आणि चार्ली मेसबरोबर गेल्या वर्षी के टूवर चढून गेलेला एड एकदा एव्हरेस्टजवळील प्युमोरी ह्या शिखरावर हॉल वेंडेलला घेऊन जात होता. वेंडेल हा पोलॅरिस इंडस्ट्रीज ह्या स्नो-मोबाइल्स (बर्फात चालू शकणारी गाडी) बनवणाऱ्या कंपनीचा मुख्याधिकारी होता. तो अधूनमधून एडच्या नेतृत्वाखाली गिर्यारोहणातला थरार अनुभवयाला बाहेर पडत असे. प्युमोरी शिखरावर चढून गेल्यानंतर माउन्टन मॅडनेस मोहिमेबरोबर आमा डब्लामवर चढून जायचा वेंडेलचा बेत होता. प्युमोरीवरील गिर्यारोहणात त्यानं एडबरोबर मनमुराद आनंद लुटला होता, परंतु वाटेतली बर्फाची धोक्याची परिस्थिती पाहून त्यांनी शिखरापर्यंत जायचा नाद सोडला होता. स्कॉट फारसा दूर नाही, हे कळल्यावर एड ती संध्याकाळ आमच्याबरोबर घालवायला चालत तेथे पोहोचला.

संध्याकाळचा गारठा जाणवू लागल्यावर स्कॉटनं लिसाला आणि मला तिथल्या शेर्पाच्या एका दगडी घराकडे नेलं. शेर्पाणीनं हात जोडून 'नमस्ते' म्हणत आमचं स्वागत केलं. एका ओबडधोबड टेबलाभोवती काही बाकडी ठेवलेली होती. तिथं आम्ही बसावं, असं तिनं सुचवलं. कोपऱ्यातल्या लहानशा चुलीवर तिनं चहासाठी पाणी उकळत ठेवलं. दगडी घराला गवती छपर होतं. चुलीतल्या सरपणाचा धूर त्या छपरातून आकाशात जात होता. शेर्पाणीनं चहात याकच्या दुधाचं लोणी अन् रम घातली आणि आम्हाला चहाबरोबर खायला मातीच्या तंदूरमधून काढलेले दालचिनीचे गरमागरम रोल्स दिले. संध्याकाळच्या सावल्या लांब होत-होत लुप्त झाल्या आणि अंधार पडला. टेबलाभोवती आम्ही बसलो होतो. आमचे चेहरे शेकोटीच्या ज्वाळांमुळे आणि टेबलावर ठेवलेल्या कंदिलामुळे उजळून निघालेले होते.

नमचे येथे सर एडमंड हिलरी दिसल्याचं स्कॉटनं एडला सांगितलं. त्यानंतर थोडा वेळ आम्ही गिर्यारोहणात मिळणाऱ्या नावलौकिकाबद्दल चर्चा केली. यामध्ये बारीकसारीक आकडेवारी इतकी महत्त्वाची असते की, एलिझाबेथ हॉलीसारखी पत्रकार तिचा बराचसा वेळ हिमालयातल्या प्रत्येक महत्त्वाच्या मोहिमेबद्दलची आकडेवारी नोंदवण्यात खर्च करत असते. ब्रिटिश लोकांनी १९२०च्या दशकात

एव्हरेस्टवर चढून जाण्याचे जे-जे प्रयत्न केले, त्यानंतरच्या प्रत्येक महत्त्वाच्या मोहिमेची काळजीपूर्वक नोंद करण्यात आलेली आहे. एड व्हिश्चूर्स प्राणवायूच्या नळकांड्या न वापरता एव्हरेस्टवर चढून गेला, ही माहिती गिर्यारोहणाच्या क्षेत्रासाठी एलिझाबेथ हॉलीला महत्त्वाची वाटली. त्यानं कोणता मार्ग घेतला होता, ही बाब तिच्या दृष्टीनं महत्त्वाची होती आणि दिवसाच्या कोणत्या वेळेस तो शिखरमाथ्यावर पोहोचला, ही बाबसुद्धा तिला नोंद ठेवण्याएवढी महत्त्वाची वाटली होती. वॉली बर्ग आणि स्कॉट ल्होट्सेवर चढून गेले, तेव्हा ल्होट्सेचा शिखरमाथा गाठणारे ते पहिले अमेरिकन गिर्यारोहक होते, ही बाब तिला महत्त्वाची वाटली होती. ल्होट्सेच्या शिखरमाथ्यावर दबलेल्या बर्फाची पंचवीस फूट उंचीची नाजूक कपार होती आणि हे दोघे त्यावरूनसुद्धा स्वेच्छेनं चढून गेले होते, ही बाब गिर्यारोहण जगताच्या दृष्टीनं महत्त्वाची होती.

सर्व आरोहणांची पद्धतशीर नोंद करून ठेवलेली असली की, गिर्यारोहकांना खूपच मदत होते. कोणत्या गोष्टी अजून केल्या गेलेल्या नाहीत आणि कुठे नेटानं प्रयत्न करून यश खेचून घेता येईल याची माहिती त्यांना सुलभपणे उपलब्ध होते. एव्हरेस्टवर करण्याजोग्या कोणत्या गोष्टी आहेत, याकडे साहसी लोकांचं लक्ष विसाव्या शतकाच्या प्रारंभी वेधलं गेलं. साहसी लोक उत्तर आणि दक्षिण ध्रुवावर पोहोचले होते आणि पुढल्या थरारक आव्हानाच्या शोधात होते. त्यांतील अनेकांना एव्हरेस्ट हा तिसरा ध्रुवच वाटत होता. आर्क्टिक आणि अंटार्क्टिक ह्या भौगोलिक ध्रुवांएवढंच त्यांना एव्हरेस्टचं चुंबकीय आकर्षण वाटत होतं.

स्कॉटनं एव्हरेस्टवर उत्तरेकडून चढून जायचा प्रयत्न केलेला होता. ब्रिटिश लोक १९२०-३०च्या दशकात एव्हरेस्टवर उत्तरेकडून चढून जाण्याचा प्रयत्न करत होते. त्यांना तिबेटमध्ये प्रवेश मिळत होता, परंतु नेपाळमध्ये प्रवेश करायची बंदी होती. चीननं १९५०मध्ये तिबेटवर ताबा मिळवल्यावर त्यांनी परकीयांना तेथे प्रवेश करायला मज्जाव केला, परंतु त्याच वेळेस नेपाळनं आपल्या सीमा परकीयांसाठी खुल्या केल्या. त्यानंतर मोहिमांमधील इच्छुक काठमांडूतून खुंबू आइसफॉलमार्गे एव्हरेस्टवर चढायचा प्रयत्न करू लागले. खुंबू आइसफॉल आणि साउथ कोलमार्गे एव्हरेस्टवर चढणं शक्य होईल, असं त्यांना वाटत होतं. स्विस मोहिमेनं १९५२मध्ये एव्हरेस्टमाथा जवळजवळ गाठलाच होता. पुढल्या वर्षी ब्रिटिश मोहिमेनं त्याच रस्त्यावर कॅम्प उभे केले आणि त्यात भरपूर शिधासामग्री आणि प्राणवायूच्या नळकांड्या ठेवल्या. पहिल्या ब्रिटिश मोहिमेचे लोक एव्हरेस्टमाथ्यालगतच्या चाळीस फुटी सुळक्याच्या पायथ्यापर्यंत पोहोचले आणि तिथून माघारी फिरले. त्यानंतर थोड्याच दिवसांनी एडमंड हिलरी आणि शेर्पा तेनसिंग नॉर्गे त्याच मार्गानं गेले. त्यांनी तो चाळीस फुटी सुळका चढून जाण्यात यश मिळवलं. तो सुळका

चढताना हिलरींनी नेतृत्व केलं होतं, त्यामुळे त्या सुळक्याला 'हिलरी स्टेप' असं नाव दिलं गेलं. ते दोघे एव्हरेस्टमाथा गाठण्यात यशस्वी झाले.

तेनसिंग आणि हिलरींनी तेव्हा जे साध्य करून घेतलं, तो गिर्यारोहणाच्या जगातला अत्यंत महत्त्वाचा टप्पा बनला. जगभरात त्यांच्या कर्तृत्वाची दखल घेतली गेली, कारण लंडनमध्ये राणी एलिझाबेथ (द्वितीय) हिला राज्यभिषेक होण्यापूर्वीच तिच्या साम्राज्यातील हिलरीनं हे यश मिळवलं होतं. राणीच्या राज्याभिषेकापूर्वी तेनसिंग व हिलरींच्या यशाची बातमी काठमांडूतून लंडनला पोहोचली आणि राज्यभिषेकाच्या उत्सवाबरोबरच ह्या यशाचा उत्सवसुद्धा साजरा करण्यात आला.

तेनसिंग आणि हिलरी यांच्यानंतर एव्हरेस्टवर चढून जाणारे दोन स्विस गिर्यारोहक जूर्ग मार्मेट व अर्न्स्ट श्मिड यांची नावं आज कुणाच्याही लक्षात नाहीत. कागदोपत्री त्या नावांची नोंद झालेली आहे; परंतु नील आर्मस्ट्राँगनंतर चंद्रावर पाऊल ठेवणाऱ्या दुसऱ्या माणसाचं बझ आल्ड्रिनचं नाव कुणाच्याही लक्षात नाही, तसंच हिलरी आणि तेनसिंग नोर्गे यांच्या पराक्रमानंतर एव्हरेस्टमाथा पुन्हा एवढा चमकला नाही. (आपल्या एव्हरेस्टच्या यशावर पुढला तुरा चढवत सर एडमंड हिलरी १९५८मध्ये कुत्र्यानं ओढलेल्या स्लेडमध्ये आणि छोट्या मोटरगाडीमध्ये बसून दक्षिण ध्रुवावर पोहोचले. त्यानंतर सत्तावीस वर्षांनी त्यांनी नील आर्मस्ट्राँगबरोबर स्की-विमान उत्तर ध्रुवावर उतरवलं आणि उत्तर ध्रुव, दक्षिण ध्रुव तसाच एव्हरेस्ट हा तिसरा ध्रुव जिंकण्याचा बहुमान त्यांनी मिळवला. आर्मस्ट्राँग एव्हरेस्टवर चढायच्या फंदात पडलेला नाही. पण तसा विचार करायचा, तर हिलरी तरी चंद्रावर कुठे गेले?)

त्या दिवशी संध्याकाळी स्कॉट आमच्याबरोबर त्या शेर्पाणीच्या झोपडीत बसून गप्पा मारत असताना त्याच्या उरात एव्हरेस्टवर चढायची तीव्र इच्छा जशी धगधगत होती, तशीच ओढ एव्हरेस्टमाथा गाठण्यापूर्वी एडमंड हिलरींना नक्कीच वाटली असणार! कोणत्याही पर्वताकडे आकृष्ट झालेल्या प्रत्येक गिर्यारोहकाला तो पर्वत पहिल्यांदा साक्षात्कार झाल्यागत उमगत असतो. तो त्याचा वैयक्तिक ध्यास असतो, त्याला साद घालणारं आव्हान असतं. ज्यांना पर्वतांचं आकर्षण वाटत नसतं, त्यांना हे वेड कधीही उमगणार नाही; परंतु ज्यांना पर्वतांची अनिवार ओढ वाटत असते, त्यांना पर्वतांपासून दूर राहणं अशक्य होतं.

स्कॉटनं मला सांगितलं की, अनेक वर्षांपूर्वी तेव्हा ब्याऐंशी वर्षांच्या असलेल्या पॉल पेट्झोल्ट ह्या एनओएलएसच्या संस्थापकाला स्कॉटनं हिमालयातला अखेरचा प्रवास घडवला होता. पॉल पेट्झोल्टनं १९३८मध्ये के टू शिखरावरील मोहिमेत भाग घेतलेला होता. त्यानंतर जवळजवळ पन्नास वर्षांनी माउन्टन मॅडनेसच्या ट्रेकसमवेत तिबेटमधून प्रवास करून ते माउन्ट एव्हरेस्टच्या उत्तरेकडील बेस कॅम्पवर

पोहोचले. पॉल पेट्झोल्टना ह्या प्रवासातील प्रत्येक अनुभव अत्यंत मोलाचा वाटला. त्यांची दृष्टी अधू होत चालली होती आणि हालचाल मंद झाली होती, परंतु रॉंगबक येथील बौद्ध मठातील भिक्षूंचं मंत्रपठण त्यांनी ऐकलं. वेगवेगळ्या वनस्पतींची पानं चावून त्यांनी त्या चवीवरून त्यांची नावं ओळखायचा प्रयत्न केला. हिमनद्यांवरून येणारे वारे आणि बेस कॅम्पवरील थंडी त्यांनी अनुभवली. सकाळी तंबूत झोपल्या-झोपल्या हातात मिळणारा गरमागरम चहाचा कप त्यांना अतिशय प्रिय वाटत असे. त्यांच्या दृष्टीनं ही सफर अविस्मरणीय ठरली.

आमच्या पुढ्यातले दालचिनी रोल्स आणि गरमागरम चहा यांचा आम्ही आस्वाद घेतला. काही दिवसांपूर्वी नमचे बझार येथील समारंभात भाग घेऊन सर एडमंड हिलरी यांनी चाळीस वर्षं टिकून राहिलेल्या स्नेहसंबंधांना उजाळा दिला. इथे स्वादिष्ट रोल्सचा सुगंध आणि शेकोटीची ऊब अनुभवत आम्ही पर्वतांच्या कुशीत जे स्नेहरज्जू जोडत होतो, त्याची आठवण येती अनेक वर्षे आमच्यासुद्धा स्मरणात कोरल्याप्रमाणे राहणार होती.

मी तिथून सर्वांच्या आधी उठलो. माझ्या तंबूपर्यंत पोहोचल्यावर मी मागे वळून त्या चिमुकल्या दगडी झोपडीकडे नजर टाकली. जगाच्या अगदी निर्जन कोपऱ्यातल्या त्या इवल्याशा झोपडीच्या अरुंद खिडक्यांमधून कंदिलाचा सोनेरी प्रकाश बाहेर झिरपत होता. त्या झोपडीच्या चहू बाजूंना जगातली सर्वांत उत्तुंग शिखरं आभाळाला भिडलेली दिसत होती. त्यांच्या काळ्या आकृत्या चांदण्यांच्या निळसर प्रकाशात न्हाऊन निघत होत्या. आम्ही आमच्या घरापासून हजारो मैलांच्या अंतरावर असलो, तरी ही जागा आम्हाला आमचं घरच वाटत होती. किंबहुना, ही जागा आम्हाला घराच्या अत्यंत प्रिय अशा एखाद्या भागासारखीच वाटत होती. ह्या जागी साधेपणा होता, चढ-उतार होते. बरं, तसंच वाईटसुद्धा होतं; परंतु व्यवहार स्वच्छ आणि साधे होते. पर्वतांपलीकडल्या जगातील देवघेवीच्या बाजारू दुनियेचं इथे इवलसंही चिन्ह दिसत नव्हतं.

एड व्हिश्चूर्सनं गिर्यारोहण व्यवसायात पाऊल रोवायला सुरुवात केलेली होती. तो आपल्या खासगी ग्राहकांचं गिर्यारोहणात नेतृत्व करत होता आणि रेनियर माउन्टेनिअरींगसाठी काम करून लोकांना वॉशिंग्टन राज्यातील अत्युच्च शिखरावर नेत होता. इतरांनी आयोजित केलेल्या मोहिमांमध्ये तो मार्गदर्शकाची नोकरीसुद्धा स्वीकारत होता. स्कॉट आपली साहस पर्यटन कंपनी नावारूपाला आणण्यासाठी धडपडत होता. दुसऱ्या दिवशी सकाळी उठल्याबरोबर, त्याला मोहीम पुढे नेताना नव्या आव्हानांना तोंड द्यावं लागणार होतं. माउन्टन मॅडनेसच्या आमा डब्लाम बेस कॅम्पवर पोहोचताक्षणी नव्या अडचणींना तो तोंड देणार होता. पुढल्या बारा दिवसांत त्याच्या मोहिमेनं आमा डब्लामवर चार कॅम्प उभारले. प्रत्येक गिर्यारोहक

झेपेल तेवढं अंतर चढून जाऊन शिधासामग्री कॅम्पपर्यंत पोहोचती करत होता. आपापल्या कुवतीएवढी उंची चढून गेल्याची जाणीव झाल्यावर त्यांनी आणखी चढायला नकार दिला.

हॉल वेंडेलबरोबर आमा डब्लामच्या बेस कॅम्पवर एड आला. माउन्टन मॅडनेस मोहिमेबरोबर त्यांनी एक रात्र मुक्काम केला. रात्रीच्या जेवणात थोडेसे मटार, ब्रॉकोली आणि स्पॅम एवढंच मिळालं. इतर शिधासुद्धा संपत आल्याची चिन्हं दिसत होती. वेंडेल हळूच एडच्या कानात कुजबुजला, ''अशा परिस्थितीत मला राहायची इच्छा नाही.'' दुसऱ्या दिवशी संध्याकाळी ते दोघेही नमचे बझार येथे जायला निघाले.

पूर्ण रस्ताभर बांधता येण्याइतका पुरेसा दोर जवळ नाही, हे स्कॉटच्या लक्षात आलं. नमचेला माणसं पाठवून आणखी दोर मागवण्याचा त्यानं विचार केला, परंतु त्यामुळे आणखी काही दिवस वाया गेले असते. त्यानं त्याच्याजवळच्या दोराचा काळजीपूर्वक वापर केला आणि आधीच्या मोहिमांनी काही जागी मागे ठेवलेला दोर वापरला.

आमा डब्लाम मोहिमेबद्दल सांगताना चार्ली मेस म्हणाला, ''हाताशी फार दिवस नव्हते. हाती असलेल्या वेळात आम्हाला हवं ते सारं बसवणं केवळ अशक्य होतं. हाताशी आणखी एक-दोन दिवस असते, तर आणखी खूप लोक शिखर चढून जाऊ शकले असते.''

ग्राहकांच्या वार्षिक सुटीत बसवण्याच्या माउन्टन मॅडनेसच्या महत्त्वाकांक्षी प्रकल्पात बर्फ, थंडी, साधनसामग्रीचा तुटवडा आणि शेर्पा व हमालांच्या वैयक्तिक अडचणी यामुळे विघ्नं उभी राहिली. चार्ली मेस म्हणाला, ''सीॲटल सोडण्यापूर्वी स्कॉटनं आणि मी या मुद्द्यांवर चर्चा केली होती. तीन आठवड्यांच्या वार्षिक सुटीत मोहीम बसवणं, हा धंद्याच्या दृष्टीनं उत्कृष्ट मार्ग असला, तरी त्यामुळे खूप धावपळ होते आणि विरळ हवेला सरावायला किंवा आराम करायला हाताशी पुरेसा वेळ राहत नाही. मला वाटतं, याच कारणांमुळे ही मोहीम इच्छेनुरूप घडू शकली नाही.''

आमा डब्लाम मोहिमेबद्दल मी अलीकडेच एड व्हिश्चूर्सबरोबर चर्चा करत असताना तो म्हणाला, ''स्कॉट कसा होता, ते तुला माहीत आहे. तो स्वत: काही फारसा सुसंघटित नव्हता; पण तो आपल्याभोवती सुसंघटित लोक जमा करू शकत असे. त्याच्या अंत:प्रेरणेमुळे आणि ऊर्जेमुळे सारं काही सुरळीतपणे घडवून आणत असे आणि मग तुम्हाला प्रश्न पडत असे की, हे कसं काय शक्य झालं?'' परंतु स्कॉटबरोबर असे पुरेसे सुसंघटित लोक नसते, तर मात्र ब्रॉकोली आणि स्पॅमचं जेवणसुद्धा मिळायचे वांधे झाले असते!

आमा डब्लामवरचे दिवस संपत आल्यावर स्कॉटनं स्टीव्ह श्रेडर ह्या

सीॲटलमधील तरुण गिर्यारोहकाबरोबर शिखरमाथा गाठायच्या प्रयत्न करायचं ठरवलं. चार्ली मेस म्हणाला, ''ही मोहीम यशस्वी झाल्याची जाहिरात करून आणखी गिऱ्हाइकं खेचून आणायच्या दृष्टीनं शिखरमाथा गाठणं आवश्यक आहे, असं स्कॉटनं ठरवलं.'' आमा डब्लाम चढून जायच्या परवान्यासाठी त्यांनी काही पैसे ठेव स्वरूपात मागितले होते. ह्या मोहिमेनं आमा डब्लामवर टाकलेल्या कचऱ्यापेक्षा जास्त कचरा खाली आणला, तरच ह्या ठेवीचे पैसे परत मिळणार होते. स्कॉट अन् स्टीव्ह श्रेडर पर्वतमाथा गाठण्यासाठी निघाले असताना चार्ली आणि मोहिमेतील इतरांनी त्या वेळात तंबूचे खुंट, जुने दोर इत्यादी कचरा पर्वतावरून खाली आणून टाकला.

फक्त स्कॉट आणि स्टीव्हच शिखरमाथ्यापर्यंत पोहोचू शकले असले, तरीही ही मोहीम एकूण चांगली झाली. चार्ली म्हणाला, ''ही सफर खूप आनंदाची वाटली, कारण आमच्याखेरीज आमा डब्लामवर इतर कुणीही नव्हतं. ही गोष्ट किती दुर्मीळ आहे, हे तेव्हा माझ्या लक्षात आलेलं नव्हतं. आज तुम्हाला तंबू ठोकायला जागा मिळवण्यासाठी धडपड करावी लागते.''

लोकांना प्रेरित करून त्यांना त्यांच्या कुवतीपलीकडलं यश खेचून आणायला स्कॉट प्रवृत्त करत असे; परंतु मोहिमेतील बारीकसारीक किचकट तपशील लक्षात घेऊन संयोजन करणं, हा त्याचा प्रांत नव्हता. दैनंदिन प्रश्न नीटपणे सोडवण्यासाठी फक्त एवढी प्रेरणा पुरेशी ठरत नसते, त्यासाठी काळजीपूर्वक नियोजन करणं आवश्यक असतं. त्यात तो उणा पडत असे आणि मग वैफल्यामुळे रात्रभर दात कराकरा चावायची वेळ आली नसती, तरच नवल!

परंतु एका गोष्टीबद्दल त्यांची पक्की खात्री होती. ती गोष्ट म्हणजे, एव्हरेस्ट चढून जायची त्याची दुर्दम्य इच्छा! तो आमा डब्लाम शिखरमाथ्यावर उभा राहिला आणि त्यानं उत्तरेकडे नजर टाकली. जेट विमानामुळे सोसाट्याचा वारा सुटून एव्हरेस्टवरला बर्फाचा प्रचंड तुकडा खेचला गेलेला दिसत होता. स्कॉटला एव्हरेस्टबद्दल विलक्षण आकर्षण वाटत असे. एव्हरेस्टपासून दूर जाताना त्याला अतिशय दुःख होत असे. परंतु तो खुंबू खोऱ्यात पुन्हा नक्कीच येणार होता आणि एडमंड हिलरींच्या पावलावर पाऊल टाकून एव्हरेस्टमाथा गाठणार होता!

पुढल्या वेळेस गोष्टी वेगळ्या प्रकारे घडणार होत्या.

एकोणीस
झोकात एव्हरेस्टवर!

त्या छोट्याशा गटात सामील होता येणं, हा अनोखा आनंद होता! कमी पैशांत पाच मित्र मोठ्या पर्वतावर! एव्हरेस्टवर कुणीही नव्हतं आणि त्यावर चढून जाणं, हे थरारक साहस होतं.

- स्टीव्ह गाइप
एनओएलएसचा प्रशिक्षक आणि एव्हरेस्ट मोहिमेचा डॉक्टर

एनओएलएसचे शिष्य पाठीवर बॅकपॅक टाकून मित्रांसमवेत गिर्यारोहणासाठी खास एनओएलएसच्या ढंगानं बाहेर पडत, तेव्हा नेहमीच खूप मजा येत असे. कधीकधी ग्रॅन्ड टीटॉनवर चढून जाण्याचा त्यांचा बेत असे, तर कधीकधी विन्डरिव्हर पर्वतराजींतल्या एखाद्या शिखरावर चढून जाण्याची मोहीम असे. या वेळेस ते माउन्ट एव्हरेस्टवर निघाले होते आणि त्यात नावडण्याजोगं काय होतं?

१९९४ सालची सागरमाथा पर्यावरण मोहीम ही स्टीव्ह गोरिलची शक्कल होती. स्टीव्ह गोरिल हा एनओएलएसचा कडक स्वभावाचा प्रशिक्षक होता. एनओएलएसमध्ये तो प्रख्यात होता. त्यानं पर्वतांवर सलग ४४० आठवडे प्रशिक्षण देत राहण्याचा उच्चांक केलेला होता. त्याचाच अर्थ असा होता की, त्याच्या आयुष्याची साडेआठ वर्षं त्यानं पर्वतांवर फक्त बॅकपॅकमधील सामानावर घालवली होती. तो जेव्हा पर्वतांवर नसे, तेव्हा विमानातून पॅराशूट उघडून उडी मारण्याच्या तयारीत असे किंवा स्कूबा डायव्हिंग तरी करत असे. त्यानं शेकडो वेळा या गोष्टी केलेल्या होत्या. विमानातून प्रवास करतानासुद्धा तो स्वत:चं पॅराशूट सोबत नेत असे, असं म्हणत असत. त्यानं नासा अंतराळयानाचं माहितीपत्रक अक्षरश: पाठ केलेलं होतं! म्हणजे कुणी त्याला अंतराळयानातून जायचं आमंत्रण दिलंच असतं, तर तो त्यासाठी पूर्णपणे सिद्ध होता. दुसऱ्या ग्रहावर मरण यावं, अशी त्याची इच्छा होती.

मी अलीकडेच स्टीव्ह गोरिलला त्याच्या बोल्डर, कोलोराडो येथील घरात

भेटलो. एनओएलएसमधील असंख्य लोकांनी त्याच्या खर्जातल्या खरखरीत आवाजाची नक्कल करत त्याच्याबद्दलच्या आख्यायिका ऐकवल्या आहेत, असं मी त्याला सांगितलं. तो त्याच्या खर्जातल्या आवाजात गडगडून हसला. म्हणाला, ''हे ऐकून मला अजिबात आश्चर्य वाटत नाहीय.'' परंतु त्याच्या आवाजाची नक्कल करणं मात्र कुणालाच नीटसं जमलेलं नव्हतं!

त्याच्याबद्दलच्या चित्तरकथांपैकी एका कथेत त्यानं दुरुस्ती केली. त्यानं विमान आपद्ग्रस्त होईल, ह्या भीतीपोटी विमानात पॅराशूट नेलेलं नव्हतं. तो म्हणाला, ''मी स्कायडायव्हर आहे आणि विमानाच्या कार्गो (सामानाच्या) विभागात माझं पॅराशूट मला खराब होऊ द्यायचं नव्हतं.'' मग क्षणभर थांबून तो पुढे म्हणाला, ''आणि अर्थात, तीस हजार फुटांवर विमान असताना काही प्रश्न उद्भवलाच असता, तर उतारूंपैकी फक्त माझ्यापुढेच कोणतातरी पर्याय उपलब्ध असणार होता!''

स्कॉटपेक्षा गोरिल दोन वर्षांनी मोठा होता. तोसुद्धा १९७०च्या आल्कोआतर्फे सादर करण्यात आलेल्या 'थर्टी डेज टू सर्व्हायव्हल' हा माहितीपट पाहून लॅन्डरला पोहोचला होता. त्यानं एनओएलएसच्या संस्थापकाकडून त्याच्या तीस दिवसांच्या अभ्यासक्रमात खूप काही शिकून घेतलं. पर्वतांवरील अरण्यांमध्ये राहण्याची इतकी ओढ वाटत असली, तरी त्याला दुर्गम पर्वतांवरील गिर्यारोहणाची ओढ त्याच्या सहाध्यायांपेक्षा खूपच उशिरा वाटू लागली. वयाचं तिशीचं दशक संपत आल्यावर त्याला वाटू लागलं की, माउन्ट एव्हरेस्टवर चढून जायचं असेल, तर त्याबद्दलची हालचाल लवकरच सुरू करायला हवी.

स्टीव्हनं नेपाळ सरकारकडे १९९२च्या एव्हरेस्ट परवान्यासाठी अर्ज केला. त्याच्याबरोबर एव्हरेस्ट मोहिमेवर येण्यासाठी त्यानं स्टीव्ह गाइप आणि एनओएलएसच्या अन्य प्रशिक्षकांना विचारणा केली. डॉक्टर स्टीव्ह गाइप हे मॉन्टानामधील डॉक्टर होते. ते एनओएलएसमध्ये टीव्ही प्रोग्रामच्या पूर्वीपासून जात होते. १९६९मध्ये 'थर्टी डेज टू सर्व्हायव्हल' ह्या माहितीपटाचं चित्रण करण्यासाठी आलेल्या मंडळींना जेवण पोहोचवणं, त्यांचं सामान वाहून नेणं या कामांसाठी पेट्झोल्टनं दहा तरुण एनओएलएस प्रशिक्षकांवर जबाबदारी सोपवली होती. त्यात स्टीव्ह गाइपचा समावेश होता.

स्टीव्ह गोरिलनं एव्हरेस्ट मोहिमेसाठी रॉब हेसलासुद्धा आमंत्रण दिलं. हा एनओएलएसचा जुना खंदा प्रशिक्षक होता आणि जॅक्सन होल माउन्टेनिअरींग कंपनीचा व्यावसायिक वाटाड्या होता. मोहिमेच्या गिर्यारोहणातील नेता स्कॉट फिशर होता. सारं काही जुळून आल्यासारखं वाटत असतानाच परवान्याबद्दलच्या वाटाघाटी दरम्यान समस्या उभी राहिली.

एव्हरेस्टवर १९९०मध्ये चढून गेल्यानंतर रॉब हॉल आणि गेरी बॉल यांनी, त्याचप्रमाणे इतर गिर्यारोहण कंपन्यांच्या प्रमुखांनी व्यावसायिक पातळीवर एव्हरेस्टवर आपले ग्राहक आणायला सुरुवात केली. परवान्यांसाठी मागणी वाढत चालली होती. वाढत्या संख्येनं एव्हरेस्ट चढू पाहणारे इच्छुक परवान्यासाठी जास्त पैसे मोजायला तयार आहेत, ही गोष्ट नेपाळ सरकारच्या लक्षात आली. परंतु अधिक लोक एव्हरेस्टवर चढू लागल्यावर कॅम्प्सवरील कचरा, साउथ कोलवर व वरती फेकलेली प्राणवायूची रिकामी नळकांडी अशा गोष्टीसुद्धा वाढू लागल्या. नेपाळचं पर्यटन मंत्रालय या मोहिमांमुळे झालेला कचरा वाढू न देता आपलं उत्पन्न कसं वाढवावं, याबद्दल विचार करू लागलं.

स्टीव्ह गोरिलनं एव्हरेस्ट परवान्यासाठी पहिल्यांदा अर्ज केला, तेव्हा त्याला ५००० डॉलर्स भरावे लागले; परंतु नेपाळ सरकारनं त्याला परवाना दिला नाहीच आणि त्याचे पैसेसुद्धा परत दिले नाहीत. पुढल्या वर्षी परवान्याची फी १०००० डॉलर्स करण्यात आलेली होती. या वेळेससुद्धा त्याला पूर्वीसारखाच अनुभव आला. त्याला परवाना दिला नाही आणि पर्यटन मंत्रालयानं त्याचे १०००० डॉलर्सही परत केले नाहीत. रॉब हेस मला म्हणाला, ''नेपाळमध्ये पैसे परत करण्याची वगैरे बातच नसते! एकदा पैसे दिले की, ते गेले समजा!''

फी वाढवल्यामुळे नेपाळ सरकारला जास्त पैसे मिळू लागले असले, तरी त्यामुळे मोहिमांची संख्या अजिबात घटली नाही. नेपाळमार्गे १९९१मध्ये एव्हरेस्टवर चढून जाण्यासाठी २१ मोहिमा, तर १९९२मध्ये २४ मोहिमा आणि १९९३मध्ये १९ मोहिमा खुंबू खोऱ्यातून एव्हरेस्ट बेस कॅम्पवर पोहोचल्या.

पर्यटन मंत्रालयानं १९९४च्या वसंत ऋतूसाठी नवंच धोरण राबवलं. त्यांनी जाहीर केलं की, माउन्ट एव्हरेस्टवर प्रत्येक रस्त्यावरून फक्त एकाच मोहिमेला जाता येईल. मोहिमेसाठी सरसकट १०००० डॉलर्स फी न आकारता मोहिमेतील माणसागणिक १०००० डॉलर्स फी आकारली जाईल. रॉब हेस म्हणाला, ''तीन वर्षांत आमच्या पाच जणांच्या मोहिमेला परवान्यासाठी पाच हजार डॉलर्सऐवजी पन्नास हजार डॉलर्स मोजावे लागणार होते; पण आमच्यापुढे पर्यायच राहिला नाही.''

न्यूझीलंडच्या रॉब हॉलची ॲडव्हेंचर कन्सल्टंट्स कंपनी आणि टॉड बर्लसन व पीट एथॅन्स ह्या दोन अमेरिकन्सची अल्पाइन ॲसेंट्स ग्रुप ही कंपनी नव्या नियमांपूर्वीच परवाने मिळवून बसलेली असल्यामुळे त्यांना जुन्या दरातच एव्हरेस्टवर ग्राहक नेता येणे शक्य होते. एका जपानी मोहिमेला एव्हरेस्ट बेस कॅम्पवर मुक्काम ठोकून तिथून एव्हरेस्टमाथ्यावर साउथ रिब वाटे चढून जायची

परवानगी देण्यात आलेली होती. याखेरीज आणखी परवाने दिले जातील, असा रंग दिसत नव्हता.

परंतु, यातून मार्ग काढायला एक पळवाट उपलब्ध होती. पर्यावरणविषयक मोहिमा एव्हरेस्टवर घेऊन येणाऱ्यांसाठी हा मार्ग खुला होता. गोरिल त्याच्या मोहिमेला 'कॅम्पच्या जागांची सफाई करण्यासाठीची मोहीम' असं रूप दिलं. नेपाळच्या पर्यटन मंत्रालयानं त्याला सांगितलं की, जर त्यानं पाच गिर्यारोहकांसाठी ५००० डॉलर्स उभे केले, तर त्याला परवाना नक्कीच मिळेल. त्यानं ती रक्कम उभी करायचं ठरवलं. स्टीव्ह गाइप, स्कॉट, रॉब हेस हे सारे जण त्याच्याशी सहमत होते. रॉब हेस म्हणाला, ''मी आधीच खूप पैसे खर्च केलेले होते, तरीही मी ठरवलं की, मी हाडाचा गिर्यारोहक आहे आणि मी ही मोहीम तडीस नेईनच नेईन!''

एनओएलएसमधील ओळखींमुळे आणि मित्रांमुळे रॉब आणि स्कॉट एकमेकांना दहा वर्षांहून अधिक काळ ओळखत होते. माउन्टन मॅडनेसनं माउन्ट मॅककिनलेवर प्रिन्स्टन युनिव्हर्सिटीच्या आठ इच्छुक विद्यार्थ्यांना नेण्यासाठी १९९३मध्ये जी मोहीम आखली होती, त्यात स्कॉटनं नेतृत्वासाठी रॉबला नियुक्त केलं होतं. ह्या विद्यार्थ्यांनी त्यांच्या मोहिमेला 'बरं होण्यासाठी गिर्यारोहण मोहीम' असं नाव देऊन एड्सबद्दल जनजागृती करण्यासाठी पैसे जमवायचं ठरवलं होतं. रॉबखेरीज स्कॉटनं ब्रेंट बिशप यालासुद्धा या मोहिमेत वाटाड्या म्हणून समवेत घेतलं होतं. ब्रेंट बिशपला ग्रॅन्ड टीटॉनवर वाटाड्या म्हणून मोहिमांचं नेतृत्व करण्याचा अनेक वर्षांचा अनुभव होता.

रॉब मला म्हणाला, ''ती देनालीची सफर हा स्कॉटचा आणि माझ्या मैत्रीतला व व्यावसायिक सहकारी म्हणून काम करण्याचा महत्त्वाचा टप्पा होता. वाटाड्या म्हणून ती मोहीम नेताना आमच्यात दृढ स्नेह निर्माण झाला. स्कॉटच्या ठायी इतरांना आकर्षित करण्याची एक शक्ती होती. त्याचं नाव गिर्यारोहण जगतात सुप्रसिद्ध होतं. स्कॉटच्या अंगी सुज्ञपणा आणि कौशल्य होतं, पण काही बाबींमध्ये मी अधिक अनुभवी होतो. बर्फात निवारा कसा तयार करावा, दोर कसे बांधावेत, सर्व गोष्टींची जुळवाजुळव कशी करावी आणि व्यवसायाच्या सर्व बारीकसारीक तपशिलाकडे कसं लक्ष ठेवावं ह्या गोष्टींचा मला भरपूर अनुभव होता आणि ह्या गोष्टी मी पार पाडत होतो.''

रॉब स्कॉटला मित्र आणि गुरू मानत असे. रॉब म्हणाला, ''लोकांमधलं उत्कृष्ट ते सारं उजेडात आणण्याची स्कॉटमध्ये हातोटी होती. त्यानं माझ्याबाबतीत तेच केलं. तो नेहमी उत्तेजन देत असे आणि आम्ही एकत्र असलो की, सारी कामं सुरळीतपणे पार पाडत असू.'' त्यांची मैत्री दृढ होण्याला कारणीभूत ठरला बाटल्यांचा खेळ!

'बरं होण्यासाठी गिर्यारोहण मोहीम' नीटपणे पुढे जात होती. शिखरापासून ३००० फूट खाली, १७००० फुटांवर तंबू ठोकेपर्यंत सारं सुरळीतपणे चाललं होतं; पण तिथे तंबू ठोकल्यावर त्यांच्या मोहिमेतले आणि जवळपासच्या इतर अनेक मोहिमांमधले लोक भीषण वादळामुळे तंबूतच तीन दिवस अडकून पडले. रॉब म्हणाला, ''ती पराकोटीची वाईट हवा नसली, तरी कुणीच पुढे न जाण्याइतकी वाईट नक्कीच होती. तंबूत अडकून पडलेले गिर्यारोहक बेचैन झालेले होते.''

स्कॉटनं रॉब आणि प्रिन्स्टनच्या इतर काही विद्यार्थ्यांना बाहेर येऊन बाटलीच्या खेळात भाग घ्यायचं आव्हान दिलं. हाताच्या कुस्तीप्रमाणेच हा बाटलीचा खेळ हीसुद्धा स्कॉटची खासियत होती. पायांतल्या गिर्यारोहणाच्या बुटांच्या पुढच्या टोकानं स्कॉटनं बर्फात एक रेषा खोदून काढली. त्यानं आपली पावलं ह्या रेषेच्या मागे ठेवली आणि पाण्याच्या दोन बाटल्या उभ्या करून रेषेच्या पुढल्या भागात ठेवल्या. त्यानं त्याचे दोन्ही हात त्या बाटल्यांच्या डोक्यावर ठेवले आणि उकिडवा बसून चवड्यांवर शरीराचा भार संभाळत त्यानं त्या बाटल्या ढकलत शक्य तेवढ्या पुढे नेल्या. तोल संभाळत त्या बाटल्या आणखी पुढे नेता येणं शक्य नाही, असं जेव्हा त्याला वाटलं; तेव्हा त्यानं एक बाटली खुणेसाठी तशीच ठेवली आणि दुसऱ्या बाटलीच्या डोक्याचा आधार घेत तो रेषेपर्यंत उलटा परत आला आणि उठून उभा राहिला. सारा वेळ बर्फाला फक्त त्याच्या बाटलीचा आणि बुटांचा स्पर्श होत होता. प्रत्येकानं ह्या खेळात आळीपाळीनं भाग घेतला. इतर कुणापेक्षासुद्धा आपली बाटली सर्वांत पुढे ठेवता यावी, अशी त्यांच्यात चुरस निर्माण झाली.

रॉब म्हणाला, ''त्या भीषण वादळी हवेत, सतरा हजार फुटांच्या उंचीवर स्कॉटनं बाटलीच्या खेळाला सुरुवात केली आणि बघता-बघता सारे जण आपापल्या तंबूमधून बाहेर पडून त्या खेळात भाग घेऊ लागले. वीस-पंचवीस लोक नव्हे, सारा कॅम्पच त्या खेळात सहभागी झाला. स्कॉट लोकांना कसं उत्तेजन देतो आणि एखाद्या गोष्टीचा ध्यास कसा लावू शकतो, हे पाहून मी थक्क झालो. झेक, फ्रेंच, अमेरिकन्स सगळेच त्या खेळात सामील झाले!''

देनालीतलं वादळ चालूच राहिलं आणि ह्या मोहिमेतील बरेच लोक आजारी पडले. रॉबनं त्यांना पर्वतपायथ्यापर्यंत नेऊन पोहोचवलं. स्कॉट आणि त्याच्याबरोबरचा ब्रेंट बिशप हा गिर्यारोहक, या दोघांनी प्रिन्स्टनच्या अन्य विद्यार्थ्यांना पर्वतमाथ्यापर्यंत नेलं. ''ते सारं नीटपणे पार पडलं. आम्हाला त्यातून प्रसिद्धीसुद्धा मिळाली. 'पीपल' नावाच्या मासिकात आमचे फोटो छापून आले. ह्या मोहिमेचं आणखी महत्त्वाचं यश म्हणजे एड्सवर संशोधन करणाऱ्या

अमेरिकन फाउंडेशन ह्या संस्थेसाठी ह्या मोहिमेला २,८०,००० डॉलर्स उभे करता आले!'' रॉब म्हणाला.

स्कॉट आणि रॉबबरोबर देनालीत काम केल्यानंतर ब्रेंट बिशप यानंदेखील १९९४च्या एव्हरेस्ट मोहिमेत सामील व्हायचं ठरवलं. त्याचे वडील बॅरी बिशप यांनी १९६३च्या अमेरिकन एव्हरेस्ट मोहिमेत भाग घेतलेला होता. त्यांच्या पावलांवर पाऊल टाकून एव्हरेस्ट मोहिमेत भाग घ्यायचा ब्रेंट बिशपचा निर्धार होता. ब्रेंटनं युनिव्हर्सिटी ऑफ वॉशिंग्टन येथून दोन पदवी अभ्यासक्रम पुरे केले होते. एक होती बिझनेस मॅनेजमेंटची पदवी आणि दुसरी होती पर्यावरण विषयातली पदवी. स्टीव्ह गोरिलच्या मोहिमेत ज्या व्यावसायिक तज्ज्ञतेचा अभाव होता, ती त्रुटी यामुळे भरून निघणार होती.

ह्या मोहिमेचं अंदाजपत्रक होतं दीड लाख डॉलर्सचं. त्या वेळच्या बऱ्याचशा एव्हरेस्ट मोहिमांच्या तुलनेनं हे अंदाजपत्रक अगदीच किरकोळ होतं. गिर्यारोहकांनी टी-शर्ट्स विकले. पदभ्रमंतीवर असलेल्या दोन गटांना माऊन्टन मॅडनेसने मोहिमेच्या वेळेस बेस कॅम्पला भेट देण्याचं आमंत्रण दिलं. पदभ्रमंती करणाऱ्या गटातील प्रत्येक सदस्य ह्या मोहिमेसाठी हजार डॉलर्स देणार होता. यापैकी एका गटात प्रामुख्यानं एनओएलएसचे व्यवस्थापक आणि संचालकमंडळीच होती.

स्कॉट प्रत्येकाला प्रोत्साहन देत सांगत राहिला, ''काळजी करू नका; आपण ही मोहीम नेणार म्हणजे नेणारच! आपण एव्हरेस्टमाथा गाठणार!''

स्टीव्ह गोरिल यानं नेपाळच्या पर्यटन मंत्रालयाकडून एव्हरेस्टवर चढायचा परवाना मिळवताना एव्हरेस्टवरील कचरा हटवून पर्यावरणासाठी मदत करायचं जे आश्वासन दिलेलं होतं, त्याचा मोहिमेसाठी देणग्या मिळवायला खूपच फायदा झाला. एव्हरेस्टला नेपाळमध्ये नाव आहे - सागरमाथा. त्या नावाचा वापर करून त्यांनी आपल्या मोहिमेला 'सागरमाथा पर्यावरण मोहीम' असं नाव दिलं. पर्वतावरील कचरा हलवण्याबाबत काहीतरी हालचाल करण्याचं त्यांनी आश्वासन दिलं. यापूर्वी अशा प्रकारचा प्रयत्न करण्यात आलेला होता. बॉब मॅककॉनेल हा एनओएलएसमधील अनुभवी गडी होता. १९८७च्या अमेरिकन एव्हरेस्ट-नॉर्थफेस मोहिमेच्या बेस कॅम्पचा तो व्यवस्थापक होता. त्यानं एव्हरेस्टच्या तिबेटच्या बाजूला बऱ्याचदा जाऊन सफाईचं काम हाती घेतलेलं होतं. 'तुम्ही पर्वत आधीपेक्षा अधिक स्वच्छ परिस्थितीत सोडून परत आलं पाहिजे', ह्या एनओएलएसच्या विचारसरणीचा स्टीव्ह गोरिलवरसुद्धा जोरदार पगडा होता. त्यामुळे मॅककॉनेलचं यश पाहून त्याला मोहिमेसाठी ही कल्पना सुचली होती.

मॅककॉनेल त्याच्या एका सफाई मोहिमेत क्रिस न्यूमन ह्या मिसुरी राज्यात

राहणाऱ्या तरुण मुलाला घेऊन गेला होता. एव्हरेस्ट मोहिमांवर जाणारे लोक एव्हरेस्टवर कचरा तसाच ठेवून परत फिरत असत. क्रिस मला म्हणाला, ''एव्हरेस्टवर चढण्यापेक्षा तेथील कचरा हटवण्यातच मला जास्त रस वाटत होता.''

क्रिसला १९९१मध्ये वॉटसन फेलोशिप मिळालेली होती आणि त्यानं ते पैसे हिमालयात जाऊन तिथली परिस्थिती आपल्या डोळ्यांनी पाहण्यासाठी वापरले होते. क्रिस मला म्हणाला, ''वॉटसन कुटुंबीयांनी आयबीएम कंपनीची स्थापना केली. त्यांनी उदारपणे देणगी देऊन एक निधी तयार केला होता. छोट्या लिबरल आर्ट्स कॉलेजातील विद्यार्थ्यांना वेगवेगळ्या देशांमध्ये संशोधन करता यावं म्हणून ह्या निधीद्वारे पैसे दिले जात. इंग्लंड आणि जर्मनीतील बिअर बनवायची पारंपरिक पद्धत पाहण्यासाठी एका मुलाला ह्या निधीतून पंधरा हजार डॉलर्स दिले गेले होते, असं मी ऐकलं होतं.''

हिमालयातून क्रिस परत आल्यावर पर्यावरणाचे कायदे शिकायच्या हेतूनं मॉन्टाना राज्यात आला. योगायोगानं तो स्टीव्ह गाइपच्या धान्याच्या गोदामात मुक्कामाला राहिला. पर्यावरणसंबंधातील एका एव्हरेस्ट मोहिमेवर येण्यासाठी डॉक्टर गाइप यांना आमंत्रण मिळाल्याची बातमी त्यानं ऐकली. क्रिस मला म्हणाला, ''हे कळल्याबरोबर मी ह्या मोहिमेच्या बेस कॅम्पचा व्यवस्थापक आणि पर्यावरण व्यवस्थापक म्हणून काम करण्याची तयारी दर्शवली. मी फक्त विमान तिकिटाच्या बदल्यात ह्या जबाबदाऱ्या उचलायला तयार होतो.'' जेव्हा क्रिसला कळलं की, मोहिमेजवळ पैसे अजिबातच नसल्यामुळे सारे सदस्य आपापली विमानाची तिकिटं काढणारं आहेत, तेव्हा त्यानं मोहिमेत राहण्याच्या इच्छेपोटी स्वखर्चानं नेपाळला येण्याची तयारी दर्शवली.

जुनी आठवण सांगताना क्रिस म्हणाला, ''मी त्यांना म्हणालो की, ही पहिली खरीखुरी एव्हरेस्टवरली पर्यावरण मोहीम आहे आणि मी तिथे असल्याशिवाय त्यांना कचरा हटवायचं काम पार पाडता येणं अशक्य आहे. त्यांचा हेतू सच्चा असला, तरी त्यांचं पहिलं उद्दिष्ट शिखर चढून जाऊन सुखरूपपणे खाली उतरणं, हे असल्यामुळे माझ्याखेरीज हे काम करण्यासाठी कुणीच रिकामं नसेल, असं मी त्यांना सांगितलं.'' इतरांना हा मुद्दा पटला आणि त्यांनी क्रिसचा मोहिमेत समावेश करून घेतला.

क्रिस न्यूमन आणि स्टीव्ह गाइप यांनी मोहिमेसाठी पैसे जमा करण्यासाठी बोझमनमध्ये एका कार्यक्रमाचं आयोजन केलं. त्यांनी खाद्यपदार्थ व पेयांची सोय केली आणि लिलावासाठी वस्तू जमा केल्या. ह्या कार्यक्रमातील प्रमुख वक्ता ह्या नात्यानं स्कॉट सीॲटलहून विमानानं तिथे येणार होता. रॉब हेस, ब्रेंट बिशप आणि ब्रेंटचे वडीलसुद्धा तिथे उपस्थित राहणार होते. बोझमनला जाणाऱ्या शेवटच्या

विमानात ऐनवेळेस जागा मिळेल म्हणून स्कॉट थांबला होता, परंतु वाईट हवेमुळे ते उड्डाण रद्द करण्यात आलं.

मग बॅरी बिशप यांनी त्यांच्या १९६३च्या एव्हरेस्ट मोहिमेच्या स्लाइड्सचा ट्रे बाहेर काढला आणि आयत्या वेळेस त्या स्लाइड्स दाखवत भाषण करून स्कॉटची जागा भरून काढली. त्यांनी आपल्या भाषणात पर्यावरणविषयक जबाबदारीचा मुद्दा उभा केला. प्रेक्षकांना फोटो दाखवता-दाखवता ते म्हणाले, ''आपण तिथे उकिरडा सोडून आलो आहोत.'' ह्या वाक्यासोबत त्यांनी एव्हरेस्टवर टाकून दिलेली प्राणवायूची नळकांडी, तंबूंचे अवशेष आणि इतर कचरा यांचे फोटो दाखवले. ह्या गोष्टी १९६३च्या एव्हरेस्ट मोहिमेनं साउथ कोल इथं टाकून दिलेल्या होत्या. त्यांपैकी काही गोष्टी त्यापूर्वी आलेल्या मोहिमांनीसुद्धा टाकून दिलेल्या होत्या. ते म्हणाले, ''आता हे लोक आम्ही टाकलेला कचरा साफ करणार आहेत.''

बॅरी बिशप एव्हरेस्टवर १९६३मध्ये चढून गेले होते आणि ब्रेंट बिशप त्यानंतर एकतीस वर्षांनी एव्हरेस्टवर चाललेला होता. ह्या ३१ वर्षांच्या काळात नेपाळमधून ६२ मोहिमांनी एव्हरेस्टवर चढून जायचा प्रयत्न केलेला होता. वस्तुत: ह्या बहुतेक सर्व मोहिमांच्या लोकांनी एव्हरेस्टवर कचरा सोडून दिलेला होता. गिर्यारोहकांच्या बाजूनंच बोलायचं तर, पर्वतावरून खाली उतरून येणारे बरेचसे लोक जिवंत राहण्यासाठीच धडपडत असतात, त्यामुळे पर्यावरणविषयक जबाबदारी निभावण्याएवढी ताकदच त्यांच्या अंगी उरलेली नसे.

पैसे उभे करायचा, बोझमन गावातला हा प्रकल्प यशस्वी ठरला. पण उरलेले पैसे उभे करण्याचा मोठा प्रश्न अजूनही सुटलेला नव्हता. स्टीव्ह गाइप म्हणाले, ''स्कॉटच्या इच्छाशक्तीच्या बळावर ही मोहीम अमेरिकेतून नेपाळपर्यंत पोहोचेल, अशा विश्वासावर आम्ही आला दिवस ढकलत होतो.'' मोहीम निघण्यापूर्वी त्या सर्वांनाच पैशांची विवंचना लागलेली होती. मोहिमेला निघायला अगदी थोडे महिने राहिले असले, तरी पैशांचा प्रश्न सुटलेला नव्हता.

स्टीव्ह गाइपची पत्नी पुकी म्हणाली, ''ह्या एनओएलएसच्या लोकांकडे पैशांची नेहमीच चणचण असते; परंतु ते अनेक प्रयत्न करून पैशांची जमवाजमव करत होते आणि आपण मोहिमेवर जाऊ शकू, याबद्दल त्यांना पक्की खात्री होती. त्यांनी ह्या मोहिमेचं नाव जरी 'सागरमाथा पर्यावरण मोहीम' ठेवलं असलं, तरी मी ह्या मोहिमेचं नाव ठेवलं होतं, 'वैयक्तिक व्हिसा आणि मास्टरकार्डला पैसे पुरवलेली मोहीम'!'' पुकी म्हणाली.

नेपाळला जायच्या काही दिवस आधी ह्या मोहिमेचे सदस्य शिधासामग्री विकत घेण्यासाठी आणि गिर्यारोहणाचं सामान एकत्र करण्यासाठी सीॲटलमध्ये एकत्र जमले. प्रत्येकानं आपापले गरम कपडे आणि शून्याखाली चाळीस अंश

तापमानाला चालतील अशा स्लीपिंग बॅगा आणलेल्या होत्या. स्कॉटनं माउन्टन मॅडनेसच्या मालकीचे तंबू, गिर्यारोहणाची आयुधं आणि स्टोव्ह आणले होते. रॉब हॉलच्या अॅडव्हेंचर कन्सल्टंट्स कंपनीनं शेर्पांना खुंबू आइसफॉलमधील रस्ता तयार करायला सांगितला आहे आणि पर्वतावर उंचावरल्या अन्य अवघड जागी दोर बांधून ठेवायला सांगितले आहेत, हे स्कॉटला ठाऊक होतं. त्यामुळे स्कॉटच्या मोहिमेला जास्तीचे फारसे दोर आणावे लागणार नव्हते.

किराणा दुकानात जाऊन मोहिमेच्या सदस्यांनी ३००० डॉलर्स किंमतीच्या पास्ता, चीज इत्यादी खाण्याच्या वस्तू खरेदी केल्या. मग सारी रात्र जागून त्यांनी त्या गोष्टी सामानात बांधून टाकल्या. डॉक्टर गाइपनी सर्वांना गॅमा ग्लॉब्युलिनची इंजेक्शन्स देऊन पूर्वेकडील रोगराईपासून सुरक्षित ठेवलं. क्रिस न्यूमन म्हणाला, ''जणू काही ही नित्याचीच गोष्ट असावी, अशा थाटात पाच लोक गॅरेजमध्ये बसून एव्हरेस्ट मोहिमेसाठीचं सामान बांधत होते.''

स्कॉटनं थाई एअरलाइनकडून विशेष सवलत मिळवली असल्यामुळे त्यांना प्रत्येकी सत्तर पौंड वजनाच्या दोनऐवजी माणशी तीन बॅगा विमानानं नेता येणार होत्या. प्राणवायूची नळकांडी रशियाहून काठमांडूला पाठवली जाणार होती. त्याखेरीज ते नेपाळमध्ये जे ताजं अन्न विकत घेणार होते, त्याच्याशिवाय त्यांच्या पाच माणसांच्या एव्हरेस्ट मोहिमेला आवश्यक असलेल्या इतर सर्व सामानाचं वजन फक्त एक हजार पौंड एवढंच भरलं होतं. बऱ्याचशा मोहिमा बेस कॅम्पवर टनावारी सामान घेऊन येत असत; त्या तुलनेत हे सामान अगदी पिसांसारखं हलकंच ठरलं असतं.

स्टीव्ह गोरिल म्हणाला, ''कॅम्पिंगसाठी तर निघालोत!'' बऱ्याच दृष्टीनं ही तयारी एखाद्या नेहमीपेक्षा थोड्या अधिक महत्त्वाकांक्षी अशा एनओएलएसच्या कोर्ससारखीच वाटत होती. मोहिमेचे हे सदस्य बँकॉकला निघालेल्या विमानात बसले, त्यापूर्वी ते सर्व जण अठ्ठेचाळीस तास जागेच राहिलेले होते. बँकॉकहून ह्या मंडळींनी काठमांडूला जाणारं विमान पकडलं. काठमांडूहून धावपट्टीवर ते एका चिमुकल्या विमानातून उतरले. तिथून प्रवास करत खुंबू खोऱ्यातून चालत गेले आणि एव्हरेस्टच्या पायथ्याशी पोहोचले.

ह्या मोहिमेचे शेर्पा एव्हरेस्ट बेस कॅम्पवर त्यांच्या आधीच पोहोचलेले होते. क्रिस न्यूमन मला म्हणाला, ''आमची मोहीम पर्यावरणविषयक असल्यामुळे शेर्पांनी आम्हाला 'स्वच्छ चमू' असं नाव बहाल केलं होतं. एका मोठ्या धोंड्याला लागून त्यांनी आमचा कॅम्प उभारला होता आणि पक्क्या हिरव्या रंगाच्या स्प्रे पेंटनं त्यांनी त्या धोंड्यावर '१९९४ची अमेरिकेची स्वच्छता मोहीम' अशी अक्षरं रंगवली होती. अफलातून!''

नेहमीच्या मदतनीस शेर्पा कर्मचाऱ्यांखेरीज स्कॉटच्या मोहिमेनं खूप उंचावर चढून जाण्याची सवय असलेल्या दोन शेर्पांची नियुक्ती केलेली होती. त्यांची नावं होती सोना डेंड्यू आणि लॉपसँग जांगबू. लॉपसँग फक्त एकवीस वर्षांचा होता आणि तो आदल्या वर्षीच भारतातून एव्हरेस्टवर आलेल्या स्त्रियांच्या मोहिमेबरोबर एव्हरेस्टमाथ्यावर पोहोचलेला होता. याशिवाय तो एका जपानी मोहिमेबरोबर चो ओयूवरसुद्धा चढून गेलेला होता.

ब्रेंट बिशप हातात मुव्ही कॅमेरा घेऊन कॅम्पवर फिरला. त्यानं घेतलेल्या फिल्ममध्ये सुरुवातीला दूरवर असलेले जपानी मोहिमेचे तंबू दिसत होते. आमच्या कॅम्पच्या जवळ अल्पाइन ॲसेंट्स आणि ॲडव्हेंचर कन्सल्टंट्स चमूचे तंबू दिसत होते. ह्या कॅम्प्सवर भोजनगृहाचा, स्वयंपाक्यांसाठीचा तंबू तसंच मोहिमेच्या सदस्यांचे झोपण्यासाठीचे तंबू अशा सोई दिसत होत्या. सर्वांत शेवटी सागरमाथा पर्यावरण मोहिमेचे आमचे तंबू दिसू लागले. त्यात स्वयंपाक करणाऱ्या शेर्पांसाठीचा लाल-पांढरा त्रिकोणी तंबू होता, धोंड्यावर टारपॉलिनचं आच्छादन घालून बनवलेलं भोजनगृह होतं आणि गिर्यारोहकांचे वैयक्तिक तंबू होते. आमची मोहीम अगदी आटोपशीर दिसत होती.

स्टीव्ह गाइप मला म्हणाला, ''नव्या परवाना पद्धतीचं हे पहिलंच वर्ष होतं. त्यामुळे नेहमीपेक्षासुद्धा आणखी कमी लोक आलेले होते. आजच्या तुलनेनं तिथं कुणीच नव्हतं!''

जपानी मोहिमेचे लोक स्वत:च्या लोकांबरोबर राहणंच पसंत करत; परंतु इतर मोहिमांचे लोक बराच वेळ एकमेकांशी हास्यविनोद करत, मिळून-मिसळून वावरत असत. स्कॉट, रॉब हॉल आणि पीट एथॅन्स एकमेकांना वर्षानुवर्षं ओळखत होते. ते १९८९ आणि १९९०मध्ये एव्हरेस्ट बेस कॅम्पवर एकत्र राहिलेले होते. एड व्हिश्चर्स दोन वर्षांमागे स्काटबरोबर के टू हे शिखर चढून गेलेला होता. तो आता रॉब हॉलबरोबर काम करत होता. रॉब हॉलची पत्नी जॅन अरनॉल्ड ही डॉक्टर होती. तिनं बेस कॅम्पवर डॉक्टर स्टीव्ह गाइपबरोबर वैद्यकीय सुविधा पुरवायला सुरुवात केली. बरेचसे शेर्पासुद्धा एकमेकांना ओळखत होते.

स्टीव्ह गाइप मला म्हणाला, ''रॉब हॉलच्या बेस कॅम्पवर खूपच सुखसोई होत्या आणि ते आम्हाला नेहमी आमंत्रण देऊन तेथे बोलवत असत. आम्ही आमचा साधासुधा कॅम्प सोडून त्यांच्या राजेशाही कॅम्पमध्ये त्यांच्यासोबत बसत असू.''

जुनी आठवण सांगताना स्टीव्ह गोरिल म्हणाला, ''रॉबच्या कॅम्पवर सोलर शॉवर, विजेचे दिवे, सॅटेलाइट फोन, स्टीरिओ, होंडाचे तीन जनरेटर्स अशा सुखसोई होत्या. त्याच्या कंपनीला भरपूर पैसे देऊन पंधरा लोक तेथे आलेले होते. त्याच्या कॅम्पवर इम्पोर्टेड मद्य आणि अन्नपदार्थांची रेलचेल असे.''

इतके स्नेहपूर्ण संबंध असूनसुद्धा बेस कॅम्पवर तणाव उत्पन्न होत असे. क्रिस न्यूमन म्हणाला, ''उंचावरल्या कॅम्पवर कोणत्या संघांनी केव्हा राहायचं, अशासारख्या मुद्द्यावरून स्टीव्ह गोरिल आणि रॉब हॉल या दोघांमध्ये बाचाबाची होत असे. गोरिल आमच्या मोहिमेचं नेतृत्व करत असला, तरी ही त्याची इथली पहिलीच फेरी होती. इतर लोक स्कॉटकडेच नेता ह्या दृष्टीनं बघत असत आणि तोच इतर मोहिमांच्या लोकांबरोबर चर्चा करून महत्त्वाचे निर्णय घेत असे.''

शेर्पांनासुद्धा हा तणाव जाणवत असे. गोरिल म्हणाला, ''रॉब शेर्पांना तीन महिन्यांसाठी सहा हजार डॉलर्स देत होता. आम्ही त्याच्या निम्मे पैसे देत होतो. माझ्यामते, आम्ही आमच्या शेर्पांशी बरोबरीच्या नात्यानं वागत होतो. त्यांच्याएवढंच सामान आम्हीसुद्धा उचलत होतो. त्यांनी कचरा गोळा केला की, आम्हीसुद्धा करत असू. ते आम्हाला मदत करताहेत असं त्यांना वाटत असलं, तरी आम्ही म्हणालो त्याहून आमच्याकडे अधिक पैसे आहेत, अशी शंकासुद्धा त्यांना येत होती.''

सागरमाथा मोहिमेनं पर्वतावरून कचरा व प्राणवायूची नळकांडी खाली आणण्यासाठी मोहिमेतल्या शेर्पांना बोनस देऊ केलेला होता. त्यामुळे पगारातली तफावत खूपच कमी होणार होती. शिवाय, हा प्रयत्न किती महत्त्वाचा व अत्यावश्यक आहे, हे शेर्पांच्या लगेचच लक्षात आल्यावाचून राहिलं नाही. ''रॉब हॉलचे शेर्पा आमच्या शेर्पांचं कचरा उचलायचं काम बघून म्हणत असत की, ही अगदी योग्य गोष्ट आहे!'' गोरिल म्हणाला.

शेर्पांनी खुंबू आइसफॉलमधून जो रस्ता तयार केलेला होता, तो चारी मोहिमांचे लोक वापरणार होते. खुंबू आइसफॉलवरून चढून जाऊन ते वेस्टर्न सीडब्ल्यूएममार्गे ल्होट्से उतारावरून साउथ कोलला गेले. त्यांनी पहिला कॅम्प आइसफॉलच्या डोक्यावर तयार केला, दुसरा कॅम्प वेस्टर्न सीडब्ल्यूएमच्या अर्ध्या वाटेवर केला आणि तिसरा कॅम्प ल्होट्सेच्या उतारावर उंच जागी केला. स्कॉट अन् रॉब हेस सामान घेऊन साउथ कोलवर गेले आणि तेथे कॅम्प क्र. चारसाठी सामान ठेवून आले.

सारी तयारी पूर्ण झाली होती. गिर्यारोहक बेस कॅम्पवर येऊन विश्रांती घेऊ लागले आणि हवा सुधारली की, गिर्यारोहणाला सुरुवात करण्यासाठी सिद्ध झाले. नेमका ह्याच वेळी स्कॉट चांगलाच अडचणीत सापडला.

स्कॉटनं माउन्टन मॅडनेसच्या पदभ्रमंती करणाऱ्यांना जो प्रवासाचा मार्ग आखून दिलेला होता, त्यात एव्हरेस्ट बेस कॅम्पला भेट देण्याचं आश्वासनसुद्धा देण्यात आलेलं होतं. ह्या लोकांना आणखी एक मधाचं बेट लावून स्कॉटनं कबूल केलेलं होतं की, एव्हरेस्ट बेस कॅम्पवरून पदभ्रमंती करणाऱ्यांसमवेत

एव्हरेस्टचे गिर्यारोहक खुंबू खोऱ्यात उतरतील आणि त्यांच्याबरोबर आयलंड शिखर चढून जातील. खुंबूत पदभ्रमणास येणारे लोक हे शिखर खूपदा चढून जातात, कारण चढायला ते तसं सोपं आहे. एव्हरेस्ट बेस कॅम्पपासून आयलंड शिखर चढून जाऊन पुन्हा परत यायला चार ते पाच दिवस लागले असते. सीॲटलमध्ये गाठीशी तोकडी पुंजी असताना पैसे उभे करण्याच्या दृष्टीनं स्कॉटनं हे आश्वासन दिलं होतं. परंतु पदभ्रमणाचे सदस्य एव्हरेस्ट बेस कॅम्पवर पोहोचले, तोपर्यंत गिर्यारोहकांना तिथे येऊन महिना होऊन गेला होता आणि ते साउथ कोलपर्यंत उंचावर चढून गेलेले होते. पुढला आठवडा दुसरं शिखर चढण्यात खर्चायला स्कॉट आणि अन्य गिर्यारोहक अनुत्सुक होते.

क्रिस न्यूमन म्हणाला, ''एव्हरेस्टमाथा गाठायच्या दृष्टीनं बेस कॅम्पवर जास्तीची झोप आणि चांगला आहार घेणं महत्त्वाचं आहे, असं त्यांना वाटत होतं. विनाकारण देह कष्टवणं योग्य ठरलं नसतं.''

मग स्कॉटनं पदभ्रमण करणाऱ्यांना सुचवलं की, आयलंड शिखरावर नेण्याऐवजी तो त्यांना खुंबू आइसफॉलवर घेऊन जाईल. वस्तुत: मोहिमेजवळ जो परवाना होता, त्यात गिर्यारोहक म्हणून नोंद न झालेल्या कुणालाही एव्हरेस्ट बेस कॅम्पच्या पुढे जायची परवानगी नव्हती. ह्या परवान्याबरहुकूम मोहिमा वागताहेत की नाही याची खातरजमा करणारा संपर्क अधिकारी नमचे बझार येथे राहत होता. तेथे पायी जायला पूर्ण दिवस लागत असे.

खुंबू आइसफॉल चढून जाण्यास अत्यंत धोक्याचा म्हणून कुप्रसिद्धी पावलेला आहे. त्याच्या गोठलेल्या सुळक्यांवर आणि विवरांवर जाण्यास उत्तेजन देणं आणि एव्हरेस्ट परवान्याच्या अटीचं उल्लंघन करणं हे मोहिमेतील अन्य लोकांना पसंत नव्हतं. क्रिस न्यूमन म्हणाला, ''पदभ्रमण करणाऱ्यांना आइसफॉलवर नेणं, हा सुज्ञपणा ठरणार नाही, असं आम्ही सांगून पाहिलं. परंतु आम्ही त्यांना आयलंड शिखरावर जायचं कबूल केलेलं होतं आणि ते आम्ही करणार नव्हतो. त्यामुळे त्याऐवजी त्यांना दुसरं काही तरी प्रलोभन दाखवणं भाग होतं.''

सरतेशेवटी स्कॉटनं एका दिवशी पदभ्रमण करणाऱ्या काही लोकांना फॉलवर नेलं आणि दुसऱ्या दिवशी आणखी काही लोकांना आइसफॉलवर घेऊन गेला. ते शेवटल्या अडथळ्यापर्यंतच्या एकत्र बांधलेल्या दहा शिड्या ऐंशी फूट उंचीच्या बर्फाच्या भिंतीला खिळ्यांनी घट्ट ठोकलेल्या होत्या तिथवर जाऊन आले. ते शिड्यांवर न चढता पायथ्यावरूनच परत वळले, तरी ते ह्या साहसावर संतुष्ट राहिले होते.

ही बातमी नमचेपर्यंत वाऱ्यासारखी पसरली. संपर्क अधिकाऱ्याला आइसफॉलवरील बेकायदा सफरीची बातमी कळली आणि तो प्रक्षुब्ध मन:स्थितीत

बेस कॅम्पकडे धावला. रेडिओद्वारे पर्यटन मंत्रालयाला ह्या बेकायदा वर्तणुकीबद्दल सांगण्याची त्यानं स्कॉटला धमकी दिली. कायद्याचं असं उल्लंघन केल्याचं ऐकल्याबरोबर पर्यटन मंत्रालयाचे अधिकारी मोहिमेला एक लाख डॉलर्सचा दंड करतील आणि स्कॉटला पुढली पाच वर्षं एव्हरेस्टवर पाऊल ठेवायला मनाई करतील, असं त्याचं म्हणणं होतं. स्कॉटच्या लक्षात आलं की, ही धमकी म्हणजे पोकळ शब्द नव्हते! फक्त एव्हरेस्टवर चढायचा परवाना असताना ल्होट्सेवर चढून गेल्याच्या अपराधाबद्दल यापूर्वी गिर्यारोहकांना हिमालयातून हद्दपार करण्यात आलेलं होतं. आठ वर्षांपूर्वी पिक कॉम्युनिझ्मावर मोहीम घेऊन स्कॉट गेलेला असताना, रशियन अधिकाऱ्यांनी त्याला रेडिओवर सूचना दिलेली होती की, माउन्टन मॅडनेस मोहिमेच्या सदस्याबरोबर त्यानं ताबडतोब खाली उतरावं. स्कॉटनं त्या सूचनेचं पालन केलेलं नव्हतं. पुढल्या वर्षी त्याला माउन्ट एल्ब्रुसवर मोहीम नेण्यासाठी रशियानं परवाना दिला नव्हता.

स्कॉटच्या चमूपाशी बाहेरच्या जगाशी संपर्क साधण्यासाठी रेडिओ सेट नव्हता. हा संपर्क अधिकारी रॉब हॉलच्या कॅम्पवर पोहोचला आणि त्यानं रॉबला काठमांडूतील पर्यटन मंत्रालयाशी संपर्क जोडून द्यायला सांगितलं. क्रिस म्हणाला, ''रॉब प्रसंगावधान राखून वागला. आपला सॅटेलाइट फोन नीट चालत नाहीय, असं त्यानं त्या संपर्क अधिकाऱ्याला सांगितलं. त्यामुळे संपर्क अधिकाऱ्याला काठमांडूला संदेश पाठवताच आला नाही.''

त्या संपर्क अधिकाऱ्यानं स्कॉटला धमकी दिली की, तो अजूनही सागरमाथा मोहिमेला एव्हरेस्टवर जायला मनाई करू शकेल. ''इतकी वर्षं धडपड केल्यावर आता एव्हरेस्टमाथा गाठायची शक्यता वाटत असताना स्कॉटवर ती संधी गमावण्याची वेळ अचानक आली होती. ह्या कोड्यातून सुटण्यासाठी आम्ही त्या संपर्क अधिकाऱ्याला हजाराहून जास्त डॉलर्स दिले आणि त्याचं तोंड बंद केलं.'' क्रिस म्हणाला. ज्या मोहिमेच्या सदस्यांना पैशांची कडकी असते, त्यांना हा खर्चसुद्धा खूप होता.

स्कॉट आणि रॉब हॉलनं शिखरमाथा चढायला ९ मे हा शुभ मुहूर्त काढला होता. त्यांनी जुन्या नोंदी पाहून शोधून काढलं होतं की, या दिवशी सर्वाधिक लोक एव्हरेस्टमाथ्यावर पोहोचले होते. त्याच दिवशी एव्हरेस्टमाथा गाठावा, अशी त्यांची इच्छा होती. त्याचप्रमाणे रॉब आणि स्कॉट यांना एकाच वेळेस तिथे जावंसं वाटत होतं. एकत्र जाऊन एकमेकांना जास्त मदत होऊ शकेल, असं त्यांना वाटत होतं. स्टीव्ह गाइप म्हणाला, ''त्यांच्यात स्पर्धेची भावना अजिबात नव्हती. त्यांनी एकाच वेळेस शिखरमाथा गाठायचं ठरवलं, कारण त्यायोगे एकमेकांची एकमेकांना मदत होईल, असं त्यांना प्रांजळपणे वाटत होतं.''

७ मे रोजी स्कॉट, रॉब, ब्रेंट, स्टीव्ह गोरिल, स्टीव्ह गाइप यांनी आपापल्या बॅकपॅक्समध्ये सामान भरलं आणि लॉपसँग जांगबू व सोना डेंड्यूबरोबर ते खुंबू आइसफॉल चढून जाऊ लागले. त्यांनी कॅम्प क्र. दोनवर एक रात्र मुक्काम केला आणि दुसऱ्या रात्री कॅम्प क्र. तीनवर मुक्काम केला. दुसऱ्या दिवशी सकाळी जिनीव्हा स्पर ओलांडण्यासाठी पक्क्या बांधलेल्या दोऱ्यांना त्यांनी आपले कमरबंद बांधून घेतले. जिनीव्हा स्पर आणि यलो बँड ओलांडून ते साउथ कोल येथे पोहोचले. रॉब हेस आणि त्यांनी लवकरच इतरांना मागे टाकलं. स्टीव्ह गाइप आणि ब्रेंट जोडीनं चढत होते. मग स्टीव्ह थांबला आणि कपडे बदलू लागला. ती सकाळ चांगलीच गरम होती. त्यामुळे स्टीव्हनं कॅम्प क्र. तीन सोडण्यापूर्वी त्याचा पिसं भरलेला कोट उतरवला.

स्टीव्ह गाइप मला म्हणाला, ''त्यानंतर हवा खराब होऊन बर्फवृष्टीसह वारे वाहू लागले. मी बांधलेल्या दोरीला कॅराबायनरनं कमरबंद जोडून घेऊन जिनीव्हा स्परकडे चाललो होतो. स्टीव्ह गोरिलनं मला गाठलं. मला वाटलं की, आम्हाला निघायला थोडा उशीर झाला आहे आणि हवासुद्धा खराब झालेली आहे, त्यामुळे आम्ही कॅम्प क्र. तीनवर परत गेलो.'' ब्रेंट एकटाच हळूहळू पुढे जाऊन दुपारनंतर साउथ कोलवर पोहोचला. तिथे तो रॉब हेस आणि स्कॉटला भेटला. संध्याकाळी रॉब हॉल आणि एड व्हिश्चूर्ससुद्धा साउथ कोलवरील कॅम्पवर पोहोचले. त्यांच्याबरोबर त्यांच्या मोहिमेतील अन्य सहा लोक आणि उंचावर प्रवास करणारे तीन शेर्पासुद्धा होते.

गिर्यारोहकांनी आराम केला, बर्फ वितळवला, गिर्यारोहणाचं आपापलं सामान तपासलं आणि खराब हवेकडे साशंक नजरेनं बघितलं. मध्यरात्रीपर्यंत आकाश स्वच्छ झालं. पंचेचाळीस मिनिटांनी त्यांनी साउथ कोल सोडलं. स्कॉट, रॉब हेस आणि लॉपसँग हे प्राणवायूच्या नळकांड्या न घेताच पुढे गेले. त्यांनी त्यांच्यासोबत फक्त फॅनी पॅक्स[६] घेतले होते. बॉब मला म्हणाला, ''आम्ही ठरवलं होतं की, आपण खूप आधी निघून प्राणवायूच्या नळकांड्या घेऊन येणाऱ्या लोकांच्या आधी पुढे निघून जायला हवं. अंधारात प्रचंड थंडी वाजत होती, परंतु साउथ समिट गाठणं तसं सोपं होतं.''

सूर्य उगवला, तेव्हा वारा पडलेला होता. त्यांच्याहून खाली तरंगत असलेले ढग वर-वर चढत आले आणि आकाशात विरून गेले. हवा चांगली राहिली. पाच वर्षांपूर्वी वॉली बर्ग आणि पीटर जॅमिसनबरोबर स्कॉट जिथवर चढून आला होता आणि वाईट हवेमुळे मागे फिरला होता, तो टप्पा ओलांडून तो पुढे गेला.

---

६ फॅनी पॅक्स : झिपनं बंद करण्याजोगी कमरेवर अडकवायची पिशवी. यात तुम्ही अत्यावश्यक अशा थोड्याशा गोष्टी नेऊ शकता.

''मी स्कॉटहून पुढे पोहोचलो होतो आणि साउथ समिटपाशी मी त्याची वाट पाहत थांबलो.'' रॉब हेस म्हणाला. त्यांच्यापुढे डोंगरउतारावर दोर पक्का बांधलेला होता. त्याला कमरबंद जोडून घेऊन गिर्यारोहक साउथ समिट आणि हिलरी स्टेप यांमधली अरुंद कपार सुरक्षितपणे चढून जाऊ शकले असते.

साउथ समिटवर पोहोचल्यावर स्कॉटला आठवलं की, तो कॅराबायनर आणि नायलॉन स्लिंग आणायला विसरलाच आहे. दोराला कमरबंद बांधायला त्याच्यापाशी काहीच नव्हतं. तो रॉबला म्हणाला, ''माझ्याजवळ दोराला बांधायला काहीच नाहीय. मी तसाच वर चढायचा प्रयत्न करतो.''

रॉब त्याला म्हणाला, ''स्कॉट, थांब. बांधल्याशिवाय चढू नकोस.'' रॉबनं त्याची आइस-ॲक्स मनगटात अडकवण्यासाठी स्लिंग बांधलेली होती, ती त्यानं स्कॉटला दिली आणि स्कॉटनं त्याच्या साह्यानं दोराला बांधून घेतलं.

रॉब म्हणाला, ''पर्वतावर चढताना मला स्कॉटचा आधार वाटत असे आणि त्याला माझा!''

ते हिलरी स्टेप चढून गेले आणि सकाळी साधारण साडेआठच्या सुमाराला एव्हरेस्टमाथ्यावर पोहोचले. ''व्हूऽऽडॉगी! ब्रूऽऽऽस!'' स्कॉटनं आनंदानं आरोळी ठोकली. प्राणवायूच्या नळकांड्या न वापरता एव्हरेस्टमाथा गाठणारे ते तीन आणि चार क्रमांकाचे अमेरिकन नागरिक होते. त्यांनी मोठ्या झपाट्यानं आणि डौलानं चढून जाऊन शिखरमाथा गाठलेला होता. लॉपसँगनंसुद्धा एव्हरेस्टमाथा गाठला होता.

रॉब हेस म्हणाला, ''चढणं तसं सुलभ होतं. स्कॉट चांगलाच तगडा होता. त्याला शिखरमाथा गाठायची जाज्वल्य इच्छा होती. आम्ही सारे जणच आनंदात होतो... त्यापलीकडे सांगण्याजोगं आणखी काही नाही!'' रॉब त्याच्या मितभाषी स्वभावानुसार म्हणाला.

ब्रेंट बिशपसुद्धा एव्हरेस्टमाथ्यावर पोहोचला आणि ज्या जागी तीस वर्षांपूर्वी त्याच्या वडिलांनी पोहोचून गिर्यारोहणाच्या इतिहासात आपलं नाव कोरलेलं होतं, त्याच जागी अभिमानानं उभा राहिला. खाली उतरताना ह्या चौघांना रॉब हॉल त्याच्या एव्हरेस्टमाथ्यावरच्या चौथ्या सफरीवर जाताना भेटला. एड व्हिश्चर्स तिसऱ्यांदा एव्हरेस्टमाथा गाठणार होता. त्यांच्याबरोबर दोन शेर्पा आणि त्यांच्या कंपनीचे सहा ग्राहक वर चढत होते.

रॉब हेस म्हणाला, ''आम्ही दुपारी साडेबारा वाजता साउथ कोलवर पोहोचलो. ते सारं उत्तम प्रकारे पार पाडलं होतं.'' ते जेवले, चहा प्यायले आणि बाहेरचं सृष्टिसौंदर्य पाहू लागले.

''आम्ही आणखी खाली उतरून जायचा विचार करत होतो, परंतु आमचे पाय

अगदी थकून गेलेले होते. साउथ कोलपासून जिनीव्हा स्परकडे जाणाऱ्या बऱ्याचशा रस्त्यावर दोर बांधलेले नाहीत आणि तिथून उतरताना पडण्याचा धोका असतो. वाटेतला रस्ता गोठलेला होता. आम्ही खालच्या कॅम्पपर्यंत उतरून जाऊ शकलो असतो, परंतु प्राणवायूच्या नळकांड्यांशिवाय पर्वतमाथा गाठून आम्ही थकून गेलो होतो.'' रॉब हेस म्हणाला

स्टीव्ह गाइपनं रक्तातील प्राणवायूची पातळी मोजण्यासाठी एव्हरेस्टवर पल्स ऑक्सिमीटर आणलेला होता. तो त्यानं स्कॉट आणि रॉबबरोबर साउथ कोल येथे पाठवला होता. रॉब म्हणाला, ''स्टीव्हची इच्छा होती की, साउथ कोलहून वर चढण्यापूर्वी आम्ही तो वापरावा. पण मी त्याला म्हणालो की, मला जसं वाटतंय, त्यावर माझी प्रकृती कशी आहे ते मी ठरवणार आहे. यंत्रामुळे मला माझ्या मनावर उलटा परिणाम व्हायला नको होता. नाही तर 'मला तर उत्तम वाटतंय; पण हे यंत्र म्हणतंय की, तुझ्या रक्तातली प्राणवायूची पातळी पुरेशी नाही. आता काय करावं?' असा पेच विनाकारण पडू शकला असता.''

एव्हरेस्टवर चढून येऊन ते साउथ कोलवर विश्रांती घेत होते, तेव्हा मात्र स्कॉट आणि रॉबनं पल्स ऑक्सिमीटर वापरला. समुद्रसपाटीच्या पातळीवरल्या सदृढ माणसाच्या रक्तातील प्राणवायूची पातळी ९५च्या आसपास असायला हवी; स्कॉटची होती ५८ आणि रॉबची निघाली ६४! ''समुद्रसपाटीवर अशी पातळी असलेले लोक खूप आजारी असतात. आम्ही नक्कीच आजारी नव्हतो. आम्ही नुकताच एव्हरेस्टमाथा गाठला होता आणि साउथ कोलपर्यंत उतरून आलो होतो. पण आम्ही प्राणवायूचा वापर केलेला नव्हता आणि आता आम्हाला तेवढंसं तंदुरुस्त वाटत नव्हतं.'' रॉब म्हणाला.

स्कॉट व रॉब त्या दिवशी सकाळी वर चढत होते, तेव्हा स्टीव्ह गाइप आणि स्टीव्ह गोरिल कॅम्प क्र. तीनपासून साउथ कोलकडे यायला निघाले होते. चढताना त्यांना खूप उंचावर त्यांचे सहकारी दिसले. खूप उंचावरल्या बर्फावर ते ठिपक्यासारखे इवले दिसत होते. एव्हरेस्टमाथा गाठल्यावर रॉब हेस, स्कॉट आणि ब्रेंट शक्य तेवढ्या लवकर बेस कॅम्पवर परत येतील, हे त्यांच्या लक्षात आलं. स्टीव्ह गोरिल आणि स्टीव्ह गाइप संकटात सापडले, तर त्यांना मदत करायला त्यांच्या संघातलं अन्य कुणीही जवळपास नसेल.

स्टीव्ह गाइप म्हणाला, ''इतर कुणीही आसपास मदतीला नसताना, आम्ही दोघांनीच वर चढणं मला धोक्याचं वाटलं. मी ठरवलं की, एव्हरेस्टवर चढायची माझी संधी हुकली आहे.''

स्टीव्ह गोरिलनं याच्या बरोबर विरुद्ध असा निर्णय घेतला. एवढा खर्च करून इतकी धडपड करून, इथवर मजल मारलेली असताना मागं फिरणं हा मूर्खपणा

ठरेल, असं त्याला वाटत होतं. तो साउथ कोलकडे जात राहिला. तिथे त्याला रॉब, स्कॉट आणि ब्रेंट भेटले. त्यानं त्यांचं मनापासून अभिनंदन केलं, परंतु एकट्यानं वर जायच्या त्याच्या निर्णयाला ते दुजोरा देईनात.

स्कॉट त्याला म्हणाला, ''स्टीव्ह, यापूर्वी मीसुद्धा इथवर पोहोचून माथ्यावर जाऊ शकलो नव्हतो; तू आमच्याबरोबर खाली ये.''

स्टीव्ह म्हणाला, ''काही हरकत नाही. तुम्हाला तुमची संधी मिळाली आणि आता मला माझी संधी मिळतेय.''

स्कॉट म्हणाला, ''स्टीव्ह, प्रत्येक जणच माउन्ट एव्हरेस्टवर चढून गेलेला नसतो. तू केवढा धोका पत्करतो आहेस, याचा विचार कर!''

स्टीव्ह वाद घालत म्हणाला, ''तू आत्ताच तर चढून गेला आहेस! मी तुझ्या एवढेच कष्ट ह्या मोहिमेसाठी उचललेले आहेत आणि समोरच शिखर उभं आहे!''

स्कॉटनं शेवटचा एक प्रयत्न करत म्हटलं, ''हे पाहा, तू इथे राहून एकट्यानं चढून जायचा प्रयत्न केलास, तर तू जिवाला मुकशील, हे मला ठाऊक आहे. मी तिथे जाऊन आलो आहे.''

स्कॉटच्या म्हणण्याचा अर्थ कळायला स्टीव्हला त्याच्या तंबूपुढे फक्त काही यार्ड नजर टाकावी लागली. स्टीव्ह मला म्हणाला, ''तिथेच एक प्रेत पडलेलं दिसत होतं. मी स्वत:शीच म्हटल्याचं मला आठवतंय, मला तसं मरायची इच्छा नाही; तो मूर्खपणा ठरेल.''

रॉब हेस म्हणाला, ''दुसऱ्या दिवशी सकाळी आम्ही तिथून भराभर उतरू लागलो.'' जोरदार वारा सुटल्यामुळे गोरिलला एव्हरेस्टमाथ्याकडे जायला निघणं शक्य झालं नाही. पण कुठेही कॅम्प ठोकून राहू शकण्याच्या आपल्या कुवतीवर त्याचा विश्वास होता. त्यामुळे त्याच्या मोहिमेतील अन्य सर्व जण खाली उतरून गेले, तरी तो त्याच्या तंबूत एकटाच राहिला. ही मोहीम पर्यावरणविषयक असल्यामुळे इतरांनी गोरिलला न लागणारं इतर सारं सामान साउथ कोलवरून खाली उतरवलं.

ते मध्यान्हीला कॅम्प क्र. दोनवर पोहोचले. तेथे त्यांनी स्टीव्ह गाइपची भेट घेऊन त्याला सांगितलं की, गोरिल एकटाच साउथ कोलवर थांबलेला आहे आणि खराब हवेमुळे त्याला आणखी पुढे जाता येत नाहीये. डॉक्टर गाइप त्यांना म्हणाला की, गोरिल खाली उतरेपर्यंत तो कॅम्प क्र. दोनवरच थांबून त्याची वाट बघेल. इतरांनी त्याला शुभेच्छा दिल्या आणि ते खाली उतरून जाऊ लागले.

रॉब हेस मला म्हणाला, ''बेस कॅम्पवर उतरून आलो तरी मला अस्वस्थच वाटत होतं. तीन दिवस मला तसंच निरुत्साही वाटत राहिलं. मी ठरवलं की, मी पुन्हा तिथं कधीही कधी चढून जाणार नाही.''

स्कॉट, रॉब आणि ब्रेंट यांच्या दृष्टीनं मोहीम संपलेली होती. ते मार्च अखेरीपासून बेस कॅम्पवर राहत होते आणि आता मे महिन्याचा मध्य होत आलेला होता. स्टीव्ह गाइप कॅम्प क्र. दोन वर होता आणि स्टीव्ह गोरिल साउथ कोलवर होता, तरीसुद्धा त्यांनी आपलं सामान उचलून लुक्लाकडे प्रयाण केलं. त्यांचं हे वागणं म्हणजे १९९०च्या एव्हरेस्ट-ल्होट्से मोहिमेच्या पुनरावृत्तीचं होतं. त्या वेळेस स्कॉट अन् वॉली बर्ग ल्होट्से माथ्यावरच होते आणि एव्हरेस्टवर चढून गेलेले इतर लोक सामान बांधून निघून गेले होते.

क्रिस न्यूमन म्हणाला, ''आमच्या मोहिमेचे लोक विखुरले आणि मोहीम विस्कळीत झाली. असं बऱ्याचदा होतं. ही काही धंदेवाईक मोहीम नव्हती. इथं दरडोई पन्नास हजार डॉलर्स मोजून कुणी गिऱ्हाइकं आलेली नव्हती. असं असलं की, मोहिमेचा प्रमुख म्हणतो, 'आपण असं करणार आहोत' आणि अन्य सगळे त्याचं म्हणणं ऐकतात. अशी व्यावसायिकानं आणलेली मोहीम कधीही कुणालाच पर्वतावर एकटं टाकून तिथून हलत नसते.''

साउथ कोलवर अशा व्यावसायिक मोहिमेचे तंबू पडलेले होते. अल्पाइन ॲसेंट्स टीमची पंधरा गिऱ्हाइकं, वाटाडे, शेर्पा तेथे तंबू ठोकून राहात होते; पण त्यांची पहिली बांधिलकी त्यांच्या मोहिमेतील लोकांसाठी असणार होती. इतरांचं म्हणणं डावलून, हट्टानं तिथं एकट्यानं राहिलेल्या गिर्यारोहकाकडे ते कशाला लक्ष देणार होते?

पॉल पेट्झोल्टनं एनओएलएसच्या विद्यार्थ्यांच्या मनावर एक गोष्ट पक्की ठसवली होती. ती ही की, ते दुर्गम पर्वतावर चढणार असतील, तर तिथे तंबूमध्ये कसा टिकाव धरायचा याचं त्यांना पूर्ण ज्ञान असलं पाहिजे. मोठाल्या पर्वतांवर तंबू ठोकून कसं राहायचं, ह्यात स्टीव्ह गोरिलएवढं कुणीही पारंगत नव्हतं. त्यानं साउथ कोल सर्वत्र धुंडाळून पूर्णपणे रिकामी न झालेली प्राणवायूची नळकांडी शोधून काढली. त्यात प्राणवायू शिल्लक आहे, अशी खात्री करून घेतल्यावर त्यानं ती एकामागून एक वापरली. निघून गेलेल्या मोहिमांच्या तंबूंच्या अवशेषांमध्ये शोधाशोध केल्यावर त्याला टोमॅटो सूपची पाकिटं सापडली. पाच दिवस आणि पाच रात्री तो एकटाच साउथ कोलवरील तंबूत राहिला. आसपास दिसणाऱ्या प्रेतांकडे पाहणं तो कटाक्षानं टाळत होता.

गोरिलबद्दल स्टीव्ह गाइप म्हणाला, ''गोरिलनं एनओएलएससाठी अनेक सफरींचं आयोजन केलेलं होतं. कॅम्प कसा ठोकायचा आणि तंबूत सुरक्षित कसं राहायचं, हे त्याला पूर्णपणे ठाऊक होतं. तो मनानं खंबीर होता. तो सव्वीस हजार पाचशे फूट उंचीवर एकटाच सोसाट्याच्या वाऱ्यात राहत होता. अशा परिस्थितीत एकट्यानं तग धरून राहू शकणारे लोक विरळाच!''

साउथ कोलवर गोरिल चार दिवस राहिला आणि त्यानंतर हवा निवळू लागली. उरलीसुरली प्राणवायूची नळकांडी वापरून त्यानं त्याची भरलेली नळकांडी एव्हरेस्टसाठी बाजूला ठेवलेली होती. त्यानं चेहऱ्यावर ऑक्सिजन मास्क चढवला, त्याचा हेडलॅम्प ठाकठीक केला आणि एव्हरेस्टमाथ्याकडे तो चढून जायला सिद्ध झाला. वाटेत त्याला अल्पाइन ॲसेंट्स कंपनीचे गिर्यारोहक दिसले. त्यांच्याशी तो बोलला. पण खरं तर त्यानं ती सफर एकट्याच्या हिमतीवर पार पाडली.

स्टीव्ह मला म्हणाला, ''एव्हरेस्टमाथा गाठला, तेव्हा मी तिथं एकटाच होतो. मला वाटलं होतं त्याहून तिथं चढणं अधिक धोक्याचं निघालं. मी तिथे नव्वद मिनिटं थांबलो. सर्व दिशांचे फोटो घेतले, माझे स्वत:चे फोटो घेतले आणि मला तिथे खूपच मौज वाटली.''

दोन तासांनी तो साउथ कोलपर्यंत उतरून आला. तिथे त्यानं प्राणवायूची अर्धवट रिकामी आणखी नळकांडी शोधून काढून रात्रभर त्यावर भागवलं. दुसऱ्या दिवशी तो कॅम्प क्र. दोनवर उतरून आला, तेव्हा स्टीव्ह गाइपनं त्याचं स्वागत केलं.

स्टीव्ह गोरिल म्हणाला, ''मी स्टीव्ह गाइपला सांगितलं की, मी थकून गेलोय आणि मला खूप भूक लागलीय. त्यानं तासभर माझी कसून वैद्यकीय तपासणी केली. त्यानं मला खूपच प्रेमानं नीटपणे तपासलं. मी मनाशीच म्हटलं की, हा अगदी देवमाणूसच आहे. त्याला तिथं राहण्याची काहीही आवश्यकता नसताना, तो केवळ माझ्यासाठीच तिथं थांबला होता.''

गोरिलची प्रकृती ठीक आहे याची खात्री पटल्यावर मात्र स्टीव्ह गाइपनं गोरिलची कानउघाडणी केली. इतके दिवसे साउथ कोलवर राहणं किती धोक्याचं आहे, हे त्यानं समजावून सांगितलं. आपण पहाटेच तिथून निघून बेस कॅम्पकडे जाणार असल्याचं स्टीव्ह गाइपनं सांगितलं. दुसऱ्या दिवशी गोरिलचा वाढदिवस होता आणि त्यानं खूप वेळ झोपून मग आरामात उठायचं ठरवलं होतं.

स्टीव्ह गोरिल मला म्हणाला, ''मी सकाळी ११ वाजेपर्यंत कॅम्प दोनवरून निघालो नाही. मी जेव्हा खुंबू आइसफॉलजवळ पोहोचलो, तेव्हा तो वितळायच्या मार्गावर होता. दोर वेडेवाकडे झालेले होते, शिड्या ढिल्या पडलेल्या होत्या. मी पहाटेस गाइपबरोबर गेलो असतो, तर त्या पहाटेच्या वेळेच्या घट्ट बर्फात मी सहजपणे उतरून एव्हाना बेस कॅम्पवर विश्रांती घेत असतो. लोक कसे चुकीचे निर्णय घेतात, याबद्दल आपण सतत ऐकत असतो. मी तसाच चुकीचा निर्णय घेऊन आता त्याची फळं भोगत होतो.''

बेस कॅम्पवर गोरिल पोहोचला, तेव्हा स्टीव्ह गाइप खुंबू खोऱ्याकडे निघून गेल्याचं त्याला कळालं. त्याला इतरांना गाठायची घाई झालेली होती. '१९९४ अमेरिकन क्लीन अप टीम' अशी हिरव्या स्प्रे-पेंटनं एका मोठ्या धोंड्यावर रंगवलेली

अक्षरं वगळता तिथे त्यांच्या मोहिमेच्या कॅम्पपचं काहीही शिल्लक नव्हतं. होत्या फक्त गोरिलच्या सामानाच्या दोन डफल बॅगा.

ॲडव्हेंचर कन्सल्टंट्सच्या तंबूमधून जान अरनॉल्ड बाहेर आली आणि स्टीव्ह गोरिलची चौकशी करू लागली. ती तिच्या नवऱ्याची आणि एड व्हिश्चर्सची वाट पाहत बेस कॅम्पवर थांबलेली होती. ह्या दोघांनी आपल्या ग्राहकांना एव्हरेस्टमाथ्यावर नेऊन परत आणलं होतं आणि आता हे दोघे ल्होट्सेवर चढून जात होते.

स्टीव्ह तिला म्हणाला, ''मी थकलोय.'' त्याला अनेक दिवसांत पोटभर जेवण मिळालेलं नव्हतं आणि बेस कॅम्पच्या वर काढलेल्या एका आठवड्यात त्याचं वजन तीस पौंडांनी घटलं होतं.

जान त्याला म्हणाली, ''तू उतरून खाली आल्यावर तुझी देखभाल करण्याबाबत स्कॉटनं मला सांगितलं होतं.'' ती त्याला ॲडव्हेंचर कन्सल्टंट्सच्या स्वयंपाकघरात घेऊन गेली आणि तिथं तिनं त्याला पोटभर जेवू घातलं.

गोरिल म्हणाला, ''स्कॉट पूर्णपणे पुढला विचार करणारा होता. आम्ही साउथ कोलवर बोललो होतो. तिथे राहून शिखर चढून जायचा माझा पक्का निर्धार आहे, हे पाहिल्यावर त्यानं मला मनापासून पाठिंबा दिला. जरी बेस कॅम्पमध्ये सोडून पुढे जायची त्याला घाई होती, तरी मी खाली उतरल्यावर जान माझ्याकडे नीट लक्ष देईल, याची त्यानं नीटपणे तजवीज केलेली होती.''

ह्या मोहिमेच्या गिर्यारोहकांनी आणि शेर्पांनी एव्हरेस्टवरून आणलेला कचरा आणि प्राणवायूची रिकामी नळकांडी एव्हरेस्टपासून दूर नेली जात होती. ''आम्ही बेस कॅम्पवर सामान आणताना आम्हाला जेवढे याक लागले, त्याहून तिप्पट संख्येने हा कचरा वाहून नेण्यासाठी लागले. कचरा भरलेल्या बॅगा साडेतीन फूट उंचीच्या आणि तीन फूट परिघाच्या होत्या. कधीकधी एका याकवर फक्त दोनच बॅगा लादता येत असत, कधीकधी चार बॅगा लादता येत असत.'' क्रिस न्यूमन मला म्हणाला.

यातला जो कचरा जाळून टाकण्यासारखा होता, तो नमचेमधील भट्टीत जाळला गेला; परंतु काचेच्या आणि धातूच्या गोष्टी काठमांडूपर्यंत नेणं आवश्यक होतं. मोहिमेच्या लोकांना प्राणवायूची जुनी नळकांडी अमेरिकेत परत न्यायची होती. त्यांतली काही त्यांनी विकून टाकली असती आणि काही मोहिमेला देणग्या देणाऱ्यांना भेट म्हणून दिली असती. यांतली काही नळकांडी १९५२च्या अयशस्वी स्विस मोहिमेची होती, तर काही १९५३च्या यशस्वी झालेल्या ब्रिटिश मोहिमेची होती. त्याच्या वडिलांच्या १९६३च्या मोहिमेतली काही नळकांडी ब्रेंट बिशपनं स्वत:जवळ ठेवली.

क्रिस न्यूमन म्हणाला, ''आम्ही रमत-गमत लुक्ला येथे पोहोचलो. हवा खूप

खराब होती. त्यामुळे लुक्लाहून काठमांडूला जाण्यासाठी विमानं उड्डाण करीत नव्हती. विमानांची वाट पाहत अनेक गिर्यारोहक लुक्लातच अडकून पडलेले होते. आम्हालासुद्धा काही दिवस वाट पाहावी लागली.'' त्यांनी एक रशियन हेलिकॉप्टर भाड्यानं घेतलं होतं. ढग पांगल्याबरोबर ते गर्जना करत लुक्लाच्या धावपट्टीवर उतरलं.

''ते खूपच मोठं होतं, पण कचऱ्याच्या आणि प्राणवायू नळकांड्यांच्या पिशव्या त्यात कोंबल्यावर आम्हाला जेमतेम आत शिरता आलं. आम्ही हेलिकॉप्टरमध्ये चढत होतो, तेव्हाच लुक्लात येऊन पोहोचलेला गोरिल थेट धावपट्टीवरच आला आणि हातात ट्रेकिंगचे खांब धरूनच हेलिकॉप्टरमध्ये चढला!'' क्रिस न्यूमन म्हणाला. पाच मित्र आता पुन्हा एकत्र जमले होते.

दुसऱ्या दिवशी काठमांडूमधील एका गच्चीमधल्या रेस्टॉरन्टमध्ये एलिझाबेथ हॉली ह्या मोहिमेच्या सदस्यांना भेटली. तिनं त्यांच्या मोहिमेचा सारा तपशील काळजीपूर्वक लिहून घेतला. स्कॉट तिचं मनोरंजन करण्याचा प्रयत्न करून मौज लुटत होता. त्याला मनोमन ठाऊक होतं की, तिला फक्त मोहिमेच्या तपशिलात आणि त्यांच्या नावांच्या स्पेलिंगमध्येच खरं गम्य आहे! हिमालयातील इतर शेकडो मोहिमांच्या नोंदी ती गेली अनेक वर्षं ठेवत आलेली होती. त्यातच तिच्या जीवनाची इतिकर्तव्यता होती.

तिनं ह्या मोहिमेबद्दल नोंद केली, '५००० पौंड वजनाचा कचरा पर्वतावरून खाली उतरवून बेस कॅम्पवरून दूर नेला गेला. पर्वतांवर सामान पोहोचवून खाली उतरणाऱ्या शेर्पांनी प्राणवायूची १००-१५० रिकामी नळकांडी खाली आणली. त्यामुळे फक्त कचरा आणण्यासाठी चढावं न लागता, त्यांना जास्तीचं उत्पन्न मिळालं.'

निष्णात गिर्यारोहकांच्या दृष्टीनं स्कॉटचं यश याहूनही मोठं होतं. वॉली बर्ग मला म्हणाला, ''एव्हरेस्टवर गिर्यारोहण इच्छुकांना नेण्याच्या व्यवसायानं १९९०मध्ये मूळ धरायला सुरुवात केलेली होती. अनेक गिर्यारोहक त्या वर्षी एव्हरेस्टमाथ्यावर पोहोचले होते, पण स्कॉट चढू शकला नव्हता. एव्हरेस्टवर १९९४मध्ये पीट एथॅन्स चौथ्या वेळेस गेला होता. मी एव्हरेस्टवर दोनदा चढून गेलो होतो. रॉब हॉल दर वसंत ऋतूत त्याच्या मोहिमेतून आलेल्यांना एव्हरेस्टवर घेऊन जात होता.''

वॉली बर्ग पुढे म्हणाला, ''त्यामुळे एव्हरेस्टवर चढून जाणं स्कॉटच्या दृष्टीनं अतिशय महत्त्वाचं होतं आणि ते त्यानं फार सुंदर प्रकारे केलं. कोणत्याही संकटात न सापडता, तो प्राणवायूच्या नळकांड्याशिवायच एव्हरेस्टवर चढून गेला. त्या प्रकारे एव्हरेस्ट चढणं हे मोठंच कर्तृत्व होतं. एव्हरेस्टवर व्यावसायिक मोहिमा यशस्वी

रीतीनं नेल्या जात असताना तो मागे पडलेला होता. त्यानं आपलं अपयश धुऊन काढलं आणि आपलं नाव रोशन केलं.''

स्कॉटनं मोठंच यश मिळवलं होतं. एव्हरेस्टमाथा गाठण्याची धडपड अनेक दशकं केल्यानंतर अखेरीस त्यानं शिखरमाथा गाठला होता आणि तोसुद्धा मोठ्या झोकात गाठला होता! रॉब हेस म्हणाला त्याप्रमाणे ही मोहीम खरोखरच सर्वदृष्ट्या अगदी परिपूर्ण अशीच झाली होती.

यापुढे काय करायचं, याबद्दल आता विचार करणं आवश्यक होतं!

वीस
'त्या' वर्षापूर्वीचं वर्ष

तुम्ही जगातलं सर्वोच्च शिखर चढून गेल्यावर, उरतं काय?
त्यानंतरचा सारा प्रवास उतरणीवरचाच असणार; नाही का?

मग एव्हरेस्टपेक्षासुद्धा उत्तुंग अशा कुठल्यातरी ध्येयावर तुम्हाला लक्ष केंद्रित करण्याखेरीज पर्याय नसतो.

- विली अन्सोएल्ड
१९६३ सालच्या एव्हरेस्ट मोहिमेचा सदस्य

हिमाच्छादित शिखरावर उभा राहून खाली पाहत असलेल्या स्कॉट फिशरनं गॉगल, हेल्मेट आणि खिशावर माउन्टन मॅडनेसचा लोगो शिवलेला निळा पार्का (डोक्यावर हूड असलेला ओव्हरकोट) घातलेला होता. त्याने सोनेरी केस मागे एकत्र करून त्यांची सैलसर पोनीटेल बांधलेली होती. तो म्हणत होता, ''मी स्कॉट फिशर एक व्यावसायिक गिर्यारोहक आणि माउन्टन मॅडनेसचा अध्यक्ष आहे. मी प्राणवायूच्या नळकांड्यांचा वापर न करता जगातली सर्वांत उंच अशी एव्हरेस्ट आणि के टू ही शिखरं चढून गेलो आहे. मला वाटतं की, मी अगदी कुणालाही गिर्यारोहण शिकवू शकेन.''

पाठीमागे उत्साहवर्धक सूर निनादतात आणि १९९५मध्ये तयार झालेल्या एचटूओ ह्या स्थानिक टीव्ही कार्यक्रमाचा पुढील भाग सुरू होतो. मालिकेतील ह्या भागाचं नाव आहे - 'हाऊ टू आउटडोअर' (पर्वतावर कसा संचार करायचा?) ह्या टीव्ही कार्यक्रमात कॅमेऱ्याची जादू, झटपट केलेलं संपादन आणि खुसखुशीत विनोद वापरून पर्वतांवरील साहसासाठी वेगवेगळी माणसं आणण्यात आलेली आहेत. जी माणसं गिर्यारोहणाकडे वळतील अशी प्रेक्षकांची अजिबातच अपेक्षा नाही, अशी माणसं ह्या टीव्ही कार्यक्रमात झळकत आहेत. ह्या कार्यक्रमाचा सूत्रसंचालक आहे वॉशिंग्टन राज्यातला विख्यात असा हायड्रोप्लेन स्पीडबोट

चालक चिप हॅनोवर. हॅनोवर त्या दिवसाच्या कार्यक्रमाची माहिती देत प्रेक्षकांना सांगतो की, सीॲटल सुपरसॉनिक्ससाठी बास्केटबॉल खेळणारा, सहा फूट दहा इंच उंचीचा शॉन केंप गिर्यारोहणासाठी बाहेर निघाला असून, स्कॉट त्याला गिर्यारोहण शिकवतो आहे.

प्रत्यक्षात केंप आणि फिशर कॅमेऱ्यावर कधीही एकत्र दिसत नाहीत. हा कार्यक्रम पाहणाऱ्याला नक्कीच शंका येईल की, नॅशनल बास्केटबॉल संघटनेच्या या खेळाडूने गिर्यारोहणाला घालतात तसा पोशाख न घालता, अंगणात गप्पा मारण्यासाठी बसताना घालतो तसे - पांढरा शर्ट, बॅगी हाफपॅन्ट, उलटी वळवलेली बेसबॉल टोपी असे - कपडे घालून स्की विभागातील पार्किंग लॉटच्या पुढे थोडंसं नेऊन मागच्या बर्फाच्छादित शिखरांवर कॅमेरा रोखलेला असताना बोलणं रेकॉर्ड केलेलं असावं. सूत्रसंचालक हॅनोवर आणि केंप ह्यांच्यामध्ये गिर्यारोहणातील आव्हानांबद्दल थोडीशी छेडाछेडी होते आणि त्यानंतर केंप बर्फाच्या सपाट मैदानात काही पावलं चालत जातो. कपाळावरला घाम निपटायचा आविर्भाव करत तो विचारतो, ''आणखी आपल्याला किती अंतर काटायचंय? पन्नास मैल?''

त्यानंतर खड्या चढावर असलेल्या स्कॉटकडे कॅमेरा वळतो. तो अगदी सहजगत्या शिक्षकाच्या भूमिकेत जातो. जिथे हिमप्रपाताचा गंभीर धोका आहे, असा पर्वताचा खडा बर्फाच्छादित चढ कसा चढून जावा, याचं तो नवशिक्यांना उत्तम प्रशिक्षण देतो. तो त्यांना सांगतो, ''आपण काळजीपूर्वक जाणार आहोत. हा चढ चढताना आपण आपल्या सोबत्यांवर नजर ठेवणार आहोत. अनपेक्षितपणे संकट उभं राहू नये, यासाठी आपण अगदी सतर्क राहणं आवश्यक आहे.'' काही झाडांच्या पुंजक्याखाली त्यांना कॅम्पला योग्य अशी जागा सापडते. ही झाडं हिमप्रपाताला रोखून धरून त्यांना सुरक्षित ठेवतील, असं स्कॉट त्यांना सांगतो. ह्या जागेला तो 'सुरक्षित बेट' असं नाव देतो.

ह्या भागात झाडांमध्ये मूत्रविसर्जनासाठी पुन:पुन्हा जावं लागण्याचा मुद्दा शॉन केंप उपस्थित करतो आहे. पर्वत उतारावर अशी वेळ आली, तर दोराला बांधलेलं राहून कमरबंद सैल करून लघुशंका कशी उरकावी, याचं प्रात्यक्षिक स्कॉट करून दाखवतोय. ह्या दृश्याला विनोदाची झालर असली, तरी स्कॉटनं हे प्रात्यक्षिक विनोदासाठी केलेलं नाही. तो म्हणतो, ''ही बाब बिनमहत्त्वाची नाही. दोराला बांधलेलं राहून कमरबंद सैल करता येणं आणि कार्यभाग उरकणं महत्त्वाचं आहे. पर्वत उतारावर कमरबंद सोडून झुडपात जाणं धोक्याचं असतं. तुम्ही खाली पडू शकता.''

या कार्यक्रमात स्कॉट पूर्णत: गंभीर राहून गिर्यारोहणाचे वस्तुपाठ देतो आहे. सुटा बर्फ झटकून टाकून दोर बांधण्यासाठी खांब कसा रोवावा, हे तो शिकवतो. मग

त्याच्याजवळच्या बर्फात वापरायच्या अवजारानं तो बर्फात अल्युमिनियमचा खांब रुतवतो. त्याच्याशेजारीच तो आणखी एक खिळा बर्फात रुतवून गिर्यारोहणाचा दोर ह्या दोन्ही आधारांभोवती घट्ट बांधतो. त्याचे हात झरझर काम करत आहेत. कोणत्याही अनावश्यक हालचालीत तो श्रम वाया घालवत नाही. त्यानं यापूर्वी ह्या साऱ्या गोष्टी असंख्य वेळा केलेल्या आहेत. टीव्ही कार्यक्रम पाहणाऱ्या प्रेक्षकांना उद्देशून तो म्हणतो, ''तात्त्विकदृष्ट्या सांगायचं, तर एकदा मी हा खांब पक्का रुतवून त्याला दोर बांधला की, त्यानं माझं, माझ्या सहकाऱ्याचं, माझ्या पूर्ण संघाचं वजन पेलायलाच हवं! हा पक्का रुतवलेला खांब पूर्ण फोक्स वॅगन बससुद्धा पेलू शकेल, एवढा मजबूत आहे!''

पर्वताच्या सुळक्यावरून दोराच्या आधारे खाली उतरण्याचं प्रात्यक्षिक स्कॉट करून दाखवतोय. तो कड्यापासून मागे झुकतोय आणि दोरावरून हळूहळू खाली सरकत कड्याच्या पायथ्यापर्यंत पोहोचतोय. मग म्हणतोय, ''शॉन केंपला असं उतरताना मला पाहायचंय!''

मी ह्या कार्यक्रमाची टेप नुकतीच पाहिली. ती टेप बनवून दहा-बारा वर्षं होऊन गेली होती. त्यामध्ये दिसलेला स्कॉट अगदी सहजगत्या व आरामात वावरतोय, पर्वतावर त्याला खूपच मौज लुटता येतेय, आपली ही विद्या लोकांना शिकवताना तो आनंद लुटतोय. तो सुपरस्टार शॉन केंपचं गिर्यारोहकात कदाचित परिवर्तन करणार नाही; तरीसुद्धा त्या टीव्ही कार्यक्रमातदेखील स्कॉट आपला गिर्यारोहणाचा आनंद इतरांशी वाटून घेताना आनंदित झालेला जाणवतोय.

तो काळ परिवर्तनाच्या उंबरठ्यावरला असूनसुद्धा स्कॉट गिर्यारोहणातला आनंद किती मनापासून उपभोगतो आहे, हे पाहणं सुखदायक होतं. हे स्कॉटच्या आयुष्याचं उपांत्य वर्ष होतं. त्याच्या पुढे इतकी आव्हानं असताना तो त्यांबाबत काय विचार करत असावा, ह्या प्रश्नाची उकल मला करता आलेली नाही. त्या टीव्ही कार्यक्रमातसुद्धा तो काही गोष्टींकडे वेगळ्या प्रकारे पाहतो आहे, हे जाणवल्यावाचून राहिलं नाही.

तो ह्या कार्यक्रमाच्या प्रेक्षकांना सांगत होता, ''मी तरुण होतो, तेव्हा केवळ वेडं साहस म्हणून दुर्गम पर्वतावर चढून जायचो. पर्वतमाथा गाठला की, मी म्हणायचो, 'वा! हे साहस करून जिवंत राहू शकलोय, ही आनंदाची गोष्ट आहे!' आता जिवाची भीती वाटू नये, एवढ्या काळजीपूर्वकपणे मी गिर्यारोहण करतो.''

स्कॉटनं अखेरीस एव्हरेस्टमाथा सर केला होता. गिर्यारोहण करायचं आणि इतरांचीही गिर्यारोहणाच्या आनंदाशी ओळख करून द्यायची, असं ध्येय त्यानं वयाच्या चौदाव्या वर्षापासून बाळगलं होतं. अनेक प्रयत्नांनंतर अखेरीस तो एव्हरेस्टवर चढून जाऊ शकला होता. हे उद्दिष्ट त्याला साध्य करता आलं, ही

आनंदाची गोष्ट होती. पण त्यानंतर त्याच्यापुढे आणखीच गंभीर प्रश्न उभा राहिलेला होता - आता काय?

ह्या प्रश्नावर उत्तर शोधणारा तो काही एकटाच नव्हता! स्टीव्ह गोरिलनंसुद्धा मला त्याच्या व्यावसायिक निर्णयांबद्दल म्हटलं होतं, ''मी विचार केला होता की, एक तर मी मरेपर्यंत वाटाड्याचं काम करेन किंवा दुसरा व्यवसाय शोधून सुखानं डोळे मिटेन.'' स्कॉटबरोबर एव्हरेस्टवर चढून गेल्यानंतर स्टीव्ह गोरिलला वाटलं होतं की, आता शारीरिक बळापेक्षा बुद्धीच्या वापरावर लक्ष केंद्रित करावं, म्हणजे कदाचित जास्त पैसा मिळवता येईल. स्टीव्ह गोरिल मला म्हणाला, ''स्कॉटला आणि मला दोघांनाही वाटत असे की, पर्वतावर असण्यासारखं दुसरं सुख नाही. परंतु एव्हरेस्टवर चढून गेल्यानंतर मी इतर व्यवसायांकडे वळायला तयार झालो होतो.''

स्कॉट चाळिशीच्या उंबरठ्यावर पोहोचला होता. त्याला पन्नाशीनंतरही जोमानं गिर्यारोहण करणारे गिर्यारोहक ठाऊक होते आणि आपणही तसंच करू शकतो, असा त्याला विश्वास वाटत होता. पण तो एक ॲथलिट असला तरी वीस वर्षांहून जास्त काळ त्यानं एक उत्कृष्ट गिर्यारोहक म्हणून काम केलेलं होतं. ह्या काळानं त्याच्या देहावर आघात केलेले होते. त्याचे गुडघे, पृष्ठभागाची हाडं, पोट, घोटे आणि चेहरा ह्या साऱ्यांवर केव्हा ना केव्हा शस्त्रक्रिया झाल्या होत्या. त्याचे दोन्ही खांदे निखळले होते. त्यांतला एक तर अनेकदा निखळला होता. त्या दोन्ही खांद्यांवर शस्त्रक्रिया करून त्यांना पूर्ववत करावं लागलं होतं. रात्री कधीकधी मलेरियाच्या हुडहुडीसारखी थंडी भरून तो जागा होत असे. अनेक वर्षांपूर्वी आशियात असताना जडलेली आतड्याची व्याधी अजूनही त्याला त्रास देत होती आणि त्यावर इलाज सापडत नव्हता.

आपल्या सर्वांच्याच बाबतीत वय हळूहळू बोलू लागतं. आपलं मन भलेही उभारी धरून नवनव्या योजना आखत असेल; परंतु आपले पाय आणि फुप्फुसं साथ देऊ शकत नाहीत. स्कॉटला ते अद्याप जाणवलं नसेल, परंतु ह्या नाही तर पुढल्या वर्षी त्याला देहाच्या मर्यादा नक्कीच जाणवू लागल्या असत्या. देहाच्या बळावरच ज्यांची आयुष्यं अवलंबून असतात; त्यांना देह थकला आहे, ही वस्तुस्थिती स्वीकारणं नेहमीच कठीण जातं. शॉन केंपच्या कुवतीच्या व्यावसायिक क्रीडापटूला ही गोष्ट स्वीकारणं नेहमीच अवघड वाटतं; त्याचप्रमाणे निष्णात गिर्यारोहकालासुद्धा उताराला लागलेली शारीरिक क्षमता स्वीकारणं अवघड वाटतं.

परंतु बोलताना तरी स्कॉट ही शक्यता लक्षात घेऊन पुढील योजना आखत होता. ''दुर्गम पर्वत मला पूर्वीप्रमाणे भुरळ घालत नाहीत. एव्हरेस्टवर चढणं किंवा के टू आणि ब्रॉड पीकवर चढणं, ह्या अनुभवांमध्ये फारसा फरक जाणवत नाही. मी ते करत राहीन, कारण तीच माझी ओळख आहे आणि मला तेच जमतं. पण

माझ्यापुढे धाडसाच्या अन्य योजनासुद्धा आहेत.'' 'नॉर्थवेस्ट विल्डरनेस जर्नल'च्या लेखकाला मुलाखत स्कॉट देताना म्हणाला. ही मुलाखत देण्यापूर्वी तो नुकताच एव्हरेस्टवर चढून खाली उतरला होता.

गिर्यारोहणाचा व्यवसाय आपल्याला आणखी पंधरा वर्षे करता येईल आणि वयाच्या पंचावन्नाव्या वर्षी आपण व्यावसायिक फोटोग्राफर बनू शकू, असं त्याला वाटत होतं. त्याला अलास्कात जास्त काळ व्यतीत करायचा होताच, पण बाफिन आयलंड आणि उत्तर ध्रुवावरसुद्धा जायचं होतं. त्याला त्याच्या कुटुंबीयांसमवेत आफ्रिकेत जायची इच्छा होती. त्यानं नॉर्थवेस्ट विल्डरनेस जर्नलच्या पत्रकाराला मुलाखत देताना म्हटलं, ''आम्ही सेरेनगटीत राहू, तेव्हा मला वाटतं, मला माझ्या मुलांना तेथे न्यायचं आहे. काय थरारक अनुभव असेल तो! आजूबाजूला सिंह आणि जिराफ फिरताना पाहून त्यांना किती मजा वाटेल! ते घोड्यांवर रपेट करतील, बॅडमिंटन खेळतील आणि प्राणी पाहून चकित होतील.''

प्राणी आजूबाजूला असोत की नसोत; स्कॉटला केटी रोझ आणि ॲन्डीबरोबर वेळ घालवायला अतिशय आवडत असे. बापाचं सारं चित्त आपल्यावर केंद्रित झालंय, हे पाहून स्कॉटची मुलंसुद्धा अतिशय खूश होत असत. तरीही गिर्यारोहणासाठी त्याला त्याच्या कुटुंबापासून अनेक आठवडे आणि कधीकधी अनेक महिने दूर राहावं लागत असे. ॲन्डी नऊ वर्षांचा होईपर्यंत स्कॉट त्याच्या फक्त दोन वाढदिवसांना सीॲटलमध्ये उपस्थित राहू शकला होता. ॲन्डीचा वाढदिवस मे महिन्याच्या मध्याला येत असे आणि तो हिमालयातील गिर्यारोहणाचा महत्त्वाचा काळ असे. स्कॉट वसंत ऋतूतली हिमालयाची मोहीम आटपून परत आला की, जीनी ॲन्डीसाठी वाढदिवसाची मेजवानी पुन्हा आयोजित करत असे. पण बाप आपल्या वाढदिवसाला उपस्थित राहू शकत नाही, हे शल्य त्यामुळे दूर होऊ शकत नसे!

चार वर्षांची केटी रोझ म्हणजे स्कॉटचा जीव की प्राण होती. ती तिच्या बापासारखीच निर्भय होती आणि त्याची आज्ञा न पाळता सहीसलामत राहू शकणारी स्कॉटच्या आयुष्यातली ती एकमेव व्यक्ती होती! तिनं वेड्यासारखं वर्तन केलं की, स्कॉट उग्र स्वरात तिला दटावत असे - 'केटी रोझ!' मग केटी रोझ स्कॉटच्या गुडघ्यांएवढ्या उंचीचीच असली तरी ती कमरेवर हात ठेवून, अजिबात न घाबरता उभी राहत असे आणि त्याच्या नजरेला नजर देत असे. तिचा आविर्भाव पाहून स्कॉटला हसू फुटत असे आणि तो प्रेमानं त्याच्या लेकीला उचलून घेत असे!

वडील अनेक महिने दूर राहणार याची मानसिक तयारी मुलांकडून करून घेण्यासाठी स्कॉट आणि जीनी मुलांना तारखा घातलेली खोकी बनवायला मदत करत असत. स्कॉट घरापासून दूर गेला की, दररोज त्या तारखेची चिठ्ठी खोक्यांवरून

दूर करून मुलं खोकं उघडत असत आणि त्यातली छोटीशी भेटवस्तू बाहेर काढत असत. किती दिवस उलटले आणि आपले वडील केव्हा परत येणार, हे त्यांना त्या तारखांवरून उमगत असे. स्कॉट मोहिमेवर निघाला की, मुलं त्याला आपल्या तळहाताचे ठसे उमटवलेल्या शकुनाच्या पताका देत असत. आपल्या नावाची आणि कुटुंबाच्या नावाची कुलचिन्हं कोरलेल्या वस्तूसुद्धा मुलं स्कॉटपाशी देत असत. मुलांनी दिलेल्या पताका स्कॉट त्याच्या तंबूवरल्या खांबावर लावत असे. त्याच्या स्लीपिंग बॅगजवळ तो नेहमी ॲन्डी आणि केटी रोझचे फोटो ठेवत असे.

नॉर्थवेस्ट विल्डरनेस जर्नलच्या पत्रकाराला मुलाखत देताना स्कॉट म्हणाला, ''माझ्या कुटुंबीयांना माझी उणीव भासते, त्याबद्दल मला खूप वाईट वाटतं. पण मी मात्र त्याबद्दल खंत करत नाही. त्या वेळेस मी जिथे असतो, तिथे मी पूर्णपणे देह-मनानं उपस्थित असतो.'' ह्या मुलाखतीच्या समारोपात त्यानं त्याच्या व्यवसायाचा स्वत:वर आणि त्याच्या जिवलग आप्तांवर जो परिणाम होतोय, त्याचं थोडक्यात वर्णन करून म्हटलं, ''माझ्या व्यवसायाच्या परिणामांबद्दल मला आजकाल खूपच चिंता वाटते. मी नेहमी म्हणत असे की, मी एक गिर्यारोहक आहे आणि मी गिर्यारोहक म्हणूनच मरणार आहे. पण आजकाल मात्र मला मरायची अजिबात इच्छा होत नाही.''

जीनीच्या व्यवसायातसुद्धा बदल घडत होते. हा तिच्या व्यवसायातला सर्वांत अवघड कालखंड होता. तिनं १९८२पासून अलस्का एअरलाइन्समध्ये नोकरी केलेली होती. तिनं १९८६मध्ये कॅप्टनचं पद मिळवलं होतं. त्या पदाला कंपनीतील पोहोचलेल्या अतिशय थोड्या स्त्रियांमध्ये तिचा समावेश झालेला होता. मात्र १९९५पासून तिला वाटू लागलं होतं की, कॉकपिटमधील वातावरण स्त्रियांच्या दृष्टीनं प्रतिकूल असतं. तिला असं इतक्या तीव्रतेनं वाटू लागलं होतं की, तिनं अलास्का एअरलाइन्सवर खटला भरायचा निर्णय घेतला. ती मला अलीकडेच म्हणाली, ''ही गोष्ट आपल्या वैवाहिक जीवनाच्या आड येणार असेल, तर मी ती करणार नाही, असं मी स्कॉटला सांगितलं.'' परंतु स्कॉटनं तिला मनापासून पाठिंबा दिला. खटल्याच्या प्रक्रियेत तो तिच्या पाठीशी उभा राहिला. त्याच्या अपेक्षेपेक्षा ही प्रक्रिया खूपच खडतर सत्त्वपरीक्षा घेणारी निघाली. जीनी म्हणाली ''मला विमान चालवणं अत्यंत प्रिय होतं. पण मला आता ते करता येत नव्हतं. माझं स्कॉटवर आणि मुलांवर निरतिशय प्रेम होतं, पण १९९५चं संपूर्ण वर्ष मला वैफल्यानं ग्रासलं होतं आणि मी माझ्या कुटुंबीयांकडे पुरेसं लक्ष देऊ शकत नव्हते.''

जीनीचं उत्पन्न बंद झाल्यावर कुटुंबावरला आर्थिक ताण वाढू लागला. विवाहाच्या सुरुवातीच्या दिवसापासूनच त्यांनी ठरवलं होतं की, जीनीच्या उत्पन्नाचा कोणताही भाग माउन्टन मॅडनेसच्या खर्चासाठी वापरला जाणार नसला, तरी

तिच्या पगारातून त्यांचा घरखर्च भागवला जाईल. स्कॉटची 'साहसी प्रवास कंपनी' कशीबशी तोटा न करता तग धरून राहू शकत होती, परंतु कुटुंबाचा घरखर्च भागवण्याएवढं उत्पन्न त्यातून मिळत नव्हतं. स्वत:च्या कंपनीतच गिर्यारोहकांचं नेतृत्व करणाऱ्यालासुद्धा त्यातून फारशी अर्थप्राप्ती होत नसे. माउन्टन मॅडनेसकडे नोकरीच्या शोधार्थ येणाऱ्यांना थोपवताना, ऑफिस मॅनेजर कॅरन डिकिन्सन ह्या मुद्द्यावर जोर देत असे.

नोकरीच्या शोधार्थ माउन्टन मॅडनेसकडे आलेल्या लोकांना ती सांगत असे, ''आधीच गाइड म्हणून काम करत नसलेल्यांना कामावर ठेवायचा आम्ही विचारसुद्धा करत नाही. तुम्हाला भरपूर अनुभव असला पाहिजे आणि त्याखेरीज तुम्हाला इतर एक-दोन भाषा अवगत असल्या, तर उत्तमच! ज्या जागी तुम्ही पर्यटकांना नेणार, ती जागा तुमच्या पूर्णपणे ओळखीची असायला हवी. तुमच्यात गिर्यारोहणाचं आणि लोकांशी संबंध जोडायचं उत्कृष्ट कौशल्य असायला हवं. आणि इतकी सारी जमेची बाजू असूनही आम्ही तुम्हाला फारसा पगार देणार नाही.''

त्या वेळेस माउन्टन मॅडनेस देऊ करत असलेला सर्वाधिक पगार होता दिवसाला शंभर डॉलर्स. तोसुद्धा वाटाड्या जेव्हा पर्वतावर नेतृत्व करत असेल, तेवढ्याच दिवसांसाठी दिला जात असे. अमेरिकेच्या वायव्येच्या राज्यांमधले काही उत्कृष्ट गिर्यारोहक अधूनमधून माउन्टन मॅडनेस मोहिमांवर नेतृत्व करण्यासाठी आणि गिर्यारोहणाचं प्रशिक्षण देण्यासाठी येत असले, तरी पूर्णवेळाची नोकरी म्हणून इतर कोणताही व्यवसाय अधिक किफायतशीर ठरला असता. कॅरननं निष्कर्ष काढला होता, ''तुमची जर गिर्यारोहणच करायची इच्छा असेल, तर वाटाड्या म्हणून काम न करता तुम्ही फक्त मौजेसाठी ते केलंत, तर तुम्ही जास्त वेळ ते करू शकाल.'' तिच्या सुज्ञ उपदेशाचा प्रत्येकावरच परिणाम होत असे, असं नव्हे! टॉम निकेल्स हा सीॲटलचा तरुण रहिवासी जगभर प्रवास करून आपल्या मुलखात परत आला होता. साहसी पर्यटन कंपनी कशी चालवायची, ह्याची त्याला माहिती करून घ्यायची होती. त्यानं माउन्टन मॅडनेसच्या ऑफिसमध्ये (विनावेतन) मदत करायची तयारी दर्शवली आणि कालांतरानं तो थोडासा पगारसुद्धा मिळवू लागला.

स्कॉटनं आपली कंपनी अधिक यशस्वी करण्याचा नव्यानं प्रयत्न केला. माउन्टन मॅडनेस १९९५मध्ये कोणत्या मोहिमा आखू शकेल, याबद्दल विचार करताना त्यानं माउन्ट एव्हरेस्टवर व्यावसायिक मोहीम नेण्याबाबत गंभीरपणे विचार केला. त्या वसंत ऋतूत त्याचे मित्र रॉब हॉल, पीट एथॅन्स, वॉली बर्ग, एड व्हिश्चूर्स आणि इतर काही जण एव्हरेस्टवर व्यावसायिक मोहिमा नेणार होते. एव्हरेस्टमाथा कसा गाठावा याबद्दलची धोरणं ते विचारपूर्वक आखत होते. परंतु

एव्हरेस्टवर व्यावसायिक मोहीम न्यायची झाली, तर त्यात प्रचंड पैसा आणि श्रम गुंतवावे लागत असत. एव्हरेस्ट चढण्याचा परवाना विकत घ्यावा लागत असे. शेर्पा आणि वाटाड्यांना पगारावर नेमावं लागत असे, हजारो पौंड वजनाचं गिर्यारोहणाचं सामान आणि शिधा खरेदी करून हिमालयाकडे रवाना करावा लागत असे. पैसे मोजून मोहिमेत सामील झालेल्या पर्यटकांसाठी प्राणवायूच्या नळकांड्या आणाव्या लागत आणि त्यात खूप पैसा गुंतवावा लागत असे. असं असूनही, स्कॉटनं नेपाळमधील पर्यटन मंत्रालयाकडे १९९५च्या एव्हरेस्ट परवान्यासाठी अर्ज केला. पण त्यांच्याकडून होकाराचं उत्तर येईपर्यंत त्याला वाटू लागलं की, मोहिमेसाठीची सारी जमवाजमव करायच्या दृष्टीनं आता फार उशीर झालेला आहे.

मग स्कॉटनं माउन्टन मॅडनेसच्या माहितीपत्रकात पॅसिफिक किनाऱ्यावरील वायव्येकडील पर्वतातल्या, पूर्व आफ्रिकेतल्या, अर्जेंटिना आणि रशियातल्या मोहिमांबद्दल जाहिरात केली. त्याखेरीज सीॲटलच्या जवळपासच गिर्यारोहणाची शिबिरं आयोजित केली. ह्या मोहिमांपैकी मोठ्या तीन मोहिमांचं नेतृत्व तो स्वत:च करणार होता. वसंत ऋतूत अलास्कातील माउन्ट मॅककिनलेवरची मोहीम, उन्हाळ्याच्या शेवटी पाकिस्तानातील 'ब्रॉड पीक'वरील मोहीम आणि 'केअर' ह्या संस्थेसाठी निधी जमवण्याच्या हेतूनं किलिमांजारो पर्वतावरली हिवाळ्याच्या मध्यावरली मोहीम.

मॅककिनलेवरील मोहिमेसाठी मदत करायला स्कॉटनं वाटाड्या म्हणून रॉब हेसला बोलावलं. रॉबनं स्कॉटला १९९३च्या 'क्लाइम्ब फॉर क्युअर' मोहिमेत मदत केली होती आणि पुढल्या वर्षीच्या वसंत ऋतूत तो स्कॉटबरोबर माउन्ट एव्हरेस्टवर चढून गेला होता. स्कॉटला रॉबबरोबर गिर्यारोहण करायला आवडत असे. त्यांची कौशल्यं मोहिमेच्या दृष्टीनं परस्परपूरक आहेत, असं स्कॉटला वाटत होतं. मोहिमेच्या बारीकसारीक तपशिलाकडे लक्ष पुरवण्यात रॉब निष्णात होता. अलास्काच्या मोहिमेत पैसे देऊन आलेल्या पर्यटकांखेरीज टॉम निकेल्सनसुद्धा माउन्टन मॅडनेसच्या ऑफिसातून सुटी काढली आणि भाग घेतला.

माउन्टन मॅडनेसच्या मोहिमेतल्या लोकांना माउन्ट मॅककिनलेवर तीन आठवडे भीषण हवेला तोंड द्यावं लागलं. त्यांनी त्यांचं गिर्यारोहणाचं सामान आणि शिधा 'वेस्ट बट्रेस' मार्गानं, १४००० फूट उंचीवरील कॅम्पमध्ये नेऊन ठेवला. वादळ निवळायची वाट पाहत अनेक दिवस ते त्या कॅम्पवरच अडकून पडले. वादळ निवळल्यावर ते १७००० फूट उंचीवर पोहोचले आणि तिथे त्यांनी आपले तंबू ठोकले. तेथून शिखरमाथा आणखी ३००० फूट उंचीवर होता. त्यांनी बर्फाच्या ठोकळ्यांच्या भिंती त्याच्या तंबूंच्या सभोवती उभ्या केल्या आणि वादळी

वाऱ्यापासून आपले तंबू सुरक्षित ठेवले. पूर्ण पाच दिवस भीषण वादळामुळे ते तंबूमध्येच अडकून राहिले. रॉब हेस मला म्हणाला, ''हवा खरोखरच अतिशय भीषण होती. काही कोरियन गिर्यारोहकांनी त्यांच्या तंबूभोवती बर्फाच्या भक्कम भिंती उभारल्या नव्हत्या. त्यांचे तंबू वादळी वाऱ्यात फाटून गेले आणि त्यांना येऊन आमच्या तंबूत आसरा घ्यावा लागला.''

टॉम निकेल्स त्या सफरीची आठवण सांगताना म्हणाला, ''रॉबनं ज्या पद्धतीनं प्रत्येकाची काळजी घेतली, ती पाहून मी थक्कच झालो! त्याच्याकडून मी खूप-खूप गोष्टी शिकलो. युक्त्या, कौशल्यं, पर्वतावर वाट्याला आलेल्या अडचणींवरील तोडगे!''

वादळ थोडं निवळलं, तेव्हा माउन्टन मॅडनेसच्या गिर्यारोहकांनी पर्वतमाथा गाठण्यासाठी दोर बाहेर काढले. त्यांनी एकमेकांना दोरानं बांधून घेतलं. कोरियन लोकसुद्धा त्यांच्याबरोबर त्यांच्याच दोराला बांधून घेऊन शिखरमाथा गाठायला निघाले, परंतु ह्या लोकांना लगेचच वाईट हवेनं झोडून काढलं. टॉम म्हणाला, ''खूप थंडी होती, सोसाट्याचा वारा होता आणि पुढ्यातलं काहीसुद्धा दिसत नव्हतं. आम्ही माघारी फिरलो, तेव्हा कॅम्पमध्ये जाण्यासाठी कोणता रस्ता घ्यावा, हे आम्हाला उमगतच नव्हतं.'' माउन्टन मॅडनेसच्या लोकांना परत यायला फारच विलंब लागतो आहे, हे जवळच्याच एका कॅम्पमधील गाइडच्या लक्षात आलं. तो आपल्या तंबूतून बाहेर पडला आणि त्यांना कॅम्पवर घेऊन आला.

दुसऱ्या दिवशी आकाश स्वच्छ होऊ लागलं आणि स्कॉटच्या मोहिमेतील लोक शिखर गाठण्यासाठी पुन्हा एकदा बाहेर पडले. पण त्यांच्या उत्साहाला आता ओहोटी लागलेली होती. रॉब हेस म्हणाला, ''आम्ही थकलो होतो आणि इतर पर्यटकसुद्धा थकून गेले होते. लोकांच्या सुरक्षिततेकडे लक्ष पुरवता-पुरवता आम्ही जेरीला आलो होतो आणि पूर्णपणे शिणून गेलो होतो. आम्ही टालकीट्ना गावातील फेअरव्ह्यू हॉटेलमध्ये बिअर प्यायचा विचार करू लागलो आणि लवकरच माघारी फिरलो.''

खालच्या कॅम्पवर पोहोचल्यावर तिथे असलेल्या कोरियन मोहिमेच्या सदस्यांनी त्यांचं स्वागत केलं. त्यांना गरमागरम चहा, नूडल्स आणि माशाचं सूप दिलं. टॉम म्हणाला, ''ते वादळ इतकं उग्र होतं की, उंचावरल्या कॅम्पमध्ये लोक सुखरूप राहून परत आलेले पाहून त्यांना आश्चर्य वाटलं.''

माउन्टन मॅडनेसचा एकही गाइड किंवा पर्यटक शिखरमाथा गाठू शकला नसला, तरी कुणी प्राणालासुद्धा मुकलं नव्हतं. इतर काही जण इतके नशीबवान ठरले नव्हते. माउन्टन मॅडनेस मोहिमेचे सदस्य खाली उतरत असताना त्यांना एक हेलिकॉप्टर हिमनदीवर घिरट्या घालताना दिसलं. त्या हेलिकॉप्टरमधून आलेले

बचाव पथकाचे लोक एका विवरातून तीन गिर्यारोहकांचे देह बाहेर काढत होते. ह्या गिर्यारोहकांनी वादळातून बचावण्यासाठी त्या विवरात आसरा घेतला होता आणि गारठून ते मरण पावले होते.

सीअ‍ॅटलला परतल्यावर स्कॉटनं लेन गॅमेलगार्डला पत्र लिहून कळवलं, 'मी अलास्कातून परत आलो आहे.' अनेक वर्षांमागे त्यांची हिमालयात भेट झाली होती आणि तेव्हापासून त्यांनी पत्रव्यवहार चालू ठेवला होता. डेन्मार्कमधील ह्या स्त्रीला गिर्यारोहणात अजूनसुद्धा स्वारस्य वाटतंय, हे स्कॉटला ठाऊक होतं. त्यानं तिला पत्रात पुढे लिहिलं, 'काय सांगू? ह्याच वेळेस माउन्ट मॅककिनलेनं मला पराजित केलं. आजवर कुठेही अनुभवली नव्हती अशी भीषण हवा माझ्या वाट्याला आली!'

अलास्काहून परत आल्यावर स्कॉट ऑफिसात नियमितपणे जाऊ लागला. पुढल्या मोहिमांबद्दलच्या बारीकसारीक तपशिलाकडे त्यानं लक्ष द्यायला सुरुवात केली आणि तो त्याच्या मुलांबरोबरसुद्धा वेळ घालवू लागला. कुटुंबाला अधिकाधिक आर्थिक चणचण जाणवू लागली होती. कारण जीनीचा खटला अगदी संथ गतीनं पुढे सरकत होता. पैशांच्या दृष्टीनं मार्ग काढण्यासाठी जीनी आणि स्कॉटनं त्यांचं पश्चिम सीअ‍ॅटलमधील घर विकून सीअ‍ॅटलच्या पूर्वेला तीस मैलांवर असलेल्या नॉर्थबेंड येथे हलण्याबाबत गंभीरपणे विचार केला. तिथे हलल्यावर खर्च कमी आला असता. ते गाव पर्वताच्या जवळ असल्यामुळे स्कॉटला त्या जागेबद्दल आकर्षक वाटत होतं. ते नॉर्थबेंडला जाऊन घरांचा शोधसुद्धा घेऊ लागले होते.

एव्हरेस्टवर १९९५च्या वसंत ऋतूत ज्या मोहिमा गेल्या होत्या, त्यांची बातमी ऐकल्यावर आपली मोहीम नेता न आल्याबद्दलची स्कॉटला वाटत असलेली खंत नक्कीच कमी झाली असावी. रॉब हॉल आणि एड व्हिश्चर्सच्या नेतृत्वाखाली अ‍ॅडव्हेंचर कन्सल्टंट्सनी नेलेल्या मोहिमेतील कुणीही एव्हरेस्टमाथा गाठू शकलं नाही. अल्पाइन अ‍ॅसेंट्स कंपनीनं वॉली बर्गला वाटाड्या म्हणून सोबत नेलेलं होतं. त्या मोहिमेच्या सदस्यांना साउथ कोलवरून वर चढताना वाटेत खूप बर्फ लागलं आणि माघारी वळावं लागलं. असं असूनसुद्धा, १९९६मध्ये एव्हरेस्टवर माउन्टन मॅडनेसतर्फे मोहीम न्यायचा मोह स्कॉटला आवरता येत नव्हता.

उन्हाळ्याच्या अखेरीस मोहिमेसाठी स्कॉट पुन्हा बाहेर पडला. माउन्ट मॅककिनलेवरलं वादळ त्याला भीषण वाटलं होतं. पण आता पाकिस्तानातील ब्रॉड पीकवर त्याहूनही भीषण वादळ त्याच्या भाळी लिहिलेलं होतं. ब्रॉड पीक हे २६४०० फूट उंचीचं जगातील बाराव्या क्रमांकावरलं उंच शिखर. ८००० मीटरहून

अधिक उंचीची सर्व शिखरं चढून जायची इच्छा असलेल्या लोकांना ब्रॉड पीक चढावंच लागतं. कोणताही ८००० मीटर उंचीचा पर्वत चढायला सोपा नसला, तरी बाल्टेरो हिमनदीच्या दुसऱ्या तीरावर असलेल्या के टू ह्या दुर्गम शिखराएवढं ब्रॉड पीक हे शिखर चढायला अवघड नाही.

स्कॉटनं मदतीसाठी पुन्हा रॉब हेसला सोबत घेतलं. स्कॉटनं नेपाळहून लॉपसँग जांगबू याला बोलवून घेतलं होतं. खूप उंचीवर चढून जाण्यात हा तरुण शेर्पा पारंगत होता. लॉपसँगबरोबर माउन्टन मॅडनेसच्या मोहिमेत आणखी दोन शेर्पासुद्धा मदतीसाठी सामील झालेले होते. स्कॉटचा जवळचा मित्र डेल व्रूज पैसे देऊन मोहिमेत सामील झालेला होता. पीटर गोल्डमन हा स्कॉटचा सीॲटलमधील मित्रसुद्धा ह्या मोहिमेत पैसे देऊन सहभागी झालेला होता. पीटर गोल्डमननं १९८७च्या एव्हरेस्ट-नॉर्थफेस मोहिमेत आणि १९९१च्या बरुन्टसे मोहिमेत भाग घेतलेला होता. इतर काही थोडे लोकसुद्धा पैसे मोजून आले होते.

ब्रॉड पीकवर गिर्यारोहणासाठी आलेल्या लोकांना बेस कॅम्पवर पोहोचायला, पर्वतात दहा दिवस पदभ्रमण करावं लागणार होतं. माउन्टन मॅडनेसनं स्कॉटचा जुना मित्र मायकेल ॲलिसन याच्या नेतृत्वाखाली एक गट बेस कॅम्पवर घेऊन येण्याची योजना आखलेली होती. ते लोकसुद्धा गिर्यारोहकांसमवेत बेस कॅम्पवर पोहोचणार होते. पदभ्रमंती करणारे काही जण अनुभवी होते, तर काही जणांचा हा पहिलाच अनुभव होता. लेन गॅमेलगार्ड यापूर्वी काराकोरम पर्वतावर आलेली होती. दहा दिवसांच्या पायी केलेल्या प्रवासात स्कॉटला तिच्याशी भरपूर गप्पा मारता आल्या. पुढल्या वर्षी एव्हरेस्टवर मोहीम नेली तर लेन गॅमेलगार्डनं सामील व्हावं, असा स्कॉट तिला आग्रह करत होता.

इतर गिर्यारोहक आणि पदभ्रमंती करणारेसुद्धा ब्रॉड पीकजवळ त्यांचे तंबू ठोकत होते. माउन्टन मॅडनेसच्या कॅम्पमध्ये पूर्वीप्रमाणे 'बाल्टोरो कॅफे' उघडून येणाऱ्या कुणाचंही कॉफी देऊन स्वागत केलं जात होतं. जॉर्जिया राज्यातील ॲटलांटाहून आलेलं कीथ आणि क्रिस्टीन बॉस्कॉफ हे जोडपं माउन्टन मॅडनेसच्या अगत्यामुळे प्रभावित झालं. क्रिस्टीननं एअरोनॉटिकल इंजिनिअरींगची पदवी घेतलेली होती. तिच्या पतीनं कीथनं तिला गिर्यारोहणाची गोडी लावली होती. जगातील उत्तुंग पर्वतावर गिर्यारोहण करण्यातला मनमुराद आनंद हे जोडपं लुटत होतं. आता ब्रॉड पीकवर चढून जायचा त्यांचा मानस होता.

स्कॉटशी तिची पहिली भेट झाली, त्याचं वर्णन करताना क्रिस्टीन मला म्हणाली, ''स्कॉट फिशर माउन्टन मॅडनेसच्या मोहिमेबरोबर ब्रॉड पीकवर येतो आहे, ही बातमी ऐकून मला खूपच आनंद झाला. मी त्याच्याबद्दल ऐकलं असलं,

तरी त्याला भेटले नव्हते. तो सुस्वभावी माणूस वागायला चांगला, देखणा आणि सर्वांशी मिळून-मिसळून वागणारा होता. आम्हाला तो ओळखत नव्हता, पण तो अजिबात आढ्यतेने वागला नाही. त्यानं आम्हाला त्याच्या कॅम्पमध्ये यायचं आमंत्रण दिलं. तो देखणा होता. त्याचे केस सोनेरी आणि लांब होते. तो चांगलाच उंच होता. पण माझ्यापुढे प्रत्येक जणच उंच दिसत असे.'' माउन्टन मॅडनेसच्या उत्साही वातावरणाशी क्रिस्टीन आणि कीथ[७] चटकन समरस झाले आणि स्कॉटच्या मोहिमेबरोबर ब्रॉड पीकवर चढायचं त्यांनी ठरवलं.

के टू शिखर चढून जाऊ इच्छिणाऱ्यांचा बेस कॅम्प पुरेसा जवळ असल्यामुळे तिथले लोकसुद्धा माउन्टन मॅडनेसच्या कॅम्पवर चालत येऊन त्यांच्या आतिथ्याचा उपभोग घेत असत. अशांपैकी एक जण होता पीटर हिलरी. तो स्कॉटबरोबर १९८९ आणि १९९०मध्ये एव्हरेस्ट बेस कॅम्पवर राहिलेला होता. ब्रिटिश गिर्यारोहिका अ‍ॅलिसन हर्गीव्हजसुद्धा के टू शिखर चढायच्या इच्छेनं आलेली होती. तिची मुलं स्कॉटच्या मुलांच्या वयाचीच होती. त्यांना ती इंग्लंडमध्ये तिच्या नवऱ्याजवळ ठेवून गिर्यारोहणासाठी आलेली होती.

माउन्टन मॅडनेसतर्फे पदभ्रमंतीसाठी आलेले लोक काही दिवस ब्रॉड पीकच्या बेस कॅम्पवर राहून मायकेल अ‍ॅलिसनबरोबर पुढील प्रवासासाठी निघाले. बाल्टोरो हिमनदीवरून आल्यामार्गानंच परत न जाता ते गोंडोगोरो-ला ही १८००० फुटांवरची खिंड ओलांडून मग हुशे खोऱ्यात उतरून पर्वतांपासून दूर जाणार होते. गोंडोगोरा-ला ह्या खिंडीतून काराकोरम पर्वतातील के टू, ब्रॉड पीक आणि इतर शिखरांचं मनोहारी दृश्य दिसतं.

हुशे खोऱ्यातील लहान-लहान खेड्यांमध्ये ह्या पदभ्रमंती करणाऱ्यांची राहण्या-जेवणाची सोय होणार होती. हुशे खोऱ्यातून पायी प्रवास करत असताना आजूबाजूच्या पर्वतांच्या योसेमिटीचे स्मरण करून देणाऱ्या ग्रॅनाइटच्या भिंती दिसल्या असत्या. ही मोहीम अत्यंत निसर्गरम्य असली तरी खूपच कष्टांची होती.

मायकेल म्हणाला, ''पदभ्रमंती करणाऱ्यांना घेऊन जाण्यातली सर्वांत मोठी अडचण स्कॉटमुळेच उपस्थित होत असे. काही जणांना हा प्रवास झेपणार नाही,

७ स्कॉटच्या मृत्यूनंतर वर्षभरानं कीथ आणि क्रिस्टीन बॉस्कॉफनं माउन्टन मॅडनेस ही कंपनी विकत घेतली. कीथचा १९९८मध्ये मृत्यू झाल्यावर क्रिस्टीननं ही कंपनी चालवली आणि माउन्ट एव्हरेस्टसकट अनेक महत्त्वाच्या शिखरांवर तिनं मोहिमा नेल्या. ती आणि तिचा गिर्यारोहणातील सहकारी चार्ली फाउलर हे दोघे जण २००६च्या हिवाळ्यात चीनच्या सिआचुन प्रांतातील 'गेन्यान मॅसिफ' ह्या एकाकी दुर्गम शिखरावर हिमप्रपातात पुरले गेले आणि मरण पावले.

हे मान्य करायलाच तो तयार नसे! ट्रेकर्समध्ये एक स्त्री होती. तिचा मांडीचा सांधा बदललेला होता. त्या खिंडीतून प्रवास करताना ती जगण्याची पन्नास टक्केच शक्यता होती.'' मायकेलनं स्कॉटला विचारलं, तिला ह्या खिंडीतून नेणं कितपत शहाणपणाचं ठरेल? स्कॉट किंवा मायकेल यांच्यापैकी कुणीही ती खिंड पाहिलेली नव्हती किंवा त्यांच्यापैकी कुणीही ती खिंड उतरून पलीकडे गेलेलं नव्हतं. परंतु स्कॉटचं मत होतं की, ती पैसे देऊन पदभ्रमंतीसाठी आलेली आहे आणि बेस कॅम्पपर्यंत पोहोचू शकलेली आहे, तेव्हा तिला पुढल्या प्रवासासाठी जाऊ द्यायला काहीच हरकत नाही.

मायकेल म्हणाला, ''तिला पुढल्या प्रवासासाठी जाऊ द्यावं, असंच स्कॉटचं मत होतं; परंतु मीच त्या गोष्टीला मोडता घातला.'' मायकेलनं त्या स्त्रीला बाल्टोरो हिमनदीच्या मार्गानं बेस कॅम्पवरील मदतनीस सोबत देऊन माघारी पाठवून दिलं. ती स्त्री नाराज असली, तरी मायकेल ह्या निर्णयावर ठाम राहिला. त्या खिंडीपर्यंत पोहोचल्यावर मायकेलची खात्री पटली की, त्याचा निर्णय योग्यच होता! खिंडीच्या दुसऱ्या बाजूनं खाली उतरताना सर्वांना दोर वापरावे लागले आणि सुटे दगड असलेली उभी चढण उतरून जावं लागलं. तेथून कुणी पडलं असतं, तर दोन हजार फूट गडगडत खाली जाऊन जिवाला मुकलं असतं.

पदभ्रमंती करणारे बेस कॅम्पवरून पुढे निघून गेल्यानंतर माउन्टन मॅडनेसच्या गिर्यारोहकांनी ब्रॉड पीकवरचे त्यांचे कॅम्प तयार करायला सुरुवात केली. ब्रॉड पीक चढून जाताना कोणकोणत्या गोष्टी करणं जरुरीचं आहे, याकडे रॉब हेस जातीनं लक्ष घालू लागला. पहिलं अवघड काम होतं, बेस कॅम्पजवळच्या नदीचा पलीकडला तीर गाठणं. सूर्यकिरणांनी तापलेल्या पर्वतांवरलं हिम वितळून नदीचं पात्र दुथडी भरून वाहू लागलं होतं. त्या जोरदार प्रवाहात पात्र ओलांडणारा बेसावध माणूस वाहून गेला असता. रॉबनं नदीच्या पात्राच्या वर एक दोर ताणून बांधला. पात्र ओलांडताना लोक त्यांचा कमरबंद कॅराबायनरच्या मदतीनं या दोराला बांधून हवेतून सरसर पलीकडे जाऊ शकत होते.

ह्या पद्धतीनं गिर्यारोहक सुखरूपपणे नदीपार पोहोचल्यावर रॉबला खूपच आनंद झाला. रॉबनं शेर्पांच्या मदतीनं पर्वतावर उंचावर आणि चढाच्या बर्फाच्या भागात खांब पक्के रोवले आणि त्यांना दोर बांधून खाली सोडले. रॉब म्हणाला, ''हे दोर आम्ही फक्त आमच्या मोहिमेसाठीच बांधले नव्हते; त्यांचा वापर करायची सर्वांना परवानगी होती. दोर बांधण्याचं काम तर नीटपणे पार पडलं, पण इतर काही गोष्टी नीटपणे पार पडल्या नाहीत.''

इतर नीटपणे पार न पडलेल्या गोष्टी होत्या - स्कॉटचं भरकटत असणारं चित्त

आणि त्यामुळे मोहिमेच्या नेतृत्वात येणारा उणेपणा. मायकेल ॲलिसनचासुद्धा रॉबसारखाच ग्रह झाला होता की, स्कॉट देहानं तिथं असला, तरी त्याचं मन दुसऱ्या कोणत्यातरी काळजीनं व्यग्र होतं आणि मोहिमेवर तो चित्त एकाग्र करू शकत नव्हता.

रॉब मला म्हणाला, ''स्कॉटच्या ठायीची ऊर्जा इतकी जाज्वल्य असे की, त्यात जरा उणेपणा जाणवला की, आम्हाला निराधार वाटू लागत असे. सुरुवातीला स्कॉट पुरेसं लक्ष देत नसल्यामुळे पर्यटकांच्या बाबतीतले महत्त्वाचे आणि अवघड निर्णय मलाच घ्यावे लागले.''

माउन्टन मॅडनेसबरोबर आलेला एक पर्यटक ब्रॉड पीकच्या कॅम्प क्र. दोनपर्यंत कसाबसा पोहोचला. ''त्याला स्वत:चं सामान उचलणंसुद्धा नीटपणे जमत नव्हतं. नेपाळहून सर्वांच्या मदतीसाठी आलेले शेर्पा फक्त त्याच्याच तैनातीत व्यग्र होते.''

त्यानं बेस कॅम्पवर परत जावं, असं रॉबनं त्या पर्यटकाला सांगितलं. रॉब म्हणाला, ''मी त्याच्यावर परत जायची सक्तीच केली. ते करताना मी थोडं जास्त मार्दव दाखवू शकलो असतो. पण त्याला पुढे जाऊ देणं केवळ अशक्यच होतं.'' तो पर्यटक नाराज होऊन बेस कॅम्पवर गेला. पण हा निर्णय घेण्यावाचून दुसरा पर्यायच नव्हता.

स्कॉट लोकांना नेहमी उत्तेजन देऊन शक्य तेवढं चढून जायला सांगत असे. प्रयत्न केला की, लोकांची कुवत वाढते आणि ते अधिकाधिक उद्दिष्ट साध्य करू शकतात, असं त्याचं प्रामाणिक मत होतं. ह्या विचाराला अनुसरूनच तो पदभ्रमंतीसाठी आलेल्याला किंवा गिर्यारोहकाला मागे धाडायला कबूल नसे. परंतु, स्कॉटच्या ह्या वागण्याचा काही लोक दुसरा अर्थ काढत असत. डेल ब्रूज मला म्हणाला, ''मोहिमेतून आलेल्या प्रत्येक व्यक्तीला स्कॉटला शिखरमाथ्यावर न्यायचं होतं. जितके जास्त लोक शिखरमाथा गाठू शकतील, तितकी त्याच्या व्यवसायाची कीर्ती पसरेल, असं त्याला वाटत होतं. त्यामुळं सर्वांच्या आधी शिखरमाथा गाठायची इच्छा न धरता, तो मागे राहून शक्य तेवढ्या लोकांना शिखरमाथा गाठायला मदत करत होता.''

सरतेशेवटी स्कॉट, रॉब हेस, पीटर गोल्डमन हे शेर्पांबरोबर आणि क्रिस्टीन बॉस्कॉफबरोबर ब्रॉड पीकच्या माथ्यावर पोहोचले. बाल्टोरो हिमनदीच्या पलीकडे नजर टाकल्यावर त्यांच्यापेक्षा अर्धा मैल अधिक उंची असलेलं के टू हे शिखर नजरेस पडत होतं. के टूच्या माथ्यावरल्या बर्फाच्या उताराकडे नजर टाकली असती, तर त्यांना ॲलिसन हर्ग्रीव्हज आणि इतर तीन गिर्यारोहक के टूच्या माथ्याजवळ पोहोचताना दिसले असते. तीन वर्षांपूर्वी स्कॉट आणि एड व्हिश्चर्स ज्या रस्त्यानं

के टू चढून गेले होते, त्याच रस्त्यानं हे लोक चढत गेले. त्या दिवशी सकाळी ॲलिसनबरोबर हिलरीसुद्धा वर चढून जायला निघाला होता, पण तो परत फिरला होता. दुसऱ्या मार्गानं पाच स्पॅनिश गिर्यारोहक के टूवर चढून जात होते. लवकरच हवा अतिशय भीषण होणार होती.

रॉब हेस मला म्हणाला, ''आम्ही सकाळी दहा वाजता ब्रॉड पीकचा माथा गाठला, तिथून खालच्या कॅम्पपर्यंत उतरून आलो; पण खाली पोहोचताना वाटेत सोसाट्याच्या वादळी वाऱ्यांना तोंड देत उतरलो.''

स्कॉटनं नंतर अंदाज बांधला की, ते खाली उतरत असताना ताशी शंभर मैल वेगाचा वारा वाहत होता. माउन्टन मॅडनेसचे गिर्यारोहक खालच्या कॅम्पपर्यंत पोहोचू शकले, परंतु तीन स्पॅनिश गिर्यारोहक मात्र के टूवर मरण पावले. ॲलिसन हर्ग्रीव्हज आणि तिचे तीन सहकारी माथ्यावर पोहोचले आणि त्यानंतर वादळात मरण पावले. स्कॉटनं लिहिलं, 'ब्रॉड पीक आणि के टूमध्ये ३००० फुटांच्या उंचीचा फरक असला तरी चढताना जीवन-मरणाचा फरक असतो.'

रॉब हेस म्हणाला, ''यांच्यापैकी एक जण खाली उतरत असताना त्याचं बोलणं आम्ही रेडिओवर ऐकत होतो. उतरताना भीषण वदळाला तोंड देत-देत शेवटी तो कॅम्पमध्ये पोहोचल्यावर मरण पावला. ते ऐकणं, हा अतिशय दुःखद अनुभवच होता.''

ह्या वर्षभरात स्कॉटच्या वाट्याला असे अनेक भीषण अनुभव आले होते. नशिबानं वर्ष १९९५ संपता-संपता त्याची एक तरी काळजी हलकी झाली. जीनीच्या खटला कोर्टाबाहेर सामोपचारानं मिटवला गेला. माउन्टन मॅडनेसबद्दल स्कॉट आशावादी मनानं योजना आखायला मोकळा झाला. स्कॉटनं १९९५मध्ये माउन्टन मॅडनेसतर्फे ज्या मोहिमा नेल्या होत्या, त्याला ग्राहकांचा चांगला प्रतिसाद लाभला होता. पुढल्या वर्षासाठी तो महत्त्वाकांक्षी योजना आखू लागला होता. त्यानं व्यवसासात अजून इच्छित उंची गाठलेली नसली, तरी त्याचा प्रवास योग्य दिशेनं चाललेला होता.

गिर्यारोहकांचा मार्गदर्शक ह्या नात्यानं त्याला पसंतीची आणखी एक पावती मिळाली आणि त्याची अस्मिता सुखावली, ती (CARE - The Co-operative For American Relief Everywhere) ह्या संस्थेच्या प्रतिनिधींनी माउन्टन मॅडनेसवर किलिमांजारो मोहिमेची जबाबदारी सोपवल्यामुळे! तो केअरचा पन्नासावा वर्धापनदिन होता. ह्या मोहिमेत येणारे सदस्य कंपन्यांचे अधिकारी, वकील, बँकर्स असे नामवंत लोक असणार होते. किलिमांजारोवर चढाई करून यश मिळवायचं आणि ती संधी वापरून संस्थेसाठी पाच लाख डॉलर्सच्या देणग्या जमवायच्या,

असा त्यांचा दुहेरी हेतू होता. टांझानियात सर्व व्यवस्था करण्यासाठी स्कॉटनं वेस क्राउसवर आणि त्याच्या आफ्रिकन एन्व्हायर्नमेंट्स ह्या संस्थेवर जबाबदारी सोपवली. तो स्वत: विमानानं टांझानियात जाऊन ह्या मोहिमेचं नेतृत्व करणार होता.

या मोहिमेतील सर्व गिर्यारोहक पर्वतमाथ्यापर्यंत पोहोचतील आणि केअरला देणग्या देणाऱ्या लोकांना त्यांनी जे वचन दिलेलं होतं, त्याची पूर्तता करतील, असं सीॲटलमधील पत्रकारांपुढे स्कॉटनं जाहीर केलं होतं. केअरतर्फे आलेल्या मोहिमेच्या लोकांना स्कॉटनं हमी दिलेली होती की, हा त्यांच्या आयुष्यातला चित्तथरारक आणि संस्मरणीय अनुभव असेल. स्कॉटची ही दोन्ही आश्वासनं अगदी खरी ठरली. ह्या मोहिमेच्या सदस्यांनी रमत-गमत प्रवास केला आणि तिथल्या हवेला सरावल्यावर किलिमांजारोवर 'वेस्टर्न ब्रीच'मार्गे चढून जायला सहा दिवस घेतले. ॲरो हिमनदीजवळ त्यांनी तंबू ठोकल्यावर त्यांना ब्रीच आयसिकलचं दृश्य नजरेत साठवता आलं. ब्रीच आयसिकलवरूनच स्कॉट आणि वेस बारा वर्षांपूर्वी किलिमांजारो चढून गेलेले होते. किलिमांजारोच्या माथ्याजवळच्या ज्वालामुखी विवरावर त्यांनी सर्वांत उंचावरला कॅम्प उभारला. ह्या १९००० फुटांवरल्या कॅम्पवर त्यांनी रात्रभर मुक्काम केला, तेव्हा ते आफ्रिकेतल्या अत्युच्च जागेवर पोहोचले होते. पहाटेस उठून त्यांनी आपले गरम कपडे चढवले, चहा-कॉफी घेतली आणि शेवटचे काहीसे फूट चढून त्यांनी आफ्रिकेतील अत्युच्च शिखराचा माथा गाठला.

केअरतर्फे आलेले गिर्यारोहक किलिमांजारोवरून सुखरूपपणे खाली उतरल्यावर स्कॉटनं वेसच्या आमंत्रणाचा स्वीकार केला आणि टांझानियात आणखी काही दिवस राहून तो वेस व त्याच्या कुटुंबीयांबरोबर सेरेनगटी येथे ॲनिमल सफारीवर गेला. उघड्या विस्तृत कुरणांमधून उघड्या छताची त्यांची लॅन्डरोव्हर गाडी धावत होती. वाटेत त्यांना हत्ती, गेंडे, सिंह आणि जिराफ दिसत होते. वेस आणि मेलीची मुलं हे दृश्य पाहून उत्तेजित झालेली होती.

वेस मला म्हणाला, ''स्कॉट मला सांगत होता की, तोसुद्धा थोडी विश्रांती घेऊन त्याच्या कुटुंबीयांसमवेत अशा सफरीवर जाईल. येत्या वर्षीच आफ्रिकेत ॲन्डी आणि केटी रोझला सोबत घेऊन येण्याचे बेत तो आखत होता. मेली आणि मी आमच्या मुलांबरोबर थरारक गोष्टी करताना पाहून, त्याच्या मनातसुद्धा तसेच विचार आले असावेत. उंच शिखरांवर चढून जाण्याएवढा ह्यात थरार नसेल, पण हा अनुभवसुद्धा तेवढाच आनंददायक असतो!''

स्कॉटला १९९५ हे वर्ष पूर्वसूचना देऊन सावध करणारं होतं, असं म्हणायचा मला मोह होतोय. पर्वतांवर मोहिमा नेलेल्या असताना भीषण वादळं आली होती. बर्फात गिर्यारोहक वाट चुकले होते. वाट चुकलेल्यांच्या मदतीला अखेरीस दुसऱ्या

मोहिमेच्या वाटाड्याला यावं लागलं होतं. गिर्यारोहक मरण पावले होते. व्यावसायिक आणि कौटुंबिक जबाबदाऱ्या सांभाळण्याची कसरत स्कॉट करत होता. एव्हरेस्ट चढून गेल्यानंतर पुढल्या वर्षी नव्या ध्येयांचा शोध घेण्यात कदाचित तो व्यग्र राहिला असेल. एक गोष्ट मात्र अगदी निर्विवादपणे खरी होती : उंचावरील जागी, सोसाट्याच्या वाऱ्यात जाण्यातच त्याला खरा आनंद मिळत होता. पर्वत हेच त्याचं खरं घर होतं. तिथेच तो आनंदात वावरत असे.

'हाऊ टू आउटडोअर' ह्या टीव्ही सीरिअलच्या शेवटी स्कॉट पर्वतावर उभा दिसतोय. तो नुकताच दोरावरून सरसर खाली उतरून आला आहे आणि बर्फात डोक्यामागे हात ठेवून आराम करतो आहे. तो जिथे आहे, तिथं पूर्णपणे आनंदात आहे. आपल्या व्यवसायावर तो खूश आहे.

''मला हा व्यवसाय अत्यंत प्रिय आहे!'' तो कॅमेऱ्याकडे पाहून जोशात म्हणतोय. बोलताना त्याच्या चेहऱ्यावर हसू फुललेलं आहे आणि त्याच्या शब्दांच्या सच्चेपणाबद्दल तुम्हाला तिळमात्र शंका वाटत नाहीय!

एकवीस
अखेरची चढाई

आम्ही दोन महिने एकत्र होतो आणि शेवटचे काही दिवस वगळता,
तो माझ्या आयुष्यातला सर्वांत आनंदाचा काळ होता.

- सॅन्डी हिल 'आउटसाइड मॅगेझिन', सप्टेंबर २००६

मी सीॲटलहून वायोमिंगला जाण्यासाठी सामान भरत होतो. ग्रॅन्ड टीटॉन नॅशनल पार्कमध्ये पाऊलवाट बनवणाऱ्या कामगारांचं नेतृत्व करायचं काम मी करणार होतो. मी सामान भरत असतानाच वर्तमानपत्र टाकणाऱ्या पोऱ्यानं सकाळचा ताजा पेपर दारात आणून टाकला. स्कॉट फिशरच्या चिमुकल्या आकाराच्या फोटोजवळ छोटी बातमी छापलेली दिसली. माउन्टन मॅडनेसचे लोक एव्हरेस्टमाथ्यावर पोहोचल्याची ती बातमी होती. ती बातमी वाचून मला हलकं वाटलं, आनंदसुद्धा झाला आणि मी स्वत:शीच खुशीनं हसलो. त्यानंतर मी बॅकपॅकमध्ये माझी स्लीपिंगबॅग भरू लागलो.

क्षणभरातच फोन वाजला आणि मी फोन उचलला, तेव्हा दुसऱ्या टोकाला स्कॉटची बहीण लिसाचं रडणं ऐकू आलं. हुंदके देत ती मला सांगत होती, ''स्कॉट खाली उतरू शकत नाहीय!'' मी तिला म्हणालो, ''पेपरमध्ये तर मोहीम यशस्वी झाल्याची बातमी आलीय!'' पण लिसा पुन:पुन्हा सांगत राहिली की, स्कॉटला खाली उतरता येत नाहीय.

मी फोन खाली ठेवला आणि पश्चिम सीॲटलमधील फिशर-प्राइस हाउसकडे गाडी वळवली. काय घडलंय, ते तर मला जाणून घ्यायचं होतंच; पण स्कॉटच्या कुटुंबीयांना होईल ती मदतसुद्धा करायची माझी इच्छा होती. घराच्या दिवाणखान्यात जीनीची आई आणि जीनीची बहीण वेदा बसलेल्या होत्या. स्कॉटनं विविध मोहिमांच्या वेळेस काढलेल्या फोटोंच्या फ्रेम्स भिंतीवर लावलेल्या होत्या. जीनीनं सोफ्यावर तिच्याजवळ मला बसवून घेतलं आणि माझे हात तिच्या खांद्यावर ओढून

घेऊन तिनं माझ्या हातांवर मान टाकली. नऊ वर्षांचा ॲन्डी तिच्या मांडीवर येऊन बसला.

जीनीनं मला विचारलं, ''काय घडतंय, ते ऐकायचंय का?''

''तुझ्याच्यानं सांगवत असेल, तरच!'' मी म्हणालो.

जीनीनं ॲन्डीला प्रश्न केला, ''मी पुन्हा सांगितलं, तर चालेल ना तुला?'' ॲन्डीनं मान डोलावली आणि जीनीला तो आणखीच बिलगला.

जीनी म्हणाली की, स्कॉटच्या मोहिमेतले लोक एव्हरेस्टमाथ्यावर पोहोचले, परंतु ते उतरत असताना जोराचं वादळ सुरू झालं. आणखी एका गिर्यारोहकाबरोबर असलेला स्कॉटसुद्धा शेर्पांना बेशुद्ध अवस्थेत सापडला. दुसऱ्या गिर्यारोहकाला ते जागं करू शकले, परंतु स्कॉटला त्यांना जागं करता आलं नाही. जीनी म्हणाली, ''जेव्हा ते त्याला तिथंच सोडून पुढे गेले, तेव्हा त्याचा श्वासोच्छ्वास जेमतेम चालू होता आणि त्यालासुद्धा आता दोन तास होऊन गेले आहेत.''

वेदा म्हणाली, ''कुणीतरी जाऊन त्याला खाली का घेऊन येत नाहीय? बचावाचा प्रयत्न कुणीच का करत नाहीय? बॉब, तू स्कॉटबरोबर गिर्यारोहण केलं आहेस. ते त्याला वाचवायचा कोणताच प्रयत्न का करत नाहीयेत?''

मी तिला सांगायचा प्रयत्न केला की, भीषण हवेत एव्हरेस्टवर उंचावर जाऊन स्कॉटला मदत करणाऱ्या बचावपथकाच्यासुद्धा जिवावर बेतण्याची शक्यता असते. इतक्या उंचावर हवा इतकी विरळ असते की, तिथे हेलिकॉप्टरसुद्धा पोहोचू शकत नाही आणि स्कॉटला जिवंत राहण्यासाठी स्वत:ची शक्ती एकवटून खाली उतरण्याखेरीज दुसरा मार्ग नाही.

ॲन्डी अस्वस्थपणे चुळबुळ करत म्हणाला, ''डॅडींनी आता डोळे उघडले असतील का?''

जीनी म्हणाली, ''मला ठाऊक नाही रे बाळा! बहुधा डॅडी खूप-खूप थकून गेले असावेत. ते विश्रांतीसाठी खाली बसले आणि त्यांना झोप लागली. त्यातून ते जागेच झाले नाहीत!''

आणखी स्नेही आलेले पाहून मी खोलीच्या दुसऱ्या टोकाला गेलो. केटी रोझ व्हरांड्यात तिच्या चुलत भावांबरोबर खेळत होती. कुटुंबावर कोसळलेल्या आपत्तीचं तिला आकलनच झालेलं नव्हतं. मला पाहून ती धावत-धावत माझ्याजवळ आली आणि वसंत ऋतूभर आम्ही टिचक्यांचा जो विनोद करत असू, तो विनोद करून ती पुन्हा खेळायला धावली. तिच्याकडे पाहून माझं हृदय जड झालं आणि मी परत जात असताना माझ्या चेहऱ्यावरून आसवं वाहू लागली.

जी घटना घडली होती; त्यावर वर्तमानपत्रांत, मासिकांत आणि वेबसाइट्सवर बातम्यांचा पूर लोटणार होता. एव्हरेस्टवर १९९६च्या वसंत ऋतूत जो अपघात

घडला, त्यावर अनेक पुस्तकं लिहिली जाणार होती. जॉन क्रॅकाऊरचं 'इन टू थिन एअर', अनातोली बॉक्रिव्हचं 'द क्लाइंब', लेन गेमेलगार्डचं 'क्लाइंबिंग हाय' आणि बेक वेदर्सचं 'लेफ्ट फॉर डेड'.

स्कॉटला ओळखणाऱ्या काही गिर्यारोहकांनी मला नंतर सांगितलं की, त्यांनी यातली कुठलीही पुस्तकं वाचली नाहीत. त्याचं म्हणणं पडलं की, त्याच्या ह्या शेवटच्या मोहिमेपेक्षा त्याची आधीची साहसंच खूप चित्तवेधक होती. मला त्यांचं म्हणणं पटतं. असं असूनही मी साऱ्या बातम्या पूर्णपणे वाचून काढल्या. शेवटल्या आरोहणाच्या वेळेस स्कॉट फिशरला नेमकं काय झालं, हे त्या बातम्यांवरून स्पष्ट होऊ शकेल, असं मला वाटत होतं.

स्कॉटच्या मनात १९९६च्या माउन्टन मॅडनेस मोहिमेचं बीज १९९४मध्येच रुजू लागलं होतं. एव्हरेस्टमाथा गाठून तो काठमांडूला पोहोचल्यावर नील बीडलमनबरोबर बिअर प्यायला थांबला. दोन वर्षांपूर्वी के टूच्या बेस कॅम्पवर तो नील बीडलमनला प्रथम भेटला होता. नील १९९४मध्ये थोर कैझर आणि चार्ली मेसबरोबर मकालू शिखर चढला होता. थोर कैझर आणि चार्ली मेससुद्धा के टू चढण्यासाठी नीलबरोबर गेले होते. मकालूवर त्यांच्याबरोबर अनातोली बॉक्रिव्ह हा रशियन गिर्यारोहकसुद्धा चढून गेला होता. स्कॉट आणि नीलनं त्यांच्या नव्या आरोहणांच्या कथा एकमेकांना ऐकवल्या आणि ते भविष्याबाबत योजना आखू लागले. नीलला स्कॉट म्हणाला की, तो १९९५च्या वसंत ऋतूत एव्हरेस्टवर व्यावसायिक मोहीम नेण्यासाठी परवाना मिळवणार आहे. स्कॉटनं त्या मोहिमेत येण्याचं आमंत्रण नीललासुद्धा दिलं.

नील मला म्हणाला, ''मी आस्पेनला परत गेल्यावर ह्या मोहिमेच्या योजनेबाबत स्कॉट मला ई-मेल्स पाठवू लागला. पण त्याला पुरेसे पर्यटक जमा करता आले नाहीत आणि ती मोहीम त्याला पुढे ढकलावी लागली.''

पुढल्या वर्षी १९९६च्या माउन्टन मॅडनेसच्या मोहिमांचं माहितीपत्रक बनवताना स्कॉटनं त्यात एव्हरेस्ट मोहिमेचं वर्णन सामाविष्ट केलं. ह्या मोहिमेचं नेतृत्व नील बीडलमन, रॉब हेस आणि तो स्वतः करणार असल्याचं त्यानं नमूद केलं. त्या जाहिरातीत त्यानं लिहिलं, ''१९९४च्या यशानंतर 'सागरमाथा पर्यावरण मोहीम' जगातील सर्वोच्च शिखरावर पुन्हा एकदा निघाली आहे. मोहिमेचा आयोजक स्कॉट फिशर यानं प्रत्येक सदस्याला एव्हरेस्टमाथ्यावर पोहोचवण्याच्या दृष्टीनं मोहीम आखली आहे. एव्हरेस्टवर पिरॅमिडसारखे कॅम्प्स उभारण्यात येणार आहेत. वरच्या प्रत्येक कॅम्पला खालील कॅम्पकडून रसद पोहोचती होणार आहे. गिर्यारोहकांना एव्हरेस्ट-सफाईत मदत करायची संधी दिली जाईल, पण त्यांचं प्राथमिक ध्येय असणार आहे एव्हरेस्टमाथा गाठणं!''

माणशी ६५००० डॉलर्स द्यावे लागणार होते. ह्या माहितीपत्रकात, मुख्य मोहिमेला मदत म्हणून एक पदभ्रमणाची मोहीम बेस कॅम्पवर नेली जाणार असल्याची माहिती नमूद केलेली होती. एव्हरेस्टवर गिर्यारोहण करणाऱ्यांना हे पदभ्रमण करणारे भेटणार होते. बेस कॅम्पवर पर्यावरण मोहिमेसाठी सफाईची मदत करण्याची संधीसुद्धा ट्रेकर्सना मिळणार होती.

ऑफिसची व्यवस्थापक कॅरन डिकिन्सन जुनी आठवण सांगताना म्हणाली, ''एके दिवशी माउन्टन मॅडनेसच्या ऑफिसात स्कॉट आला आणि एव्हरेस्ट मोहिमेचं नेतृत्व नील करेल, असं म्हणाला. स्कॉट म्हणाला की, नील हा एकदम तगडा माणूस आहे आणि त्याच्यात नेतृत्वगुण भरपूर आहेत.''

स्कॉट जाणून होता की, माउन्टन मॅडनेसच्या मोहिमेत येऊ शकतील अशा भरपूर लोकांशी नीलची ओळख होती. अशा लोकांना मोहिमेत आणण्यासाठी नीलला स्कॉटनं कमिशनसुद्धा देऊ केलं होतं. नील म्हणाला, ''दर पर्यटकामागे मला कमिशन मिळणार होतं. पैसे मिळवण्याचा माझ्यापुढे तेवढाच एक मार्ग होता. त्या संपूर्ण ट्रिपचे मला १०००० डॉलर्स मिळाले असावेत.''

कोलोराडोत राहणाऱ्या शार्लट फॉक्सला नील ओळखत होता. त्यानं शार्लटला मोहिमेत आणलं. शार्लटनं तिच्या मित्राला टिम मॅडसनला मोहिमेत आणलं. स्की-स्लोपवर गस्त घालून पहारा ठेवण्याचा व्यवसाय करणारी शार्लट, यापूर्वी हिमालयात मोहिमांवर गेलेली होती. तिनं चो ओयू आणि गॅशब्रम २ ह्या शिखरांवरील मोहिमांमध्ये भाग घेतलेला होता. १८००० फुटांपेक्षा अधिक उंचीवर ती निदान तेरा ते चौदा वेळा चढून गेलेली होती आणि ८००० मीटरपेक्षा जास्त उंचीच्या शिखरांवर चढून जायचा प्रयत्न तिनं सुरू केलेला होता. त्यामुळे एव्हरेस्टवर चढण्याची तिला भीती वाटण्याचं कारणच नव्हतं. नीलनं मार्टिन ॲडॅम्सलासुद्धा ह्या मोहिमेत यायला उद्युक्त केलं. नील आणि अनातोलीबरोबर मार्टिन ॲडॅम्स १९९४मध्ये मकालू मोहिमेवर गेलेला होता.

माउन्टन मॅडनेसच्या एव्हरेस्ट मोहिमेवर जागा राखून ठेवण्यासाठी सर्वांत पहिला चेक आला डेल ब्रूजकडून. तो स्कॉटबरोबर हिमालयात बरुन्ट्से, मेरा पार्क आणि आमा डब्लाम ह्या मोहिमांवर गेलेला होता. त्याखेरीज तो काराकोरमवर ब्रॉड पीकच्या मोहिमेसाठीसुद्धा गेलेला होता. डेलनं त्यापैकी फक्त बरुन्ट्सेवर चढून जाण्यात यश मिळवलेलं असलं, तरी माउन्टन मॅडनेसच्या ह्या अनुभवी गिर्यारोहकानं एव्हरेस्टवर चढायचा प्रयत्न करायला काहीच हरकत नाही, असं स्कॉटला वाटत होतं.

लेन गेमेलगार्ड स्कॉटला खुंबू खोऱ्यात १९९१मध्ये पहिल्यांदा भेटली होती. त्यानंतर तिनं डेन्मार्कहून स्कॉटशी पत्रव्यवहारानं नियमित संपर्क ठेवलेला होता. ती

१९९५मध्ये माउन्टन मॅडनेसच्या पदभ्रमण गटाबरोबर ब्रॉड पीकच्या बेस कॅम्पवर आलेली होती. त्या वेळेस स्कॉटनं तिला १९९६च्या माउन्टन मॅडनेसच्या एव्हरेस्ट मोहिमेबद्दल सांगून, त्यात सामील होण्याबाबत पटवलं होतं.

पीट स्कूनिंग आणि त्याचा भाचा क्लेव्ह हे सीॲटलचे रहिवासी होते. ते सायकल चालवत स्कॉटला भेटायला आले. चाळीस वर्षांपूर्वी के टू शिखर चढून जाण्याचा प्रयत्न करणाऱ्या पहिल्या अमेरिकन मोहिमेबरोबर जाऊन पीटनं गिर्यारोहणाच्या जगतात एखाद्या आख्यायिकेएवढं महत्त्वाचं स्थान मिळवलेलं होतं. के टू मोहिमेच्या वेळेस त्यातला एक जण २५००० फुटांवर गेल्यावर गंभीर आजारी पडला. हिमवादळसुद्धा आलं. त्या वेळेस मोहिमेतील लोक त्या आजारी माणसाला पर्वतावरून खाली न्यायचा प्रयत्न करत होते. त्यांच्यापैकी एक जण पडला. त्याबरोबर इतरांचे दोरसुद्धा गुंतले आणि तेसुद्धा खाली खेचले जाऊ लागले. ते सारे जण खाली गडगडत जाऊन मृत्युमुखी पडणार, असं दिसू लागलं. सर्वांत वर होता पीट. दोराचं वरचं टोक त्याच्या कमरेला बांधलेलं होतं. खालचे सारे जण पडून गडगडायला लागले, तेव्हा त्याच्या दोराला हिसका बसू लागला. त्यानं प्रसंगावधान राखून त्याची बर्फाची कुऱ्हाड बर्फात रोवून धरली आणि सर्व शक्तिनिशी ती घट्ट धरून इतरांचे प्राण वाचवले. तो माउन्ट एव्हरेस्टच्या मोहिमेवर अद्याप गेलेला नव्हता, परंतु ६८व्या वर्षी एव्हरेस्टवर पोहोचलेला सर्वांत वयोवृद्ध म्हणून नाव कमावायला तो उत्सुक होता.

स्कॉटची एव्हरेस्ट मोहीम आकार घेऊ लागली, तेव्हा माउन्टन मॅडनेस आणि आउटसाइड मॅगेझिनचे संपादक यांची घासाघीस सुरू झाली. त्या वेळेस जॉन क्रॅकाऊर ह्या पत्रकाराला मोहिमेवर पाठवण्यासाठी पैसे मोजायला मॅगेझिनचे लोक तयार होते. स्कॉट 'ना नफा-ना तोटा' तत्त्वावर पैसे घेऊन त्याला न्यायला तयार होता. रॉब हॉलची ॲडव्हेंचर कन्सल्टंट्स ही कंपनीसुद्धा एव्हरेस्टवर व्यावसायिक मोहीम नेत होती. त्याची ही पाच वर्षांतली पाचवी मोहीम होती. कॅरन डिकिन्सनला आठवत होतं की, आउटसाइड मॅगेझिनच्या लोकांनी रॉबच्या कंपनीशी बोलणी सुरू केल्यावर रॉबनं त्यांना कमी खर्चात न्यायची तयारी दाखवली. कॅरन म्हणाली, ''रॉब हॉलनं त्यांना जेवढे पैसे लावले होते, तेवढ्याच पैशात आम्ही क्रॅकाऊरला कबूल केलं असतं, तर आम्हालाच पदरमोड करावी लागली असती. त्या किमतीवर आमचा खर्चसुद्धा भरून निघाला नसता! आमची अपेक्षा होती की, त्यांनी त्याचा खर्च तरी उचलावा!''

माउन्टन मॅडनेसच्या मोहिमेत सामील होणारी अखेरची व्यक्ती होती न्यूयॉर्कची रहिवासी सॅन्डी हिल पिटमन. ती उच्चभ्रू वर्तुळामध्ये आपलं वेगळेपण सिद्ध करण्यासाठी गिर्यारोहणात यश मिळवू लागली होती. सात खंडांपैकी

सहा खंडांमधली सर्वोच्च शिखरं चढून जाण्यात ती यशस्वी झालेली होती. त्यात अंटार्क्टिका खंडातील माउन्ट व्हिन्सनचा समावेश होता. तिथं ती शार्लट फॉक्सबरोबर कॅम्पमध्ये राहिलेली होती. एव्हरेस्टवर चढायचे अनेक प्रयत्न तिने केलेले होते. ती ज्या मोहिमेत १९९३मध्ये पैसे देऊन सामील झालेली होती, त्याचं नेतृत्व वॉली बर्ग आणि ॲलेक्स लो या गिर्यारोहकांनी केलं होतं. ॲलेक्स लो हा मॉन्टाना राज्यातील ख्यातनाम गिर्यारोहक होता.

वॉली मला म्हणाला, ''त्या वर्षीच्या गिर्यारोहकांमध्ये सॅन्डी ही सर्वांत निष्णात गिर्यारोहक होती.'' मोहिमेनं दोन गटांत विभागून लोकांना शिखराकडे धाडलं होतं. ॲलेक्स आणि वॉली पहिल्या गटातील तीन गिर्यारोहकांना आणि तीन शेर्पांना घेऊन एव्हरेस्टमाथ्यावर पोहोचले. दुसऱ्या गटात मोहिमेतील अधिक निष्णात गिर्यारोहक होते. त्यांना वाईट हवेमुळे मागे फिरावं लागलं. त्या गटात सॅन्डी होती, पण तिलाही माघारी फिरावं लागलं होतं. पुढल्या वर्षी ती तिबेटमधून एव्हरेस्टवर आरोहण करण्यासाठी आली. त्या छोट्याशा गटात ॲलेक्स लो आणि एव्हरेस्टवर फिल्म बनवणारा डेव्हिड ब्रीशिअर्स हे दोघे होते. हिमप्रपाताच्या गंभीर धोक्यामुळे त्या गटालाही मागे फिरावं लागलं. त्यामुळे सॅन्डी अद्याप एव्हरेस्टमाथा गाठू शकली नव्हती.

सात शिखरं चढून गेल्याचा अहवाल देणारं पुस्तक लिहिण्याचा सॅन्डीचा मानस होता. ती तिचा कॉम्प्युटर व सॅटेलाइट फोन बेस कॅम्पवर घेऊन येणार होती. वेबसाइटवर त्याद्वारे तिला बातम्या देता आल्या असत्या. त्यामुळे माउन्टन मॅडनेसलासुद्धा प्रसिद्धी मिळाली असती. जॉन क्रॅकाऊर हा पत्रकार रॉब हॉलच्या मोहिमेत सामील झाल्यामुळे स्कॉटचा प्रसिद्धीविषयक जो तोटा झाला होता, तो त्यायोगे भरून निघाला असता. एव्हरेस्टवर अधिकाधिक व्यावसायिक मोहिमा नेता येण्याच्या दृष्टीने अशी जाहिरात होणं आवश्यक आहे, हे स्कॉट जाणून होता. प्रसारमाध्यमांद्वारे प्रसिद्धी मिळाली असती, तर एव्हरेस्टवर चढून जाण्याची इच्छा आणि पैसा असलेले लोक व्यावसायिक मोहिमेकडे आकृष्ट झाले असते.

हिमालयातील गिर्यारोहणाला प्रसिद्धी नवी नाही, तरी १९२०च्या दशकापेक्षा आता बातम्या खूपच झपाट्याने सर्वत्र पोहोचू शकत होत्या. त्या वेळेस मोहिमेत भाग न घेतलेल्या लोकांना एव्हरेस्टवर चढण्याच्या प्रयत्नाच्या वेळेस काय घडलं, हे कळायला अनेक आठवडे लागत. हिलरी आणि तेनसिंग एव्हरेस्टवर १९५३मध्ये चढून गेल्या वेळी बेस कॅम्पवरून माणसांकरवी लिखित बातमी काठमांडूला पाठवून तिथून ती जगभर प्रसृत केली गेली. पीटर हिलरीनं १९९०मध्ये एव्हरेस्टमाथ्यावरून न्यूझीलंडमध्ये रेडिओद्वारा संपर्क साधून

त्याच्या वडिलांना एव्हरेस्टवर पोहोचल्याची सुवार्ता कळवली होती. रॉब हॉलनं १९९४मध्ये बेस कॅम्पवर सॅटेलाइट फोन नेला होता. पण मिनिटागणिक पंचवीस डॉलर्स एवढा खर्च येत असल्यामुळे त्याचा वापर फक्त महत्त्वाच्या बातम्यांची देवघेव करण्यासाठीच केला जात असे.

सॅन्डी हिल आणि जॉन क्रॅकाऊर स्वत: पाहिलेल्या गोष्टी नमूद करणार होतेच, पण त्याखेरीज डेव्हिड ब्रीशिअर्सनं नेतृत्व केलेली आणि एड व्हिश्चूर्सनं मदत केलेली एक मोहीम एव्हरेस्टमाथ्यावर वाइड स्क्रीन I - MAX मुव्ही कॅमेरा घेऊन जाणार होती. वाटेत सर्व वेळ ते मुव्ही कॅमेऱ्यानं चित्रण करणार होते. 'माउन्टन झोन' नावाचे नवे इंटरनेट संकेतस्थळ बेस कॅम्पवरचे आणि एव्हरेस्टवरचे अहवाल प्रेक्षकांपर्यंत पोहोचवणार होतं. माउन्टन मॅडसेनची आणि इतर मोहिमांची यासंदर्भात मदत घेतली जाणार होती. प्रत्यक्ष घटनास्थळाशी जगभरातून संपर्क साधता येण्याएवढा इंटरनेटचा विकास तेव्हा झालेला नव्हता, तरी घटनेनंतर काही तासांतच एव्हरेस्टवरील बातमी वर्ल्ड वाइड वेबवर टाकण्याएवढा तंत्रज्ञानाचा विकास झालेला होता.

माउन्टन मॅडनेसच्या ऑफिसातील स्कॉट, कॅरन आणि निकेल्स यांच्या लक्षात आलं की, मोहीम सुरळीतपणे पार पडली असती, तर प्रसारमाध्यमांमुळे त्यांचा व्यवसाय वाढला असता. पण आपल्याला चांगली वागणूक मिळालेली नाही किंवा खूप पैसे खर्च केले असूनही मोहिमेकडून योग्य ती सेवा पुरवली गेली नाही, असे मोहिमेतील पर्यटकांना वाटले असते; तर त्यामुळे माउन्टन मॅडनेसची दुष्कीर्तीच पसरली असती व त्याचा व्यवसायावर प्रतिकूल परिणाम झाला असता.

रॉब हेसऐवजी दुसरा गाइड नेमावा, असा कॅरन आणि टॉम ह्या दोघांनीही स्कॉटला खूप आग्रह केला. कॅरनचा रॉबबद्दल तेवढासा बरा ग्रह झाला नव्हता, कारण १९९५च्या माउन्टन मॅडनेसच्या ब्रॉड पीकवरील मोहिमेनंतर नाराज झालेल्या पर्यटकानं कॅरनजवळ तक्रार केली होती की, रॉबनं त्याला अत्यंत उद्धट पद्धतीनं बोलून परत धाडलं होतं. रॉबसमवेत मॅककिनलेच्या मोहिमेवर टॉम गेलेला होता. त्याला रॉबच्या बलस्थानांबद्दल खूपच आदर वाटत होता. तरीसुद्धा त्याचं मतसुद्धा कॅरनसारखचं होतं. टॉम म्हणाला, ''रॉब अत्यंत निष्णात व तगडा होता आणि गिर्यारोहणाच्या तंत्रज्ञानात पारंगत होता. पण तो कधीकधी मुलाहिजा न ठेवता, बेधडक बोलत असे.''

माउन्टन मॅडनेसच्या अंत:स्थ वर्तुळात या मुद्द्यावर चर्चा झाली. मायकेल ॲलिसन म्हणाला, ''रॉब पर्यटक-ग्राहकांशी स्पष्टवक्तेपणानं बोलला असला, तरी त्या मोहिमेत त्याचं खूपच मोठं योगदान होतं.'' मायकेल ॲलिसननं ब्रॉड पीकवर पदभ्रमण गटाचं नेतृत्व केलेलं होतं. त्यानं कॅरन आणि टॉमला आठवण

करून दिली की, गिर्यारोहणातील तांत्रिक बाबींमध्ये रॉब अत्यंत पारंगत होता. त्यानं आणि स्कॉटनं माउन्ट मॅककिनलेवरील मोहिमेत जोडीनं उत्कृष्ट कामगिरी बजावलेली होती आणि ते जोडीनं एव्हरेस्टवर चढून गेलेले होते.

नील बीडलमन मला अलीकडेच म्हणाला, ''१९९६ पूर्वी जर वाटाड्याने एखाद्या पर्यटकाला परत पाठवायचं ठरवलं, तर त्याचं मत ग्राह्य धरून तसंच केलं जात असे. आधी एखादी घटना घडलेली नसल्यामुळे ते उदाहरण देऊन तो पर्यटकाला सांगू शकत नसे - बघ, तू जात राहिलास तर असे होईल! त्यामुळे पक्की खात्री पटल्याशिवाय वाटाड्या तेव्हा पर्यटकाला माघारी पाठवत नसे.'' उंचावरल्या विरळ हवेत त्रास झाल्यामुळे ज्या पर्यटकांना वाटाड्या माघारी पाठवून देत असे, तेच पर्यटक बेस कॅम्पवरील दाट हवेच्या वातावरणात हुशारी वाटल्यानंतर कधीकधी तक्रार करीत की, त्यांना वाटाड्याने नाहक परत पाठवून त्यांची शिखर चढायची संधी हिरावून घेतली.

नील पुढे म्हणाला, ''१९९६मध्ये एव्हरेस्टवर जे घडलं, त्यानंतर ते उदाहरण देऊन वाटाडे पर्यटकांना परत पाठवू लागले. घडलेलं उदाहरण समोर असताना रॉब हेससारख्या वाटाड्याच्या मताबद्दल कुणीही कुरकुर करेनासं झालं.''

स्कॉट १९९५च्या ऑक्टोबर महिन्यात काठमांडूला परवान्यासंबंधात आलेला असताना त्याची अॅनातोली बॉक्रिव्हशी भेट झाली. त्यानं नील बीडलमनकडून त्याचं नाव ऐकलेलं होतं. त्या वेळेस अॅनातोली धवलगिरी शिखर चढून परत आलेला होता. धवलगिरी शिखर चढताना तो १५००० फुटांवरच्या बेस कॅम्पपासून २७००० फुटांवरल्या शिखरमाथ्यावर जाऊन पुन्हा बेस कॅम्पवर पंचवीस तासांत परत आला होता. त्यानं हे आरोहण एकट्यानंच केलं होतं. त्याच्या मोहिमेतील एका सदस्यानं एलिझाबेथ हॉलीला सांगितलं, ''हा रशियन त्याचे क्रॅम्पॉन्स घालून इतक्या सहजतेनं फिरतो की, जणू क्रॅम्पॉन्स घालूनच तो जन्माला आला आहे! तो त्याचे क्रॅम्पॉन्स इतके सहजपणे व नेटकेपणे वापरत असे की, बघत राहावं!'' एलिझाबेथ हॉली काठमांडूस्थित पत्रकार होती. हिमालयातील विविध आरोहणांच्या तपशिलाची नोंद ती करत असे. अॅनातोली आदल्या वसंत ऋतूत तिबेटमधून एव्हरेस्टवर चढून गेला होता.

अॅनातोलीला स्कॉट म्हणाला की, १९९६च्या माउन्टन मॅडनेसच्या मोहिमेत गाइड म्हणून कोणाला घ्यावं याचा तो विचार करत आहे. स्कॉटनं अॅनातोलीला मोहिमेत यायचं आमंत्रण दिलं. स्कॉट त्याला म्हणाला की, माउन्टन मॅडनेसच्या एव्हरेस्ट मोहिमेचे गाइड असतील फिशर, बीडलमन आणि बॉक्रिव्ह. स्कॉट जीनीला म्हणाला, ''ह्या मोहिमेत काही अडचण उद्भवली, तर अॅनातोली पाठीशी उभा असेल.''

मायकेल ॲलिसन मला म्हणाला, ''स्कॉटला ॲनातोलीच्या बलस्थानांची पूर्णपणे जाणीव होती आणि सुपरमॅनसारखा तगडा असलेला हा माणूस आपल्या मोहिमेत असावा, अशी त्याची इच्छा होती. अर्थात, रॉबसुद्धा ॲनातोलीएवढाच तगडा होता!''

स्कॉटनं पी. बी. थापा ह्या त्याच्या काठमांडूमधील व्यवसायातील सहकाऱ्याची भेट घेतली. मदतनिसांचा प्रमुख म्हणून त्यांनी लॉपसँग जांगबूची नियुक्ती केली. ह्या तरुण शेर्पानं स्कॉटबरोबर एव्हरेस्टवर आणि ब्रॉड पीकवर आरोहण केलेलं होतं आणि त्यानं रॉब हॉलच्या व इतरांच्या एव्हरेस्ट मोहिमांमध्ये भाग घेतलेला होता. लॉपसँगचे वडील आणि काकासुद्धा इतर शेर्पांबरोबर ह्या मोहिमेत मदतनीस म्हणून सामील झाले.

गाइड आणि शेर्पांची नियुक्ती करून झाल्यावर ह्या मोहिमेत दाखल होण्यासाठी पैसे ठरवायचा प्रश्न चर्चेत आला. मोहिमेत दाखल होण्यासाठी इच्छुक अशा लोकांशी पैशांबाबतची बोलणी करताना स्कॉटनं व्यावसायिक धोरण ठेवलं होतं. परंतु कॅरन डिकिन्सन म्हणाली की, शेवटी फक्त सॅन्डी हिल पिटमननंच पूर्ण पैसे चुकते केले.

एव्हरेस्टवर जाण्यासाठी स्कॉट निघणार होता, त्यापूर्वी त्याला भेटायला मी माउन्टन मॅडनेसच्या ऑफिसात डोकावलो. तो नेपाळमध्ये पाठवण्यासाठी कार्डबोर्डच्या भक्कम क्रेटमध्ये सामान भरत होता. किलिमांजारोवरील मोहीम आटोपून सीॲटलला तो जानेवारीत परत आला होता, तेव्हापासून तो एव्हरेस्ट मोहिमेच्या तयारीतच व्यग्र होता. त्याच्या व्यवसायासंबंधित इतर गोष्टींमध्येसुद्धा त्याला लक्ष घालावं लागत होतं. तो थकलेला दिसत होता. ही गोष्ट त्याच्या इतर मित्रांच्यासुद्धा लक्षात आलेली होती. त्याला तंदुरुस्त राहण्यासाठी व्यायाम करायलासुद्धा पुरेसा वेळ मिळत नव्हता.

एड व्हिश्चर्सनं मला अलीकडेच आठवण करून दिली, ''स्कॉटची देहयष्टीच इतकी मजबूत होती की, तो व्यायाम करून तंदुरुस्त स्थितीत आहे, असं कुणालाही वाटावं! त्यानं धावण्याचा आणि सायकल चालवण्याचा जास्त सराव ठेवला असता, तर तो याहून अधिक तंदुरुस्त राहू शकला असता. तसं केल्यामुळे त्याला विरळ हवेत गिर्यारोहण करताना टिकाव धरता आला असता.'' याबद्दल तेवढीशी चिंता करायचं कारण नव्हतं. कारण मोहिमेच्या काळात, प्रत्यक्ष गिर्यारोहण करण्यापूर्वीच्या आठवड्यांमध्ये गिर्यारोहक पुरेसा सराव करून आपली शक्ती वाढवू शकतात. इतरांप्रमाणेच मीसुद्धा स्कॉटला नेहमीच अडथळ्यांवर मात करताना

पाहिलं असल्यामुळे मला त्याची तेवढी चिंता वाटली नाही.

माउन्टन मॅडनेस मोहिमेचे लोक मार्चअखेरीस काठमांडूत पोहोचले. त्यांनी त्या शहराच्या सांस्कृतिक रंगरूपाचा आस्वाद घेतला. त्या वेळेस स्कॉटनं मोहिमेबाबतच्या इतर अनेक गोष्टी पूर्ण केल्या. त्याच्या मोहिमेतील सदस्यांना घेऊन तो हेलिकॉप्टरनं नमचे बझारमधील धावपट्टीवर उतरला. अखेरीस मोहिमेचे सारे सदस्य एकत्र जमून बेस कॅम्पकडे चालत निघाले होते. त्या सर्वांनाच माउन्ट एव्हरेस्टवर चढायची ओढ वाटत होती. नील बीडलमन म्हणाला, ''स्कॉटबरोबर तो प्रवास करायला फारच मौज वाटली. बेस कॅम्पवर पोहोचेपर्यंतच्या त्या प्रवासात आम्हाला खूपच मजा आली.''

खुंबू आइसफॉलच्या पायथ्याशी वेगवेगळ्या चौदा मोहिमांनी तळ ठोकलेला होता. तिथे डझनवारी तंबू उभारलेले होते आणि शेकडो लोक आलेले होते. एका प्रचंड धोंड्यावर स्टारबक्सचा फलक लावलेला होता. त्याखाली स्कॉटच्या मोहिमेचा बेस कॅम्प उभा होता. त्यात जेवणघर म्हणून एक तंबू, स्वयंपाकसाठीचा तंबू, संपर्कासाठीची साधनं ठेवण्यासाठी एक तंबू अशा सुविधा होत्या. कॅम्पमधील कर्मचारी नेपाळी पद्धतीचे अमेरिकन खाद्यपदार्थ भोजनासाठी बनवत होते. त्यासोबत स्कॉटनं सीॲटलहून पाठवलेली पेयं, एनर्जी बार्स आणि टिलामूक चीज ह्या गोष्टीसुद्धा देण्यात येत होत्या. दोन वर्षांपूर्वी स्कॉटनं आणि त्याच्या चार मित्रांनी जो कॅम्प उभारला होता, त्याहून या वेळच्या मोहिमेत खूपच आलिशान व्यवस्था करण्यात आलेली होती.

मोहिमेतील बारीकसारीक तपशिलाकडे बघण्यात स्कॉटचा खूपच वेळ खर्ची पडत होता. पण हिमालयात येता आल्यामुळे तो खुशीत होता. अनेक वर्षे तो ज्यांना ओळखत होता, अशा गिर्यारोहकांना पुन्हा भेटता आल्यामुळे त्याला आनंद झाला होता. एड व्हिश्चर्स आणि रॉब हॉलबरोबर ८००० मीटर उंचीच्या हिमालयातील मनास्लू ह्या शिखरावर चढून जायचा बेत तो आखत होता. त्या शिखरावर अजून एकसुद्धा अमेरिकन चढून गेलेला नव्हता. एव्हरेस्टवर आणलेल्या मोहिमेच्या जबाबदारीतून तिघे जण मोकळे झाले की, ते मनास्लूवर चढून जाणार होते. इतर मोहिमांचे सदस्यसुद्धा माउन्टन मॅडनेसच्या कॅम्पमध्ये येऊन कॉफी पीत आणि गप्पागोष्टी करत. बेस कॅम्पवर स्कॉट जेव्हा-जेव्हा जात असे, तेव्हा त्याला अशाच प्रकारचं मैत्रीपूर्ण वातावरण आवडत असे.

बेस कॅम्पवरले लोक मोठाले बेत आखत होते. त्या सर्वांच्या दृष्टीनं एव्हरेस्टवर चढण्याची सुसंधी महत्त्वाची होती. जे प्रथमच एव्हरेस्टच्या परिसरात आलेले होते,

त्यांना एव्हरेस्टवर अनेकवार चढून गेलेले लोक पाहून अपूर्वाई वाटत होती. स्कॉट फिशर सर्वांचं लक्ष वेधून घेत होता. शार्लट फॉक्स मला म्हणाली, ''त्याच्यात लोकांचं लक्ष वेधून घेण्याची असाधारण शक्ती होती. त्याच्यामुळे बेस कॅम्पवर वेगळंच चैतन्य निर्माण होत असे. स्त्रियांना त्याच्याबद्दल आकर्षण वाटणं स्वाभाविक होतं, पण पुरुषांनासुद्धा त्याची मैत्री हवीशी वाटत असे.''

स्कॉटच्या आठवणीप्रमाणे, पहिल्याप्रथमच मोहिमेचे सदस्य बेस कॅम्पवरील दैनंदिन घटनांचा अहवाल सॅटेलाइट टेलिफोन्सद्वारा पत्रकारांना, वेबसाइटच्या व्यवस्थापकांना आणि आप्तमित्रांना जगभर धाडत होते. स्कॉट सीॲटलमध्ये फोन करून जीनीशी बोलू शकत होता आणि केटी रोझ व ॲन्डी त्या वेळेस काय करत आहेत, हे ऐकू शकत होता. तो माउन्टन मॅडनेसच्या ऑफिसात फोन करून कामाबद्दल चौकशी करू शकत होता. जरी खुंबू खोऱ्यापलीकडे काय चाललंय, याची बातमी मिळाल्यामुळे बरं वाटत असलं, तरी असा दैनंदिन संपर्क हे दुधारी शस्त्र ठरण्याचीसुद्धा शक्यता होती. बाहेरचं जगसुद्धा बेस कॅम्पवरील हालचाली पाहू शकत होतं. दूरदूरच्या लोकांना तिथल्या बारीकसारीक गोष्टी कळत होत्या. मोहिमांचे अहवाल आता खासगी राहिले नव्हते, ते जाहीर झाले होते.

एप्रिलच्या मध्याला आइसफॉल डॉक्टर आणि त्याच्या शेर्पा साहायकांनी खुंबू आइसफॉलमधला रस्ता तयार केला, त्यामुळे वेस्टर्न सीडब्ल्यूएमकडे जायचा मार्ग खुला झाला. मोहिमेपूर्वी स्कॉटनं लेन गेमेलगार्डला लिहिलं होतं, 'आपण काठमांडूत धमाल करू, ट्रेकवर मौज करू आणि बेस कॅम्पवर मजा लुटू. त्यानंतरचा दीड महिना मात्र खडतर प्रयत्नांचा असेल.'

हे खडतर प्रयत्न लवकरच सुरू होणार होते, परंतु या खडतर प्रयत्नांची प्रत्येकाची व्याख्या मात्र वेगळीच असणार होती! शार्लट फॉक्स मला म्हणाली, ''तुम्ही तिथे जाता, कारण तुम्हाला गिर्यारोहण मनापासून प्रिय असतं. केवळ एव्हरेस्ट चढून गेल्याचा शिक्का मिळवण्यासाठी जे लोक तिथे येतात, त्यांची मला खरोखरच कीव येते. त्यांना त्यापासून काहीही आनंद मिळत नसतो, तर आम्हा इतरांनाच त्यात खूपच मौज वाटत असते. त्यात पडणारे कष्टसुद्धा आम्हाला प्रिय वाटतात. त्या कष्टांतसुद्धा वेगळाच आनंद असतो.''

गिर्यारोहकांनी पर्वतावर चढण्याचा सराव सुरू केला. विरळ हवेची हळूहळू सवय होण्यासाठी ते दर वेळेस आणखी आणखी उंचावर चढून जाऊ लागले. त्यायोगे त्यांना विरळ हवेबरोबरच कष्टांचीसुद्धा सवय होऊ लागली. स्कॉट आणि नील ह्या पर्यटकांमध्ये सहजपणे मिसळून जाऊ शकत होते. स्कॉटनं त्यांना दैनंदिन आरोहणाबाबत पूर्ण स्वातंत्र्य दिलं होतं. शार्लट म्हणाली, ''आम्ही सारे सक्षम

गिर्यारोहक आहोत, असं स्कॉटचं मत होतं आणि त्यानं त्याची आम्हाला स्पष्टपणे जाणीव करून दिली, हे मला खूपच आवडलं. जेव्हा आम्हाला नेतृत्वाची गरज भासत असे, तेव्हा तो नेहमी मदतीला सज्ज असे. पण स्कॉट ढोबळ रूपरेषा आखून देऊन त्याची कार्यवाही करत असे आणि आम्ही आपापल्या इच्छेनुसार गिर्यारोहण करत असू. आमच्या संघाला त्यानं स्वातंत्र्य दिल्यामुळे आम्हाला आज्ञेनुसार वागावं लागलं नाही.''

स्कॉटनं कशी निवड केली होती, ते ठाऊक नाही; पण एड व्हिश्चूर्सच्या मते, माउन्टन मॅडनेसचे सदस्य-पर्यटक स्कॉटच्या मदतीशिवाय स्वत: गिर्यारोहण करू शकत होते. एड मला म्हणाला, ''रॉब हॉल प्रत्येकाकडे जातीनं लक्ष पुरवत असे. त्यामुळे लोक त्याच्या मदतीवर अवलंबून राहू लागत. स्कॉटच्या मोहिमेतील लोक स्वत:च्या हिमतीवर धकवू शकत. त्यामुळे ते अधिक सक्षम आणि स्वतंत्र गिर्यारोहक बनले.''

असं असलं, तरी त्यांना मिळत असलेल्या नेतृत्वाबद्दल त्याच्या मोहिमेतून आलेल्या पर्यटकांना काय वाटतंय, हे जाणून घेणं स्कॉटला अगत्याचं वाटत होतं. ॲनातोली बॉक्रिव्हनं रस्ते तयार करणं, उंचावरील खड्या चढांवर खांब ठोकून त्यांना दोर बांधणं अशा गिर्यारोहकांसाठीच्या सुरक्षिततेच्या गोष्टींवर त्याचं चित्त एकाग्र केलेलं होतं. माउन्टन मॅडनेसच्या गिर्यारोहकांची त्याच्याकडून वेगळी अपेक्षा होती, हे त्याच्या लक्षातच आलेलं नव्हतं आणि भाषेच्या अडचणीमुळे आणखीच दुरावा निर्माण झाला होता. पण संघाच्या यशस्वितेसाठी आपण ठोस मदत करत आहोत, असा त्याला विश्वास वाटत होता. स्कॉटच्या बाबतीत आपण कर्तव्यात उणे पडत नाही, असं त्याला वाटत होतं. तो गिर्यारोहकांना अधिक आश्वस्त करू शकत नाहीय, असं स्कॉटचं मत आहे, हे कळल्यावर त्याला धक्काच बसला.

ब्रेंट बिशप मला म्हणाला, ''मी तिथे असताना, माझ्यासमोरच स्कॉट ॲनातोलीवर रागावला. ॲनातोली चुचकारून, प्रेरित करून, मित्रत्वानं वागत नेतृत्व करत नाहीय, अशी स्कॉटची तक्रार होती. पण ॲनातोलीच्या सांस्कृतिक पार्श्वभूमीमुळे असं वागणं त्याला जमण्याजोगं नव्हतं.''

परंतु याहूनही गंभीर समस्या उभी राहिली मोहिमेवर मदतीला आलेले लॉप सँगचे काका नगवांग टोपचे शेर्पा हे आजारी पडल्यामुळे. ते कॅम्प क्र. एकवर चढून गेले आणि विरळ हवेमुळे त्यांना त्रास होऊ लागला. तरीसुद्धा ते कॅम्प दोनपर्यंत चढत राहिले आणि तिथून त्यांना खाली उतरवून आणावं लागलं. त्यांच्या बचावासाठी क्लेव्ह स्कूनिंग, टिम मॅडसेन आणि नील बीडलमन यांनी पुढाकार घेतला. नगवांग

शेर्पा यांना विरळ हवेमुळे फुप्फुसांना सूज आली असल्याचं निदान केलं गेलं. त्यांना इतका त्रास होऊ लागला की, खुंबू खोऱ्यातील आणखी खालच्या एका खेड्यात त्यांना नेण्यात आलं. तिथे हवा दाट असेल आणि त्यामुळे त्याला बरं वाटू लागेल, अशी इतरांना आशा वाटत होती. परंतु त्यांची प्रकृती आणखी खालावत गेल्यामुळे लॉपसँगनं त्यांना हेलिकॉप्टरनं काठमांडूच्या रुग्णालयात हलवलं. नगवांग आणखी दोन महिन्यांनी मरण पावला.

नगवांग शेर्पा आजारी पडला आणि त्याला घेऊन गेलेला लॉपसँग शेर्पा आठवडाभर अनुपस्थित राहिला. त्यामुळे माउन्टन मॅडनेसमध्ये मदतनिसांची कमतरता जाणवू लागली. उंचावरले कॅम्प वेळेवर तयार होतील की नाही, याबद्दल स्कॉटला चिंता वाटू लागली. उंचावरले कॅम्प तयार करून त्यात शिधा, सामग्री आणि प्राणवायूच्या नळकांड्या नेऊन ठेवणं आवश्यक होतं. नगवांग शेर्पाला हेलिकॉप्टरनं काठमांडूत पोहोचवायचा खर्च माउन्टन मॅडनेसच्याच शिरी येऊन पडला. तो खर्च करणं आवश्यक होतं, पण त्यामुळे माउन्टन मॅडनेसला पैशांची आणखीच चणचण भासू लागली.

एड व्हिश्चूर्स मला म्हणाला, ''अशी मोठी मोहीम नेण्याचा ताण त्याला पेलेनासा झाला असावा. आम्ही तंबूबाहेर बसून बिअर पीत असू, तेव्हा तो एकटाच माझ्या तंबूपाशी येत असे. त्याच्या मोहिमेच्या सदस्यांपासून थोडा वेळ त्याला सुटका हवी असे. अशा वेळेस तो घडत असलेल्या घटना मला सांगत असे आणि त्याच्या काळजीला वाचा फोडत असे.''

ब्रेंट बिशप मला म्हणाला, ''स्कॉटकडे सर्वांचं लक्ष केंद्रित झालेलं असल्यामुळे तो तणावाखाली होता. त्याला साऱ्या गोष्टींचं आयोजन करून बारीकसारीक तपशिलाकडे लक्ष पुरवावं लागत होतं. अशा गोष्टी इतरांवर सोपवता आल्या असत्या, तर त्याला बरं वाटलं असतं.''

विविध मोहिमांचे शेर्पा आणि गाइड एकत्र येऊन २४००० फुटांवरील ल्होट्से-फेसपासून कॅम्प क्र. तीनपर्यंत दोर बांधू लागले. त्यानंतर त्यांनी खड्या चढावरच्या बर्फात खोदून तंबू ठोकण्यासाठी सपाट जागा तयार केल्या. स्कॉटनं त्याच्या मोहिमेतील लोकांना सांगितलं होतं की, त्यांना शिखरमाथा गाठायची इच्छा असेल, तर त्यांना कॅम्प क्र. तीनपर्यंत प्राणवायूच्या नळकांड्या न वापरता पोहोचता आलं पाहिजे. डेल, लेन, क्लेव्ह, मार्टिन आणि सॅन्डी त्या उंचीवर पोहोचले आणि रात्री त्यांनी तंबूत मुक्काम केला. परंतु दुसऱ्या दिवशी सकाळपर्यंत डेलला त्या उंचीवर त्रास होऊ लागला होता. स्कॉट आणि ॲनातोली त्याच्याबरोबर खाली उतरले. कॅंप क्र. दोनवर पोहोचेपर्यंत डेलची प्रकृती सुधारली होती. दुसऱ्या दिवशी

स्कॉटनं पीट स्कूनिंगला कॅम्प क्र. तीनवर नेलं आणि विरळ हवेला सरावायची संधी दिली.

कॅम्प क्र. तीनपर्यंत प्राणवायूच्या नळकांड्या न वापरता चढून जाता आल्यावर माउन्टन मॅडनेसचे सर्व गिर्यारोहक बेस कॅम्पवर परत आले. एव्हरेस्टमाथा गाठण्यापूर्वी ते तीन-चार दिवस विश्रांती घेणार होते. कोणी केव्हा चढायचं, हे ठरवण्यासाठी स्कॉटनं इतर मोहिमांच्या प्रमुखांशी चर्चा केली. I-MAX घेऊन आलेल्या मोहिमेला ९ मे रोजी पर्वतमाथा गाठायचा होता. त्या दिवशी हवा चांगली असेल आणि उंच कपारींवर इतर गिर्यारोहकांची गर्दी नसल्यामुळे कॅमेऱ्यावरील फोटोंच्या पार्श्वभूमीवर इतर लोक येणार नाहीत, असं त्यांना वाटत होतं. स्कॉट आणि रॉब हॉलला १० मे रोजी शिखरमाथा गाठायची इच्छा होती. त्या तारखेच्या आसपास त्यांच्या आधीच्या मोहिमेत त्यांना यश लाभलेलं होतं. स्कॉटला आधीच्या एव्हरेस्ट मोहिमेत अनुभवानं ठाऊक झालेलं होतं की, एकाच वेळेस बरेच लोक चढत असले की, एकमेकांची एकमेकांना मदत होऊ शकते. जर माउन्टन मॅडनेसचे लोक संकटात सापडले असते, तर रॉब हॉल आणि त्याचे गाइड मायकेल ग्रूम व अॅन्डी हॅरिस यांसारखे निष्णात गिर्यारोहक जवळपास असणं फायद्याचं ठरलं असतं.

त्यांनी विश्रांतीसाठी जे ३-४ दिवस राखीव ठेवलेले होते, त्यांतल्या एका दिवशी नील बीडलमन आणि स्कॉटनं त्यांचे धावण्याचे बूट चढवले अन् ते बेस कॅम्पच्या समोरच्या बाजूला खुंबू खोऱ्यात असलेल्या प्युमोरी ह्या डौलदार शिखराकडे गेले. त्यांनी सोबत फक्त स्लीपिंग बॅगा, स्लीपिंग पॅड्स, जेवण आणि त्यांचे कॅमेरे घेतले होते. त्यांनी प्युमोरीवर थोडंसं चढून जाऊन रात्री तिथे मुक्काम ठोकला. एका शिळेवर रेलून ते स्लीपिंग बॅगमध्ये शिरून बसले आणि त्यांनी संध्याकाळच्या सोनेरी रंगात न्हाऊन निघालेली हिमालयाची शिखरं डोळाभर पाहून घेतली. त्यांना दूरच्या बेस कॅम्पवरचे दिवे दिसत होते. एव्हरेस्टमागून उगवत असलेल्या पौर्णिमेच्या चंद्राचे त्यांनी फोटो घेतले.

नील म्हणाला, ''आम्ही पर्वतात उंचावर बसलो होतो आणि खूपच मजा वाटत होती. तिथे स्कॉटला भंडावून सोडणाऱ्या लोकांची गर्दी नव्हती. फक्त आम्ही दोघे जणच असल्यामुळे आमच्यात काही आत्मचिंतनात्मक गप्पा होऊ शकल्या. स्कॉटनं त्याच्या व्यवसायाबद्दलचे आणि आयुष्याबद्दलचे मनसुबे मला ऐकवले. माउन्टन मॅडनेसतर्फे एव्हरेस्ट मोहिमा काढणं, हा त्याच्या व्यवसायाचा महत्त्वाचा भाग असणार होता. प्युमोरीवर असताना आम्ही आत्ताच्या एव्हरेस्ट मोहिमेबद्दलच्या गोष्टीसुद्धा नक्की केल्या. कुणी कोणती जबाबदारी उचलायची, ते आम्ही नक्की केलं. प्रत्यक्षात पर्यटकांच्या किंवा इतरांच्या लक्षात काही गोष्टी आलेल्या नसल्या,

तरी त्याचं कारण त्यावर विचार झाला नाही, असं नव्हतं. लोकांच्या लक्षात काही गोष्टी न येण्यामागचं मुख्य कारण होतं की, स्कॉटनं प्रत्येकाला ह्या सर्व गोष्टी सांगितल्याच नव्हत्या.''

नील म्हणाला की, त्यांनी अनेक मुद्द्यांबाबत निर्णय घेतले. कोणावर काम सोपवायचं, प्राणवायूच्या नळकांड्यांचा साठा कुठे करून ठेवायचा आणि शिखरमाथा गाठण्यासाठी लोकांना कसं कसं पाठवायचं अशा सर्व मुद्द्यांवर त्यांनी चर्चा केली. ॲनातोलीला प्राणवायू नळकांड्या न वापरता चढायची इच्छा होती; परंतु त्याला तसं करता येणार नाही, असं हे दोघे त्याला सांगणार होते. लॉपसँग आणि आणखी एक शेर्पा इतरांच्या आधी कॅम्प क्र. चार सोडून वर जातील आणि उंचावर दोर बांधतील, असंसुद्धा ह्या दोघांनी ठरवलं होतं.

नील म्हणाला की, एव्हरेस्टमाथा गाठण्याबद्दल सर्व महत्त्वांच्या मुद्द्यांवर त्यांनी चर्चा केली होती आणि निर्णय घेतले. अर्थात शांतशा चांदण्या रात्री, प्युमोरीवर बसून आराम करताना निर्णय घेणं सोपं होतं. वादळी वाऱ्यात, एव्हरेस्टच्या चढावर त्या नियमांची कार्यवाही करणं त्याहून खूपच अवघड होतं.

माउन्टन मॅडनेस मोहिमेच्या सदस्यांनी ६ मेच्या सकाळी बेस कॅम्प सोडला. कॅम्प क्र. एकवर न थांबता दुपारपर्यंत थेट कॅम्प क्र. दोनवर पोहोचायचं, असं त्यांनी ठरवलं होतं. तिथे एक दिवस विश्रांती घेऊन ते ल्होट्से-फेसवरून चढून जाऊन कॅम्प क्र. तीनवर रात्रीची झोप घेणार होते. दुसऱ्या दिवशी सकाळी ते २६००० फूट उंचीवरल्या साउथ कोल येथे पोहोचणार होते. दि. १० मे रोजी ते एव्हरेस्टमाथा गाठण्यासाठी कूच करणार होते. त्यासाठी त्यांना २६००० फुटांवरच्या साउथ कोलपासून आणखी ३००० फूट उंचीवर पोहोचावं लागणार होतं. सारं काही नीटपणे पार पडलं असतं, तर त्यानंतर काही दिवसांतच सर्व जण बेस कॅम्पवर पोहोचले असते आणि त्यांनी यशाचा आनंद साजरा केला असता.

आइसफॉल चढून जाऊन वेस्टर्न सीडब्ल्यूएमकडे जाताना गिर्यारोहक पांगले. स्कॉट आणि नील सर्वांच्या आधी कॅम्प क्र. दोनवर पोहोचले. श्वसनाला थोडा त्रास होत असूनसुद्धा पीट स्कूनिंग त्याच्या पुतण्याच्या आणि लेन गेमेलगार्डच्या बरोबरीनं चढून आला अन् हे लोक त्यांच्या तंबूवर पोहोचले, तेव्हा स्कॉटनं त्यांचं मन:पूर्वक अभिनंदन केलं.

खालून आलेल्या एका गिर्यारोहकानं स्कॉटला सांगितलं की, आइसफॉल चढून गेल्यावर डेल क्रूजला अस्वस्थ वाटू लागलं आणि त्यानं कॅम्प क्र. एकवरील तंबूत आसरा घेतला. डेलनं स्कॉटला निरोप पाठवला होता की, तो खालच्या कॅम्पवर रात्रभर राहून दुसऱ्या दिवशी कॅम्प क्र. दोनवर विश्रांती घेत असलेल्या इतरांपर्यंत पोहोचेल. कॅम्प क्र. दोनवरील लोकांनी याबाबत चर्चा केली. एका रात्रीत

डेल क्रूजला बरं वाटू शकलं असतं, परंतु विरळ हवेमुळे त्याचा त्रास त्यानंतर वाढूही शकला असता.

स्कॉट नेहमीच त्याच्या मित्रांशी इमानदारीनं वागत असे. स्कॉट डेलला बारा वर्षांपासून ओळखत होता. कोलोराडोमधील ॲरे इथल्या बर्फावर चढायच्या माउन्टन मॅडनेसच्या शिबिरांना डेल येत असे. स्कॉटनंच डेलला एव्हरेस्ट मोहिमेवर येण्यासाठी उत्तेजन दिलेलं होतं. डेलनं त्याला दिलेल्या सर्व सूचना तंतोतंत पाळलेल्या होत्या; फक्त उंचावरल्या विरळ हवेला सरावायला त्याचा देह असमर्थ ठरला होता.

लेन गेमेलगार्डनं स्कॉटला सुचवलं की, डेलला बेस कॅम्पवर पोहोचवायला स्कॉटनं स्वत:ची शक्ती वाया न घालवता, ते काम एखाद्या शेर्पावर सोपवावं. स्कॉट तिला म्हणाला, ''डेल माझा मित्र आहे. आणि मोहिमेचा प्रमुख ह्या नात्यानं मीच त्याला सांगायला हवं की, त्याला एव्हरेस्टवर चढता येणार नाही.''

स्कॉटबरोबर नील कॅम्प क्र. एकपर्यंत गेला. स्कॉट त्यानंतर डेलला घेऊन आइसफॉल उतरून गेला आणि दुपारपर्यंत बेस कॅम्पवर पोहोचला. तिथे गेल्यावर स्कॉटनं आराम केला, मित्रांशी गप्पागोष्टी केल्या आणि बिअर घेतली. सीॲटलमधील जीनीशी फोनवर गप्पा केल्या आणि ॲन्डी व केटी रोझची चौकशी केली. जीनीनं त्याला विचारलं, ''काय झालं? तू बेस कॅम्पवर का परत आलास?'' स्कॉटनं तिला सांगितलं की, डेलला एव्हरेस्टवर चढता येणार नसल्याबद्दल त्याला स्वत:लाच अतिशय दु:ख होतंय. उरलेले लोक पर्वतावर योग्य जागी पोहोचले आहेत आणि तो स्वत: लवकरच त्यांच्यापाशी पोहोचेल आणि त्यांच्याबरोबर पर्वतमाथा गाठेल.

जीनी म्हणाली, ''तो अगदी उत्तम मन:स्थितीत होता आणि मी त्याला कशापासूनही परावृत्त करायचा प्रयत्न केला नाही. मी फक्त एकदाच त्याला विचारलं की, तो बेस कॅम्पवरच राहून रेडिओवरून गिर्यारोहकांना सूचना देऊ शकणार नाही का? पण तो म्हणाला, तसं करता येणं शक्य नाही.''

दुसऱ्या दिवशी सकाळी स्कॉट आइसफॉल चढून गेला आणि ४००० फूट उंचावर चढून जाऊन त्यानं त्याच्या मोहिमेतील लोकांना गाठलं. नील मला म्हणाला, ''आमच्या विश्रांतीच्या दिवशी आम्ही आमच्या योजना पक्क्या करणार होतो, पण स्कॉट उशिरा पोहोचला आणि तो थकून गेलेला होता. एक दिवस आराम घेऊन सर्व योजना पक्क्या करायची संधी हातून निसटली होती. मी इतर सर्वांना आमच्या निर्णयाबाबत सांगायचा प्रयत्न केला होता. त्यानंतर स्कॉट तिथे पोहोचला आणि आम्ही पुन्हा एकवार साऱ्या गोष्टींची उजळणी केली. पण ते हवं तेवढं शिस्तबद्ध पद्धतीनं पार पाडता आलं नाही.''

नील ॲनातोलीशीसुद्धा बोलला होता आणि उंचावर गेल्यावर प्राणवायूच्या नळकांड्या वापरणं किती महत्त्वाचं असतं, हे त्यानं ॲनातोलीला पटवायचा प्रयत्न केला होता. त्यानं ॲनातोलीला मुखवटा आणि रेग्युलेटर देऊन साउथ कोलवर ठेवलेलं नळकांडं वापरायची सूचना दिलेली होती. नील म्हणाला की, त्यानं या गोष्टी नाखुशीनंच स्वीकारल्या होत्या.

एव्हरेस्टवर व्यावसायिक गाइडनं कोणते नियम पाळायचे, याची यादी १९९६मध्ये पक्की ठरलेली नव्हती. साउथ कोलपासून वर जाताना बरेचसे गाइड प्राणवायू नळकांड्याचा वापर करत असत; कारण त्यामुळे अंगात जास्त ऊब राहून ते कार्यक्षम राहू शकतात, असं त्यांना वाटत असे. ॲनातोलीला ठाऊक होतं की, प्राणवायूच्या नळकांड्या वापरणाऱ्या गिर्यारोहकांना त्याचा खूप फायदा होत असे. पण समजा, त्यांच्या नळकांडीतील प्राणवायू संपला, तर विरळ हवेत एकाएकी एक-तृतीयांश प्राणवायू मिळू लागल्यावर त्यांना तो ताण पेलणं शक्य होत नसे आणि ते त्यांच्या प्राणांवर बेतू शकत असे. त्यानं अनेक वर्षांच्या अनुभवावरून ठरवलं होतं की, प्राणवायूच्या नळकांड्याचा त्यानं वापर केला नाही, तरच त्याला उंचावर चढून जाणं सोपं वाटतं. एव्हरेस्ट, मकालू आणि धवलगिरी ह्या उत्तुंग शिखरांवर प्राणवायूच्या नळकांडीशिवाय चढून जाऊन त्यानं हा मुद्दा सिद्ध केलेला होता. प्राणवायूच्या नळकांड्याचा अजिबातच वापर केला नाही, तर त्यातील प्राणवायू संपल्यावर होणाऱ्या हानीला त्याला कधीच सामोर जावं लागणार नाही, अशी त्याची खात्री पटलेली होती.

चढण्याबाबत पीट स्कूनिंगनं आपला निर्णय जाहीर केला. स्कॉटला त्यानं सांगितलं की, त्याला एव्हरेस्टवरील साहस मोठं रोमांचकारक वाटलं असलं, तरी कॅम्प क्र. दोनवर चढून आल्यावर आपण विरळ हवेला नीटपणे सरावत नाही, अशी त्याची खात्री पटली होती. त्यामुळे त्यानं त्याच्या सोबत्यांचा निरोप घेतला आणि पुढे चढून न जाता तो बेस कॅम्पवर परत गेला.

स्कॉट आणि त्याच्या गटातले इतर लोक पुन्हा वर चढू लागले होते. आधीच बांधून ठेवलेल्या दोरांच्या साह्यानं ते ल्होटसे-फेसवरून चढून कॅम्प क्र. तीनकडे जाऊ लागले असताना त्यांना रॉब हॉलच्या ॲडव्हेंचर कन्सल्टंट्स कंपनीचे लोक वर चढताना भेटले. त्याचप्रमाणे आय-मॅक्स टीमचे लोक खाली उतरताना भेटले. एड व्हिश्चूर्स आणि डेव्हिड ब्रीशिअर्सनं स्कॉटला सांगितलं की, साउथ कोलवरून वाहणारा सोसाट्याचा वारा त्यांना वर चढू देईना आणि फोटोसुद्धा काढू देईना, त्यामुळे शिखर गाठायचा नाद सोडून त्यांनी परत फिरायचा निर्णय घेतला. त्याखेरीज, आय-मॅक्स टीमला एव्हरेस्टच्या उंचावरील भागात गिर्यारोहकांची दाटी झालेली दिसली. फोटो काढताना याची अडचण होऊ लागल्यामुळे त्यांनी बेस

कॅम्पवर परत येऊन हवा सुधारण्याची वाट पाहण्याचा निर्णय घेतला.

दि. ९ मेच्या पहाटेस पन्नासांहून जास्त गिर्यारोहकांनी कॅम्प क्र. तीनवरून उंचावर चढून जायला प्रारंभ केला. साउथ कोलच्या वाटेवर असलेला पिवळ्या रंगाच्या मातीचा पट्टा - यलो बॅन्ड ओलांडून ते पुढे गेले. ह्या लांबलचक रांगेच्या मागच्या भागात स्कॉटबरोबर नील थांबला. नील म्हणाला, ''तो खूपच हळूहळू चढत होता आणि मागे-मागे राहत होता. तुम्ही एवढ्या मोठ्या गटाबरोबर जात असता, तेव्हा कुणीतरी मुंगीच्या गतीनं जात असणं स्वाभाविक असतं आणि बरं नसलं तर तुम्ही हळूहळू चढून जाऊ शकता.''

माउन्टन मॅडनेसतर्फे आलेले सर्व लोक दुपार ढळता-ढळता, कॅम्प क्र. चारवर पोहोचले आणि तंबूमध्ये शिरून विश्रांती घेऊ लागले. नील आणि स्कॉट तेथे सर्वांच्या शेवटी येऊन पोहोचले. साउथ कोलपर्यंत पोहोचल्याबद्दल स्कॉटनं प्रत्येकाचं अभिनंदन केलं आणि ते लवकरच शिखरमाथा सर करतील, असं भाकीत वर्तवलं. मग तो नील आणि शार्लटबरोबर एका तंबूत विश्रांतीसाठी शिरला.

नील मला म्हणाला. ''त्याला अतिशय शीण आलाय, असं मला वाटलं. तो खरोखरच अतिशय थकून गेलेला होता. परंतु स्कॉट इतका तगडा गडी होता की, त्याच्याबद्दल तुम्हाला काळजी वाटत नसे.''

स्कॉट त्याच्या स्लीपिंग बॅगमध्ये शिरून विश्रांती घेता-घेता एकीकडे तंबूवर आघात करणाऱ्या सोसाट्याच्या वाऱ्याचा कानोसा घेत होता. काही तासांनी वाऱ्याचा आवाज कमी झाला, तेव्हा त्यानं त्याच्या तंबूच्या दाराची झिप उघडून बाहेर नजर टाकली. त्याला चांदण्यांनी भरलेली शांत रात्र दृष्टीस पडली. त्यानं त्याचा हेडलॅम्प चालू केला, त्याच्या अंगावरले पिसं भरलेले गरम कपडे व पायांतले बूट सारखे केले आणि तो माउन्टन मॅडनेसच्या इतर तंबूंजवळ जाऊन लोकांना वर चढण्यासाठी जागं करू लागला. त्यांना कपडे चढवून तयार व्हायला तासापेक्षा जास्त वेळ लागला. तयार झाल्यावर ते तंबूबाहेरच्या कडाक्याच्या थंडीत पाय मोकळे करत, पायांतल्या क्रॅम्पॉन्सचा गोठलेल्या बर्फावर होणारा आवाज ऐकू लागले.

शिखर सर करण्यासाठीची योजना स्कॉटनं आणि नीलनं एका आठवड्यापूर्वी प्युमोरीवर बसून आखलेली होती. त्यांनी ठरवलं होतं की, लॉपसँग सर्वांच्या पुढे असेल आणि माउन्टन मॅडनेसचा एक रेडिओ लॉपसँगबरोबर असेल. नील आणि ॲनातोली हे माउन्टन मॅडनेसच्या इतर गिर्यारोहकांबरोबर चढतील. सर्वांच्या मागोमाग चढणाऱ्या स्कॉटजवळ माउन्टन मॅडनेसचा दुसरा रेडिओ असेल. काही गिर्यारोहकांनी आणखी वर चढून जाणं योग्य नाही असं ठरवण्यात आलं, तर स्कॉट त्यांना परत जायला सांगणार, असं त्यांनी नक्की केलेलं होतं.

जुनी आठवण सांगताना सॅन्डी म्हणाली, ''क्लब स्काउट्सच्या संघाप्रमाणे विशिष्ट प्रकारच्या रचनेत शिखर गाठलं पाहिजे, असा स्कॉटचा आग्रह होता. तो म्हणाला होता, आपण एकत्रच वर चढू आणि एकत्रच खाली उतरू.''

काही जणांना वाटलं होतं की, शिखरावर पोहोचू न शकलेल्या व्यक्तीनं केव्हा परत फिरायचं, हे स्कॉटनं आधीच मुक्रर केलेलं असेल; पण इतरांना वाटलं की, परत केव्हा वळायचं, याचा निर्णय स्कॉट एकूण परिस्थितीचा आढावा घेतल्यावर घेईल. माउन्टन मॅडनेसचे आणि ॲडव्हेंचर कन्सल्टंट्सचे शेर्पा इतरांपेक्षा अनेक तास आधीच चढू लागतील आणि अवघड मार्गावर दोर बांधतील, असंसुद्धा अनेकांना वाटलं होतं; पण प्रत्यक्षात कुणीही आधी निघालं नाही.

मध्यरात्रीच्या तासभर आधी, ॲडव्हेंचर कन्सल्टंट्स टीमचे पंधरा लोक साउथ कोलवरून शिखराच्या दिशेनं जाऊ लागले. अर्ध्या तासानं त्यांच्या पाठोपाठ माउन्टन मॅडनेसचे गिर्यारोहक जाऊ लागले. कॅम्प क्र. चारवरून सर्वांत शेवटी स्कॉट फिशर बाहेर पडला.

प्राणवायूच्या मुखवट्याआडून आपल्या श्वसनाचा आवाज ऐकता-ऐकता स्कॉटनं चढायला प्रारंभ केलेला असणार. जुने तंबू, कचरा, फेकून दिलेली रिकामी प्राणवायूची नळकांडी यांतून वाट काढत तो पुढे गेला असणार. वर नजर टाकल्यावर त्याला त्याच्या मोहिमेतील लोक साउथ कोलच्या चढावरून गोठलेल्या बर्फाच्या चढावरून साउथ-ईस्ट कपारीकडे १२०० फूट उंची चढून जाताना दिसले असणार. तिथे ते 'बाल्कनी' नावानं ओळखल्या जाणाऱ्या जागी पोहोचले असणार. लॉपसँगनं सॅन्डीच्या कमरबंदाला दोर बांधून तिला वाट दाखवत वर खेचताना स्कॉटनं नक्कीच बघितलं असणार.

ॲडव्हेंचर कन्सल्टंट्सच्या हेडलॅम्प्सची मालिका 'बाल्कनी'च्या दिशेनं जाताना स्कॉटला नक्कीच दिसली असली पाहिजे. भरभर चढणारे लोक पुढे गेल्यावर ही दिव्यांची रांग पुढे-मागे होताना त्याला दिसली असली पाहिजे. कोल ओलांडल्यावर खड्या बर्फात त्याचे क्रॅम्पॉन्स वेगळ्या कोनात रुतताना त्याला नक्कीच जाणवले असले पाहिजेत. गुडघे घट्ट आवळून धरून अनेक वेळा श्वास घेतल्यानंतर त्याचा दुसरा पाय पुढे टाकून त्यानं 'रेस्ट स्टेप'चा अवलंब केला असला पाहिजे.

काही तास सतत चढून जात राहिल्यानंतर स्कॉटच्या नक्कीच लक्षात आलेलं असणार की, माउन्टन मॅडनेसच्या आणि रॅब हॉलच्या गिर्यारोहकांमधलं अंतर भरून निघालं आहे. दोन्ही संघांतले लोक आता बरोबरीनं चालत आहेत, हे त्याला नक्कीच दिसलेलं असणार! त्यानं खाली नजर टाकली असली, तर त्याला तैवानच्या टीममधले मकालू गाऊ आणि तीन शेर्पा नक्कीच दिसले असतील. त्यांच्या मागे अर्ध्या तासाच्या अंतरावर ते आहेत, हे स्कॉटला जाणवलं असणार.

स्कॉट ‘बाल्कनी’पर्यंत चढून गेला, तेव्हा सूर्य उगवला होता. माउन्टन मॅडनेस आणि ॲडव्हेंचर कन्सल्टंट्सचे गिर्यारोहक साउथ रिजवरून वर चढत होते. ॲडव्हेंचर कन्सल्टंट्सचा गिर्यारोहक बेक वेदर्स तेवढा बर्फात बसलेला होता. तो टेक्सासमधला पॅथॉलॉजिस्ट होता. तो प्रथमच एवढ्या उंचीवर आलेला होता. उंचावर दृष्टीला त्रास होऊ लागल्यावर त्याचा एव्हरेस्ट सर करण्याचा बेत बारगळला होता. रॉब हॉलनं त्याला सांगितलं होतं की, त्यानं ‘बाल्कनी’जवळच थांबून रॉबची वाट पाहावी. रॉब इतर गिर्यारोहकांबरोबर शिखर चढून ‘बाल्कनी’पर्यंत उतरून आल्यानंतर वेदर्सला खाली नेणार होता. वेदर्सनं या सूचनेला मान्यता दिली होती.

साउथ-ईस्ट रिजवरून स्कॉट हळूहळू चढत होता. सकाळच्या उन्हात उंचावर पोहोचलेले गिर्यारोहक लाल, निळ्या, पिवळ्या ठिपक्यांसारखे दिसत होते. अनेक जण त्याच्या दिशेनं खाली उतरत होते. रॉब हॉलच्या संघातील काही जणांनी त्या दिवशी त्यांना शिखर चढून जाता येणार नाही, हा कटू निर्णय घेतला होता. ते कॅम्प क्र. चारच्या दिशेनं उतरू लागले होते. त्यांनी काही क्षण स्कॉटशी बातचीत केली. इतक्या उंचावर चढून आलेल्या इतर कुणापेक्षाही तो अधिक थकलेला आहे, असं त्यांना वाटलं नाही. काही वेळानं स्कॉटनं जर खाली नजर टाकली असती, तर त्याला ते बेक वेदर्सशी बोलताना दिसले असते. त्यानंतर ते खाली उतरताना दिसले असते आणि बेक ‘बाल्कनी’जवळ बसून रॉब हॉल परत येण्याची वाट पाहताना दिसला असता.

स्कॉटला पर्वतावर बांधलेले दोर दिसले असले, तरी ते तिथे कुणी बांधले आहेत, हे त्याला उमगलं नसणार. ते दोर कुणी बांधायचे, ह्या मुद्द्यावर अनेक तासांपूर्वी गिर्यारोहक आणि शेर्पा यांच्यात वादविवाद झाला आहे, हेसुद्धा स्कॉटला कळलेलं नसणार. हा कपारीवरचा सर्वांत खडा चढ होता. कॅम्प क्र. दोनवर असताना नीलनं ॲनातोलीला दिलेला प्राणवायूचा मुखवटा आणि नियंत्रक त्यानं नीलला परत देऊन टाकला आहे, हे स्कॉटला ठाऊक नसणार. नीलनं लॉपसँगकडून दोराचं भेंडोळं घेऊन तो दोर बांधायला सुरुवात केल्याचंदेखील स्कॉटला कळलेलं नसणार.

आकाश गर्द निळ्या रंगानं झळाळून उठल्यावर स्कॉटला आजूबाजूची उत्तुंग शिखरं नजरेला पडली असणार. तो आता ज्या उंचीवर पोहोचला होता, त्याहून ते शिखरमाथे ठेंगणे दिसले असणार. त्यांची झळाळणारी हिमाच्छादित शिखरं पाहणं त्याला त्याच्या काळ्या गॉगलमुळे सुसह्य झालं असणार. त्या कपारीच्या दोन्ही बाजूंना थेट दोन मैल खाली नजर टाकून त्यानं ते दृश्य डोळ्यांत साठवलं असणार आणि त्यानंतर कष्टानं एकेक पाऊल उचलत तो पुन्हा चढू

लागला असणार. श्वसनावर चित्त केंद्रित करून तो एकेक पाऊल मोठ्या कष्टानं उचलत असणार. मकालू गाऊ आणि त्याचे शेर्पा त्याला मागे टाकून पुढे निघून गेलेले पाहून त्याला नक्कीच धक्का बसला असेल. चढणाऱ्यांमध्ये तो आता सर्वांत मागे राहिला होता.

साउथ-ईस्ट रिजचा चढ संपला की, साउथ समिटचं भूशिर येतं. त्यानंतर धारदार पात्यासारखी 'हिलरी स्टेप' ही चाळीस फुटी कपार येते. ॲनातोली ही कपार चढून गेलेला होता आणि त्यानं त्याच्या पाठोपाठ येणाऱ्यांसाठी दोर बांधून खाली सोडलेला होता. हिलरी स्टेपच्या पायथ्याशी रांगेत उभे राहून तो दोर वापरण्यासाठी नऊ-दहा गिर्यारोहक तिष्ठत थांबले होते. हिलरी स्टेपच्या माथ्यावर अनेक गिर्यारोहक उभे होते. ते शिखरमाथा गाठून खाली उतरण्याच्या प्रतीक्षेत उभे होते.

स्कॉटसुद्धा तिथवर पोहोचला आणि दोराच्या साह्यानं हिलरी स्टेप चढून गेला. जॉन क्रॅकाऊरनं स्कॉटबद्दल लिहिताना नमूद केलं, 'स्कॉट थकून गेला आहे, असं कुणीच म्हणालं नाही. त्याला त्रास होत असेल, अशी आमच्यापैकी कुणालाच शंका आली नाही.' जॉन एव्हरेस्टमाथ्यावर चढून गेला होता आणि आता साउथ कोलकडे परत निघाला होता. ॲनातोली बॉक्रिव्हसुद्धा शिखरावरून खाली उतरत होता. आपण कॅम्प क्र. चारवर झरझर पोहोचून विश्रांती घेऊ आणि पुन्हा वर चढून खाली उतरत असलेल्यांना मदत करू, असं ॲनातोलीनं स्कॉटला सांगितलं होतं.

उरलेली कपार चढू लागल्यावर स्कॉटला त्याच्या संघाचे उरलेले लोक शिखरमाथ्यावर पोहोचलेले दिसले. त्यांच्याबरोबर रॉब हॉल, रॉबच्या संघामधला यासुको तांबा आणि ॲडव्हेंचर कन्सल्टंट्समधले अनेक शेर्पा शिखरमाथ्यावर उभे होते. त्याच्या टीममधले लोक आता त्याच्या दिशेनं खाली उतरत होते. सॅन्डी, लेन, शार्लट आणि टिम यांचं नेतृत्व नील करत होता.

नील म्हणाला, ''स्कॉटनं आणि मी बिनबोटांचे हातमोजे घातलेल्या हातांनी एकमेकांच्या हातांना स्पर्श केला. आम्ही एक-दोन वाक्यं बोललो. त्यानं माझं अभिनंदन केलं. मला वाटत होतं की, त्यानं भरभर शिखर गाठावं आणि मागं फिरावं.''

दुपारचे साडेतीन वाजलेले होते. एव्हरेस्टवर पोहोचून पुन्हा कॅम्प गाठायच्या दृष्टीनं फार उशीर झालेला होता. स्कॉट वर चढून गेला नसता, तर चालण्याजोगं होतं. त्याच्या मोहिमेतले लोक आता खाली उतरून जाऊ लागले होते. लॉपसँग अजूनही शिखरावरच थांबलेला असला, तरी स्कॉट इतरांबरोबर माघारी वळलेला त्याला नक्कीच दिसला असता.

पण स्कॉटनं जवळजवळ शिखरमाथा गाठलेलाच होता. दहा मिनिटांतच तो एव्हरेस्टमाथ्यावर पोहोचला असता. दहा मिनिटं फोटो काढण्यात खर्च करून तो आणखी दहा मिनिटांत आताच्या जागी परत पोहोचला असता. या सर्व गोष्टींना फक्त अर्धा तास लागला असता. चढून जायचं नाही, हा विचारसुद्धा त्याच्या मनाला शिवला नसता.

कष्टानं एकेक पाऊल पुढे टाकत स्कॉटनं डग हॅन्सनला मागं टाकलं. गेल्या वर्षीच ॲडव्हेंचर कन्सल्टंट्स बरोबर एव्हरेस्टमाथ्याच्या अगदी निकट हॅन्सन पोहोचला होता; परंतु फार उशीर झाला आहे, असं वाटल्यामुळे रॉबनं डगला मागे फिरायला सांगितलं होतं. या वेळेस रॉबनं तसं केलं नाही.

स्कॉट एव्हरेस्टमाथ्यावर पोहोचला, परंतु त्यानं आनंदानं जल्लोष केला नाही. खालच्या दऱ्याखोऱ्यांत दुमदुमेल अशी 'ब्रूऽऽस' अशी आरोळी ठोकली नाही. प्रथम एव्हरेस्टमाथा गाठल्यावर त्याला जो आनंद झालेला होता, त्याचा आता मागमूसही दिसला नाही. त्यानं आपला प्राणवायूचा मुखवटा बाजूला केला आणि लॉपसँगनं त्याला थर्मासच्या झाकणात ओतून दिलेल्या चहाचा घोट घेतला. मग त्यानं बेस कॅम्पवरील त्याच्या सहायकांना रेडिओवरून निरोप पोहोचवला की, तो अतिशय थकलेला आहे आणि त्याला बरं वाटत नाहीय. लॉपसँगप्रमाणंच तेसुद्धा त्याला खाली उतरण्याची घाई करू लागले. लॉपसँगला नंतर आठवलं की, स्कॉट खाली उतरू लागला, तेव्हा त्यानं त्याचा प्राणवायूचा मुखवटा त्याच्या नाका-तोंडावर चढवलेला नव्हता.

स्कॉट खाली उतरू लागला, तेव्हा मकालू गाऊ आणि त्याच्याबरोबरचे शेर्पा एव्हरेस्टमाथ्यावर येऊन पोहोचले. त्यांच्यापाठोपाठ डग हॅन्सनसुद्धा येऊन पोहोचला. शेवटची काही पावलं चढताना त्याला रॉब हॉल आणि लॉपसँगची मदत घ्यावी लागली. हिलरी स्टेपजवळ पोहोचल्यावर स्कॉटनं त्याच्या कॅमेऱ्यानं नीलचा आणि साउथ समिटकडे जाणारा उतार उतरणाऱ्या माउन्टन मॅडनेसच्या गिर्यारोहकांचा फोटो काढला. त्यांच्या खालचं अवकाश संध्याकाळी उसळलेल्या वादळानं काळं दिसू लागलं होतं. हिलरी स्टेपवरून खाली उतरण्यासाठी सोडलेला दोर रिकामा होता. त्या दोरावरून स्कॉट खाली उतरल्यावर, तो त्याच्या सहकाऱ्यांपासून अगदी थोड्या अंतरावर पोहोचला असता. पूर्वीच्या जिद्दीनं चालून तो त्यांना गाठू शकला असता आणि त्यांच्याबरोबर कॅम्प क्र. चारवर पोहोचू शकला असता. साउथ समिटवर पोहोचल्यावर नील आणि त्याच्या सहकाऱ्यांनी त्यांच्याजवळच्या प्राणवायूच्या नळकांड्यांमधून नळकांडी शोधून काढण्यात खूप वेळ खर्च केला, तरीसुद्धा स्कॉट त्यांना गाठू शकला नाही.

स्कॉट साउथ समिटवर पोहोचला, तेव्हा माउन्टन मॅडनेसचे लोक साउथ-

ईस्ट रिजवरील दोरांवरून खाली उतरू लागले होते. तो एकट्यानंच खाली उतरत राहिला. थकल्यामुळे आणि प्राणवायूच्या अपुऱ्या पुरवठ्यामुळे त्याला चित्त एकाग्र करणं अधिकाधिक अवघड होऊ लागलं होतं. पर्वताभोवती ढगांचा वेढा पडू लागला होता आणि वाऱ्याचा जोरसुद्धा वाढत होता. स्कॉट बाल्कनीजवळ पोहोचला, तोवर तिथं कुणीही नव्हतं. शिखरमाथ्यावरून त्यानं खाली उतरायला सुरुवात केल्याला दोन तास उलटले होते आणि तो अवघड उतारावरून १६०० फूट उंची पार करून खाली आलेला होता. दोन तासांत तो कुणाशीही बोलू शकला नव्हता आणि प्राणवायू नळकांड्यातून जास्तीचा प्राणवायू मिळाल्यालासुद्धा दोन तास होऊन गेले होते.

बाल्कनीच्या जवळ पोहोचता-पोहोचता लॉपसँगनं स्कॉटला गाठलं. पर्वतमाथ्यावर स्कॉटची जी अवस्था होती, त्याहून ती आणखी खालावली आहे, याची जाणीव झाल्यावर लॉपसँग चरकला. त्यानं स्कॉटच्या कमरबंदाला दोर बांधून त्या दोराचं दुसरं टोक स्वत:च्या कमरबंदाला बांधून घेतलं आणि साउथ कोलवर भरभर पोहोचण्यासाठी तो स्कॉटला पाऊल उचलायला सांगू लागला. दुपारपासून जोर करत असलेलं वादळ शिखरावर आदळलं. मकालू गाऊ आणि त्याच्याबरोबरचे शेर्पा वादळातून अवतीर्ण झाले आणि पुन्हा चक्राकार फिरणाऱ्या हिमवादळात दिसेनासे झाले. ते स्कॉटला आणि लॉपसँगला मागे टाकून पुढे गेले होते.

अंधाराला आणि वादळी वाऱ्याला तोंड देत स्कॉट अन् लॉपसँग पर्वतावरून आणखी ३०० फूट खाली उतरले. त्यांना पुन्हा एकदा मकालू गाऊ भेटला. तो आता एकटाच होता आणि त्याला पुढे पाऊल टाकणं अशक्य झालं होतं. स्कॉटचीसुद्धा तीच अवस्था झालेली होती. स्कॉटला न थांबता चालत राहण्याचा आग्रह लॉपसँग करत होता. पण शरीरातील प्राणवायूची पातळी प्रमाणाबाहेर खालावल्यामुळे स्कॉटला काहीही उमगत नव्हतं. कदाचित विरळ हवेमुळे झालेला तो सेरेब्रल एडिमासुद्धा (मेंदूला आलेली सूज) असू शकेल. त्यानं लॉपसँगला सांगितलं की, त्यानं ॲनातोलीला मदतीसाठी पाठवून द्यावं. अखेरीस लॉपसँगनं स्कॉटच्या म्हणण्यापुढे मान तुकवली. बॉक्रिव्हबरोबर गरम पेय पाठवून द्यायचं लॉपसँगनं आश्वासन दिलं.

बाहेरच्या मिट्ट काळोखात आणि भीषण थंडीत स्कॉट बर्फावर झोपला. त्याच्या सभोवार वादळ घोंघावत होतं, त्याला किती वेळ उलटला आहे याचं काहीही भान राहिलेलं नव्हतं. तो ग्लानीत खोल बुडत चालला होता.

एव्हरेस्टवर उंचावर आणि खाली, अलौकिक शौर्य आणि दु:खद घटनांची मालिका लागलेली होती. भीषण वादळाला तोंड देता-देता थकून गेलेले गिर्यारोहक

स्वत:बरोबर इतरांचासुद्धा जीव वाचवण्यासाठी शर्थीचे प्रयत्न करत होते. काही बाबतींत चमत्कार म्हणावेत असे अनुभव आले.

पर्वतमाथा झपाट्यानं गाठून खाली उतरलेले किंवा अर्ध्या वाटेतूनच माघारी वळलेले लोक वादळ उसळण्यापूर्वीच साउथ कोलवर पोहोचून त्यांच्या तंबूत शिरले होते. त्यांतले काही जण इतके थकून गेलेले होते की, त्यांना हालचाल करणंसुद्धा अशक्य झालेलं होतं. ॲनातोली विश्रांती घेण्यासाठी आलेला होता. वादळाचा जोर वाढलेला पाहून तो तंबूबाहेर पडला आणि अजून परत न आलेल्या गिर्यारोहकांना मदत करण्यासाठी पुन्हा वर चढू लागला. परंतु वाऱ्याचा आणि बर्फाचा जोर इतका प्रचंड होता की, अनेक तास निष्फळ प्रयत्न केल्यावरसुद्धा कुणीही न दिसल्यामुळे तो तंबूत परत आला.

ॲनातोली ज्या माउन्टन मॅडनेसच्या गिर्यारोहकांचा शोध घेत होता, ते वादळी हवेत बाल्कनीवरून खाली उतरून आले होते आणि त्यांना यासुका नांबा दिसली होती. नीलनं तिचा हात धरला आणि तिनं त्यांच्या जवळपासच राहावं, असं तिला सांगितलं. ह्या लोकांना उतरताना वाटेत ॲडव्हेंचर कन्सल्टंट्सचा गाइड माइक ग्रूमसुद्धा भेटला. त्यानं बेक वेदर्सला आग्रह करून त्याच्याबरोबर खाली आणलं होतं.

नील मला म्हणाला, ''मी यासुकोचा हात धरून तिला उतरवायला मदत करू लागल्यावर सर्वांचाच वेग कमी झाला. सारे जण एकमेकांजवळ राहून उतरण्याचा प्रयत्न करू लागले. आम्ही साउथ कोलवर उतरलो, तेव्हा वादळाचा वेग ताशी सत्तर मैल एवढा प्रचंड होता. आम्ही खूप जण होतो आणि आम्ही ओरडून सर्वांना एकत्र राहण्याची सूचना देत होतो. वाऱ्याच्या जोरामुळे आम्ही मार्गावरून दूर भरकटत होतो. योग्य दिशेनं जायचा कसोशीनं प्रयत्न केला, तरी आम्ही रस्ता चुकत होतो.''

कोलच्या पूर्वेच्या कड्याच्या ते अगदी जवळ पोहोचले असल्याने तेथून ते खाली पडले, तर ते थेट दोन मैल खाली पडून तिबेटमध्ये मरण पावतील, अशी त्यांना भीती वाटू लागली होती. त्यामुळे ते तंबूपासून काही यार्ड अंतरावर असूनसुद्धा काहीही दिसत नसल्यामुळे खूप वेळ कुडकुडत अंधारातच बसून राहिले. वादळाचा जोर निमिषमात्र ओसरल्यावर क्लेव्ह स्कूनिंगला पर्वताची कड दिसली. कोणत्या दिशेनं गेलं पाहिजे याचा बोध झाल्यावर तो नील बीडलमन, माइक ग्रूम आणि लेन गेमलगार्डबरोबर कॅम्प क्र. चारवर पोहोचला. ते तंबूत पोहोचले, तेव्हा इतके थकून गेलेले होते की, त्यांना इतरांच्या मदतीला जाण्याएवढं त्राणच अंगी उरलेलं नव्हतं. असा प्रयत्न करू शकेल, असं ॲनातोलीखेरीज इतर कुणीच तिथं नव्हतं. वादळात अनेकदा बाहेर पडून शोध घेतल्यावर ॲनातोलीला वाटेत

अडकलेले गिर्यारोहक दिसले आणि त्यानं सॅन्डी, शार्लट आणि टिमला सुरक्षित जागी आणलं. त्याला नांबा यासुकोसाठी काहीही करता आलं नाही, ती वाचली नाही. त्याला बेक वेदर्सलासुद्धा मदत करता आली नाही. आश्चर्याची गोष्ट म्हणजे, दुसऱ्या दिवशी दुपारी बेक वेदर्स स्वत:च उठून उभा राहिला आणि लडखडत तंबूपर्यंत पोहोचला. त्याचे हातपाय आणि चेहरा गोठून गेलेला होता.

उंचावर रॉब हॉल आणि डग हॅन्सन साउथ समिटपर्यंत पोहोचले. तेथे त्यांनी थंडी आणि वाऱ्यापासून स्वत:चा बचाव करण्याचा प्रयत्न केला. पण हॅन्सन मरण पावला. हॉलचा गाइड अॅन्डी हॅरिससुद्धा नाहीसा झाला. बहुधा हॅन्सन आणि हॉलसाठी प्राणवायू घेऊन येताना तो कोसळला असावा. बेस कॅम्पवर असलेले एड व्हिश्चूर्स व इतर जण रॉबशी अधूनमधून रेडिओवर संपर्क साधून होते. ते रॉबला खाली उतरण्याची कळकळीची विनंती करत होते. पण रॉब थंडीनं गारठून गेला होता आणि त्याला हालचाल करणं अशक्य झालं होतं. त्याचा रेडिओवरला शेवटचा संपर्क बेस कॅम्पद्वारा त्यानं त्याच्या न्यूझीलंडमधील पत्नीशी केला होता. ते संभाषण मोठं हृदयद्रावक होतं.

दि. ११ मेची सकाळ वाऱ्याची आणि थंडगार उजाडली, परंतु वादळ पुढे गेलेलं होतं. साऊथ कोलवरून वर चढून गेलेल्या शेर्पांना स्कॉट कालच्याच जागा, जिथे लॉपसँगनं त्याला सोडलं होतं तिथं सापडला. तो हालचाल करत नव्हता, तरी शेर्पांना त्याचं मंद श्वसन जाणवलं. त्यांनी त्याच्या चेहऱ्यावर प्राणवायूचा मुखवटा चढवला. मकालू गाऊ मात्र जागा झाला आणि शेर्पांनी त्याला कॅम्प क्र. चारवर पोहोचवलं. त्या दिवशी त्यानंतर स्कॉटपाशी अॅनातोली पोहोचला आणि मग त्यानं खाली येऊन स्कॉट मरण पावला असल्याची बातमी दिली!

इतर अनेक मोहिमांच्या लोकांनी आपापली कामं सोडून, साउथ कोलवर अडकलेल्या लोकांना सुखरूप खाली आणण्यासाठी प्रयत्नांची पराकाष्ठा केली. बेक वेदर्स आणि मकालू गाऊ यांना त्यांनी जवळवळ कॅम्प क्र. एकपर्यंत आणलं. तिथून शक्य तेवढ्या उंचीवर पोहोचलेल्या हेलिकॉप्टरमधून आधी गाऊ आणि मग वेदर्स यांना सुखरूपपणे बाहेर नेण्यात आलं.

माउन्टन मॅडनेसचे गिर्यारोहक जेव्हा बेस कॅम्पवर पोहोचले, तेव्हा त्यांना समजलं की, ह्या दुर्घटनेची बातमी आधीच जगभर प्रसृत करण्यात आलेली आहे. सीअॅटलच्या 'द सीअॅटल पोस्ट इंटलिजन्सर' ह्या पेपरमध्ये मी स्कॉटच्या मोहिमेच्या यशाची बातमी वाचलेली होती. त्याच पेपरनं आणखी दोन दिवसांनी बातमी दिली की, एव्हरेस्टवर आठ गिर्यारोहक मरण पावले आणि स्कॉट त्यांच्यापैकी एक होता. ह्या लेखाच्या समारोपात त्यांनी स्कॉटनं एका प्रश्नाला अनेक महिन्यांपूर्वी 'आऊटसाइड ऑनलाइन' ह्या वेबसाइटवर दिलेलं उत्तर उद्धृत केलं होतं.

त्यांनी प्रश्न विचारला होता की, स्कॉटला सर्वांत जास्त भीती कशाची वाटते? स्कॉटनं उत्तर दिलं होतं, 'अगदी प्रांजळपणे सांगायचं तर चुकीच्या निर्णयामुळे पर्वतावर मरण पावण्याची, मोहिमेवरून घरी परत न येता, माझ्या मुलांना पोरकं करून जाण्याची मला भीती वाटते. मोहिमेवर असताना आम्ही खूप काळजी घेतो. तरीसुद्धा अपघात होतात.'

अपघात होतात; अपघात घडला. पण महत्त्वाची गोष्ट म्हणजे, स्कॉटवर विश्वास टाकून मोहिमेवर आलेले सर्व लोक सुखरूपपणे एव्हरेस्टवरून खाली उतरले. अंत:प्रेरणेमुळे म्हणा किंवा सुदैव म्हणून म्हणा, स्कॉटनं माउन्टन मॅडनेसची मोहीम ज्या पद्धतीनं आखली होती आणि नेली होती, त्यामुळे त्याच्याबरोबर आलेले लोक सुखरूप राहिले होते. त्यानं या मोहिमेसाठी प्रयत्नांची पराकाष्ठा केली होती; त्याचं सर्वस्व त्यात ओतलं होतं. शेवटी ज्या पर्वताचा त्याला अनेक वर्षं ध्यास लागलेला होता, त्याच पर्वताशी तो एकरूप झालेला होता. पर्वतावर नेहमीच चढ-उतार, वादळ-शांतता, अंधार-उजेड, जीवन-मृत्यू असा पाठशिवणीचा खेळ चाललेला असतो. त्यात स्कॉट शांतपणे विलीन झाला.

दुर्घटना घडतात. पर्वतावर दुर्घटना घडतात, तेव्हा त्या अंतिम स्वरूपाच्या असतात, सरतेशेवटी एवढंच कारण पुरेसं असतं.

बावीस
वादळानंतर

स्कॉटबद्दल कुणीही काहीही म्हणो; एक गोष्ट अगदी निर्विवाद होती की, तो नेहमी गर्दी खेचून आणत असे. त्याच्या अंत्यविधीसाठी एवढी तुफान गर्दी लोटली की, त्यात कुणी नव्हतं असं नव्हतंच! स्कॉट फिशर एव्हरेस्टवर मरण पावल्यानंतर तीन आठवड्यांनी आम्ही त्याच्या स्मृतिसभेसाठी उपस्थित राहिलो. सारी व्यवस्था करण्यासाठी तेवढा वेळ आवश्यकच होता. त्या सभेसाठी उपस्थित राहण्याची ज्यांची-ज्यांची इच्छा होती, त्यांना जगभरातील विविध ठिकाणांहून सीॲटलला पोहोचण्यासाठी तेवढा वेळ आवश्यकच होता. काळ्या गॉगल्समागे आपलं दु:ख लपवून, खिन्न मन:स्थितीत हे सारे लोक स्मृतिसभेसाठी उपस्थित राहिले होते.

जीनी मला म्हणाली, ''स्कॉटच्या मृत्यूनंतर, सुरुवातीला किती लोक उपस्थित राहतील, याबद्दल मला काहीच कल्पना नव्हती. आम्ही आयोजित करणार असलेल्या स्मृतिसभेला तो उपस्थित राहू शकेल का, असं आमच्या दूधवाल्या लॅरीनं मला विचारलं; तेव्हा हा प्रश्न ऐकून मला जाणीव झाली की, ही स्मृतिसभा खूप मोठी असणार आहे.''

खरं तर दोन स्मृतिसभा घेतल्या गेल्या. पहिली स्मृतिसभा सर्वांसाठी खुली होती. ती स्कॉट आणि जीनीच्या घराजवळच्या एका बागेत घेतली गेली. त्या दुपारी शेकडो लोक येऊन गवतावर बसले. त्यांनी स्कॉटबद्दलच्या आठवणी सांगितल्या, मित्रांची भेट घेतली. काही जण स्कॉटला ओळखत नसूनसुद्धा त्याच्याबद्दल वाटणाऱ्या आत्मीयतेमुळे तिथे उपस्थित राहिले होते.

दुसरी स्मृतिसभा काही दिवसांनी बेनब्रिज आयलॅन्डरारला घेण्यात आली. अनेक वर्षांपूर्वी माउन्ट ऑलिम्पसवर स्कॉटबरोबर पहिल्यांदा जाताना आम्ही प्युजेट साउन्ड सामुद्रधुनी ओलांडण्यासाठी ज्या बोटीतून मोटार नेली होती, त्यातूनच मी पुन्हा प्रवास केला. तेथून बेटावरील किआना लॉजवर मी मोटरनं गेलो. किआना लॉज हे अमेरिकन इंडियन्सचं सांस्कृतिक केंद्र आहे. ते देवदार आणि डग्लस फर वृक्षांच्या अरण्यात लपलेलं आहे. मध्यवर्ती हवेशीर इमारतीत भोजनाची व्यवस्था

केलेली होती. हिरवळीवर थेट पाण्यापर्यंत पोहोचणारी पांढऱ्या खुर्च्यांची रांग उभी होती. मी तिथे पोहोचलो, तेव्हा ढगांमधून सूर्य बाहेर निघाला आणि वृक्षांचा व समुद्राच्या पाण्याचा गंध लेवून आलेल्या वाऱ्याच्या झुळुकीमुळे झाडांमध्ये दोरांवर टांगलेल्या पिवळ्या, लाल आणि हिरव्या पताका डोलू लागल्या. ह्या पताका बौद्ध धर्मात प्रार्थनेसाठी टांगल्या जातात. तिथे कुठेही पर्वताचा उभा सुळका नव्हता, गोठलेलं बर्फ नव्हतं... पर्वतावरील दुर्घटनेची पुसटशीसुद्धा आठवण करून देईल असं तिथं काही काही नव्हतं. होती फक्त सुप्त जाणीव की, स्कॉटच्या मृत्यूमुळे आम्ही तिथे एकत्र जमलो आहोत!

बेनब्रिज येथील स्मृतिसभा केवळ स्कॉटच्या आप्तमित्रांसाठी आयोजित करण्यात आलेली होती आणि त्यासाठी ३०० लोक उपस्थित राहिले! त्यांतल्या अनेकांना आपण आप्त किंवा मित्र या सदरात मोडतो, असं वाटत होतं. स्कॉटबरोबर गिर्यारोहणाच्या मोहिमांवर गेलेले लोक १९८०-९०च्या दशकातले नामवंत गिर्यारोहक होते. कोळीबाबा मरे अलास्काहून मुद्दाम आला होता. त्यानं ह्या सर्व उपस्थितांना पोटभर खाऊ घालण्यासाठी भरपूर सामन मासे आणले होते आणि तो सामन मासे विस्तवावर भाजण्यात व्यग्र राहून आपलं दु:ख विसरायचा प्रयत्न करत होता.

नॅशनल आउटडोअर लीडरशिप स्कूल - एनओएलएसचे स्कॉटच्या पिढीतले प्रशिक्षक एकमेकांना भेटत होते. स्कॉट एनओएलएससाठी काम करत होता, तेव्हा एकमेकांना 'ब्रूस' म्हणून हाक मारून बंधुभाव दाखवणारे हे लोक पुन्हा एकवार एकत्र जमलेले होते. किलिमांजरोच्या पायथ्याशी असलेल्या आपल्या घरातून वेस क्राउस त्याच्या पत्नीबरोबर आणि दोन मुलांबरोबर आलेला होता. त्यांच्यासोबत त्याच्या मुलांची टांझानियातील दाईसुद्धा आलेली होती. आफ्रिकेत खूपदा आलेल्या गिर्यारोहकांशी ती स्वाहिली भाषेत मृदूपणे बोलत होती. स्कॉटच्या न्यू जर्सीतल्या शाळेतले मित्र उपस्थित राहिले होते आणि ते इतर गिर्यारोहकांमध्ये सहजपणे मिसळून गेले होते. फिशर कुटुंबीय - स्कॉटचे आई-वडील, भावडं, जीनी, अॅन्डी आणि केटी रोझ उपस्थित होते. फक्त तेच औपचारिक वेषात आलेले होते. इतर बहुतेकांनी साधेसुधे, ढगळ कपडे घातलेले होते. ते गिर्यारोहकाला साजेशा सहजपणे वावरत होते.

माउन्टन मॅडनेसचे गिर्यारोहक आलेले होते. त्यांच्या चेहऱ्यावर अजूनही त्यांनी हिमालयात घातलेल्या गॉगल्सच्या खुणा दिसत होत्या. हिमालयात जिवंत राहण्यासाठी त्यांनी निकराची धडपड केलेली होती. त्यानंतर लगेचच त्यांना इथे पाहून अद्भुताचा साक्षात्कारच होत होता. ते अजूनही अनुभवलेल्या आघातातून बाहेर पडलेले दिसत नव्हते. त्यांनी भोगलेले भीषण अनुभव पचवून त्यांना शब्दरूप

देता येण्यासाठी काही काळ लोटणं आवश्यक होतं. स्मृतिचित्रांची त्यांच्या मनातली धूसर प्रतिमा हळूहळू आकार घेऊ लागलेली होती. तिला स्पष्ट आकार येऊन ती मनावर कोरली जाण्यासाठी थोडा अवधी लागणार होता.

नेपाळहून काही शेर्पासुद्धा आले होते. स्कॉटच्या मोहिमांसाठी कुमक पुरवणारा पी. बी. थापा आलेला होता. मी स्कॉटबरोबर नेपाळमध्ये गेलो असल्यामुळे त्यानं मला ओळखलं. लॉपसँग जांगबूसुद्धा आलेला होता. तो मला म्हणाला, ''आम्ही एव्हरेस्टवर जोडीनं चढून गेलो होतो. पण देव आमच्या पाठीशी उभे राहिले नाहीत, याचं मला अतिशय दु:ख होतंय.''

पी. बी. थापा म्हणाला, ''स्कॉटच्या वाट्याला ही दुर्घटना यावी, ही गोष्ट अतिशय दु:खद आहे. पण देवानं त्याला तेवढंच आयुष्य दिलेलं होतं. आम्हा नेपाळवासीयांना ठाऊक आहे की, तो अजूनही आमच्याबरोबरच आहे आणि नेहमीच आमच्याबरोबर असणार आहे!''

स्मृतिसभेला प्रारंभ होत असताना मी माझ्या खुर्चीकडे वळलो. मी ॲनातोली बॉक्रिव्हशी ओळख करून घेत त्याच्याशी हस्तांदोलन केलं. माउन्ट एल्ब्रुसवरील मोहिमेत मी माउन्टन मॅडनेसबरोबर गेलो होतो, तेव्हा शिकलेल्या काही रशियन शब्दांचा वापर करून मी बॉक्रिव्हचं त्याच्या भाषेत स्वागत केलं. त्यानं माझा हात घट्ट धरला आणि पुसटसं स्मित केलं. (स्कॉटच्या स्मृतिसभेनंतर फक्त सहा महिन्यांनी, एव्हरेस्टवरील हिमप्रपातात लॉपसँग जांगबू शेर्पा मरण पावला. १९९७च्या नाताळच्या दिवशी अन्नपूर्णा १ हे शिखर चढत असताना झालेल्या हिमप्रपातात ॲनातोली बॉक्रिव्ह मृत्युमुखी पडला.)

स्कॉटच्या आप्तांनी त्याच्याबद्दल लिहून दिलेल्या आठवणी धर्मगुरूंनी वाचून दाखवल्या. नेपाळच्या शेवटच्या सफरीत स्कॉटनं आपल्याबरोबर नेलेला चाकू, नील बीडलमननं त्याची आठवण म्हणून ॲन्डी आणि केटी रोझला भेट म्हणून दिला. तरुण वयात स्कॉटबरोबर अनुभवलेल्या साहसांच्या आठवणी जेफ लाँग आणि पीटर गोल्डमननं उपस्थितांना सांगितल्या. त्या वेळेस ते सर्व जण तरुण होते आणि त्यांनी भविष्याबद्दल सुंदर स्वप्नं पाहिली होती.

वेस क्राउस व्यासपीठावर चढला, तेव्हा स्कॉटप्रमाणेच त्यानं सर्वांचं चित्त वेधून घेतलं. स्कॉटच्या मृत्यूनंतर सर्वांच्या आयुष्यात जी पोकळी निर्माण झालेली होती, ती त्याच्या दमदार व्यक्तिमत्त्वामुळे भरून निघाल्यासारखी वाटली. तरुण वयात एनओएलएसमध्ये आल्यावर स्कॉट फिशर ह्या निष्णात गिर्यारोहकाबद्दलच्या कथा ऐकल्याचं वेसनं सांगितलं. हाताच्या कुस्तीचे आणि दंड-बैठकांचे अनेक सामने एकमेकांशी खेळल्यानंतर त्यांच्यात दृढ स्नेह निर्माण कसा झाला, याचं वेसनं वर्णन केलं.

वेस म्हणाला की, स्कॉटचं व्यक्तिमत्त्व शब्दांत पकडणं फार कठीण आहे. त्याच्या ठायीच्या चैतन्यस्रोताचा उगम शोधणं अवघड आहे. ते दोघे अलास्कातील रँगेल पर्वतावर गेले असता प्रचंड अस्वल त्यांच्यावर चाल करून आलं होतं, त्याची आठवण वेसनं सांगितली. ते दोघे होते आणि अस्वल एकटंच होतं; तेव्हा ते दोघे त्याचा समाचार घेऊ शकतील, अशी स्कॉटला खात्री वाटत होती. ही आठवण सांगताना वेस म्हणाला, ''ह्या कथेचा सारांश असा की, जेव्हा स्कॉट तुम्हाला म्हणत असे की, त्यानं एक योजना आखली आहे; तेव्हा तुम्ही त्याच्या बोलण्यावर डोळे मिटून विश्वास ठेवायला हरकत नसे. कारण त्यानं खरोखरच योजना आखलेली असे!''

एनओएलएस आणि आउटवर्ड बाउन्डमध्ये एकमेकांना भेटून, घट्ट मैत्री जोडून जे गिर्यारोहक उच्च पदाला पोहोचले होते; त्यांत स्कॉटचं स्थान महत्त्वाचं होतं, हे वेसनं नमूद करायला हवं होतं. ह्या सर्वांनी गिर्यारोहणाला जीवित वाहून घेतलेलं होतं. गिर्यारोहण करणं आणि गिर्यारोहण-इच्छुकांचं नेतृत्व करणं ह्याचा स्कॉटला ध्यास लागलेला होता. तोच त्याचा व्यवसायही होता आणि तेच त्याचं जीवनातलं ध्येयसुद्धा होतं. गिर्यारोहण करणं आणि त्यात इतरांचं नेतृत्व करणं या गोष्टींनी त्याच्या जीवनाला अर्थ मिळवून दिलेला होता. हिमालयातील गिर्यारोहणाच्या सुवर्णयुगात स्कॉट जगला. त्या काळातल्या निष्णात गिर्यारोहकांनी जगातली अत्युच्च शिखरं सर करायचं ध्येय ठेवलं आणि ते साध्यसुद्धा केलं. आपल्या उदाहरणानं त्यांनी इतरांना प्रेरित केलं, त्यांना स्वप्नं पाहायला आणि त्या स्वप्नांची पूर्तता करण्यासाठी धडपड करायला शिकवलं. स्कॉटनं हे सारं उमदेपणानं, अमर्याद उत्साहानं आणि आनंदी आशावादी वृत्तीनं केलं. तो त्याचं आयुष्य मनमुराद आनंद लुटत जगला.

सर्वांना एकत्र आणण्याच्या प्रतीकात्मक विधीनं ह्या स्मृतिसभेची सांगता करण्यात आली. आम्ही सर्वांनी पुठ्ठ्याच्या छोट्या-छोट्या पेट्यांची झाकणं उघडली आणि आतल्या फुलपाखरांना हवेत उडवलं. शेर्पांनी उदबत्त्यांचा जुडगा पेटवला आणि बौद्ध मंत्राचं पठण केलं. उंच उडणाऱ्या फुलपाखरांच्या पाठोपाठ, उदबत्त्यांच्या सुगंधी धुराची वलयं झाडांच्या फांद्यांमधून आणि बांधलेल्या पताकांमधून वर जाऊन मोकळ्या आकाशात लुप्त झाली.

दुपारभर मी मित्रमंडळींशी बातचीत केली. मरेनं खरपूस भाजलेल्या सामन माशांचा आस्वाद घेतला. लोकांचा पाय तिथून निघत नव्हता. हा सुखद, स्नेहपूर्ण मेळावा सोडून जावंसं कुणालाच वाटत नव्हतं. पण अखेरीस निरोप घेण्याची वेळ आली. बोटीच्या धक्क्यावरील मोटारींच्या रांगेत मी उभा होतो, तेव्हा ह्या

स्मृतिसभेला उपस्थित राहिलेले काही लोक मला दिसले. ते इतर पर्यटकांच्या गर्दीत दिसेनासे झाले. स्कॉटचे स्नेही पुन्हा चहू दिशांना पांगत होते. ते जगभरातील कानाकोपऱ्यात आपापल्या घरी परतत होते.

त्या रात्री मला झोप येईना. शेवटी मला जेव्हा झोप लागली, तेव्हा माझ्या स्वप्नात स्कॉटचा मुलगा ॲन्डी आला. माझ्या प्युजेट साउन्डजवळच्या घरात तो राहायला आलेला मला त्या स्वप्नात दिसला. माझ्या स्वप्नात आलेला ॲन्डी मला सांगत होता की, प्युजेटच्या सामुद्रधुनीतील पाण्यात त्याला पोहायला जायचं आहे आणि मी त्याला सांगत होतो की, पाणी खूप खोल अन् थंडगार असल्यामुळे त्यानं पाण्यात उतरू नये. स्वप्नातल्या ॲन्डीनं माझं म्हणणं न मानता पाण्यात सूर मारला, पण आता तो ॲन्डी नसून स्कॉट होता. मी त्याला परत येण्यासाठी हाका मारत होतो, तरी तो आत्मविश्वासानं दमदार हात मारत पोहू लागला आणि किनाऱ्यापासून खूप दूर गेला. त्यानंतर त्याची दमछाक होऊन धडपड सुरू झाली. गटांगळ्या खात तो पाण्याबाहेर डोकं काढण्याचा प्रयत्न करताना दिसला. मी पाण्यात उडी ठोकून पोहत जाऊन, त्याला गाठायचा प्रयत्न करू लागलो. परंतु तो खूप दूर पोहोचला होता आणि पाणी थंडगार होतं. मी निकराचा प्रयत्न करून त्याला गाठू पाहत होतो, तरी माझ्या प्रयत्नांना यश आलं नाही. स्कॉट फिशर दिसेनासा झाला. त्याला वाचवण्यासाठी मी काहीही करू शकलो नाही. एकाएकी मी खडबडून जागा झालो आणि मी माझ्या अंथरुणातच आहे याची जाणीव व्हायला मला अनेक क्षण लागले.

दुसऱ्या दिवशी सकाळी मी माझ्या बॅकपॅकमध्ये कॅम्पिंगचं सामान भरलं आणि ग्रॅन्ड टीटॉन नॅशनल पार्ककडे गाडी नेली. स्टुडंट कॉन्झर्व्हेशन असोसिएशनतर्फे (पर्यावरण सेवेसाठीची विद्यार्थी संघटना) आलेल्या स्वयंसेवकांवर देखरेख करण्याची जबाबदारी मी स्वीकारलेली होती. ह्या संघटनेसाठी काम करण्याचा हा माझा चौदावा उन्हाळा होता. मला पर्वतावरील वनराईत असं काम करणं नेहमीच आवडत असलं, तरी या वेळेस ते काम करणं माझ्या जिवावर आलं होतं. स्कॉटच्या मृत्यूमुळे मला प्रचंड खिन्नता आलेली होती. पण त्याहूनही महत्त्वाचं कारण होतं की, तरुणपणी एनओएलएसचा प्रशिक्षक म्हणून काम करत असताना स्कॉटनं ग्रॅन्ड टीटॉनवर भ्रमंती केलेली होती. तो उन्हाळ्यात ग्रॅन्ड टीटॉन चढून गेला होता आणि हिवाळ्यातसुद्धा चढून गेला होता. एनओएलएसच्या विद्यार्थ्यांबरोबर त्याचप्रमाणे त्याच्या जिवलग मित्रांबरोबरही तो ग्रॅन्ड टीटॉन चढून गेलेला होता. जीनीच्या प्रेमात पडल्यावर सुरुवातीलाच त्यानं जीनीला ग्रॅन्ड टीटॉनच्या शिखरमाथ्यावर नेलं होतं. माझ्या मनात सतत स्कॉटचेच विचार येत होते. त्यामुळे त्याची आठवण पदोपदी

होईल अशा ठिकाणी मला जावंसं वाटत नव्हतं. स्कॉटची सतत आठवण होईल अशा परिसरात पूर्ण उन्हाळाभर राहणं माझ्या जिवावर आलं होतं. परंतु, मी हे काम करीन, असा शब्द आधीच देऊन बसलो होतो आणि आता त्यात बदल करणं अवघड होतं.

जॅक्सन, वायोमिंग येथील बसस्टेशनवरून आणि जॅक्सन होल विमानतळावरून मी पर्वतावर पाऊलवाट बांधण्यासाठी स्वेच्छेनं स्वयंसेवक म्हणून आलेल्या मुलांना घेऊन आलो. सोळा ते अठरा वयोगटाचे तीन मुलगे आणि तीन मुली आलेल्या होत्या. येते काही आठवडे पर्वतावरील घनदाट अरण्यात वास्तव्य करून पर्यावरणाच्या दृष्टीनं उपयुक्त असं काम करण्याची आतुरता त्यांच्या वागण्यातून जाणवत होती. अमेरिकेच्या कानाकोपऱ्यातून वायोमिंगमध्ये आलेली ही मुलं उत्साहानं सळसळत होती. या उपक्रमाची माहिती त्यांना मासिकांमधील लेखांमधून, वर्गमित्रांकडून किंवा टीव्हीवरील माहितीपर मालिकेतून मिळालेली होती. विशीच्या आतल्या वयाच्या मुलांना पर्यावरणाविषयक कोणती सेवा करणं शक्य आहे, हे कळल्यावर त्यांनी स्वयंसेवक म्हणून येण्याचा निर्णय घेतलेला होता.

आम्ही मोटरनं एका कॅम्पग्राउन्डवर पोहोचलो आणि मी त्यांना त्यांच्या मापाचे लोकरीचे कपडे देण्यात पूर्ण दुपार खर्च केली. आम्ही शिधा एकत्र केला आणि प्रत्येकाला तांदूळ, कडधान्य, पीठ आणि अन्य खाद्यपदार्थ प्लॅस्टिकच्या पिशव्यांमध्ये भरून दिले. पिशव्यांना आम्ही सैलसर गाठी मारल्या होत्या. दुसऱ्या दिवशी सकाळी नॅशनल पार्कमधील एका बोटीनं आम्हाला जेनी तलावाच्या दुसऱ्या किनाऱ्यावर नेऊन सोडलं. नॅशनल पार्कच्या उत्तरेच्या सीमेलगतच्या खोऱ्यापर्यंत आम्ही चालत गेलो, तंबू ठोकले आणि स्वयंपाकाच्या जागेवर टारपॉलिनचं आच्छादन घालून ती जागा पावसापासून सुरक्षित केली. दोन झाडांना दोर बांधून त्या उंचावरल्या दोरावर आम्ही आमच्या खाद्यपदार्थांच्या पिशव्या लटकावल्या आणि अस्वलांच्या तावडीतून त्या सुरक्षित राहातील, अशी तजवीज केली.

ह्या तरुण मुलांनी कॅम्पची सारी व्यवस्था आपल्या हातात घेतली. ते मनापासून स्वयंपाक करू लागले. डच ओव्हनमध्ये बिस्किटं भाजू लागले, नव्या वातावरणाचा मनमुराद आनंद लुटू लागले. दररोज सकाळी आम्ही हातात कुदळ, फावडी, कुऱ्हाडी व करवती घेऊन कॅम्पबाहेर पडत असू आणि पाऊलवाटेचा आणखी नवा भाग स्वच्छ करून दुरुस्त करत असू. सुरुवातीला माझं चित्त ह्या कामात लागत नव्हतं. पण मी असं देखरेखीचं काम इतक्या वेळा केलेलं होतं की, मी ते मिटल्या डोळ्यांनीसुद्धा करू शकत असे. मी इतरांपासून थोड्या अंतरावर काम करत दिवस घालवत असे. रात्री मी माझ्या स्लीपिंग बॅगमध्ये शिरून गाढ झोप घेत असे.

असे काही आठवडे उलटले आणि स्कॉटच्या मृत्यूचं दु:ख जाणवत असूनसुद्धा पर्वतावरील वास्तव्यामुळे माझ्या गात्रांमध्ये नवं चैतन्य सळसळू लागलं. दिनक्रम साधा, सुटसुटीत बनला. भूतकाळाचं दु:ख आणि भविष्याची चिंता मनात न आणता मी वर्तमानकाळात जगायला शिकलो. टीटॉन पर्वतापलीकडलं जग अंधुक होऊन विस्मृतीत जाऊ लागलं.

हळूहळू माझ्या गटातील तरुण मुलांशी माझी जवळीक होऊ लागली. मला वाटत असलेलं दु:ख, हे त्यांचं दु:ख नव्हतं आणि शेकोटीभोवती बसलेलो असताना मी स्कॉटबद्दल सांगितलेल्या आठवणी ही मुलं मनापासून ऐकत असली, तरी त्या आठवणी त्यांच्या आयुष्याचा भाग नव्हता. ही मुलं आपसात नवी नाती, नवा स्नेह जोडत होती. त्यांना हे सारं एक अद्भुत साहसच वाटत होतं आणि मी त्यांच्या खळाळत्या उत्साहात नकळत ओढला गेलो. मी त्यांच्याबरोबर स्वयंपाक करण्यात, जवळच्या ओढ्यात डुंबण्यात आणि बरोबर आणलेल्या बुद्धिबळाच्या पटावर डाव मांडण्यात रमून जाऊ लागलो. मुलं काम करत असत, तेव्हा त्यांना गप्पागोष्टी करत शारीरिक कष्टांची मौज लुटताना पाहून मलासुद्धा आनंद वाटू लागला. मी त्यांच्यात मिसळून गेलो. स्कॉट ज्या वयात एनओएलएसमध्ये प्रशिक्षणासाठी येऊन पर्वतांच्या प्रेमात पडला, त्याच वयाची ही मुलं होती. ज्या वयात मी बॉय स्काउट्सतर्फे न्यू मेक्सिकोत पाऊलवाटा बनवण्यासाठी गेलो आणि त्या कामात गुंगून गेलो, त्याच वयाची ही मुलं होती. अरण्यात असण्यातला आनंद उपभोगून, तेथील स्वातंत्र्याची अपूर्वाई वाटत असलेली ही मुलं मला माझ्या त्या वयाची आठवण करून देत होती. त्यांचं आयुष्य बदलत होतं आणि त्यांच्या सहवासात माझं आयुष्यसुद्धा बदलत होतं.

उन्हाळा संपता-संपता आमचं पाऊलवाटा दुरुस्त करायचं कामसुद्धा आटोपत आलं होतं. आम्ही त्या भागातील भूपृष्ठाचा नकाशा पाहून टीटॉनच्या माथ्यावर जायची वाट शोधून काढली. तिथे पोहोचून पर्वताच्या मध्यभागावरून आम्ही खाली उतरणार होतो. आमच्या बॅकपॅकमध्ये कॅम्पिंगचं सामान आणि आठवड्याभराचा अन्नाचा शिधा भरून आम्ही खोऱ्यातून वर चढू लागलो. आम्ही अधिकाधिक उंचावर पोहोचल्यावर आजूबाजूची वृक्षराजी तुरळक होत-होत नाहीशी झाली आणि रानफुलांनी बहरलेली गवताळ कुरणं दिसू लागली. माझ्याबरोबर आलेल्या मुलांनासुद्धा अधिकाधिक उंचीवर पोहोचायचा ध्यास लागलेला होता. गवताळ कुरणांचा टापू ओलांडून आम्ही दगडी चढावर, मोकळ्या आकाशाखाली सोसाट्याच्या वाऱ्यात पोहोचलो. आता मुलं माझ्या मागोमाग, मला चिकटून वर चढू लागली होती. टीटॉन पर्वताची उत्तुंग शिखरं आजूबाजूला दिसत होती.

थेट खालच्या कुरणांमधून हे शिखरांचे सुळके उभे राहिलेले दिसत होते. आम्ही खालच्या दुनियेपासून, तिथल्या गलबल्यापासून खूप दूर पोहोचलो होतो. इथे मानवनिर्मित एकही गोष्ट दिसत नव्हती. माणसांच्या पावलांनी तुडवलेली साधी पाऊलवाटसुद्धा नजरेला पडत नव्हती. नजरेच्या टप्प्यात इतर कोणीसुद्धा नव्हतं. तिथं फक्त आम्हीच होतो. सारं काही निर्मळ, आखीवरेखीव, मोकळं आणि भव्य होतं. ह्याच साधेपणाची मला तहान लागलेली होती. पर्वतांमध्ये गेल्यावर हाच शांतवणारा अनुभव मला नेहमीच लाभत असे आणि स्कॉटच्या मृत्यूपासून मी ह्याच अनुभवाला पारखा झालो होतो.

आम्ही वर चढत असताना उन्हानं भाजून निघत होतो. सोसाट्याच्या वाऱ्याचा मारा सहन करत होतो. दररोज दुपारी आम्ही चढत असताना कपारीत आसरा शोधून पर्वतमाथ्यावर थैमान घालणाऱ्या वादळापासून स्वत:चा बचाव करत होतो. वादळाचा जोर कमी झाला की, आम्ही पुन्हा पर्वतमाथ्याच्या दिशेनं पावलं उचलत होतो. रात्री ताऱ्यांनी खच्चून भरलेल्या आकाशाखाली आम्ही आमच्या स्लीपिंग बॅगा उघडून झोपी जात होतो. आम्ही स्वत:च्या हिमतीवर भराभर चढत होतो. अधिकाधिक उंचावर चढून गेल्यावर विस्तारलेलं क्षितिज पाहून आणि अरण्याचा प्रचंड विस्तार पाहून माझ्याबरोबर चढणारी तरुण मुलं विस्मयचकित होत होती. त्यांना आणखी उंचावर चढून आणखी विस्तारलेलं क्षितिज पाहण्याची ओढ वाटत होती आणि मी जिथं नेईन तिथं ती माझ्यापाठोपाठ आनंदानं येत होती.

आम्ही नॅशनल पार्कच्या मध्यभागी असलेल्या पर्वतामाथ्याजवळ येऊन पोहोचलो, तेव्हा आम्हाला अखेरचा चढ चढून जाऊन खाली उतरायला सुरुवात करायची होती आणि उतरून मग रस्त्याकडे नेणारी पाऊलवाट गाठायची होती. पहाटेस लवकर चढायला लागून आणि योग्य रस्त्यावर असल्याची खात्री करून घेण्यासाठी होकायंत्राचा वापर करून आम्ही वेळेत चढून गेलो. दुपारपर्यंत आम्ही पर्वतमाथ्याच्या पठाराचं दूरचं टोक गाठू शकलो होतो. खूप खाली, सरोवराच्या काठानं नागमोडी वळणं घेत रस्त्यापर्यंत जाणारी पाऊलवाट आमच्या नजरेस पडत होती; तिथवर आम्हाला पोहोचायचं होतं. सरोवराच्या पलीकडे ग्रॅन्ड टीटॉनचा ग्रॅनाइटचा प्रचंड सुळका उभा होता. हा स्कॉटचा खास पर्वत होता. वादळी ढगांचा काळा रंग धारण करू लागलेल्या आकाशापुढे तो सुळका आभाळाला भिडताना दिसत होता. ग्रॅन्ड टीटॉनच्या मागे ढग जमा होऊ लागले होते. ते दुपारच्या जोरदार वादळाची पूर्वसूचना देत दाटी करू लागले होते.

आम्हाला नकाशा पाहून वाटलं त्यापेक्षा खूपच खडा उतार आम्हाला उतरून जावा लागणार होता. परंतु विजेचा प्रचंड धोका असलेल्या ह्या जागेपासून

शक्य तेवढ्या लवकर आम्हाला उतरून दूर जाणं भाग होतं. मी ह्या मुलांना एका धोंड्यांनी भरलेल्या घळीतून खाली उतरवू लागलो. माझी दृष्टी वादळाचा अंदाज बांधत होती. दूरचं वादळ घोंघावत जवळ-जवळ येत असल्याचं मला जाणवत होतं. पाठीवरल्या वजनदार बॅकपॅक्समुळे आम्हाला उतरणं अवघड जात होतं. पाऊलवाटा बनवण्याच्या कामात अनेक आठवडे कष्ट केल्यामुळे जरी ही मुलं काटक बनली असली, तरी ती अनुभवी गिर्यारोहक नव्हती. उभ्या उताराच्या खडकावरून खाली उतरायची त्यांना सवय नव्हती. त्यावरून उतरणं हे त्यांच्या दृष्टीनं अग्निदिव्यच होतं.

आम्हाला आणखी ५०० फूट उतरून जायचं होतं आणि एकाएकी घळीचा उतार तिरका न राहता खडा बनला. खिळे ठोकून त्यांना दोर बांधायची सोय नसताना त्या खड्या कड्यावरून खाली उतरणं अशक्यच होतं. ग्रॅन्ड टीटॉनमागे घोंघावणाऱ्या वादळामुळे ढगांमधून विजांचे लोळ उठू लागले होते. ढगांचा गडगडाट सतत आणि अधिक जोरानं होऊ लागला. माझे हात आणि पाय रुतवण्यासाठी दगडात चांगल्या खोबणी शोधून मी एक खडक ओलांडून शेजारच्या घळीपर्यंत पोहोचलो, पण तीसुद्धा उतरण्याच्या दृष्टीनं तेवढ्याच खड्या उताराची निघाली.

आम्ही पहाटेपासून चालत होतो. नवशिक्या मुलांना अवघड उतारावरून संभाळून नेण्याच्या मानसिक तणावामुळे मला शीण आलेला होता. वादळ क्षणोक्षणी जवळ येत आहे आणि त्याच्या माऱ्यातून बचावण्यासाठी त्वरित आसरा मिळवणं गरजेचं आहे, ह्या विचारामुळे माझ्या चिंतेत भरच पडत होती. मी आणखी एक खडक ओलांडून पुढल्या घळीपाशी पोहोचलो, परंतु खाली उतरण्याजोगा मार्ग मला दिसेना. ग्रॅन्ड टीटॉनच्या शिखरावर काळ्याकुट्ट ढगांची दाटी झालेली दिसत होती. ह्या तरुण मुलांना सुरक्षित ठेवणं ही माझी जबाबदारी आहे, ह्या जाणिवेनं मी भयभीत झालो. आजूबाजूच्या कड्यांवरून खाली नजर टाकताना मला फक्त ही मुलं पडू शकतील, अशा धोक्याच्या जागाच दिसू लागल्या.

मला कारण उमगलं नाही, पण मी अचानक मोठ्यानं म्हणालो ''स्कॉट, दोस्ता, इथं मला तुझ्या मदतीची गरज आहे रे गड्या!''

अचानक मला वाऱ्याचा गारवा ओसरलेला जाणवला. त्याची दिशासुद्धा बदलली आहे, असं जाणवलं आणि मला दगडाचा आधार नीटपणे घेता येऊ लागला. ग्रॅन्ड टीटॉनवरून समोरच्या खोऱ्यात कोणत्याही क्षणी वादळ झेपावत येईल आणि येऊन आमच्यावर आदळेल, असं वाटत होतं; तेच वादळ ग्रॅन्ड टीटॉनच्या पाठीमागच्या बाजूला क्षणभर थांबून राहिलेलं दिसलं. मी पुन्हा खाली

नजर टाकली आणि माझ्या पायगतीच्या कड्याकडे निरखून पाहिलं. या वेळेस कसलेल्या गिर्यारोहकाच्या नजरेतून दिसावं, तसं मला दिसू लागलं. एकाएकी खाली उतरायचा रस्ता माझ्या नजरेपुढे लख्ख दिसू लागला. हा रस्तासुद्धा अवघडच होता आणि त्यावरून खाली उतरताना सारी शक्ती एकवटून, चित्त पूर्णपणे एकाग्र करून उतरणं आवश्यक होतं. पण बघता-बघता आम्ही कड्यावरून खाली उतरून आलो आणि समोरच्या खोऱ्यातून पलीकडे धावत गेलो. सरोवराजवळच्या झाडांखाली आम्ही आसऱ्याला पोहोचताक्षणी वादळानं पावसाचा आणि विजांच्या लोळांचा मारा केला. वादळाच्या भीषण गडगडाटानं कानठळ्या बसून आम्ही गुडघ्यांवर कोसळलो.

वादळ पुढे सरकलं. भीषण वादळात सापडून बचावून निघाल्याच्या थरारक अनुभवामुळं मुलं हादरलेली दिसत होती. त्यांचे विस्फारलेले डोळे उत्तेजित झाल्यामुळे चकाकत होते. साहसाची चव चाखून उद्दीपित होऊन ती थरथरत होती. त्यांच्याप्रमाणेच मीसुद्धा थरथरत होतो. आम्ही आमच्या बॅकपॅक्समधून कोरडे कपडे काढले. ते चढवून आम्ही पुन्हा बॅकपॅक्स खांद्यावर लटकावल्या आणि पाऊलवाटेने आणखी काही मैल अंतर काढल्यानंतर आम्ही कॅम्पसाठी तंबू ठोकले. आमच्याजवळचा शिधा जवळजवळ संपत आलेला होता, परंतु आम्ही मॅकरोनी आणि चीज बनवून वेळ निभावून नेऊ शकलो.

आकाश हळूहळू निवळलं. संध्याकाळ होऊ लागली होती. मी माझ्या तंबूपुढे बसून धूसर होत चाललेल्या ग्रॅन्ड टीटॉनच्या आकृतीकडे बघत होतो. मी माझी वही उघडली आणि त्या दिवसाच्या अहवालाची त्यात नोंद केली. एक-दोन आठवड्यांनी सीॲटलला परत गेल्यावर ती वही मी जिन्याखाली ठेवलेल्या पेटीत ठेवून देणार होतो. ह्याच पेटीत मी माउन्टन मॅडनेसचे सारे अहवाल जपून ठेवलेले होते.

आज मी पुन्हा ती पेटी उघडून जिन्याच्या पायऱ्यांवर बसलो आहे आणि ग्रॅन्ड टीटॉनच्या परिसरात असताना वादळानंतर खरडलेली पानं मी पुन्हा वाचतो आहे. दीर्घकाळापासून मला परिचित असलेल्या स्कॉटची नव्यानं ओळख करून घेण्यासाठीच्या माझ्या प्रवासातली ही शेवटची वही आहे. मी त्या पेटीतल्या साऱ्या वह्या वाचून काढल्या आहेत आणि त्यातून मला स्कॉट तुकड्या-तुकड्यांनी उमगत गेला आहे. त्या वह्यांमध्ये मला माझीसुद्धा प्रतिबिंबं दिसत आहेत. मग मला आठवते स्कॉटबरोबर मी घालवलेली काला पठार येथील संध्याकाळ. तिथूनच माझ्या ह्या शोधाची सुरुवात झाली. स्कॉटनं एव्हरेस्टकडे पाहून मला त्यांची मोहीम ज्या रस्त्याने जाणार होती, तो रस्ता दाखवला होता. त्या वेळेस तो चैतन्यानं

सळसळत होता. गिर्यारोहणापासून मिळणारा साधासुधा आनंद त्याला ऊर्जा पुरवत होता.

मला स्कॉट नेहमी ह्याच स्वरूपात दिसलेला आहे. त्याचा नव्यानं शोध घ्यायची सुरुवात मी त्या दिवसापासून केली. एव्हरेस्टवरील बर्फात उमटलेल्या त्याच्या पावलांचा मागोवा घेता-घेता मी त्याच्या भूतकाळापर्यंत पोहोचलो. त्याचा निरोप घ्यायची वेळ आता आलेली आहे. पर्वत चिरकाल टिकतात. त्यांच्या हिमात उमटलेल्या पावलांच्या निशाण्या अल्पकाळ टिकतात आणि त्यानंतर वितळून दिसेनाशा होतात.